Anh Phương TRẦN VĂN NGÀ

TẬP II

ĐƯỜNG TÌNH KHÚC KHUỶU

CHÍNH VĂN XUẤT BẢN NĂM 2024

Liên lạc:
Anh Phương Trần Văn Ngà
10241 Ivy Hollow Lane
Elk Grove, CA. 95624
hoặc
6672 Spoerriwood Court
Sacramento, CA. 95828
Điện thoại:
916.519.8961
Emails:
tranvannga1935@gmail.com
tiengvangusa@yahoo.com

COPYRIGHT NOTICE

ISBN : 979-8-8693-6923-9

Published by Clover Leaves Publishing Printed in the United States of America

CHÍNH VĂN

Giới thiệu một cây bút mới mà cũ

ANH PHƯƠNG Trần Văn Ngà

Anh Phương Trần Văn Ngà là một nhà báo xuất thân từ trong làng báo tại Thủ Đô Sài Gòn thập niên 1960 và tiếp nối trong Quân Đội - Quân Lực Việt Nam Công Hoà với cương vị Sĩ quan Thông Tin Báo Chí cho đến ngày không còn cầm bút một thời gian dài. Anh Phương là thành viên của hai Nghiệp Đoàn Ký Giả Nam Việt và Việt Nam trước 30.4.1975.

Khi được định cư ở Hoa Kỳ theo diện tỵ nạn chính trị (HO), Anh Phương lại chọn nghề làm báo và viết báo mưu sinh. Anh Phương và ký giả Tô Ngọc (nguyên Tổng Thư Ký Nghiệp Đoàn Ký Giả Việt Nam) chủ trương Bán nguyệt san Tiếng Vang phát hành tại Sacramento từ năm 2000.

Trước năm 1999 Anh Phương cộng tác với tuần báo Sài Gòn Nhỏ của bà Hoàng Dược Thảo và tuần báo SaiGon Post ở miền Nam California của Trung tá Pháo Binh Lê Nguyên Phả.

Với cái duyên chuyên viết phóng sự chiến trường , xã hội, tin tức, bình luận... Đến trước năm 1999, Anh Phương viết trên Saigon Post hàng tuần nhiều bài các món ăn ngon, đặc sản của "Miền Tây Quê Tôi" và in thành sách phát hành năm 1999, may mắn được nhiều độc giả chiếu cố và Anh Phương dùng số tiền bán sách cùng với ký giả Tô Ngọc phát hành tạp chí Tiếng Vang USA.

Với chuyên nghiệp viết phóng sự, tin tức, bình luận cho báo, đài phát thanh Quân Đội, Anh Phương chuyển sang viết bút ký, ký sự, hồi ký... đã in thành sách **Chuyện Đồng Quê - 1999** (trong tiểu sử tác giả có ghi rõ tên các đầu sách).

Một tình cờ sau cơn mổ tim năm 2022, bị biến chứng, Anh Phương nằm bịnh viện gần 20 ngày, tưởng đâu "giả từ vũ khí", về nhà lại bị chứng mất ngủ trong lúc dưỡng bịnh. Anh Phương chửa bịnh mất ngủ bằng cách viết truyện dài theo cách viết dài dòng của người Miền Nam xưa. Quả thật trong vòng 8 tháng, Anh Phương viết Chuyện Tình Trên Đỉnh Núi, trọn bộ 3 tập gần 2 ngàn trang và cũng chửa dứt bịnh mất ngủ. Tập truyện dài **CHUYỆN TÌNH TRÊN ĐỈNH NÚI** chỉ có cốt truyện chính là thật còn lại hoàn toàn tưởng tượng nếu có trùng hợp với thực tế cũng là sự may mắn của tác giả.

CHÍNH VĂN trân trọng giới thiệu.

CHUYỆN TÌNH TRÊN ĐỈNH NÚI

LỜI NÓI ĐẦU

Tác giả viết một bộ ba tập truyện dài tình cảm CHUYỆN TÌNH TRÊN ĐỈNH NÚI, dựa vào một câu chuyện tình bất hủ có thật trên đỉnh núi Sam - Châu Đốc, trước năm 1975.

Dù câu chuyện tình có thật, tác giả thêm thắt, dậm mắm dậm muối thành một bộ trường thiên tiểu thuyết có nhiều hư cấu tưởng tượng.

Một đôi tình nhân với nhiều thử thách éo le đầy kịch tính, tuổi tác lại chênh lệch khá cao và địa vị xã hội là chủ nhân ông giàu sụ với người ở đợ, giúp việc nghèo kiết xác.

Với tấm lòng hy sinh vô bờ bến của người chị cả mới mười tám cái xuân xanh đã sớm dấn thân vào đời sống xã hội cơ cực, hy sinh đời chị cứu giúp ba em và một bà mẹ quê mùa nghèo khổ. Bà là một goá phụ có chồng hy sinh vì Tổ Quốc, tông tích chìm vào quên lãng trong chế độ mới. Ba con nhỏ tiếp tục cắp sách đến trường trong một hoàn cảnh nghèo khổ cùng cực nghiệt ngã, bữa cơm, bữa cháo, bữa rau. Nhưng, ba con bà luôn đứng đầu lớp từ tiểu học đến trung đại học mà bà tin là con bà có nguồn gốc tinh thần yêu nước của người cha về phù trợ. Với một máy may chỉ may vá lặt vặt trong xóm nghèo kiếm tiền nuôi con và cô con cả mới mười hai tuổi phải nghỉ học với lý lịch nặng ngàn cân có họ cha mang tội ác với nhân dân, lớn lên chỉ còn có con đường giúp mẹ nuôi ba em nhỏ hiếu học bằng cách buôn gánh bán bưng làm thuê làm mướn hay đi ở đợ. Tội nghiệp cho một em bé dại khờ mới mười hai tuổi, con của một tử sĩ sanh lầm thế kỷ phải ra đời sớm tiếp giúp mẹ nuôi ba em.

Một may mắn kỳ diệu, không có tên cha trong khai sanh nên ba em sau thoát lọt qua được chính sách kỳ thị lý lịch độc hại làm thui chột, giết chết biết bao tương lai tươi sáng của thanh thiếu niên muốn dựa vào sự thăng hoa của học vấn có bằng này bằng nọ làm bàn đạp tiến thân để vươn lên với đời. Vốn con của một tử sĩ ẩn danh mai một, lại có gen thông minh học giỏi xuất sắc từ lớp một đến tốt nghiệp đại học sống trong một gia đình bần hàn mang danh là "Trần Minh khố chuối" đại bần cố nông trong ấp.

Nhờ phép mầu của Trời Phật và anh linh của cha sống khôn thác thiêng, chị cả từ một giai cấp người ở đợ nhảy phóc thành một phu nhân, làm vợ một công tử con của đại gia quyền quý.

May mắn thay, chị gặp một ông chủ đang lâm trọng bịnh cực kỳ nguy hiểm, lại hết lòng thương yêu và quý trọng.

Trong lúc đau nằm dưỡng bịnh trên đỉnh núi Sam chờ chết mà chẳng có một thân bằng quyến thuộc nào dám léo hánh đến thăm viếng hỏi han vì chứng bịnh nan y không có thuốc chữa trị dứt, dễ lây lan. Người giúp việc là người duy nhất hết lòng chăm sóc gần gũi ủi an người bịnh.

Nhờ sự hy sinh của một thiếu nữ gia đình tử sĩ cùng khổ không ngại hiểm nguy lây bịnh miễn có tiền trợ giúp ba em đang trên đường học vấn tiểu và trung đại học, nổi tiếng học sinh tiên tiến thông minh xuất sắc nhứt của lớp của trường.

Không phải ai giàu sang cũng có cùng bản chất bốc lột, hà hiếp giới nghèo khổ trong xã hội như một học thuyết sai lầm. Một thiếu nữ quá nghèo khổ phải làm thân ở đợ không nề hà nguy hiểm đến tính mạng chạm đến lòng thương người như thể thương thân của công tử con đại gia. Anh có một số tiền khá lớn gần cả triệu tiền franc của Pháp đang gởi trong một ngân hàng Pháp ở Sài Gòn. Nếu công tử qua đời thì số tiền trong ngân hàng sẽ là số tiền vô thừa nhận. Chàng công tử hào hoa vốn là một luật sư từng ăn chơi trác táng mang khổ luỵ vào thân, nghĩ ra cách cứu một gia đình nghèo khổ có cả ba em tư chất thông minh hiếu học, cha là một tử sĩ, anh tỏ tình với người giúp việc là muốn cưới làm vợ.

Chàng công tử hào hoa chỉ nhỏ hơn cha của người giúp việc một tuổi mà trong tình trạng sức khoẻ lụi tàn dần không tự tắm rửa một mình phải có người giúp. Người giúp việc quá ngỡ ngàng, lo sợ mà cũng rất vui vì thân ở đợ nghèo khổ cũng có người giàu sang phú quý tỏ tình yêu mình. Nếu từ chối không chịu bằng lòng lấy ông chủ, bị đuổi việc, tiền đâu nuôi ba em, một em sẽ học đại học trường Y ở Cần Thơ và hai em kế còn học tại trường trung học Hoàng Diệu ở Sóc Trăng. Cô thiếu nữ vừa qua tuổi đôi mươi đành nhắm mắt cho con tạo xoay dần, đồng ý chịu làm vợ công tử. Cô thiếu nữ, đâu có biết một nhà trí thức, là một luật sư biết rõ số tiền lớn trong ngân hàng phải có người thừa kế hợp pháp khi anh qua đời sẽ được thừa hưởng trọn vẹn.

Anh còn tỏ ra một người anh kết nghĩa hào phóng với hai em cùng học trường Tây Chasseloup Laubat, sau anh gần mười năm. Một gốc người Áo, một gốc Phú Yên thất lạc với gia đình sau cuộc đổi đời năm 1975. Hai sinh viên Y thành kẻ vô gia gia cư, phải sống lang thang cơ cực sau khi rời bỏ đại học Y Sài Gòn, hết năm thứ ba. Tình cờ hai người em đó tìm thăm ông anh trên đỉnh núi Sam, anh vô cùng cảm động và hết lòng trợ giúp cho hai người em kết nghĩa.

Hai chàng sinh viên gặp cơ may có quới nhơn chỉ vẽ đường đi nước bước cho dự thi đặc biệt vào đại học Y Cần Thơ tiếp tục học cho đến ngày tốt nghiệp Y Khoa bác sĩ. Lúc đó, cũng là thời điểm anh ba Cường hết thuốc đặc trị từ Pháp gởi về và đang nằm chờ thần chết đến gọi ra đi.

Trong tập I, diễn tả lại sự hy sinh cao cả của người chị đã gây ảnh hưởng sâu sắc đến một gia đình tử sĩ bần hàn, ba em lại thành danh, em trai lớn là bác sĩ y khoa ra trường đỗ thủ khoa và cô em gái ở giữa cũng tốt nghiệp thủ khoa trường đại học sư phạm bốn năm, cậu em út đang học năm thứ ba trường đại học Y mà đã nộp bài luận văn tốt nghiệp ba năm cuối, được Hội Đồng Giáo Sư của trường chấm điểm tối ưu.

Một chuyện tình éo le của người chị dẫn đến một câu chuyện tình rất thơ mộng của chàng em út, một bác sĩ xuất sắc, một nhân tài của sự nghiên cứu Y học nổi tiếng trong lúc đang học năm thứ ba trường Y. Với một câu chuyện tình khúc khuỷu quanh co khác cũng gay cấn, lâm ly, khổ tâm và đầy tính nhân bản ở tập truyện thứ hai. Và tập truyện thứ ba, sự vinh quang, thành công to lớn của một nhân tài lỗi lạc của ngành Y Việt Nam với thế giới y học hiện đại và kết thúc hai truyện tình éo le trắc trở đầy tính nhân bản.

Một bộ ba tập chuyện tình có hậu vì thiện ác đáo đầu chung hữu báo. Thiện và ác đều được đèn trời soi rọi dù lưới trời lồng lộng, không ai thoát khỏi sự phán xét của trời đất.

Đây là một bộ trường thiên tiểu thuyết ba tập, rất dài, như là cái mắc xích kết nối cũng khá ly kỳ hấp dẫn và những cảnh làm tình sôi nổi, dữ dội như phim ảnh trong trí tưởng tượng của tác giả đượm đầy kịch tính ướt át đáng yêu.

Kết thúc truyện tình, sự tôn vinh tính nhân bản của con người, một nhà nghiên cứu Việt Nam, sinh quán tại miền Nam, đầy tính nhân ái vị tha giúp người với cứu cánh là mình sống cho đáng sống và yêu đời, mình vì mọi người.

Thú thật, tác giả chịu nhiều ảnh hưởng cách viết truyện và suy tư của học giả Hồ Hữu Tường qua bộ sách Phi Lạc Sang Tàu - Phi Lạc Đại Náo Hoa Kỳ, dựa vào thực tế thì ít mà tưởng tượng lại nhiều và tâng bốc tài năng đức hạnh của người Việt lên tận mây xanh cho thoả lòng tự ái dân tộc.

Với thầy Hồ Hữu Tường tôi rất kính trọng, ngưỡng mộ và học đòi cách viết truyện dài thành ba tập như bộ Thuốc Trường Sanh của học giả Hồ Hữu Tường.

Nhà văn thứ hai mà tôi yêu thích là Lê Xuyên với cách viết dong dài chân quê thật thà của người Miền Tây sông nước qua tập truyện dài tình cảm Chú Tư Cầu mà tôi đã tái bản tại Hoa Kỳ năm 2005. Tôi đã học hỏi cách viết dài dòng, vui sống và chịu nhiều ảnh hưởng suy tư của hai ông thầy Hồ Hữu Tường và Lê Xuyên.

Chuyện Tình Trên Đỉnh Núi, ba tập với những tình tiết ly kỳ được xem như một tiểu thuyết giả tưởng.

TẬP I - Tiếng Gọi Tình Yêu
TẬP II - Đường Tình Khúc Khuỷu
TẬP III - Tình Yêu Muôn Thuở

Sacramento 12 tháng 12 năm 2022.
Anh Phương Trần Văn Ngà

ĐƯỜNG TÌNH KHÚC KHUỶU

Ngày mai thứ sáu, gia đình mình đi chơi chúa nhựt về, Hiếu nhắc lại:

- Caroline cho anh chị Bernard biết hỏi coi có xin phép nghỉ một ngày, thứ sáu, coi có được không, nếu anh chị đi thì càng vui vì anh chị cũng chưa có ai biết Cà Mau, Bạc Liêu là gì cả. Hai gia đình có sáu người cũng chưa có ai biết miền cuối nước Việt ra sao?. Nghe nói Cà Mau đồ biển rất dồi dào, tôm cua sò óc, tôm hùm đều rất rẻ hơn Sóc Trăng, Cần Thơ. Cá đồng to con hơn các nơi khác lại có mật ong ngon của rừng tràm rừng U Minh Hạ và nối tiếp với rừng U Minh Thượng của tỉnh Rạch Giá, là một đặc sản của Cà Mau - Rạch Giá.

Còn Bạc Liêu là cái nôi sản sinh ra sáu câu vọng cổ, có lịch sử cả trăm năm của nền cổ nhạc miền Nam. Bạc Liêu còn có một di tích lạ lùng nhứt của nước Việt Nam, di tích của công tử Bạc Liêu, nổi tiếng là xài tiền như nước vì là con đại điền chủ giàu sụ. Cha mẹ qua đời để lại tài sản của cải nhiều quá nên công tử Bạc Liêu chơi ngông, như vào ngủ ở khách sạn với bồ. Bồ làm rớt tiền xu lăn đâu đó trong gầm giường tìm không thấy, công tử móc tiền giấy mệnh giá một đồng hay năm đồng bật hộp quẹt lên đốt tiền giấy có giá trị bao nhiêu lần nhiều hơn tiền xu cho người tình tìm tiền xu.

Thế mới kỳ cục lạ lùng đến cuồng si nhứt. Sau này dòng họ nghèo tả tơi mạt rệp. Khu nhà ở của công tử khi xưa nay là khu du lịch của tỉnh Bạc Liêu có cả một khách sạn cho thuê, nguyên là một phần khu nhà ở của công tử sửa chửa lại. Tối mình sẽ ngủ ở đó để mình biết thêm một chàng trai trẻ hào hoa tiêu xài lảng phí ngông cuồng có một không hai ở Việt Nam.

Caroline nghe Hiếu nói sơ sơ như vậy cũng đã đụng đến óc tò mò của Caroline. Em thuyết phục anh chị Bernard cố gắng đi với gia đình một chuyến coi bộ hấp dẫn dữ. Em cũng gọi điện thoại hỏi vợ chồng Josephine có cùng đi chơi vài ngày với gia đình mình không?

- Caroline gọi cho Josephine liền, cô ta nói, cũng có nghe đồn đãi về công tử Bạc Liêu, nay đi chơi đông lại càng vui, Josephine sẽ hỏi lại anh Trai.

Caroline xem lại đồng hồ, anh chị Bernard chưa về, em sẽ gọi hỏi coi xem ngày mai anh chị nghỉ một ngày cùng đi với gia đình có được không?.

Về đến nhà, Bernard và Tuyết Trinh đi tắm thay quần áo, chiều nay Caroline mời đi ăn cá lóc hấp, tôm càng nướng, canh chua lươn, cá rô kho tộ, Caroline nói có mời vợ chồng Josephine nữa.

Buổi ăn chiều nay cũng ở tại nhà hàng, một nhà hàng loại nhà hàng "Đồng Quê" như ở Sài Gòn trước năm 1975, đường kho dầu, gần các lò bún năm xưa của tỉnh lỵ Sóc Trăng. Gia đình Caroline gồm sáu người, gia đình Trai hai người. Với bốn món ăn đồng quê mà ba má và Caroline thích. Ăn cá tôm nên uống rượu chát hơn uống bia hay dùng các loại rượu mạnh, Hiếu nghĩ như vậy. Còn ăn thịt nên uống rượu mạnh hơn rượu chát, Hiếu cũng học lóm các tay bợm nhậu không biết có đúng với các tay sành ăn sành uống rượu?.

Trong xe Hiếu lúc nào cũng có một chai rượu mạnh loại trung bình bốn chữ VSOP chưa phải là đại gia chỉ có hai chữ XO. Nếu uống rượu mạnh của Pháp như hiệu Martell mà người Việt rất thích, phải có hai chữ XO hay cao nhứt là Martell cordon bleu mới tuyệt ngon thuộc giới thượng lưu quý phái và giá đắt hơn cùng loại rượu có bốn chữ VSOP, gấp ba bốn lần. Một loại rượu mạnh khác cũng cùng loại chỉ có chữ VS lại là rượu hạng bình dân, cá kèo rẽ hơn ba loại rượu trên.

Hiếu còn chọn một chai rượu chát, cũng sản xuất ở Pháp. Hồi xưa ở Việt Nam vì là nước thuộc địa của Pháp nên tất cả đồ dùng trong nhà hay đồ ăn thức uống của nước "đại Pháp" đều là loại được xếp vào danh mục thượng hảo hạng làm cho mấy ông tây bà đầm lên mặt.

Thật ra thức ăn uống ngon của mỗi dân tộc thuộc phạm trù văn hoá ẩm thực của một dân tộc, của một quốc gia. Không thể nói món mình ưa thích là ngon và chê món khác dở. Thức ăn có thể người nước này khen mà người nước khác chê vì ăn chưa quen thuộc món ăn lạ. Một thí dụ điển thình như ở Sóc Trăng có món đuông Bãi Xàu hay món bún nước lèo nêm mắm bò hóc của gốc người Miên tại chợ lớn Sóc Trăng mà có nhiều người Việt khen ngon mà cũng có nhiều người khác lại không dám ăn. Cũng như ở Châu Đốc có món mắm kho và rau hay mắm cá trèn, mắm thái còn sống ăn cơm rất bắt. Nhưng, cũng có người Việt, chưa nói đến người nước ngoài chê hôi, thối hay mặn quá. Ở quê của họ chưa từng ăn nên thấy quá lạ lẫm. Cũng như có nhiều người nước ngoài và kể cả người Việt chê trái sầu riêng ăn rất hôi thối mà nhiều Việt, người Mã Lai tấm tắt khen loại trái cây ngon và xếp hạng trái cây ngon nhứt của đất nước.

Vừa ngồi vào bàn ăn, Caroline lại thấy bác sĩ Lệ Thuỷ đi cùng với một người thanh niên cao ráo khá bảnh trai cũng vào quán này, vừa bước qua cửa vào nhà hàng. Caroline vội chạy tới nắm tay Lệ Thủy chào hỏi và bắt tay người bạn cùng đi với Lệ Thuỷ. Caroline nói:

- Hôm nay, tôi có tổ chức bữa ăn gia đình để chuẩn bị ngày mai đi du ngoạn ở Cà Mau, Bạc Liêu, chỉ còn hơn một tuần nữa tôi sẽ về Áo. Nếu chị Lệ

Thuỷ thấy tiện xin mời qua bàn em, ăn cho vui và giới thiệu người bạn của chị. Caroline nói tiếp:

- Trước khi em về Áo em phải đến chị khám lại dùm em coi thai nhi trong bụng thế nào để em chuẩn bị các cái cần thiết. Caroline nói tiếp, như vậy chúng ta có thể ngồi ăn chung còn bàn bạc về sanh đẻ giúp em. Caroline nói nhỏ đủ cho bác sĩ Lệ Thuỷ nghe, cũng có anh Trai và Josephine đến ăn nữa cũng là sự hội ngộ khá bất ngờ cũng vui nữa đó, không hẹn mà gặp phải không chị Thuỷ? Bác sĩ Thuỷ gật đầu, đồng ý.

Ba người đến bàn, Caroline giới thiệu với ba má, anh chị Bernard và chồng mình với người bạn trai của Lệ Thuỷ. Mọi người sử dụng tiếng Pháp vì bạn của Lệ Thuỷ cũng tốt nghiệp Y Khoa bác sĩ trường Y Sài gòn, học trước Lệ Thuỷ bốn năm. Bernard đứng lên bắt tay, tự giới thiệu mình cũng học trường Y Sài Gòn có thể sau anh chừng bốn năm vì Lệ Thuỷ học sau anh bốn năm, tôi ra trường cùng với Lệ Thuỷ và làm chung bịnh Viện với Lệ Thuỷ.

Như vậy, may quá chúng ta là đồng môn trường Y Sài Gòn. Anh ngồi gần tôi để hai anh em mình tâm tình nhắc lại trường Y Sài Gòn cho đỡ nhớ, Lệ Thuỷ ngồi kế Caroline. Đang ngồi nói chuyện, vợ chồng Josephine bước vào. Caroline đứng lên giới thiệu vừa có bạn mới xin giới thiệu với anh Trai, anh cũng là bác sĩ Y khoa học trước chị Lệ Thuỷ bốn năm ở trường Y Sài Gòn, hiện anh đang làm Giám Đốc bệnh lớn thành phố Châu Đốc. Bạn của chị Lệ Thuỷ cũng từ Châu Đốc vừa mới xuống tới cũng vào đây ăn. Caroline nói:

- Tôi bắt cóc anh chị vào ăn chung với chúng ta cho vui. Josephine ôm chào Lệ Thủy, bắt tay người bạn trai của Lệ Thủy.

Không ngờ một bữa ăn chiều đầy bất ngờ cho mọi người và đặc biệt không hẹn mà Trai lại gặp Lệ Thuỷ. Caroline nói qua thức ăn mà chồng cô đã đặt trước bốn món, em hỏi anh và chị Thuỷ cũng như anh Trai và Josephine muốn gọi thêm món gì cứ gọi, có cần gọi thêm một món gõi làm mồi nhậu. Vừa nói xong, Caroline quay nhờ Hiếu gọi thêm món gõi gì tuỳ anh Hiếu chọn nhớ nói cho nhiều bánh phòng tôm. Lệ Thuỷ nói năm món cũng là nhiều rồi, cám ơn Caroline. Tuần tới Caroline vào khám và làm siêu âm luôn.

Hiếu khui hai chai rượu hỏi quý vị muốn uống rượu gì tuỳ ý, Hiếu hỏi ông nhạc, con rót một chút liqueur bố uống thử coi nghe bố? Má uống nước dừa, con nghĩ tốt hơn nước ngọt, bà gật đầu và ba cô cũng bắt chước uống nước dừa. Món gõi sứa và có tôm thịt cùng một dĩa lớn bánh phồng tôm gọi sau cùng mà đem ra trước tiên. Có bồi, Hiếu ngồi gần bố vợ gắp cho ông trước, vói gắp đưa sang má vợ và sau cùng gắp cho Caroline mà lại gắp nhiều nhứt. Josephine chọc quê Hiếu:

- Chồng Caroline nịnh vợ quá, gắp cho vợ nhiều hơn hai bác. Caroline binh vực:

- Bạn Josephine không biết, chồng tôi tế nhị lắm biết tôi có tới ba miệng ăn vì hai bê bi trong bụng cũng đang đòi ăn. Cả bàn cười vui, khen Caroline quá bén nhậy rất xuất sắc nên chồng Caroline mê mệt như điếu đổ là phải, Caroline tiếp lời:

- Anh Hiếu không mê mệt, yêu tôi nhiệt tình mà lạng quạng thì tôi xé xác đấy. Cả bàn lại cười, con gái nước Áo mà đổ ghè tương thì trời long đất lở. Hiếu làm trò:

- Amen và đấm ngực nói lỗi tại tôi, lỗi tại tôi mọi đàng. Ông bà nhạc và cả bàn cười muốn bể bụng. Bác gái nói bây giờ bác mời con cháu cứ ăn tự nhiên cho no bụng để còn nghe cặp uyên ương này còn quậy tới bến tha hồ cười cho tiêu cơm.

Một bữa ăn không mời không hẹn mà lại gặp đột xuất Trai và Lệ Thuỷ. Ban đầu Lệ Thuỷ còn e ngại rụt rè, sau qua đối đáp của Josephine và Caroline và kể cả Hiếu làm cho bữa ăn quá vui. Lệ Thuỷ ăn rất tự nhiên và gắp thức ăn cho người bạn trai cứ lo rù rì với Bernard về vụ học ở trường Y Sài Gòn. Đã ăn xong ba món sắp đến hai món cuối là canh chua lươn bắp chuối hột và cá rô mề kho tộ ăn với cơm. Trong lúc chờ đợi, Caroline nói:

- Em xin phép chị Thuỷ và anh bạn của chị, em hơi tò mò, anh chị, bạn mới quen hay bàn tin vui cho chúng em biết đến tham dự tiệc vui của chị. Lệ Thuỷ nói:

- Chị không dấu diếm, bạn trai và chị đã tìm hiểu nhau để đi đến hôn nhân, cả bàn vỗ tay hoan nghênh, Josephine vỗ tay mạnh nhứt và nói chúng tôi chờ tin vui lễ hỏi và lễ cưới của anh chị, gia đình tôi, gia đình Caroline, anh Bernard thế nào cũng tham dự đông đủ.

Lệ Thủy nói tiếp:

- Bữa cơm chiều hôm nay do vợ chồng Caroline đãi, tôi xin phép mượn bữa ăn này như là dịp giới thiệu với hai bác và các bạn, anh Bảo là bạn trai, nay là ý trung nhân của cháu. Mọi người vỗ tay hoan nghênh. Bữa ăn chiều nay, ai cũng vui cũng muốn thấy Lệ Thuỷ bước lên xe hoa, bỏ lại quá khứ mối tình dang dở của Lệ Thuỷ, chỉ yêu có một chiều cũng rất tội nghiệp, đã mang bao nhiêu tai tiếng cho phận gái thuyền quyên.

Chuyến đi du ngoạn Cà Mau Bạc Liêu ba ngày thứ sáu, thứ bảy và chúa nhựt, tối thứ sáu ngủ ở Cà Mau, tối thứ bảy ngủ tại khách sạn khu du lịch công tử Bạc Liêu. Với hai chiếc xe van mới chở đến mười sáu người mà chuyến du ngoạn chỉ có mười người, xe bác sĩ Trai có vợ chồng bác sĩ Trai và vợ chồng Hiếu. Còn xe do bác sĩ Bernard lái, có ba má Bernard, mẹ vợ, chị hai và vợ chồng Bernard. Trước khi khởi hành, cả mười người đến nhà Mẹ vợ Bernard ăn sáng với bánh bao, bánh mì thịt nguội uống cà phê xong và lên đường trực chỉ Cà Mau lúc tám giờ và dự trù đến thành phố Cà Mau lúc mười hai giờ trưa.

Cả đoàn mười người, lấy năm phòng tại một khách sạn sang trọng nhứt của thành phố, mang hành lý để trong phòng, rửa mặt cho sảng khoái. Hiếu làm nhanh, xuống hỏi cô thu ngân quán ăn nào ngon nổi tiếng của thành phố.

Cô thu ngân cho biết ở đây có nhiều quán ăn nhà hàng chuyên bán đồ biển, quán chuyên bán cá đồng và có quán bán ngoài trời trông cũng khá vui mắt lại gần ruộng lúa, ăn buổi chiều thì tốt hơn. Có dịp ngắm cảnh hoàng hôn vừa tắt nắng, nhìn ruộng lúa xanh mướt một màu tới tận chân trời. Cô thu ngân cho địa chỉ và nói cách khách sạn trên ba cây số ở ven ngoại ô thành phố có nhiều nhà hàng "Đồng quê". Còn nhà hàng chuyên bán đồ biển cách đây chưa tới trăm thước đi bộ đến ăn lại càng tiện. Cô thu ngân cho địa chỉ và phụ nhỉ cho biết nhà hàng này nổi tiếng với vài món đặc biệt làm từ tôm hùm và cua.

Khi có đủ mười người ở phòng khách, Hiếu thuật lại những gì cô thu ngân nói với Hiếu. Hiếu đề nghị, ăn trưa nay, chúng ta ăn đồ biển gần đây, đi bộ cho giãn gân cốt và về nghỉ trưa. Chừng ba giờ chúng ta thả một vòng ra xem cảnh trên bến dưới thuyền của những ngư phủ đánh bắt cá biển và cua sò tôm đem về bán và lái xe loanh quanh nội ô thành phố, thấy chỗ nào đẹp dừng xe lại xuống chụp hình quay phim.

Khoảng năm giờ hay hơn chúng ta lái xe đến quán đồng quê có món ăn độc đáo là cá trê vàng tổ bà nái nướng lửa than ngoài trời. Chúng ta quan sát thấy người ta làm trước mắt mình cũng phát thèm, còn cá lóc nướng chúng ta ăn nhiều rồi. Chiều nay ăn cá trê nướng cuống bánh tráng với những loại rau đồng quê mà các nhà hàng quán ăn khác không có. Chúng ta ăn cá rô to gọi cá rô biết nói vì khoẻ miệng cá rô có râu, và món canh chua đầu cá lóc cũng loại cá lóc biết nói mà Cần Thơ Sóc Trăng rất hiếm có. Chị hai của Hiếu nói:

- Chỉ nghe cậu Út Hiếu "tả cảnh" các món ăn chiều nay làm chị thấy thèm quá. Caroline nói lớn:

- Em cũng nhứt trí với chị hai. Chồng của Caroline có khiếu giới thiệu món ăn, có thể làm chủ nhà hàng, Josephine tiếp lời:

- Chưa chi mà Caroline lại khen chồng nữa rồi, Caroline đáp lại:

- Chồng tui mà tui không khen để cho các cô khác khen thì kẹt quá

Cả mười người cùng cười thoải mái và nắm tay nhau đi đến nhà hàng. Hiếu hỏi người tiếp tân, trưa nay có món ăn nào mà cô thấy ngon nhứt. Cô tiếp tân đáp:

- Vừa mới có tôm hùm từ biển mang đến trông rất ngon, còn sống. Hiếu đề nghị mỗi người ăn một con với bơ với sốt, quý bà ăn không hết thì có quý ông bao giàn. Còn có món nào ngon nữa, cua biển cũng từ Năm Căn mới chở về vừa tới, mỗi người cũng ăn một con. Chỉ ăn trưa hai món này cũng đủ no rồi, Hiếu nói. Chiều ăn toàn cá đồng. Ông bà nhạc khen Hiếu đi chợ giỏi quá chắc nó bắt chước con Caroline. Caroline vọt miệng:

- Má nói đúng quá, anh Hiếu đi giày trong bụng con mà. Cả nhà lại có dịp cười vui. Hiếu gọi nhà hàng cho một chai rượu vang Pháp và vài chai sô đa Perrier cũng của Pháp để giới phụ nữ uống cho mau tiêu hoá thức ăn đồ biển.

Phải nói giá thức ăn đồ biển của thành phố Cà Mau vừa tươi ngon và vừa rẻ nữa. Một con tôm hùm cũng khá lớn và một con cua cũng khá to, quý bà ăn cua có nhân viên nhà hàng đến phục vụ tay khỏi lấm dơ và dùng cái bấm càng cua cũng phải dùng mạnh tay mới ăn hết thịt cua. Mọi người đều tấm tắt khen tôm hùm và cua, thịt rất ngon ngọt và dai, chỉ hai món cũng đủ no rồi.

Cả mười người cuốc bộ về phòng cho mau tiêu hoá và làm một giấc trưa rất sảng khoái. Gần bốn giờ mọi người đã tề tựu nơi phòng tiếp tân, cô thu ngân chỉ hướng ra bến hải sản vì giờ này đã có lai rai ghe tàu đánh bắt hải sản cặp bến bán cho vựa hay bán trực tiếp cho bạn hàng, chiều tối chở lên Sài Gòn bỏ mối, ngày nào cũng vậy, không có ngày nghỉ.

Hoạt cảnh trên bến dưới thuyền rộn rịp mua bán các loại hải sản, nếu đánh bắt số lượng ít, ngư phủ bán lẻ trực tiếp cho khách mua về ăn với giá chỉ hơi nhích hơn chút ít bán sỉ với số lượng lớn hơn. Cả đoàn đi lòng vòng khu hải sản quan sát cách họ buôn bán, hải sản sống và hải sản khô hay đông lạnh. Chừng ba mươi phút, lên xe chạy đến vườn chim sát nội ô thành phố, vào trời chiều, chưa tắt nắng cũng có nhiều loại chim cò lác đác bay về đậu trên các thân cây to trong vườn chim. Đậu xe ngoài hàng rào chỉ ngắm nhìn cho biết loài chim cũng có nơi trú ngụ như nhà ở ban đêm, còn ban ngày bay đi tìm mồi ăn. Muốn vào xem vườn chim quan sát cũng phải mua vé có người hướng dẫn giải thích từng loài chim. Đoàn chỉ xem lướt qua cho biết để khi nào có dịp vào xem mãn nhãn vì người phụ trách có xe đưa đến các nơi loài chim ở từng khu vực, có những loài chim quý hiếm, người ta muốn nhân giống và chăm sóc kỹ sợ chúng ra ngoài bị các loài chim hoang lớn đánh chết, có chuồng trại riêng.

Xe đậu bên lề đường, cả đoàn xuống đi bách bộ và nhìn lên không trung cũng thấy chim bay về, đậu trên các cây sát hàng rào. Có nhiều cây thay vì lá màu xanh chúng ta thấy lá màu trắng của hàng chục hàng trăm con đậu trên cành, nhảy qua nhảy lại như đùa cợt nhau sau một ngày bay xa tìm mồi, thức ăn. Đa số các vườn chim ở Cà Mau có các loài cò, diệc, chàng bè, nhan sen, vịt, ngỗng trời...

Đúng năm giờ, hai xe rời sân chim chạy đến khu thức ăn chuyên chế biến từ cá đồng và nổi tiếng nhứt trước năm 1975 là quán ăn của Bà Sáu Mập.

Người ta đồn thổi bà sáu quá mập vì cả ngày bà hít thở các mùi thức ăn ngon độc đáo bay toả ra không cần ăn mà bà đã mập quá chời rồi. Quán ăn bà sáu, danh bất hư truyền, các món ăn của quán bà, món nào cũng ngon hết sẩy, bà rất nổi tiếng ở thành phố Cà Mau. Nay hậu duệ của bà và các gia đình khác cũng chuyên chế biến các món ăn cá đồng tập trung lại thành một quần thể, cũng tạo được tiếng vang.

Hiếu e sợ chiều thứ sáu có nhiều khách nên đã hỏi cô thu nhân ở khách sạn quán ăn nào nổi tiếng và uy tín, cô thu ngân cũng sốt sắng chỉ và cho số điện thoại. Hiếu đã bút trước một bàn lớn mười chỗ ngồi với các món ngon nhứt của quán này: cá trê vàng nướng, đầu cá lóc nấu canh chua, cá rô mề kho tộ và bông điên điển xào tôm thịt. Món ăn chủ lực là cá trê vàng nướng cuống bánh tráng, năm con cá trê lớn cứ hai người một con, hai phần canh chua đầu cá lóc và phải có ruột cá nữa, hai phần cá rô kho tộ và bông điển xào cũng hai dĩa. Còn chai rượu chát ban trưa uống mới hơn một phần ba, chiều nay chắc chắn uống nhiều hơn, nếu thiếu rượu thì gọi thêm bia. Hiếu đã gọi đặt trước.

Khi mười người vào quán đã thấy một cái bàn dài có trải mặt bàn trắng và có một bình hoa tươi điểm xuyết cho thêm sang đẹp. Hiếu cũng biết quán này còn có bán khô cá sặc bổi rất to con nổi tiếng, muối vừa phải không quá mặn như các loại khô bán ở thị trường, Hiếu cũng đặt mua năm ký cho năm bọc riêng rẻ. Má Caroline nói đùa, vợ Hiếu chỉ dẫn chồng đi chợ coi bộ khá chu đáo, hai người ăn một con cá trê thì Caroline cũng chịu thiệt. Má thấy tội nghiệp vì vợ chồng Caroline có bốn miệng ăn mà chỉ có một con cá trê, má thấy thương Caroline quá. Cả đoàn cùng cười, Má trêu chọc con gái cưng.

Thực khách nhìn ra bếp nướng thấy các lò than đỏ rực, những con cá nướng cho lên vỉ sắt, năm con cá trê cho lên hai lò sát cạnh nhau vì cá to quá, mỡ cá trê nhỏ xuống lửa than nghe xèo xèo khói đen bốc lên, mùi cá nướng đập vào mũi lại thêm thòm thèm. Người nướng trở cá qua lại thường xuyên để cá không bị khét và chín đều vàng ươm tươm mỡ, gắp năm con vào năm dĩa bưng lại bàn, có bánh tráng cùng hai dĩa bún và hai đồ dùng nhúng bánh tráng.

Về rau có nào ngành nghạnh, đọt chiết, bông điên điển, giá sống, nhiều thứ rau thơm, có cả đào chín xắt lát, dưa leo, khế khóm chuối chát. Nghĩa là dĩa rau có đủ thứ rau hết, mỗi thứ một ít và và hai dĩa ớt hỉm. Nước mắm có hai thứ nước mắm me chín và nước mắm gừng đều pha loảng có ớt đỏ nổi lều bều trông rất hấp dẫn. Người phục vụ mời ăn món cá trê trước phải còn nóng mới ngon. Ăn xong món cá trê nướng, ba món ăn sau bưng ra một lúc để ăn với cơm.

Ông bà nhạc khen thằng con rể sao mà đi chợ giỏi quá, món cá trê nướng trong đời hai ông bà cũng đi du lịch hay làm ăn mấy chục nước trên thế giới chưa có món ăn nào ăn ngon như thế này. Cá vừa béo, vừa thơm, vừa dai mà ăn rất ngon ngọt. Còn dĩa rau sống cũng không có nơi nào có hàng chục thứ rau lạ của địa phương. Với năm con cá trê nướng tổ chảng mà mọi người ăn một cái vèo cũng hết sạch vì quá ngon và là món ăn phải ăn nóng. Người phục vụ đợi mọi người ăn xong, dẹp bớt các dĩa ăn cá, và các chén nước mắm chỉ để dĩa rau sống và ớt. Lần này, ăn canh chua là phải ăn nước mắm trong nguyên chất.

Hai lò bếp dầu lửa để lên hai nồi canh chua luôn cho canh chua nóng và hai cái tộ kho cá rô, còn đang sôi, trên có rải một ít tiêu, hành, ớt chín cho thêm đẹp mắt mà cũng sợ người không ăn cay được, nên để sẵn ớt và tiêu cạnh bên. Tộ cá rô kho còn đang bốc khói cũng tiếp tục để trên bếp dầu. Sở dĩ cá rô khô tộ ở quán bà sáu mập ngon, trên cùng mình cá rô cũng có một lớp tóp mỡ nên ăn có thêm chất béo và có mùi thơm của tóp mỡ và hai dĩa bông điên điển xào tôm thịt cũng đã bưng lên. Hai nồi canh chua cũng vậy chỉ cho một ít lát ớt chín đỏ và ngò om, ngò gai, ở ngoài có hai dĩa ngò om ngò gai và ớt, ai muốn nhiều gia vị thì cho thêm vào. Đặc biệt nồi canh chua có nhiều tóp mỡ phi tỏi cho lên trên tăng thêm chất béo và thơm. Cái màng màng tóp mỡ trong nước canh chua khi sôi lên loang loáng lại có thêm màu đỏ của ớt, màu xanh của rau thơm, màu vàng của tóp mỡ làm cho thực khách thêm thèm. Ba món chủ lực ăn với cơm trắng gạo lúa thơm và cơm khá khô để chang canh chua, ăn mới thật đúng điệu. Vợ chồng Trai nói với vợ chồng Bernard:

- Lần tới mình có đến chơi ở Cà Mau vài ngày đi xuống vùng Năm Căn, Đầm Dơi, Cái Nước tha hồ mà ăn tôm cua, nghêu sò óc hến. Cái ngộ là cả mười người chưa ai biết thành phố và tỉnh Cà Mau và hôm nay là lần đầu của mọi người và cảm thấy Cà Mau rất quyến rủ.

Sáng hôm sau, thứ bảy, cả đoàn đi ăn sáng với loại hủ tiếu toàn tôm càng và cua rỉa hoà tan với nước lèo nấu với mực tươi, một món hủ tiếu khá đặc biệt không có nơi khác bán kiểu cách hủ tiếu lạ như thế. Mọi người ăn món hủ tiếu lạ rất bắt.

Hai xe rời thành phố Cà Mau lúc chín giờ sáng xe chạy tới nhà thờ Tắc Sậy, Hiếu đề nghị dừng lại nhà thờ này để các con chiên Công Giáo, ông bà

nhạc của Hiếu, Caroline, Josephine vào kính viếng tượng đài Cha Xứ Trương Bửu Diệp, mộ Cha Xứ - Ngài chịu chết bị xử tử hình để cứu đàn con chiên từ những năm chiến tranh 1945.

Người ta còn đồn rùm, Ngài rất linh hiển phù hộ những ai cầu nguyện Cha Trương Bửu Diệp, Ngài chở che giúp đỡ, có nhiều gia đình trước khi vượt biên đến đây cầu nguyện bình an vạn sự toại nguyện như ý. Xung quanh huyền thoại về Cha Diệp thì nhiều lắm, có người không thấy mà tin cũng là một hiện tượng tâm linh của người trần thế. Nhà thờ Tắc Sậy cũng gần địa danh khá nổi tiếng Hộ Phòng, ở vào khoảng giữa đường từ Bạc Liêu đến Cà Mau.

Về đến thành phố Bạc Liêu, một tỉnh lớn của đồng bằng sông Cửu Long mà tỉnh Cà Mau chỉ là một quận huyện của tỉnh Bạc Liêu năm xưa vì dân không đông như sau này. Đến thời Đệ Nhứt Việt Nam Cộng Hoà của chế độ cũ, khoảng sau năm 1960, Cà Mau trở thành tỉnh tân lập với tên gọi là tỉnh An

Xuyên. Sau năm 1975, chế độ mới vẫn giữ An Xuyên thành tỉnh với tên gọi mới là tỉnh Cà Mau, diện tích rất rộng, tài nguyên thiên nhiên phong phú.

Hai xe chạy một vòng thành phố Bạc Liêu một miền đất có cái tên khá ngộ nghĩnh: Dưới sông cá chốt trên bờ Triều Châu.

Tình cờ Hiếu thấy trước mặt có một nhà hàng, khá bề thế, thực khách rất đông và có nhiều xe gắn máy dựng từ trong bãi ra đến lề đường. Theo suy đoán của nhiều người, bất cứ nhà hàng quán ăn nào mà có nhiều thực khách kể như rằng các quán ăn đó có những thức ăn ngon và nổi tiếng nữa. Những người có tâm hồn ăn uống thường ghé những nơi đó gọi là ăn thử coi ra làm sao? Trong nhóm mười người, Hiếu được xem là li đơ, người đi chợ trong các bữa ăn, xe Trai chạy chậm lại và tấp vô lề. Xe Bernard chạy đàng sau cũng dừng lại, có nhân viên bảo vệ hướng dẫn vào chỗ dành riêng cho xe hơi, có người trông coi đàng hoàng tránh cảnh xe bị phá hay bị mất cấp linh tinh, hai kiếng chiếu hậu hai bên là dễ bị mất cấp nhứt.

Dù là bữa ăn trưa mà còn đông khách như thế này, nếu ăn buổi chiều còn đông khách hơn rất nhiều. Hiếu hỏi anh bảo vệ cho biết như thế.

Hiếu làm quen liền, ở nhà hàng này món nào ăn ngon nhứt, anh ta cũng kể qua các món ăn đa số đều có ở các nhà hàng quán ăn của Cần Thơ, Sóc Trăng. Có món ăn đặc biệt là cá chốt khô tộ và cá kèo khô tộ, món này ở Cà Mau cũng có.

Vào bàn ngồi, Hiếu xin nói trước, Hiếu sẽ gọi hai món mặn, cá chốt kho tộ cho đúng nghĩa dưới sông có nhiều cá chốt của xứ "Bồ Líu" và cá kèo kho tộ để có dịp so sánh hai món mặn này coi món nào ngon hơn, chiều nay mình lại ăn tiếp. Hiếu chuyền các tấm thực đơn cho Trai và Bernard xem góp ý coi xem chọn món ăn nào. Riêng món mặn, Hiếu đã chọn rồi. Ba người bạn trẻ có tâm hồn ăn uống, nói chúng ta thường ăn món có nước là canh chua, nay đổi ăn món súp nấm đông cô tôm cua. Cá rô mề kho tộ cũng ăn nhiều lần rồi, nay đổi món cá rô mề chiên ăn với nước mắm gừng và món đậu đũa xào với cá lóc thái mỏng cũng là món ăn hơi lạ, cả mười người cũng chưa ăn qua. Đủ bốn món ăn chơi mà trưa nay riêng món mặn tới hai thứ cá kho tộ kể như tăng thêm một món là năm món ăn thiệt không còn ăn chơi nữa, không có uống rượu mà chỉ uống nước trà đá. Vì ăn cơm không có món nhậu nên phải đợi đủ năm món nhà hàng mới mang thức ăn ra.

Trong lúc chờ đợi, Hiếu mới đề nghị với anh Trai, đến mùa hè năm tới, em sẽ đi sang Áo thăm vợ em và em sẽ rước mẹ con Caroline về Việt Nam với em. Nhân tiện, em xin phép Ba má em cho phép chúng em làm lễ cưới tại nhà thờ địa phương hay nhà thờ lớn, nhà thờ chánh toà tại Thủ Đô Vienne. Em đề nghị với anh Bernard, anh Trai và chị Josephine hai anh chị cũng xin phép ba mẹ Josephine làm lễ cưới trước hoặc sau hay cùng ngày với chúng em cùng một nhà thờ.

Chúng ta làm một cú bất ngờ cho thêm vui hai người chồng Việt lấy hai cô gái Áo và một cặp chồng Áo vợ Việt cùng làm đám cưới chung một chỗ ở Áo nữa thì tuyệt đẹp. Gia đình em sẽ đi hết, em còn mời gia đình anh Đức ở

Phú Yên, gia đình chú thím Tín, gia đình ông bà nhạc của anh Trung, ông bà Khoa Trưởng trường Y, ông bà Bố nuôi anh Bernard...

Như vậy phe người Việt đem chuông đến Áo coi bộ khá đông không bị lép vế, anh và anh Bernard nghĩ xem mình làm như vậy lại càng nổi đình đám cũng vui cũng là một hiện tượng hiếm có vì ba người ở cùng quê Sóc Trăng lấy ba người Áo cũng ở cùng quê cùng làm lễ cưới cùng một nhà thờ.

Em nghĩ khi nhà thờ công bố tin đám cưới của ba anh em mình, chắc báo đài địa phương hay tại Thủ Đô Vienne sẽ cử phóng viên đến đưa tin hot news, hiếm thấy lắm phải không? Hiếu tóm dịch lại bằng tiếng Anh để cho Ba Má vợ, vợ và Josephine hiểu tường tận ý kiến độc đáo của mình.

Nghe xong, ông nhạc vỗ tay cái bép, con rể của Ba có ý kiến quá hay. Ba má có hai nhà cũng khá gần nhau hay ba má chọn nhà có đất rộng, ba mướn mobile home kéo tới chừng năm bảy đơn vị mình sống chung quây quần một chỗ, tối còn có đốt lửa trại cho thêm vui, ba má sẽ mời Cha xứ và họ đạo của gia đình đến chung vui với đại gia đình mình. Ba má sẽ bao hết mọi phí tổn quý vị từ Việt Nam qua kể cả vé máy bay, chỗ ăn ở. Còn cả đoàn muốn đi du ngoạn ở Đức và Pháp hay nước nào khác chỉ có mua vé xe điện tốn kém chẳng bao nhiêu. Ba nói thật với các con:

- Ba má có đủ tiền bao mọi người bên Việt Nam sang ở Áo chơi một tháng, một năm cũng được. Các con nên nhớ, không ai chết mang theo tài sản, của cải tiền bạc vì "thượng lộ huỳnh tuyền lưỡng thủ không", ai ra đi về thế giới khác cũng với hai bàn tay trắng. Caroline quá vui mừng nghe cha mình nói như vậy.

- Caroline nói, ở quê nhà, bà con và kể cả họ đạo của gia đình đều biết tin anh Bernard mất tích nay lại trở về quê hương, còn lận lưng bằng bác sĩ Y Khoa mà ở Áo rất trọng vọng. Anh Bernard còn giới thiệu một cô vợ Việt Nam xinh đẹp, ngoan giỏi nữa chắc bà con mình cũng lé mắt. Còn con lại có chồng có con làm cho mấy thằng trồng cây si trước nhà mình thành rừng thưa, nay bật ngữa chạy xa, hết còn hy vọng chiếm đoạt con vì con đã có chủ chăn rồi là mong sừ Hiếu.

Mọi người cười vui vẻ và nhà hàng bưng ra món súp trước, mỗi người một chén lót dạ. Kế tiếp bốn món ăn cơm mang ra cùng một lúc. Bác gái nói với chị sui:

- Thằng rể tui nó gọi cái món cá chốt kho tộ và cá kèo kho tộ sao mà ngon quá, con cá chốt nhỏ xíu vừa một miếng ăn, ban đầu tôi còn lấy xương ra, qua con cá chốt thứ hai tôi để cả xương cá chốt nhai sao xương nó cũng mềm rụm, ăn luôn cho có chất can xi bổ xương ngon quá xá. Còn món cá kèo kho tộ họ để cả cái bụng, hơi nhẩn nhẩn một chút mà lại rất béo, chắc trong bụng cá kèo có nhiều mỡ, mà cũng lạ cá kèo cũng kho luôn cái đầu, ăn nó bùi làm sao. Mai Hạnh nói:

- Thưa bác gái, cháu còn biết món cá kèo, nghe nói nhà hàng sang trọng ở Mũi Cà Mau, ở vùng đó có cá kèo lớn con bằng hoặc hơn hai ngón tay đàn ông, còn ở vùng trên này như ở Sóc Trăng, Bạc Liêu cá kèo nhỏ con chỉ bằng một ngón tay nên người ta thường kho tộ. Em Hiếu, chồng Caroline, có xe gắn máy, chạy ra chợ cá Sóc Trăng tìm mua cá kèo hay mình đặt sạp bán cá, khi nào có cá kèo gọi em đến mua, chị sẽ làm bốn món đãi hai bác, gia đình bác sĩ Trai và cả gia đình mình tại nhà vợ chồng Bernard. Cả nhóm hoan nghênh, Mai Hạnh còn nói tiếp:

- Thế hệ Mẹ con trở về trước, người ta coi món ăn cá kèo của giới bình dân nhà nghèo cũng như ở miệt Châu Đốc năm xưa, người ta cũng ăn cá linh non cho rằng không ngon sang. Ngày nay, món ăn cá linh non chỉ có nhà hàng lớn sang trọng mới dám làm món ăn này vì cá linh non, với trọng lượng bằng với cá linh lớn, cá linh non đắt hơn cá linh lớn hay các loại cá khác đến từ ba đến năm sáu lần. Còn cá kèo cũng bằng hay giá đắt hơn một chút đối với các loại cá khác vì giới đại gia chưa chuộng món cá kèo nên cá kèo còn rẻ, còn cá linh non giới giàu sang họ mê thích nên các nhà hàng phải tranh giành mua, nên giá nó lên tận mây xanh. Chỉ có vùng biên giới Châu Đốc, cá linh non từ Biển Hồ của xứ Cao Miên trôi xuống Việt Nam qua hai con sông Tiền, sông Hậu là có cá linh non nhiều nhứt vì cá linh non, người ta ăn chỉ móc bỏ ruột, còn lại không bỏ gì hết, vẫy, đầu cá, xương cá cũng đều ăn ngon. Con cá linh non chỉ bằng đầu ngón tay út và nếu để chậm chừng một hai tuần, các con cá đó sẽ lớn gấp đôi gấp ba, xương cá cứng, ăn không được. Vì vậy, cá linh non chỉ có bán vài tuần đầu mùa nước nổi nên có giá mắc cũng phải. Còn cá kèo mình có thể ăn quanh năm, cá kèo để sống lâu càng lớn lại ăn càng béo càng ngọt thịt. Cháu xin hẹn với hai bác, cháu sẽ đãi hai bác món cá kèo này cũng có bán nhiều ở chợ Sóc Trăng trước khi hai bác và em Caroline trở về Áo. Caroline vội nói:

- Chúng em đã biết tài chị Hai chế biến thức ăn hết sẩy. Món cá kèo kho tiêu mà nếu có, em ăn lúc mới vừa sanh chắc em nhớ chị Hai, Mẹ và chồng em dữ lắm. Josephine cũng tiếp lời:

- Caroline dụ khị chị Hai đó, chị có gởi cho Caroline cá kèo kho tộ bao nhiêu đi nữa nó nói nó nhớ chị Hai, chỉ nói xạo thôi. Nó nhớ chồng hàng đầu, có phải vậy không Caroline? Caroline đáp lại liền:

- Bạn Josephine cũng đã đi guốc cao gót trong bụng tôi rồi. Mọi người cùng cười và hẹn về Sóc Trăng chị Hai sẽ đãi món ăn cá kèo bốn năm món mà còn phải gọi vợ chồng Trung về Sóc Trăng thưởng thức món ăn ngon này. Cá kèo có nhiều ở vùng nước lợ hay ở vùng nước nhiễm mặn nhiều như ở Cà Mau có nhiều cá kèo nhứt ở miền Tây vì có rừng U Minh bao la, rừng tràm, rừng đước có khắp nơi ở Cà Mau là nơi chốn cá kèo sanh sôi phát triển mạnh. Cá kèo có nhiều quá nên người dân xem thường không quý trọng bằng cá lóc, cá rô, nên giá cả cá kèo cũng rẻ. Nay cái nhìn của đa số có thay đổi, người ta cũng ưa thích món ăn cá kèo dù món ăn bình dân mà lại thơm, ngon, ngọt làm cho giá trị cá kèo cũng tăng lên.

Bữa ăn trưa hôm nay, mọi người đều chú ý đến hai món cá chốt và cá kèo kho tộ. Trước khi ra xe về khách sạn khu du lịch Công Tử Bạc Liêu, Mai Hạnh còn hứa với Caroline, chị hai, ngoài món ăn cá kèo, chị sẽ còn làm một bữa ăn toàn là cá chốt đãi gia đình em vì cá chốt ít và khó mua hơn cá kèo.

Nếu Hiếu mua được cá kèo hay cá chốt, cá loại nào trước chị sẽ làm món ăn trước, cá chốt thường có mùa, còn cá kèo có quanh năm nên dễ mua hơn.

Về đến khách sạn khu liên hợp du lịch và là nơi trưng bày những vật dụng của công tử Bạc Liêu, tượng trưng cho giới đại điền chủ, nhà giàu năm xưa. Như chiếc xe hơi của công tử Bạc Liêu cũng có thể nói là người dân thường duy nhứt ở Việt Nam thời bấy giờ mua được chiếc xe đó từ Paris, gởi theo tàu mang về Việt Nam phải mất mấy tháng nên vô cùng đắt.

Ở khu liên hợp cũng có nhà hàng sang trọng nên không phải đi ăn xa để cả đoàn có thì giờ tìm hiểu về cách chơi ngông của công tử Bạc Liêu làm cho gia đình bị tán gia bại sản. Ruộng vườn cò bay thẳng cánh, nhà cửa đồ sộ nguy nga cũng lần lượt không cánh mà bay khỏi tay dân chơi "khủng". Có thể nói ở Việt Nam và cả thế giới chưa có ai ngu ngốc xài tiền kỳ cục kiểu công tử Bạc Liêu mà cứ tưởng mình ngon, giới thượng lưu.

Sau này con cháu của công tử Bạc liêu chẳng có ma nào học thành danh hay khá giả mà con cháu của công tử Bạc Liêu trở thành kẻ nghèo khổ bần cùng cho đến tận bây giờ.

Tối thứ bảy, tại cung văn hoá nghệ thuật của tỉnh có trình diễn ca cổ nhạc có thuyết minh bằng tiếng Anh nên Hiếu đề nghị mọi người cùng đến xem cho biết và hẹn sáng hôm sau sẽ đi tham quan khu nhà hát Cao Văn Lầu, ông tổ của của bài ca vọng cổ xuất xứ từ Bạc Liêu. Với bài ca "Dạ cổ hoài lang" là bài ca nền của cải lương miền Nam Việt Nam, bài ca vọng cổ còn tiêu biểu cho nghệ thuật sân khấu cải lương nói chung.

Trong nội thành Bạc Liêu có khu di tích lịch sử là khu du lịch liên hợp của khu nhà ở sang trọng của công tử Bạc Liêu và khu văn hoá nghệ thuật sân khấu cải lương với nhà hát Cao Văn Lầu và công viên văn hoá Cao Văn Lầu. Ngoài ra ở Bạc Liêu còn có nhiều ruộng muối, gọi là muối Bạc Liêu, có trái nhản Vĩnh Châu cũng thuộc loại trái cây đặc sản của Bạc Liêu. Bạc Liêu là tỉnh có nhiều sắc thái giống tỉnh Sóc Trăng về ba dân tộc sống chung hoà hợp Việt, Miên, Triều Châu.

Trước khi đi tham quan khu văn hoá nghệ thuật Cao Văn Lầu, đoàn cũng chọn quán ăn sáng với bánh canh tôm thịt cua, ai cũng khen ngon. Mới hơn mười giờ rưỡi, hai xe chạy một vòng lớn của thành phố Bạc Liêu quan sát cảnh quan sinh hoạt của sáng chủ nhựt tại một địa danh dưới sông cá chốt trên bờ Triều Châu và cùng chạy về Sóc Trăng, cũng gần hai tiếng. Đúng mười hai giờ tìm một quán ăn bên vệ đường ăn trưa và sau đó chạy thẳng về Sóc Trăng chỉ có ngơi nghỉ chiều mới ăn cơm ở nhà. Mọi người đều nhất trí lời đề nghị của Hiếu, về đến Sóc Trăng mói qua hai giờ trưa.

Cuộc du ngoạn hai ngày cuối tuần, một ngày tại Cà Mau và và một ngày tại Bạc Liêu, dù ngắn ngủi nhưng đoàn mười người có đến bốn công dân Áo cũng hiểu thêm văn hoá ẩm thực miệt vườn của hai tỉnh miền cuối cùng của đất nước Việt Nam. Đây cũng là lần đầu tiên của cả mười người mới biết hai tỉnh thành gần tỉnh thành Sóc Trăng. Những hiểu biết qua sách báo, lời kể của người khác và nay qua thực tế, những dấu ấn khó quên của hai tỉnh xa xôi nhứt của miền cuối Việt về những thế mạnh của hai tỉnh giàu tài nguyên thiên nhiên và đặc biệt về ngành ngư nghiệp thuỷ hải sản về cá biển và cá đồng rất phong phú.

Hơn nữa, tỉnh Cà Mau còn là nơi có nhiều sân chim nhứt của miền Nam và kể cả toàn quốc Việt Nam, thu hút các loài chim ăn cá, ăn lúa và ăn các sinh vật nhỏ khác từ muỗi, lăng quăng côn trùng... diện tích đất Cà Mau bao la, vùng đất thấp, rừng tràm, rừng đước bạt ngàn nước đọng quanh năm nên cũng là vương quốc của loài muỗi, ban đêm bay như sáo thổi. Với nước ngọt và nước lợ ở vùng đất thấp, Cà Mau có nhiều chủng loại cá, tôm cua, sò ốc hến, rùa, rắn lưu cư sanh sôi phát triển, cái nôi nơi sản sinh mật ong của rừng tràm U Minh Hạ và U Minh Thượng của tỉnh Rạch Giá.

Qua một cuộc du ngoạn ngắn ngủi hai tỉnh Bạc Liêu và Cà Mau cũng làm cho mọi người có một dấu ấn kỹ niệm sẽ không phai nhoà trong ký ức. Caroline vốn là mẫu người nhiều tình cảm mà lại có tánh hiếu động sôi nổi trong cuộc sống và rất nhạy cảm về tình yêu tình người và nay có một người chồng Việt dù nguồn gốc nghèo khổ cùng cực mà Caroline luôn tôn thờ mối tình đầu.

Chỉ còn hơn một tuần là ngày Caroline phải trở về nước cùng với cha mẹ và phải mòn mõi đợi chờ gần cả năm đến mùa hè năm tới, chồng nàng mới có cơ may sang Áo thăm và có thể làm đám cưới tại quê nhà. Chỉ mới nghĩ đến ngày xa cách chồng, hai dòng nước mắt Caroline đã tuông chảy dạt dào. Hiếu từ nhà bếp lên đã thấy Caroline nằm mặt quay vô trong, Hiếu đi nhè nhẹ, lén nhìn vợ, thấy nước mắt của nàng làm ướt cả một phần cái gối. Hiếu vội đặt cái hôn lên má, Caroline không dấu xúc cảm của nàng, chỉ mới nghĩ đến chuyện phải xa chồng gần cả năm nên nàng tức tưởi tủi thân.

Hiếu cũng cảm thấy xót xa khi chàng phải xa người yêu nhứt trong đời mình cũng là người vợ đầu ấp tay gối đã hơn ba tháng qua. Vì tương lai sự nghiệp nên chàng phải có đủ can đảm nghị lực vượt qua cảnh chia ly tạm thời này.

Hiếu nằm xuống ôm vợ vào lòng và thủ thỉ bên tai người yêu những lời chân thành từ trái tim mình và hứa với vợ, xa em anh phải tập trung học thật xuất sắc để anh tạm thời quên sự khắc khoải nhớ thương yêu em. Giống như khi gia đình nghèo khổ, anh nằm đói queo, không dám cử động nhiều vì sợ mất thêm calori lại thêm đói. Anh chống đói bằng cách học mà nhứt là sách văn phạm tiếng Anh, anh cũng vào hạng khá về môn văn phạm Anh Văn nên anh mới dạy được môn học này. Giọng đọc tiếng Anh của anh chưa chuẩn vì chưa có thầy dạy.

Nay có em bên cạnh, như là cơ may anh luyện giọng thêm chuẩn có nhiều tiến bộ, anh suy đoán như vậy. Nếu anh có đi Mỹ, đi Anh học vài năm chắc giọng nói tiếng Anh cũng sẽ bớt nặng mùi nước mắm. Hiếu muốn nói quanh co làm cho Caroline tạm quên nỗi buồn chợt đến khi nghĩ đến ngày hai người yêu khắn khít như Sam phải xa nhau. Hiếu nói tiếp:

- Khi anh đến thăm em ở Áo, em phải dạy anh nói tiếng mẹ đẻ của em để anh có đủ ngôn từ thông thường tiếp cận với bà con láng giềng hay trong họ đạo. Anh muốn khi anh sang thăm em là anh phải xin vào đạo Công Giáo trước và kế tiếp, chúng ta làm lễ cưới tại nhà thờ. Em nghĩ anh tính như vậy có đúng ý em không hay em có cách tính khác hoàn hảo hơn, Caroline thỏ thẻ:

- Em bái phục anh, em cũng có ý nghĩ đó, nay anh nói ra y chang nên em xa anh một ngày là một sự dằn dặt đau khổ, nỗi buồn da diết của em, anh có biết không? Hiếu đánh trống lảng, sợ nàng nói thêm sự xa cách sẽ khóc nữa:

- Anh dự định thứ ba, nay là ngày chúa nhựt, chúng ta đưa ba má và mẹ đến trụ sở Uỷ Ban Nhân Dân xã Bố Thảo làm giấy kết hôn cho đúng nguyên tắc luật lệ. Sáng mai, anh chở em đến trụ sở xã hỏi xem thủ tục làm giấy kết hôn, phải có đủ cha mẹ hai bên không? Buổi chiều chúng ta đến gặp bác sĩ Lệ Thuỷ khám coi thai nhi, con của chúng ta lúc này ra sao và có thể chị Lệ Thuỷ làm siêu âm sẽ biết thai nhi là trai hai gái. Em sanh con gái là phải giống hệt em xinh đẹp và thông minh, còn con trai là giống anh, nhưng không có tánh nhát gái đụng vào da thịt người khác phái là tay rung như bị bịnh sốt rét, em chịu vậy không? Caroline nói:

- Anh thật là người yêu lý tưởng của em, anh phải yêu em thật nhiều nghe anh. Khi em sanh đẻ có nhiều con xấu xí, anh tìm người con gái khác thì em sẽ chết mất, anh không bao giờ xa em nghe anh, anh mà xa em Chúa sẽ phạt anh xuống địa ngục vì tội bạc tình bạc nghĩa. Hiếu nghe người yêu tâm sự với tấm lòng chân thật yêu mình làm cho Hiếu thêm cảm động:

- Em đã biết anh là người luôn chung tình, lúc nào cũng muốn làm cho em vừa lòng, anh dám hy sinh mạng sống của anh để bảo vệ em và bảo vệ hạnh phúc của chúng ta. Em có tin lời anh nói không?

- Em hoàn toàn tin anh tuyệt đối, Caroline nói. Hiếu nói tiếp:

- Em mà nói đúng anh tôn em làm sư mẫu anh. Khi anh xa em, anh có cách nào làm anh vơi bớt sự nhớ thương em ngoài cách anh cố gắng thật nhiều để có thể học nhảy lớp bớt một năm học lý thuyết và còn một yếu tố khác vô cùng quan trọng, em thử đoán coi, cô vợ trẻ đẹp thông minh của anh. Anh để em suy nghĩ năm phút?

Caroline đào sâu suy nghĩ, gãi đầu véo tai và véo vào bắp tay chồng làm cho Hiếu đau điếng la oái lên:

- Em định ăn gian, chịu thua chưa? Chưa chịu thua, Caroline tìm kế hoãn binh, chút nữa em sẽ trả lời, bây giờ chúng ta đi tắm, chúng mình làm bếp lo cơm chiều để chị tư nghỉ xả hơi. Hiếu nói:

- Anh chở em ra chợ mua thức ăn mang về khỏi làm bếp. Anh của em có ý kiến đi mua thức ăn coi bộ hay đó, Caroline còn tiếp:

- Tối nay em thưởng anh đúp nghe. Hiếu gật đầu tán đồng tình.

Tắm xong, Hiếu viết mấy chữ để ở dàn bếp, nói với chị tư là hai vợ chồng Hiếu đi mua thức ăn về ăn chiều.

Ăn xong, thu dọn cũng nhanh, thấy còn sớm, Hiếu mời ba má đi một vòng ra ngoại ô Sóc Trăng, ngắm cảnh chiều của thành phố mà ba má có nhiều dấu ấn có cả dâu rể ở nơi đây.

Hai ông bà nghe con rể nói có lý, vội vào thay quần áo và ra xe đã thấy vợ chồng Hiếu nắm tay nhau đi lửng thửng quanh xe đợi ba má. Mọi người lên xe, Hiếu nói thay vì đi xa, con chạy vùng vòng ngoài của phi trường Sóc Trăng còn để lại nhiều dấu tích chiến tranh mà nay chưa hoàn toàn xây dựng lại.

Vùng ngoài châu vi phi trường có nhiều ruộng lúa và rừng dừa cũng là nơi người nông dân trồng nhiều dưa hấu dưa gang và nhiều loại hoa màu khác vào dịp xuân về. Nay đồng trống mình lựa chỗ có quán có nhiều nhà cửa tìm chỗ đậu xe, xuống đi quanh tìm nước sinh tố hay nước dừa lửa uống rất ngon. Con không dám đậu xe chỗ vắng vẻ sợ rủi gặp kẻ xấu trấn lột thì cũng nguy hiểm dù mình chẳng có mang theo nhiều tiền bạc, con đề phòng xa. Ba má gật đầu đồng ý lời nói của con.

Đến một chỗ có nhiều nhà ngói đỏ, cách tỉnh lộ Sóc Trăng Bạc Liêu chưa tới hai cây số, có nhiều nhà vườn trồng nhiều loại cây ăn trái đang oằn trái, Hiếu tắp xe vào lại thấy trụ sở xã gần đó lại càng yên chí có an ninh. Cả bốn người lửng thửng xuống xe đi bộ nhìn cảnh nhà vườn thấy ham quá mà mục đích Hiếu cũng coi xem có loại trái cây nào ngon và cây sai trái mua về nhà trồng. Có thể hỏi mua khi nhà vườn ở Cần Thơ của gia đình Hiếu Caroline đang tiến hành xây cất hay mua về trồng tại nhà Mẹ ở Bố Thảo.

Cả bốn người thấy có tấm biển nhỏ nói có bán cây giống và bán trái cây, Hiếu dẫn ba mẹ và vợ vào gặp ngay ông bà rất sốt sắng tiếp đón và cô gái ở phía sau cũng chạy xem coi khách nước ngoài đến mua trái cây.

Cô gái bắt gặp Hiếu vội chạy đến chào hỏi Hiếu vì bạn học cùng lớp từ lớp mười đến lớp mười hai của trường Hoàng Diệu. Cô bạn đang học đại học ở Sài Gòn, nhân dịp hè, đang đau dưỡng bịnh về với gia đình. Hiếu giới thiệu cha mẹ vợ và vợ, cô cũng vui vẻ cúi đầu chào hỏi, cô nói:

- Hôm tay, rồng đến nhà tôm, anh Hiếu cần loại trái cây nào, em xin phép bố mẹ em biếu anh và gia đình ăn lấy thảo, còn anh muốn mua cây giống hỏi bố em sẽ chỉ và giải thích cách trồng cho sai trái và tránh sâu bịnh. Hiếu thông dịch lại cho gia đình biết những gì cô bạn vừa nói, Caroline vội đến ôm và nói tiếng Việt cám ơn, cả gia đình cô bạn vỗ tay hoan nghênh và nói anh Hiếu có vợ nước ngoài quá xinh đẹp như hoa hậu hoàn vũ mà lại còn nói được tiếng Việt nữa. Hiếu thông dịch lại làm cho ba má Caroline cười ngất, nói cô bạn cho Caroline đi tàu bay giấy. Hiếu dịch lại tiếng Việt, cả ba người nói lớn cô vợ anh Hiếu đẹp thật mà không phải nịnh cho đi tàu bay giấy. Hiếu cũng dịch đầy đủ cho ba má và vợ nghe, Caroline cũng nói tiếp hai tiếng cám ơn lại ôm hôn mẹ của người bạn và khoanh tay cúi đầu trước bác trai.

Ông bà khen nức nở con gái nước ngoài mà còn lễ phép còn muốn hơn con gái Việt Nam. Hiếu thông dịch, ba má Caroline khoái quá cũng ráng rặn một cách khó khăn hai tiếng cám ơn. Cả ba người ôm bụng cười thích thú, có người nước ngoài biết nói cám ơn mà nhiều người Việt lại quên hai tiếng cám ơn khi mình hỏi han hay nhờ người khác làm một chuyện gì đó.

Người trong nhà bưng ra ba dĩa trái cây với sáu loại cây đang có trái. Khu vườn này rộng đến mười mẫu có đến mấy trăm cây dừa dùng làm hàng rào bao quanh các khu cây ăn trái phía trong, có đến mười lăm mười sáu các loại cây ăn trái. Ba của Thu Vân là một kỹ sư canh nông thời chế độ cũ, nay vừa qua bảy mươi tuổi chỉ trông nhờ lợi tức vào cái vườn cây ăn trái này. Ông bà còn cho đứa con gái lớn học đại học ở Sài Gòn, ông cũng định mua một cái nhà cho con ở, chứng tỏ ông cũng là một đại gia của địa phương.

Vườn ươn cây của ông, ai vào xem cũng tấm tắt khen vì ông vốn xuất thân là một kỹ sư canh nông và ông nghiên cứu thêm chuyên khoa về trồng cây ăn trái. Mỗi loại giống cây trồng, ông đều có gắn thẻ lý lịch của từng loại như là một viện nghiên cứu cây trồng của các trường đại học lớn. Gia đình vào xem thật rất ngỡ ngàng, một tư nhân mà có cách trồng cây ăn trái quá quy mô. Trong lúc ngồi thưởng thức từng loại trái cây. Hiếu nói:

- Nếu bác sử dụng tiếng Pháp thì gia đình người Áo cũng biết dễ gần gũi hơn.

Bác chủ nhà vườn bật tiếng Pháp rất chuẩn giọng còn chuẩn hơn giọng ba người Áo. Mọi người quá vui quá sung sướng đươc làm thân với nhau. Caroline mời ông bác, khi vợ chồng con khởi công xây khu nhà vườn ở Cần Thơ chúng con rước ông bà đến nhà chơi giúp chúng con xây dựng một nhà vườn năm mẫu đất. Có cả ba ao nuôi cá, bác giúp ý kiến, mọi phí tổn đi lên xuống và ăn ở chúng con chịu hết. Còn cây trồng giống bác ươn hay lai tạo chúng con xin mua và xin phép bác, con đề bản là giống cây trồng này của ông kỹ sư...sản xuất tại nhà vườn Sóc Trăng. Con muốn quảng cáo Sóc Trăng, quê của chồng con cũng có đủ giống cây trồng ăn trái thơm ngon. À ra thế, ông buột miệng:

- Tôi nghe con gái tôi, Thu Vân, thường nói với chúng tôi, trường Hoàng Diệu Sóc Trăng có một học sinh thuộc gia đình rất nghèo mà có đứa con trai út học xuất sắc cả trường ai cũng yêu thương, nay cháu đang học trường Y Cần Thơ.

Ông còn nói tiếp, một tin chấn động của giới học sinh và giáo chức của tỉnh Sóc Trăng, cậu học sinh con nhà nghèo đó thi vào trường Y Cần Thơ chỉ tuyển chánh thức có một trăm năm chục sinh viên mà em đó đậu đầu trong tổng số học sinh toàn các tỉnh miền Tây có trên một ngàn thí sinh dự thi.

Tôi nghe tin đó tôi rất ngưỡng phục em học sinh con nhà nghèo mà học xuất chúng như thế cũng làm vẻ vang cho học sinh và cả cư dân của Sóc

Trăng. Con gái rượu Thu Vân nói với ba mẹ, cậu học sinh xuất chúng đó đang có mặt tại đây:

- Cô nắm tay Hiếu đưa lên. Cả nhà trong cũng vỗ tay hoan nghênh làm cho Caroline thêm vui thích hãnh diện có tấm chồng nổi tiếng học giỏi mà ai cũng quý mến. Caroline chỉ nói được hai tiếng cám ơn, lặp đi lặp lại cũng thêm vui.

Ông chủ nhà vườn, rất ngạc nhiên bất ngờ gặp người mà mình từng ngưỡng mộ. Ông bật sang nói tiếng Pháp, là ông rất hân hạnh được giúp một nhân tài của tỉnh nhà, tôi giúp không tính tiền công, tôi có xe hơi lái lên xuống Cần Thơ dễ dàng và ngay cả tôi mang theo cây trồng mình trồng lần lần mới kỹ, nếu trồng đại trà sẽ không kỹ bằng. Các loại cây giống, tôi chỉ lấy giá tượng trưng, tôi muốn nhà vườn cậu Hiếu là nhà vườn thứ hai do tôi hoạch định.

- Con rất đa tạ, Hiếu nói, hai bác và Thu Vân một người bạn học năm xưa của con mà con cũng rất ái mộ. Nhưng, con cảm thấy thân mình còn chưa nuôi nổi nên con ngoảnh mặt làm ngơ không dám làm quen làm bạn với Thu Vân.

Xin phép hai bác và Thu Vân, con chỉ muốn nhắc lại thời quá khứ học trò nghèo, gặp bạn gái tôi chỉ cụp mắt xuống không dám nhìn thẳng vì con có nhiều tự ti mặc cảm. Và con chống đói là học và học cho quên sự đói nghèo, thiếu ăn của gia đình. Nay con có vợ, may mắn được gia đình vợ hết lòng thương yêu và giúp đỡ con mua đất cất nhà thực hiện một khu vườn cho đẹp, tốn kém bao nhiêu ông bà nhạc con cũng hết lòng giúp đỡ.

Xin phép hai bác và Thu Vân, tiếng Pháp con còn yếu nên chỉ sử dụng tiếng Anh, con sẽ thông dịch hết cho gia đình con hiểu. Nếu con có gia đình đủ ăn chưa nói là khá giả, có lẽ con là rể của hai bác, con nói thật lòng xin hai bác và Thu Vân bỏ qua cho. Hiếu thông dịch hết cho gia đình vợ hiểu, chỉ có rút bỏ không dịch là con rể của hai bác và còn nói tiếp:

- Thu Vân hồi xưa học cùng lớp chi thua con thôi nên con rất có nhiều cảm mến mà không dám nhìn thẳng vào mặt Thu Vân tỏ tình vì trong lòng con đã có hình bóng Thu Vân. Nay chúng con gặp lại quả đúng với câu: Hữu duyên thiên lý năng tương ngộ - vô duyên đối diện bất tương phùng. Nếu Thu Vân thi vào đại học Cần Thơ mà là trường Y con tin chắc Thu Vân cũng đậu như con, biết đâu con và Thu Vân có thể yêu nhau vì học cùng lớp cùng trường.

Ba con là tử sĩ, hy sinh tại mặt trận ở Quảng Trị, mùa hè đỏ lửa năm 1972, lúc đó con còn quá nhỏ. Rủi mà may, trong khai sanh chỗ tên cha là vô danh nên chúng con không bị hàng rào cản lý lịch nên thi đậu vào đại học là được đi học vì gia đình bần cố nông. Còn chị con xin đi ở đợ được gia đình cho tiền lương cao gấp ba bốn lần vì thế chúng con có tiền tiếp tục ăn học. Anh ba con thi ra trường đại học Y đỗ Thủ Khoa và chị gái ra trường Đại học sư phạm về Văn cũng đỗ Thủ Khoa. Nay chị con lấy chồng là anh bác sĩ Bernard là anh ruột của vợ con, tạo điều kiện cho con và Caroline gặp nhau và lấy nhau. Hai anh em ruột người Áo lấy hai chị em ruột người Việt ở Sóc Trăng.

Khi gia đình vợ con về Áo, con có thời giờ rảnh vì còn mùa hè nên con chưa đi Cần Thơ học tiếp, con sẽ kể cuộc đời con, hai bác sẽ còn tội nghiệp thông cảm, càng thương con nhiều. Con với Thu Vân quả không có duyên vì con đoán Thu Vân cũng mến để ý đến con mà con nhát không dám ngõ lời. Quay sang ông bà chủ nhà vườn và người bạn học cũ Thu Vân, Hiếu thú nhận tiếp:

- Con với vợ con tên là Caroline dù chưa làm đám cưới mà chúng con đã làm hôn thú tại Toà Tổng Lãnh Sự Áo ở Sài Gòn, cách đây mấy tuần, ngày mai ngày mốt con sẽ làm hôn thú tại xã nhà Bố Thảo trước khi gia đình vợ con bay về Áo vì ở Việt Nam hơn ba tháng rồi. Khi con tổ chức đám cưới ở Sóc Trăng con xin phép mời hai bác và Thu Vân đến dự, con sẽ mang thiệp đến tận nhà.

Xin hai bác thương con coi con là con rể hụt của hai bác. Hai ông bà và Thu Vân vô cùng xúc động muốn khóc nhưng phải cố gắng giữ thái độ tự nhiên dửng dưng trước mặt vợ Hiếu. Hiếu còn nói tiếp khi nào Thu Vân có làm lễ cưới báo cho biết vợ chồng Hiếu sẽ đến chung vui.

Hiếu thông dịch hết ý chỉ ém lại không thông dịch Hiếu là rễ hụt của ông bà, e sợ Caroline hiểu lầm thêm phiền muộn tội nghiệp. Ông chủ vườn lấy chừng mười cây trồng ăn trái cho Hiếu đem về Bố Thảo trồng và bốn túi xách trái cây. Bà đi ngang Hiếu nói nhỏ cho Hiếu vừa đủ nghe, ông bố vợ hụt thương con rể quá cho con đủ thứ hết. Con cám ơn Mẹ, Hiếu nói.

- Bà vô cùng ngạc nhiên, Hiếu dám gọi bà bằng mẹ giống như Thu Vân, bà nghĩ tội nghiệp Hiếu yêu Thu Vân thật sự mà không dám nói. Nay Hiếu trút ra hết, cũng là một điều đáng mừng, con gái nhà mình có con trai học xuất chúng để ý yêu thương dù không thành vợ chồng cũng là một dấu ấn kỷ niệm đáng trân trọng.

Cả bốn người từ giả gia đình ông bà chủ nhà vườn, Caroline đến ôm mẹ Thu Vân và Thu Vân nói cám ơn và Caroline cùng Hiếu khoanh tay cúi đầu chào ông chủ và cả gia đình. Trong nhà sau có nhiều người vỗ tay tán thưởng sự lễ phép của thằng con rễ hụt và cô vợ người Áo nữa.

Hiếu lái xe về nhà Bố Thảo trước, đưa mười cây trồng xuống vào một góc nói vói với Mẹ. Mai con về xã Bố Thảo hỏi vụ làm giấy kết hôn và con trở về trồng mười cây ăn trái của một ông bố của bạn cho. Caroline, san ra mỗi loại trái cây một nửa cho Mẹ. Mọi việc xong, gia đình về lại nhà cũng mới qua bảy giờ chiều.

Ba má và vợ chồng Hiếu ra vườn sau đi bộ cho giãn gân cốt, ông nói con gặp ông chủ vườn này rất quý mến con, chắc chắn ông có kinh nghiệm sẽ vẽ giúp nhà vườn mình trồng hoa trái nào cho thích hợp, ông còn hứa lựa giống cây trái tốt đem lên vườn nhà mình trồng giúp con. Hiếu thưa với ba má:

- Con sẽ mua một máy cày nhỏ và một máy xúc. Khi phân lô xong, con sẽ tập làm, cày đất và xúc đất làm thành đường rảnh giữ nước, con làm cho hết mùa hè này vì con xa vợ con, con cũng nhớ nên con làm cho vui, mệt tối sẽ ngủ ngon. Caroline nghe Hiếu nói, gương mặt buồn xo. Hai ông bà nghe con rể nói như vậy cũng phải và chính sức lao động của mình tạo nên khu nhà vườn theo ý mình sẽ giúp mình vui thêm.

Hai ông bà đoán, Caroline về Áo chừng một hai tháng là muốn trở qua ở với chồng. Nhưng, tội nghiệp là lúc vào mùa học có vợ một bên mà gặp vợ nhỏng nhẻo, nhứt là trong lúc có thai, làm sao chồng chú tâm học nhảy lớp lại càng khó. Ông bà dự định về đến Áo khuyến khích Caroline ghi danh học mới mong đỡ nhớ chồng và chuẩn bị cho con sắp sanh ra đời. Mẹ cần phải kiêng cử không buồn lo, không làm việc nặng không đi xa nhiều sẽ làm ảnh hưởng đến thai nhi mà không những sanh một con mà sanh đến hai càng cử kiêng nhiều. Ông bà đã tính trước như vậy sẽ cố gắng thuyết phục con gái và dặn Hiếu gọi điện thoại cho Caroline thường xuyên, an ủi động viên nó may ra mới có hiệu quả vì Caroline giờ này nghe lời chồng hơn lời cha mẹ.

Tối vào phòng ngủ, hai vợ chồng bàn tính là khu vườn có người chuyên môn giúp thì chắc chắn tốt đẹp hơn tay ngang và cây trồng ăn trái cũng vậy, chủ vườn quen ở Sóc Trăng sẽ giúp lựa giống tốt chỉ cách đào hóc trồng, bón phân tưới nước ra làm sao cho cây trồng mau phát triển tốt. Hiếu nói:

- Em an tâm tin tưởng vụ làm vườn sẽ như ý vợ chồng mình mong muốn. Còn ba ao nuôi cá, ba loại cá khác nhau, mình đào như hình tam giác, từ câu cá ao này sang ao khác chỉ quay qua lại là tới. Mình xây một nhà lục giác hay bát giác làm nhà mát cũng là nơi nướng cá ngoài trời và là nơi ăn uống mọi thứ. Caroline nói:

- Anh mướn mảo người ta đào mỗi ao vì khâu đào ao quá cực, mình cũng tạo dáng thành một cái núi đất trồng hoa kiểng cho thêm đẹp. Trên bờ ao có đường viền xi măng cho người đi bộ và cắm những cây dù ngồi câu cá. Nghe vợ nói:

- Hiếu ghi trong bộ nhớ anh sẽ thực hiện và còn tuỳ địa hình địa vật mình có thể thay đổi đôi chút, anh sẽ làm theo ý kiến của em. Hôm nay, tự nhiên anh thấy em Caroline sao đẹp lộng lẫy quá, anh mê em say đắm.

Em hứa tối nay, trả lời cho anh biết, anh có cách nào tạm quên em, còn học, đào ao, gọi điện thoại thường xuyên cho em chỉ có đỡ nhớ chốc lát mà thôi.

Đó mới là có hai cách còn một cách khi nhớ em quá, anh phải làm gì cho tạm quên, anh đợi em nói. Còn em muốn tạm quên anh hay nhớ nhiều lại càng phải học, em cũng phải ghi danh học tiếp và thi lấy bằng Cao học xong. Em nên chuẩn bị học lấy bằng tiến sĩ như em mong muốn. Như vậy, em cũng phải thức khuya dậy sớm, làm bài học bài, mệt sức, em sẽ có giấc ngủ ngon. Nhớ anh nhiều, em sờ vào bụng, dặn dò con phải ngoan ba mẹ mới cưng.

Em sanh rồi, em ôm nựng con mà em liên tưởng nghĩ đến anh như em ôm và cũng như nựng nịu anh, em sẽ vui. Em có ba cách tạm quên anh, anh cũng có ba cách anh tạm quên em trong khoảnh khắc mà anh đã nói ra hai cách còn cách thứ ba.

Anh gợi ý, khi anh luôn sờ mó, nhìn thấy và tưởng tượng đang ôm em và làm tình, em đoán thử xem. Với cách này anh nghĩ là rất hiệu quả và nó luôn gần sát bên anh sờ mó bất cứ lúc nào anh muốn. Caroline thú nhận:

- Em nghĩ nát óc từ hồi trưa tới giờ mà chưa tìm ra, để em lấy nước mời anh cùng em uống may ra em nhờ có nước mát làm cho em nhạy bén trong suy nghĩ hơn. Caroline nhỏm lên định đi lấy nước, em cứ nằm nghỉ, anh lấy nước cho em uống vì khi xa em, anh mất cơ hội phục vụ em. Bây giờ bất cứ cái gì em cũng gọi anh làm thay em nghe! Caroline nghe chồng nói như cho uống nước đường, rất vui.

Nước mát lấy từ trong tủ lạnh, Hiếu đưa cho vợ uống trước rồi Hiếu mới uống sau. Hiếu ráng uống hết ly nước rồi mới nằm xuống. Tay sờ lên bụng vợ coi hai thằng Hiếu con có chòi đạp bụng mẹ không và chứng tỏ hai Hiếu con này cũng có tính hiếu động không phải chỉ giống cha mà còn giống cả mẹ nó.

= Hiếu nói với Caroline như vậy. Bị vợ nhéo cho một cái vào háng nhảy nhổm. Em nghĩ ra chưa hay đầu hàng. Caroline nói anh cho em thêm hai phút phù du nữa thôi. Cái đó quá dễ. Hơn hai phút trôi qua, Caroline nói:

- Em chịu thua anh, một chút nữa em phải nằm dưới không được nằm trên, anh bảo em cái gì em cũng chịu vì em thua anh. Hiếu nói:

- Em đã đến nhà ở Cần Thơ, em có thấy cái tủ bốn mặt kiếng, anh để tại phòng làm việc của anh, cái tủ kiếng đó có ghi ngày tháng năm tại Sóc Trăng và trong tủ có bọc giấy màu xanh rất mát mắt trong đó có cái khăn dính máu trinh tiết của em và của cả anh nữa. Em đã phá trinh anh cũng như anh phá trinh em. Cả hai chúng mình bị phá trinh cùng một lúc khi hai đứa giao hoan lần đầu tiên trong đời mình. Khi anh nhớ em, anh đang ngồi học, mở tủ lấy cái gói xanh, nhìn xem dấu tích tình yêu của chúng mình lần đầu tiên, có tên khách sạn, hai chữ C và H chồng nhau trên cái bao xanh và cũng ghi ngày tháng năm kể cả giờ nữa. Khi anh nhìn vết tích ghi đậm dấu ấn tình yêu của chúng mình lần đầu tiên, anh sống lại giờ phút ngập tràn tình yêu đậm đà say đắm em đã dành cho anh. Anh sẽ còn mơ màng nhớ những gì hạnh phúc nhứt của chúng ta, chắc chắn anh sẽ giảm bớt sự ray rức nhớ thương em. Anh chỉ còn nhớ đến những giây phút hoan lạc đầu đời của mối tình bất diệt của chúng mình. Em nghĩ anh có chiêu đó làm anh vơi bớt nhớ nhung em đang ở quá xa mà thực tế như gần anh nhứt có em hiện diện trong tâm trí anh, anh sẽ vui lại liền. Em nghĩ sự hiệu quả đó quá tuyệt vời phải không?

- Em bái phục anh, anh có những ý quá siêu mà em chưa bao giờ nghĩ tới.

Như vậy, anh có thể nhớ nhung em thêm gần sáu tháng nữa. Còn em cách xa anh, em cũng phải có cách làm cho em khuây khoả tạm quên anh bằng cách thức khuya dậy sớm học, hay sờ bụng mắng yêu con. Khi sanh rồi, em bồng bế cho con bú nựng nịu con cho tạm quên sự nhớ nhung người yêu, người chồng?.

Em mang bầu sanh một lúc hai đứa con càng cực nhọc thêm, em phải tránh buồn phiền lo âu hay quá nhớ nhung sẽ có ảnh hưởng đến thai nhi. Em bay đi xa từ Áo sang Việt lúc có mang bốn năm tháng hay hơn, gần ngày sanh vì nhớ anh quá, em phải tuyệt đối kiêng cử để cho con chúng ta thông minh như mong đợi của chúng ta. Em có thắc mắc gì, nhứt là nhớ anh em phải tạm quên, em phải thỉnh ý má vì má đã từng trải qua khi xa ba trong lúc má có bầu.

- Má đã nói hết cho em hiểu, khi em mang bầu càng tới gần ngày sanh em phải luôn vui vẻ tươi cười không được buồn lo khi sanh ra con nó sẽ có gương vui tươi như em. Nếu em u sầu ủ dột sẽ ảnh hưởng nhiều đến thai nhi có gương mặt buồn xo tội nghiệp cho con, má bảo em nên nhớ lời khuyên của anh. Hiếu nói:

- Bây giờ cũng vậy, đã biết em đã đậu thai rồi, chúng ta làm tình không nên có động tác quá mạnh như hồi chúng mình mới yêu nhau và chuyện gần gũi xác thịt cũng phải hạn chế vì chúng mình còn có trách nhiệm phải bảo dưỡng thật tốt cho thai nhi. Nếu chúng ta biết lo xa, đề phòng mọi rủi ro cho thai nhi, anh tin chắc con của chúng mình sanh ra sẽ rất khoẻ mạnh, nặng ký. Anh nghĩ dù em sanh hai con mà mỗi đứa về trọng lượng sẽ không thua kém các bà mẹ sanh một con bình thường. Khi mang thai, em sẽ rất cực, đi đứng rất nặng nề, lệt bệt kể cả các sinh hoạt trong gia đình và đi học cũng gặp khó khăn trở ngại. Em phải tìm bạn học cho em đi xe chung, mình se tiền xăng hay nói cách khác em bao hết tiền xăng hay cả cần tu sửa xe. Gần như tuyệt đối, em tránh lái xe đề phòng thắng gắp hay xe bị cọ quẹt chưa nói là rủi ro gặp tai nạn thì thai nhi lại càng bị ảnh hưởng.

Khi thai nhi đến từ tháng tuổi thứ sáu, nghĩa là còn hơn ba tháng nữa là em sanh, em lại tránh lái xe tuyệt đối hay phải tránh làm những gì phải dùng sức hay nặng nhọc. Đặc biệt là em phải cẩn thận trong đi đứng đề phòng vấp hay té ngã xuống rất có ảnh hưởng đến thai nhi và có thể bị sẩy thai hay phải bị sanh sớm lại không tốt cho hài nhi.

Tối nay, anh nói hết cho em hiểu mà chúng ta phải hết sức bảo trọng con chúng ta trước khi lọt lòng mẹ. Sau khi con đã ra đời là phải có một cơ thể khoẻ mạnh, không có dị tật vì cha mẹ đã biết kiêng cử khi gần ngày sanh. Nếu cứ làm tình đều đặn hay còn tăng để bù lại những ngày gác súng lại không tốt, tránh làm cho sản phụ thêm mệt mõi. Còn nếu vợ khi lâm bồn gặp một bịnh tật gì ông chồng còn phải cử kiêng thêm dài lâu. Anh căn cứ vào tài liệu sách vỡ và những gì anh nghe ngóng, hiểu biết anh sẽ viết vào một mẩu giấy như là cẩm nang để em lưu ý, nhớ rõ mà cố gắng thực hiện tốt cho bà mẹ giúp thai nhi.

Em biết không, anh e sợ cái tánh của em muốn là phải làm ngay. Thí dụ một đêm nào đó em nhớ anh quá, sáng hôm sau, em có thể mua ngay vé máy bay về Việt Nam thăm anh dù vé giá gấp đôi em cũng không ke, anh biết tánh em là như vậy đó. Em cứ tưởng là anh nghe tin em về thăm anh là anh mừng. Nhưng, trái lại anh lo sợ nhiều vì em đi đường xa có nhiều ảnh hưởng đến thai nhi. Em bỏ học, anh gặp em anh mừng quá học cũng không vô. Cả hai chúng ta đều gặp những điều không được tốt cũng vì cái tánh cả quyết muốn là làm cho bằng được của em. Ba má thương yêu em nhiều thường khuyên bảo, em phải nghe lời ba má. Em có gì lo lắng, xin thỉnh ý ba má, giúp em giải quyết tốt đẹp.

Khi em gần anh qua điện thoại, có gì lo nghĩ thắc mắc em hỏi anh góp ý kiến, anh sẽ làm cố vấn cho em.

Em biết, về mặt lý thuyết, anh phải học ba năm nữa mới hoàn tất chương trình y khoa. Kỳ thi cuối khoá anh phải đậu gọi là văn bằng bác sĩ Y Khoa với điều kiện kèm theo, anh phải có đủ giờ thực tập tại các bịnh viện. Thực tập như vậy gọi là thực tập lâm sàng bắt buộc, không được miễn trừ học nhảy như học lý thuyết. Vì qua quá trình khó khăn đó, nên văn bằng Y Khoa bác sĩ ở Việt Nam được xem là tương đương với các văn bằng tiến sĩ các môn học khác phải học đến tám, mười năm hay hơn mới hoàn thành một luận án tiến sĩ.

Khi anh thi vô trường Y, anh đỗ đầu thì tất cả giáo sư của trường đã chú ý và qua ba năm học, anh luôn là sinh viên xuất sắc của trường. Nhiều giáo sư bàn thảo muốn giúp anh rút bớt thời gian học lý thuyết thay vì học ba năm rút xuống còn một năm rưỡi hay còn hai năm với điều kiện anh được phép dự thi chung với các sinh học trên mình phải đủ điểm đậu. Đây là một trường hợp vô cùng khó khăn anh phải học gấp đôi gấp ba hơn sinh viên bình thường mới mong thi đậu. Thực tập phải nhiều về đêm và thứ bảy chúa nhựt vì còn nhiều giờ trống hơn ngày thường.

Các giáo sư luôn khuyến khích giúp đỡ anh muốn anh tốt nghiệp y khoa bác sĩ xong. Trường sẽ giữ anh trong ban giảng huấn và tìm cho anh một học bổng đi du học bằng tiếng Anh để về trường dạy môn học mà nhà trường còn thiếu giáo sư. Môn học trường không có giáo sư phải thỉnh giảng các giáo sư chuyên khoa đó đang dạy các trường đại học khác ở trong nước kể cả nước ngoài rất tốn kém. Trường Y Cần Thơ thấy anh khéo tay về khoa chỉnh hình xương tay chân, muốn xin cho anh học bổng về khoa này tại Mỹ.

Em biết khoa xương nói chung và tay chân nói riêng hay làm tay chân giả ở Việt Nam rất hót vì người dân sử dụng quá nhiều xe gắn máy thường gặp tai nạn, gãy tay gẫy chân cần phải có giáo sư chuyên khoa đào tạo các bác sĩ chuyên khoa xương càng nhiều càng tốt giúp cụ thể cho dân chúng. Caroline nghe Hiếu kể về chuyện học của chồng lại càng yêu thương chồng thêm nhiều mà phải cố gắng đè nén sự ham muốn gần chồng để chồng có thời giờ học cho xong, lấy bằng bác sĩ y khoa ở Việt Nam.

Khi chồng có học bổng được phép mang vợ con theo, chừng đó tha hồ vợ chồng luôn kề cận bên nhau. Hiếu cũng muốn Caroline cũng phải có bằng tiến sĩ để cho cả hai gia đình chồng vợ đều hãnh diện và con cũng vô cùng hãnh diện có cha mẹ học giỏi như vậy.

Caroline càng nghĩ càng thêm thắm thía, vội ôm hôn chồng đè xuống hôn và cầm lòng không đậu sự rạo rực của xác thịt thôi thúc. Caroline nói với chồng, em nghe anh nói bùi tai quá, em chịu hết nổi, em phải thưởng anh ngay bây giờ.

Miệng vừa nói, tay mở nút áo và kéo quần Hiếu xuống và Hiếu cũng giúp cỡi quần áo Caroline. Cả hai mân mê một chặp chỉ còn nghe tiếng rên khe khẻ của hai người với hai trái tim cùng hoà một nhịp với một bản nhạc tình dạt dào yêu thương.

Hai vợ chồng tắm xong, mặc lại quần áo ngủ mà thấy chưa đến chín giờ mới nắm tay nhau dắt nhau ra sau vườn đi bách bộ cho giãn gân cốt. Bỗng thấy ba má cũng đang đi bách bộ, hai vợ chồng đến chào ba má. Ba má nói giờ này mà hai còn ra đây chắc hai đứa mới bàn tính chuyện gì quan trọng phải không? Mới đây mà ba má và Caroline đã ở Việt Nam ba tháng mấy ngày rồi. Thời gian qua mau quá nhỉ! Hai con có chuyện gì bàn tính tiết lộ cho ba má biết góp thêm ý với hai con.

Bây giờ, má nói thật, má thương con còn hơn Caroline vì tính tình con điềm đàm, hiền ngoan nhũng nhặn và suy nghĩ có chiều sâu. Còn con gái ba má, thường hay đối đáp, cãi lại ba má, có tánh bốc đồng nông nổi. Như khi ở Áo, con trai theo đuổi tán tỉnh nó, mình không yêu thì thôi, phải lựa lời nói hiền dịu. Caroline nó đuổi người ta ra khỏi nhà làm cho má quá sợ, thằng đó trả thù hại tàn đời Caroline thì làm sao đây? Tánh tình Caroline bộc trực lắm, nó yêu con thật sự nó biết nể con, ba má rất mừng, từ đây Caroline bị con kềm chế, ba má hy vọng con nói gì Caroline sẽ nghe theo hết.

Con có biết không, ba má lo nhứt khi nó nhớ con, nó lấy liền vé máy bay về Việt Nam, tội nghiệp con thêm bận rộn và xao lãng chuyện học hành quyết tâm rút ngắn thời gian học ở trường để hai đứa sớm gần nhau mà Caroline có thấy đâu. Khi con đi du học chánh thức để củng cố thêm tương lai tươi sáng thì Caroline có quyền mang theo con sống bên con và Caroline còn có cơ hội học lấy bằng tiến sĩ về Việt Nam sống với con cũng đi dạy đại học như con có phải xứng đôi không? Caroline phải biết đè nén sự ham muốn nhứt thời, biết hy sinh đúng chỗ sẽ có hạnh phúc ở tương lai. Hiếu nói, con xin cám ơn ba má có cao kiến:

- Hồi nãy ở trong phòng, con cũng có nói điều này gần giống với lời nói của má. Khi về Cần Thơ ở mấy ngày, trước khi con và vợ chồng anh chị Bernard đưa ba má và Caroline về nước. Con sẽ đánh máy hết lời con dặn dò với vợ con, má giữ giúp Caroline một bản, để vợ con có muốn về Việt Nam trong thời gian con đang học và vợ con bụng mang dạ chữa đã lớn rồi đi đường xa rất nguy hiểm với hai thai nhi trong bụng mẹ. Lúc ấy má đưa ra bản ghi nhớ đó mà Caroline đã hứa với con mới hy vọng Caroline dịu bớt tánh cương quyết muốn bay về Việt Nam liền.

Hiếu quay qua hôn vào má Caroline, anh nói thế em có đồng ý với anh trước mặt ba má. Caroline gật đầu và nói em ghi nhớ lời nói và vâng lời anh.

Em nên nhớ chúng mình muốn có tương lai tươi sáng, và hạnh phúc tuyệt vời chúng mình phải biết hy sinh, trả một cái giá nào đó, ba má nghĩ con nói những lời tâm huyết, vợ con phải hiểu dùm con. Con quá yêu vợ con nên con cật lực cố gắng học rút để hoàn thành chương trình học sớm. Caroline đừng có suy nghĩ sai là con không muốn gặp Caroline mà Caroline phải đợi tới đầu mùa hè năm tới con mới bay qua Áo được đưa ba mẹ con Caroline về Việt Nam. Con kính mời ba má đi về Việt Nam với chúng con, lúc đó khu nhà vườn của gia đình mình cũng đã hoàn thành rồi.

- Ba nó nghĩ xem, con rể mình đề nghị hợp lý phải không? Ông gật đầu.

- Khi con sang Áo mình xin lễ báp tit rửa tội để con vào đạo Chúa và lo đám cưới cho vợ chồng hai con đúng theo lễ nghi Công Giáo. Nếu vợ chồng Bernard cũng về nước được cùng với hai con, ba má cũng lo cho vợ nó vào đạo Chúa và cũng làm lễ cưới cùng ngày thì tiện nhứt. Bà con chỉ dự một lần và các con cùng là hai anh em ruột lấy hai chị ruột cũng là dấu ấn đặc biệt diễn ra tại nhà thờ hay làm lễ cưới cùng một ngày hay cách nhau một tuần cùng tại một nhà thờ, tuỳ Bernard quyết định. Ba Caroline còn nói:

- Má của hai con nói hết ý của ba má rồi, ba má ở ngoài trời lâu sợ bị cảm lạnh, bây giờ ba má đi vào nhà ngủ nghe hai con. Caroline và Hiếu cùng dạ vâng, để ba má đi trước hai đứa nắm tay dắt nhau đi sau, về phòng.

Hai vợ chồng ôm nhau có một giấc ngủ thật ngon, mãi đến hơn sáu giờ sáng mới thức dậy, Hiếu lật đật lấy xe gắn máy chạy nhanh ra chợ mua bánh cuống chả lụa và bánh bao về ăn sáng. Vợ chồng Bernard ra phòng khách thấy vợ chồng Hiếu đã bày sẵn thức ăn sáng, cà phê pha sẵn, hai em vào mời ba má ăn sáng. Ăn xong cả hai vợ chồng Bernard chuẩn bị đi làm, mỗi người lái một chiếc xe gắn máy.

Hiếu dọn dẹp xong mọi thứ, trong lúc Caroline làm đẹp để cùng ba má đi về xã Bố Thảo hỏi thủ tục làm giấy kết hôn. Đến tám giờ, Hiếu lái xe ra đi thẳng đến trụ sở xã, Hiếu gặp ngay ông Chủ Tịch xã cũng vừa đến làm việc. Ông mời gia đình Hiếu vào phòng khách ngồi uống trà và nghe Hiếu trình bày là muốn làm thủ tục xin giấy giá thú ở Việt Nam trước khi vợ Hiếu về Áo cả năm sau mới trở qua Việt Nam.

Ông Chủ Tịch trả lời ngay, theo thủ tục thì phải có đơn xin và có danh sách hai người xin kết hôn niêm yết tại văn phòng ít nhứt một tuần, có lễ cưới thì xã mới cấp giấy kết hôn. Nay tôi làm giấy kết hôn cho cậu Hiếu, ông bà nhạc của Hiếu ký vào sổ hộ tịch của xã cũng coi như đủ thủ tục rồi. Bây giờ, Hiếu đưa Chứng minh nhân dân và vợ Hiếu đưa Hộ chiếu để nhân viên ghi vào sổ bộ và viết lên tờ giấy kết hôn, tôi làm cho cậu ba bản chánh, cậu đưa cho vợ cậu một bản. Hiếu nói:

- Con biết ông Chủ tịch chưa ăn sáng, con xin mời ông Chủ tịch và tất cả nhân viên trong văn phòng sang tiệm nước cạnh bên ăn sáng rồi về làm việc.

Con đề nghị ông Chủ Tịch mua một bộ bàn ghế sa lông mới vì bộ sa lông này cũ quá rồi, con đưa ông chủ tịch hai ngàn mua giúp con. Còn bây giờ con xin mời tất cả qua quán ăn sáng, còn ai phải trực văn phòng thì nói quán ăn cho người bưng qua. Gia đình con qua quán ăn trước, ông chủ tịch cho phép nhân viên qua sau nghe. Hiếu thông dịch cho má biết việc làm giấy kết hôn bỏ qua hết mọi thủ tục, con thấy ông chủ tịch xã sốt sắng con nói cho văn phòng hai ngàn mua bộ sa lông mới vì bộ sa lông này cũ quá. Ba má nghe nói như vậy cũng biết văn phòng còn nghèo, bà nói má biếu ông chủ tịch ba ngàn nữa, con kín đáo qua văn phòng, trao cho ông hai số tiền này. Qua văn phòng ông Chủ tịch, Hiếu nói cho ông Chủ tịch vừa đủ nghe, má vợ con biếu riêng ông Chủ tịch ba ngàn uống cà phê. Ông Chủ Tịch vừa ngạc nhiên vừa vui có được một số tiền lớn như vậy, lương hàng tháng của ông chỉ có mấy trăm, ông vội lấy bỏ vào học tủ khoá lại cẩn thận. Ông nói tôi cám hai ông bà và gia đình cậu sang quán nước trước, tôi và nhân viên sẽ qua sau.

Trong vòng chưa đầy một tiếng, giấy kết hôn đã hoàn tất. Hiếu vội chạy xe lại chợ dẫn ba má và vợ đi một vòng chợ Bố Thảo, giờ này mới hơn chín giờ nên kẻ mua người bán cũng còn đông. Chợ có bán bông điên điển mua mảo hết một rổ, Hiếu cũng mua mảo hết cá trê cũng gần chục con, năm con cá he nghệ rất to, kỳ vi đỏ chót, vãy có nhuốm màu vàng lợt chứng tỏ cá ngon có nhiều mỡ. Hiếu lựa một mớ cá lòng tong về kho tiêu cùng với thịt ba rọi và thêm hai ký cá rô về nấu canh chua. Hiếu mua đầy đủ phụ tùng nấu canh chua, mua thêm bánh tráng rau sống đủ thứ hết cả me chua chín, rau thơm...

Đem thức ăn tươi về nhà, Hiếu nhờ chị Hai, chị Ngọc Mai làm giúp các món, gia đình Caroline sẽ ăn cơm trưa tại đây và thức ăn còn lại em đem về nhà còn lo ăn buổi chiều. Vì vậy, món nào em cũng mua nhiều hai chị cứ chế biến, cá trê nhiều quá, nướng chừng phân nửa hay hơn, cá trê còn lại chị Hai chiên để dành ăn sau, còn mấy con cá he chỉ có chiên tươi là ngon nhứt mình ăn trưa nay. Hiếu hỏi chị Ngọc Mai hai đệ tử của em mấy giờ về tới nhà. Chị Ngọc Mai nói:

- Hai con chị thường về tới nhà chừng mười giờ mười lăm, Hiếu nói, cậu cháu em sẽ trồng mười cây ăn trái trước giờ cơm trưa, bây giờ em chuẩn bị đầy đủ các cái, hai cháu về nhờ phụ với em đào hóc cho cây xuống và tưới nước thế là xong.

Hiếu đi mắc bốn cái võng ở nhà ngang để cho ba má có chỗ nằm nghỉ lưng, lấy ra một cái bàn ăn và một chục cái ghế ngồi, cũng trải mặt bàn đàng hoàng. Còn một quày dừa tươi, Hiếu chặt bốn trái để trên bàn có kèm theo một lọ muối và mấy cái ly cũng để hết lên bàn. Hiếu rót ra ba ly mời ba má và mẹ uống nước dừa, kế tiếp rót thêm ba ly mời chị hai, chị Ngọc Mai và Caroline uống giải khát. Hiếu gọi Caroline lại nói:

- Em nhìn cách chị Hai và chị Ngọc Mai làm cá và làm những món ăn, em để ý theo dõi học cách làm để còn làm cho chồng ăn nữa đó.

Trưa nay, anh thấy em phụ trách nướng cá coi bộ dễ nhứt, cá em nướng chắc ba mẹ khen ngon và phong em cũng là sếp cút như ai vậy. Caroline cười vui nhìn chị Hai và chị Ngọc Mai, biết cậu út chọc ghẹo vợ cái gì đó nên cũng cười theo, Caroline đi đến ba má nói với ba má làm cho hai ông bà cười ngất.

Hiếu giải thích với hai chị, em nói với vợ em:

- Trưa nay cô ta nướng được món cá trê thì ba má cô ta khen con gái ông bà giỏi quá làm sếp cút rồi. Cũng tội nghiệp, vợ em cũng muốn học nấu ăn, cầm dao xắt dưa sợ đứt tay, rữa chén sợ chén không sạch, rữa một cái chén một cái dĩa mất biết bao thì giờ. Còn nấu nướng thì bù trớt, hai chị nói tiếng Anh không được cứ khều cô ta chỉ cho cô thấy cách ướp cá kho, hay nấu canh chua cho món nào vào trước vào sau, hai chị làm từ từ cô ta rất thông minh cũng học được chút ít.

Khi cô ta sanh con rồi qua ở nhà Cần Thơ, em tiếp tục chỉ dẫn cô ta nấu ăn món này món nọ, ban đầu dở riết rồi cũng quen, nghề dạy nghề. Từ nhỏ tới lớn cô ta đi học cấp trung học, đại học, ăn tại nhà hàng trong trường, về nhà đâu có ăn gì nên không phải rửa chén dĩa, lúc bấy giờ cha mẹ đi làm ăn xa, đâu cần mướn đầu bếp chỉ mướn một người quản gia trông nom nhà cửa lo vệ sinh. Người quản gia có con gái cũng cở trạc tuổi Caroline ở với mẹ, làm bạn chơi thân với Caroline, nhà to rộng mà chỉ ở có ba người.

Caroline sống trên nhung lụa không phải như chị em mình mà cô ta không hư hỏng em mới phục. Khi cô ta yêu em, em không tin cô ta còn trinh tiết, nhưng gần gũi xác thịt, em lại phục cô ta sát đất vì cô ta dù đã có bằng đại học bốn năm mà lại xinh đẹp con nhà giàu nữa, vẫn con trinh tiết cô ta dâng tặng em một cách vô điều kiện. Em nói gì cô ta đều nghe theo hết mà má cô ta nói Caroline rất bướng bỉnh hay cãi lại cha mẹ. Bây giờ, cô ta nói chuyện với em luôn sợ em buồn lòng, cái gì em nói cô ta cũng nghe lời hết, cũng là một chuyện lạ.

Khi tổ chức đám cưới chúng em ở Áo, gia đình cô ta giàu, ba má cô ta mời hết bà con ruột thịt như chị hai, chị Ngọc Mai ba má chị Minh Tâm, vợ chồng anh Trung còn mẹ mình thì đương nhiên rồi và còn ai muốn đi Áo, ông bà sẽ mua vé máy bay, bao ăn ở, nói ở một tháng hay một năm, hai ông bà cũng bao hết.

- Em nghe mẹ nói, em đẻ bọc điều quả thật em chuột sa hủ nếp. Em xin nói với chị Hai, có chị Ngọc Mai làm chứng. Suốt đời em kính trọng và quyết tâm nuôi dưỡng chị hai khi chị hai già yếu bệnh tật như người mẹ thứ hai của em, em yêu kính chị hai suốt đời em. Em thường nói với vợ em, em yêu anh là phải yêu hai người đàn bà là mẹ đẻ của anh và chị hai. Cô ta hứa:

- Sẽ lo cho mẹ, chị Hai suốt đời. Caroline cũng có tiền riêng khá nhiều chưa kể của cải cha mẹ di chúc để lại cho đồng đều hai con. Caroline có mua cổ phần kinh doanh, tiền lời cũng hàng chục ngàn Mỹ kim một tháng. Caroline đang nói chuyện với ba má, em nói nhiều với hai chị.

Khi chồng chị Ngọc Mai ra tù, gia đình chị không muốn ở đây vì các con lớn đi học đại học, về Cần Thơ ở với chúng em, anh chăm sóc dùm vườn tược, chị Ngọc Mai giúp em bếp núc thì gia đình chị sẽ không thiếu gì hết, các con chị sẽ học thành tài. Khi đó anh chị có con giúp đỡ và chúng em cũng giúp đỡ thêm cho anh chị muốn mua nhà hay mua đất cất nhà ở Cần Thơ, Châu Đốc hay Sóc Trăng, nơi nào cũng là quê hương.

Hai cháu con trai của chị, em bảo chúng phải bắt chước cậu út cái gì cũng biết, phải siêng năng học giỏi mới có tương lai tốt đẹp. Em sẽ huấn luyện hai cháu, giờ rảnh hai cháu giúp cậu trồng cây, xẻ rảnh cậu trả tiền công lao động có tiền tiêu xài, còn lười biếng và học dở thì em chào thua.

Bây giờ là mười giờ, em đánh dấu chỗ trồng cây, em đào xuống một chút, em đổ nước cho đất mềm, một chút hai cháu đào sẽ dễ dàng, mỗi lổ trồng cây, em có để sẵn phân xanh và phân chuồng, đào sâu chừng năm tấc, cào phân lót xuống, tưới nước lên, đặt cây trồng xuống. cho thêm một lớp phân chuồng, nén chặt gốc cây, giúp cây trồng vững không bị gió làm lung lay mạnh, lấp đất lại và tưới nhiều nước. Mỗi ngày tưới một lần hoặc hai lần liên tục cho cây lớn. Tới mùa mưa khỏi phải tưới.

Hiếu làm nhanh mười hố để phân xanh trên gần miệng hố và một cây giống cũng để gần đó, bây giờ đào lổ mỗi cạnh chừng bốn năm tấc, hình vuông, mỗi đứa đào ba lỗ, cậu út đào bốn lổ, đào xong cho phân xanh xuống, tưới nước cho đẫm và đặt cây giống xuống, thêm phân xanh và lắp đất đầy gốc cây trồng, nén đất ở gốc cây cho chặt nhằm giữ cây cho vững và tưới nước cho đẫm, thế là xong.

Hiếu bảo hai đệ tử đi tắm, chuẩn ăn cơm trưa. Khi đào hóc trồng cây, Hiếu lại nhóm lửa giúp vợ, bảo Caroline vào nhà mượn nón lá của mẹ đội tránh bị nắng ăn, nắng táp vào mặt, đốt củi cháy thành than và có cho thêm vài cục than đước. Than cháy đỏ rực, Hiếu cố vấn giúp vợ gắp cá trê để lên vỉ nướng. Chú ý cá rớt xuống đất vì cá trê trơn trợt thuộc loại cá da trơn. Sắp mỗi vỉ nướng một lần ba con cá trê, sắp bụng cá áp vào vỉ sắt, chừng một phút, chỉnh lại cho cá nằm cùng một bên, cũng đợi chừng một phút, gắp cá lật sang bên kia, ba bên cá có thể chín. Đổi lại thế, cho lưng cá chạm vào vỉ nướng, ba con chạm vào nhau để cho thân cá không bị nghiêng ngã cũng chừng một hay hai phút vì lưng cá dày lâu chín hơn hai bên và bụng. Cá đã nướng đủ bốn phía, thấy cá vàng tươm, mỡ cá làm ướt loang loáng toàn thân cá. Muốn coi xem cá chín chưa, Caroline phải dùng một chiếc đũa xâm vào cổ cá coi có thủng không và thấy thịt cá trắng thì cá đã chín, còn máu hay dai cứng thì cá còn sống phải nướng tiếp. Nướng xong ba con cá trê bốc lên mùi thơm, Hiếu mang lên bàn ăn và bảo hai đệ tử bưng ra rau dưa, nước mắm bánh tráng, chén dĩa đủ hết và gần cả chục ly đá để uống bia, nước ngọt hay nước dừa. Ba con cá trê nướng đợt sau, Caroline có thao tác nhanh nhẹ gọn gàng hơn, chồng không cần phải giúp gì hết, tiến bộ rõ nét. Khi Caroline gắp ra dĩa ba con cá nướng đợt sau xong, Hiếu vỗ tay hoan nghênh sếp cút Caroline. Rất tội nghiệp, thấy mặt Caroline đỏ lên vì sức nóng của lửa than và sức nóng ngoài trời. May có nón lá nên chỉ bị nóng rát mà không làm bỏng da mặt, mồ hồi trán rịn ra. Hiếu lấy khăn ướt vắt ráo nước lau mặt cổ và tay Caroline. Mẹ vợ nói:

- Chồng Caroline nịnh vợ tới bến mới ra quân lần đầu làm sếp cút mà chồng phải o bế, lau mặt lau cổ, tay, chắc Caroline sẽ mê làm sếp cút để cho chồng cưng chìu, mọi người vỗ tay tán thưởng. Hiếu gọi mời hai chị ra ăn món cá trê nướng cuốn bánh tráng trước khi ăn cơm. Hai chị lật đật đi ra, các món nấu xong cứ để trên bếp cho nóng. Hiếu rót bia ra mời ba má, hai ly cho hai vợ chồng và hỏi mẹ chị hai, chị Mai cũng nên uống một chút bia tưởng thưởng cho sếp cút biết nướng cá trê lần đầu trong đời. Hiếu thưa với ba má:

- Ba Má đã có ăn món cá trê nướng ở Cà Mau, trưa nay ba má thưởng thức món cá trê nướng do con gái ba má nướng, con thấy quá ngon. Người nướng cá ở Cà Mau là đàn ông có hai bàn tay thô kệch đen đúa ô dề. Món cá trê nướng đó ăn thua xa món cá trê nướng ở Bố Thảo, Sóc Trăng do người đẹp Caroline với hai bàn tay búp măng trắng trẻo làm cho cá trê nướng thêm ngon, có phải vậy không ba má? Hiếu chuyển ngay ra tiếng Việt mọi người cùng vỗ tay hoan nghênh, chồng khen vợ quá sức, cũng làm cho vợ thêm vui. Má Caroline lại nói nhỏ với ông xã, chồng Caroline cho nó đi tàu bay giấy rồi đó. Hiếu nâng ly mời ba má và mọi người nâng ly và mời vợ cùng nâng ly chúc mừng vợ thành công trong việc nướng cá trê ăn rất ngon. Anh xin phong tặng em Caroline là nữ hoàng nướng cá trê. Mọi người vỗ tay khen, nhứt là hai đệ tử của cậu Út khen sư phụ khéo nịnh mợ quá, chúng con xin chúc mừng cậu mợ luôn có món ăn ngon và hạnh phúc, lại làm cho mọi cười vui. Caroline cám ơn lời chúc của hai cháu.

Cả nhà có bữa cơm trưa thật vui. Chị Ngọc Mai bảo hai con theo chị, xuống nhà bếp chị múc ra một tô lớn canh chua bông điên điển hai tộ cá lòng tong kho tiêu và cá rô kho tiêu và hai con cá he chiên ăn với nước mắm gừng cũng là món ăn đầu tiên của gia đình Caroline. Các món ăn gặp chị hai của Hiếu là sếp cút thứ thiệt nêm nếm thì lại ăn vừa miệng thêm ngon, ai cũng khen hai sếp cút trứ danh, nếu mở nhà hàng chắc ăn đứt các nhà hàng khác. Mai Hạnh cũng đã có múc trước các món ăn đem về nhà cho vợ chồng Bernard ăn. Còn hai con cá he nghệ cũng chiên tươi rồi và bốn con cá trê lại kho tiêu. Như vậy có ba món cá kho tiêu: cá lòng tong, cá rô và cá trê, để ba má Caroline ăn đủ cả ba loại cá kho tiêu, thử so sánh ba món cá kho, món nào mà ba má Caroline thích để Mai Hạnh kho cho một nồi lớn mang về Cần Thơ dùng luôn mấy bữa ăn trước khi lên Sài Gòn về Áo.

Mẹ Hiếu nghe nói con dâu của bà chỉ còn ở Sóc Trăng hai ba ngày nữa thôi, bà nghĩ đến ngày xa con dâu, bà bật khóc, nước mắt chảy ràn rụa, Ba Má Caroline không hiểu có chuyện gì xảy ra làm chị sui khóc. Hiếu thông dịch cho ba má nghe và kéo Caroline đứng sát ôm mẹ. Caroline cũng khóc nghẹn ngào, thúc thít bên tai làm cho chị hai, chị Ngọc Mai cũng đều khóc theo vì phải xa Caroline gần cả năm mới gặp lại. Má của Caroline cũng ngậm ngùi thương yêu gia đình chồng của con gái mình là một gia đình đạo đức, dồi dào tình cảm, thương yêu hết lòng nàng dâu. Mẹ của Hiếu đứng lên nói cám ơn anh chị sui sanh ra một Caroline ngoan hiền dễ thương, chúng tôi vô cùng mến yêu, Caroline về Áo gia đình chúng tôi thiếu tiếng cười vui và cách nói hài hước của Caroline đáng yêu làm sao. Bà vừa nói xong, ôm hôn vào má con dâu cả nhà vỗ tay tán thưởng. Bữa ăn ngon chấm dứt lúc hai giờ trưa.

Sau bữa cơm chiều nay, cũng chẳng còn mấy ngày nữa, ba má phải xa con trai, dâu, rể của ba má, nay có đông đủ con trai, con gái, dâu rể, Má Bernard nói thật lòng mình:

- Chuyến đi Việt Nam lần nầy đã cho ba má nhiều hạnh phúc nhứt là gặp lại đứa con trai cưng đầu lòng của ba má, Bernard. Tưởng đâu không bao giờ ba má có cơ duyên còn gặp lại. Con trai của ba má dù đã trải qua bao sóng gió bão tố của cuộc đời, nay con trai của ba má sống vui sống khoẻ có tương lai sự nghiệp vững chắc. Ba má vô cùng sung sướng, hạnh phúc. Bây giờ ba má lại thêm hãnh diện thấy con trai của ba má đã trưởng thành trong trường đời trong cuộc sống. Một hạnh phúc khác cũng rất to lớn đến với ba má là con trai của ba má đã thành nhơn chi mỹ, một con người có đạo đức có nghề nghiệp mình sống vì mọi người "lương y như từ mẫu". Một niềm vui, một hạnh phúc khác cũng thật sự nở hoa trong lòng ba má là con trai của ba má đã chọn được người bạn trăm năm ngoan hiền thông minh dễ thương và đặc biệt sống trong một gia đình bình dân mà luôn có tinh thần cầu tiến, đạo đức, nhân ái cao đẹp rất đáng kính trọng.

Từ niềm vui, hạnh phúc này lại tràn ngập niềm vui hạnh phúc khác vô cùng bất ngờ có thêm một đặc sủng của Chúa Kitô và Mẹ Maria tạo cơ duyên cho con gái cưng của ba má có được một tấm chồng thông minh lý tưởng, luôn chịu khó hy sinh cho gia đình và yêu thương vợ, kính trọng ba má vợ và ba má tin chắc chàng rể quý của ba má sẽ yêu thương con cái của mình vô bờ mến.

Ba má có được hơn ba tháng sống chung với gia đình hai con trong một mái nhà đầy ấp tình yêu thương. Suốt cuộc đời của ba má làm lụng cũng khá vất vả có tài sản để lại cho hai con cưng của ba má. Nay, ba má đang đi vào cảnh hoàng hôn của tuổi già mà có cơ may hưởng trọn vẹn hạnh phúc với gia đình hai con tại ngôi nhà này, dấu ấn kỹ niệm ba má không bao giờ quên. Ba má cầu nguyện ơn trên phù hộ gia đình hai con có nhiều sức khỏe, sống bên nhau mãi mãi hạnh phúc.

Ba má cho vợ chồng Bernard biết là ngày hôm qua, ba má và vợ chồng Hiếu đến trụ sở xã Bố Thảo làm giấy kết hôn cho Caroline với Hiếu xong rồi. Như vậy, Caroline và Hiếu đã có hai hôn thú Áo Việt đề huề, con của hai gia đình các con kể như có song tịch Việt Áo. Vợ chồng Bernard đã có làm lễ cưới ở Việt Nam còn thiếu lễ cưới ở Áo. Còn vợ chồng Caroline và ba má có dự tính tổ chức lễ cưới Caroline-Hiếu tại Áo nhân mùa hè tới, Hiếu nghỉ học bay sang Áo thăm vợ con và rước vợ con về Việt Nam.

Nhân dịp này ba má tổ chức lễ cưới của con gái ba má tại nhà thờ chánh toà ở Vienne và ba má cũng muốn hai vợ chồng Bernard cũng làm lễ cưới long trọng tại ngôi nhà thờ này cùng một ngày hay khác ngày tuỳ các con quyết định. Vợ chồng Bernard về Áo để ba má sang tên cho hai con ngôi biệt thự xinh đẹp của hai con gần bờ sông chính của nước Áo và nhà của hai con có một khu vườn phía sau cũng khá đẹp. Còn nhà của vợ chồng Caroline là ngôi nhà mà ba má và Caroline đang sống bao nhiêu năm nay, nó nhỏ và khiêm nhường hơn ngôi nhà ở bờ sông. Khi Caroline có con sẽ về ở Việt Nam nhiều hơn ở Áo, ba má cũng sẽ thường về Việt Nam sống với gia đình hai con để gần gũi với cháu ngoại, cháu nội. Ba má đã cho tiền vợ chồng Caroline-Hiếu mua đất ở Cần Thơ sẽ làm nhà vườn như của bác sĩ Trai. Vợ chồng Hiếu lại ở cùng chung một khu với anh ruột và chị dâu trên một thửa đất mười một mẫu. Ba má vô cùng hạnh phúc thấy Caroline đã trưởng thành, điềm đạm và ngoan hiền, không còn tánh bốc đồng.

Tương lai của Hiếu-Caroline đã vẽ ra cho ba má thấy là Hiếu sẽ cố gắng khi xa Caroline tích cực học để rút ngắn ít nhứt một năm học lý thuyết tại trường Y, ra trường sớm hy vọng sẽ có học bổng học thêm vài năm ở nước ngoài và Caroline cùng con sẽ theo chồng. Caroline cũng cố gắng hoàn tất chương trình học tiến sĩ về bang giao quốc tế và xin về Việt Nam phục vụ tại ngoại giao đoàn của Áo. Hai chúng nó có dự định như vậy mà có thực hiện được không là chuyện khác. Còn vợ chồng Bernard muốn đi du học, nếu có học bổng thì càng tốt, nếu không có, ba má cho tiền hai con du học tự túc thêm vài năm ở nước ngoài, không khó.

Ba má dự định ở Sóc Trăng hai hay ba ngày nữa, vợ chồng Hiếu đưa ba má về Cần Thơ ở chơi thêm mấy ngày và lên Sài Gòn trước một ngày có chuyến bay về Áo. Ba Má muốn Bernard tổ chức một bữa ăn từ giả của ba má đối với chánh quyền như gia đình ông bà Bí Thư, ông bà chủ tịch tỉnh, ông bà Giám đốc sở y tế, sở giáo dục, sở xây dựng và gia đình chị sui, gia đình Trai, Lệ Thuỷ hay những bạn thân của vợ chồng Bernard.

Những vị này là những ân nhân của gia đình mình, Hiếu có thể mời ông bà chủ vườn cây trồng mà Hiếu nhờ chọn giống giúp cho gia đình mình. Bernard mời mấy bàn cũng được kể cả mời ông bà nhạc của cháu Trung và chú thím Tín ở xa quá có đi được không, có xe cháu Trung chở đi về, ngủ lại Sóc Trăng một đêm nhà mình. Sáng hôm sau ba má và Caroline có Hiếu đưa về Cần Thơ.

Khi ba má ở Sài Gòn, hai con thu xếp cho chị sui, chị hai con và chị Ngọc Mai lên đưa tiễn ba má và em con về Áo để cho em gái con thêm ấm lòng. Caroline giàu tình cảm sợ nó khóc buồn nhiều ảnh hưởng đến thai nhi. Hai vợ chồng con bàn thảo, sáng mai mời liền, chiều mốt chúng ta tổ chức.

Vâng lời ba má, sáng hôm sau hai vợ chồng Bernard gọi điện thoại mời như lời bà gợi ý. Còn ông bà Bí Thư và ông bà Chủ Tịch tỉnh, Bernard lái xe đến văn phòng mời. Hiếu cũng bốc điện thoại gọi mời hai bác bố mẹ của Thu Vân và nhờ bố mẹ giúp mời Thu Vân và bạn của Thu Vân trai gái hay anh chị em cũng được vì đi dự cho đủ cặp thêm đông vui. Mọi người đều nhận lời có đủ bốn bàn.

Mỗi bàn Caroline trang trí một bình hoa lớn rất đẹp và mỗi phụ nữ tham dự đều có tặng một bó hoa. Còn bốn bình hoa lớn, Caroline dự trù nhờ nhà hàng cho nhân viên mang ra tận xe tặng cho bà Bí Thư và Bà Chủ Tịch Tỉnh, còn hai bình tặng cho bác gái bà nhạc của anh Trung và thím Tín ở xa về dự. Về thức ăn Bernard và Hiếu thảo luận đặt mười món ăn ngon nhất của nhà hàng. Thức uống với bốn chai Martell VOSP và bia, sô đa Perrier, nước ngọt và tráng miệng với bánh flanc. Nghĩa là một bữa tiệc rất hoành tráng sang trọng không hổ danh một thương gia người Áo dù nay đã về hưu. Mc do Hiếu và có vợ Caroline thông dịch từ tiếng Áo sang tiếng Pháp và Hiếu dịch sang tiếng Việt. Ông Bí Thư , ông Chủ Tịch có thể nói tiếng Việt Hiếu dịch qua tiếng Anh... chương trình sắp xếp như vậy và vợ chồng Bernard được ba má uỷ quyền làm Trưởng Ban Tổ chức lên nói đầu tiên ý nghĩa của tiệc tạm biệt Sóc Trăng của Ba Má Bernard về lại Áo và Ba Má Bernard lên nói bằng tiếng Áo, Bernard thông dịch lại tiếng Việt. Tiếp theo, ông Bí Thư, ông Chủ Tịch Tỉnh, ông Phó Bí Thư Cần Thơ, chú thím Tín. Kế tiếp, Tuyết Trinh và Caroline đến từng bàn tặng hoa cho tất cả quý bà quý cô tham dự.

Ba má của Bernard đứng lên mời mọi người nâng ly và khai tiệc. Mc nói, trong lúc đang ăn, quý vị quan khách tham dự có thể lên nói tâm tình của quý vị đối với gia đình chúng tôi, chúng tôi rất trân trọng đón mời. Mc Hiếu còn nói tiếp tỉnh nhà thân yêu của chúng ta vừa tiếp nhận hai nữ công dân người Áo làm dâu tại Sóc Trăng. Đó là chị Josephine, phu nhân của bác sĩ Trai và Caroline là vợ của tôi, xin anh chị Trai và Josephine đứng lên, mọi người vỗ tay hoan nghênh. Hai cô dâu mới của tỉnh nhà cũng muốn đóng góp một cái gì đó cho bệnh viện tỉnh. Vợ tôi, Hiếu nắm tay Caroline đưa lên và nói tiếp, cô ta thủ thỉ với tôi:

- Đàn ông đi biển có đôi, đàn bà đi biển mồ côi một mình. Quý sản phụ, trong khi sanh đẻ rất cô đơn nên cô ta có hứa đóng góp mười ngàn Mỹ kim để bệnh viện có thể xây thêm phòng đặc biệt dành cho sản phụ có thêm tiện nghi. Cô ta còn hứa sẽ bảo trợ thêm cho khu sản khoa do bác sĩ Lệ Thuỷ điều hành. Anh Bernard của anh em chúng tôi sẽ liên lạc với ông Giám Đốc Sở Y Tế và ông Giám Đốc Bệnh Viện, trong chi phiếu đề cơ quan nào nhận, Hiếu chuyển dịch sang tiếng Anh cho các công dân Áo hiểu.

Ông Bí Thư nắm tay ông Chủ Tịch tỉnh lên máy vi âm, nói: Nhân danh chánh quyền tỉnh Sóc Trăng, chúng xin ghi nhận hảo ý của một công dân Áo nay là cô dâu mới của tỉnh nhà, ông xin phép nói bằng tiếng Pháp để bốn công dân Áo hiểu lời nói của chúng tôi. Chúng tôi rất đa tạ tấm thạnh tình của nàng dâu Sóc Trăng Caroline giúp cho bệnh viện phụ khoa của tỉnh có thêm tiện nghi.

osephine lên bục, xin phép nói tiếng Pháp, chồng tôi chuyển sang tiếng Việt:

- Sở dĩ tôi lấy chồng, người bạn trăm năm của tôi là anh Trai, Josephine nắm tay chồng đưa lên, là người sanh trưởng ở Sóc Trăng vì cái duyên ngàn dặm xa còn gặp. Tình cờ trong đám cưới anh Bernard tôi làm dâu phụ cùng cặp đôi với anh Trai là rể phụ, chúng tôi quen nhau rất ngắn ngủi, giống như Caroline và Hiếu cũng vậy. Khi Caroline đưa Hiếu lên Sài Gòn làm hôn thú tại toà Tổng Lãnh Sự Áo tại Sài Gòn, hai người bạn tôi tháp tùng xe anh chị

Bernard đi Đà Lạt hưởng tuần trăng mật. Caroline có ý nghĩ muốn làm mai tôi với anh Trai và cũng may ba mẹ tôi chỉ có một mình tôi là con trong lúc ba tôi làm Tổng Lãnh Sự ở Sài Gòn. Ba mẹ tôi muốn tôi qua Việt Nam sống gần ông bà. Tôi chưa muốn xa nước Áo vì tôi và Caroline đang học cao học mà Việt Nam gọi là thạc sĩ về ngành ngoại giao, bang giao quốc tế.

Bà mai Caroline có chiêu độc, thay vì mướn xe đưa về Sóc Trăng, gọi anh Trai đem xe lên đón và hứa là sẽ giới thiệu với má tôi tại nhà trong khuôn viên Toà Tổng Lãnh Sự để cho bà coi mắt hay coi cẳng coi giò gì đó. Thế rồi bà mai xin phép cho bốn chúng tôi đi sốp binh và ăn tại nhà hàng Thanh Thế gần chợ Bến Thành. Tôi lại có dịp quen biết thêm anh Trai, cũng chưa có hẹn, yêu đương gì hết. Anh Trai cùng với vợ chồng Caroline đưa trả tôi về nhà. Bà mai nhanh nhẩu xin phép mẹ tôi cho tôi đi dự đám cưới anh chồng của Caroline là anh Trung cũng làm dâu phụ với anh Trai làm rể phụ tại lễ cưới tại Cần Thơ. Cũng là cơ may, hữu duyên thiên lý năng tương ngộ, con tim tôi bị anh Trai đốn ngã, tôi bắt đầu yêu anh từ đó và đã làm lễ hỏi chánh thức rồi tại Sài Gòn. Nay mai chúng tôi làm đám cưới chánh thức tại Sóc Trăng.

Tất cả bàn tiệc vỗ tay tán thưởng. Bà mai của tôi tặng cho khu sản khoa của bác sĩ Lệ Thuỷ phụ trách mười ngàn Mỹ kim và tôi cũng nối gót theo bạn Caroline cũng tặng thêm mười ngàn Mỹ Kim và bao hết chi phí đặt hết máy lạnh cho bệnh viện sản khoa và trang bị thêm chừng tám máy truyền hình lớn phục vụ quý sản phụ đi biển mồ côi một mình rất đáng quan tâm. Cả bốn bàn vỗ tay hoan hô nhiệt liệt. Josephine nói tôi vừa tường thuật Histoire d'un amour của tôi với anh Trai, xin cám ơn quý vị. Mọi người lại vỗ tay tán thưởng, ông Bí Thư và ông Chủ Tịch tỉnh lên máy vi âm, bắt tay Josephine và bác sĩ Trai, ông Bí Thư, nói:

- Chúng tôi rất vui thích nghe một lịch sử tình yêu của hai ông bà. Chúng tôi xin phép đại diện chánh quyền tỉnh Sóc Trăng vô cùng cám ơn không những hai công dân mà đến ba công dân Áo, vợ của bác sĩ Bernard cùng nhập "quốc tịch" tỉnh Sóc Trăng chúng tôi. Chúng tôi xin cám ơn ba công dân Áo đã chọn nơi này làm quê hương và nhiệt tình đóng góp giúp nhà hộ sinh tỉnh chúng tôi. Ông Bí Thư xin phép nói tiếng Pháp để cho các công dân Áo biết sự trân trọng của tỉnh nhà.

Ông Bí Thư và ông Chủ Tịch trở về bàn và vẫn đứng, ông mời tất cả mọi người nâng ly chúc mừng tỉnh Sóc Trăng chúng ta nay có thêm ba công dân mới đã nhập hộ khẩu tỉnh nhà và mời quý vị tiếp tục ăn vì có đến mười món ăn ngon mà nhà hàng nói với tôi mười món ngon nhứt của nhà hàng.

Hiếu xin mời quý vị quan khách cùng uống thêm rượu cho thêm vui, tôi xin giới thiệu một chuyện khá bất ngờ mà tôi vừa khám phá cách đây ba ngày.

Thưa quý vị, dân chúng Sóc Trăng chúng ta thường mua cây giống trồng ăn trái cứ lên Cần Thơ, Vĩnh Long, Sa Đéc và xa hơn nữa là tỉnh Tiền Giang mà ngay tỉnh nhà của chúng có một nhà vườn rộng đến mười mẫu gần phi trường của tỉnh, có ươm giống gần đủ hết các loại cây trồng ăn trái mà chúng ta quên lảng. Nay tôi xin phép giới thiệu một nhà nông có bằng kỹ sư nông học nay lớn tuổi đã về hưu từ trước năm 1975, ông đã mày mò lai giống hay ươm giống cây ăn trái nổi tiếng, bán cho người Sóc Trăng với giá hữu nghị mà lại không mất công đi xa, mua cây trồng ở xa mà giá lại cao. Còn mua cây trồng ở vườn ươn cây của bác Phi vừa mua rẽ, có kỹ sư chuyên nghiệp chỉ dẫn cách trồng và cây có chết còn mắng vốn xin bồi thường được. Mình mua cây trồng ở xa, đi ra khỏi chỗ bán thì mình trở lại đổi cây không phải dễ.

Tóm lại, tôi muốn mời quý quan khách thử đến tham quan khu nhà vườn của bác ba Phi một lần và ăn thử trái cây, nếu ngon mình thích thì mới mua, không thích thì thôi. Quả đúng với câu bụt nhà không thiêng, cây trồng của Sóc Trăng đâu thua kém tỉnh nào đâu, tại vì mình chưa biết đó thôi. Con tạo sự bất ngờ cho bác ba, con không báo trước cho bác biết, con xin bác thứ lỗi cho con. Nhân có sự hiện diện của bác ba Phi xin mời bác ba nói vài lời giới thiệu lai lịch vườn ươn cây của bác có từ bao giờ và bác có thể nói tiếng Pháp cho những công dân Áo biết luôn. Bác ba cũng vốn học chương trình Pháp từ nhỏ và học đại học về canh nông cũng bằng tiếng Pháp nên bác nói tiếng Việt ngắn gọn và chỉ rõ địa chỉ và giờ nào đến thăm khu nhà vườn của bác. Bác xoay qua nói tiếng Pháp một cách lưu loát và rất có hồn khi bác giải thích trồng cây và nhất là khâu chăm sóc, bác nói thao thao làm cho các công dân Áo vô cùng thích thú lại gặp một ông già nói tiếng Pháp hay thế. Ông Bí Thư lên khen, hồi kháng chiến, tôi có nghe tên anh, anh lớn tôi ba bốn tuổi thuộc thế hệ đàn anh của chúng tôi.

Vợ chồng tôi xin hẹn đến thăm gia đình anh và tham quan khu vườn của anh có thể làm một điểm du lịch của tỉnh nhà để chúng ta giới thiệu thế mạnh của tỉnh lúa gạo còn có cây trồng ăn trái đang thi đua với các tỉnh bạn, mọi người vỗ tay hoan nghênh. Tôi cũng khen cháu Hiếu làm marketing cho bác ba của Hiếu thật tuyệt vời.

Chúng tôi xin chúc bình an cho tất cả mọi người. Ông đến bắt tay nói lời cám ơn ông bà thân sinh Bernard Caroline, vợ chồng Trai Josephine, Bernard Tuyết Trinh, Hiếu Caroline.

Tiệc từ giả của gia đình Caroline quá vui, bác ba đến bắt tay vợ chồng Hiếu nói con gây một sự bất ngờ lớn cho bác, bác cám ơn con rất nhiều, ông gọi bằng từ con thật ngọt xớt. Thu Vân và mẹ nghe cũng tủm tỉm cười vui thích. Hiếu nói tuần tới con có thể sẽ đến nhà thăm hai bác và hỏi ý kiến về cách trồng cây ăn trái, bác giúp con. Dễ ợt, con nói là rễ hụt của bác, bác còn tặng cho con nhiều thứ cây trồng rất mới lạ nữa. Bà và con gái Thu Vân bắt tay cám ơn Caroline, bắt tay ba má Caroline và từ giả chúc gia đình thượng lộ bình an.

Còn là ngày làm việc, nên ba má và em Caroline, từ sáng sớm đã lên xe do Hiếu lái về Cần Thơ ở chơi thêm ba ngày, đến ngày thứ tư lên Sài Gòn và chiều thứ năm lên máy bay Air France về Áo, chương trình rời Việt Nam là như vậy.

Gương mặt của Caroline lúc nào cũng buồn xo, thỉnh thoảng chầm chậm nhìn chồng không ngăn được đôi dòng lệ vì còn có mấy ngày ngắn ngủi là phải xa chồng xa người thân, mãi đến gần mười tháng, Hiếu mới có thể bay sang Áo thăm vợ và hai con cũng ba má vợ. Mười tháng mà Caroline cứ tưởng dài đến mười năm mới gặp lại chồng.

Nằm gần chồng mà đêm nào Caroline cũng khóc, chỉ mới có mấy ngày mà Caroline trông tiều tuỵ, ba má và Hiếu đều lắc đầu thương hại Caroline. Hiếu nằm cạnh bên vỗ về an ủi, nói với vợ:

- Gần tới ngày em phải về quê, em còn có trách nhiệm nặng luôn bảo vệ thai nhi, con của chúng mình để đến ngày sanh mẹ tròn con vuông khoẻ mạnh. Kế tiếp em can đảm xa anh trong mười tháng để anh cố gắng tối đa học rút mới có thể ra trường sớm ít nhứt một năm mới tự do chung sống với em không bao giờ xa cách lâu như vậy.

Em nên suy nghĩ kỹ, em phải hy sinh giúp anh có thêm can đảm thức khuya dậy sớm chăm chỉ chuyện học và em hết lòng lo cho hai con và còn làm cho ba má vui lòng, đó cũng là cách em phụng dưỡng cha mẹ trong tuổi già. Em buồn lo một, ba má buồn lo gấp đôi chỉ làm hại sức khoẻ chung cả ba người và ảnh hưởng đến hai con mình nữa. Hiếu giải thích an ủi cũng làm cho Caroline có nhiều dịp phải suy nghĩ lại và Caroline đề nghị ngày mai là ngày thứ sáu là ngày còn làm việc nên không rủ gia đình anh Trung đi chơi chung. Chỉ bốn người đi một vòng thăm ngôi nhà cổ ở Bình Thuỷ và nhiều di tích trong nội ô thành phố Cần Thơ, chiều mời vợ chồng anh Trung và mời hai bác, cháu Thu Mai. Còn Hiếu mời vợ chồng chú Tín và tất cả gia đình chú cùng dự cơm chiều trên nhà hàng nổi quen thuộc.

Vào tiệm ăn ở Bình Thuỷ, Hiếu nhờ điện thoại của quán ăn gọi cho anh Trung và Chú thím Tín căn dặn đúng sáu giờ chiều ăn cơm trên nhà hàng nổi. Hiếu lái thêm một đoạn đường đến Viện Lúa Cần Thơ còn gọi Viện Lúa Miền Tây hay Viện Lúa Đồng Bằng Sông Cửu Long. Xe chạy vào cổng và đến văn phòng xin tham quan Viện Lúa, có nhân viên hướng dẫn nói tiếng Anh chỉ dẫn và giải thích sự phát triển của lúa nước, lúa cấy, lúa trên vùng nước nổi. Còn thứ lúa gọi lúa ma hay lúa trời là loại lúa đặc trưng ở vùng Đồng Tháp Mười, lúa không trồng mà mọc hoang như cỏ dại khi mùa nước nổi đến. Gia đình Caroline tấm tắc khen ở Việt Nam có nhiều thứ lúa lạ như lúa nổi ở vùng nước lên cao như ở Châu Đốc, Kiến Phong, Kiến Tường. Nước dâng cao dần dần hai ba mét, lúa cũng vươn theo nước sống, khi nước giựt xuống khô đồng cũng là lúc lúa trổ bông nằm rạp trên mặt đất, không phải như là lúa cấy luôn có bông đứng thẳng giúp cho người thu hoạch lúa dễ cắt gặt hơn bông lúa nằm dài đến hơn hai mét, trên bùn sình rất khó cắt gặt.

Ông bà mình thường nói, đi một ngày đàng học một sàng khôn, Má Caroline nói với hai con như vậy. Loay hoay cũng hơn hai giờ, Hiếu đề nghị về nhà nghỉ ngơi, chiều còn đi ăn nhà hàng. Về đến nhà Hiếu nghe giọng Bernard gọi điện thoại nói là nhớ ba má và em Caroline nên "dù" nghỉ sớm, lái xe về Cần Thơ chơi hai ngày thứ bảy chúa nhựt, sáng thứ hai về sớm đi làm việc. Hiếu thông báo lại cho ba má và Caroline biết ai cũng mừng rỡ. Hiếu cũng nói, anh chị lái xe ra thẳng Bến Ninh Kiều cũng ăn chiều trên nhà hàng nổi quen thuộc có đông đủ gia đình ba mẹ vợ chồng anh Trung và cả gia đình chú thím Tín.

Bà chủ nhà hàng nổi gặp người chị đồng môn rất vui tha hồ mà nói tiếng Tây cho đã cái miệng và cũng không quên biếu tặng cho bà chị hai món ăn không tính tiền. Ăn xong, ba má Caroline tặng cho mỗi đứa con cháu của chú thím Tín và Thu Mai, mỗi cháu một ngàn, một số tiền rất lớn đối với sinh viên học sinh.

Ba má Caroline cũng xin mời hết mọi người sáng mai thứ bảy, mướn một chiếc tắc ráng chở hết gia đình đi tham quan chợ nổi Cái Răng và ăn sáng trên thuyền đang chồng chềnh trên sóng nước tìm một cảm giác lạ. Tắc ráng đưa chúng ta tham quan vài khu du lịch sinh thái và ăn trưa tại một khu du lịch sinh thái nào đó. Mọi người nhất trí ngày mai tập trung tại Bến Ninh Kiều trước tám giờ.

Để bảo đảm an ninh, bố vợ nói với Trung, con nhờ nhân viên an ninh của ba đi mướn tắc ráng khá rộng một chút, cho thêm hai nhân viên an ninh khoẻ mạnh theo bảo vệ bà con mình cho thật an toàn và phải đem theo trên dưới hai mươi cái phao đề phòng rủi ghe bị tai nạn chìm có phao cấp cứu, nếu tắc ráng không có hoặc thiếu phao bảo họ thuê phao, mình cho thêm tiền. Trung nghe lời ba, về đến nhà, có chú bảo vệ đang ở ngoài sân, Trung gọi lại bảo chú đi mướn tắc ráng ngay tối nay và bảo họ phải có đầy đủ phao khoảng hai chục chiếc, Trung móc trong túi cho chú bảo vệ một trăm uống cà phê, bảo đi ngay về báo cáo lại.

Thật bất ngờ, Hiếu cứ tưởng chỉ có anh chị tư của Hiếu lên Cần Thơ tiễn đưa gia đình Caroline về nước. Bây giờ lại có cả mẹ, chị Hai và chị Ngọc Mai cũng cảm thấy nao nao xót xa, thương mến Caroline nên cũng thu xếp nhờ Ý Sáu xuống ngủ giữ nhà cùng với hai cháu trai, cả ba bà cùng lên Cần Thơ tiễn đưa Caroline.

Trong lúc ngồi ăn, tàu đang nhổ neo rời bến, Hiếu nói:

- Anh ba, tối nay, anh xin phép hai bác, anh chở chị Ngọc Mai về bên nhà bác ngủ chung với con gái. Còn mẹ và chị hai cùng ngủ chung với vợ chồng em, em kê thêm giường để mẹ và chị hai có dịp nói chuyện tâm tình với vợ em, an ủi cô ta phải hy sinh không nên buồn lo khóc nhiều sẽ ảnh hưởng đến thai nhi. Cô ta phải cố vui để rồi em sẽ qua đón mẹ con về Việt Nam ở với bên chồng tại ngôi nhà mới. Em không có chuẩn bị trước ngôi nhà mới, trong nhà chứa dụng cụ và máy đào, máy xúc đất em mới mua, phải có thì giờ sắp xếp nay không thể làm kịp. Tạm thời chỉ có mấy đêm mà cũng làm cho Caroline và mẹ thêm vui lòng. Trung gật đầu đồng ý, lại đến gần ông bà nhạc xin phép cho chị Ngọc Mai về ngủ chung với con gái. Bà nói sao con không mời mẹ và chị hai con cùng về nhà mình ngủ. Trung thưa để con bàn lại với Hiếu và với mẹ con xem sao. Bà nhấn mạnh:

- Chỉ còn mấy ngày nữa vợ chồng Hiếu phải xa nhau, bây giờ phải cho vợ chồng nó gần gũi được tự do, con cám ơn ba mẹ, con không nghĩ tới điều đó. Ba má cho phép vợ chồng con chuẩn bị thêm một phòng ngủ cho mẹ và chị con ngủ, sáng con đưa sang nhà Hiếu sớm cũng giúp mẹ, chị hai con cũng có nhiều thì giờ gần gũi Caroline, bà gật đầu đồng ý.

Trung lại nói cho Minh Tâm biết và nói với Hiếu là bà nhạc của Trung giải quyết như vậy, Hiếu nói ý kiến của bác gái rất hay, em muốn cho mẹ và chị hai có nhiều thì giờ gần gũi Caroline mà quên Caroline còn cần phải có nhiều thì giờ gần gũi em. Hiếu lại nói cho vợ chồng Bernard biết, nói rõ lòng Hiếu với Caroline:

- Anh Trung phải đưa mẹ và chị hai về ngủ nhà anh Trung mà chúng em sắp xa nhau nên cần có tự do thời giờ lúc nào cũng muốn gần gũi ôm ấp nhau. Caroline nghe Hiếu kể hết mọi gút mắc, nay đã giải quyết xong, Caroline cảm động lại càng thương yêu chồng, rưng rưng nước mắt, Hiếu cúi xuống hôn môi vợ để cho nàng quên nỗi buồn đang mon men đến vì nàng sắp xa chồng gần cả năm.

Mẹ và chị Hai nghe Hiếu nói gia đình anh chị sui mời bà và Mai Hạnh về nhà ông bà ngủ tối và ban ngày về nhà Hiếu vui chơi với con dâu, bà nói giải quyết như vậy quả tiện lợi cho mọi người. Trung nhớ đưa mẹ và chị Hai về nhà Hiếu sớm trước khi anh chị sui thức cho tiện ông bà khỏi mời mẹ và chị con ăn sáng...

Trên dòng sông Hậu, dòng nước chảy chầm chậm lững lờ, đưa đẩy nhiều giề lục bình cứ mãi vô tư trôi xuôi ra cửa biển. Từ cửa biển, sóng biển bao la dồn dập đánh vào đất liền chặn sự ra đi mất hút của lục bình và đưa đẩy chúng trở lại dòng sông hiền dịu. Nhìn vào sự trôi nổi, nổi trôi của lục bình không định hướng trước được. Chẳng khác nào cuộc đời của con người có lúc êm xuôi lặng lẽ theo dòng thời gian và cũng có lúc bị dông to gió lớn xô đẩy ngã nghiêng, nghiêng ngã, sau cùng rồi cũng trở về nguồn cội.

Nhà hàng nổi MêKông nhổ neo tách bến, trôi nổi theo dòng nước rồi cũng phải trở về bến cũ. Caroline nắm chặt tay chồng cùng nhìn về một hướng, các giề lục cứ lững lờ lặng lẽ trôi xuôi theo dòng nước đang nhấp nhô lên xuống. Nàng chợt nghĩ ngày về nguồn cội nước Áo, nàng có cảm nhận đó là chuyện hiển nhiên không có gì phải buồn lo làm cho nàng vơi bớt sự sầu lo là phải tạm xa chồng và rồi nàng cũng trở về nguồn với chồng con của mình tại Việt Nam hay tại một nước nào đó. Caroline thủ thỉ bên tai chồng:

- Em sẽ hết sức cố gắng để dành cho anh nhiều thời gian học rút, học nhanh đốt giai đoạn, sớm tốt nghiệp ra trường và từ đó anh dành hết thời gian luôn gần gũi chăm sóc mẹ con em. Hiếu cũng thì thầm, em đã ngộ, hiểu được chân lý là muốn có hạnh phúc lâu bền là mình cũng phải có trải nghiệm qua nhiều éo le, hy sinh, thử thách của cuộc đời. Bây giờ, em của anh, nhất thời cũng đánh tan, xua đuổi được sự buồn lo đang gậm nhấm trong lòng em, có phải vậy không? Caroline nói:

- Em hiểu, người vợ yêu quý của anh dù phải xa anh đến mười tháng mới gặp lại và hạnh phúc của ta cũng sẽ vươn lên. Caroline nhìn chăm chú vào đôi mắt chồng như muốn san sẻ sự đồng cảm hy sinh, chịu đựng của cả hai người và tin tưởng sẽ cùng nhau hưởng trọn vẹn hạnh phúc miên viễn, mãi mãi bên nhau.

Đúng mười một giờ, nhà hàng nổi cập bến, mẹ, chị hai và chị Ngọc Mai cùng lên xe Trung về nhà ba má Minh Tâm ngủ qua đêm. Tối nay, hai mẹ con chị Ngọc Mai tha hồ mà tâm sự với nhau. Hai mẹ con của Mai Hạnh cũng có hơn mười năm mới có dịp ngủ chung một giường, bao kỹ niệm xưa thời trẻ của Mai Hạnh dồn dập tràn về, hai mẹ con nói chuyện đến khuya lơ khuya lắc mới chìm trong giấc ngủ say cho đến hơn sáu giờ chợt thức, lo làm vệ sinh xong chờ Trung đưa mẹ và chị về nhà Hiếu lúc bảy giờ sáng.

Caroline thấy mẹ và chị về vội chạy đón chào ôm hôn mẹ và chị, cô nói líu lo, mẹ và chị đâu có hiểu biết gì đâu, cũng chỉ có vui cười cũng làm cho Caroline cảm thấy có hạnh phúc yêu đời hơn.

Hôm nay, thứ bảy, cũng có tất cả gia đình chú thím Tín cùng đi tham quan khu chợ nổi Cái Răng và vài khu sinh thái mãi đến bốn giờ chiều mới về lại đến Bến Ninh Kiều. Theo chương trình đã định, ăn sáng ở trên ghe vùng chợ nổi, ăn trưa tại một khu nhà vườn ở một khu sinh thái sầm uất nhứt. Hiếu dự trù mời mọi người ăn cháo vịt xiêm mà gia đình Caroline chưa có dịp ăn và ăn cá lóc nướng trui ngoài trời, đúng nghĩa cá nướng trui ở đồng quê cho mọi người quan sát tường tận từ khâu đầu đến khâu cuối cách nướng cá. Thưởng thức các món ăn nhà quê rất đơn giản mà vô cùng đậm đà sự chân chất thưởng thức của dân quê. Có đi du ngoạn dã ngoại mới có dịp trải nghiệm cách sống hài hoà với thiên nhiên với cây cảnh ở nhà vườn và cũng tha hồ mà hái trái cây trên cành mà thưởng thức. Chủ nhà vườn chỉ tính tiền những trái cây nào mua mang về. Các con chú Tín cũng mới về sống, định cư ở Cần Thơ chưa lâu nên sự tham quan khu sinh thái nhỏ của tư nhân cũng cảm nghiệm được sự chân chất thành thật của người dân quê nên tâm hồn luôn trong sáng, giàu lòng nhân ái, thích sống gần sông nước ở miệt vườn

Lần đầu tiên, ba má và Caroline thấy cảnh sinh hoạt họp chợ buôn bán trên sông nước. Các mặt hàng đa số là các loại trái cây, hoa quả từ nhà vườn mang ra bán với giá rẻ hơn mua tại các chợ. Những cái "bẹo" trên những cái cột cao trưng bày mặt hàng mà chiếc ghe đó bán cho khách mua sỉ và cả người mua lẻ. Đó cũng là một cái lạ của các chợ nổi đã đập vào mắt ngươi buôn kẻ bán và nhứt là khách tham quan nước ngoài. Ở nơi nào có đông người qua lại hay mua bán cũng có những quán giải khát quán ăn. Đã gọi là chợ nổi cũng là một thể hình họp chợ trên ghe xuồng nổi trên sông nước cũng phải có nhiều thức ăn nhứt là thức ăn nhẹ dành cho buổi sáng. Thức ăn đa dạng nhứt là các loại bún nước như bún nước lèo, bún cá, bún bò, bún mắm, cháo lòng hay các loại bún ăn khô như bún chả giò, bún tôm càng nướng. Kể cả hủ tíu, phở, bánh canh và nhiều ghe xuồng bán cà phê, sinh tố... Tóm lại có vài chục thức ăn cũng được bày bán trên các ghe lớn có bàn ghế ngồi ăn đàng hoàng. Các xuồng nhỏ bán thức ăn len lỏi cặp theo các chiếc xuồng ghe nhỏ hay tắc ráng chở khách tham quan mua ăn cũng khá thoải mái. Sự nhộn nhịp của chợ nổi gây một ấn tượng vừa ăn vừa bị những con sóng làm lắc lư con thuyền mình đang ngồi ăn. Vì vậy, không thể ngồi ăn lâu rề rà như các quán ăn đường phố. Dạo quanh khu chợ nổi hơn nửa tiếng, chiếc ghe, xuồng hay tắc ráng chở khách tham quan thường có những khu sinh thái tư nhân mà người chủ ghe đã có liên lạc trước cũng như có qua có lại. Họ đưa khách tham quan đến chơi lâu ngồi câu cá giải trí hay có cá có thể chủ vườn nướng cho khách ăn liền mà nhà vườn không tính tiền cá. Có khu sinh thái không phải là mối giao hảo thì khách tham quan chỉ được ở chơi khoảng mười lăm phút, nửa giờ, còn nơi có móc nối hợp tác thì khách tham quan được ở chơi một hai tiếng đồng hồ, có võng nằm nghỉ lưng, có bán nhiều món ăn mà khách có thể đặt cho nhà vườn làm nhanh ăn liền. Như muốn có vịt xiêm nấu cháo, hay cá lóc nướng trui thì khách vừa đến chỗ tham quan là phải đặt món ăn làm liền và khách thoải mái đi du khảo xa hay gần, mà chủ vườn căn dặn bao nhiêu thời gian là có món ăn nên ăn nóng. Nhà vườn cũng có bán nhiều thứ rượu tuỳ khách chọn, rượu đế ngon, đậu nành nếp than gọi là nước mắt quê hương cũng có đủ hết.

Chuyến du ngoạn tham quan khu sinh thái, Hiếu muốn mời mọi người ngồi uống nước dừa nhìn xem quan sát từ cách bắt con vịt xiêm to nhứt mà phải làm hai con vì đoàn có trên hai mươi người và món cá lóc nướng trui không có cá lớn phải dùng cá vừa vừa đến mười hai con, chia làm ba nơi đốt rơm nướng cá trước mắt mọi người. Từ khâu đầu bắt cá từ trong rộng để dưới nước trước nhà, bắt ra mười hai con, đập đầu cho chết rồi để lên cân. Dùng que tre xỏ lụi từ miệng đến đuôi cá, cho hết vào rổ mang xuống sông rửa sạch bụi đất đem lên cắm xuống đất, chỗ dành riêng chỉ để nướng cá đề phòng bị hoả hoạn, chia làm ba chỗ nướng sát nhau, cắm bốn con mỗi chỗ, chất rơm khô lên đốt từ từ không đốt nhiều rơm quá cùng lúc phải có người canh lửa, tránh đốt tốn rơm nhiều mà cá chưa chín. Đốt từ từ để cho cá chín lại tiết kiệm được chất đốt, kiểm soát được tàn lửa không bay tùm lum dễ gây hoả hoạn.

Trong khi đó trên một bàn dài có đủ ghế cho cả đoàn, có đủ rau dưa, hai loại nước mắm: nước mắm me, nước mắm nêm. Món rau sống ở đây lại có nhiều khế, chuối chát, dưa leo và năm sáu loại rau của nhà vườn có sẵn.

Cá lóc nướng trui ăn trước cuống với bánh tráng, ăn phải dùng tay nên chủ nhà vườn có để mấy thau nước sạch, có xà bông thơm và khăn lau tay. Tất cả mọi thứ đã chuẩn bị trước đã bày lên bàn chỉ đợi cá nướng xong là bắt đầu

ăn.

Nhà vườn có kinh nghiệm nướng cá rất nhanh, chừng mười lăm phút mười hai con cá vẫy cháy đen, người nướng cá dùng cây que bằng tre tươi, cạo lớp vẫy bị cháy xuống bếp lửa cho từng con vào dĩa hay tàu lá chuối đã lau thật sạch để trên như một cái khai, đan bằng tre chẻ thật mỏng hay bằng bàng, bằng lát, bưng lên bàn. Mỗi con cá lóc nướng trui riêng một dĩa, cạnh bên có mười hai cái dĩa nhỏ, người phụ trách dùng đôi đũa dài xẻ đường bụng ra lấy nguyên bộ đồ lòng, tránh làm vỡ bể mật cá sẽ làm thịt cá bị nhiễm đắng, thay vì thịt cá màu trắng hấp dẫn nay bị nhiễm mật cá bị loang lổ màu đen, lại đắng làm cá kém ngon, thiếu thu hút

Trong các bữa ăn cá nướng trui, cái bộ đồ lòng cá là phần dành riêng cho bậc trưởng thượng, người lớn và các vị đó có thể san sẻ cho cho các người khác thưởng thức hay chỉ dùng một phần, phần có nhiều mỡ cá để lại, dầm vào tô nước mắm me làm cho nước mắm me thêm ngon thêm béo. Cuối cùng phần ruột ngâm trong nước mắm người chủ xị hay các bậc trưởng thượng cũng chia nhau thưởng thức và tu thêm một ngụm rượu tráng miệng. Cách ăn cá nướng trui hồi xa xưa ở nhà quê là như vậy, nay có nhiều thay đổi.

Cả đoàn hơn hai mươi người đều có cảm nhận cá nướng trui giữa trời ở miệt vườn đồng quê sao ăn ngon thơm quá hơn ăn cá nướng trên vỉ sắt coi bộ sạch sẽ lại thiếu cái mùi khét và mùi thơm của cá.

Qua tới món cháo vịt xiêm lại có ba đĩa to đựng gõi vịt trộn với bắp chuối hột và có nhiều rau răm để nguyên lá trong ba cái dĩa lớn cùng với ba dĩa ớt hỉm cạnh bên. Ăn vịt luộc hay ăn cá trê nướng hay chiên là dùng nước gừng pha chế cho ngon ăn mới bắt. Ngoài ba dĩa gõi còn có thêm ba dĩa thịt vịt cùng với đầu, cổ, chân, cánh và bộ đồ lòng vịt cùng với tiết canh luộc chính để cho khách ăn thêm.

Món cháo vịt ăn hơi lâu, mất thời gian gấp đôi gấp ba ăn cá lóc nướng trui. Ăn vịt xiêm có ít mỡ hơn vịt lông trắng còn gọi là vịt ta, vịt xiêm thịt nhiều, ăn ít ngán hơn các loại vịt ta, vịt tàu khác. Ban đầu thấy trên bàn có đến sáu dĩa thịt vịt, tưởng đâu ăn không hết, ai ngờ gặp các cháu trẻ và mấy chàng đàn ông khoẻ mạnh và có rượu đưa cay, cũng ăn hết sạch, chủ vườn còn đãi mấy dĩa trái cây ba bốn thứ trái cũng ăn hết. Đẹp làm sao cho một ngày du ngoạn tham quan khu chợ nổi Cái Răng và vùng sinh thái miền quê với món ăn độc đáo cá lóc nướng trui giữa trời và món thịt vịt xiêm lai, là món ăn mới lạ nên ăn rất ngon miệng và ai cũng đều no. Hiếu cũng mua nhiều trái cây của nhà vườn hiện có để mấy em trẻ tự tay hái và đem vô nhà cân tính tiền, mỗi gia đình một bọc cũng vài ký.

Một ngày du ngoạn sông nước và tham quan khu chợ nổi tiếng Cái Răng của Cần Thơ và ăn hai món ngon thuộc loại đặc sản của miệt vườn, rất đáng đồng tiền.

Từ nhà vườn chạy thẳng một lèo đến Bến Ninh Kiều gần bốn mươi phút, chưa qua năm giờ. Mọi người ra về rất vui và chiều không cần ăn vẫn còn no, tối có thể ăn thêm chè cháo.

Dự kiến trước, sáng thứ ba Hiếu lái xe đưa ba má và vợ lên Sài Gòn, chiều có hẹn đến thăm ông bà Tổng Lãnh Sự Áo tại nhà riêng. Tối thứ tư lên máy bay về Áo. Vợ chồng Bernard dự trù xin nghỉ ngày thứ tư đưa mẹ, chị hai và chị Ngọc Mai lên Sài Gòn đưa tiễn ba má và em Caroline về Áo. Bernard hỏi Trung và chị Minh Tâm có xin phép đi được thì Bernard ghé đón cùng đi một xe. Bận về Hiếu chở mẹ và chị hai về nhà ở Cần Thơ chơi vài ngày, Hiếu sẽ đưa mẹ và chị hai về Bố Thảo sau. Còn xe Bernard cho anh chị Trung xuống và chạy thẳng về Bố Thảo cho chị Ngọc Mai xuống, sự sắp xếp trước là như vậy.

Mặc dù Hiếu và ba má đã tính trước với bao lời khuyên bảo, giải thích sự hơn thiệt vì Caroline buồn lo khóc nhiều sẽ ảnh hưởng đến hai con trong bụng mẹ. Nay qua đến tháng thứ tư nghĩa là còn hơn năm tháng nữa là đến ngày lâm bồn sanh đẻ. Caroline cả ngày thứ hai không còn tha thiết đến ăn uống, gương mặt buồn xo thểu nảo không muốn nói chuyện với cha mẹ và ngay với chồng cũng chỉ biết nhìn chòng chọc vào đôi mắt chồng mà ứa lệ.

Cảnh biệt ly chưa xảy ra mà nỗi buồn của người thanh nữ mới biết yêu lần đầu đã gây sốc vì phải chia ly với chồng đến mùa hè năm tới mới gặp lại nhau. Hiếu đến phòng ba má bàn là chiều nay con đưa ba má và Caroline đến khu nhà vườn của gia đình mình và con hỏi ý kiến Caroline coi phòng ngủ trưng bày làm sao, còn màn, rèm cửa, dùng màu gì. Con cứ hỏi dồn dập đặt vườn chơi cho con ở chỗ nào, em thích trồng hoa gì, ba ao cá đào làm sao, giúp Caroline nguôi ngoai. Hiếu nói với Caroline:

- Công việc nặng nhọc, đào các hố trồng cây và đào rảnh thoát nước, anh tự đào không mướn suốt mười tháng. Anh sẽ làm trong những ngày nghỉ cuối tuần và cũng làm từ từ như giải trí cho khuây khoả đỡ nhớ em, cho đến ngày anh sang Áo. Anh hứa anh sẽ làm vừa lòng em khi em trở lại đây cùng với hai con. Con sanh kế tiếp là sanh ở Cần Thơ và về nhà này nuôi con có ông bà ngoại, bà nội và cô hai phụ giúp chăm sóc các cháu để cho cái máy đẻ như em nói, phải được nghỉ ngơi dưỡng sức. Con cứ nói đu đưa cho Caroline quên sự buồn lo của em, con thấy quá tội nghiệp, con cũng sẽ khóc lén không cho Caroline thấy khi Caroline theo ba má lên máy bay. Hai ông bà nghe chàng rể bộc lộ hết tâm sự lại càng thương yêu con rể nhiều thêm.

Trở về buồng, Hiếu thấy Caroline nằm quay mặt vô vách, Hiếu làm bộ hỏi chắc em ăn lén cái gì đây hay em ăn xoài tượng cho anh ăn với. Vừa nói Hiếu vừa kéo lật ngữa Caroline, thấy cả gối ướt đẫm. Hiếu làm bộ giận dữ, em không yêu thương anh rồi, em cãi không vâng lời anh khuyên bảo làm sao anh còn có nghị lực mà học với hành, tội cho anh quá. Caroline không còn yêu anh nữa phải không, em làm cho anh khổ, sẽ đau bỏ bê việc học cũng như không hoàn tất vụ xẻ mương đào hóc trồng cây. Em Caroline hãy nhìn kỹ anh, coi anh có đáng yêu hay em đáng chán. Nếu em chán không còn yêu anh như ngày nào thì em cứ làm khổ, làm cho anh thêm buồn. Nếu em mãi làm theo ý em, làm tình làm tội anh thì anh sẽ chết mất, anh không còn tha thiết sống nữa. Caroline có hiểu không hởi trời!

Hiếu vừa nói vừa dậm chân mạnh xuống sàn nhà. Em mà còn khóc còn buồn không muốn nói chuyện với anh nữa thì anh bỏ nhà đi hoang tối đêm nay để em ngủ một mình, đừng trách anh phụ bạc, vong tình. Em Caroline đừng làm khổ anh tội nghiệp cho anh lắm, chính em cũng phá hại đời con trai, anh chưa biết cái chi chi. Nay em lại không biết giữ gìn tôn trọng là cớ làm sao! Càng nói Hiếu làm như tăng cường độ giận dữ. Caroline vói hai tay lên ôm cổ Hiếu kéo xuống nàng hôn miệng một cách trìu mến và nói:

- Em sẽ luôn làm vừa lòng anh và tuyệt đối nghe lời anh dặn dò. Em luôn cố gắng giữ bình tĩnh, bớt buồn phiền để lo tương lai cho con và còn lo tương lai hạnh phúc cho cha của chúng nó nữa, anh chịu không?

- Em nói câu này, em mới đáng yêu làm sao, hình ảnh em luôn ngự trị trong trái tim và trong đầu anh. Anh yêu Caroline thật lòng vì anh muốn sớm gần gũi em mà anh tận lực cố gắng học nhanh, đốt giai đoạn, em hiểu điều đó thì em phải nghe theo lời anh, giúp anh có thêm nhiều nghị lực tiến lên.

Từ sáng tới giờ, em làm anh buồn lây, tội nghiệp anh quá. Bây giờ em phải chịu phạt với anh. Vừa nói Caroline cởi nút áo Hiếu ra và Hiếu cũng biết bổn phận phải làm gì, lấy tấm chăn mỏng đắp ngang bụng vợ. Hiếu cũng thoát y đi vào phòng tắm mở nước tắm cho mát, không quên nhúng hai cái khăn ướt để lau cho Caroline. Hiếu cũng mang thêm hai cái khăn khô và một cái khăn to. Vào lại giường, cũng với thế nằm không thay đổi của Caroline, Hiếu lau mặt mũi cổ vai và tay chân xong, ném cái khăn đó qua một bên. Lấy cái khăn ướt thứ hai lau ngực, Hiếu làm bộ rung tay. Caroline tức cười, anh đừng có giả bộ:

- Em biết tẩy anh rồi, anh lau sạch đi, em để cho anh mân mê hay anh bú cho đỡ tức giận em. Vừa nói tay Caroline vừa kéo ghì miệng Hiếu vào núm vú. Caroline rên khe khẽ em sung sướng quá anh ơi, còn anh thì sao, Caroline đụng vào thằng nhỏ thấy thằng nhỏ nổi giận sừng sỡ vội kéo nó xuống, ấn vào lạch đào nguyên đã có nước ngầm chảy ra rồi.

Hiếu lại lạc vào động thiên thai đê mê kích thích như lần đầu Hiếu mới biết yêu. Hoàn thành một công tác tuyệt vời, Hiếu nghĩ như vậy, biết điểm yếu của vợ chỉ sợ chồng không yêu vợ tha thiết như lúc ban đầu và nhiều lần cái máy đẻ có nói vì làm việc nhiều có con nhiều bề xề, Caroline sợ xấu xí chồng chê lại đèo bồng có bồ bịch thì Caroline sẽ đau khổ vô cùng.

Caroline muốn độc quyền chiếm hữu Hiếu cho đến ngày cuối cùng trên thế gian. Vì vậy, Hiếu muốn cho vợ tin, xin cho Hiếu vào đạo Chúa, có lễ hôn phối tại nhà thờ và luật đạo là con chiên chỉ có một vợ một chồng mà thôi. Hiếu nghĩ nhờ có lời răn, ngăn cấm như vậy lại càng củng cố thêm đức tin, tình chồng vợ của Hiếu và Caroline như chim liền cánh cây liền cành, mãi mãi bất phân ly.

Caroline, khóc cả buổi bỏ ăn sáng ăn trưa lại muốn tỏ tình yêu chung thủy với chồng nên Caroline mệt ngủ hồi nào không hay. Hiếu thay quần áo, đến phòng ba má. khoe là Hiếu có chiêu mới kể hết cho ba má biết chuyện trưa nay, Caroline làm hoà với con và hứa sẽ không bao giờ làm phật lòng con. Con thấy cái chiêu con hăm he bỏ nhà ra đi hoang vì Caroline cứ buồn cứ khóc hoài làm sao con còn sống nổi.

- Bà nhạc, nghe chàng rể nói. Bà ngẫm nghĩ cái chiêu đó thực hiện với Caroline sẽ có hiệu quả lâu dài vì Caroline yêu Hiếu với tất cả tấm chân tình và chỉ sợ Hiếu phụ bạc khi nó sanh nhiều con không còn đẹp như xưa. Hiếu nói đúng:

- Phải doạ cho Caroline sợ không được quá buồn khổ làm hại sức khoẻ mình thêm xấu xí và hại sức khoẻ các con. Đồng thời làm khổ chồng không còn tâm sức mà học hành nữa thì không sớm kết thúc chương trình học thi ra trường. Nghĩa là Caroline buồn lo làm lây lan cái buồn lo đến chồng đến cha mẹ hai bên và bỏ bê chăm sóc con là một cái tội lớn. Bà đăm chiêu suy nghĩ, bà nói với chồng và rể:

- Má thấy con có sáng kiến làm cho Caroline sợ phải cầu hoà với con thì ba má và con sẽ thành công thuyết phục làm cho Caroline vơi sầu khổ lo nuôi con và lo tương lai cho chồng. Má đề nghị:

- Chiều nay, chừng ba bốn giờ Caroline thức dậy, con bảo đi tắm rồi gia đình mình đến khu nhà vườn chỉ cho Caroline xem như là hỏi ý kiến để con làm cho vừa ý nó. Cái ý kiến này cũng hay cũng cho Caroline cảm thấy mình là quan trọng. Sau khi mình ở đó đã đi dạo quanh chừng một tiếng, chúng ta đi ăn cơm gì mà con hỏi Caroline thích như mọi người chìu ý nó tới bến, cho Caroline đi tàu bay giấy đó phải không?

- Dạ vâng, thưa Má, ai cũng thích người khác tâng bốc cho cái tôi của mình là số một, con nghĩ như vậy. Caroline đã dậy, không thấy chồng vội đi kiếm, nghe có tiếng má nói biết là chàng đang ở trong đó, vội bước vào, thưa ba má:

- Con hết buồn lo rồi, hồi trưa chồng con nói nhiều lời con thấy đúng con sẽ tuyệt đối vâng lời chồng con. Má Caroline, vội nói:

- Công chúa nói phải giữ lời, nếu con cứ buồn lo nhớ chồng mà bỏ bê con cái, Má sẽ gọi cho chồng biết là con không vâng lời chồng, con nhớ lời nghe con cưng của mẹ. Chiều nay, chồng con nói con ngoan hiền dễ thương, con muốn ăn gì chồng con và ba má đều chìu con hết. Caroline vừa cười vừa nói :

- Con cám ơn má con thích ăn lại món canh chua, cá kho tộ và chồng đãi món nào con ăn cũng ngon hết. Hiếu nói:

- Ba má thấy vợ con chiều nay trở lại trạng thái bình thường của một công chúa xuân sắc luôn tươi cười vui vẻ, rất đáng yêu mà con còn mê mệt vợ con nữa. Bà vội ngắt lời con rể:

- Caroline thấy chưa, chồng con lúc nào cũng yêu thương con, vì vậy con không bao giờ làm phật lòng tội nghiệp con rể của ba má. Caroline nói:

- Má kính yêu của con, con đội ơn má, nói xong vội đến ôm hôn má. Bà ghẹo, con làm bộ chạy lại hôn mẹ mà con lại muốn hôn chồng thì quay qua ôm chồng hôn đi ba má vỗ tay tán thưởng. Caroline nghe má nói vội nhảy lại ôm hôn miệng chồng làm Hiếu cũng hơi sượng trước mặt ông bà nhạc. Ba Caroline nói:

- Ba má và con còn tròn ba ngày ở Việt Nam mà Caroline gần chồng con phải là ba ngày luôn vui cười yêu đời, hạnh phúc, không có buồn lo gì hết. Caroline thưa, con xin vâng lời ba má.

Bây giờ ba má thay đồ, Hiếu nói chiều nay con đãi mà vợ con đặt món ăn nào vợ con thích. Má còn nói, ba má chỉ ăn theo, con gái thích món ăn nào cứ gọi, ba má đi ăn ở nhà hàng mà có đủ hai vợ chồng con là ba má đã thấy vui, hạnh phúc rồi. Bất cứ món ăn nào ba má nghĩ cũng đều ngon cả vì con gái của ba má luôn chọn đúng món ngon, cũng như con chọn đúng người chồng hoàn hảo.

Chồng con lại rất hiếu hạnh với cha mẹ, tính tình điềm đạm, siêng năng, giỏi dang rất đáng khen. Chồng con sao dễ thương quá, con phải yêu thương chồng con suốt đời nghe Caroline. Chồng con nói gì là con phải nghe theo vì chồng con luôn có bộ óc thiên phú thông minh tính toán làm điều gì cũng có thành quả tốt đẹp.

Con luôn tin tưởng mọi việc của chồng con, sẽ chở che bảo bọc gia đình chúng con trong ấm, ngoài êm. Caroline thưa với Má:

- Má nói quá đúng, con xin lãnh hội lời má dạy.

Đến khu nhà vườn của gia đình, Hiếu thấy đã khởi công xây cất thêm mỗi bên ba căn nhà chính tạo thành một chữ U. Các phòng hai bên đối mặt nhau, ở giữa dành một khu cất một nhà bát giác lợp tranh hay lợp bằng lá buông, lá dừa dùng làm phòng rượu trà cà phê và phía sau. nhà bát giác có hai ba lò bếp nướng ngoài trời có vài cái băng ngồi hai bên.

Bốn phòng hai bên làm phòng ngủ, có đủ tiện nghi, hai phòng gần tiếp giáp với nhà chính. Một bên là phòng tập thể dục thể thao, có một bàn ping pong xếp lại được và máy tập đi bộ tập tay chân, ngực, lưng, đi xe đạp, một bàn bi da chơi kiểu Pháp. Một bên là phòng nghe ca nhạc, hát karaoke, chiếu phim và hai cái TV to, cũng có phòng vệ sinh, phòng tắm và cũng có thể dùng làm phòng ngủ chỉ dùng ghế xếp khi có nhiều khách.

Theo bản vẽ thứ nhứt, ngôi nhà chính được nới rộng ra phía sau mỗi bên năm mét, ngang cũng năm mét, phòng kế nhà bếp để cho đầu bếp kiêm quản gia ở cũng có toilet riêng. Một bên cũng có một phòng hai mươi lăm mét vuông làm nhà kho, chừa ở giữa nhà chính hai mét vì chìu ngang ngôi nhà mười hai mét, mở thêm một cái cửa trổ ra sau.

Trong nội thất rất rộng mà chỉ có bốn phòng ngủ đều có toilet riêng, sẽ sửa lại phòng giải trí, đọc sách thành một phòng ngủ lớn có thể để ít nhứt bốn năm cái giường cho bê bi và trẻ con. Bốn phòng lớn, một phòng dành cho ông bà ngoại, một phòng dành cho bà nội và cô hai, một phòng lớn nhứt dành riêng cho vợ chồng Caroline, cạnh bên còn có một phòng dành cho khách hoặc dành cho bê bi mới sanh. Gần trước cổng có cất một ngôi nhà ba mươi sáu mét vuông, núp dưới bóng mát của một cây cổ thụ dành cho gia đình người quản gia, chăm sóc cây trồng và các ao nuôi cá, cũng có nhà bếp riêng cất nối tiếp ra ngoài một toilet và một nhà bếp nhỏ. Hai cái hoạ đồ về, sẽ xây thêm phòng đã vẽ.

Nối tiếp với sáu phòng phía sau là một vườn hoa, ngang mười hai mét, bằng chiều ngang của ngôi nhà chính, dài hai mươi mét, hai bên vườn hoa có một con đường rộng ba mét chạy bao quanh hai phía vườn hoa, trải cát và trên có rải sỏi để dành cho đi bộ tập thể dục và dành cho trẻ chạy xe đạp dù đạp xe hơi khó mà tránh khi té trên sân xi măng dễ bị xây xát hơn. Từ sửa nội thất xây thêm phòng và làm vườn hoa là ưu tiên hàng đầu, còn công việc xẻ rảnh, đào hố trồng cây ăn trái và đào ba ao nuôi cá trong bản vẽ kế tiếp sẽ thực hiện từ từ sau. Mười tháng vợ về Áo, Hiếu phải hoàn thành trước khi vợ con và ông bà ngoại cùng về Việt Nam có chỗ ở tốt, cái gì cũng mới sẽ làm cho bà xã thêm hài lòng. Hiếu còn nói sẽ xây cùng lúc với các bản vẽ là có hai hồ chứa nước mưa, một hồ ở gần vườn hoa và một hồ ở gần nhà bếp. Với diện tích rộng của ngôi nhà chính còn có thể xây cất thêm cả chục phòng nữa hai bên cũng có đủ diện tích rộng. Thực hiện ngay một hệ thống nối kết dẫn nước mưa vào hai cái hồ cũng phải rộng lớn chứa hết lượng nước mưa dồi dào trong năm cũng tiết kiệm được nước tiêu dùng và nước tưới bông hoa cây kiểng.

Khi về đến khu nhà vườn tương lai, Hiếu đã trình bày rõ ràng các bản vẽ đợt đầu và đã xin phép thực hiện. Ba má và Caroline tỏ ý rất vui vì con rể đã tính xa rất hạp ý ba má. Caroline thấy không, chồng con học giỏi nổi tiếng cả trường cả tỉnh, cưới được vợ cũng nổi tiếng xinh đẹp như hoa hậu hoàn vũ chính bạn gái cùng học với chồng con khen trước mặt mẹ con mình, chớ không phải má khen. Con lại thông minh ngoan hiền học giỏi nữa, không vấp vào tình duyên vẫn còn trong trắng khi gặp chồng con. Ba má rất khen con điểm xuất sắc này vì thấy con có nhiều bạn trai quá, má đâm lo. Nay Hiếu cho má biết rõ về phẩm hạnh của con má rất hãnh diện có con gái đạo đức như thế.

Con còn là cái máy đẻ ngon lành nữa mà ba má rất vui mừng sẽ có hàng tá cháu ngoại tha hồ má ẳm bồng. Má tin con sanh con trai thì giống ba, con gái thì giống mẹ cũng xinh đẹp và lại học giỏi nữa làm vẻ vang dòng họ như cha của chúng nó đã nổi tiếng như cồn. Hai vợ chồng con nghe má nói như vậy có đúng không?

- Đúng thì gật đầu và không đúng thì lắc đầu cho ba má biết. Má thấy con rể gật đầu trước con gái mẹ mấy giây. Hai con đã đồng ý phải xây dựng gia đình nổi tiếng tốt ở Sóc Trăng, Cần Thơ và ngay bên quê nhà nước Áo cũng vang danh. Hai con của ba má thực hiện đúng lời ba má mong đợi, ngày Chúa gọi ba má về trời ba má cũng đã mãn nguyện rồi đó. Caroline thật sự xúc động rươm rướm nước mắt vội chạy đến ôm hôn má, ba và cũng không quên hôn chồng.

Một buổi chiều đã tắt nắng mà trong lòng ba người thân yêu của Caroline như có ánh nắng chói chang rọi vào lòng, ấm áp vô cùng. Hiếu nói, chiều nay:

- Thật hạnh phúc đối với anh, ba má và anh đã giúp em giải toả những cái uẩn khúc mà em buồn lo làm cho em tươi tỉnh vui trở lại. Đó là hạnh phúc lớn của em đền đáp công ơn sanh thành của ba má nuôi dưỡng chăm sóc em. Anh tin chắc từ đây đến ngày em gặp lại anh tại Áo, chúng ta có con ngoan, làm đám cưới tại nhà thờ, anh đã vào đạo Chúa để có sợi dây thiêng liêng buộc chặt thêm tình yêu.

Ba của Caroline nói:

- Ba rất hoan hỉ nghe con rể dám nói thật nỗi lòng mình để cho ba má và vợ con hiểu. Ba cám ơn con rể đã giúp ba má giải quyết tốt đẹp chuyện buồn lo của Caroline, Caroline sẽ bình tâm vui vẻ bỏ hết mọi buồn lo vô lý. Caroline nói:

- Chiều nay con nghe lời ba má chỉ dạy, lời chồng con khuyên bảo con thấy lòng con bây giờ như trút được hết gánh nặng buồn lo, con không ăn gì cũng no. Như vậy, chồng của con muốn đãi ba má và em món ăn gì em cũng thấy ngon. Con xin phép ba má để cho chồng con chọn món ăn cho gia đình mình vừa trải qua một nỗi buồn phiền vô cớ phải vậy không ba má? Bà nói ngay, ba má đồng ý.

- Chiều nay ba má thấy con gái của ba má đã trưởng thành, là người con hiếu thảo và người vợ ngoan hiền rất đáng khen. Bây giờ Hiếu lái xe đến nhà hàng bán thức ăn Việt rồi sẽ coi xem mình thích ăn món nào sẽ gọi sau.

Một buổi tối về nhà, hai vợ chồng chuyện trò thật cởi mở tâm đồng ý hợp bàn đến cách nuôi dạy con, bàn về khu nhà vườn của gia đình phải mang một sắc thái đặc biệt của một gia đình trí thức của tỉnh nhà Cần Thơ.

Caroline nói trong phòng ngủ chúng ta chỉ mua sắm đại khái cho anh sử dụng trước, còn trưng bày toàn diện từ màn, tấm trải giường, bàn trang điểm, bàn uống cà phê, tủ rượu của riêng anh đến các tủ để quần áo giày giép, đó là nhiệm vụ của em. Còn phòng tắm thiết kế cho khá rộng, anh lựa chọn mua thứ tốt hay phải đặt hàng ở Ý hay của nước nào đó mà anh thấy có quảng cáo trên net, báo chí, nên có bồn tắm đẹp rộng để vợ chồng mình tắm chung cho thêm rô măng tíc. Cầu tiêu cũng phải đẹp, mình không sợ tốn kém nên phải mua đồ xịn. Anh cần dùng bao nhiêu tiền cứ tự nhiên rút trong nhà băng, em ký thác là tiền bạc chung của hai người. Anh cứ xài thoải mái miễn sao nhà mình, khách bước vào phải trầm trồ khen anh Hiếu có óc thẩm mỹ thì em lại vui hơn người ta khen em.

Em nói thế, anh rõ lòng dạ em yêu thương anh vô bờ bến, tối nay anh phải thưởng em vì em ngoan luôn vâng lời sư phụ của em. Hiếu nói anh sẵn sàng thức trắng đêm nay với em vì sáng sớm thứ tư, anh đưa em và ba má lên Sài Gòn để chiều thứ năm là về nước Áo, em để anh một mình ở trong ngôi nhà này rất cô đơn còn em về Áo em còn ở chung với ba má cũng vui hơn anh. Vì vậy, em phải yêu thương anh nhiều, em không được khóc mà anh khóc vì cảnh cô đơn mới đúng, em nghĩ như vậy có đúng không?

- Em cám ơn anh, anh quá thông minh, anh khuyên em và so sánh cảnh anh ở đơn độc còn em ở chung với ba má. Như vậy ai buồn hơn ai, có phải vậy không anh?

- Em nói chí phải, để anh lấy chai rượu mạnh anh nhấm nháp một chút và em chỉ liếm môi vào ly rượu là anh có mồi xịn uống rượu thật ngon rồi. Anh Hiếu, sao cái gì anh lý luận cũng hợp tình hợp lý quá hay làm cho em càng thêm bái phục, tôn vinh anh mãi mãi là sư phụ của em. Hiếu nói:

- Em tôn anh làm sư phụ thì em phải luôn nghe lời anh, em có chịu không?

- Em sẽ luôn nghe lời sự phụ chỉ bảo, Caroline nói. Hiếu chép miệng như ra lệnh:

- Kể từ hôm nay cho đến mười tháng tới, đệ tử xa chồng không được buồn khóc, phải hết lòng chăm sóc thai nhi và khi sanh con lại có thêm trách nhiệm phải hy sinh cho con cho chồng, đại đệ tử có nghe rõ không?

- Dạ, em nghe rõ. Cám ơn đại đệ tử ruột của anh cho anh thưởng một nụ hôn chút xíu thôi nghe em. Em không đồng ý, sư phụ hôn đệ tử ruột một chút xíu coi làm sao đặng mà sư phụ phải hôn thật nhiều đắm đuối ngất ngây và còn phải thưởng cái khác nữa cơ.

- Xin đồng ý, sư phụ thừa sức qua cầu. Bây giờ sư phụ đi lấy rượu lấy nước uống cho lên gân và còn lấy khăn lau nữa đó, em đợi anh một chút xíu thôi nghe!.

- Dạ em đợi anh, Caroline nói.

Hiếu vào phòng tắm nhanh cho mát, dùng khăn to quấn ngang bụng, đến tủ lạnh lấy chai rượu mạnh đã vơi, một chai nước lọc và hai cái khăn nhún nước lạnh vắt ráo. Trở lại chỗ nằm của Caroline nâng nàng ngồi dậy uống nước. Rượu mạnh rót ra ly, Hiếu mời Caroline nếm thử một chút xíu cho thêm thơm môi miệng, Hiếu uống một ngụm nhỏ để cho rượu từ từ tan biến theo nước trong miệng vào dạ dày. Hiếu vốn xuất thân là học sinh nghèo, đâu có tiền để mua rượu bia uống. Nay đã là người lớn đang học đại học, đã có vợ sắp có con nên cũng tập tểnh làm quen với chất cay giúp tăng thêm hưng phấn ham muốn khi gần người yêu.

Hiếu dùng khăn ướt lau mặt cổ và cởi phăng áo người yêu ra, lau khắp cơ thể phần trên và đẩy nhẹ nằm xuống, Hiếu tiếp tục lau hết phần dưới xong lấy cái khăn bàn lớn đang quấn trong người đậy lên bụng nàng. Hiếu uống thêm ngụm rượu thứ hai, chừa lại một ít trong miệng, đẩy nhẹ vợ nằm xuống và ôm hôn vợ chuyển tải cho vợ thêm chất cay cũng giúp nàng tăng nhanh sự kích thích.

Cả hai quấn quít mân mê tạo thêm sự hưng phấn mau lên đến đỉnh điểm ham muốn và cả hai giải quyết xong chiến trường cũng khá lâu, chứng tỏ Hiếu có bản lãnh trong tình trường lại càng làm cho vợ hài lòng thêm yêu thương.

Nàng vốn là một thiếu nữ trâm anh giàu có mà lại khoẻ mạnh có sự ham muốn xác thịt cao độ mà gặp phải một cư dân của xứ "sóc sờ bai bòn - on xờ lanh bon tê?" mê hoặc và cả hai rất hoà hợp về ân ái, cùng lên đỉnh một lúc hay chàng dai sức hơn làm cho nàng phải đầu hàng sớm. Vì thế, Caroline lại càng yêu Hiếu mê mệt và Hiếu cũng yêu nàng với tất cả nhiệt tình của tuổi trẻ và luôn biết đắc nhân tâm làm vừa lòng người yêu. Người đẹp Caroline, một thiếu nữ có nhan sắc chẳng thua kém hoa hậu hoàn vũ như nhiều bạn gái nói.

Chỉ còn ba ngày phù du ngắn ngủi, Caroline phải xa chồng, một người chồng tuyệt vời như Caroline tâm sự với người yêu. Mãi mười tháng sau hai mái đầu xanh hoà hợp xuất sắc trong tình trường mới gặp lại nhau tại Áo. Trong chuyến Âu du đầu tiên, chàng đón rước nàng trở qua sống ở Cần Thơ cùng với chàng. Nàng còn nổi bật thiên chức sản sinh ra cùng lúc hai tác phẩm vĩ đại của hai người mới yêu lần đầu, chứng tích của mối tình chung thuỷ của hai người, dù nàng đi biển một mình lần đầu tiên ở Áo.

Hai người thu dọn chiến trường xong, lăn quay ra ngủ say mãi đến năm giờ sáng thức giấc, Hiếu vào toi let làm vệ sinh xong, dự định vào phòng tắm, Caroline cũng vừa mới thức lo đánh răng trước và nói với chồng, đợi nàng cùng tắm chung. Ra khỏi phòng tắm, Hiếu giúp vợ sấy tóc và thay đồ ngủ khác, nàng còn lo chảy tóc trang điểm, chàng nấu nước pha cà phê cho hai người uống còn cho vào bình thuỷ giữ nóng cho ba má thức dậy có cà phê uống sớm.

Gia đình Caroline chỉ còn vỏn vẹn có một ngày nữa ở Cần Thơ, sáng sớm mai lên Sài Gòn và chiều mốt lên máy bay về Áo.

Caroline nói với chồng em còn quá ít thì giờ gần nhau, em phải tranh thủ với thời gian dành anh cho em độc quyền, anh có chịu nổi không?. Hiếu nói anh sẽ làm theo ý muốn của em. Vì vậy hôm nay, em ở nhà chơi với ba má, anh vội chạy ra chợ mua thức ăn về ăn cả ngày, em không ra khỏi nhà nhằm thở hít hơi ấm hạnh phúc của ngôi nhà bé nhỏ này. Em về Áo hãy luôn nhớ anh nghe em mà tạm quên sự buồn lo vô ích. Caroline nói, anh đi chợ hay anh đi đâu cũng phải có em bên cạnh, em mới chịu. Vậy thì, em viết mấy chữ để dưới bình thuỷ đựng cà phê, nói ba mẹ uống cà phê trước, hai con mua thức ăn sáng và ăn trưa chiều mang về ăn tại nhà không đi đâu hết.

Hai vợ chồng vội thay đồ nhanh ra xe khoá trái cửa rất cẩn thận, chạy ra chợ Cần Thơ cũng khá gần mua các thức ăn làm sẵn mang về chỉ có hâm nóng là ăn, nhưng sớm quá chưa có bán. Hiếu sực nhớ chị Hai có cho mình cá trê, cá rô kho tiêu. Như vậy có món ăn mặn ngon, mua thêm rau dưa về ăn kèm và mua thêm tôm càng về nướng làm nhanh mà ba má lại thích và mua thêm một ký lô lạp xưởng ngon về hấp với cơm và nướng lại cho thơm ăn cũng rất bắt và mua thêm cải bẹ xanh về nấu canh với thịt nạc dăm, cũng là món ăn đơn giản không mất nhiều thời giờ chế biến. Cả chợ người ta chưa mang các thức ăn làm sẵn bày bán. Hiếu chỉ mua nguyên liệu như vậy cũng chế biến các món ngon cho cả ngày. Xe chạy ngang qua tiệm bán bánh bao, Caroline vào mua bốn cái về ăn sáng. Thế là hai vợ chồng đi chợ chưa quá ba mươi phút đã mua xong các cái mang về nhà. Hai con vừa mang các thứ vật liệu làm thức ăn trong ngày, không ra khỏi nhà. Bà đọc cái nốt của Caroline bà hiểu ý con gái mình, không muốn xa chồng suốt ngày hôm nay, bà rất thông cảm và vui mừng biết con gái mình trở lại trạng thái bình thường vui vẻ và còn ham muốn gần chồng, đó là một triệu chứng tốt, không còn bị sốc nữa.

Hiếu và Caroline vào phòng, cứ rù rì tâm sự ngồn ngang thỉnh thoảng vắng tiếng nói chừng nửa tiếng, một tiếng, má Caroline đi qua lại biết hai con mình đang làm gì, bà nói tội nghiệp hai con, chúng nó luôn tỏ ra vô cùng hoà hợp về chuyện chăn gối, nay mai phải xa nhau, đó cũng là duyên số không thể cãi lại được.

Đến mười một giờ, Hiếu ra làm bếp, Caroline phụ chồng lo rửa cải và xắt thịt ướp với tiêu hành, bột ngọt, đường, nước mắm để sẵn đó. Chồng đứng bếp vì Hiếu đề phòng vợ đứng gần lửa với gương mặt xinh đẹp da non dễ bị lửa táp vào mặt làm bỏng da hay rát mặt nên Hiếu không cho vợ đến gần bếp lửa. Má vợ thấy thằng con rể cư xử với vợ như vậy, trách sao con gái mình lúc nào cũng mê mệt yêu Hiếu, bà lại đổ tình thương nhiều cho chàng rể.

Bà tự hứa bà bảo rể khi sửa sang lại nhà mới, phải nghiên cứu tìm hiểu mua những vật liệu càng tốt sẽ làm tăng giá trị ngôi nhà mình, tốn bao nhiêu cũng đừng có lo, hai ông bà bao hết.

Caroline dọn bàn ăn đem ra các thức ăn đã làm xong, còn món lạp xưởng hấp trong nồi cơm, lạp xưởng nở phình ra trông rất đẹp no tròn. Thay vì nướng, Hiếu bắt chảo lên cho nóng để hết lạp xưởng vào chiên khô gọi là nướng cũng được, mùi thơm lạp xưởng dậy lên. Lạp xưởng đã ửng lên màu vàng hồng và có mỡ loang loáng bên ngoài rất thu hút, Hiếu tắt lửa, gắp ra dĩa hai người san sẻ một chiếc vì có nhiều món ăn. Khi hâm nóng lại cá kho Hiếu có pha một chút nước mắm có nêm nếm đường cho vừa ăn cho vào nồi cá kho hâm lại vì cá kho tiêu để hai ba ngày nước đã khô hết. Hiếu muốn làm thịt cá mềm dịu khi như hồi mới kho, cho thêm tiêu và hành lá lại càng thơm ngon vô cùng hấp dẫn, cơm nóng nữa, ba má nói con rể, làm lại món kho tiêu này ăn ngon quá.

Khi con sang Áo con thực hiện món cá kho này cho vợ con thưởng thức biết tài nghệ chồng mình cũng là sếp cút quốc tế xứng với hoa hậu hoàn vũ Caroline.

- Caroline lưu ý ông sếp cút nhớ mang theo hai chai nước mắm đó là bí quyết kho cá ngon. Hiếu nói, ba má thấy rồi đó, vợ con mới là phụ tá sếp cút mà biết kho cá cho ngon là phải có nước mắm. Nay con vinh danh cho vợ con thành sếp cút, món ăn Việt với hai món ăn độc đáo là cá kho và cá nướng. Ba mẹ và Caroline vỗ tay hoan hô nói Hiếu nhận xét quá đúng.

Thay vì ăn tiệm mất thì giờ quý báu của hai con, bà nói, ăn tại nhà có thêm sếp cút Caroline, món ăn nào cũng ngon hết sẩy, phải vậy không Hiếu?

- Má nói chí phải, con cám ơn má, con hoan nghênh vợ con hai tay và cả hai chân nữa, Caroline bẻn lẻn vui cười và nói một cách hồn nhiên:

- Ba má thấy rõ, con có sư phụ là chồng con cạnh bên con làm cái gì cũng thành công, như ba má muốn sanh nhiều, chồng con quá hay cho con luôn một cặp quá đã, em cám ơn sư phụ. Xin sư phụ phải hoàn thành trọng trách giúp cái máy đẻ sản xuất đều đều đúng một chục mười hai mà vượt chỉ tiêu lên chục mười sáu chắc em qua cầu gió thổi bay mất tiêu anh Hiếu ơi! Ba má Caroline quá vui thấy con gái sớm cắt bỏ sự sầu muộn vì phải xa chồng. Cả nhà có bữa cơm trưa vô cùng vui và hưởng trọn vẹn hạnh phúc gia đình. Hiếu đang rửa chén, có tiếng điện thoại, Caroline bốc lên nghe, bên đầu dây bên kia, bác trai bố vợ anh Trung mời chiều nay đi ăn cơm ở nhà hàng gần nhà Hiếu để tránh mất nhiều thì giờ vàng ngọc của hai cháu của đôi vợ chồng Hiếu Caroline.

Ngày mốt, hai bác và cháu Thu Mai cùng đi Sài Gòn với vợ chồng Trung đưa tiễn gia đình cháu về Áo. Caroline vô cùng xúc động, con nghe bác sẽ tiễn đưa gia đình con về Áo, con cảm động muốn khóc và con xin đại diện ba má con xin đội ơn hai bác. Ăn ở nhà hàng nào và địa chỉ Trung sẽ cho chồng con biết.

- Dạ, con xin đa tạ hai bác. Chú thím Tín cũng biết gia đình Caroline về Áo chiều thứ năm cũng gọi điện thoại nói với Trung xe con rộng cho chú thím tháp tùng theo tiễn đưa gia đình Caroline về Áo. Josephine và Trai cũng biết gia đình của Caroline về Áo đi chuyến bay tối thứ năm cũng hứa sẽ lên Sài Gòn tiễn đưa.

Tất cả người thân nhứt của gia đình Caroline ở Việt Nam như gia đình nhạc gia của Trung, gia đình chú Tín, vợ chồng Josephine, cả mẹ và chị hai, vợ chồng anh ba, chị tư và mẹ con chị Ngọc Mai đều hiện diện đông đủ trong ngày tiễn đưa về lại quê hương làm cho Caroline và ba má thêm ấm lòng tình nghĩa của người Việt thân quen với gia đình Caroline từ một đất nước xa xôi ở trời Âu.

Ông bà nhạc của Trung cũng mời luôn gia đình chú Tín đến ăn bữa cơm chiều do ông bà khoản đãi. Trong suốt bữa ăn, Caroline cố gắng giữ bình tỉnh mà nước mắt muốn bật ra vì sẽ xa chồng và xa người thân đã quý mến gia đình mình. Với gương mặt buồn xo cũng thể hiện nội tâm bất an của Caroline phải xa người yêu nhứt của đời mình. Ba má và chồng Caroline vô cùng thông cảm với tính tình nhạy bén trong tình cảm, thỉnh thoảng Hiếu xoay qua nắm tay vợ và thì thầm điều gì đó làm cho Caroline có thêm nghị lực kềm chế xúc động.

Với tánh hiếu động và bộc trực của Caroline những người thân quen cũng đã biết ít nhiều nên mọi người cũng thấy xót xa cho cho nỗi buồn xa chồng của Caroline. Trong lúc cả bàn ăn với không khí buồn nặng nề đang bao trùm.

Ông nhạc của Trung lên tiếng chia xẻ với gia đình Caroline và ông vui vẻ bắt qua nói cố làm cho Caroline quên nỗi buồn đang đến trong lòng. Ông rất tâm lý, nói, cuộc đời mỗi người ai cũng phải trải nghiệm qua thời gian hạnh phúc bên nhau đến thời gian phân ly chia cách và trở lại thời gian tương phùng sum họp.

Cuộc đời làm cách mạng vào bưng biền của bác mất đến mười năm mà nay Caroline đã biết bác sống sum họp với gia đình với mẹ con Minh Tâm và còn sống hạnh phúc bên nhau cho đến ngày không còn trên thế gian này nữa. Trường hợp của cháu Caroline, bác rất thông cảm hai cháu, vợ chồng cháu mới nếm trải tình yêu lần đầu, mà con gái bác nói lại, cháu Caroline càng yêu sâu đậm người yêu là chuyện tất nhiên. Cháu nên nhớ cháu chỉ phải xa cách chồng có vỏn vẹn mười tháng còn bác phải xa vợ con đến mười năm mà hai bác vẫn có cuộc sống tình cảm bình thường khi hai bác xa nhau. Bác nghĩ hai cháu xa nhau chỉ có mười tháng ngắn ngủi rồi lại trùng phùng sum họp và còn thêm hạnh phúc hai cháu có thêm hai con nhỏ nữa. Như vậy, ngay bây giờ hai cháu phải thật vui để cho mọi người thân cùng vui với gia đình cháu trong bữa cơm thân mật đầm ấm vui vẻ này. Caroline hãy ngẩng mặt nhìn vào hai bác cười vui coi nào. Xin mời mọi người nâng ly chúc mừng gia đình Caroline lên đường trở quê bình an và thật vui vẻ, mọi người vỗ tay hoan hỉ. Caroline đã có vẽ tươi tỉnh không còn gương mặt eo xèo khi mới vào bàn ăn. Thím Tín nói tiếp:

- Cháu Caroline đã nghe tâm sự của bác hai nói về cuộc đời làm cách mạng của bác phải xa vợ con cũng trong sự khoắc khoải nhớ nhung vì hoàn cảnh bắt buộc cũng như cháu cũng có hoàn cảnh phải xa chồng. Nhưng, sự xa cách của cháu lại quá ngắn ngủi chỉ có mười tháng phù du và khi hai vợ chồng sum họp lại có thêm bảo vật của tình yêu không những một mà có đến hai bảo vật. Vì vậy, không có lý do vì Caroline phải buồn lo mà hai cháu phải thật vui ngay bây giờ để mười tháng sau tay trong tay trùng phùng hạnh phúc của cả hai vợ chồng. Và còn tiếp tục tạo ra những bảo vật mới mà cháu Caroline nói là cháu muốn có con đến cả chục có đầu để thành lập một đội bóng đá, có phải vậy không Hiếu?

- Dạ, thưa thím, chí phải đó ạ! Con xin cám ơn chú thím và hai bác ba mẹ của anh chị ba con đã nói tâm tư tình cảm của mình để cho vợ con trở lại cuộc sống vui sống khoẻ và luôn líu lo như xưa khi xa chồng trở về quê trong bình an. Cả bàn vỗ tay tán đồng. Caroline đứng lên như đứa trẻ ngoan đáng yêu, khoanh tay cúi đầu chào hai bác, gia đình chú thím Tín và ba má và nói:

- Con vô cùng đội ơn bác trai, thím Tín đã có lời vàng ngọc khuyên dạy, con phải chứng tỏ con đã trưởng thành trong tư duy, trong cách xử thế và bản lãnh của người phụ nữ trong sự chia ly vợ chồng. Con xin lãnh nhận lời chỉ giáo quý báu của hai bậc trưởng thượng mà vợ chồng chúng con luôn kính trọng. Khi con về đến quê hương, trong tâm của con chắc chắn có hình ảnh chồng con và đặc biệt hình ảnh của bữa cơm chia tay vô giá này đã làm ấm lòng con khi xa chồng.

Những lời chỉ giáo của bác trai và thím Tín con luôn ghi nhớ trong lòng sẽ giúp con nguôi ngoai nỗi buồn nhớ chồng trong những đêm khuya hay trong lúc lâm bồn sanh con nằm cô đơn trong bịnh viện. Con xin đa tạ hai bác, chú thím Tín và ba má con, em xin cám ơn anh chị ba, cháu Thu Mai đã hiện diện trong bữa cơm tình thương này và an ủi con lấy lại bình tỉnh can đảm phải xa chồng. Em xin cám ơn anh Hiếu, chồng yêu quý của em đã cho em suốt hơn ba tháng hạnh phúc bên anh và anh còn tặng cho ba má và em và cả gia đình, bà con thân thích hai tuyệt tác của tình yêu. Con đa tạ tất cả, Caroline nắm tay chồng đứng lên cùng cúi đầu chào, cũng kết thúc bữa cơm chia tay rất đậm đà tình nghĩa của mọi người.

Hai xe từ Sóc Trăng và chiếc xe từ Cần Thơ cùng hẹn có mặt ở Sài Gòn và gia đình Josephine đã lên Sài Gòn trước một ngày, gặp nhau trưa thứ năm tại nhà hàng Thanh Thế, gần chợ Bến Thành để cùng nhau ăn thêm một bữa chia tay đậm đà tình nghĩa yêu thương quý mến nhau.

Hiếu trả phòng sớm, vừa hơn mười một giờ xe của Hiếu đã đậu tại bãi gởi xe khu chợ Bến Thành, chỗ gần nhà hàng Thanh Thế. Hiếu nói:

- Ba má và em Caroline, đừng mang theo bóp xách, giấy tờ hay cả tiền, đi tay không, tiền con có, ba má và em Caroline muốn mua gì làm quà cho bà con gia đình nên mua. Nếu ba má và Caroline mang bóp, túi xách kẻ xấu biết có tiền đô chúng có thể dở trò lưu manh cướp mà lại thấy có giấy thông hành và vé máy bay thì mình còn nguy to, chúng sẽ tống tiền bắt mình phải trả tiền chuộc với giá cao. Con đề phòng xa, ba má và Caroline đi với con là con phải luôn hết sức bảo vệ sự an toàn cho gia đình. Má vợ nghe con rể nói lại càng có ấn tượng tốt yêu thương Hiếu nhiều thêm. Tại chỗ gởi xe không tiện đem bóp xách ra để thùng sau, Hiếu căn dặn ba má đẩy các bóp xách vào sâu dưới ghế ngồi tránh ở ngoài nhìn vào thấy, ghế ngồi trước Caroline cũng làm như vậy, xuống xe, Hiếu cẩn thận đi quanh xe nhìn vào trong xe coi xem ở ngoài có thấy bóp xách không? Thấy khá an toàn, Hiếu đến lấy thẻ gởi xe. Đưa ba má và vợ vào nhà hàng Thanh Thế, đến quầy thu ngân đặt bàn cho hai mươi người ăn từ mười hai giờ trưa và nhà hàng làm ơn viết một cái biển nhỏ nói là ông Hiếu ở Cần Thơ đặt. Còn đến mười mấy người nữa từ Sóc Trăng, Cần Thơ lần lượt kẻ trước người sau sẽ đến đây. Ai đến trước xin nhà hàng giúp mời uống trà cà phê hay rượu cũng tốt. Gia đình tôi còn đến ba mươi phút nên chúng tôi đi vào chợ Sài Gòn tham quan và mua một ít đồ dùng. Tôi sẽ mua một ít xoài Hoà Lộc nhờ nhà hàng gọt giúp và ướp lạnh để dùng tráng miệng. Nói xong, Hiếu cám ơn cô thu ngân và xin đặt tiền cọc trước cho thêm tin.

Đúng mười hai giờ, Hiếu và gia đình về đến nhà hàng Thanh Thế và thấy gia đình của Hiếu và chú thím Tín đang đi về hướng nhà Thanh Thế, Hiếu nói ba má và chúng con đứng đợi tiếp rước hai bác và chú thím Tín. Ông bà nhạc của Trung thấy gia đình Hiếu đứng đợi trước nhà hàng lại càng thêm vui. Mới gặp nhau chiều hôm qua nay gặp lại nhau cũng tay bắt mặt mừng, cùng nắm tay vào bàn ăn thấy có tấm biển nhỏ ghi là bàn của Hiếu Cần Thơ, hai bác rất thích Hiếu có cách làm chu đáo như thế này. Hai xe của Bernard và của Trai chưa đến.

Một nhóm người từ ngoài cửa vào lại thấy có ông bà Tổng Lãnh Sự Áo cũng đến dự, Hiếu lật đật chạy ra cúi đầu chào ông bà và hướng dẫn vào bàn ăn. Sau khi bắt tay chào hỏi ông bà Phó Bí Thư Cần Thơ và chú thím Tín cũng như hai ông bà đồng hương và cháu Caroline. Ông bà Tổng Lãnh Sự ngồi kế ông bà nhạc của Hiếu, Josephine tìm chỗ ngồi kế bạn mình Caroline tha hồ mà tâm sự và nhắn gởi về các bạn thân ở Áo. Hiếu đứng lên trình bày sở dĩ có bữa ăn trưa nay là vì con rể muốn có bữa ăn đặc biệt tiễn đưa ông bà nhạc và còn có ý nghĩa là tiễn vợ về quê hương chăm lo sức khỏe khi sanh con đầu lòng.

Hiếu cho biết bữa ăn trưa nay, Hiếu có gọi ăn chung là súp vi cá măng cua và các dĩa thịt nguội kiểu Anh gọi là assiette anglaise có thể nhấm nháp thêm chút rượu và thêm món chánh tuỳ vị chọn mà nhà hàng đang có sẽ phục vụ nhanh và trước mặt quý vị có tấm thực đơn quý vị chỉ nói số thức ăn trên thực đơn, người phục vụ sẽ ghi chép và đưa xuống nhà bếp làm ngay. Vừa nói xong, thấy nhà hàng mang ra năm dĩa đồ nguội truyền thống của người Anh để gọi là ăn chơi, nếu ăn thiệt thì mỗi người phải nguyên một dĩa mới đủ và món súp làm cho mát dạ. Hiếu nhấn mạnh nhà hàng Thanh Thế đã nổi tiếng của Sài Gòn hoa lệ năm xưa vì có nhiều món Âu Châu Á Châu và đặc biệt các món ăn ngon độc đáo của người Việt có tâm hồn ăn uống.

Nói xong, Hiếu mời các nhân viên nhà hàng ghi nhận các món ăn của quý vị trưởng thượng còn quý anh chị trẻ tôi hỏi ghi giúp. Hiếu hỏi trước nhứt là Caroline và Josephine và lần lượt mọi người và Hiếu cũng giúp mẹ, chị Hai, chị Ngọc Mai và cháu Thu Mai, món suông độc đáo của nhà hàng và bánh canh cua và vài món khác là món ăn thuần tuý của người Việt. Mọi người chỉ nói số món ăn và ghi tên từng người cho nhân viên biết rõ để mang thức ăn đến đúng thực khách đúng món ăn đã chọn. Nhóm trẻ ghi món ăn nhanh, Hiếu đưa trước cho nhà hàng làm trước và quý vị trưởng thượng cũng vừa chọn thức ăn xong, các nhân viên đi vào trong ngay để nhà bếp phải làm nhanh vì là ăn trưa không có nhiều thì giờ như ăn tối.

Đặt món ăn xong, Hiếu lại ngồi cạnh vợ rót nước sô đa perrier của Pháp mời vợ uống trước và Hiếu uống tiếp cũng ngay môi Caroline vừa đặt vào ly, rất ý nhị. Chị Tuyết Trinh của Hiếu bắt gặp, nói liền, các anh chị và các bạn thấy không, chồng mà yêu vợ như Hiếu thì Caroline phải yêu mê mệt chồng không muốn xa rời chồng nửa bước, có phải vậy không em dâu của chị, Caroline đáp:

- Chị tư có nhận xét về chồng em đối với em quá đúng, em xin cám ơn, chị tư có nói với em là chị tư đi guốc trong bụng em út nên anh Hiếu có làm cái gì cũng không qua mắt chị hết, có phải vậy không chị tư?:

- Rất đúng, hai chị em từng sống chung trong nghèo khổ cùng sử dụng chung một chiếc xe đạp đi học nên cái gì cậu nói hay làm chị tư đều biết thâm ý của cậu. Hiếu có cử chỉ yêu thương Caroline rất tế nhị vì trước chỗ đông người, cậu út muốn nhắn gởi cho Caroline biết là lúc nào Hiếu cũng hết lòng yêu thương Caroline. Ngay chỗ môi em đặt vào ly uống nước là cậu cũng muốn gởi tín hiệu cho vợ cái gì của vợ làm hay suy nghĩ là độc quyền của Hiếu, ngay chính môi miệng em vừa chạm vào ly là chàng theo dấu kỹ niệm của nàng ngay.

Thím Tín ngồi kế bên nghe hai chị em nói qua nói lại cũng có ý nghĩa giúp Caroline lúc nào cũng vui vì có chồng luôn mãi gần vợ. Thím Tín tóm dịch để cho ông bà Tổng Lãnh Sự và Josephine, ba má và cả Caroline hiểu rõ tình ý của chồng muốn cho vợ biết là chồng yêu vợ dù bất cứ nơi nào dù có vắng vợ hay vợ xa chồng cũng vẫn mãi yêu nhau nhớ nhau. Ông bà Tổng Lãnh Sự nghe qua lời thông dịch của thím Tín vỗ tay hoan nghênh Hiếu có cử chỉ đẹp với vợ, ông nói:

- Năm nay Caroline sanh con đầu lòng mà lại sanh đôi mới hay mà cả hai đều là trai chắc tương lai hai chú bé này sẽ giống ba chúng nó làm cho các cô gái thêm mê mệt như mẹ nó bây giờ cũng từng đang mê mệt không muốn xa chồng. Nhưng, cháu Caroline đừng có lo, năm tới cháu sẽ sanh con ở Cần Thơ và cứ mỗi năm sanh một đứa ở Việt Nam ở Áo hay ở quốc gia nào mà ba mẹ chúng nó đang du học, sanh làm sao cho đủ chục có đầu mà ba má Caroline muốn có nhiều cháu như vậy. Chẳng khác nào hai bác cũng mong ước Josephine và con rể của hai bác phải học theo bài học sanh con càng nhiều càng tốt của Caroline. Hai bác chỉ có duy nhứt một mình Josephine, nếu con gái hai bác chịu sanh đến một chục có đầu mà là chục có đầu mười sáu không phải chục có đầu mười hai như Caroline, hai bác lại gặp đại hỉ, vui quá đi thôi!. Cả bàn ăn nhiệt liệt vỗ tay hoan hỉ tán đồng lời chúc tốt đẹp của bậc sanh thành muốn có cháu đầy đàng càng đông càng tốt.

Ăn xong đến ăn tráng miệng lại ăn xoài cát Hoà Lộc, loại xoài ngon nhứt và đắt tiền nhứt ở Việt Nam, buổi trưa nóng mà ăn xoài Hoà Lộc ướp lạnh, miếng xoài đã vào miệng nó đi đến đâu người ăn cũng cảm nhận biết đường xoài đi, sự ngon ngọt và mùi thơm đặc trưng của xoài Hòa Lộc nó khác hẳn với mùi vị các loại xoài khác. Ai cũng khen sếp cút Hiếu đi chợ giỏi. Ông Tổng Lãnh Sự Áo nói chúng ta đi đưa tiễn nhiều xe dễ bị kẹt đường không còn đi cùng đoàn được. Chiều nay lúc bốn giờ, bà con Cần Thơ Sóc Trăng có xe cùng tập trung tại Toà Tổng Lãnh Sự, tôi cũng đi đưa tiễn tận phi trường, khi gia đình Caroline vào phòng VIP chờ chuyến bay dù có lâu cũng sẽ còn xe của chồng Caroline ở tới giờ cuối. Còn các xe khác chúng ta ra về vì các xe ở Cần Thơ Sóc Trăng đi mất nhiều thì giờ và cần nghỉ ngơi để hôm sau còn đi làm việc.

Tôi sẽ gọi báo cho cảnh sát giao thông có đoàn xe năm chiếc của Toà Tổng Lãnh Sự đưa phái đoàn Áo về nước. Xe cảnh sát dẫn đường, chúng ta không lo sợ bị kẹt xe, tách đoàn. Mọi người hiểu thâm ý của ông Tổng Lãnh Sự. Bác trai, ông nhạc của anh Trung nói lời cám ơn ông Tổng Lãnh Sự có ý giúp chúng tôi đến phi trường nhanh và chúng tôi về lại Cần Thơ Sóc Trăng chưa khuya lắm còn nghỉ ngơi sáng đi làm việc.

Đúng kế hoạch đã bàn trước, ông bà Tổng Lãnh Sự và mọi người vào phòng VIP, Caroline và Hiếu lo làm thủ tục gởi hành lý xong, Hiếu và mẹ, chị hai ở lại đi về sau cùng với Hiếu ở Cần Thơ chơi vài ngày rồi Hiếu đưa về Sóc Trăng. Trong phòng khách VIP rất tiện có đủ thức uống giải khát, Caroline ngồi giữa mẹ và chị hai, nắm tay hai người thân yêu với gương mặt buồn xo. Caroline nói:

- Về Áo con lúc nào cũng thương nhớ mẹ và chị hai nhiều. Hiếu thông dịch chuyển những lời mẹ dặn dò Caroline, có con đầu lòng phải hết sức cẩn thận, chịu cực lo cho con sau một tháng, con dần lớn lên trông thấy hàng ngày cũng làm mẹ yêu quý con. Mẹ chồng còn nhắc nhở nàng dâu mọi thứ cử kiêng của dân quê chân chất khi sanh đẻ, Caroline hôn tay mẹ nói lời cám ơn mẹ. Hiếu chuyển dịch lời mẹ chúc mừng sức khoẻ ông bà sui và chúc thượng lộ bình an. Bà còn hứa khi Hiếu sang Áo đón vợ con bà cũng đi theo để bồng bế tiếp con dâu và đặc biệt là dự đám cưới con tại Áo. Ba má Caroline nghe vậy rất vui mừng và hứa:

- Đón tiếp chị sui cũng như cô hai thật trang trọng. Mai Hạnh gật đầu tỏ ý cũng sẽ đi. Caroline biết mẹ và chị hai đi theo chồng đến Áo dự lễ cưới và đón dâu và cháu nội, Caroline đến ôm hôn mẹ và chị hai. Ba má thấy con gái Caroline vui vẻ không còn buồn xo như lúc mới vào phòng VIP. Hai ông bà rất hài lòng biết thằng rể muốn sắp xếp như vậy tránh cho Caroline buồn tủi xa chồng sẽ khóc nhiều. Sau hai tiếng chờ lên máy bay, nay nghe thông báo mời hành khách ra xe chở đến máy bay. Mọi hành khách đều đồng loạt đứng lên, ai cũng vội vàng ra xe, Hiếu len lỏi nắm tay Caroline đưa lên xe và xe chạy ra máy bay. Hiếu mới trở vào phòng khách, đưa mẹ và chị hai đến parking VIP lấy xe và chạy thẳng về Cần Thơ, lúc ấy mới hơn sáu giờ chiều.

Mẹ và chị hai về Cần Thơ ở chơi thêm vài ngày, có dịp đến xem khu nhà vườn của vợ chồng Hiếu đang xây dựng và biết rõ phòng dành riêng cho mẹ và chị Hai khi lên Cần Thơ thăm cháu và ở chơi với vợ con Hiếu giúp Caroline học hỏi thêm tiếng Việt.

Hiếu giải thích cho mẹ và chị hiểu lòng của Hiếu là muốn mẹ và chị cùng về ở chung một nhà với vợ chồng Hiếu mà kẹt là nhà ở Bố Thảo là ngôi nhà kỹ niệm của gia đình không thể bỏ hoang phế hay bán đi. Hiếu dẫn mẹ và chị hai đi tua tham quan khu chợ nổi Cái Răng và vài vùng sinh thái của đồng quê. Mẹ và chị rất thích du ngoạn chiêm ngưởng đặc trưng của chợ nổi và chị hai hồi tưởng hồi còn quá trẻ cũng từng lặn lội tảo tần mua bán chỉ đi bằng chân, nay người ta mua bán bằng ghe bằng xuồng trông hoạt cảnh này thật vui mắt.

Sáng chúa nhựt Hiếu thức sớm lo hâm nóng lại thức ăn, mời mẹ và chị ăn lót dạ về đến Sóc Trăng sẽ ăn cơm trưa sớm, con ở lại chơi hết ngày chúa nhựt, sáng thứ hai trở về Cần Thơ.

Ăn trưa xong, Hiếu vào phòng đánh một giấc cho lại sức sau những đêm thiếu ngủ. Mãi gần đến gần ba giờ thức dậy đi tắm và nói với mẹ là con sẽ không ăn cơm chiều ở nhà mà con đi ăn cơm khách. Trước khi đi tắm, Hiếu gọi đến nhà bác ba, ông bố vợ hụt, nói năm giờ Hiếu sẽ đến nhà thăm bố mẹ, nhờ cô nhân viên chuyển giúp. Hiếu nói là tôi có mang theo thịt heo quay và một chai Martell để hai bố con tôi lai rai bàn chuyện làm nhà vườn ở Cần Thơ và sẽ để bản là nơi giới thiệu cây trồng ở Sóc Trăng của bố, ai muốn mua xin gọi số điện thoại... Bố của tôi đồng ý cho phép, tôi sẽ làm như vậy. Hiếu đang nói trên đầu dây không phải là nhân viên, bạn gái cùng lớp với Hiếu ở trường trung học Hoàng Diệu, cô ta giả bộ nói là nhân viên của bác ba để Hiếu nói tự nhiên hơn.

Năm giờ, Hiếu lái xe đến nhà bố, cửa cổng đã mở đợi chờ, bạn học của Hiếu ra tận cổng đón, bố mẹ của bạn cũng đứng chờ đợi ở phòng khách. Hiếu cúi đầu chào và thưa với hai bác con từ Cần Thơ đưa mẹ, chị hai của con về Bố Thảo trưa nay. Con đến thăm hai bác và bạn của con, sáng mai con về lại Cần Thơ. Bố nói:

= Trước hết, Bố khen con nói tiếng Anh giỏi quá, con đã trưởng thành lịch thiệp nói năng rất từ tốn lễ phép, mà con còn làm marketing vô cùng xuất sắc đáng giá bạc tỷ làm ông Bí Thư tỉnh phải khen con, Bố rất hãnh diện. Bố mẹ đều rất hoan hỉ có một đứa con nuôi như con thì Bố mẹ vô cùng may mắn, chỉ tiếc, con không phải là rể quý của Bố mẹ. Thôi, Bố con mình đợi kiếp sau nhé! Hai mẹ con của bạn gái quá cảm xúc đều rơi lệ. Hiếu nói con xin cám ơn Bố có lời ước mong và con cũng nguyện cầu kiếp sau sẽ xảy ra đúng như vậy. Hiếu nói con xin phép chiều nay, con rót rượu mời Bố mẹ nhấm nháp như là lời tạ tội, con thiếu duyên nên không được làm rể của Bố mẹ. Hiếu khui chai rượu Martell nói với người bạn gái em giúp lấy bốn cái ly để anh mời Bố mẹ trước và mời em, em không uống rượu được, cũng xin liếm môi, anh xin phép em, sẽ uống hết. Bác ba nói:

- Bố rất cám ơn Hiếu, Bố rất mến phục, con lịch lãm xuất sắc và ông nói:

- Mẹ và con gái có nghe và hiểu rõ hàm ý qua lời nói của Hiếu vô cùng ý nghĩa, càng nghĩ Bố càng mến yêu con nhiều lắm Hiếu ơi! Ông giải thích cho bà và con gái hiểu ý nghĩa lời nói của Hiếu là con gái mình không uống rượu được thì chỉ liếm môi vào ly rượu, Hiếu sẽ uống cạn. Hiếu muốn gởi thông điệp cho con gái của Bố là Hiếu sẽ ôm giữ hết tình cảm của con gái dành cho Hiếu mà nay chỉ là tình bạn thôi. Bố hỏi thật con có đúng ý của Hiếu như vậy không? Hiếu gật đầu. Con gái thêm dạn dĩ đứng lên nói con xin phép Bố mẹ cho con hôn anh Hiếu đã tỏ tình con cám ơn anh Hiếu đã để ý yêu con mà nay không thành. Nói xong, Thu Vân nắm tay kéo Hiếu lại gần hôn vào hai má. Bố mẹ vỗ tay khen con gái của Bố mẹ sao bữa nay quá dạn dĩ, không thể ngờ con gái của Bố mẹ đã trưởng thành.

Mẹ mời Hiếu và bố con vào bàn ăn ngồi nhậu và Hiếu có thể trút hết tâm tư tình cảm của Hiếu khi còn học trung học và hiện tại. Các em của Thu vân và người trong họ, đang ở trong phòng nghe lén câu chuyện tình dang dở rất có hậu giữa Hiếu và Thu Vân.

Chiều hôm nay, ngoài món thịt heo quay Hiếu mang tới, Thu Vân còn nấu thêm vài món ngon đãi bạn. Hiếu uống cạn hết ly rượu mà Thu Vân đã liếm môi vào ly. Hiếu như ôn nhớ lại dĩ vãng kể lại cho Bố mẹ và Thu Vân nghe hết quãng thời gian còn bé, mới sanh ra đời, không lâu, ba Hiếu tử trận trong cái gọi là Mùa Hè Đỏ Lửa năm 1972 tại Quảng Trị.

Từ ngày đó cho hết thời gian con học trung học, gia đình con sống trong tột cùng của sự nghèo khổ, cơm không đủ ăn, bữa cháo bữa rau, mẹ chưa quá ba mươi tuổi mà phải nuôi bốn con thơ từ một đến mười tuổi chỉ cái nghề may vá mướn trong xóm. Hồi còn nhỏ con tập được cái thói quen đói quá lấy sách ra học chóng đói, quên đói và may mắn con giỏi Anh văn và tất cả các môn học khác. Thu Vân đã biết anh học giỏi nổi tiếng ở lớp ở trường và cũng nổi tiếng là học sinh nghèo nhứt của trường, nghĩa là cái tốt xấu trên cõi đời này anh đều đứng nhứt. Cả trường có học sinh nào đi học trung học mà mặc quần áo vá mà con lại đứng hạng nhứt về mặc quần áo vá, chắc Thu Vân cũng có thấy phải không? Thu Vân gật đầu.

Bây giờ con xin thú thật với Bố mẹ trong lớp học cùng với con hay trong cả trường, con chỉ để ý và tỏ ra trìu mến chưa dám nói là yêu Thu Vân là người bạn gái con quý mến nhứt. Lý do đầu tiên là Thu Vân học giỏi, chỉ có đứng sau con, Thu Vân có thấy điều đó không? Thu Vân gật đầu. Hơn nữa chỉ riêng lớp hai con học phải nói là Thu Vân đẹp nhứt làm cho các bạn trai ai cũng muốn gần gũi kết bạn... Chỉ riêng con không những phải nói mê thích Thu Vân mà không dám làm quen kết bạn vì Thu Vân con nhà giàu, đi học thường diện quần áo giày dép mới, thứ mắc tiền. Còn con thuộc tầng lớp cùng đinh nghèo khổ "Trần Minh khố chuối", có rất nhiều mặc cảm không dám đua đòi làm bạn với Thu Vân. Con có cảm nhận có nhiều lần, Thu Vân muốn làm quen kết thân với con, con giả bộ không hiểu và thường làm lơ hay đánh trống lảng làm cho Thu Vân cụt hứng có đúng vậy không?

- Dạ đúng, đó là lỗi tại anh không phải lỗi tại em.

Em nói đúng, không phải lỗi của em mà cũng không phải lỗi tại anh mà là lỗi của ông tơ bà nguyệt không chịu se tơ tình duyên cho chúng ta, thưa bố mẹ con nói như vậy có phải không ạ!:

- Hiếu, con nói rất đúng nên bác đã nói xin đợi kiếp sau là vậy đó.

Con xin nói tiếp, ở đời trong cái rủi lại có cái may, chị hai con trong khai sanh có tên cha mẹ mà nghề ngihệp của cha là quân nhân (của chế độ cũ) khó mà vào học đại học dù thi đậu vượt qua điểm chuẩn nhiều điểm. Từ anh ba Trung, nay là bác sĩ đang làm việc ở Cần Thơ và chị tư con là giáo sư Văn của trung học Hoàng Diệu. Anh ba và chị tư của con thi tốt nghiệp ra trường đều đỗ thủ khoa. Nếu ba chúng con, trong khai sanh có tên cha là quân nhân thì làm sao vào được đại học mà lại là đại học Y mới cực kỳ khó. Ba con là quân nhân ở đơn vị tác chiến lưu động nên làm thất lạc hôn thú khi sanh ra chúng con không có hôn thú nên không có tên cha trong khai sanh ghi là cha vô danh.

Chúng con lấy họ mẹ, chúng con không gặp hàng rào cản cái gọi là lý lịch trích ngang. Vì vậy, ba chúng con thi đậu đủ điểm chuẩn, vào đại học suôn sẻ. Còn chị hai con có tên cha là quân nhân và chị đi làm công ở đợ cho gia đình giàu nên không bị hàng rào cản lý lịch. Cả đời chị con hy sinh hết tuổi thanh xuân đi ở đợ nuôi anh chị em con mới có tiền đi học không còn cảnh mặc quần áo vá đi học.

Có chuyện khá vui rất lý thú, anh ba con học đại học Y Cần Thơ mà thường mặc quần áo vá, có một bạn gái cùng lớp rất ngạc nhiên để ý sao có chuyện lạ lùng như vậy. Chị dâu con (sau này) xin anh cho biết địa chỉ ở Sóc Trăng có dịp đến chơi, anh đánh trống lảng, không muốn bạn cùng lớp biết nhà mình nhà dột cột xiêu quá nghèo khổ. Và nổi tiếng là Trần Minh khố chuối, nghèo đến độ phải lấy lá chuối kết thành khố che thân. Theo tập truyện thơ chắc bố mẹ cũng có nghe biết tập thơ bình dân này, sau Trần Minh cố học dồi mài kinh sử, thi đỗ trạng nguyên được vua gã công chúa trở thành giàu sang quyền quý. Bố mẹ gật đầu.

Chị dâu con có tánh hiếu kỳ muốn tìm hiểu cho bằng được nhà của anh vì anh nổi tiếng là sinh viên xuất sắc của khoá học. Chị dâu của con rủ thêm một người bạn gái đi đến Bố Thảo tìm thăm gia đình anh Trung. Tìm hỏi nhiều người không ai biết, may gặp một ông cụ, ông hỏi cậu đó làm gì, Minh Tâm tên chị dâu con nói anh là sinh viên Y khoa của trường Y Cần Thơ. Ông vỗ tay cái bốp, bác biết rồi, hai cháu muốn tìm gia đình Trần Minh khố chuối, bác chỉ đường hai cháu đi đến gặp một ngôi nhà xiêu vẹo có đặt một cái máy may ngay cửa, đó là nhà Trần Minh khố chuối. Sở dĩ có cái tên đó vì gia đình cậu sinh viên quá nghèo mà học giỏi nhứt làng có thể nói là giỏi nhứt tỉnh vì cả tỉnh thi đậu vào trường Y có vài đứa mà nghe nói nó đỗ điểm cao nhứt nên có tên Trần Minh trước nghèo mặc khố lá chuối thay quần, sau đỗ trạng nguyên, như cháu đó sau này sẽ có thể đậu bằng bác sĩ.

Cả làng thương cảnh nghèo nên chung góp kẻ ít người nhiều cho tiền em đó đủ trả tiền nhà tiền ăn luôn mấy tháng rồi sau tính tiếp. Chị Minh Tâm của con có cảm tình ngay lúc nghe nói hoàn cảnh của nhà anh Trung nghèo quá thê thảm mà anh lại học quá xuất sắc. Chị và người bạn cũng đi đến nhà, từ xa đã thấy anh Trung trùn trục ở trần bửa củi, chị thấy thương hại, không dám lại gần sợ anh thấy thêm tủi thân.

Chị về kể hết cho mẹ chị nghe, bà nói người càng nghèo càng có nhiều tự ái, mặc cảm nếu con muốn vun bồi tình yêu của con đối Trung mẹ không cản, và nhắc con phải luôn tế nhị, cách cho quý hơn của cho. Mẹ cho con tiền, con âm thầm liên lạc với bà chủ nhà trả tiền nhà tiền ăn hết năm học và xin bà nói với anh sinh viên Trung, bà biết Trung gặp hoàn cảnh khó khăn, bà chưa vội lấy tiền bây giờ, khi nào cậu ra trường làm bác sĩ có tiền trả sau. Mẹ chị con còn bảo, nghe nói Trung cũng giỏi tiếng Anh bảo nó dạy con tiếng Anh cùng thêm vài người bạn của con, nó lấy tiền mấy bạn rẻ, con bù thêm tiền nói là tiền công anh dạy học làm thế nào con ước tính Trung có đủ tiền tiêu xài mà là con nhà nghèo đâu biết tiêu xài hoang phí. Mẹ còn biết, Trung còn mang tiền giúp mẹ nuôi hai em.

Qua năm học thứ hai, anh ba con được chị hai gíup tiền thêm lo ăn học. Trong lúc chị hai trong kiếp ở đợ, giúp việc cho giới giàu sang phú quý, cứ nhắm mắt, ông chủ bảo làm gì cứ làm, sợ ông chủ đuổi mất chỗ làm, miễn sao có tiền gởi về nhà nuôi ba em đi học cho đến nơi đến chốn dù chị có chết hay bị nhiễm vi trùng bịnh lao phổi của ông chủ, chị cũng chịu, miễn sao giúp được ba em đi học đàng hoàng. May chị con gặp quới nhơn có lẽ vong hồn ba con linh thiêng vì ba chết trận hy sinh vì Tổ quốc về phù hộ chị.

Chị gặp ông chồng này đâu còn đủ sức khoẻ làm chồng mà mục đích chính anh muốn cho chị hết tiền bạc có trong ngân hàng Pháp ở Sài Gòn. Tình yêu cao thượng của chị đối với chúng con vô cùng cạo đẹp nên chúng con bây giờ xem chị là người mẹ đẻ thứ hai. Chị hy sinh cả cuộc đời để lo nuôi ba em. Chị con từ người ở đợ nay lên ngôi tỷ phú ở Việt Nam, anh chị cho tiền anh Trung mua nhà ở Cần Thơ để hai anh em đi học và mua xe hơi mà con đang sử dụng là xe của anh Trung cho con, nhà con được xây cất lại.

Gia đình con đâu có ai biết người yêu hết lòng giúp đỡ anh Trung là con gái duy nhứt của ông Phó Bí Thư Tỉnh uỷ Cần Thơ, có tiền có quyền trong xã hội, anh con như chuột sa hủ nếp.

Miếng đất con mua làm nhà vườn có diện tích quá rộng hơn mười một mẫu trong nội ô thành phố Cần Thơ, người thường khó mua nổi và may ông Phó Bí Thư biết người thân này muốn bán để tìm đường vượt biên. Con suy luận, có lẽ người bán được ông hứa điều gì đó, như rủi vượt biên bị bể, bị bắt có ông bao che, nên chủ đất bán rẻ, chỉ bằng một phần ba giá thị trường và yêu cầu quy ra trả bằng đô la, con đồng ý liền vì chúng con có tiền đô la và Euro mà không có tiền Việt. Giấy tờ mua bán có sổ đỏ các cái bố vợ anh Trung lo con hết. Con thấy bác ấy hết lòng lo, con xin biếu lại bác nửa diện tích. Mà cũng ngộ con quên bác ấy là bố vợ của anh ruột con. Bác để vợ chồng anh con đứng tên nửa phần đất đó là con đã biếu tặng cho anh ruột và chị dâu của con, anh em lại ở sát bên nhau. Chúng con luôn nghĩ ba con tử trận nhằm giờ thiêng nên bốn anh em đều có quới nhơn che chở phù trợ. Từ sống cảnh cơ hàn cùng cực bổng có mấy năm, riêng con có hơn ba tháng, bốn chị em của ba con giờ đây trở thành giàu có. Riêng con cũng là triệu phú đô la không phải triệu phú tiền Việt. Mẹ nói:

- Thu Vân gắp thức ăn cho anh Hiếu con ăn, con gắp bao nhiêu Hiếu cũng ăn hết, mẹ nghĩ như vậy, Hiếu có thấy đúng không?. Dạ thưa đúng, Hiếu đáp:

- Mẹ nói đúng tâm can, con xin cám ơn Bố mẹ và em Thu Vân. Con xin mời Bố mẹ và em Thu Vân cùng ăn với con, tiếp theo con sẽ có tập hai Histoire d'un amour về cuộc đời con. Các em Thu Vân nghe lén cũng cảm thông cuộc đời ông anh rể hụt rất lâm ly ai oán.

Vợ con hiện nay, gặp con là thằng con trai cù lần nhát gái, đụng đến tay, vai của nàng, tự nhiên tay con rung. Cô ta tức cười gặp một thanh niên sao khù khờ nhát gái quá. Sau này chị tư con nói vui với cô, chồng em coi lù khù mà nó vác lu chạy, coi chừng cậu ấy còn vác cả Caroline chạy mất tiêu đó nghen, chúng con chỉ có cười. Cái duyên của con là nhát gái mới là lạ và khù khờ với bạn gái nên trước đây con không dám kết thân với Thu Vân nên mọi chuyện đều trớt quớt. Nay ông tơ bà nguyệt xui khiến con gặp Caroline, cô đầm này dạn dĩ không nhút nhát như Thu Vân thuở còn quá ngây thơ, đâu có quá dạn dĩ như cô Caroline. Cô ta từng kinh doanh, đang học cao học, con nhà giàu sống trên nhung lụa lại muốn chinh phục thằng con trai gốc nhà quê Bố Thảo nghèo mạt rệp chỉ có cái là học giỏi mà cô ngưỡng mộ nhứt.

Con xin bố mẹ và em Thu Vân đừng cười thằng nhà quê tội nghiệp và gia đình con nghèo nhứt trong xóm mà lại có các con học giỏi nhứt trong làng. Một lần đi du ngoạn, không có ai chỉ có hai chúng con, cô ta giả bộ cởi nút áo trên bảo con sờ coi chỗ bị cọ quẹt vào nhánh cây có sao không, tay con vừa đụng vào ngực cô ta, tim con nhảy loạn đả nghe thình thịch, tay con rung quá. Cô ta nổi máu anh hùng lấy tay con ập vào ngực cô ta, cô ta giữ chặt tay con bảo để yên đó, coi tay anh còn rung nữa không. Thú thật, cô ta trị chứng nhát gái tay rung của con bằng cách đó, quả nhiên tay con hết rung cũng từ khi ấy cho đến ngày sống bên nhau có hôn thú của Áo và của Việt Nam. Nay cô ta về Áo mang theo một lúc hai chú nhóc trong bụng cha gốc nhà quê Bố Thảo.

Bố mẹ đã biết hết cuộc đời con, bây giờ con xin Bố làm cha đỡ đầu cho con, chừng mười tháng nữa sẽ tới đầu mùa hè năm tới chúng con sẽ làm đám cưới tại Thủ đô Áo, con mời Bố mẹ đi với tư cách là cha mẹ đỡ đầu chủ lễ, đại diện nhà trai, Bố nói tiếng Pháp tuyệt vời cũng làm cho nhà trai thêm nở mặt mũi. Nếu em Thu Vân có bạn trai anh mời cùng đi cho vui, em còn độc thân anh không dám mời, đề phòng có tiếng đàm tiếu dị nghị không tốt. Mọi chi phí vé máy bay, ăn ở và đi tua thăm Paris và vài danh lam thắng cảnh của Pháp và của Đức, con sẽ lo chu toàn cho Bố mẹ và cả đoàn từ Việt Nam sang, chúng con lo hết.

Ông bà nhạc cho con một trăm ngàn Euro tự do mua sắm cho lễ cưới và mời bà con dòng họ từ Việt Nam sang Áo dự đám cưới. Ông bà có hai biệt thự cho con trai một cái, con gái một cái. Tại một biệt thự nghỉ mát gần sông, có vườn rộng, ông sẽ thuê nhiều mobile home cứ hai người một phòng và ông còn nói nếu khách Việt Nam ở chơi cả tháng, cả năm ông bà cũng sẵn sàng bao hết.

Mẹ ruột con thường nói con sanh bọc điều, con có số giàu sang sung sướng, con nói với mẹ khi con đói nằm co chỉ lo học cho quên đói, con sung sướng giàu có đâu chưa thấy mà cuộc đời con quá khổ sở thiếu ăn như thế này. Hai mẹ con ôm nhau khóc cho đã cũng tạm quên đói. Chị con đi bán trái cây ở chợ về có tiền lời mua được mấy ký gạo và một mớ rau muống. Thế là gia đình con có một bữa cơm no thật hạnh phúc chỉ có rau muống luộc chấm với nước mắm ớt đủ làm cho đời con lên hương.

Con thành thật khẩn khoản mời Bố mẹ đại diện nhà trai chủ lễ cưới của con tại Áo và tại Sóc Trăng, con sẽ đưa mẹ và chị hai con đến gặp Bố mẹ trong dịp Tết tới đây để bàn vụ đi Áo. Bố mẹ đừng có e ngại gì cả xem con là con ruột, anh của Thu Vân, con vô cùng hạnh phúc vì con mồ côi cha từ lúc còn bé tí.

Xin phép Bố mẹ, con thấy trước nhà có cái võng cho phép con nằm nghỉ một chút vì con từ Sài gòn lái xe về Cần Thơ mãi gần mười hai giờ mới tới nhà và sáng hôm sau lái xe về Bố Thảo. Nay cũng có nhậu sương sương làm cho con cũng hơi mệt và buồn ngủ, cho con nằm nghỉ và thăng chừng một tiếng còn sẽ khoẻ lại. Hiếu vừa nói vừa đi ra võng lên nằm một cách tự nhiên chỉ trong mấy phút sau nghe tiếng ngáy của Hiếu đều đặn cả nhà càng thông cảm càng thương tánh thật thà của Hiếu.

Vào nhà tắm, Thu Vân sửa soạn sẵn khi Hiếu thức dậy vào tắm, Thu Vân rất ý nhị lấy chiếc khăn bông của mình sử dụng hàng ngày vừa mới giặt sạch, xịt một chút dầu thơm cho Hiếu lau mình để Thu Vân cất giữ làm vật kỹ niệm. Rất đúng giờ, Hiếu ngủ được hơn một tiếng, thức dậy bước ra khỏi võng vươn vai, có đứa em trai của Thu Vân đang học lớp mười một trường Hoàng Diệu, môn văn do cô Tuyết Trinh dạy nên biết rõ Hiếu có vợ người nước ngoài rất xinh đẹp, cô ấy lại là em chồng của cô giáo. Em trai bộc bạch với anh Hiếu như vậy và mời anh Hiếu uống nước dừa do chị của em chặt cho anh uống đó.

Chị cũng đã chuẩn bị nhà tắm cho anh, tắm xong hết chất cồn trong người thật khoẻ anh mới lái xe về nhà, chị Thu Vân nói với em như vậy. Hiếu hiểu hết tâm ý của Thu Vân đối với mình và nhờ em trai chuyển lời anh Hiếu, nói anh Hiếu rất cám ơn Thu Vân và anh sẽ làm đúng lời chị em nhắc nhở.

Tắm xong, ra phòng khách Hiếu cảm thấy tươi tỉnh và rất vui có một bữa ăn chiều với gia đình người bạn quý. Thu Vân ra phòng khách khen Hiếu, em thấy anh vui khoẻ là em mừng. Anh đợi một chút bố mẹ sẽ ra gặp anh muốn nói với anh vài điều, Hiếu nói anh sẽ chờ. Thu Vân thông cảm cho anh, hồi nãy rượu nói hay rượu lột lưỡi anh mới mạnh dạn nói hết nỗi lòng của anh đối với gia đình và cá nhân em. Em Thu Vân chắc đã hiểu chúng ta có duyên mà không có nợ.

Bây giờ anh hỏi thiệt em đối với anh là người có vợ con, em có ý nghĩ gì?

- Em xin phép anh, em sẽ phơi khô chiếc khăn lau mình hồi nãy là chiếc khăn em sử dụng thường xuyên, cái khăn đó em rất trân trọng vì còn ủ mùi hương của anh để em giữ kỹ niệm đẹp này suốt đời em dù em có chồng có con em cũng vẫn để bên mình.

Thứ đến nếu may mắn em sinh con đầu lòng mà con trai hay con sau này, thì anh cho phép em đặt tên con là Hiếu - Trọng Hiếu, còn họ chắc không cùng họ với anh và nếu trùng họ cùng tên cùng chữ lót nữa thì làm em càng cưng yêu càng có nhiều hạnh phúc, anh có đồng ý không? Hiếu gật đầu. Hiếu nói đùa:

- Khi thằng Trọng Hiếu ngỗ nghịch làm hư làm bể cái gì đó, tha hồ em mắng chửi thằng Hiếu mắc toi, mắc dịch rủa xả cho đã cái miệng làm cho mắt anh giựt lung tung hay nhảy mũi liên tục, anh biết em réo đến tên anh rồi đó. Thu Vân đáp lại:

- Anh có ý nghĩ tếu cũng vui quá nhỉ, em phục anh Hiếu sát đất. Thu Vân nói Bố mẹ ra rồi đó. Hiếu đứng dậy khoanh tay cúi đầu chào như lúc hồi trẻ nhỏ, Bố mẹ đáp lại, nói cám ơn con mời con ngồi xuống. Bố hỏi:

- Sau một giấc ngủ ngon dù chỉ có một tiếng, con lại đi tắm. bây giờ con thấy khoẻ lại chưa?

- Thưa Bố mẹ, con thật khoẻ có thể còn khoẻ hơn xưa vì con nghe em trai nói trái dừa lửa em Thu Vân lựa và chặt cho con uống, nước dừa lại thêm ngon ngọt vì có mang theo tình nghĩa trong đó. Thu Vân cũng chuẩn bị phòng tắm cho con rất chu đáo. Con xin cám ơn Bố mẹ, có em Thu Vân kế thừa sự tế nhị thông minh của Bố mẹ chắc chắn sản nghiệp luôn vững chắc. Con cũng xin phép, con cám ơn Thu Vân là người bạn tốt của con.

Con và Thu Vân cũng có nói một chuyện vui con xin kể lại Bố mẹ nghe, Thu Vân có cho phép không? Thu Vân gật đầu. Con nói con uống rượu như bị lột lưỡi, nói nhiều, con nói hay là rượu nói. Thu Vân cãi lại, đó chính là lời nói từ trái tim của anh, nói thật nói hết.

- Thu Vân nói đúng, mẹ xác nhận, chính con là người ít nói không dạn dĩ như các đứa con trai khác cùng trang lứa với con, cũng phải nói nhờ có chất xúc tác của rượu làm con nóng máy con mới dám trút hết ra bầu tâm sự ngổn ngang của mình. Mẹ nói đúng con xin cám ơn mẹ, Hiếu xin tiếp:

- Chuyện này mới thật vui đối với con, Thu Vân nói xin phép con khi em sanh con trai cho phép em lấy tên con cả chữ lót nếu trùng cả họ thì lại càng vui hơn, đặt tên cho thằng con trai của Thu Vân cũng tên Hiếu -Trọng Hiếu. Con mới nói đùa để cho em khi giận nó mắng nhiếc, chữi nó cho đã cái miệng thằng Trọng Hiếu thế này thế nọ, chắc hai con mắt anh bị giựt lia lịa hay nhảy mũi hàng chục cái. Con lại chưa nói hết, khi em nựng yêu con có nói Trọng Hiếu dễ yêu, Hiếu này Hiếu nọ giỏi hết sẩy không?. Nựng yêu con chắc em nói nhỏ, con mắt anh ít bị giựt còn chữi rủa la hét con to tiếng chắc mắt Hiếu bị giựt mệt nghỉ, bây giờ có Bố mẹ làm chứng lời Thu Vân, em có ý nghĩ như vậy không? Dĩ nhiên em la mắng hay nựng yêu con, em làm hay nói cái gì chồng em làm sao biết, chỉ có lòng em biết mà thôi, có phải vậy không Thu Vân?

- Anh Hiếu nói đúng. Anh Hiếu lý luận như chúng em thường bình phẩm, coi anh Hiếu mủ mỉ mù mì anh luôn có lý luận sắc bén và luôn đúng. Chúng em đứa nào cũng phục anh Hiếu sát đất, coi lù khù vác lu mà chạy đó Bố mẹ? Hai ông bà cười ngất, hai con hôm nay cho Bố mẹ một buổi chiều vô cùng hạnh phúc. Bố mẹ xin chúc con rể hụt luôn hạnh phúc bên vợ đẹp con ngoan và con gái cưng của bố mẹ sẽ gặp may mắn có tấm chồng tốt và nhớ đặt tên con trai là Hiếu-Trọng Hiếu. Con muốn rầy la hay nựng nịu cứ gọi Trọng Hiếu làm cho Trọng Hiếu lớn giật mình, nhảy mũi, mắt bị giựt chơi cho vui. Bố còn nói tiếp:

- Bây gờ Hiếu lái xe về, trời cũng tối rồi, rất cẩn thận nghe Hiếu, nếu chưa về Cần Thơ con ghé nhà Bố chơi. Hiếu đứng lên khoanh tay cúi đầu chào, bắt tay Thu Vân và Hiếu nói vọng vào nhà sau, anh Hiếu cám ơn các em đã nghe histoire d'un amour của anh Hiếu mà còn cười khúc khích anh Hiếu biết tẩy hết rồi. Cám ơn các em, hẹn gặp lại dịp khác.

Về lại Cần Thơ, Hiếu sống một mình khá tự do, nhưng lại cảm thấy cô đơn xa người vợ có tính hiếu động vui đùa lại hay nũng nịu dễ thương. Nàng đã ghi bao dấu kỹ niệm đối với cuộc đời mình là người con trai mới biết yêu lần đầu cũng đã biết tận hưởng hoan lạc nếm mùi trái cấm mà người yêu mạnh dạn hiến tặng. Nàng có tinh thần cởi mở vị tha nhân ái cao, không bao giờ suy tính thiệt hơn về cái hố ngăn cách giữa giai cấp này với giai cấp khác giữa chủng tộc tôn giáo này với chủng tộc tôn giáo khác. Đó là một điểm son mà Hiếu đã đón nhận từ người yêu. Một may mắn thật bất ngờ đầy thích thú, với một cô gái có cuộc sống tự do, phóng túng, thoải mái và vô tư của các cô gái tân thời mà lại ở phương tây thật tự do không bị ràng buộc khắc khe về sự trong trắng tiết hạnh trước khi đi lấy chồng.

Khi hai người mới quen biết nhau mà lại tiến nhanh tiến mạnh, tiến đến tình yêu trai gái một cách quá nhanh mà chính Hiếu không thể ngờ, tưởng tượng, có cái bước tiến vĩ đại trong đời mình. Người con trai luôn bị mang nặng mặc cảm thuộc giới cùng đinh nghèo khổ trong xã hội dù sức học không thua kém ai mà vẫn không dám ngẩng mặt lên hay kết thân với những người con gái đẹp và giàu sang.

Như cơn lốc của tình yêu lần đầu của nàng và của cả Hiếu, cũng là tình cuối chàng sẽ không bao giờ thay đổi. Không những người yêu quá xinh đẹp mà lại giàu sang, sống trong nhung lụa từ ngày mới sanh ra đời. Dù nay, người yêu còn đang tiếp tục theo chương trình hậu đại học, đã lăn lóc vào trường đời trong kinh doanh và cũng khá thành công, sẽ còn sở hữu một tài sản hàng mấy triệu Euro do cha mẹ để lại khi hai ông bà về Nước Chúa. Hiếu suy nghĩ nát óc, nếu nàng yêu mình vì thương hại thì tự ái của người con trai có học thức không cho phép phải chịu lòn cúi thụ hưởng như vậy không đẹp đẽ cho đời mình dù sau này có trở thành một bác sĩ y khoa cũng làm ra tiền. Nhưng, bản chất cúi lòn khá đớn đau nhục nhã đó sẽ làm cho tâm thần mình luôn bất an không hưởng được trọn vẹn của cải vật chất mình có.

Hiếu cứ đặt dấu hỏi, không hiểu tại sao người yêu mình lại yêu một thằng con trai nhà quê, khù khờ, dại gái lại chưa có công danh sự nghiệp, về học vấn bằng cấp, tuổi đời đều thua kém nàng. Còn về giai cấp giàu nghèo trong xã hội thì càng cách biệt quá lớn, cái gì Hiếu cũng đều thua kém người yêu trên mọi phương diện. Đó mới là vé độc đắc thứ nhứt Hiếu đã ký nhận. Vé trúng số độc đắc khác còn vĩ đại hơn theo chàng nghĩ, nàng hoàn toàn còn trinh nguyên với tuổi hai mươi ba của người con gái xinh đẹp giàu có của một đất nước tiên tiến, tự do có quan niệm con gái còn giữ được tiết trinh là thứ yếu mà Hiếu lại trúng số độc đắc chiếm hữu được sự trinh nguyên của nàng mới là món quà trời cho vô cùng quý hiếm, độc đáo, chàng có suy nghĩ như vậy.

Chiều nay, bổng có một ý nghĩ chợt đến, mình hỏi coi Josephine có biết cách gọi về Áo chỉ giúp cho Hiếu gọi Caroline sợ nàng mõi mòn trông đợi tin chồng rất tội nghiệp. Bây giờ mới hơn bảy giờ chiều, gọi anh Trai chuyển cho mình hỏi trực tiếp Josephine:

- Trai tôi nghe, nghe tiếng đầu dây bên kia, Trai hỏi có phải Hiếu?

- Dạ, em là Hiếu muốn hỏi chị Josephine chỉ giúp cách gọi về Áo thăm hỏi Caroline. Hiếu đợi đầu dây, anh chuyển cho Josephine:

- Chào anh Hiếu. Anh Hiếu muốn gọi về Áo không khó mà mình phải mua thẻ gọi quốc tế, chỗ ba Josephine làm việc có bán, cuối tuần này vợ chồng chúng tôi sẽ về Sài Gòn thăm gia đình, Josephine sẽ mua giúp cho anh vài thẻ. Thẻ này cũng gọi được tại Bưu Điện chính của thành phố, gần nhà thờ Đức Bà.

Theo tôi hiểu, anh Hiếu cũng có thể liên lạc với sở Bưu Điện chính hẹn giờ cũng gọi đi ngoại quốc được mà không cần mua thẻ và mình phải trả bằng tiền đô la hay Euro:

- Cám ơn chị Josephine rất nhiều, tôi sẽ dùng thẻ gọi tại Bưu Điện chính Sài Gòn và luôn tiện hỏi cách gọi có hẹn trước cuộc gọi tuần tới vào chiều thứ bảy để cho anh chị Bernard cùng gọi với tôi thăm gia đình. Tôi, còn nghỉ hè, gọi ngày làm việc cũng không khó, chỉ lái xe trên dưới bốn tiếng cũng không xa lắm. Tôi chờ thẻ của anh chị Josephine mua giúp. Cám ơn anh chị nhá, bai bai.

Sáng sớm thứ hai, có tiếng chuông ngoài ngõ, Hiếu biết xe anh Trai ghé đưa thẻ điện thoại, Hiếu vội mở cửa chạy ra nhận thẻ điện thoại, Hiếu rất chu đáo đã chuẩn bị trước để trong bao thư hai trăm đô la trả lại tiền mua thẻ. Cửa xe vừa hạ xuống, Hiếu nhanh tay đưa một cái phong bì cho Trai nói cầm giúp về Sóc Trăng và cám ơn hai anh chị đã mua giúp thẻ điện thoại cho em.

Josephine nói bai bai. Xe chạy khỏi nhà Hiếu khá xa, Josephine mở phong bì thấy Hiếu có viết vài chữ cám ơn và xin bồi hoàn lại tiền mua thẻ. Josephine nói, chúng mình mua thẻ tặng cho Hiếu nhớ vợ gọi hỏi thăm, sẽ trả lại Hiếu nhờ anh Bernard đưa hộ vào tuần tới. Anh Hiếu có nói sẽ gọi cho anh chị Bernard cùng đi Sài Gòn gọi về Áo. Giải quyết như vậy cũng ôkê, Trai nói.

Có thẻ gọi điện thoại quốc tế, Hiếu dự trù sáng mai đi sớm và gọi cho anh chị Bernard, thứ bảy anh chị chở mẹ và chị hai cùng đi Sài Gòn với anh em mình gọi về Áo thăm gia đình. Em mới nhờ anh chị Trai mua giúp hai thẻ gọi quốc tế mà phải gọi tại trung tâm bưu điện chính của thành phố, gần nhà thờ Đức Bà. Sáng mai em lên Sài Gòn gọi thử và hẹn thứ bảy có anh chị và gia đình gọi hỏi thăm sức khoẻ ba má. Em muốn làm cho Caroline thêm vui, tuần này em gọi hai lần và em cũng muốn biết thường xuyên tình trạng của Caroline đang có thai có gì lạ không? Mai thứ ba em đi Sài Gòn, em sẽ rủ con chú ba hay em anh Đức cùng đi với em cho có bạn thêm vui. Sáng đi sớm, trưa về. Bernard hứa đi được. Bên gia đình chú thím Tín có bốn đứa con cháu cùng xin đi với Hiếu.

Đúng năm giờ, xe Hiếu đã đậu trước nhà chú Tín, bấm chuông cả bốn đứa ùa ra một lúc, lên xe nhanh, Hiếu lái chạy liền và nói, mình đi giờ này rất tốt tới Long An sẽ ăn sáng và có thể chín hay mười giờ Hiếu gọi điện thoại qua Áo được.

Mọi thứ xong xuôi, mình đi tham quan loanh quanh một chút thành phố Sài Gòn và ăn trưa tại nhà hàng Thanh Thế có món suông rất độc đáo các bạn ăn thử, chú thím Tín tuần trước có ăn qua tại đây rồi. Ăn xong, tôi mời các bạn cùng thả bách bộ quanh chợ Sài Gòn, Hiếu sẽ mua một ít xoài cát Hoà Lộc, thơm ngon nổi tiếng về biếu chú thím Tín và bên gia đình ông bà nhạc của anh Trung.

Chương trình ngày hôm nay là như vậy. Từ tuần này về sau còn dịp nghỉ hè, các bạn theo tôi đi Sài Gòn và về trong ngày. Tuần tới nữa, thay vì mình đi năm giờ mình đi bốn giờ sáng, mình có thì giờ lên khu lịch Suối Tiên tham quan và ăn trưa ở đó. Bận về mình ghé chợ Thủ Đức mua nem về ăn thử so sánh nem Thủ Đức và nem Cái Răng nem ở đâu ngon? Các bạn nghe khoái quá, Hiếu nói tới ngày tựu trường ai cũng bận chuyện học hành đâu có thì giờ đi chơi xa, nay còn nghỉ hè cứ đi chơi xả láng.

Đến Bưu Điện Sài Gòn mới chín giờ rưỡi, phòng gọi điện thoại quốc tế chưa đông khách nên vào xin gọi đi Áo rất dễ dàng không phải chờ đợi.

Hiếu gọi sang Áo, có ngay Caroline ở đầu dây, nghe tiếng chồng nhảy tưng lên quá vui mừng, làm sao anh biết cách gọi về cho em. Hiếu nói nhanh:

- Em nói anh thông minh mà không gọi điện thoại cho vợ được thì coi sao được, chuyện đó nói sau. Bây giờ sức khoẻ em ra sao? Hai thằng cu tý chòi đạp dữ rồi phải không, em mang bầu qua tháng tư, thai nhi khoẻ lên có sức mà nhỏng nhẻo chòi đạp cho bằng thích, giống hệt mẹ chúng nó cứ đòi làm tài công làm người ta muốn nghẹt thở cho tới bây giờ. Caroline cười một cách khoái trá. Chồng còn nói tiếp, mỗi tháng thai nhi mỗi tiến triển nhanh lắm mà em có cảm nhận đó, phải không?

- Anh nói quá đúng, chính má sờ bụng em cũng còn biết. Hiếu nói:

- Em luôn vui vẻ bình tỉnh chờ đủ ngày tháng, hai thằng con ra chào đời có gương mặt vui vì giống mẹ nó vui khi mang thai nó. Má Caroline đứng kế bên vỗ tay nói lớn:

- Con rể của ba má nói quá đúng, tại sao con biết, Hiếu đáp con nghiên cứu trên tài liệu và trong sách. Hiếu nói với vợ:

- Hai thằng bé giống thằng cha nó mà nó lại không có cù lần, gặp gái là cụp mắt xuống, đụng vào da thịt con gái tay rung như cày sấy, thấy mà phát ghét. Em phải dạy bảo nó đừng có giống thằng cha mầy cái tánh nhát gái bị người ta cưỡng bức vùi dập đời trai. Còn bị phá trinh nữa, cuộc đời của bố chúng mầy mới có hạnh phúc như ngày nay lại được vợ cưng hết biết.

Caroline cười lớn rất vui và ba má đứng bên cạnh cũng vui lây. Bà nghĩ, thằng Hiếu có tánh hài hước đáng yêu đó, thảo nào con gái mình không yêu nó mê mệt, bà nói nhỏ cho ông nghe. Hiếu nhắc kỷ niệm mới quen nhau,

Caroline nói ba má rất thương quý anh cứ nhắc anh hoài mà ba má lại rất ít nhắc anh Bernard. Còn em lúc nào cũng nhớ đến anh. Trong đời em chỉ có anh đem đến cho em hạnh phúc tuyệt vời về đủ mọi phương diện. Em nhớ anh nhiều lắm, em hôn anh nghe, một tiếng chục khô khan của nụ hôn trên phone cũng chứng tỏ Caroline lúc nào cũng muốn gần bên Hiếu.

Hiếu khoe anh đào được mấy chục lỗ trồng dừa xung quanh hàng rào, và cũng xẻ rảnh được vài chục mét. Điều quan trọng là anh vào thư viện nghiền ngẫm về tài liệu nói về các sản phụ và thai nhi cũng như cách chăm sóc thai nhi cho đến khi chúng được sanh ra và lớn dần, anh sẽ làm cố vấn cho em. Em vững tin có bác sĩ sản khoa hàng tuần khám bịnh và chăm sóc sản phụ qua phone, em nhớ nghe cưng! Caroline rất xúc động, em có người chồng quá xứng đáng, anh Hiếu ơi em yêu anh quá làm sao em gần anh ngay.

- Hiếu vội trấn an, sợ Caroline khóc vì quá yêu và thương nhớ chồng. Bây giờ chúng ta cũng đã gần nhau qua điện thoại cũng cho chúng ta nhiều rung cảm, hạnh phúc. Chúng ta, tạm thời cứ nghĩ là đã gần nhau qua dây nói cũng làm ấm lòng cho vợ chồng son rồi phải không Caroline? Dạ đúng đó anh.

Anh đã nghiên cứu về đề tài sản phụ và thai nhi, từ hồi mới thụ thai cho đến đứa trẻ qua một tuổi, anh viết một bài sưu khảo công phu giá trị cũng là một luận án về một đề tài y khoa quan trọng cho một năm học. Thật ra anh nghiên cứu, học hỏi viết thành tài liệu giảng huấn là viết cho anh biết cách chăm sóc em cho đúng sách vỡ. Caroline nói:

- Anh siêng anh giỏi quá, em xin bái phục, anh là đại sư phụ của em là phải. Hiếu nói tiếp;

- Anh đã viết đề tài đó nộp rồi được nhiều giáo sư khen. Còn niên học này anh nghiên cứu viết về bịnh người cao niên cũng như cách chăm sóc chửa trị cho người cao niên, em nói với ba má, cạnh ba má luôn có bác sĩ chuyên khoa về sự lão hoá của con người. Với những phương cách chửa trị mới khoa học và bác sĩ chuyên khoa không bao giờ có ý nghĩ đưa cha mẹ vào nursing home - nhà dưỡng lão, cô đơn lắm và về nước Chúa sớm hơn ở nhà với con cháu.

Anh muốn ba má luôn ở gần gũi với vợ chồng mình và em phải bỏ cái tánh hay cãi cha mẹ làm ông bà buồn, tội lắm nghe em!.

Caroline nghe chồng nói về sự chăm sóc cha mẹ già và khuyên vợ không bao giờ làm cho cha mẹ buồn lòng, nghe qua nàng ứa lệ muốn bậc khóc. Chồng mình có ý thức tuyệt đối phụng dưỡng cha mẹ cho đến ngày ra đi. Ba má Caroline ngồi bên cạnh nghe hai con đối đáp và khi nhắc đến cách phụng dưỡng cha mẹ già, hai ông bà cũng rưng rưng nước mắt cảm động lại làm cho hai ông càng yêu thương Hiếu thêm lên.

Hiếu nói, anh viết sự lão hoá của con người dù nó tiệm tiến từ từ nhưng luôn tiến không có ngừng hẳn hay thụt lùi. Vì vậy con cái phải có cái nhìn toàn diện phải cảm thông tuổi già của cha mẹ, mình phải có hiếu hỉ phụng dưỡng cha mẹ thì con cái mới bắt chước theo gương cha mẹ mà có trách nhiệm phụng dưỡng lại cha mẹ trong tương lai. Còn con cái cứ thấy cha mẹ hay đau yếu, lú lẩn lại muốn tống cha mẹ vào nhà dưỡng lão. Nói hơi quá lại thêm phũ phàng, muốn khuất mắt, rảnh nợ là một hình thức muốn cho cha mẹ chết sớm. Theo anh nghĩ, đó là quan niệm ích kỷ của giới thanh niên bây giờ đối với cha mẹ già. Anh viết gần xong, đang đọc kỹ, edit lại và cũng sẽ nộp nay mai cho trường.

Chưa hết anh cũng đang nghiên cứu một đề tài cho năm học chót là chứng bịnh của trẻ con thường mắc phải, tuỳ sự vận hành ngành y tế của mỗi nước, các nước văn minh tiên tiến như nước Áo chẳng hạn có cách chữa trị chăm sóc con trẻ tốt hơn các nước chưa phát triển tốt vì chưa có đầy đủ cơ sở vật chất như nước Việt Nam. Anh nghiên cứu sâu, trẻ con từ một tuổi trở lên năm tuổi hay nói cách khác là chưa đến tuổi học chánh thức là lúc phụ huynh phải hết sức chăm sóc con.

Cha mẹ chuẩn bị có đủ hành trang cho chúng vào nhà trẻ, đến trường mẫu giáo là bước đầu tập cho chúng ý thức cùng học cùng chơi với các bạn cho quen.

Chúng vào học từ lớp một trở lên không có nhiều bở ngở vì cách giáo dục của các bậc tiểu trung học, đại học có nhiều sự khác biệt. Nhưng, lại bổ túc cho nhau khi ra đời, cách giáo dục của học đường mà phụ huynh chỉ là phụ, giúp sức, không thể thay thế cách dạy của nhà trường. Anh viết bài sưu khảo này cũng cho chính chúng ta sắp có con, mình phải nghiên cứu trước cách chăm sóc và cách giáo dục lúc ban đầu cho con trẻ.

Ba Má Caroline, nghe con rể nói qua ba đề tài rất cần thiết cho vợ chồng Caroline trong lúc mang thai, sanh đẻ và nuôi đứa bé làm sao cho tốt cũng như đề tài nói về lão hoá cũng là một nghiên cứu xác thật tuyệt vời. Má Caroline, nói:

- Ba má nghe hết những gì con nói vói vợ con. Thì giờ đâu mà con viết một lúc đến ba đề tài y khoa rất có giá trị như thế. Ba má khen con và phục con sát đất. Trở về già quên trước quên sau, đi đứng chậm chạp, lụm cụm, ba má sẽ phải nương tựa vào các con và dâu rể. Hiếu còn nói với con gái của má, không được cãi lý sự với ba mẹ khi ba mẹ gần đất xa trời có phải đúng như vậy, Caroline?

- Dạ thưa ba má, rất đúng con sẽ tuân theo lời chồng con nói. Con phải nghe lời chồng bảo như thế. Nếu trái ý chồng con cãi lý sự với ba má như hồi còn học trung học chắc chồng con vã miệng con rụng hết răng, có phải vậy không anh?

- Không dám đâu, chồng gì mà vũ phu vậy, người ngoài cười chết. Đố em biết anh có cách nào làm cho em phải im mồm không lý sự với cha mẹ nữa, trả lời nhanh vì nói điện thoại. Caroline suy nghĩ còn ú ớ, Hiếu nói liền:

- Em cãi với cha mẹ, muốn em nín khe ngay, dễ ợt, chỉ có cách anh hôn miệng em anh và giữ chặt thì em hết nói hết cãi được, lơ mơ còn tắt thở, ghê chưa, rất hiệu quả. Ba má vỗ tay cười vang khen rằng con rể giải quyết bắt vợ im tiếng sao quá hay quá tuyệt vời, có phải vậy không con gái?

- Chí phải, chí phải, anh Hiếu của con cái gì anh cũng đối đáp nhanh đáng nể.

Hiếu sợ hết giờ gọi, nói liền, con có gọi anh chị Bernard và mẹ, chị hai con thứ bảy này, tính theo sáng thứ bảy ở Việt Nam gọi điện thoại thăm Ba má và vợ yêu quý của con. Ba má và vợ con sẽ trông đợi, bà đáp lại, bà nói tiếp:

- Từ đây về sau chắc con phải đi Sài Gòn hàng tuần vì vắng vợ làm sao chịu nổi phải không Hiếu, mà chiếc xe của con đã cũ rồi, ba má cho tiền con mua xe mới. Con phải mua xe van tám chỗ ngồi vì sau này đại gia đình mình đông, có ba má, hai vợ chồng con, hai cháu trai là hết sáu chỗ, còn chị sui và cô hai, đúng bon tám chỗ. Caroline liên lạc với bố Josephine nhờ mua xe cho ngoại giao đoàn vừa nhanh mà vừa rẻ nữa. Hiếu xin nói tiếp:

- Sở dĩ con phải tích cực viết trong vòng chỉ có mấy tháng mà đến ba đề tài y khoa lớn. Nếu Hội Đồng giáo sư của trường đọc thấy đúng thì các đề tài này thành bài giảng cho ngành Y. Nếu được thông qua hết và con có đơn xin học lý thuyết rút ngắn thời gian hai năm thành một năm. Năm cuối của chương học Y Khoa mà bài sưu khảo cũng được thông qua nữa thì chắc chắn con sẽ được ưu đãi, ra trường sớm tối thiểu một năm hay một năm rưỡi và chuyện du học chuyên khoa ở ngoại quốc trong tầm tay.

Vì vậy, con phải thức khuya dậy sớm tích cực học bài, nghiên cứu sách vỡ, ngày nghỉ con còn lo đào hóc trồng cây, xẻ mương rảnh cho ra mồ hôi cũng là một hình thức luyện tập thể dục. Thực tập tại bịnh viện không thể rút ngắn được nên con phải xin tăng thêm ca trực phục vụ tại bịnh viện, cũng sẽ phải cực. Nhưng, con phải cố gắng muốn gần vợ con càng sớm càng tốt có phải vậy không Caroline?

- Nghe anh nói em quá cảm động nước mắt em đang chảy ra đây nè vì sung sướng hạnh phúc có một người chồng lý tưởng tuyệt vời trên cả tuyệt vời. Gần hết giờ gọi rồi, em muốn nhắn gởi hay nũng nịu giận hờn hay hôn miệng phải làm ngay không thôi bị cúp điện thoại. Anh nói thêm cho Caroline nghe, em có bác sĩ chuyên khoa về phụ sản và trẻ con luôn sát bên em, em yên tâm đừng có bận lo gì hết. Anh cố gắng học tốt học hết chương trình y khoa càng sớm càng tốt, là học cho anh, cho em và cho con chúng ta. Em nghĩ mà thương yêu anh nhiều thì em phải luôn vui vẻ yêu đời đó nghe Caroline. Bây giờ em nói đi, còn hơn một phút nữa thôi, thứ bảy này gặp lại, chúng mình sẽ còn nói nhiều nữa.

- Anh Hiếu của em, chuyện lao động đào hố trồng cây, đào mương xẻ rảnh quá mệt nhọc, anh làm ít ít thôi, mướn người làm thay anh, anh ráng giữ gìn sức khoẻ. Ba má và em lúc nào cũng yêu quý anh, chúc anh lái xe về Cần Thơ bình an và tối nay anh nằm mơ thấy ôm em ngủ chắc em cũng cảm thấy nhột nhột vì có bàn tay anh đụng vào người em sao mà rung dễ sợ, em lại mừng lắm đó.

Hết giờ gọi, ra quày tiếp tân lại gặp cô bạn học Ngọc Huệ ngồi cùng bàn với Thu Vân, cũng là học sinh giỏi của lớp, Ngọc Huệ hỏi anh Hiếu có nhớ em không?

- Sao mà không nhớ Ngọc Huệ, cách đây mấy ngày, Hiếu về Sóc Trăng có đến nhà thăm Thu Vân và có ăn cơm chiều với ba mẹ Thu Vân. Anh còn nhớ rõ em rất giỏi môn văn còn giỏi hơn anh, anh tưởng em đã trở thành nhà văn nhà báo rồi đó. Nay lại làm bưu điện. Gương mặt trở lại buồn xo, Ngọc Huệ cho Hiếu biết vì cái tánh mê thích văn chương nên cũng thường mơ mơ màng màng, gặp cái anh chàng nhà báo sở khanh dụ em cho em hai cái bầu rồi quất ngựa truy phong. Hắn về với vợ còn cuỗm mấy cây vàng của em. Báo hại em phải nuôi hai con mà không có cha. Bây giờ, có thằng ma nào dám cưới em làm vợ mà em muốn có chồng cũng chỉ có cách làm bé thôi, thật tiếc đời con gái của em.

Ngọc Huệ căn dặn anh Hiếu muốn gọi điện thoại đi ra nước ngoài bất cứ giờ nào, khỏi cần mua thẻ, em giúp anh dễ dàng, anh mua vé gọi minimum trả tiền tại quầy. Em sẽ cho anh gọi nói chuyện mệt nghỉ mà phải có em hiện diện anh mới gọi như vậy được, bằng không anh hết tiền, tổng đài cắt đường dây liền. Hiếu xin số phôn của Ngọc Huệ, cho Ngọc Huệ số phôn nhà ở Cần Thơ và cho cả số phôn của Thu Vân ở Sóc Trăng để hai người bạn có cơ hội san sẻ vui buồn cho nhau.

- Anh xin biếu em, Hiếu nói, hai chục ngàn để em có thêm tiền nuôi con. Ngọc Huệ vô cùng sửng sốt, không ngờ anh Hiếu nghèo rớt mồng tơi, đi học lớp chín lớp mười còn mặc quần áo vá, nay cho mình một số tiền quá nhiều, bằng tiền lương làm hơn chục năm. Ngọc Huệ chấp hai tay lại nói:

- Em vô cùng biết ơn anh Hiếu đã giúp em vực dậy gia đình có tiền em nuôi con.

Em sẽ giúp anh có cơ hội gọi hằng tuần đi nước Áo, Hiếu nói. Từ Cần Thơ anh lái xe đến đây, gọi xong là trở về liền cũng khá vất vả. Nhưng, vợ anh sắp sanh đôi mà là con đầu lòng nên anh phải chịu cực như vậy, Ngọc Huệ thông cảm cho anh nhá! Ngọc Huệ cứ hỏi Thu Vân là biết anh bây giờ ra sao?.

Thôi cho phép anh ra bãi gởi lấy xe về Cần Thơ cho sớm. Sáng thứ bảy này, khoảng chín mười giờ anh đưa mẹ anh, hai chị ruột, anh ruột, chị dâu và ông anh rễ từ Sóc Trăng đến đây gọi điện thoại sang Áo hỏi thăm sức khoẻ bố mẹ và vợ anh ở Áo, đông quá đến bảy người chắc cũng gọi cả tiếng. Nếu có đóng tiền thêm, em đừng ngại, có bao nhiêu người trong công tác phục vụ đường dây gọi đi Áo, anh sẽ mua quà hay tặng mỗi người một tháng lương mấy trăm bạc không có sao cả. Anh phải gọi điện thoại sang Áo đến mười tháng lận. Em nhớ giúp anh nghe Ngọc Huệ:

- Em nhớ, Ngọc Huệ đáp. Hiếu kiếu từ ra xe, bốn đứa bạn đã đến xe đứng đợi.

Hiếu nói, bây giờ chúng ta đói rồi, các bạn cuốc bộ đến dinh Độc Lập và trở về đây còn đi loanh quanh nữa chắc bây giờ cũng đói lắm, chúng ta chạy ra mũi tàu Phú Lâm ăn cơm Việt Nam của miền Tây mới đã cái miệng, canh chua, cá kho tộ, cá chiên, tôm nướng... Hôm nay Hiếu đãi thả giàn các bạn vì Hiếu gọi nói chuyện được với ba má vợ và vợ mà còn được tặng tiền mua xe van mới. Vài tuần nữa, Hiếu đi Sài Gòn chở thêm bảy người, không phải xe này chỉ chở thêm có bốn người. Hiếu ăn mừng nên đãi các bạn cứ ăn thoải mái lên xe ngồi buồn ngủ cứ ngủ một giấc là chúng ta về tới nhà. Cả bốn anh em đều nói cám ơn anh Hiếu.

Chiều thứ sáu, sau giờ làm việc, vợ chồng Bernard chạy về Bố Thảo đón mẹ và chị hai lên nhà Hiếu ở Cần Thơ, sáng sớm mai, thứ bảy cùng lên Sài Gòn gọi điện thoại về Áo thăm gia đình. Bernard gọi cho anh chị Trung rủ sáng mai đi sớm lên Sài Gòn gọi điện thoại về Áo. Cậu Út vui mừng quá được nói chuyện với vợ nên cậu sẽ đãi anh em mình ăn xài cho cậu sạch túi. Hiếu vọt miệng nói tiếp, em bao thả giàn ăn mệt nghỉ rồi ăn tiếp. Trung trả lời liền, anh chị đi được.

Thế là sáng thứ bảy, xe của Bernard đã đậu trước nhà Trung đúng năm giờ, vợ chồng đã chuẩn bị sẵn sàng, Bernard nói khi mình chạy một mạch tới địa phận tỉnh Tân An tìm quán ăn nào đông khách tấp xe vào, ăn sáng. Cả nhà tán thành.

Có đông đủ anh chị em và mẹ nữa trên xe. Hiếu thuật lại việc gọi điện thoại lần đầu sang Áo phải nhờ Josephine mua thẻ gọi quốc tế ở Toà Tổng Lãnh Sự mỗi lần gọi mười lăm phút tốn gần cả trăm đô la, một số tiền quá lớn. Gọi xong em mở cửa phòng gọi quốc tế bước ra gặp ngay cô bạn học lớp mười hai tên là Ngọc Huệ cũng thuộc học sinh giỏi của lớp. Cô mê văn chương cũng mơ mơ màng màng khác hẳn chị tư của em nha, cô ta bị sở khanh dụ tặng cho hai đứa con rồi dzọt về vợ nhà mà ác lại còn cuỗm hết tài sản mấy cây vàng cất trong tủ. Cô nói nay gặp bạn học cô muốn giúp muốn điện thoại đi Áo thì hẹn với cô:

- Gọi không cần thẻ gì hết chỉ mua vé gọi minimum trên mười đô la mà gọi bao lâu, Ngọc Huệ cũng giúp được, quý anh chị thấy em đang buồn ngủ có chiếu manh sẵn sàng cho em ngủ. Khi em nói chuyện qua điện thoại với ba má và Caroline, bà biết em phải lái xe lên Sài Gòn hàng tuần, gọi điện thoại trấn an vợ cho cô bớt nhỏng nhẻo cứ khóc hoài. Bà thông cảm, nói xe em đang chạy là xe đã cũ mà chạy đường xa thường xuyên rất nguy hiểm. Bà nói cho em tiền mua xe Van mới phải có đủ tám chỗ ngồi vì gia đình em đã có sáu người bà nói còn mẹ con và chị hai nữa. Tội nghiệp cho bà già tính rất chu đáo.

Chiếc xe này Caroline sẽ nhờ Tổng Lãnh Sự Áo mua giúp, chủ xe là Caroline cô ta làm giấy uỷ quyền cho em sử dụng để phục vụ giúp Toà Tổng Lãnh Sự, xe số ngoại giao đoàn. Trong vòng một tháng là em có xe mới tha hồ mà đi lên xuống Sài Gòn hàng tuần.

Em xin báo tin vui cho mẹ và anh chị biết, em đã nộp bài sưu khảo như bài tốt nghiệp hết một lớp, em làm một lúc mất mấy tháng ròng rã luôn cho ba năm thứ tư, năm và sáu. Bài tốt nghiệp cho năm thứ tư đã nộp rồi Hội Đồng Giám Khảo khen nức nở nói sẽ gọi về trình Bộ Y Tế xin chuẩn thuận tài liệu giảng dạy tại các trường Y. Bài viết thứ hai vừa xong cho năm thứ năm, em phải đọc lại kỹ và sẽ trình Hội Đồng Giáo Sư trong tuần tới, nếu được khen thì con đường em học lý thuyết sẽ được rút ngắn lại. Còn bài viết kế tiếp em đã sưu tầm tài liệu và ghi chú rõ ràng, em chỉ bỏ công sức viết ròng rã chừng một tháng nữa là xong bài tốt nghiệp năm học thứ sáu. Nếu được khen nữa thì con đường em ra trường sớm có thể rút bớt thời gian một năm rưỡi và thời gian thực tập tại các bệnh không thể rút ngắn được. Vì thế em phải xin các bịnh viện cho em thêm giờ thực tập mới đủ điều kiện thi ra trường.

Giáo sư Khoa Trưởng bảo em viết ba bài này bằng tiếng Anh để ông gởi cho Toà Đại Sứ Mỹ tham khảo, nếu họ công nhận là bài viết có chiều sâu có thể chửa trị bệnh hiệu quả, chắc chắn em sẽ có học bổng tốt chuyên sâu về một hay hai thứ bệnh mà em đang nghiên cứu. Mẹ nói đúng, em sanh bọc điều có số sung sướng giàu có mà lúc đó em đói đứng không muốn nổi. Em than với mẹ có thấy giàu sang sung sướng gì đâu mẹ, con đang đói, mẹ ra ôm em, hai mẹ con khóc nức nở và đó cũng làm cho em quên đói.

Bây giờ, thưa mẹ con có số sướng thật, đẻ bọc điều, được cha mẹ vợ thương, vợ yêu thì hết chỗ nói. Các giáo sư dạy con đều quý mến, thầy Khoa Trưởng tìm mọi cách giúp con tốt nghiệp sớm sẽ có học bổng xịn cho vợ con và cha mẹ cùng theo ở chung mà Viện đại học đều đài thọ hết thì chuyện con đẻ bọc điều là có thật, con cám ơn mẹ nhiều lắm, cả xe vỗ tay hoan nghênh.

Cũng là lần đầu tiên cả nhà bốn chị em ruột cùng mẹ, chị dâu, anh rể ngồi trên một xe đi lên Sài Gòn gọi điện thoại sang Áo, đông đủ hết cả nhà thật quá vui, quá hạnh phúc. Hiếu nói em xin đãi mẹ và anh chị muốn ăn gan rồng chã phụng nếu có bán em cũng xin đãi hay tối đêm nay thứ bảy, đại gia đình ngủ lại Sài Gòn một đêm, trưa mai về Sóc Trăng chiều cũng tới.

Con xin mẹ và chị hai thấy có thể được ở lại Cần Thơ chừng một tháng lo giúp con chuyện bếp núc, con nhờ người lái xe đưa mẹ và chị đi chợ hay đi chùa. Con muốn cấm cung để con học và con viết bài cho xong. Cuối tuần nghỉ xả hơi, con đưa mẹ và chị theo con lên Sài Gòn gọi điện thoại, mẹ gọi cho con dâu cưng của mẹ. Như vậy, con lái xe đường xa cũng hết cô đơn thêm vui như thứ ba rồi con chở bốn đứa con cháu của chú thím Tín lên Sài Gòn chơi, các em cũng vui thích mà con lại có bạn nói chuyện cũng đỡ buồn, không thấy lái xe đường xa còn mệt nữa. Mẹ nói ngay:

- Nghe con nói mẹ quá thương con, mẹ có thể hy sinh tất cả để giúp con vui là mẹ rất có hạnh phúc. Còn chị hai tuỳ ý con, ở lại hay về Sóc Trăng thu xếp vài ngày rồi lên Cần Thơ giúp em con và cuối tuần mình lên Sài Gòn theo Hiếu. Mai Hạnh con sẽ suy tính lại sẽ cho em Hiếu biết khi về đến Cần Thơ.

Đến Sài Gòn mới qua chín giờ mấy phút, Hiếu hướng dẫn vào khu gọi điện thoại quốc tế gặp Ngọc Huệ đang đứng đợi. Hiếu giới thiệu gia đình, cô ta chấp tay cúi đầu chào mẹ Hiếu các anh chị xong, Ngọc Huệ nói, em đã thu xếp dành cho anh một cái phòng VIP lớn anh có thể gọi điện thoại cả tiếng hay hơn mà không có tính tiền, em lo hết cho gia đình anh rồi. Vào phòng cứ khoá chốt cửa lại, nói xong mở cửa ra về, chỉ có vậy thôi. Các lần tới có em hay không có em cứ giờ này và sáng thứ bảy, anh Hiếu cũng hưởng được quy chế đặc biệt này do em đặt ra biếu tặng một anh bạn học cùng lớp học quá giỏi quá xuất sắc, các em cố học chạy theo trối chết mà vẫn thua anh Hiếu. Nói xong Ngọc Huệ dẫn bảy người vào phòng VIP, nhắc khoá cửa lại.

Caroline biết đại gia đình chồng có bảy người đều có mặt hôm nay, Caroline mở máy to có ba má ngồi kế bên. Mở đầu Hiếu nói vui, tối qua anh ngủ nằm mơ thấy ôm em nói chuyện uyên thuyên mà tay đụng em không rung. Còn mắt bị em vạch ra bảo nhìn thẳng vào người đẹp không được cụp mắt xuống, cả nhà cười vang.

Hiếu nói để mẹ nói trước vài lời hỏi thăm sức khoẻ ba má, Hiếu thông dịch. Hai ông bà và chị sui rất vui vẻ thấy Caroline rất vui không còn buồn khóc như lúc trước, chỉ khoảng hơn bốn tháng nữa đến ngày Caroline sanh con đầu lòng, bà nói con dâu của mẹ ngoan quá mẹ rất yêu thương con, Caroline mừng vui quá nghe mẹ chồng khen cũng chảy nước mắt. Người nói kế tiếp, chị hai cũng như mẹ chúc sức khoẻ hai bác và chúc Caroline luôn vui vẻ trước khi sanh và sau khi sanh lại càng vui hơn, em vui thì gương mặt của con sẽ luôn vui tươi như mẹ nó vậy. Caroline cũng nói cám ơn. Vợ chồng Trung, Minh Tâm nói con kính chào hai bác, ba má có nhờ chúng con chuyển lời thăm hỏi sức khoẻ hai bác và chúng con xin cầu nguyện hai bác sống lâu trăm tuổi để vui chơi hạnh phúc với cháu ngoại, cháu nội. Minh Tâm nói, anh chị chúc Caroline khi sanh mẹ tròn con vuông và có nhiều sức khoẻ, Trung cũng chúc em dâu luôn bình an hạnh phúc khi sanh con và Trung cũng kính chúc sức khoẻ hai bác và mong muốn hai bác theo vợ chồng Caroline về Việt Nam ở lâu dài vui với con cháu và dâu rễ.

Bây giờ tới hai nhân vật chánh trong buổi nói điện thoại hôm nay là vợ chồng Bernard và Hiếu bao chót. Bernard nói tiếng Áo với cha mẹ và em nên những người khác không hiểu gì hết, Bernard nói vắn tắt và giới thiệu vợ nói với gia đình bằng tiếng Anh, ông bà khen con dâu có hiếu với Mẹ ruột và cha mẹ chồng, ông bà vô cùng ngưỡng mộ gia đình của con cung cấp cho gia đình ba mẹ một con dâu ngoan hiền và thằng con rể thông minh quý hiếm dễ thương. Ba mẹ sẽ đi chung với gia đình Caroline về Việt Nam, có dịp sống chung với hai con của ba mẹ và ba mẹ chờ có cháu nội bồng ẳm cho vui với tuổi già. Con dâu nói, con và anh Bernard sẽ có nhiều dịp cùng với em Hiếu lên Sài Gòn gọi điện thoại về thăm ba mẹ và em Caroline dễ thương.

Em dâu và cũng là em chồng của chị, em đã có thai qua tháng thứ năm rồi đã hết nửa đoạn đường mang nặng đẻ đau mà nghe nói em vui vẻ không còn buồn xo hay khóc như hồi mới sắp xa chồng. Chị dâu nói tiếp:

- Em là vợ của Hiếu cũng như là ân nhân của Hiếu vì em của chị có nhiều mặc cảm thuộc con gia đình nghèo cùng khổ nên rất nhát gái, tội em Hiếu của chị là đứa em khổ nhứt trong nhà vì còn quá nhỏ đã nếm đau khổ nghèo nàn từ hồi mới lên ba. Em là người trị được bịnh rung tay của Hiếu. Hiếu nói với chị là phong tặng em là bác sĩ chuyên trị rung tay của một bác sĩ mới là tài, có phải vậy không? Caroline đá lại liền:

- Chị nghĩ coi em có tức không khi gần gũi lần đầu anh Hiếu chở em đi du ngoạn bằng xe gắn máy mà anh Hiếu thấy em nhìn ảnh thì hai mắt anh Hiếu cụp xuống, không dám nhìn lại. Em lấy làm lạ con trai gì gặp gái đẹp mà không dám nhìn. Chị có biết không, biết bao con trai gặp em là tán tỉnh, tay quờ quạng cứ muốn nắm tay và xin hôn em. Em đuổi ra khỏi nhà liền. Khi anh Hiếu chạm vai em tay anh Hiếu rung thấy rất tội nghiệp, em tức quá lấy tay anh ta ập và ngực em, tay ảnh vẫn còn rung. Em lại càng thắc mắc, em nắm chặt tay ảnh đè mạnh vào ngực bảo chừng nào anh hết rung, em mới buông tay anh ra. Chị tư thấy em là bác sĩ đại tài trị bịnh cho ông chuẩn bác sĩ chứng rung tay kinh niên khi chạm vào da thịt con gái, anh Hiếu, em nói có đúng?

- Dạ thưa đúng, Hiếu nói, Bác sĩ có tài chữa bịnh rung tay vô tiền khoán hậu nên anh phong tặng em là bác sĩ trị rung tay chỉ cho anh thôi nghe, không được trị bịnh bằng cách đó cho người khác. Mọi người, cả ba má và Caroline đều vui cười.

Bây giờ tới phiên nhân vật chánh nói chuyện với ba má, Caroline. Hiếu cho biết, thai nhi đến tháng thứ năm khá lớn rồi chòi đạp và lăn lộn làm cho mẹ đau nhiều nữa, đó là thiên chức của mẹ sanh ra con, em ráng chịu cực, chịu đau thêm bốn tháng nữa thì em sẽ hưởng được hạnh phúc tột cùng, em cùng anh tạo ra được hai tác phẩm vô giá và chừng một tháng sau anh sẽ bay qua thăm em và Mẹ và chị hai cũng có thể cùng đi với anh và cũng có thể anh chị tư cũng qua Áo đông đủ như ngày hôm nay đang nói chuyện với ba má và với em.

Anh chỉ khuyên em phải luôn vui vẻ để hai thằng con trai của chúng ta luôn có bộ mặt vui tươi không khù khờ như cha nó và nó phải dạn dĩ như mẹ. Chúng nó không được phép khi thấy gái đẹp cụp hai mắt xuống không giống ai và tay đụng vào da thịt người đẹp lại rung bần bật trông mà phát ghét, có phải vậy không Caroline? Caroline đáp liền nhờ tay rung mắt cụp xuống không dám nhìn thẳng vào người ta nên người ta mới yêu và tấn công tới tấp chớ bộ.

Mọi người cùng cười mỗi lần nghe hai vợ chồng trẻ cứ nhắc chuyện xưa lúc ban đầu mới yêu nhau cũng khá vui và khá tức cười.

Hiếu đề nghị anh chị Bernard nói nữa vì ba má và em Caroline lúc nào cũng yêu quý anh lại có vợ nên cả nhà lại mong vợ chồng anh trở về Áo để xem ngôi biệt thự nghỉ mát của ba má dành cho anh.

Ba má cũng muốn nhân chuyến em qua Áo lo đưa vợ con về Việt Nam, chúng em sẽ làm lễ đám cưới có phép hôn phối tại nhà thờ và ba má cũng muốn anh chị cũng làm như vậy có cùng giờ cùng ngày và cùng đứng ra đãi tiệc cả một họ đạo. Ba má nói bao hết tiền vé máy bay, nơi ăn chỗ ở ba má cũng lo, chúng ta có thể mời bà con thân thiết ở Việt Nam hai ba chục người, càng đông càng vui, đại diện bên nhà mình ở Việt Nam càng đông càng có khí thế.

Caroline còn dự định rủ Josephine về Áo làm đám cưới cùng ngày hay cùng tuần hay cách một tuần có ba đám cưới gốc Áo lấy chồng hay vợ là người ViệtNam mà là cùng gốc "xóc xờ bai Sóc Trăng". Khi tới Tết ta em về Sóc Trăng thăm mẹ và chị hai và ăn Tết với gia đình, anh em ngồi lại bàn việc làm đám cưới cùng lúc rất vui rất có ý nghĩa cũng tạo một dấu ấn, sự kiện đặc biệt tại Áo.

= Ba Caroline nói: cái ý Hiếu nói là ý của ba má muốn như vậy, còn tốn hàng trăm ngàn các con đừng có lo ba má còn một số cửa tiệm buôn bán cho mướn ở vài nước khác cũng dư dã tổ chức hai đám cưới cho hai con. Bernard xin phép ba má cho con nói:

- Nghe tin ba má cho phép chúng con làm lễ cưới ở nhà thờ chánh toà của Thủ Đô Vienne là một vinh dự cho vợ chồng chúng con, vợ chồng con cố thu xếp cho vén khéo về lại Áo và con hân hạnh trình diện bà con và cả họ đạo con có vợ đẹp ngoan hiền từ Việt Nam, chúng con vô cùng biết ơn ba má.

Hiếu mời mọi người nói thêm vài lời có thể cũng vừa đúng một tiếng và em sẽ lên Sài Gòn vào đúng sáng thứ bảy hàng tuần để em hỏi thăm vợ em cho vợ chồng đỡ nhớ nhau, Caroline có chịu cho anh lái xe đi xa chỉ nói chuyện qua viễn liên với em là anh hết mệt liền. Caroline đáp nhanh:

- Bây giờ chồng em tay hết rung rồi anh chị ơi, mỗi tuần chúng em lại gặp nhau qua điện thoại cũng hôn chục chục cũng vui đáo để. Chị tư chị ba chị hai và má cứ nghe nói nhiều về Caroline lại càng vui.

Chị Minh Tâm nhắn gởi với em Caroline, vợ chồng anh chị cũng dự tính xây khu nhà vườn như vợ chồng em, chúng ta có dịp gần gũi suốt đời không phải thời gian ngắn, mẹ và chị hai tha hồ mà lên Cần thơ thăm cháu. Em Hiếu đã trang trí một cái phòng dành riêng cho mẹ và chị hai, bên nhà chị cũng vậy, dù hai nhà sát bên, cũng bắt chước vợ chồng Caroline, anh chị cũng xây một phòng dành cho mẹ và chị hai qua nhà chơi có chỗ nghỉ riêng biệt.

Bernard cũng xin nói với ba má, nhà ba má cho vợ chồng con, đã có giấy tờ chủ quyền ba má đã nhờ luật sư làm sẵn chỉ chờ vợ chồng về Áo ký là hợp với pháp luật. Hai con dự trù mỗi năm nghỉ phép thường về Áo, chúng con sẽ sống trong ngôi nhà đó và con muốn vợ con học tiếng Áo và văn hoá Áo nên phải về thăm quê hương Áo thường xuyên. Ba Bernard vội lên tiếng:

- Con nói đúng, vợ con có gene thông minh, ba tin vợ con ở Áo chừng một tháng, gặp ba mẹ nói tiếng Áo, con nói với vợ con bằng tiếng Áo và vợ con đi chợ mua sắm bắt buộc phải ráng xổ tiếng Áo. Tiếng Áo và văn hoá Áo xâm nhập vào con dâu của ba má hồi nào chính con dâu cũng không biết.

Muốn học một ngôn ngữ để tiếp xúc lúc ban đầu không khó là phải nghe phải nói ban đầu dở và dần dà nó lan toả tiến lên trở thành hay. Như em con nó biết khá đến năm thứ tiếng nước ngoài rồi nó về Việt Nam sống bên mẹ chồng và anh chị cũng như những người khác chắc chắn con gái của ba mẹ cũng sẽ nói giỏi tiếng Việt chạy theo con. Trong lúc nó sanh, có thì giờ ngơi nghỉ, Caroline sẽ còn học cả chữ Việt nữa, ba má tin như vậy. Hai con phải thu xếp về cùng với em rể con để ba mẹ tổ chức hai đám cưới luôn. Chừng đó ba má sẽ bán các cơ sở ở vài nước ngoài cũng khá bộn tiền và ba mẹ lập di chúc thừa kế cho hai con mà bây giờ thành tới bốn để các con có tiền làm vốn kinh doanh. Ý hướng của ba đã bàn với mẹ là như vậy.

Tóm lại hai con phải thu xếp vận động trước, hè năm tới phải xin nghỉ phép một tháng hay hai con xin nghỉ giả hạn không lương luôn ba tháng càng tốt, về đây với cha mẹ thì hạnh phúc biết bao!. Bernard nói:

- Vợ chồng con đội ơn ba má, vợ chồng con sẽ theo em Hiếu lên Sài Gòn thường gọi điện thoại về ba má và em Caroline, chúng con xin chúc ba má luôn bình an khoẻ mạnh dưới sự chở che của Chúa Ky Tô và Mẹ Maria, chúng con xin kiếu từ ba má và em Caroline, chúng con xin hẹn gặp lại cuộc gọi lần tới. Hiếu nói vài lời với Caroline nhắc đi nhắc lại là Caroline phải luôn bảo trọng sức khoẻ và tươi vui sống bên cha me, hai con chúng ta sẽ có gương mặt tươi vui như mẹ nó thì vợ chồng có đại phúc. Hiếu nói tiếp:

- Con và gia đình chúng con kính chúc ba má luôn bình an trong tình yêu thương chở che của Thiên Chúa và Mẹ Maria. Vợ của anh, Caroline là đại đệ tử của anh hãy vui cười và hôn anh có phôn chuyển liền đó. Hiếu nghe tiếng chục chục là biết vợ hôn mình, Hiếu la lớn anh nhột nhột anh không có rung tay mà lại nhột nhột cái khác quá chừng, bai bai.

Cả nhà. hai bên Việt Áo đều vui cười thoải mái có một buổi nói chuyện khá lâu và vui cười từ lúc mở đầu và kết thúc cuộc gọi.

Hiếu mở cửa phòng ra về tự nhiên thoải mái, không thấy Ngọc Huệ đâu hết, biết Ngọc Huệ lánh mặt e ngại các chị còn tặng quà.

Ra đến xe, Hiếu hỏi nếu mẹ và anh chị thấy có thể ở lại chơi ngày mai mới về thì chúng ta đi lấy phòng. Nếu bận thì để dịp khác, Trung nói anh chị không có tính trước nên ngày chúa nhựt có hẹn thợ thầy đến xẻ rảnh đào mương khu nhà vườn, anh chị trồng cây trước cho tốt rồi mới tính xây cất nhà, nhờ chú Tín lo hết. Lần tới Hiếu lên Sài Gòn lấy xe và gọi điện thoại anh chị cùng em hay cả gia đình như ngày hôm nay, chúng ta ở lại chơi đến ba bốn giờ chiều mới về Cần Thơ và hai vợ chồng Bernard ngủ lại Cần Thơ một đêm cho khoẻ, sáng thứ hai về sớm còn đi làm việc.

Cả nhà nhứt trí là bây giờ đi ăn mà phải ăn lâu lâu cho cậu Út tốn thêm tiền, chị tư của Hiếu nói. Cuộc nói chuyện hôm nay, cậu Út coi bộ cưng vợ dữ quá mà Caroline nói anh Hiếu nói em phá hoại cuộc đời trinh trắng của ảnh nên ảnh bây hết còn gin, chị tư nghe có tức cười không? Cả xe nói cậu Út mất trinh rồi, không còn gin nữa, Tuyết Trinh nói lớn làm cả xe cười muốn bể bụng.

Mẹ cũng góp lời, như vậy Trung, Bernard cũng đều mất trinh hết rồi phải không? Cả gia đình cùng cười nói mẹ bây giờ quá tiến bộ. Minh Tâm nói Mẹ luôn giữ gìn chú út sợ chú út mất trinh, nay chú út mất trinh mẹ lại tán thành mới vui. Cả gia đình cùng cười.

Hiếu nói, ba chị tính coi đi chợ ăn món gì tây, tàu, nhựt đều có cả hay muốn thưởng thức món ăn đồng quê miệt vườn thì chạy ra mũi tàu Phú Lâm vào các quán bán thức ăn của quê miền tây mình. Trước khi đi ăn, anh Bernard chạy đến chợ Bến Thành em mua một số xoài cát Hoà Lộc, về biếu hai bác bên chị Minh Tâm, chú thím Tín, vợ chồng anh Trai, mẹ, chị hai và chị Ngọc Mai và em cũng để dành ăn nữa. Bảy người nhà mình kéo hết vào chợ Bến Thành đến mua bà bán quen với em, mình mua không sợ hố.

Xe vào chỗ bãi đậu có người trông nom, bảy người vào chỗ bán xoài Hoà Lộc, bà bán chào mừng Hiếu, bà nói cả khu này đều khen vợ cậu đẹp quá chẳng khác nào hoa hậu đi dạo phố. Minh Tâm nói liền, dì khen vợ của em cháu đẹp như hoa hậu chắc em sẽ phình mũi to mua hết xoài cát của dì đó để dì nghỉ trưa. Hiếu nói:

- Chị em nói phải, dì lựa xoài chiến của dì cân cho cháu bảy bịch mỗi bịt hai ký, dì không có đủ nhờ dì mua giúp cho đủ bảy bịt vì từ Sóc Trăng, Cần Thơ lên Sài Gòn chỉ có mua xoài cát Hoà Lộc rồi về. Gia đình cháu đi chơi một vòng chợ Bến Thành rồi trở lại lấy xoài. Hiếu nói em muốn mua tặng chị hai, chị ba chị tư và bác gái mẹ của chị ba mỗi người một chiếc nón lá bài thơ làm quà kỹ niệm biếu quý chị thân thương của em. Mọi người cười ngất, cậu út quen ga lăng vợ nay cũng ga lăng cả các chị nữa, các chị rất vui được em Hiếu tặng quà. Hiếu đến bà bán nón bài thơ cũng là chỗ quen, bà này cũng khen vợ cậu người nước ngoài sao đẹp quá, còn đẹp hơn hoa hậu, làm cậu Hiếu phồng mũi lên và nói cháu xin mua bốn cái nón bài thơ và mỗi cái có ba cái quai nón khác nhau. Xin lựa nón có thơ hay lại càng quý. Bà bán nón lựa và đưa lên xem bài thơ trong nón lựa bốn cái và quay nón có đủ, bà gói kỹ và có bao giấy kiếng cẩn thận. Hiếu trả tiền và nói con xin biếu dì thêm năm chục vì dì khen vợ con đẹp, nếu dì khen con đẹp trai thì con lấy nón mà không trả tiền. Mọi người cùng cười, từ giả bà chủ bán nón, đi một vòng ngang qua nhà hàng Thanh Thế thấy thực khách đông quá từ trong nhà hàng cho đến ngoài hành lang đầy cả khách vì là ngày thứ bảy cuối tuần thiên hạ đi chơi đông nên các nhà hàng có nhiều người chiếu cố. Đi hết một vòng, trở lại quày bán xoài Hoà Lộc, có bảy bọc trong bao giấy từng trái xoài cho vào một túi ny long lớn chắc chắn có quai xách mà không sợ bọc bị rách, bể. Khi trả tiền, Hiếu nói, con xin biếu dì một trăm vì dì có lời khen vợ con đẹp, năm tới vợ con trở qua, vợ chồng con đến mua xoài mà dì thấy vẫn còn đẹp thật, dì khen chắc vợ con mừng lắm sẽ thưởng cho dì gấp đôi. Bà chủ bán xoài cười toe toét, cám ơn rối rít. Hiếu xách hai túi nhờ mẹ cầm giúp bốn cái nón lá ra xe.

Bernard lái xe ra mũi tàu Phú Lâm, lại tấp vào quán Đồng Quê, thứ ba rồi Hiếu cũng vào đây ăn. Hiếu nói quán này làm thức ăn gốc miền tây mình, rất hợp khẩu vị, chắc chị hai thích lắm. Bây giờ ở đây, em đưa thực đơn chị hai đọc, chị đi chợ dùm em mua nhiều thức ăn đãi mẹ và các chị em mình. Chị lựa thức ăn nào mà có thể cóp nhặt được đem về Sóc Trăng mình chế biến thành món ăn của nhà Trần ở Bố Thảo. Chị hai nói để chị hai lựa, món ăn nào ngon nói chị hai nấu, còn món ăn không ngon thì nói của cậu nấu, có hợp lý không các em? Minh Tâm đáp liền:

- Chị hai nói quá hợp lý có phải không chú út. Dạ phải, Hiếu nói tiếp:

- Các chị thấy em cô đơn, không có vợ bên cạnh binh vực nên ăn hiếp quá trời, em xin nhận hết các cái. Cả nhà cùng cười. Chị hai nghiêm nghị nói mình đi nhà hàng ăn là có dịp mình học cách chế biến các món ăn của họ, mình sẽ cải cách chế biến theo cái gu riêng của mình chắc các món ăn đó sẽ ngon thêm. Bây giờ ba chị em gái, mỗi người chọn hai món để mình học hỏi, ba chị em có sáu món tha hồ ăn cho cậu út sạch túi. Sáu món ăn chọn xong nhà hàng bắt đầu thực hiện, quán này có một ao sen rất lớn cho khách ngồi câu, có mồi có cần câu, được con cá nào lớn nhỏ gì không tính tiền và nướng ăn liền.

Về tới Cần Thơ, Trung mời gia đình chiều nay sáu giờ đến nhà hàng nổi ăn đông vui lại thưởng thức nhạc sống. Trung nói sẽ mời thêm chú thím Tín và có ông bà nhạc và cháu Thu Mai nữa. Hiếu nói sáng chúa nhựt em đưa mẹ và chị hai cùng gia đình anh Bernard đi tham quan chợ nổi Cái Răng cho mẹ và chị biết thêm cách mua bán trên sông nước, nếu có cả hai gia đình anh ba chị tư nữa lại càng vui, mình về Bến Ninh Kiều trước bốn giờ, mẹ ở lại với con, còn chị hai ở lại hay về Sóc Trăng giải quyết chuyện nhà vài ngày, em xuống đón chị, má về thăm nhà lấy thêm quần áo.

Sáng sớm thứ bảy từ Sóc Trăng con lái thẳng lên Sài Gòn, nói chuyện qua điện thoại mình trở về Cần Thơ. Từ chúa nhựt tuần sau, con sẽ cấm cung cho đến thứ bảy, đưa mẹ và chị lên Sài Gòn. Chương trình của con là như vậy, khi tựu trường đi học thì hai ba hoặc bốn tuần con mới đi Sài Gòn, lúc này còn nghỉ hè, nên con lên xuống Sài Gòn hàng tuần. Mẹ và chị hai ở chơi với con đúng một tháng, con sẽ đưa mẹ và chị về Sóc Trăng.

Lúc ấy con cũng giảm bớt thức khuya dậy sớm, cơm nước con lo được hoặc lái xe ra tiệm ăn. Chị hai nói, chị ở lại với mẹ giúp cậu út đến chiều thứ năm, cậu út đưa mẹ và chị về nhà ở Sóc Trăng lấy thêm quần áo. Sáng sớm thứ bảy mình đi Sài Gòn, mẹ và chị ở lại Cần Thơ chừng nào cậu út đi học lại thì đưa mẹ, chị về Sóc Trăng.

Hiếu tập trung vào việc viết một dàn bài chi tiết cho bài sưu khảo năm học chót, chỉ mất trọn hai ngày. Hiếu để sang một bên, dành trọn hai tuần đọc lại thật kỹ bài viết về những bịnh mà sản phụ mắc phải và cách chữa trị hiệu quả giúp cho các bà mẹ nhứt là các bà mẹ trẻ mới sanh lần đầu. Còn về thai nhi trong bụng mẹ làm cách nào nuôi dưỡng thai nhi đúng cách sẽ giúp việc sanh đẻ dễ dàng hơn. Các chi tiết về sự phát triển từ tháng một của thai nhi mà các bà mẹ cảm nhận được giúp cho sản phụ khi sanh con ra còn có trách nhiệm nặng nề nuôi dạy con thơ cho đến khi con được bốn tuổi gởi vào nhà trẻ tiếp sức giáo dục trẻ nhỏ, năm tuổi vào học mẫu giáo cho đến khi vào tiểu học. Trách nhiệm giáo dục con san sẻ cho nhà trường gánh vác cho đến tuổi mười bảy hoặc mười tám vào đại học là lúc mẹ kể cả cha mẹ chỉ còn là cố vấn giúp con học đại học ngành nghề mà con yêu thích. Chính tuổi này con cái lại muốn tự do như người lớn cũng là thời gian con cái dễ vấp ngã nhứt, muốn ra ở riêng.

Bài sưu khảo về sản phụ, thai nhi và trẻ vị thành niên chấm dứt, bài sưu khảo về sự lão hoá của năm thứ tư là bài được các giáo sư tán thưởng quan tâm.

Năm thứ nhứt viết về tim mạch, năm thứ hai viết về bịnh sốt rét và năm thứ ba viết các chứng bịnh về xương và các hệ luỵ khi gãy xương vì tai nạn xe cộ phải có các bước từ sơ cứu khi chưa chụp X quang. Khi biết rõ các đốt xương bị gãy, bị dập phải có cách chửa trị thiết thực và phải có trách nhiệm chỉnh hình, phục hồi lại chức năng là của xã hội của nhà nước. Chửa trị xương đúng cách sẽ giúp cho bịnh nhân giảm hay tránh bị tàn tật. Những tai nạn về xương nhứt là gãy tay gãy chân gãy xương sườn, bả vai hay gây thương tật cho xương sống, đầu cổ do tai nạn giao thông hay do chiến tranh đang là gánh nặng cho xã hội Việt Nam mà ngành y khoa có trách nhiệm chửa trị phục hồi lại chức năng của xương...

Trong sáu năm học y khoa qua sáu bài viết về định bịnh và trị bịnh cũng là thước đo trình độ nhận thức bệnh lý của mỗi bịnh cũng như cách chửa trị hiệu quả mà mỗi người nghĩ ra cống hiến cho ngành Y của các sinh viên. Năm bài đã nộp và bài thứ sáu sẽ nộp trong vài tháng tới.

Nhiều giáo sư nói, từ trước tới nay, chưa có sinh viên y khoa nào có các tư duy và viết về sáu bịnh lý đáng trân trọng như vậy. Hơn nữa, mới học hết năm thứ ba mà sinh viên sẽ có bài viết cho đến năm thứ sáu, bài nào cũng trình bày rõ ràng chi tiết. Về mặt lý thuyết vô cùng có giá trị, chỉ còn thực nghiệm lâm sàng tại các bịnh viện, nếu hoàn toàn tốt đẹp, thành công trọn vẹn thì sinh viên đã có nghiên cứu đó phải được Bộ Y Tế và chánh phủ ghi công tưởng thưởng. Sáu bài sưu khảo giá trị đó trở thành các bài giảng về sáu bệnh lý sẽ được phổ biến rộng rãi trong giới y khoa cả nước.

Trường đại học Y Khoa Cần Thơ còn có nhận xét, mỗi sinh viên viết chỉ có một bài sưu khảo về bệnh lý đã là khó, có sinh viên còn khất nợ. Nay, một sinh viên đang học năm thứ ba mà viết chỉ mấy tháng hoàn thành luôn bốn bài cho năm thứ ba, tư, năm, sáu, có thể nói là một sinh viên siêu việt hay là một thiên tài của ngành Y vừa mới xuất hiện. Trong ngành Y ai cũng hiểu, viết một bài sưu khảo có chiều sâu là phải đầu tư nhiều thời gian, công sức học hỏi sưu tầm tài liệu, đào sâu suy nghĩ, tìm tòi nghiên cứu và viết phải dễ hiểu, rõ ràng mà có mạch lạc mới xứng đáng là bài sưu khảo bệnh lý có giá trị.

Trường đại học Y Khoa Cần Thơ vô cùng hãnh diện có một sinh viên đã có những suy nghĩ về y học tiên tiến rất khoa học cũng như đề ra các phương thức chửa trị hữu hiệu mà ít tốn kém và rút ngắn gần một nửa thời gian chửa trị theo cách cũ mà sinh viên y khoa đang học. Qua sáu bài viết của sinh viên Hiếu, đặc biệt hai bài viết về xương và bịnh sốt rét nếu thử nghiệm lâm sàng thành công thì tạo ra một bước ngoặc chửa trị hữu hiệu hai bịnh này tại Việt Nam, có thể cả thế giới.

Ông Khoa Trưởng Y Khoa đã gọi Hiếu lên văn phòng hỏi, chừng nào Hiếu sẽ hoàn tất bài viết thứ sáu, Hiếu đọc, edit thật kỹ nhà trường sẽ in ra gởi cho Bộ Y Tế nghiên cứu. Giáo sư Khoa Trưởng rất mến tài sinh viên Hiếu và còn biết Hiếu rất giỏi về Anh văn, bảo Hiếu viết xong đủ sáu bài của sáu năm học Y Khoa, nhà trường sẽ in thành tập sách tặng cho các giáo sư của trường. Sáu bài này dịch ra tiếng Anh hay Hiếu viết lại bằng chữ Anh để ông gởi cho Toà Đại Sứ Mỹ ở Hà Nội nghiên cứu và có thể tìm cho Hiếu học bổng chuyên khoa về sáu thứ bệnh mà Hiếu đã trình bày. Nếu học bổng do một trường đại học danh tiếng của Mỹ cấp thì tương lai một bác sĩ trẻ Việt chưa được hai mươi bốn tuổi sẽ có nhiều cơ hội phổ biến tài năng y học của Hiếu ra khắp thế giới.

Vì vậy, Hiếu phải khẩn khoản nhờ mẹ và chị hai ở cạnh bên giúp Hiếu thêm tinh thần cầu tiến và giúp chăm sóc Hiếu về ăn uống cho có thêm nhiều chất bổ khoẻ tránh được bệnh tật. Hiếu cả ngày có khi làm việc đến mười tám hai mươi giờ chỉ trừ ngày thứ bảy là lên Sài Gòn nói chuyện với vợ qua điện thoại cũng là hình thức giúp làm giảm stress, sự căng thẳng cao độ trong nghiên cứu thức khuya dậy sớm.

Hơn ai hết, Hiếu hiểu rõ sự trả giá của mình bằng sự hy sinh, chịu đựng gian khổ để rút thời gian học lý thuyết và may ra có học bổng toàn phần nghiên cứu chuyên sâu về bệnh lý học hỏi thêm cái mới lạ của thế giới và nhất là của Mỹ. Hiếu cũng có ý nghĩ mỗi lần xin được một học bổng danh giá không phải là dễ có thể Hiếu nghiên cứu học hỏi hai đề tài cùng một lúc trong sáu đề tài bệnh lý mình đã bỏ bao công sức ra học hỏi và nghiên cứu kỹ qua tài liệu và sách giáo khoa, nay bổ túc những khuyết điểm hay tăng thêm sự thuyết phục. Một điều may mắn là mình đi du học được mang theo vợ con cùng ở chung nhà hoặc chung phòng mà trường đại học đài thọ hết mọi phí tổn. Đó cũng là cơ may cho mình có thêm tinh thần học hỏi và vợ mình cũng có cơ may hoàn thành chương trình học tiến sĩ về bang giao quốc tế mà nàng mê thích.

Nghe nói, học bổng toàn phần do Toà Đại Sứ Mỹ giới thiệu và bảo trợ còn có mang cả cha mẹ cùng sống suốt thời gian du học.

Hiếu cảm thấy mình muốn hưởng đặc ân du học, ngay bây giờ vừa viết bài thứ sáu vừa viết bằng chữ Anh các bài trước cũng là một hình thức thay đổi món ăn tinh thần viết bài này mệt chuyển sang dịch thuật, viết chữ Anh cũng làm mình có cơ hội thư giản.

Có mẹ và chị thu xếp đồ đạt lung tung nay đâu vào đó, chị mình quá thương em út còn lau từng cái hóc, cái kẹt khắp trong nhà chỗ nào cũng sạch bóng. Cầu tiêu nhà tắm, chị hai kỳ cọ kỹ lưỡng đều lau sạch mà còn xịt thuốc sát trùng mọi ngõ ngách trong nhà. Bỗng nhiên nhà của Hiếu có mùi hương dễ chịu, chị hai tự ý đi mua chất thơm về xịt khắp trong nhà. Hiếu ra khỏi phòng làm việc đi ra ngoài xả hơi thì chị hai vào làm việc, lấy từng cái chụp đèn chân đèn, cái điện thoại và tất cả bàn ghế mọi thứ chị hai đều làm nhanh xịt chất thuốc sát trùng trước mở tung quạt máy lên.

Chừng mười lăm phút sau chị xịt chất thơm thật nhiều và đóng cửa lại, khi Hiếu mở cửa bước vào như là Hiếu đi lạc vào một gian hàng bán mỹ phẩm sang trọng có mùi thơm dìu dịu mà Hiếu rất ưa thích. Hiếu đóng cửa, chạy ra tìm chị hai thấy chị đang nói chuyện với mẹ. Hiếu nhảy ngồi giữa chị và mẹ, nói với mẹ:

- Chị hai hôm nay như cho con vào cõi thiên thai, phòng con thật sạch và có mùi thơm dìu dịu con thích quá mẹ ơi. Em cám ơn chị hai nhiều lắm, chị luôn thương em nghe chị hai. Mẹ nói với Hiếu mẹ ở đâu thì chị hai con ở đó hủ hỉ cho đỡ buồn, phòng ngủ của mẹ và chị hai ở nhà vườn mẹ thấy rộng quá con phải kê một cái bàn nhỏ để mẹ thờ Phật và thờ ba con.

Mẹ biết gia đình bên vợ con đều là Công giáo và con cũng sẽ vào đạo Công giáo, đạo nào cũng tốt. Mẹ không muốn con làm bàn thờ Phật và bàn thờ ba con ở ngoài mà phải ở trong phòng mẹ để mẹ gần gũi ba con qua tâm linh qua cầu nguyện Phật chứng kiến độ trì gia đình mình luôn bình an hạnh phúc. Mẹ cho con biết:

- Phật hay Chúa cũng tại tâm do lòng thành của mình. Con có hiếu với mẹ và ba má vợ của con, Chúa Phật sẽ ban hồng phước cho vợ chồng con, mẹ luôn cầu nguyện cho con như vậy. Hiếu ôm hôn mẹ và nói:

- Con kính yêu mẹ, còn có đi du học Mỹ con cũng vận động mời mẹ và chị qua chơi chừng một tháng để mình hiểu thêm cuộc sống của xứ văn minh. Con hy vọng có học bổng từ ba đến sáu năm con được phép đem theo vợ con mà trường đại học đài thọ hết chi phí. Con luôn cầu nguyện linh hồn ba con chết thiêng theo phù hộ con học thành tài làm vẻ vang cho dòng họ nhà mình. Chị hai nói:

- Em cứ lo học cho tới trưa thứ năm chừng bốn giờ, ba mẹ con mình về Sóc Trăng ăn cơm chiều tại nhà, chị sẽ nấu thức ăn mang về chỉ có hâm nóng lại là ăn liền. Mẹ và chị có một ngày thứ sáu nghỉ tại nhà, em muốn đi thăm bạn bè thì trưa về ăn cơm, chiều rủ vợ chồng Bernard qua ăn cơm. Sáng thứ bảy ba mẹ con đi Sài Gòn sớm trước bốn giờ cũng đươc, chị hai mang theo vài cái khăn con ướp nước đá để em lau mặt thường xuyên chống buồn ngủ, mẹ ngồi cạnh bên gọt trái cây cho em ăn và chị gợi nhắc lại kỹ niệm xưa cũng chống buồn ngủ giúp em. Ba mẹ con nói điện thoại xong, mình quay ra nhà hàng Đồng Quê ở gần mũi tàu Phú Lâm chị mượn một cái ghế dựa cho em chợp mắt chừng một tiếng hay hơn, mình sẽ ăn cơm sau. Em nằm ngủ, mẹ và chị đi câu cá cho vui đợi em thức dậy. Chị hai tính như vậy có hợp ý em không?

- Chị hai tính toán quá hay, em xin bái phục, em làm đúng sự sắp xếp của chị.

Sáng thứ sáu, Hiếu cũng rảnh, gọi điện thoại gặp Thu Vân hẹn mười lăm phút sau, anh Hiếu đến chào bố mẹ và chào em, anh về Sóc Trăng tối hôm qua, sáng mai anh đưa mẹ và chị anh cùng đi Sài Gòn. Một chút nữa anh gặp Thu Vân nghe.

Hiếu đến nhà, cửa mở, bác ba Phi đang vào vườn ươn cây, Hiếu lặng lẽ vào vườn chào bác ba, bác rất ngạc nhiên nói làm sao con vô đây được:

- Dạ con thấy cửa mở con vào đây trước vì đoán bác ở trong này. Hồi nãy con có phôn xin phép đến nhà thăm hai bác. Có lẽ Thu Vân mở cửa chờ con, con nói đúng, Thu Vân cứ nhắc con hoài, nó nói hồi đi học anh Hiếu học giỏi lắm, giỏi nhứt lớp mà còn giỏi nhứt trường nữa. Con gái trạc lứa tuổi như con đứa nào cũng để ý muốn làm quen, còn anh Hiếu phớt tỉnh ăng lê.

Tội nghiệp Thu Vân có mối tình đầu, bị tình phụ nó đau tưởng chết, hai bác mới cho nghỉ học đưa về nhà cho nó nguôi ngoai, nó muốn học lại hai bác cũng cho nó làm lại cuộc đời. Trước đây, nó còn định tự tử, tội nghiệp cho thân gái yêu nhầm tên sở khanh khốn nạn, may là nó không có con với thằng khốn kiếp đó, sau này nó có chồng cũng dễ phải vậy không Hiếu?

- Dạ, thưa bố phải. Nghe biết sơ qua mà con cũng cảm thương cho Thu Vân, bây giờ Thu Vân là em của con, con xin hứa với Bố mẹ, con và vợ con sẽ làm mai mối giúp Thu Vân có tấm chồng giàu sang như ai. Hồi đi học con mê Thu Vân cứ nói thầm sao ở Sóc Trăng lại có cô con gái dễ thương tuyệt đẹp nước da trắng bốc. Con mê Thu Vân về sắc đẹp mà Thu Vân lại học giỏi nữa rất ngoan hiền. Con biết, con gái đẹp thường học dở mà Thu Vân lại học xuất sắc chỉ có thua con còn hơn tất cả bạn bè khác. Nếu Thu Vân thi vào trường Y có phần chắc là đậu, học chung với con thì giờ này có thể là vợ của con hay chúng con đã có hứa hôn mà chưa làm đám cưới. Ông trời thật oái oăm trớ trêu Bố ạ!

Trưa nay, nếu Bố có thể đi xuống Bãi Xàu với con cùng với mẹ và em Thu Vân mình ăn cơm. Con vào nhà mời mẹ và em Thu Vân để Bố mẹ cùng con bàn tính có kế hoạch giúp em con có tương lai tốt đẹp như con. Mình ăn đuông chà là nghe Bố, ông nói, con vào nhà trước, Bố rửa tay rồi vào sau. Vừa vào tới phòng khách đã gặp ngay mẹ và Thu Vân đứng đợi. Hiếu cúi đầu chào và bắt tay Thu Vân. Hiếu hỏi Thu Vân có Ngọc Huệ làm bưu điện ở Sài Gòn gọi em chưa? Thu Vân nói liền:

- Em xin bái phục anh Hiếu rất hào sản vô cùng rộng rãi cho Ngọc Huệ mấy chục ngàn bằng trên mười năm tiền lương, Huệ có tiền nuôi con, nó cũng như em bị một tên sở khanh khốn nạn hại nó, giống hệt đời con gái của em, may là em không có con với thằng khốn kiếp đó. Hiếu nói:

- Anh biết cuộc đời trong trắng của em đã bị một tên mất dạy vùi dập, em còn muốn tự tử. Nếu em tin anh sẽ giúp em đứng thẳng lên tiến về tương lai tươi sáng đang chờ em, dẹp bỏ hết cái quá khứ đau buồn. Dù em vừa trải qua một cơn đau nặng đến đổi em phải bỏ học, anh biết hết lại càng thông cảm mến thương em.

Bây giờ con xin phép mẹ, con mời Bố mẹ và em con Thu Vân cùng đi ăn đuông chà là và uống sinh tố tại hai quán ở Bãi Xàu mà người quản lý bán sinh tố cũng là bạn học với chúng con năm xưa.

Xin mẹ và em vào trong sửa soạn, Bố vào cũng thay quần áo xong, chúng ta đi ăn trưa nay để con tìm cách giúp em con chữa trị vết thương lòng cho có hiệu quả, rất tội nghiệp cho người con gái đã yêu lầm tên sở khanh. Em con phải có quyết định sáng suốt cho tương lai, Bố mẹ và con chỉ giúp cho em có một nửa.

- Thu Vân biết em có cái gì giúp cho em có tương lai tươi sáng dễ dàng hơn người khác không? Hiếu hỏi. Chút nữa có cả Bố mẹ nữa anh sẽ nói ra cho em biết, đó là lợi thế của em. Bây giờ trong lúc chờ đợi thay quần áo, em nhờ ai đó cho anh xin một trái dừa tươi uống nước cho khoẻ. Thu Vân nói liền:

- Tưởng anh muốn ăn gan rồng chã phụng thì em không có, còn nước dừa tươi anh muốn tắm lột da cho trắng thêm đẹp trai, em cũng sẵn sàng cung cấp cho anh. Thu Vân đi nhanh vào trong gọi em trai chặt một trái dừa lửa mời anh Hiếu.

Đứa em trai đem nước dừa ra mời anh rể hụt uống cho khoẻ. Hiếu bóc bóp, nói hôm nay em gọi anh là anh rể, anh rất vui, em đã nghe câu chuyện tình thời trung học của anh chị nó đẹp mà kết cục một người có hạnh phúc một người lại vô phúc. Anh không phải là anh rể thật của em chỉ là anh rể hụt rất đáng thương phải không, anh biếu ba em mấy trăm tiêu vặt, em cần gì anh giúp đỡ, anh sẵn sàng giúp tất cả các em của Thu Vân cũng là em của anh.

Em có gắng học giỏi thi vào Y khoa Cần Thơ, trong tương lai anh sẽ giúp em được mà ngay bây giờ em phải cố học giỏi. Khi anh có xe mới lớn rộng hơn xe này, anh sẽ mời Bố mẹ và cả gia đình đi Sài Gòn chơi. Hà, em trai Thu Vân nói chị em suốt ngày buồn xo mà hể anh đến nhà chơi thì chị của em tươi vui lắm. Em cám ơn anh Hiếu đã thật lòng thương yêu muốn giúp đỡ chị em và chúng em vô cùng cám ơn anh Hiếu. Tội nghiệp chị em, mới từng tuổi này mà đã muốn tự tử chết, không còn muốn sống nữa. Hà vội vào nhà trong, Bố mẹ và chị đi ra xe.

Ngồi trên xe, mẹ nói: quán ăn có món đuông chiên bơ mà mẹ và em Thu Vân của con dù ở Sóc Trăng là cái nôi của món ăn đặc sản này mà đây là lần đầu tiên mẹ và con gái yêu của mẹ mới biết ăn đuông. Đây cũng là điểm may mắn vì đuông cùng vần với suôn - suôn sẻ, hậu vận của Thu Vân sẽ không còn có bóng mây mù bao phủ như hiện nay, mẹ tin như vậy. Hiếu nói:

- Con xin phép lái xe qua nhà con để con báo với mẹ và chị của con là con đi ăn cơm khách trưa nay và cũng muốn cho cha mẹ và em Thu Vân biết ngôi nhà thân yêu của con lúc con đi học chung với em con là một ngôi nhà rách nát xiêu vẹo. Sau đó chị con lấy trước tiền ở đợ gởi về tu sửa lại, nay nhà con cũng khang trang. Hiếu nói, xin phép bố mẹ:

- Hôm nay con mời bố mẹ ăn cơm trưa cùng với con là con muốn nói, em Thu Vân coi xem em đi chợ, em có trọn quyền đặt thức ăn, bố mẹ và anh chỉ có ăn theo em thôi. Thu Vân nói:

- Em không dám qua mặt anh vì em đã qua mặt anh có người yêu trước, mới có một lần, mà em đã chuốc lấy thân tàn ma dại như ngày hôm nay. Hiếu nói anh thông cảm với em còn nhớ còn quý trọng anh. Bây giờ con nhờ bố mẹ gọi thức ăn giúp dùm hai con và chúng con xin phép gọi trước hai món là đuông chà là chiên bơ là món của con và tôm càng nướng là món ăn của Thu Vân, anh nghĩ như vậy em có đồng ý không? Thu Vân gật đầu. Bố mẹ gọi món ăn cơm cứ gọi nhiều món, mình ăn không hết thì mang về nhà ăn tiếp. Hai món ăn của con và của em Thu Vân gọi là món ăn chơi, bố mẹ gọi các món ăn mới là món thiệt, món ăn no bụng nhớ hoài nghe Thu Vân.

- Dạ, anh của em nói đúng, em xin cám ơn anh, một người bạn tốt chân thành nhứt đời em. Em vô cùng hãnh diện và cám ơn anh, em được anh chăm sóc giúp đỡ trong hoàn cảnh em dở sống, dở chết, anh Hiếu có thật sự thương yêu em không? Hiếu gật đầu mà nước mắt trào ra. Thu Vân vội lấy khăn giấy đưa cho Hiếu chậm vào mắt.

Nhà hàng đem bếp chiên đuông trước mặt khách biểu diễn cách chiên làm cho khách thêm háo hức chờ món ăn, đợt đầu bốn con cho bốn người, Hiếu gắp cho bố mẹ trước, đến Thu Vân và Hiếu sau cùng. Hiếu mời em Thu Vân hãy nhai nhè nhẹ mới cảm thấy hết cái ngon của con đuông chiên bơ. Thu Vân cảm thấy Hiếu nói cái gì cũng đúng. Hồi còn đi học lớp mười hai, trong khi các bạn bàn một vấn đề gì trong lớp học cũng bị Hiếu hỏi vặn vẹo làm các bạn ú ớ và sau cùng Hiếu luôn đưa ra lý luận thuyết phục, đúng. Các bạn cùng lớp phong Hiếu là vua lý luận cũng là vua nghèo nhứt lớp rất đáng thương. Vừa nghĩ đến đó, tự nhiên hai dòng nước mắt của mình trào ra mà Thu Vân không kịp nén lại. Khi Hiếu đưa khăn giấy cho Thu Vân lau nước mắt, bố mẹ cũng rất xúc động thương con mình lở dại một lần mà ngàn năm ân hận đau khổ. Hai ông bà đâu biết Thu Vân nhớ cảnh nghèo của Hiếu mà chảy nước mắt ân hận vì không giúp bạn, nay Hiếu lại giúp mình hết lòng.

Để cho bữa ăn thêm vui, Hiếu nói mẹ gọi thức ăn cơm như canh chua đầu cá lóc, cá rô mề kho tộ, cá trê vàng chiên ăn với nước mắm gừng...Con gợi ý như vậy tuỳ bố mẹ quyết định. Hiếu nói nhà hàng chỉ cho hai mươi con đuông chiên và tôm càng nướng chỉ hai con thôi. Hai mươi con đuông chiên đã có đủ trên bàn, hai con tôm càng nướng cũng vừa bày trên bàn. Bố mẹ Thu Vân cũng chỉ gọi ba món ăn mà Hiếu gợi ý. Hiếu mời bố mẹ ăn đuông trước.

Kế tiếp ăn tôm nướng ngay còn nóng mới ngon. Hiếu tách con tôm ra làm hai theo chiều dọc, đưa qua dĩa Thu Vân nửa con, Hiếu lấy bơ phết nhẹ trên phần xẻ của nửa con tôm và múc một muỗng sốt cho vào một góc dĩa, Hiếu đưa dao nĩa cho Thu Vân cắt ăn. Hiếu thấy bố mẹ làm chậm, Hiếu cũng xin làm giúp một cái rẹt nửa con tôm cho mỗi người, cũng trét bơ và có một muỗng sốt nữa. Hiếu quay trở lại thấy dĩa mình Thu Vân cũng làm y chang như vậy, Hiếu rất vui cám ơn em gái anh cũng biết phục vụ cho ông anh cù lần lửa. Bố mẹ nghe nói cùng cười. Bà nói mẹ thấy hai con chăm sóc cho nhau sao quá hạnh phúc, ước gì... rồi bà nghẹn ngào chảy nước mắt, Hiếu vội lấy giấy đưa cho mẹ lau. Hai con tôm càng là món ăn riêng của Thu Vân hôm nay quá ngon phải không em? Dạ, phải, rất đúng, em cám ơn anh. Hiếu mời bố nhậu một chút bia và Hiếu nói:

- Em Thu Vân uống tiếp với anh một chút bia anh mới dám uống vì anh lái xe không dám uống hết một chai bia. Thu vân nói:

- Trong đời em chưa biết uống một ngụm bia, nay uống tiếp anh thì em uống liền hay anh bảo em chết vì anh, em cũng hy sinh không do dự. Hiếu vỗ tay tán thưởng và nói ước gì năm xưa chỉ trong một hai đứa mình dạn dĩ thì em đâu phải đau khổ như ngày hôm nay. Xin phép Bố mẹ, chúng con cùng uống bia như là chén rượu giao bôi muộn cũng đã lở làng mà trong lòng con vẫn luôn ôm chặt mối tình học trò năm xưa. Hiếu hôn phớt nhẹ vào má của Thu Vân. Thu Vân nói, anh Hiếu còn hôn thiếu má bên kia, Thu Vân quay mặt lại để cho Hiếu hôn. Bố mẹ thấy hai đứa trẻ giờ này mới thức tỉnh bỏ lở cơ hội yêu nhau, hai ông bà cũng thấy thương cho hai con và cũng muốn để cho Hiếu xoa dịu vết thương của con gái mình làm cho Thu Vân mau quên quá khứ bị tình phụ quá khổ đau. Hiếu đưa khăn ướt cho Thu Vân lau mặt cũng là lau bỏ hai cái hôn của người đã có vợ không nên làm như vậy. Bố mẹ và Thu Vân hiểu lòng dạ và ý nghĩ của Hiếu là chứng tỏ sự chung tình với vợ mà thêm mến yêu Hiếu.

Ba món ăn cơm bưng lên còn nóng bốc khói, Hiếu mời bố mẹ cầm đũa, Hiếu gắp nguyên một cái đầu cá lớn cho vào dĩa nước mắm ớt của bố mẹ và Hiếu cũng gắp một cái đầu nhỏ hơn cho vào dĩa nước mắm của hai bạn ăn chung. Trước khi ăn cơm Hiếu mời bố mẹ uống một chút bia, mình uống từ từ cho đến sau ăn cơm cũng được. Hiếu rót bia ra chỉ một ly mời Thu Vân uống trước, nàng riu ríu làm theo lời chàng uống một ngụm nhỏ. Hiếu lấy ly bia xoay ly chỗ Thu Vân vừa mới kề môi vào uống, Hiếu uống ngay chỗ có môi người yêu hay người vợ hụt làm cho Thu Vân thêm xúc động muốn rơi nước mắt.

Ăn cơm xong, hai chai bia uống chưa hết, Hiếu gọi thêm xâu tôm lụi nướng và nói với nhà hàng xin một ly cho các con đuông còn lại cho vào ly để về cho em Hà ăn chơi.

Hiếu mới thuật hết cho bố mẹ và Thu Vân biết là Hiếu sẽ được tốt nghiệp bác sĩ y khoa sớm chừng một năm tới một năm rưỡi và sẽ có thể có một học bổng toàn phần sang Mỹ. Còn được mang vợ con theo, đại học cấp học bổng đài thọ hết mọi phí tổn suốt thời gian nghiên cứu học chuyên khoa. Nếu giỏi sẽ lấy được thêm hai bằng tiến sĩ Y Khoa, còn chỉ thuộc bậc thường cũng lấy được một bằng tiến sĩ Y Khoa, cuộc đời của Hiếu sẽ lên hương. Vợ của Hiếu đang học thạc sĩ bang giao quốc tế tại Áo vì có chồng con nên chưa thi lấy bằng và Caroline cho biết kể như đã đậu khi có dự thi. Sang Mỹ theo chồng, Caroline sẽ ghi danh học lấy bằng tiến sĩ Bang Giao Quốc Tế sẽ xin qua Việt Nam làm việc trong ngành Ngọai Giao Áo cho gần chồng. Kể như gia đình đã ổn và tiến lên. Bây giờ con xin phép bố mẹ, cùng bàn với em con và con chỉ xin một điều là Thu Vân phải xoá bỏ dĩ vãng đau buồn, mình phải cố gắng vươn lên làm lại cuộc đời chẳng may gặp lại thằng con trai đểu cáng làm hại đời Thu Vân cho nó thấy, em có đủ nghị lực vươn lên sống hùng sống đẹp sống giàu sang.

Con xin thưa với bố mẹ, em con có ba yếu tố mà nhiều cô con gái khác đã vấp ngã vào tình trường khó mà vươn lên và từ từ tự huỷ hoại thêm, và có thể sa vào hố truy lạc lại còn không có lối thoát, không có tương lai. Còn Thu Vân, em con may mắn bố mẹ sanh ra em có sắc đẹp tự nhiên vô cùng thu hút nam giới, đầu tiên con mê Thu Vân vì sắc đẹp. Cái yếu tố thứ hai cũng vô cùng quan trọng, Thu Vân được sanh ra đời trong một gia đình trí thức lại giàu có. Cái yếu tố dù là cô con gái đẹp toàn diện cả sắc nết và con nhà giàu, theo thông thường những đứa con gái đó sống trong nhung lụa và sự nương chìu của cha mẹ thường học dở mà trái lại em con học rất xuất sắc như là thi đua học với con, anh nói thế Thu Vân thấy có đúng không?

- Thu Vân gật đầu, em học giỏi, bây giờ em đố lại anh là nhờ ai, nhờ yếu tố nào... Hiếu suy nghĩ một chặp mới cắc cớ hỏi lại Thu Vân, có phải em khen anh là thông minh số một của lớp mình không? Thu vân đáp:

- Đúng, anh được bạn bè khen anh thông minh học giỏi tất cả các môn học. Hiếu nói người mà thông minh hơn anh chính là em, em hỏi anh bí thì người hỏi cao kiến hơn người được hỏi có phải vậy không bố mẹ? Bố nói Thu Vân hãy giải thích tại sao con học giỏi mà con còn hỏi anh giỏi hơn con lại bí không trả lời được. Thưa ba mẹ, hôm nay anh Hiếu tỏ thật lòng yêu thương con muốn giúp con thì con cũng xin nói thật lòng của con nghe, anh Hiếu:

- Bố mẹ còn nhớ, năm lớp mười hai có nhiều lúc con xanh xao ốm như tàu lá vì con thức khuya dậy sớm quyết thi đua học với anh Hiếu coi ai thắng ai. Xin lỗi, em biết anh thuộc gia đình nghèo khó mà em lại tự cảm thấy mình thuộc gia đình khá giả mà chịu thua anh học trò nghèo thì em cũng nhục. Thế là em hết sức cố gắng học vẫn chạy theo anh trối chết mà vẫn học thua anh. Dù vậy em cũng có tiếng là học sinh giỏi của trường, công lao to lớn thúc đẩy giúp em học giỏi là công của anh đó. Bố mẹ khách quan thấy con nói có đúng không? Em cũng tự hào, dám nói em học chỉ có thua anh mà thôi. Như thế động cơ thúc đẩy chính giúp em vươn lên trong con đường học vấn không thua kém chúng bạn mà chỉ có anh mới xứng đáng làm sư phụ, làm anh cả của em, có phải vậy không anh Hiếu? Em cám ơn anh, em mới cơ hội học giỏi bố mẹ thấy con nói có đúng không?

- Mẹ nói, con gái mẹ nói đúng nhờ có Hiếu mà con học giỏi và bây giờ cũng nhờ có anh Hiếu vực dậy cuộc đời con ra chỗ có ánh sáng tương lai tốt đẹp không còn oằn oại trong sự đau khổ tối tăm vì thất tình bị phụ bạc. Bố góp ý:

- Mẹ con có nhận xét tinh tế, bố rất đồng ý. Bây giờ con gái của ba mẹ phải dứt bỏ mọi buồn phiền quyết tâm dựng xây lại cuộc đời mới, anh con chỉ dẫn đường đi nước bước con phải nghe theo anh của con, Thu Vân thưa:

- Con xin hứa với anh Hiếu, em không phải là vợ anh mà em luôn nghe lời anh chỉ bảo. Hiếu nói:

- Anh nói không ngoa, em thông minh có khi còn vượt qua anh, anh rất hãnh diện có cô em khả ái biết nghe lời anh trai. Bây giờ con nghĩ cách là con nói thật cho vợ con biết Thu Vân có mối tình học trò hai đứa yêu nhau mà chẳng ai dám mở lời để cho đến ngày hôm nay anh có nhiều hạnh phúc bên cạnh em, vợ hiền con ngoan mà bạn học của anh năm xưa học rất giỏi, con nhà giàu mà lại đẹp nữa, không lẽ anh ngoảnh mặt làm ngơ, anh sẽ xấu hổ vì lương tâm của bác sĩ cứu người anh để đâu? Em hãy hết lòng giúp bạn anh vì một phút lở lầm ngàn năm ân hận. Trong lễ cưới chúng mình, em tìm một bạn trai nào có tánh tình khả ái em mời anh ấy làm rể phụ cùng với cô bạn anh làm dâu phụ, mình tạo điều kiện cho hai người quen biết, cô bạn này nói được tiếng Anh cũng khá, biết đâu sẽ đi đến hôn nhân như anh và em, anh Trai và Josephine cũng từng trải qua vai dâu rể phụ. Nếu không có duyên thì hai người nhà ai nấy ở, cô bạn đi học lại, cũng có đời sống khá giả. Anh sẽ còn nói với vợ anh:

- Anh cũng có một phần lỗi vì cô ta yêu anh mà anh làm ngơ không dám nhìn thẳng vào mặt bạn, anh quá nhút nhát. Anh cũng có một phần trách nhiệm, cô ta buồn giận anh nên mới nghe lời dụ dỗ của tên sở khanh, người tình lưu manh lừa tình lừa tiền, may hai người không con. Cô ta chuốc lấy đau khổ định tự tử nên cũng mang bịnh nặng tưởng đâu chết rồi, em đã gặp cô ta tại nhà vườn của bố mẹ cô. Anh thương hại cô bạn anh, chỉ vì các cô gái nhẹ dạ thiếu cảnh giác, bị người yêu lường gạt rất đáng thương và đáng được vợ chồng mình ra tay giúp đỡ, đưa cô ta ra vùng ánh sáng, có tương lai tốt đẹp là nhờ công của em. Em hiểu lòng anh chỉ có biết yêu em và em đối với anh cũng giống vậy. Anh không đành lòng nhắm mắt làm ngơ, anh muốn vợ chồng mình làm chỗ tựa giúp cho cô bạn đứng lên làm lại cuộc đời. Anh có ý kiến như vậy, tuỳ em quyết định.

Em giúp cô ta trong lễ cưới của chúng mình mời cô làm dâu phụ và em giới thiệu một người bạn trai mà em thấy dễ thương nhứt mời làm rể phụ để hai người làm quen có thể tiến tới hôn nhân, cô ta bỏ quê hương Sóc Trăng, dứt khoát với chuyện tình dang dở đau lòng về Áo sống với chồng với gia đình chồng.

Hiếu còn nói thêm:

- Vợ con, Caroline thường cho con biết nhiều chàng trai con nhà giàu hay cha mẹ có quyền chức trong xã hội, cả lố thường bám theo tán tỉnh cô, nếu con nhà nghèo thì không bao giờ bám theo tán tỉnh vì cô con nhà giàu lại học giỏi nữa. Muốn tán tỉnh phải tốn kém mua hoa, mua quà quý giá tặng mới mong chinh phục nàng. Nhưng nàng dửng dưng, nay vợ con giới thiệu là có cô em chồng thông minh học giỏi, con nhà giàu lại đẹp gái hoa hậu của trường trung học mà muốn có chồng người Áo vì cô quý trọng em nên quý trọng mọi người Áo. Vợ con chỉ nói như vậy, các chàng trai Áo cũng sẽ chết mê chết mệt. Con còn biết có ba bốn người bạn đẹp trai mà vợ con chọc con là còn đẹp trai hơn anh nhiều, không cù lần như anh mà là con của đại gia chạy theo em mà em lại làm ngơ. Caroline hỏi lại con, em khôn hay là ngu, con nói liền:

- Em khôn quá trời, chồng đẹp trai mà lại giàu có thì em giữ hắn chung tình với em rất khó. Như anh xí trai mà khù khờ, cù lần, nhát gái, em lấy anh là em không sợ anh sang ngang vì có cô nào đẹp dễ thương hơn em. Con chỉ cho nàng đi tàu bay giấy thì vợ con thêm tin tưởng không lo sợ con ngoại tình.

Con có kể lại cho nàng nhớ, khi em gặp anh trong vai dâu rể phụ thấy anh vừa xí trai, nhát gái tay đụng da thịt em rung như cày sấy thấy mà phát ghét. Em lại yêu anh mê mệt là cớ làm sao, anh không hiểu nổi, chỉ có trời biết.

Vì vậy, trong lễ cưới của vợ chồng con tại thủ đô Vienne của nước Áo em Thu Vân làm dâu phụ và Caroline sẽ tìm bạn trai của cô ta khi xưa, làm rể phụ, nếu hai người hạp nhãn, có cảm tình đến thích đến yêu nhau, vợ chồng con tạo nhiều điều kiện cho hai người gặp nhau thường xuyên tại nhà vợ chồng con ở Áo.

Về cá nhân em, muốn làm lại cuộc đời mới, luôn sống hạnh phúc bên cha mẹ già, anh chỉ khuyên ngay bây giờ em tích cực học sinh ngữ chính, là Anh ngữ em phải cố gắng trau dồi tối đa mười tháng nữa là đến ngày đám cưới anh tại Áo. Anh có mời bố mẹ là cha mẹ đỡ đầu giữ vai chính là đại diện nhà trai từ Việt Nam sang. Nếu em mời thêm một người bạn gái cùng đi với em cho có bạn mà cũng phải đẹp và nói khá tiếng Anh hay tiếng Pháp cũng làm dâu phụ, cũng có thể hạp nhãn với bạn trai Áo, có thể tiến tới hôn nhân. Em có chồng Áo và thêm bạn thân cùng cảnh với em lại càng vui. Thật tình mà nói, có chồng người nước ngoài có học thức, giàu có hết lòng thương yêu, biết nâng niu chiều chuộng vợ, chớ không phải như nhiều người đàn ông Việt coi vợ như người giúp việc.

Anh chị bỏ ra tiền cho em chi tiêu về ăn uống hay thù tạc làm quen, nói vào cho mấy thanh niên Áo mê con gái Việt như con gái Áo mê con trai Việt vậy. Caroline là con nhà giàu có học thức thì bạn của Caroline cũng phải giàu cũng có bằng này bằng nọ mới giới thiệu làm quen. Anh nói thêm cho em tự lo liệu về tiết trinh của vợ người ngoại quốc cũng không quan tâm vì biết con gái ngoại quốc từ mười lăm mười sáu tuổi đã biết làm tình. Thú thật, anh vô cùng may mắn, như trúng số độc đắc, gặp vợ hơn anh hai tuổi. Cô ta hai mươi ba tuổi mà vẫn còn trinh lại học giỏi con nhà giàu nên vợ chồng anh thường chọc vui nhau. Anh nói vợ anh, em phá hại đời con trai trinh nguyên của anh, làm tan nát một đời trai của anh. Cô ta cũng đáp lại liền, còn anh phá trinh em có chứng cớ đàng hoàng - một cái khăn trắng anh trải dưới khi làm tình đầu tiên - nên từ đây em bắt anh phải đền bù làm chồng em suốt đời, em mới chịu.

Bố mẹ nghĩ coi chỉ qua ba tháng con làm chồng cô ta, con được cha mẹ vợ cho con mấy trăm ngàn Euro, vợ con bảo con phải cùng đứng chung account với cô ta mà đã có sẵn mấy trăm ngàn trong đó rồi, con muốn xài bao nhiêu rất tự do thoải mái. Bố mẹ và em Thu Vân coi xem có phải là con đúng nghĩa con đẻ bọc điều sẽ giàu có. Như mẹ con nói an ủi khi gia đình quá nghèo khổ, đói quá con nằm co ro mẹ thương nói như vậy như an ủi giúp con có thêm tinh thần chịu đựng cái đói đang hành hạ. Nay con đã có nhiều tiền và con nghĩ tương lai con đi du học về con sẽ còn làm ra tiền nữa.

Anh chỉ mong em có đủ thông minh làm cho chồng thương yêu nhiều thì em sẽ giúp các em mình đi du học dễ dàng và bố mẹ tha hồ mà ra ngoại quốc sống với con cháu nhiều tháng mới về quê lại và cứ thế mà sống ung dung tự tại, anh hy vọng em gái anh sẽ có tương lai tốt đẹp. Đến lúc em có tương lai tốt đẹp, hạnh phúc tràn đầy, anh đố, em sẽ đền ơn anh cái gì mà anh vui thích nhứt? Thu Vân suy nghĩ mãi tìm món gì quý hiếm, tiền, hột xoàn tặng anh Hiếu cũng bằng thừa vì anh đã có quá nhiều rồi. Bố mẹ có tìm giúp con món gì con tặng biếu anh Hiếu gọi là đền ơn đáp nghĩa. Suy nghĩ một chốc, hai ông bà nói, chịu thua, vì danh vọng tiền bạc của cải ngay từ bây giờ Hiếu đã có rồi. Năm ba năm tới anh con sẽ còn nổi tiếng không những trong nước mà còn trên thế giới nữa về cách định và chữa được nhiều thứ bịnh của con người một cách khoa học và vô cùng hiệu quả, Thu Vân nói, xin sư phụ giúp đệ tử giải mã cái câu đố cắc cớ của sư phụ:

- Em đã từng xin phép anh cho em đặt tên con trai là Hiếu-Trọng Hiếu, chắc em còn nhớ. Thu vâng đáp:

- Em còn nhớ rõ và bố mẹ cũng còn nhớ nữa phải không bố mẹ? Hai ông bà gật đầu. Hiếu nhìn thẳng vào đôi mắt Thu Vân và nói:

- Em gái anh không cần phải yêu cầu mà anh muốn em tặng phần thưởng quý giá cho anh là tên con trai của em, phải có một đứa tên Hiếu hay Trọng Hiếu. Em có biết không để em luôn nhớ tên Hiếu khi em mắng rầy la con hay em nựng nịu ôm ấp con. Anh có thần giao cách cảm chắc cũng có hơi ấm của em hay em hắc xì, nhảy mũi mắt của anh cũng bị giựt nhiều hay ít vì em yêu thương hay rầy la Hiếu con nhiều hay ít. Như thế, anh nói phần thưởng vô giá chỉ có em, anh và có thêm bố mẹ biết thôi. Anh rất hạnh phúc khi em sanh con trai đặt tên anh.

Bố mẹ nghĩ coi Thu Vân trả ơn cho con chỉ bấy nhiêu đó cũng quá đủ, anh xin cám ơn trước. Bố đến bắt tay con rể hụt, Bố không ngờ con yêu thương con gái Bố đến như vậy mà Thu Vân nào có hay biết. Tội nghiệp đời con gái của nó, nếu Thu Vân lấy con làm chồng thì từ ngay bây giờ nó cũng được xếp vào hàng mệnh phụ phu nhân và sống trong giàu sang danh vọng cùng hưởng vinh hoa phú quý với chồng.

- À anh còn quên, đàn ông có tánh kỳ khôi khi yêu vợ hết lòng cái gì của vợ làm dù có xấu có dở cũng bỏ qua, quan trọng nhứt là ngươi vợ phải có bản lãnh chinh phục người chồng. Anh có lời khuyên, ngoài học Anh văn tích cực còn tiếng Áo khi là vợ chồng học nói sau mà em lại ở Áo nữa lại càng học nói tiếng Áo nhanh, mình mới hoà hợp với chồng với gia đình chồng và chòm xóm.

Rất thực tế, ngay bây giờ em lại phải luyện tập lại cái ngực của em cho săn chắc dù ít cũng không sao vì làm sao bằng lúc ngực em còn gin vì tên sở khanh đã từng vùi dập thân xác em và bộ ngực là việc đầu tiên nó làm. Con gái không thể giấu đàn ông là mình chưa biết gì về trăng hoa với trai, qua bộ ngực là dấu tích không thể chối cãi được. Con trai biết con gái còn trinh hay mất trinh đầu tiên là bộ ngực dễ khám phá nhứt, nếu đôi gò bồng đảo sương còn ngậm nghĩa còn cứng thì mới còn gin may là em chưa có con còn tạm dấu được hay ngực có bị suy suyển chồng cũng có thể bỏ qua. Vì vậy em phải tập thể dục các động tác làm cho ngực săn lại dù không cứng như xưa mà cũng không nên để hai gò bồng đảo eo xèo, bộ ngực để mềm xèo là lạy ông con ở bụi này. Bố mẹ thông cảm cho con, con phải chỉ bảo em con phải chuẩn bị mọi thứ mới mong chồng hoàn toàn thương yêu tin tưởng mình. Lấy chồng nước ngoài may mắn là sự trinh tiết kẻ cả bộ ngực họ cũng không quan tâm như mấy ông chồng người Việt.

Em muốn tập bộ ngực săn chắc dù dễ tập nhưng phải kiên trì, em dùng dây thung kéo hai tay rộng ra và khép vào hay buộc sợi dây thung vào cây vào cột rồi kéo tay mạnh hết tay này đổi tay kia cũng có thể giúp mình thêm săn chắc. Anh sẵn sàng làm cố vấn cho em về vấn đề này.

Chiều nay con mời vợ chồng ông anh rể con, anh là người Áo anh ruột của vợ con và là bác sĩ. Chính vợ con làm mai mối cũng với cách là dâu rể phụ nay là vợ chồng chánh thức, vợ chồng bác sĩ Trai, vợ anh là con gái duy nhứt của ông bà Tổng Lãnh Sự Áo hiện nay. Con mời hai đôi vợ chồng này đến nhà bố mẹ xem vườn ươn cây coi xem có mua cây trồng không?

Một chút nữa, con lái xe tạt qua mua một ít thịt quay và ở nhà có thể luộc thêm gà nhậu lai rai, con muốn giới thiệu hai gia đình này mua cây giống và người này giới thiệu sang người khác, bố cho con tiền hoa hồng con tặng hết cho em con vui, Thu Vân có chịu anh làm marketing như vậy?

- Chắc em giàu to, Thu Vân đáp. Hiếu đến quày trả tiền và mượn điện thoại gọi cho bác sĩ Trai, anh Bernard chiều nay mời anh chị đến nhà em ở Bố Thảo chơi lúc năm giờ và em giới thiệu bác ba Phi có ươn cây giống mình đến chơi làm quen, em hỏi luôn chừng nào bác đi Cần Thơ giúp em tạo dựng nhà vườn trồng cây ăn trái, hai ông anh cùng hứa sẽ đến. Hiếu hỏi cô thu ngân, cô quản lý bán sinh tố kế bên bây giờ ở đâu?

- Cô này nay mua nhà mặt tiền tự làm chủ cũng bán sinh tố và thức ăn lặt vặt, cách đây chừng hai trăm mét, cô quản lý nhà hàng nói. Hiếu trở lại bàn nói cho Thu Vân biết một người bạn cùng lớp có cha là sĩ quan chế độ cũ bị đi học cải tạo ở ngoài Bắc, má vợ anh và chị Hai giúp hơn năm chục ngàn, cô ta từ làm công nuôi em nay mua nhà làm chủ, gia đình mình đến uống sinh tố coi cô ta còn nhớ đến em không?

Lên xe chạy đến quán sinh tố, từ trong quán cô ta chạy ra ôm Hiếu hỏi, lâu quá sao không thấy anh về Sóc Trăng. Hiếu nói, hôm nay anh giới thiệu một người bạn gái của anh coi em có nhớ không?. Cô chủ mời, xin hai bác và cô vào quán uống sinh tố. Cô chủ vào nhà trong nói má có anh Hiếu là ân nhân của nhà mình đến thăm gia đình. Bà chạy ra cùng với thằng con trai trạc tuổi Hà em của Thu Vân. Má của cô chủ quán nói con gái tôi cứ nhắc đến cậu, mẹ cậu và chị ruột của cậu giúp mẹ con tôi đủ tiền mua đứt cái nhà này vừa ở vừa bán vặt cũng đủ sống. Công đức của gia đình cậu đã vực dậy gia đình tôi được sống với đời. Ba của nó ở tù cải tạo cũng gần mười năm rồi, không biết còn sống hay đã chết, vợ con không biết tin gì hết. Mẹ con tôi cả đời nhớ ơn cậu Hiếu, vợ cậu Hiếu đẹp như hoa hậu hoàn vũ dễ thương quá.

- Con xin cám ơn cô, Hiếu nói, cô có lời khen vợ con. Con xin giới thiệu hai ông bà là bố mẹ của cô Thu Vân là bạn học cùng lớp với chúng con mà cô chủ quán lo đi xay sinh tố chưa gặp mặt, coi có nhớ nhau không? Ngày mai con lên Sài Gòn điện thoại cho vợ con sẽ nhắc lại có một cô khen em đẹp như hoa hậu hoàn vũ, em có nhảy mũi không? Chắc vợ con nghe cô khen đẹp chắc vui lắm, cô ta đang mang bầu sanh con đầu lòng mà sanh đôi, cô ta lo lắng nhớ con khóc hoài nên con phải lái xe hàng tuần lên Sài Gòn gọi điện thoại động viên, trấn an. Ngày mai có cả mẹ và chị hai con cũng theo lên Sài Gòn gọi điện thoại xong con đưa về Cần Thơ ở chơi và giúp con một tháng.

Con gái cô tên gì, xin lỗi con quên tên chỉ nhớ mặt học cùng lớp, con còn nhớ cô ngồi bàn nào mà lại quên tên, con không dám hỏi bạn sao nghe kỳ cục quá, nên xin hỏi cô. Bà nói nó tên là Thu Hải, Hiếu nói con nhớ tên bạn con rồi.

Cô đừng nói gì hết để bạn con đi trước vào nhà coi bạn Thu Hải có nhận ra bạn con không?

Thu Vân kéo ghế ngồi và bố mẹ cùng Hiếu cũng vào bàn ngồi, Thu Hải bưng ra bốn ly sinh tố mảng cầu xiêm và nói hồi nãy con gặp Hiếu là ân nhân của gia đình chúng con, mừng quá cứ xay đại bốn ly sinh tố mảng cầu xiêm hai bác và cô muốn uống sinh tố khác con xin xay sinh tố tiếp. Bác gái nói cháu cho uống sinh tố mảng cầu xiêm là rất qúy rồi. Cô có biết ai đang ngồi uống sinh tố đó không? Xin lỗi chị, em có cảm nhận quen quá kể cả tướng đi mà chưa nghe giọng nói, còn gương mặt thì con chịu thua hai bác ơi!.

Qua năm 1975, các gia đình có dính líu với chế độ cũ ai cũng nghèo khổ, gia đình con còn nghèo khổ khó khăn hơn nhiều gia đình khác vì có cha có nhiều nợ máu với nhân dân như cán bộ địa phương nói, con thi vào đại học Cần Thơ có điểm cao hơn điểm chuẩn hai điểm mà vẫn bị đánh rớt, đưa con của một người có công với cách mạng, dù dưới điểm chuẩn hai điểm, thua con đến bốn điểm lại được chấm đậu vào đại học. Con rớt nên con phải đi làm thuê làm mướn không được học đại học như anh Hiếu. May nhờ gia đình anh Hiếu có lòng tốt giúp đỡ cho con một lúc đến mấy chục ngàn cả ba đời con làm không ăn gì hết cũng chưa có đủ số tiền kết sù này. Con có tiền mới mua được căn nhà ở mặt tiền còn buôn bán lặt vặt sinh sống.

Năm xưa, Thu Hải còn tả oán, anh Hiếu nhìn em hay bất cứ cô bạn gái nào trong lớp anh đều cụp mắt xuống hay nhìn sang chỗ khác như anh sợ nhìn con gái rồi các cô bắt giết anh ta. Hồi đó có một người bạn gái xinh đẹp nhứt trong lớp mà cũng có thể nói nhứt nhì của trường Hoàng Diệu cũng để ý thương ảnh mà ảnh cứ cụp mắt xuống hay nhìn chỗ khác, đứa con gái nào cũng biết gia đình ảnh nghèo đi học còn mặc quần hay áo vá. Nay anh Hiếu có vợ giàu mà quá đẹp, còn Thu Vân năm xưa, các con nói cô ta mê anh Hiếu mà không biết cớ làm sao cô ta không dám nói, để anh Hiếu sau này có vợ là người nước ngoài.

Con không biết bạn con, Thu Vân bây giờ ra sao có còn đẹp như xưa không, có chồng giàu sang quên hết bạn học cũ. Con nghĩ, chắc bạn Thu Vân bây giờ sung sướng hạnh phúc vì có cha mẹ giàu lại còn học giỏi mà sắc đẹp người ta ví von đẹp chim sa cá lặn. Thu Vân có đủ điều kiện có chồng sang giàu hay có chức trọng quyền cao trong xã hội cũng là chuyện thường. Chúng con thường ghen tức sắc đẹp của nó đẹp quá trời, thấy nó để ý như là yêu anh Hiếu, chúng con không dám tranh với nó để anh Hiếu cho nó độc quyền vì chúng con tôn trọng người yêu của bạn. Thu Hải nói một hơi dài cho đã cái miệng. Nghe tiếng gọi Thu Hải có giọng quen quen, Thu Hải quay nhìn kỹ cô bạn ngồi gần Hiếu. Thu Vân nói:

- Thu Hải thật không nhớ tôi sao? Chừng đó Thu Hải mới chạy tới ôm Thu Vân và nói bây giờ bạn có vẽ phong trần quá lại ốm xanh nữa. Hồi xưa bạn đẹp trông mướt rượt, nay nói thật bạn đừng buồn, sao thấy bạn xù xì thiếu nhựa sống, có chuyện gì dữ vậy ảnh hưởng mạnh sâu xa với người học sinh đẹp có thể nói nhứt trường Hoàng Diệu. Bạn có biết không tôi nhờ gia đình anh Hiếu mà cứu sống gia đình tôi, tôi nghĩ trên đời này tìm một người tốt như anh Hiếu rất khó. Tại sao bạn không lấy anh Hiếu làm chồng mà phải để tấm thân ngà ngọc của bạn ngày xưa nay eo xèo quá. Hai người bạn gái ôm nhau khóc nức nở làm cho bố mẹ Thu Vân và Hiếu cũng chảy nước mắt.

Hiếu giới thiệu hai bác đây là cha mẹ ruột của Thu Vân. Thu Hà khoanh tay cúi đầu chào và xin lỗi không biết nên thiếu chào kính hai bác trước. Hiếu nói hai bạn gặp nhau rồi nên cố gặp lại nhau nữa, chúng ta cố gắng một ngày họp mặt lớp mười hai của chúng ta nhân ngày Tết Nguyên Đán sắp tới, mời luôn cả thầy cô, mọi chi phí Hiếu xin đài thọ hết. Bạn nào ở xa hay cô thầy ở xa muốn đến tham dự tôi sẽ giúp trả luôn tiền xe, tôi sẽ gởi cho bạn Thu Hải tiền trước. Khi tôi có học bổng đi du học, tôi sẽ về đây cùng với vợ con tổ chức thêm một buổi họp mặt nữa.

Tôi sắp có con đầu lòng mà sanh đôi cả hai đều là trai, chỉ khác với bố, tôi tin chúng nó sẽ không cù lần, sợ gái, tánh tình kỳ cục không giống ai như bố chúng nên mất bạn quý và mất cả Thu Vân mà bây giờ lại hối tiếc. Như vậy, kể như hôm nay Thu Hải đãi Thu Vân bạn quý nghe. Tôi xin nói giúp, Thu Vân cám ơn Thu Hải sẽ gặp lại lần sau. Xin cám ơn anh Hiếu, Thu Hải nói.

Hiếu chạy vào trong chào bác gái, gặp hai em trai của Thu Hải, Hiếu tặng mỗi đứa năm ngàn để mua sách vỡ quần áo chuẩn bị cho mùa tựu trường sắp đến.

Xe chạy về đến nhà ông bà và Thu Vân xuống, Hiếu hẹn chừng năm giờ rưỡi anh em chúng con sẽ trở lại.

Về nhà mới hơn hai giờ rưỡi, Hiếu mắc võng làm một giấc đến bốn giờ rưỡi thức dậy lo đi tắm. Hiếu nói với mẹ đến năm giờ có anh chị tư và vợ chồng anh Trai đến, chúng con cùng đến nhà bác ba Phi ở gần phi trường quan sát vườn ươn cây ăn trái của bác, chúng con không có ăn cơm nhà, sáng mai mình đi Sài Gòn khoảng bốn giờ sáng, tối ngủ sớm nghe mẹ.

Ba xe chạy đến nhà bác ba, Hiếu dẫn đường, mất chừng mười lăm phút, xe đậu trước nhà bác ba. Vợ chồng bác sĩ Trai đã từng làm nhà vườn, không ngờ ở Sóc Trăng cũng có vườn ươn giống rất rộng lớn và cách trưng bày bố trí các cây trồng rất khoa học, mỗi cây đều có thẻ lý lịch như một vườn ươn giống quốc gia. Vợ chồng Bernard cũng đang nhờ bà con của Trai tìm mua một khu đất ruộng gần khu nhà vườn của Trai, cũng sẽ tạo dựng một khu nhà vườn mới để hai bên dễ liên lạc giúp đỡ nhau cho tiện. Bác ba hướng dẫn bác sĩ Trai và bác sĩ Bernard đi một vòng quan sát các loại cây ươn cũng cao ngang bụng và ngang đầu người hễ đặt xuống trồng chừng một hai năm là có trái chiến. Còn Hiếu hướng dẫn chị tư và Josephine vào phòng khách gặp bác gái và Thu Vân. Hiếu giới thệu xong, bác gái mời ngồi, có mấy đứa em Thu Vân mang nước dừa tươi ra mời uống và bác nói dừa đang uống là dừa trồng trong vườn và có hàng mấy trăm cây dừa con đang ươn định cung cấp cho nhà vườn cậu Hiếu ở Cần Thơ. Chính bác ba hướng dẫn chuyên viên trồng cây lên

Cần Thơ trồng biểu diễn cũng như trồng các cây ăn trái khác, Hiếu thông dịch cho Josephine rõ. Cũng như Hiếu giới thiệu Thu Vân là người bạn học lớp mười hai ở trường Hoàng Diệu, đang học ở Sài Gòn bị bịnh tưởng đâu chết, bác ba đưa về nhà dưỡng bịnh và giúp việc văn phòng cho bác. Chừng nào thật khoẻ lên Sài Gòn học lại. Đang nói chuyện, các em Thu Vân bưng ra ba bốn dĩa trái cây cũng là trái cây vườn của bác ba trồng để các chị ăn thử coi xem có ngon không? Nếu ai cần mua cây giống trồng bác sẽ chỉ dẫn và cũng có ghi trên giấy để người mua dễ nhớ cách chăm bón như thế nào. Bác ba làm việc rất khoa học như là các vườn ươn cây của các viện đại học mà vườn ươn của bác lại đa dạng cây trồng hơn và phát triển tốt hơn vì chính tay bác chăm sóc hay chỉ dẫn cho nhân viên làm.

Nhân dịp này, Thu Vân cũng tập nói tiếng Anh cho quen, cũng giới thiệu các loại trái cây, xẻ ra mời mỗi người ăn một miếng và mời ăn hàng chục loại trái cây khác nhau, thử xem mình thích loại trái cây nào mình đặt hàng sẽ có người mang đến tận nhà nếu ở gần vườn ươn chừng ba mươi cây số trở lại. Còn ở xa người mua tự mang về cùng với một cẩm nang chỉ dẫn cách trồng và chăm bón, rất khoa học văn minh. Josephine nghe Thu Vân nói tỏ vẽ quan tâm và thích thú. Hai cô trong nhà mới ăn thử bốn loại trái cây, hai ông chồng của hai cô bước vào. Thu Vân xẻ tiếp mời hai ông khách ăn thử, hai cháu trai mang ra hai ly nước dừa lửa của giống dừa do bố tôi lai tạo, Thu Vân nói và cô còn cho biết vườn có ươn được mấy trăm cây sẽ cung cấp vườn nhà anh Hiếu ở Cần Thơ chừng một trăm cây khi anh Hiếu đào hóc xong, bố tôi cùng với chuyên viên trồng cây sẽ giúp trồng cho xong mới trở về Sóc Trăng. Bố tôi muốn vườn cây ăn trái của anh Hiếu phải có cách điều hành chăm sóc cây trồng phải khoa học giúp cây mau phát triển. Với giọng nói trầm ấm của Thu Vân làm cho hai khách quý rất hài lòng lắng nghe.

Thu Vân nói nhà bác sĩ và cô đây có trồng dừa lửa lấy nước uống, xin mời hai ông bà uống thử nước dừa lửa của bố tôi coi xem vườn của bố lai giống, nước dừa có ngon hay dở hơn dừa của bác sĩ Trai trồng. Nếu nước uống không ngon thua dừa nhà bác sĩ, bố tối sẽ tìm cách gây trồng giống khác. Sau khi uống một ngụm và bảo Josephine uống thêm một ngụm nữa ngậm lại trong miệng cho hơi lâu mới thấy các vị ngọt của nước dừa của bác ba ngọt hơn thơm hơn và làm lăng tăng lưỡi. Bác sĩ Trai thích quá, nói với bác ba con mua vài chục cây thay những cây dừa già cỗi. Bác ba còn nói thêm giống dừa tôi ươn cây không mọc lên cao mà tàn nó xoè rộng, trái lại nhiều hơn và dễ hái hơn. Nghe giới thiệu giống dừa lửa chỉ chuyên lấy nước uống ngon ngọt lại thơm khỏi chê, ai cũng thích trồng. Thu Vân tiếp lời bố, còn các giống dừa dùng lấy cơm dừa thì dễ trồng hơn và giá mua cây trồng cũng rẻ hơn.

Đến khi ăn thử trái cây, Thu Vân mời hai bác sĩ ăn từ miếng nhỏ để bụng còn nhậu lai rai với bố tôi. Nghe anh Hiếu gọi phôn hẹn có quý vị đến tham quan vườn cây, bố tôi có bảo nhà bếp làm gà nấu cháo và có gõi gà trộn bắp chuối cũng của nhà vườn trồng. Tất cả mọi thứ rau cải, các loại gia vị hành tiêu tỏi ớt gừng hành hẹ đều có trồng trong vườn làm mẫu vừa có cho gia đình sử dụng vừa để bán nữa. Kể cả cũng có nuôi gà lấy phân bón cho ớt làm cho ớt ngon cay hơn... Bố tôi thường giảng giải cho chúng tôi học hỏi hay bố nói chuyện với khách hàng, gọi là nhà vườn, là nên trồng đủ hoa củ quả, cả gà vịt cá, heo kể cả bò để dùng làm thực phẩm và lấy phân ủ với cành lá khô và cỏ làm phân lót cho cây trồng rất tốt tuyệt vời mà lại đỡ tốn kém. Nhà vườn của bố tôi chỉ thiếu gạo và nếp vì không có đất để trồng lúa.

Bác ba để cho Thu Vân tập sự nghề buôn bán, kinh doanh của gia đình cho con quên sự buồn tủi vì sự phản bội của người yêu. Sau gần hai tháng dưỡng bịnh tại nhà, Thu Vân cảm thấy có tiến bộ, ăn uống nhiều hơn cũng như ngủ cũng nhiều nữa giúp cho da dẻ trở lại tươi tắn mà bạn học vẫn còn nhận chưa ra. Chứng tỏ Thu Vân bị cú sốc thất tình như sét đánh ngã gục tại Sài Gòn, nay hồi tĩnh và có tiến bộ từ ngày gặp lại bạn cũ Hiếu an ủi chuyện trò.

Các em trai bưng ra hai dĩa heo quay và vài dĩa rau dưa và bánh hỏi ăn trước và món thứ hai là cháo gà ăn với gỏi bắp chuối hột. Thu Vân nói chỉ có thịt quay và bánh hỏi phải mua ở chợ Sóc Trăng và bia cũng phải mua còn các thứ khác ở nhà luôn có sẵn. Thu Vân nói quý vị và gia đình mà quen thân với anh Hiếu, muốn đến chơi, cứ gọi trước chừng một tiếng là chúng tôi sẽ làm xong một hai món ăn đơn giản từ gà vịt đãi khách quý. Còn trái cây thì khỏi nói nhà vườn đều có hái để bán sỉ cho bạn hàng mang ra chợ Sóc Trăng bán nên trái cây luôn có sẵn, quý vị thưởng thức thoải mái vì là khách quý nữa. Bố tôi đã chấp nhận anh Hiếu là con nuôi, con đỡ đầu từ khi chúng tôi còn học trung học Hoàng Diệu vừa lên cấp hai. Cá nhân tôi xem anh Hiếu như là ông anh ruột nên bố tôi dành ưu tiên các loại cây ăn trái quý hiếm để cho anh Hiếu trồng mà bố tôi còn nói tao cho không mới ngon làm sao, thật dễ sợ. Như vậy anh Hiếu phải được đẻ bọc điều phải không cô, Thu Vân xoay qua chị tư của Hiếu hỏi? Cô giáo gật đầu.

Bây giờ, con xin phép bố mẹ, con mời quý vị và ông anh Hiếu của tôi và bố mẹ cầm đũa nhậu lai rai và chủ yếu là ăn coi món cháo gà chính tôi nấu coi có ngon được sếp cút Hiếu khen không? Nếu được khen lần tới quý vị đến chơi tôi nấu nữa, còn bị chê tôi phải nhờ sếp cút Hiếu nấu giúp. Bữa ăn đơn giản chỉ có hai món mà lại ngon và vui. Hai gia đình bác sĩ Trai và Bernard đều có cảm tình với gia đình bác ba và đặc biệt quý mến con gái ruợu của ông bà nói năng nhỏ nhẹ, lịch sự và bặt thiệp rất đáng khen.

Hiếu nói bây giờ, anh em chúng ta từ giả gia đình bác ba ra về. Em nán lại một chút lấy trái cây bỏ theo xe em và mẹ có cả chị hai lên Sài Gòn gọi điện thoại sang Áo, chiều về tới Cần Thơ mẹ và chị hai ở lại gúp em lên tinh thần và lo bếp núc giúp em, em cấm cung viết cho xong bài sưu khảo của năm học thứ sáu để nộp cho trường in thành sách. Kế tiếp, em còn phải viết hay dịch lại bằng tiếng Anh đủ sáu bài đó. Ông Khoa Trưởng sẽ gởi đến Toà Đại Sứ Hoa Kỳ ở Hà Nội tìm cho em học bổng toàn phần được đem vợ con theo và mọi chi phí có học bổng bao hết. Nếu được như vậy, đúng là em được mẹ đẻ em trong bọc điều.

Trong tương lai, các anh chị ba, anh tư, anh Trai, em biết ngõ ngách xin học bổng cho anh chị, hy vọng anh chị em mình có nhiều cơ may gặp nhau trên nước Mỹ có học bổng chuyên khoa ở Hoa Kỳ thì không sợ thua ai hết, phải vậy không hai anh? Hai anh gật đầu.

Mai em đi sớm trước bốn giờ có chị hai lo cho em khăn ướp lạnh chống buồn ngủ và có trái cây mẹ gọt cho em ăn thường xuyên cũng chống buồn ngủ. Bận về, tới nhà hàng Phú Lâm em mượn ghế xếp làm sương sương một giấc vài tiếng, mẹ và chị hai ngồi câu cá đợi em thức dậy mới ăn cơm và về lại Cần Thơ. Có chị đi chung, chị còn tính siêu việt hơn em. Mẹ và chị hai ở Cần Thơ lo cho em đúng một tháng, em mới có thể hoàn thành phần tiếng Việt bài sáu. Còn sáu bài phải viết lại hay dịch ra Anh ngữ cũng phải mất vài tháng mới có thể xong.

Viết bài bằng Anh ngữ, em có thể viết nhanh không thua tiếng Việt mà lại không cần đào sâu suy nghĩ vì em đã có bài viết chữ Việt rồi nên cũng sẽ hoàn thành nhanh. Em cố học trối chết còn phải xin thêm giờ thực tập ở bịnh viện đa số là ban đêm và thứ bảy chúa nhựt. Các giáo sư mến thương em, bảo em ráng cố gắng làm việc cật lực sẽ rút ngắn lại thời gian ra trường từ một năm tới một năm rưỡi. Còn giờ thực tập phải đủ luôn sáu năm không có giảm bớt được dù em đã lập công viết luôn một một lèo bốn bài sưu khảo cho năm thứ ba, tư, năm và sáu.

Ông Khoa Trưởng khen và nói từ xưa tới giờ chưa có một sinh viên nào một năm nộp hai bài sưu khảo về bệnh lý có giá trị mà em nộp luôn bốn bài cho bốn năm cuối trong một thời gian ngắn. Với lý do đó em mới được rút ngắn thời gian học lý thuyết và nhà trường đứng ra tìm cho em học bổng chuyên khoa tốt để em về giảng dạy tại trường. Em đẻ bọc điều thật mẹ nói đúng đời em sau này sẽ sung sướng mà anh chị thấy vợ em thương yêu em thì khỏi nói vì vậy em phải chịu cực hàng tuần sáng sớm thứ bảy em phải lái xe đi Sài gòn nói chuyện với vợ.

Ba má thấy em chịu khó, ông bà thương con rể cho tiền em mua xe van mới phải có tám chỗ ngồi để cả mẹ và chị hai cùng đi đây đó nữa. Vài tuần nữa em có xe mới đi đường xa cho chắc ăn. Bây giờ anh chị về trước, em về sau một chút, em vào lấy trái cây. Hiếu vào trong, thưa với bố mẹ:

- Bố mẹ tưởng sự thông minh bén nhạy em con thua con, Thu Vân hôm nay lột lưỡi làm cuộc cách mạng bóp còi vượt qua mặt con một cách ngon lành, em đã đốn tim anh chị con, em đã dọn đường đi Áo rồi đó, còn tập nói tiếng Anh, Thu Vân cũng nói rất ngon lành. Anh xin chịu thua em Thu Vân, anh rất hãnh diện có em gái tuyệt vời trong khoa nói thuyết phục người nghe mà cũng còn thông minh tuyệt vời đề phòng mọi việc rất chu đáo.

Sáng sớm mai anh đi Sài Gòn sớm, em cho anh xin một ít trái cây bỏ theo xe để mẹ anh ngồi cạnh bên gọt cho anh ăn đỡ buồn ngủ, còn chị hai lo khăn ướp lạnh cho anh lau mặt tay thường xuyên cũng chống ngủ, anh đã mệt cả ngày lại còn thức sớm nữa. Thưa bố mẹ:

- Em con hôm nay quá xuất sắc, Josephine vợ của bác sĩ Trai thế nào cũng gọi khoe với vợ con là con có ông bố nuôi và có cô em gái của Hiếu rất dễ thương...thế nào vợ con cũng sẽ gọi hỏi con về cô em gái mà Caroline cũng có biết mặt, tránh được nhiều tai tiếng và Thu Vân đi Áo con mua vé cũng rất hợp lý. Thu Vân hôm nay giỏi quá cho anh tán thưởng em bằng một nụ hôn, chỉ hôn má một chút xíu thôi. Hiếu nói xong ôm Thu Vân hôn liền và cúi đầu chào bố mẹ, bước nhanh ra cửa lái xe về đến nhà cũng tối mịt. Hiếu đánh răng rồi đi ngủ sớm.

Sáng sớm hôm sau, thứ bảy mới hơn ba giờ rưỡi, mẹ đánh thức con trai chuẩn bị đi Sài Gòn. Chưa tới bốn giờ sáng, từ Bố Thảo ba mẹ con lên xe đi thẳng Sài Gòn, không có ngừng ở Long An ăn sáng như mấy lần trước. Chị Mai Hạnh của Hiếu có mang theo xôi tôm khô lạp xưởng rất ngon, chị vắt từng cục nhỏ vừa một miếng ăn, đưa lên cho mẹ chuyển qua cho cậu Út ăn thường xuyên cũng là cách chống buồn ngủ khi lái xe. Ăn vài vắt xôi xong, mẹ lại đưa trái cây ăn tráng miệng có khăn lạnh lau mặt lau tay.

Cậu Út quả đẻ bọc điều được mẹ và chị hai cưng tới bến. Chừng một tiếng là có một bữa ăn sáng dã chiến đến năm sáu lần như thế, tới Sài Gòn lúc nào cũng không hay. Hiếu chạy thẳng đến bưu điện, chưa chín giờ, quày gọi điện thoại ra nước ngoài chưa mở cửa. Đang đứng xớ rớ, cô bạn học từ trong văn phòng bước ra, mở cửa phòng gọi đi nước ngoài gặp Hiếu lại có mẹ và chị nữa, cô vội cúi đầu chào, nói liền anh đến quày mua vé vào gọi để mẹ và chị ở đây đợi một chút. Cô thưa với mẹ và chị của anh Hiếu, cô tỏ vẽ quý mến người bạn học đã nhiệt tình giúp cô một số tiền lớn để nuôi hai con mà tên lưu manh bỏ con cho con nuôi còn ăn cắp vàng của con. Anh Hiếu cho tiền con, anh Hiếu thật tốt, thật cao cả, con đội ơn anh ấy.

Hiếu mua vé gọi xong, đưa mẹ và chị vào trong khoá cửa lại gọi về Áo. Caroline lên tiếng liền, em nhớ anh Hiếu quá, anh cho em ôm và hôn anh nghe. Hiếu la lớn em hôn làm cho anh nhột quá, Caroline cười vui. Hiếu thuật lại mọi công việc làm của mình tuần vừa qua. Caroline, em khoe với ba má, anh sẽ có học bổng Mỹ toàn phần hoặc được tài trợ cho công tác nghiên cứu Y học từ ba tới sáu năm được phép mang theo vợ con và cha mẹ.

Vì vậy. ngay từ lúc này, anh quá cực nên anh mời mẹ và chị hai lên Cần Thơ ở với anh nâng đỡ tinh thần vì anh vắng em. Hơn nữa việc bếp núc dọn dẹp nhà cửa, chỉ mới có hai ngày mà nhà mình ở Cần Thơ sạch bóng và thơm phức vì chị hai mua dầu thơm xịt khắp cả nhà sau khi chị xịt thuốc sát trùng chừng nửa tiếng. Có mẹ và chị hai đang bên anh đây, em chào và nói lời cám ơn mẹ và chị chăm sóc anh suốt một tháng giúp anh hoàn thành viết bài năm cuối của trường Y. Có mẹ và chị ủng hộ tinh thần anh thêm vui. Anh mở lớn loa, em nói đi. Caroline nói:

- Con cám ơn mẹ và chị hai luôn theo ủng hộ chồng con chỉ lo có học thế nào cũng thành công và công sức của mẹ và chị đóng góp rất lớn, vợ chồng con muôn vàn cảm tạ mẹ và chị. Có ba má con ở đây cũng có lời chào hỏi thăm sức khoẻ mẹ và chị. Mẹ Hiếu nói trước:

- Chào anh chị sui, Hiếu vắng vợ, không ai lo giúp con về nhà cửa bếp núc nên tôi và chị hai nó lên Cần Thơ giúp con đến khi con hoàn thành công việc, chúng tôi mới trở về Sóc Trăng. Hai ông bà nói quả thật thằng rể có nhiều phúc đức có mẹ, chị luôn động viên giúp đỡ tinh thần, con học nhiều quá cũng rất căng thẳng mà con rể lại xa vợ cũng rất đáng thương. Vợ chồng tôi luôn quý mến con rể và hết lòng hỗ trợ con. Khi nó du học, vợ con Hiếu được theo Hiếu, còn chúng tôi nếu được ăn theo thì tốt bằng không chúng tôi cũng xin đi tự túc để giúp con trông cháu ngoại, vợ Hiếu cũng theo học lấy bằng tiến sĩ cùng chồng khi trở về Việt Nam. Vợ chồng tôi nghe Hiếu khoe với vợ nó, thay vì sinh viên viết một năm một bài về bịnh lý một chứng bịnh là đã vất vả mà Hiếu viết có mấy tháng đã hoàn tất ba bài cho ba năm: ba, bốn và năm. Còn bài cho năm học cuối lại còn khó nữa, con phải tập trung hết sức lực viết cho hoàn thành sớm để trường còn in thành sách vì sáu năm học nếu có sáu bài quá xuất sắc theo đánh giá của Hội Đồng Giáo Sư của trường Y, con rể sẽ được rút ngắn thời gian học lý thuyết. Vợ chồng tôi nghe, vô cùng hãnh diện có con rể quý, nó sẽ giúp gia đình chúng tôi bên Áo này thêm nở mày nở mặt.

Còn về lễ cưới của hai con, chị sui và cô hai mời thêm bà con cùng sang một lúc với Hiếu đón vợ con chúng nó và đón vợ chồng chúng tôi cùng về Việt Nam, cũng là dịp chúng ta lo làm lễ cưới chánh thức cho hai con tại nhà thờ nữa. Có chị sui và gia đình qua Áo đông đủ, chúng tôi sẽ tổ chức đám cưới lớn cho hai con và gia đình chị sui ở chơi chừng hai tuần để còn đi du ngoạn nước Pháp, nước Đức và vài nước nữa, chúng tôi cũng đi theo. Chị sui mời chừng hai ba chục người đi sang Áo, chúng tôi giúp hai con mua vé máy bay và chịu mọi chi phí miễn sao bà con đi dự đông là chúng tôi vui mừng. Bà sui trai nói cám ơn anh chị sui hết lòng lo cho con rể. Chị Hai của Hiếu cũng chào kính hai bác và em dâu Caroline. Chị nói:

- Caroline may mắn gặp cậu út có số cậu đẻ bọc điều nên làm chuyện gì hay học hành đều thành công, vợ chồng hai em sau này chắc chắn sẽ hưởng giàu sang phú quý. Hai em sanh hai con ở Áo, về Việt Nam ở lâu thế nào Caroline cũng sanh thêm ít nhứt cũng một cháu rồi theo chồng du học. Ở Mỹ năm ba năm sẽ sanh thêm ít nhứt là hai đứa và trở về Việt Nam làm việc, hai em sẽ có thêm đứa con thứ sáu và hứa hẹn còn sanh tiếp. Mới sanh sáu đứa con tại ba nước mỗi nước hai đứa, chừng đó gia đình vợ chồng Caroline làm cha mẹ quốc tế rồi, có ba quốc tịch Áo, Việt, Mỹ. Hai ông bà nhạc của Hiếu nghe chị hai của Hiếu nói quá vui.

- Chúng tôi là ông bà ngoại của gia đình con quốc tế, bà nội của chúng nó cũng vậy và cô hai của chúng cũng là cô của sáu cháu quốc tế cùng vui hưởng chung. Cả hai gia đình cười vui. Caroline nói:

- Con biết chồng con giỏi, rất thông minh ai cũng khen, nay làm một công tác vô tiền khoán hậu, chỉ có mấy tháng mà hoàn tất bốn bài viết về bịnh lý rất có giá trị, được nhà trường sử dụng làm tài liệu giảng dạy, còn được trường tưởng thưởng thi ta trường sớm ít nhứt một năm. Vừa ra trường có học bổng toàn phần sang Mỹ, chồng con nói một lần xin đi du học là một lần khó nên anh dự trù ghi thêm học một chương trình khác và anh có thể lấy luôn hai bằng tiến sĩ Y Khoa tại Mỹ và tặng cho nước Mỹ hai công dân thông minh nữa. Đó là chuyện học vấn, con theo gương anh, có ba má giúp trông nom hai con, con cố nhảy lò cò theo anh kiếm một bằng tiến sĩ để về Việt Nam người ta còn biết chồng có ba bằng tiến sĩ y khoa vợ cũng lận lưng một bằng tiến sĩ làm cho chồng thêm vui, phải vậy không anh Hiếu?.

- Em nói nghe hợp lý, đúng quá, Hiếu nói. Ba má, mẹ và chị hai nghe con nói anh Hiếu giỏi về học mà con còn phục anh Hiếu sát đất về giống tốt tạo dựng bê bi. Chúng con mới xáp là cà vài tuần, anh Hiếu đã tặng cho con cái bầu có đến hai cu tý chúng nó đang quậy con quá trời, con sẽ bắt đền cha nó, anh Hiếu đền em cái gì đây? Như cái máy, Hiếu đáp liền:

- Trên dưới sáu năm nữa anh bắt đền là cho em thêm bốn cái bầu sanh ở Mỹ hai đứa, ở Việt Nam hai đứa. Đúng như chị hai nói vợ chồng mình đã làm cha mẹ sáu đứa con quốc tế. Đó mới có một nửa còn sáu đứa nửa mới đủ chục mười hai đứa, lập đội banh, ông ngoại sẽ là trọng tài. Ba má Caroline cười bò lăn bò càng, con rể của má đền bù cho con gái mẹ quá xứng đáng. Caroline nói con sanh thêm sáu đứa nữa cho đúng một chục có đầu, chắc lúc đó, thân con như con ve sầu, đi qua cầu gió thổi bay mất tiêu, anh Hiếu buồn xo có phải vậy không anh chồng yêu quý của em.?

- Hiếu đáp, em nói cái gì cũng hay cũng đúng cả, anh yêu em mãi mãi, em cũng đáp lại như vậy với anh nghe cưng!. Caroline, Ô kê, em hứa mãi mãi bên anh làm cái máy đẻ cho anh tha hồ sản xuất càng nhiều càng tốt.

Hiếu nói, anh hy vọng tuần tới có xe mới, anh cũng chở hết gia đình mình có cả gia đình anh ba anh tư cùng lên Sài Gon lấy xe và nói điện thoại với ba má và em, em có vui không?. Em vui quá mà tại sao đêm nào em nhớ anh là em khóc. Hiếu động viên, thời gian qua mau, còn bốn tháng nữa em sanh con rồi, em có buồn có nhớ anh, em khóc cũng không sao. Nhưng, bây giờ anh xin em lúc nào cũng cố vui có ba má bên cạnh, em quá nhỏng nhẻo má cho kẹo ăn thay vì em nhỏng nhẻo với anh không có ăn gì hết mà còn tốn nước mắt sẽ ảnh hưởng đến khuôn mặt các con. Em nên nhớ lời anh nói có ba má bên cạnh là chỗ tựa vĩ đại và hạnh phúc cho em cho cả anh và các con mình sau này.

Em nhớ bảo trọng, không được khóc nghe, em cố dằn, đè nén nổi buồn nhớ chồng để chúng ta gặp lại nhau lại càng thêm vui hạnh phúc. Em tha hồ thưởng cho anh nghe. Bây giờ chúng ta đã nói được nửa giờ rồi, em nói thêm với mẹ và chị hai và mẹ chị hai và anh cũng có lời chào ba má. Bận về, chị hai đã sắp xếp, xe chạy tới quán ăn Đồng Quê ở mũi tàu Phú Lâm chị mượn ghế xếp cho anh ngủ để anh bay qua Áo ôm em. Mẹ và chị lại ngồi câu cá đợi anh ngủ chừng hai tiếng vì hồi tối qua mới hơn ba giờ sáng, cả nhà thức dậy chuẩn bị xong, ra xe liền, xe chạy không ngừng dọc đường ăn sáng. Chị hai đã chuẩn bị xôi tôm khô lạp xưởng, chị vắt thành miếng ăn đưa lên mẹ chuyền qua cho anh, mỗi tiếng vài vắt xôi nên anh cũng no. Mẹ xắt từ miếng nhỏ trái cây cho anh ăn tráng miệng, chị hai còn đưa khăn ướp lạnh cho anh vừa lái xe vừa lau mặt lau tay nên anh không có ngủ gật và còn no tới trưa mới ăn ở quán Đồng Quê.

Tối nay, anh nhớ em anh lại ngủ nhiều, khuya thức dậy là phải làm việc. Khi nào anh nhớ em, anh nói phải làm việc thật nhiều để cho em vui lòng mà em sẽ thưởng anh, anh cứ nghĩ vậy mà thức khuya dậy sớm không thấy mệt vì lúc nào cũng có em bên cạnh chăm sóc và thưởng cho anh nữa. Bây giờ anh đưa mẹ và chị ra xe về quán ăn Phú Lâm.

Con kính chào ba má, vợ con có khóc má cho ăn kẹo thì em hết khóc liền vì vợ con nhỏng nhẻo như bê bi, bai bai.

Đúng như sắp xếp, chị Mai Hạnh của Hiếu nói với bà chủ quán, đặt trước bốn món ăn ngon, chờ cậu em tôi ngủ một chút vì tối qua mới hơn ba giờ sáng chúng tôi từ Sóc Trăng chạy lên Sài Gòn nên cậu em cũng quá mệt mỏi, buồn ngủ. Mẹ con tôi chờ em tôi ngủ một chút, mới ăn cơm trưa và lái xe về quê. Bà chủ quán thông cảm, làm cho hai ly nước dừa cho hai bà uống và ngồi câu cá.

Về đến Cần Thơ chưa tới sáu giờ chiều.

Vợ chồng Trung hay tin mẹ và chị hai đi Sài Gòn với Hiếu, chiều về Cần Thơ và ở lại giúp Hiếu một tháng để Hiếu tập trung tinh thần viết cho xong bài sưu tập của năm học chót trường Y. Trung gọi Hiếu, gặp chị hai ở đầu dây biết em mình mới về tới, Trung nói với chị hai để vợ chồng em mang thức ăn tới gia đình cùng ăn, chị khỏi lo cơm chiều.

Hai vợ chồng Trung ra xe chạy đến quày bán bánh xèo từ sáng sớm tới chiều tối lúc nào cũng đông khách. Minh Tâm đặt tám cái bánh xèo, bà chủ bánh xèo nói còn khoảng mười cái tôi đổ hết cho cô mà tôi chỉ tính tiền tám cái thôi, còn hai cái tôi biếu làm quen. Còn bao nhiêu rau dưa nước mắm tôi cũng cho cô hết. Cô chú chịu khó đợi chừng nửa tiếng là xong hết, tôi cũng lo dọn dẹp, nghỉ về sớm chiều thứ bảy. Trung nói với bà chủ:

- Vợ chồng tôi xẹt lại coi còn thịt heo quay, tôi cũng mua một ít để sáng mai ăn. Bà chủ nói, cô chú đi như thế trở lại đây, tôi cũng đã cho vào bao bọc xong xuôi hết rồi, tôi tặng luôn nguyên hủ nước mắm bán còn lại, ăn bánh xèo không thế nào hết, mai ăn thịt heo quay với bánh hỏi thì hết ý đó. Minh Tâm cám ơn bà chủ, hai vợ chồng đến quày bán thịt heo thấy còn đến ba ký thịt, ông chủ đứng bán nài nỉ mua hết, ông ta sẽ tặng nhiều xương heo quay nữa. Trung thấy cũng thương, cân mua hết và lại mua bánh hỏi dưa leo, rau sống cho bữa ăn ngày chủ nhựt. Xong vụ thịt heo quay, lên xe chạy lại chỗ bán bánh xèo cũng đã vô hết vào các bọc nylong, một hủ nước mắm được bọc ba bốn lớp ny long sợ hủ nước mắm bị bể chảy tùm lum dơ xe.

Vợ chồng Trung khệ nệ mang thức ăn vào nhà, chị hai nói:

- Cậu mợ ba, hai em cho mẹ, chị và cậu út ăn bánh xèo thật hết sẩy vì chị em mình nhiều tháng rồi chưa có ăn bánh xèo, chiều nay chắc ăn ngon lắm. Chị rất thương cậu út vừa về đến nhà là lo tắm vội vã vào phòng làm việc ngay. Hiếu thường nói, em nhờ có mẹ và chị giúp em chuyện ăn uống, em yên tâm ăn uống đầy đủ tránh được bịnh tật vì em một đêm ngủ có hai ba tiếng mà ăn uống thiếu bổ dưỡng nữa thì em sẽ chịu không nổi. Nghe cậu út nói mà mẹ và chị rất thương yêu em quyết chí học để thi ra trường sớm còn đi du học Mỹ nữa, em Hiếu chịu cực bây giờ sau này sẽ hưởng thành quả mình bỏ công xây dựng. Minh Tâm nói:

- Cả trường đại học Y Khoa, các giáo sư và thầy Khoa Trưởng khen Hiếu là một thiên tài của ngành Y Việt Nam, vợ chồng em cũng vui lây. Gia đình mình sẽ có một thầy thuốc nổi tiếng trên thế giới, mới hai mươi ba tuổi đã đậu bằng Bác sĩ Y Khoa và chú Hiếu sẽ lấy thêm hai ba bằng tiến sĩ Y Khoa ở ngoại quốc, các giáo sư nói như vậy làm vợ chồng em cảm thấy hãnh diện và hạnh phúc, gia đình mình có người em vừa tốt bụng vừa có tài lại được vợ và ba má vợ cưng tới bến luôn. Mẹ nói Hiếu đẻ bọc điều là đúng đó mẹ, Minh Tâm nói thêm.

Chị hai thuật lại cảnh vợ chồng Hiếu nói chuyện nói nhớ nhau, chị nghe mà muốn đứt ruột. Hai chị em vừa nói vừa dọn thức ăn ra bàn, Trung vào gõ cửa phòng làm việc của Hiếu, nói lớn anh chị sang mời em út ra ăn chiều. Hiếu vội lên tiếng, em ra liền. Hiếu nói, hai anh em mình nhậu lai rai, có chút chất cồn làm cho em dễ ngủ. Em ngủ chừng ba tiếng em thức viết bài chừng nào mệt ngủ tiếp, em phải tận dụng lúc chưa vào lớp học nên có nhiều thì giờ thức khuya dậy sớm và nhứt là việc cơm nước có mẹ và chị hai lo thì rất khoẻ cho em có nhiều thì giờ làm việc

Năm mẹ con vừa ăn bánh xèo, mẹ vừa kể chuyện đi Sài Gòn mà bà rất thích cách nói chuyện của con dâu sao quá dễ thương. Mẹ với chị Hai con nói là ở Cần Thơ một tháng với con, nếu Hiếu cần ở thêm mẹ và chị hai sẽ ở lại tiếp giúp thằng con út đẻ bọc điều của mẹ, đến khi nào con xong công việc mẹ và chị con mới trở về nhà Sóc Trăng. Hiếu nói con cám ơn mẹ và chị hai vì khi con đi học thì con không còn có nhiều thì giờ lo viết bài mà bây giờ con cố gắng viết cho xong. Sau này con chỉ còn đọc lại sửa chửa thêm bớt chút ít cũng không cần có nhiều thời gian như bây giờ. Bây giờ, con cấm cung không ra ngoài ăn uống gì cả chỉ dành một ngày trong tuần đi lên xuống Sài Gòn liên lạc với vợ con như là con cũng giải trí xả hơi luôn. Tháng tới, con phải thực tập tại bịnh viện nhiều gấp đôi gấp ba như hiện nay nên con đụng đâu ăn đó không cấm cung như bây giờ, nên chị hai và mẹ về Sóc Trăng cũng được vì rất ít ăn cơm nhà. Mẹ và chị về Sóc Trăng, thỉnh thoảng con về Sóc Trăng đón mẹ, chị hai đi theo lên Sài Gòn để mẹ và chị gọi Caroline động viên vì sanh con đầu lòng mà sanh đôi nên Caroline cực lắm, sanh con đầu lòng một đứa cũng quặn đau dữ dội mà sanh đôi lại cực gấp đôi. Mẹ thông cảm với con dâu nên mẹ sẽ an ủi con lên tinh thần. Nghe con nói hàng đêm nó cứ khóc hoài, mẹ nghe mà muốn khóc.

Các con biết không trong lúc người mẹ bụng mang dạ chữa, con nó chòi đạp trong bụng mẹ lung tung đau lắm, có chồng cạnh bên cũng nâng đỡ tinh thần vợ rất nhiều. Ông bà mình nói: đàn ông đi biển có đôi, đàn bà đi biển mồ côi một mình là như vậy đó. Mẹ thấy Hiếu chịu cực lái xe đường xa lên Sài Gòn hàng tuần mà còn phải thức khuya dậy sớm suốt tuần, học và viết bài rất bận rộn, nên mẹ vừa thương dâu vừa thương con. Mẹ khen Hiếu là một người chồng tốt và chắc chắn là một người cha gương mẫu.

Ngày mai, anh chị ba của Hiếu cũng sang ăn trưa với gia đình có sẵn bánh hỏi thịt quay, chị hai sẽ nấu thêm một món canh nữa là đủ. Chiều tối ba mẹ con ăn quấy quá mà ở nhà còn lạp xưởng mỗi người một cái cũng đủ bữa ăn rồi, riêng Hiếu mẹ cho con ăn hai cái lạp xưởng Quảng Trân của quê mình.

Sáng thứ ba, mẹ và chị hai đi chợ, đi xích lô cũng được mua cá thịt, đùi heo về, chị hai nấu cho một nồi thịt heo kho trứng, một nồi măng hầm giò heo, ăn cũng được vài ngày. Chị hai rất khéo tay mua cải bẹ xanh làm dưa chua, mua thêm dưa leo, khóm dự trữ sẵn ăn thêm. Đến thứ bảy ba mẹ con đi Sài Gòn thì ăn cơm tiệm. Hiếu nghe mẹ nói như vậy, mẹ hỏi con thấy có đúng không?

- Thưa mẹ rất đúng, con đội ơn mẹ, chị hai lo cho con quá chu đáo.

Sáng thứ ba, Hiếu đang viết bài, có điện thoại từ Toà Tổng Lãnh Sự Áo bảo lên lấy xe, đã mang đến Toà Tổng Lãnh Sự rồi. Hiếu xin hẹn mười giờ sáng thứ bảy đến lấy xe.

Được tin có xe mới, Hiếu vội gọi anh Trai mời hai vợ chồng sáng thứ bảy về Sài Gòn thăm gia đình, Hiếu cũng đến lấy xe tại Toà Tổng Lãnh Sự Áo, Hiếu cũng cho biết có cả nhà Hiếu cùng lên Sài Gòn gọi điện thoại về Áo. Có Josephine cùng nói chuyện với Caroline giúp cô ta có thêm tinh thần nghị lực vì cô ta cứ mãi khóc hàng đêm, em thấy tội nghiệp quá không biết làm sao nên nhờ Josephine giúp động viên thêm tiếp sức chịu đựng trong lúc bụng mang dạ chữa, anh Trai đồng ý. Hiếu hẹn với anh Trai từ chín giờ tới chín giờ rưỡi hẹn gặp nhau tại bưu điện Sài Gòn, phòng gọi điện thoại ra nước ngoài. Chị Ngọc Mai nói với vợ chồng Bernard cho chị đi theo lên Sài Gòn gọi điện thoại động viên giúp vợ cậu Hiếu có thêm tinh thần vì gần tới ngày sanh mà lại sanh con đầu lòng thêm vất vả. Đó mới là sanh có một đứa mà mợ Hiếu sanh tới hai con, thì đau nhiều, vất vả nhiều rất tội nghiệp cho sản phụ. Tuyết Trinh nói vợ chồng chúng em cám ơn chị, hẹn chừng bốn giờ sáng thứ bảy vợ chồng em đón chị, chúng ta chạy thẳng lên bưu điện Sài Gòn gặp gia đình mình tại đó. Nói chuyện xong với Caroline, chạy sang Toà Tổng Lãnh Sự chào ông bà Tổng Lãnh Sự và Hiếu lấy xe chạy lên Phú Nhuận ăn bò bảy món ở quán Ánh Hồng rất nổi tiếng món ăn này. Sau đó chúng ta về Cần Thơ ở lại chơi ngày chúa nhựt, chiều về Sóc Trăng.

Đến quày mua vé gọi điện thọai đi Áo, Hiếu nói hôm nay chúng tôi có đông người gọi, tôi xin mua hai vé và Hiếu còn tặng riêng cô thu ngân vài chục.

Hiếu nói với Caroline, hôm nay là ngày vui của vợ chồng mình anh nhận xe mới, chuyện lên xuống Sài Gòn Cần Thơ không còn lo sợ xe cũ bị trục trặc. Bây giờ ưu tiên vợ chồng anh Trai sẽ hỏi thăm sức khoẻ ba má và đặc biệt Josephine sẽ nói chuyện với em rất nhiều. Hai người cứ nói tiếng Áo thả cửa, cánh gia đình bên anh và cả anh Trai cũng không nghe, hai người muốn nói gì cũng được, nói xấu chồng cũng không sao. Caroline nói, ai mà dám nói xấu chồng tội chết phải không anh Trai?. Thế rồi hai cô tha hồ mà nói, Caroline cũng mở loa nghe lớn cho ba má cùng nghe, hai cô tha hồ mà nói một ngàn lẻ một chuyện tới trưa cũng chưa hết. Nội dung chính hai cô khoe chồng cô nào cũng num bờ on. Josephine cho biết cô đã cấn thai, ba mẹ cô hay tin quá vui mừng vì hai ông bà nôn nóng muốn có cháu ngoài đầy đàng càng vui cho tuổi già. Josephine thuật lại việc vợ chồng đến tham quan vườn bố nuôi của anh Hiếu, có nhiều loại cây ăn trái rất ngon. Ông bà chủ vườn có cô con gái học cùng lớp với Hiếu đang học ở Sài Gòn bị đau tưởng chết về dưỡng bệnh sẽ lên Sài Gòn học tiếp. Josephine còn khoe, anh Trai nói cả Hội Đồng Giáo Sư và ông Khoa Trưởng trường Y đã hết lòng ca ngợi Hiếu học quá xuất sắc, quả là một thiên tài Y học sau này của Việt Nam. Trường sẽ in thành sách sáu bài viết của Hiếu về bịnh lý quá tuyệt vời nhà trường sẽ sử dụng làm tài liệu giảng dạy tại trường. Giáo sư Khoa Trưởng còn nói ông sẽ gởi tập tài liệu quý giá này khi Hiếu đã viết lại bằng Anh ngữ cho Toà Đại Sứ Mỹ và còn gởi khoe đến Toà Đại Sứ Áo có chàng rễ xứng đáng, là bác sĩ giỏi của thế giới. Josephine nói bà thấy chưa:

- Bà tấn công người ta ẩu mà may mắn đụng vào mỏ kim cương quá quý hiếm. Tôi khen bạn giỏi có con mắt tinh đời biết tìm chồng xứng đáng làm cho mấy thằng con trai từng bám theo Caroline bây giờ gặp bạn, chúng nó chạy té re mà bạn không cần phải đuổi, chúng nó cũng chạy mất tiêu. Ba má Caroline nghe cười ngất, nói với Josephine đừng cho bạn đi tàu bay giấy nghe. Con nói thật mà, Josephine đáp. Caroline bây giờ có giá lắm, không những nó đẹp, nó giàu nó học giỏi mà nó nổi tiếng là có chồng giỏi xuất chúng về ngành Y ai cũng khen và cả thế giới biết tiếng và ngưỡng mộ.

Sau này hai vợ Caroline mà sanh con rồi, tha hồ mà theo chồng đi hết nước này ở vài tháng sang nước khác ở vài tháng để thuyết trình giảng dạy tha hồ mà Caroline làm tài vụ đếm tiền mệt nghỉ. Ba Má Caroline khen Josephine hôm nay nói chuyện có duyên dễ thương quá. Vì vậy, Caroline phải luôn vui phải ngoan nghe lời chồng khuyên không được khóc nữa vì sẽ ảnh hưởng đến gương mặt con buồn xo rất tội đó, Caroline phải ghi nhớ.

Josephne nói chuyện với Caroline mất cả mười lăm phút mới chịu xì tốp. Trai tiếp lời vợ chúc sức khoẻ hai bác và cũng chúc mừng hai bác có con rể quý mà chúng con luôn ngưỡng mộ. Chừng Hiếu đi Áo làm đám cưới, vợ chồng cháu cũng cùng đi theo và chúng con cũng định xin ba mẹ làm đám cưới chánh thức tại Áo, còn ở Việt Nam làm lễ cưới sau khi con của hai con lớn một chút làm đám cưới cũng được. Ông bà khen Trai và khuyến khích cùng một thời gian mà mình làm một lúc ba đám cưới người Áo lấy người Việt tại cùng một địa phương sẽ là kỹ lục hiếm có, Bernard cũng sẽ làm đám cưới cùng lúc với em Caroline.

Đến phiên có người mới gọi nói điện thoại với Caroline, chị Ngọc Mai, em chồng của chị hai, chị nói kinh nghiệm khi sản phụ có bầu mang nặng đẻ đau như thế nào và Caroline lại sanh đôi còn thêm đau nhiều gấp đôi, chị

Ngọc Mai khuyên Caroline buồn lo khóc nhiều không giúp ích gì mà chuốc cái khổ vào thân. Caroline rất thấm thía lời khuyên của chị Ngọc Mai và hứa em sẽ nghe lời chị. Chị ba, chị tư cũng nói chúc mừng Caroline có sức khoẻ đủ nghị lực sanh con ngoan. Tới mẹ cũng chào mừng chúc sức khoẻ anh chị sui, chị hai cũng chúc Caroline khi dẫn các đứa con về quê Sóc Trăng chị sẽ nấu nhiều món ăn ngon đãi các cháu quốc tế, Caroline cười ngất vợ chồng em xin ăn theo. Chị hai còn cho cha mẹ có con quốc tế ăn nhiều mệt nghỉ, không sợ qua cầu gió bay.

Sau cùng, Trung cũng nói vài lời với hai bác, cả gia đình bên Hiếu cũng như anh rể Bernard lúc nào cũng ủng hộ vợ chồng Hiếu vì vậy Caroline nên vui để cho mọi người cùng vui lây. Em mà buồn lo khóc nữa thì cả nhà bên Việt Nam cũng bị lây không có ích gì hết, Caroline nhớ lời anh chị là lúc nào em cũng vui và phải hy sinh nhiều cho con cho chồng.

Bernard tiếp tục nói với bố mẹ bằng tiếng Áo là con nghe lời bố mẹ sẽ làm lễ cưới tại Áo cùng với Caroline vì có đông đủ họ nhà trai, có thêm đám cưới của vợ chồng Josephine nữa là có ba cặp thời gian gần nhau làm lễ cưới lớn tại nhà thờ chánh Toà Thủ Đô nước Áo chắc chắn là lập kỷ lục người gốc Áo lấy vợ hay lấy chồng người Việt mà toàn gốc sóc sờ bai Sóc Trăng thì quá vui. Tuyết Trinh cũng báo cáo với ba má là con có triệu chứng mang thai, ba má qua Việt Nam còn có cháu nội đứng nghiêm, vòng tay cúi đầu chào ông bà nội. Bà nói, khá khen vợ Bernard cũng ráng chạy nước rút theo Caroline thì ba má quá hạnh phúc có cháu ngoại cháu nội cùng một năm thì gia đình gặp đại hỉ, đại kiết tha hồ vui hưởng an nhàn phú quý. Minh Tâm cũng tiết lộ với hai bác chúng cháu chạy theo Caroline trối chết cũng vừa thụ thai, gia đình bố mẹ cháu quá vui, bố mẹ con chỉ có con duy nhứt, ông bà quá mong có cháu để khi bố con về hưu hai ông cháu đi câu cá chắc cũng vui lắm. Chúng con mong hai bác và Caroline sớm qua Việt nam để chúng con mời hai bác đi du ngoạn nhiều cảnh đẹp của Tây Đô.

Mới đó mà đã qua một tiếng đồng hồ gọi điện thoại, cả nhà kiếu từ hai bác và Caroline. Hiếu nói tuần sau anh cũng lên hôn Caroline nữa đó. Mỗi đêm anh thức khuya mệt mõi, anh tưởng tượng hôn em là anh khoẻ lại liền, Caroline nói em cám ơn anh lúc nào cũng nghĩ nhớ đến em, bai bai để anh đi lấy xe sớm.

Đến Toà Tổng Lãnh Sự Áo, Josephine đi nhanh hơn cả chồng vào nhà chào kính ba mẹ và giới thiệu cả gia đình anh Hiếu và chúng con cũng theo vào phòng gọi điện thoại đi nước ngoài ở bưu điện Sài Gòn gặp bạn Caroline và vợ chồng con có chào ba má Caroline và có nói bố mẹ gởi lời hỏi thăm sức khoẻ. Hai bác có nói, mùa hè tới Bernard và Hiếu cùng đại gia đình ở Việt Nam gần ba mươi người sẽ sang Áo dự lễ cưới của Bernard và Caroline và bác có nói với con là trình hỏi bố mẹ, nhân dịp có đông người Việt sang Áo chúng con cùng làm lễ cưới. Như vậy, có đám cưới của ba công dân Áo với ba công dân Việt mà người Việt cùng ở một địa phương sẽ là một kỷ lục khá vui. Con có nói sẽ trình lại với bố mẹ quyết định. Ý kiến đó coi bộ hay, mẹ nói:

- Để bố mẹ tính lại coi rồi cho các con biết và bên gia đình Bernard, Caroline biết để cùng soạn thảo một chương trình cùng tổ chức một ngày chúa nhựt tại nhà thờ chánh toà và đãi cùng một chỗ ở khuôn viên nhà thờ mời hết các họ đạo chung quanh nhà thờ và bà con hai gia đình cùng vui dự tiệc một lúc ba đám cưới luôn. Nếu thực hiện được như thế hai con và các cháu, ba cặp sẽ nổi tiếng như cồn, chi phí cho ba đám cưới mình chia đều nhau rất sòng phẳng hợp lý thêm vui. Ba phải xin phép về nước ở chơi hai tuần trở lại Việt Nam một lúc với hai con.

- Bố Josephine nói, bữa ăn trưa nay, bố mẹ mời tất cả gia đình bên Bernard cùng ăn bò bảy món ở quán Ánh Hồng Phú Nhuận để ba gọi nhân viên đặt bàn chừng hai mươi chỗ ngồi, hai con đưa bố mẹ đi và về đây hai con ở chơi đến ngày mai về có được không? Trai xin thưa chúng xin ở lại với bố mẹ, mai ăn trưa xong chúng con mới lái xe về cũng được.

Để bố mẹ ra xem xe của Caroline coi có đẹp không và bố mẹ mời mẹ vợ của Bernard và cả gia đình mới phải lẽ.

Bernard xin phép chúng con lái xe lên quán ăn Ánh Hồng trước hai bác và anh chị Trai lên sau. Mọi người đến chào ông bà, Hiếu lên xe có Mẹ và chị hai cùng đi theo, lái xe mới cáu cạnh lại có bảng số xe Ngoại Giao Đoàn càng thêm hách. Xe mới nên Hiếu phải lái xe chậm để rô đay xe. Hiếu đậu xe nhờ nhân viên bảo vệ trông xe giúp, Hiếu có biếu mấy chục và xin dành một chỗ kế bên để xe ông Tổng Lãnh Sự đậu. Như vậy phái đoàn có bốn xe Van. Nhân viên bảo vệ cám ơn Hiếu rối rít. Mọi người vào quán Ánh Hồng. Hiếu đứng đợi gia đình Josephine, Trai lái xe tới, nhân viên bảo vệ chỉ chỗ đậu xe, Hiếu nói với anh Trai em trả tiền và típ đầy đủ hết rồi. Hiếu đi bên cạnh ông Tổng Lãnh Sự, ông nói nghe cháu một năm làm đến bốn bài sưu khảo về bốn bịnh lý cho bốn năm học tại trường đại học Y Khoa Cần Thơ mà ông Khoa Trưởng khoe với bác cháu có sáu bài sưu khảo như sáu luận án tiến sĩ thu hẹp mà Hội Đồng Giáo Sư và ông Khoa Trưởng khen nức nở, in thành tập làm tài liệu giảng huấn dù cháu chưa phải là một bác sĩ Y Khoa mà cháu có danh dự to lớn đó. Ông Khoa Trưởng bảo cháu viết hay dịch lại sang Anh Ngữ, ông cũng in thành sách gởi Toà Đại Sứ Mỹ tìm cho cháu học bổng toàn phần có thể đến năm sáu năm, cháu đưa Caroline và con cùng đi theo. Caroline có nói với Josephine là cháu cũng theo học lấy bằng tiến sĩ bang giao quốc tế và cũng muốn Josephine theo bước Caroline vì hai đứa nó thương yêu nhau còn hơn chị em ruột. Bác cũng mong rể bác cũng có học bổng như cháu Hiếu để cho Josephine cùng chồng du học. Cháu đi trước, biết rõ ngõ ngách hướng dẫn mấy anh chị của cháu và rể của bác. Chúng con có năm sáu đứa sang Mỹ tha hồ mà quậy, học cho tới bến luôn. Hiếu thưa với hai bác:

- Cháu có ý nghĩ đó khi cháu nghe ông Khoa Trưởng cho biết cháu có triển vọng đi du học Mỹ thì cháu sẽ cố gắng tìm cho các ông anh và chị dâu của cháu cũng có học bổng theo ngành Y khoa ở Mỹ. Josephine và Caroline có dịp gần nhau và cả hai tiếp tục học theo chồng dù ngành học khác. Chúng cháu sẽ vui gần nhau và có tương lai tốt đẹp hơn.

Bác hoan nghênh cháu có ý nghĩ tốt giúp anh chị. Còn chiếc xe này là của Caroline và Caroline là nhân viên của Bộ Ngoại Giao Áo nên nó có quyền mua xe và dùng bảng số của Tổng Lãnh Sự Áo ở Sài Gòn. Nếu có chuyện xảy ra về chiếc xe, cháu bảo công an giao thông liên lạc trực tiếp với Toà Tổng Lãnh Sự Áo Sài Gòn giải quyết, cháu nói chỉ là người thừa hành trông nom xe giúp vợ. Cháu có bảng số xe Ngoại Giao Đoàn sẽ có nhiều ưu tiên trong việc sử dụng xe. Bác cháu vừa đi vừa nói chuyện đã tới quán ăn Ánh Hồng. Bernard dành chỗ cho ông bà Tổng Lãnh Sự ngồi đầu bàn, kế tiếp có vợ chồng Bernard, mẹ, chị hai và Hiếu ngồi cạnh bên làm thông dịch, phía bên kia bàn có vợ chồng Trai, vợ chồng Trung, chị Ngọc Mai và hai chú bảo vệ ngồi sau cùng.

Bữa ăn trưa thứ bảy với bò bảy món cũng khá lạ miệng nên ai ăn cũng thấy ngon, mãi đến một giờ rưỡi mới chấm dứt. Bernard đại diện gia đình xin cám ơn hai bác có nhã ý mời gia đình chúng con ăn bữa trưa nay rất ngon miệng, gia đình chúng con xin kiếu từ về Cần Thơ, ngày mai chúa nhựt vợ chồng con mới về Sóc Trăng.

Xe Bernard chạy trước và phải chạy chậm, kế tiếp xe Hiếu và bọc hậu có xe Trung vì xe mới lái đi đường xa cũng phải đi từ từ, xong rô đay mới dám chạy nhanh. Về đến Cần Thơ đúng sáu giờ rưỡi, Trung nói anh em mình hẹn tám giờ ăn tối tại quán Vĩnh Ký, chuyên bán đặc sản miền tây, như rùa, rắn, lươn, ếch, chim và cơm tay cầm nổi tiếng. Xe Trung có chị Ngọc Mai qua thăm con gái, tối chị ngủ lại với con, mai về Sóc Trăng với vợ chồng Bernard.

Hiếu nói, em tắm rất nhanh, anh chị tư vào phòng em, để phòng tắm ngoài mẹ và chị hai tắm. Hiếu tắm nhanh thật, chưa quá năm phút, thay quần áo xong ra khỏi phòng, để phòng tắm cho anh chị tắm. Hiếu đi vòng quanh quan sát coi xem có gì đáng lưu ý không. Kéo tấm bao xe trùm lên xe mới, chiều mai rữa xe, thứ bảy tuần tới đi Sài Gòn sẽ đi xe mới.

Thứ bảy lại đến ngày mai. Hôm nay, Hiếu gọi điện thoại mời chú thím Tín và thêm ba em nữa đi xe Van mới có tám chỗ ngồi dạo quanh Sài Gòn và nói chuyện với gia đình Caroline ở Áo. Chú thím Tín đồng ý đi Sài Gòn, Hiếu nói con đưa chú thím đi ngang trường học cũ xưa để ôn nhớ một thời dĩ vãng nên thơ đã qua, nay chỉ còn là ký ức mà thôi.

Đúng bốn giờ, ba mẹ con Hiếu đến nhà chú thím Tín. Đi lần này có cô con gái rượu của chú cũng xin đi theo để chào và chúc bình an cho chị Caroline mà em rất ngưỡng mộ trong dịp các chị em từng làm cô dâu phụ trong đám cưới của anh chị Bernard có em của anh Đức và đứa con trai lớn của chú thím Tín, đủ tám người. Xe chạy thông thả, chị hai của Hiếu cũng có chuẩn bị xôi nếp tôm khô lạp xưởng ăn điểm tâm cũng khá bắt, chuối già tráng miệng và nước chai có đủ nên Hiếu không ghé ăn sáng dọc đường mà chạy thẳng đến bưu điện.

Theo dự định, bận về có nhiều thì giờ, Hiếu chạy đến trường trung học Marie Curie, ngừng lại trước cổng trường để cho thím Tín nhìn vào trong sân trường mà giải thích cho ba con cháu biết hồi xưa bà học ở đây là một trường nữ trung học do Hiệu Trưởng người Pháp điều hành và chạy đến trường trung học nam ChasseLoup Laubat do Hiệu Trưởng người Pháp điều hành. Ở Việt Nam, hồi nước Việt Nam còn dưới thời Pháp thuộc hai trường trung học này dành cho gia đình người Pháp, con cái của các cơ quan ngoại giao đoàn hoặc người Việt có quốc tịch Pháp hay con các đại gia, giàu có cũng có thể xin vào học. Mọi học sinh phải đóng học phí rất cao, con cái trung lưu cũng không thể theo học nổi luôn suốt bảy năm trung học. Chú thím Tín giải thích cho con cháu biết. Hiếu rất tế nhị làm cho chú thím thêm vui lòng.

Hiếu thưa chuyện với ba má vợ và Caroline, khoe là con mới nhận xe mới thứ bảy tuần rồi, nay con lái xe mới lên Sài Gòn trình báo cho ba má và người vợ yêu quý của con. Hôm nay, con có mời chú thím Tín, em anh Đức ở Phú Yên, hai con lớn của chú thím Tín và ba mẹ, chị hai của con, đủ tám người. Con luôn cầu chúc ba má luôn khoẻ mạnh cùng gia đình vợ chồng con sang Mỹ ở nhiều năm. Em Caroline lúc này ban đêm còn nhỏng nhẻo khóc nữa không, anh viết bài gần xong, nay có xe mới mỗi tuần lên thăm em. Bây giờ có khách quý sẽ nói chuyện với ba má và em. Chú thím Tín ở đầu dây, Caroline lên tiếng, con kính chào chú thím Tín:

- Cám ơn cháu Caroline, chú thím cứ nhắc cháu hoài, cháu có nhảy mũi không?. Caroline đáp ngay:

- Dạ có nhảy mũi lia lịa. Chú có lời hỏi thăm sức khoẻ ba má cháu. Ba má Caroline cũng có lời chào hai ông bà và mấy cháu đến thăm gia đình chúng tôi qua điện thoại. Vợ chồng tôi mời ông bà và cháu gái lớn đến hè năm tới chúng tôi có làm hai đám cưới cùng một ngày tại Áo cho hai con Caroline và Bernard, ba cháu Josephine cũng sẽ tổ chức đám cưới cho con gái ông với bác sĩ Trai cùng thời gian này thì quá vui, chú thím và cô con gái cố gắng tham dự. Vé máy bay và mọi chi phí chúng tôi lo hết. Chú Tín nói:

- Vợ chồng chúng tôi cố gắng. Thím Tín nói tiếp, tôi xin chào ông bà, ông bà có con gái Caroline, cháu rất thông minh và rất lễ phép chúng tôi rất yêu mến cháu nên cũng thường nói với cháu Hiếu, có dịp cho chú thím thăm hỏi Caroline. Thím đã có sanh đẻ nhiều lần, cũng có kinh nghiệm, tình mẹ thương con rất thiêng liêng cao cả. Nay cháu đang mang bầu đã qua tháng thứ năm, bào thai đã lớn mà lại là hai đứa con trai tha hồ mà chòi đạp trong bụng mẹ. Caroline ráng cố gắng chịu đau, chịu cực, các con ra đời sẽ yêu kính mẹ nhiều cũng là một phần thưởng của tạo hoá dành cho người mẹ có tình thương bao la như biển cả đối với con. Chỉ còn hơn bốn tháng nữa, có chồng qua thăm, hỗ trợ Caroline lấy lại sức khoẻ và niềm vui bên chồng con.

Chú thím cũng rất vui thích hạnh phúc được sang Áo, dự được đám cưới của cháu và của Bernard thì vui biết mấy, chú thím sẽ cố gắng và gia đình Đức ở Phú Yên cũng có thể sang tham dự nữa.

Con gái và con trai lớn của thím. và em của Đức cũng đi thăm chị Caroline của ba cháu. Con gái thím Tín nói, con, anh Thành và em trai con kính chào và chúc sức khoẻ hai bác và chị Caroline. Chúng em nhớ chị Caroline nhiều và dễ thương lắm, chúng em mong chị sanh con rồi về Việt Nam ở lâu dài, chúng em sẽ đến nhà anh chị thường xuyên thăm chị và hai cháu, Caroline nói:

- Tình nghĩa của gia đình em và ba má em đối với anh chị như cha mẹ thứ hai nên lúc nào anh chị cũng kính mến. Hai em ráng học giỏi, anh chị có phần thưởng tặng hai em. Ba má Caroline tiếp lời:

- Caroline thường nói tình thương của chú thím Tín đối với gia đình con chúng tôi như bát nước đầy, chúng tôi biết ơn và mong có nhiều cơ hội sống gần gũi với hai ông bà. Cháu Đức có liên lạc được với ba cháu ở Mỹ mời sang Áo có thể ông bà sẽ đi gặp con, dâu, em, ông bà sui. Còn về Việt Nam chắc ông bố của Đức còn e ngại. Bố mẹ Đức gặp lại gia đình lại có dâu, ông bà sui sẽ vui nhiều.

Mẹ của Hiếu nói với ông bà sui, tội nghiệp Hiếu suốt ngày cứ ở trong phòng làm việc, không biết ngoài trời ra sao, cứ đóng cửa lại, tới giờ ăn cơm xong là vào phòng nghỉ ngơi đôi chút lại làm việc tiếp. Con khoe với tôi là viết chừng một tuần nữa là xong và chỉ còn phải đọc lại sửa chửa thêm bớt để có bài nộp cho nhà trường khi con trở lại đi học. Con muốn tranh thủ thời gian để dành cho nhiều giờ thực tập tại bịnh viện và còn dịch các bài viết từ Việt ngữ sang Anh Ngữ. Con nói sẽ làm nhanh được vì bài viết Việt ngữ đã có sẵn. Tôi và chị nó hết lòng hỗ trợ Hiếu. Mẹ quay qua Caroline, con nghe mẹ nói đây, mẹ thay con chăm sóc chồng con từ miếng ăn giấc ngủ, con đừng có lo đừng có buồn bỏ chồng cô đơn tội nghiệp. Chồng con, có mẹ có chị hai lo hết mọi thứ, nó chỉ có học, viết bài và nhớ con thì mẹ không có xen vào được. Caroline nói:

- Con đội ơn mẹ và chị hai, con an tâm con sẽ không buồn không khóc nữa. Mẹ, chị và chồng thương yêu con, con phải luôn vâng lời mẹ, chị và chồng chỉ dạy. Bây giờ anh Hiếu có tin em hết buồn hết khóc không? Hiếu nói, anh tin em có thừa can đảm làm việc đó và luôn giữ lời hứa. Em còn muốn nhắc nhở anh điều gì nữa không, có muốn hôn anh không, mặt anh đây nè hôn nhanh đi, anh còn lái xe về Cần Thơ, tối anh sẽ nằm mơ bay về Áo ôm em ngủ một giấc quá đã. Con kính chào ba má và Caroline, gia đình chú thím Tín cũng gởi lời từ giả. Ba mẹ con xin hẹn gặp ba má và em Caroline cũng thứ bảy tuần sau - bai bai.

Đúng với dự định, Hiếu lái xe vòng ra bờ sông Sài Gòn, chạy ngang cột cờ Thủ Ngữ, chạy vào đường Tự Do qua khách sạn năm sao Majestic thấy lại chốn xưa với hai nhà hàng nhỏ Givral, Brodard chuyên bán kem ngon mà mọi người thích đến thưởng thức vào những ngày nắng nóng của Sài Gòn hoa lệ. Quẹo sang đại lộ Lê Lợi, chạy ngang Toà Đô Chính đồ sộ của thành phố Sài

Gòn đến chợ Bến Thành để cho ba em trẻ biết sự phồn vinh của Sài Gòn năm xưa. Từ đây chạy tiếp con đường Lê Văn Duyệt, xuyên qua vườn Tao Đàn ra Hồng Thập Tự gặp trường trung học Pháp Chasseloup trước. Và chuyển sang qua trường Marie Curie, Hiếu dừng xe trước cổng hơi lâu để cho thím Tín, rất nhạy cảm nhớ lại ngôi trường thân yêu mà một cô gái còn nhỏ mới mười hai tuổi xa gia đình Phú Yên vào Sài Gòn học, ở nội trú tại ngôi trường suốt bảy năm dài.

Đến đây, thím Tín cám ơn cháu Hiếu rất tế nhị biết thím có nhiều tình cảm với ngôi trường yêu quý này và thím gọi ba con chỉ cho con biết, nơi đây đã đào tạo nhiều phụ nữ Việt theo tây học rất văn minh. Sau cùng Hiếu vào đại lộ Trần Hưng Đạo tiến vào đại lộ Đồng Khánh, là vùng Chợ Lớn cũng là vương quốc của giới Hoa Kiều ở Việt Nam kinh doanh lập nghiệp với hàng chục đại tửu lầu-nhà hàng...

Sau hơn một tiếng chạy loanh quanh từ Sài Gòn vô Chợ Lớn, Hiếu lái sang đường Hậu Giang ra mũi tàu Phú Lâm cũng ghé vào nhà hàng Đồng Quê quen thuộc để cho chú thím và ba em có cơ hội ngồi câu cá cho vui và ăn những món ăn đặc sản của miền Tây. Hiếu hỏi chú thím và ba em thích ăn món nào thì cứ gọi. Có phải ba em của con thích ăn món cá lóc nướng vỉ ăn với bún, cuống bánh tráng chấm nước mắm nêm hay nước mắm me. Các em gật đầu. Chú thím cũng thích món này, con gọi đặt trước để nhà hàng có thì giờ chuẩn bị. Chú Tín nói tiếp, cháu Hiếu, bà chị và cô hai cũng thích món ngon đó, cá lóc nướng là món ăn chủ lực.

Hiếu gọi nhà hàng cho ba con cá lóc lớn nướng vỉ, đầu ruột cá lóc nấu cho một nồi canh chua và cho thêm món cá rô kho tộ.

Hiếu nói với ba món ăn này cũng quá no rồi nên cháu không gọi thêm. Chú thím hay ba em thích món nào cứ gọi anh Hiếu bao ba em ăn thả cửa, ăn đến chiều cũng được. Ba em cười và cám ơn anh Hiếu chơi sộp như thế nên anh Hiếu có nhiều bạn là phải. Hiếu hỏi mẹ, chị hai, chú thím và ba em uống gì cứ gọi hay nước dừa mà người miền tây thích. Em gái đi chợ dùm anh Hiếu. Con xin phép chú thím cho con chợp mắt đi sang Áo thăm vợ một chút, chừng nửa tiếng có thức ăn rồi, mẹ đánh thức con nghe mẹ. Bà nói con thức khuya và lái xe đường xa cần nghỉ ngơi cho khoẻ. Bà nói chú thím muốn câu cá cho vui, họ có cần câu, có mồi, mình câu được con nào họ cũng nướng cho mình ăn cho vui mà không có tính tiền thêm. Vừa đặt lưng xuống ghế tựa êm, chỉ vài phút nghe tiếng ngáy pho pho cuả Hiếu cũng là lúc Hiếu bay sang Áo thăm vợ. Nhà hàng phải mất gần một tiếng mới chuẩn bị xong ba món. Món ăn chính là cá lóc nướng vỉ, nhân viên phục vụ mang ra trước, có cả cái lò lửa than, nướng cá tại bàn cho thực khách thấy thêm thèm ăn lại càng ngon hơn. Cá nướng chín, da vừa vàng, người phục vụ cho ba con cá nướng ra dĩa lớn, dùng dao xẻ đường lưng phết thêm mỡ hành phi cho thêm thơm thêm ngọt. Mẹ Hiếu gọi con dậy, Hiếu lấy khăn ướp lạnh lau mặt và súc miệng xong,

Hiếu đề nghị chú thím uống bia, không lẽ món ăn ngon mà thiếu rượu cũng thấy làm sao đó, còn cháu lái xe đường xa không dám uống nhiều, Hiếu nói ba mẹ con mình chia một chai, mẹ và chị có đồng ý không, mẹ gật đầu. Còn chú thím hai chai, thím còn có chú chở giúp thím. Hiếu gọi ba chai bia và cho năm cái tẩy, còn ba em tiếp tục uống gì cứ gọi và nên nhớ nhiều món ăn ngon, để bụng trống, mấy em mới thưởng thức thoải mái nghe.

Hiếu mời mẹ chú thím, chị hai và ba em cầm đũa ăn món cá nướng cuống bánh tráng. Hiếu rất khéo tay cuống cho mẹ một cuống trước tiên kế đến mới cuống cho mình, Hiếu làm xong, cuống thứ hai mà các em còn lọng cọng chưa cuống xong, Hiếu với cái bánh tráng của Thu Hiền cho thêm cá, Hiếu cuống một cái rẹt là xong mà cái cuống của Hiếu còn gọn và đẹp nữa. Thu Hiền vỗ tay hoan hô anh Hiếu. Ba mẹ thấy không anh Hiếu học giỏi nổi tiếng, có vợ đẹp nổi tiếng mà bây giờ anh lại nổi tiếng cuống bánh nhanh gọn đẹp hết sẩy, em nhắc chị Caroline cho tên anh vào sách guiness của chị. Mọi người cùng cười con gái Thu Hiền nói chuyện có duyên quá. Hiếu nói mình cuống bánh tráng chỉ dùng ít bún, chút nữa bún mình ăn với canh chua cũng ngon còn hơn ăn với cơm. Ba con cá lóc nướng khá to, mỗi người đến cuống thứ sáu thứ bảy mới hết. Cô phục vụ lấy các đồ dùng trong món ăn cá nướng ra chỉ để lại bún và rau dưa. Một nồi canh chua đặt trên cái bếp dầu lửa đang cháy làm cho nồi canh chua luôn nóng và hai cái cá rô kho tộ còn đang bốc khói. Đặc biệt nhà hàng Đồng Quê thu hút khách thích thức ăn cá nên có thêm chất béo, như tóp mỡ, thịt ba rọi sẽ làm tăng thêm cái ngon của cá, cũng có kèm theo một tô cơm gạo thơm ngon Chợ Đào (Long An) rất nổi tiếng. Cá nướng hấp của nhà hàng Đồng Quê là phải có rưới thêm mỡ hành phi, cũng như canh chua có cho thêm nhiều tóp mỡ loang loáng mỡ trên mặt, tạo thêm sự hấp dẫn của món canh chua, cá kho tộ cũng có thêm một ít thịt ba rọi và thịt nạc dăm.

Mỗi nhà hàng có cách riêng thu hút khách ruột, Hiếu cũng lọt vào danh sách khách ruột của nhà hàng này. Hiếu dự trù khi đón ba má và vợ con từ Áo sang, sẽ dừng lại đây nghỉ ngơi và mời gia đình ăn những món ăn mà Hiếu ưa thích cũng như nhà hàng xây cất trên mặt ao sen rộng lớn, thực khách chờ đợi món ăn có thể ngồi câu cá hay ngắm cảnh, thưởng thức nhạc đồng quê.

Chú thím Tín nói, cháu Hiếu chọn nhà hàng này làm chỗ nghỉ ngơi cho khoẻ rất xứng đáng và mình còn thưởng thức các món ăn đồng quê của miền Tây thật ngon, lại có phong cảnh hữu tình nên thơ.

Mọi người đi vệ sinh xong lên xe, Hiếu chạy từ từ nên cũng đến Cần thơ mất hơn năm tiếng, đưa gia đình chú thím Tín xuống trước. Về đến nhà, cậu út tắm xong nghỉ ngơi cho khoẻ, tối chị nấu một nồi cháo trắng ba mẹ con cùng ăn với hột vịt muối và chị hai lấy vài cục thịt kho trứng, kho lại cho thêm mặn ăn cháo rất bắt. Hiếu nói em cám ơn chị, món ăn nào chị chế biến cũng đều ngon cả, mẹ có nhứt trí với con? Mẹ đáp, Hiếu nói đúng chị hai con chưa từng học nấu ăn, bây giờ nấu món ăn ngon ai cũng khen, mẹ còn phục lăn con gái của mẹ giỏi quá. Mẹ may mắn có bốn đứa con đều ngoan hiền, thông minh, chị con không có điều kiện học lên cao và hy sinh cả cuộc đời cho các em, cho mẹ. Nay chị con về kỹ thuật chế biến thức ăn cho vừa miệng, chắc chắn không thua ai hết, mẹ tin như vậy. Còn ba đứa em của chị con lại quá thông minh học giỏi xuất sắc cả tỉnh Sóc Trăng ai cũng biết, mẹ rất hãnh diện có bốn con làm rạng danh cha con nơi chín suối. Mẹ thường cầu nguyện ba con sống khôn thác thiêng luôn về phù hộ các con.

Đến tám giờ tối, ba mẹ con ăn cháo cũng nhanh, Hiếu ra ngoài đi bách bộ vài vòng quanh nhà cho mau tiêu và vào nhà là vào phòng làm việc ngay. Với sự chuyên cần và sưu tập tài liệu đầy đủ, viết rất nhanh qua máy computer, Hiếu đánh máy sử dụng được cả mười ngón, hoàn tất bài viết trước thời gian dự trù gần cả tuần, Hiếu thấy quá vui và cũng muốn nghỉ một buổi chiều mời mẹ, chị và vợ chồng anh Trung đi ăn nhà hàng và tối ngủ ngon, không còn bận tâm đến viết bài.

Sáng thức sớm, Hiếu chạy bộ xung quanh nhà vài chục vòng cho ra mồ hôi và còn hít đất vài chục cái cho thêm dẻo dai, hai tay thêm cứng cáp. Tắm xong, chị hai dọn ăn sáng, ba mẹ con rất hạp tính, mẹ và chị với mọi tình thương đều đổ xuống cho Hiếu và Hiếu cũng vậy. Hiếu luôn nói thầm, có đến hai bà mẹ, một bà mẹ đẻ, bà chị như là mẹ nuôi, bảo bọc mọi nhu cầu cho cuộc sống và hai bà mẹ không còn có ai bên cạnh chỉ còn có Hiếu dù có gia đình, nhưng bây giờ lại cùng ở chung với mẹ và chị.

Đọc và sửa chửa chỉ một tuần là xong, Hiếu mang bài đến nộp tại văn phòng của trường. Ngày hôm sau, giáo sư Khoa Trưởng nhờ nhân viên gọi Hiếu vào văn phòng gặp ông.

Đúng giờ hẹn, Hiếu vào văn phòng gặp giáo sư Khoa Trưởng và ba bốn vị giáo sư đang nói chuyện. Các giáo sư đều đứng lên đến bắt tay, Hiếu vừa bắt tay vừa kính cẩn cúi đầu. Ông Khoa Trưởng mời quý vị giáo sư và Hiếu ngồi xuống nghe ông có nhận xét sơ khởi về bài viết cuối cùng của quá trình học y khoa sáu năm của một sinh viên trường Y. Ông nhìn thẳng vào mặt Hiếu nói:

- Trước hết thầy khen Hiếu đã cố gắng kể như ba tháng hè con viết xong đến bốn bài, một bài của năm thứ ba vừa kết thúc, ba bài của ba năm học thứ tư, thứ năm và thứ sáu dù con chưa học mà con viết rất chi tiết, đầy đủ rõ ràng và dẫn chứng nhiều tài liệu tham khảo. Với tư cách là Khoa Trưởng trường Y, thầy nhiệt liệt khen con, một sinh viên, sẽ là một y khoa bác sĩ tài giỏi xuất sắc do trường đào tạo, quý thầy của con rất hãnh diện có một sinh viên học lại xuất sắc hơn thầy.

Quý thầy mới dạy con ba năm mà con đã hoàn thành chương trình sáu năm. Đó là một điểm son, bài của con vừa nộp cho thầy ngày hôm qua, cả buổi chiều, tối và sáng nay, thầy đọc xong vô cùng ngạc nhiên thấy con có thiên phú bẩm sinh về định bịnh chửa bịnh một cách khoa học theo sách vỡ mà con còn có sáng kiến đưa thêm vào tài liệu những điều thiếu sót cần phải bổ túc cho thêm hoàn chỉnh mới chửa bịnh hiệu quả.

Thầy thấy con dám làm một cuộc cách mạng đột phá những lý thuyết của các bậc thầy trong ngành Y, con đưa ra những lý luận nhận xét vô cùng chính xác mà thầy còn chưa nghĩ tới. Vì vậy hôm nay thầy mời con đến văn phòng có sự hiện của các vị giáo sư chuyên khoa của trường. Thầy đã copy thành nhiều bản gởi cho quý vị giáo sư về đọc. Hôm nay là thứ năm, thứ ba tuần tới, thầy tổ chức một buổi cho con trình bày bài viết về cách con sưu tầm tài liệu về cách định bịnh và chửa bịnh theo sách, tài liệu giảng dạy đã có sẵn và đối chiếu với sự suy nghĩ, phân tích của con phải bổ túc cách chửa trị bịnh sẽ có hiệu quả hơn. Con còn nói cách định theo lối mòn cũ rất đúng mà có bổ túc cách định của con chỉ ra giúp thêm sự định bịnh thêm chính xác.

Thầy nghĩ bài viết của con có thể nói là một luận án y khoa tiến sĩ khá thú vị và cần có sự góp ý hay chỉ những điểm sai cần phải sửa...Thầy muốn con có thực tài phải cống hiến cho ngành y, vì khoa học và nhứt là y khoa không được dựa vào phe đảng, bà con mà phải có sự công minh, đúng đắn. Con trình bày, quý thầy của con chất vấn hay góp ý, nếu con thấy đúng, hợp lý là con phải sửa sai phục thiện hay con thấy lý lẽ trình bày của con là đúng còn thuyết phục cho các thầy đồng ý. Như vậy thầy và trò thông cảm và cùng nhau chia xẻ, đóng góp thêm cho kho tàng giảng dạy của trường đại học y khoa chúng ta.

Bây giờ hơn mười một giờ, tôi mời quý vị giáo sư và sinh viên Hiếu ở lại dùng với tôi một bữa ăn trưa để gắng chặt thêm tình thầy trò cùng nhìn về một hướng phục vụ ngành Y cao đẹp của chúng ta. Để tôi gọi nhân viên lo bữa ăn trưa của chúng ta, chúng ta tiếp tục chuyện trò.

Ông Khoa Trưởng còn cho biết, tôi có nói với em Hiếu, tất cả sáu bài của sáu năm, em viết hay dịch lại bằng Anh ngữ, tôi sẽ gởi cho Toà Đại sứ Mỹ, Anh và vài tổ chức quốc tế để họ đọc và đánh giá, nếu thấy cần thiết họ giúp bảo trợ cho Hiếu có học bổng toàn phần có cơ hội nghiên cứu thêm cho thật sâu sát hoàn chỉnh để giúp đời giúp ngành y trên thế giới. Tôi biết em Hiếu rất giỏi Anh ngữ và viết chữ Anh nhanh và đúng văn phạm dù em chỉ tự học, rất đáng khen. Em Hiếu có hứa với tôi, em viết lại bằng chữ Anh dựa vào bài viết chữ Việt đã có sẵn, trong ba bốn tháng là xong. Có thể nói cuối năm thứ tư là em có đủ sáu bài viết bằng Anh ngữ. Vì vậy, có giáo sư đề nghị với tôi là trường Y chúng ta phải tưởng thưởng một sinh viên quá xuất sắc làm gương mà từ trước tới nay chưa có một sinh viên nào mà làm trong vòng hơn ba tháng viết xong bốn bài sưu khảo có giá trị về cách định và chửa bịnh. Mỗi năm học, mỗi sinh viên viết một bài sưu khảo như vậy cũng đã là khó khăn vất vả.

Tôi có đề nghị tưởng thưởng cho Hiếu rút ngắn phần học lý thuyết nghĩa là lý thuyết từng bài học Hiếu cũng phải am tường mà không cần đến lớp vì Hiếu phải dành nhiều thời giờ cho thực tập tại bịnh viện phải đủ số lượng giờ bắt buộc của sáu năm học, không bỏ bớt được. Nếu Hiếu rút ngắn ngay năm học thứ tư, thứ năm và năm thứ sáu chỉ còn lại một năm rưỡi hay là hai năm, sẽ giúp cho Hiếu ra trường sớm, nổi tiếng là một bác sĩ giỏi nổi tiếng của cả nước và tốt nghiệp ở tuổi hai mươi hai, quá trẻ. Thực tế Hiếu chưa hành nghề y mà phải còn học thêm chuyên khoa ít nhứt một trong sáu bịnh lý mà Hiếu đã có bài viết và có thời gian giúp các bịnh viện điều trị bịnh nhân.

Bữa ăn trưa rất đơn giản do thầy Khoa Trưởng mời bốn vị giáo sư và sinh viên Hiếu nhằm mục đích tìm cách tối ưu nhứt để giúp em Hiếu hoàn thành chương trình học lấy văn bằng Y Khoa Bác Sĩ sớm hơn bình thường từ một năm tới một năm rưỡi. Sinh viên Hiếu phải có thực tài và phải thuyết phục giới y khoa không những trường Y của Viện Đại Học Cần Thơ mà còn phải lan toả ra các trường đại học Y Khoa khác khắp cả nước và cả Bộ Y Tế của chính phủ cũng phải đồng ý. Đây là một chuyện tổ chức quy mô mà giúp có một sinh viên của trường có xứng đáng không, đó sẽ là câu hỏi thực tế sẽ phải có. Nhưng, trường Y dám gồng mình tổ chức rình rang như thế cũng là tấm gương khuyến khích các sinh viên có thực tài nhà trường luôn hết lòng ủng hộ hỗ trợ tối đa.

Sau những góp ý chân tình của các giáo sư đã có nhiều quý mến một sinh viên mỗi năm học được đánh giá là sinh viên giỏi nhứt, xuất sắc nhứt của một niên học, ba năm liên tiếp. Giáo sư Khoa Trưởng kết luận, hôm nay thứ năm, tôi đề nghị thứ ba tuần tới cũng tại văn phòng này, chúng ta có năm anh em, sinh viên Hiếu trình bày bài mới viết xong của năm thứ sáu, chúng ta có thắc mắc hay nghi ngờ sẽ chất vấn em Hiếu, nếu em có đủ lý lẽ giải bày thuyết phục. Chúng ta sẽ chấp nhận có ba ngày dành cho em Hiếu, buổi sáng trình bày hai đề tài của mỗi năm học. Sau ăn trưa dành cả buổi chiều bốn tiếng cho quý vị giáo sư và sinh viên của trường chất vấn. Nếu em Hiếu có thực tài và đủ bản lãnh thuyết phục thì trường có rút thời gian học lý thuyết cũng sẽ không có ai kê kích thắc mắc. Ông Khoa Trưởng nói, tôi cho nhân viên thu âm và viết biên bản trình về Bộ Y Tế. Nhà trường sẽ tổ chức luôn trong ba tuần. Bốn vị giáo sư đều đồng ý với cách giải quyết một vấn đề của trường vô cùng trong sáng, tránh bị gièm pha phe đảng.

Hiếu rất tự tin, con rất vinh dự, thực hiện công tác vĩ đại nhứt trong đời con. Con chỉ xin thầy Khoa Trưởng gởi thơ mời Ban Bí Thư Tỉnh Uỷ và Uỷ Ban Nhân Dân tỉnh Sóc Trăng về trường chứng kiến một sinh viên sinh trưởng ở Sóc Trăng trình bày những đề tài y khoa nóng bỏng trong các môn học của nhà trường. Con cũng xin nhà trường cho phép con mời gia đình con ở Sóc Trăng và gia đình anh chị con cũng từng tốt nghiệp y khoa bác sĩ mà anh đỗ thủ khoa là anh Trần Đức Trung, có vợ học cùng lớp là bác sĩ Minh Tâm con gái của ông Phó Bí Thư Tỉnh Ủy Cần Thơ. Thầy Khoa Trưởng nói thầy nhớ ra rồi, anh con và hai bạn chí thân Bernard và Đức cùng với Minh Tâm học một lớp, thầy có đi dự lễ cưới của Bernard ở Sóc Trăng và Minh Tâm ở Cần Thơ. Hiếu còn nói tiếp vì có đám cưới anh Bernard với chị ruột của con mà ba mẹ và cô em gái của anh Bernard từ Áo sang dự mà con nay là em rể của anh Bernard và anh Bernard là anh rể của con. Chị con cũng đậu thủ khoa môn văn của trường Đại học Sư Phạm Cần Thơ. Chúng con hai chị em ruột lấy hai anh em ruột người Áo, quý thầy thấy gia đình chúng con dính thành khối rồi và đều mang ơn trường Y. Thầy Khoa Trưởng nói:

- Tổ chức ba ngày con trình bày sáu đề tài, buổi sáng trình bày hai đề tài, buổi chiều đặt câu hỏi, chất vấn... Hiếu thưa, buổi trưa nghỉ giải lao, nhà trường mời tất cả mọi người tham dự dùng bữa tại chỗ luôn, con xin đài thọ ba bữa ăn trưa đó. Mỗi bữa ăn một ngàn đô la, có thể cũng đủ, nếu thiếu con xin đóng góp thêm, chốc nữa con ký cái check cho trường ba ngàn đô la. Ngoài ra con có thể chở từ Sóc Trăng lên trường chừng vài trăm trái dừa lửa mời tất cả ban giảng huấn giải khát trong ba ngày.

Con xin nói thật với quý thầy, gia đình con không phải giới bần cố nông mà là đại bần cố nông, cơm không đủ ăn, nhiều khi phải ăn rau thay cơm, hay ăn cháo thay cơm. Chúng con đi học trung học mặc quần áo vá, các bạn đều biết gia cảnh chúng con nghèo cùng cực mà anh chị em đều là học sinh xuất sắc của trường. Bạn chúng con có thể chê hay khinh chúng con quá nghèo mà họ không chê chúng con học dở. Các bạn không muốn làm thân vì chúng con nghèo mà các bạn lại phải nể phục chúng con học không thua kém các bạn. Cũng nhờ thiếu ăn thiếu quần áo lành nên chúng con quanh quẩn ở nhà với mẹ. Chúng con có cách chống đói rất hữu hiệu là chúng con nằm không dám ngồi học đủ các môn nên anh em chúng con đều học khá. Gia đình nghèo quá muốn vươn lên là phải học và khi đói quá học cho quên đói.

May quá chị cả con đi ở đợ lúc chị mười tám tuổi chị hy sinh đời con gái của chị giúp gia đình con từ đủ ăn dần dà người chủ sắp chết mà thầy Khoa Trưởng có lên đỉnh Núi Sam thăm anh ba Cường cùng học với thầy trường trung học Pháp ở Sài Gòn. Anh có đề nghị kỳ quặc, đau sắp chết mà lại xin cưới chị con làm vợ, lúc chị tuổi hai mươi. Chị con không dám từ chối, nếu không chịu làm vợ anh, bị đuổi việc thì đâu có tiền cho chúng con học tiếp, lúc anh Trung đã học Y hết năm thứ hai. Chị con nhắm mắt ưng đại ông chủ làm chồng. Chị đâu có ngờ chồng chị không có người thừa kế thụ hưởng một số tiền to lớn trong nhà băng Pháp gần cả triệu quan Pháp. Nhờ thế mà anh Trung của con mua được nhà ở Cần Thơ để cùng chị con, em kế anh Trung, có nơi ở đi học và anh rể con còn cho anh Trung tiền mua xe hơi, hàng tuần về thăm mẹ ở Bố Thảo và mới có duyên gặp hai anh Bernard và anh Đức mà thầy Khoa Trưởng đã rõ.

Con xin thưa, khi tốt nghiệp trường Y xong rồi có học bổng hay không, vợ chồng con xin hiến tặng cho nhà trường năm mươi ngàn đô la xây thêm một phòng la bô tiên tiến có đủ tiện nghi giúp trường có thêm phương tiện đào tạo bác sĩ tiếp nối. Phòng xét nghiệm mới, nếu còn thiếu trang thiết bị, có thể anh chị em chúng con hợp sức tài trợ thêm.

Ông Khoa Trưởng nói đã biết Trung, Minh Tâm và Bernard nay biết Hiếu em của gia đình học giỏi này.

Trước khi ra về Hiếu ký một cái check ba ngàn Mỹ kim của ngân hàng Pháp ở Sài Gòn giúp trường Y thực hiện cho ba bữa ăn trưa của trên năm trăm sinh viên Y khoa cả sáu năm, nhân viên Ban Giảng Huấn của trường, quan khách tham dự.

Đến thứ bảy Hiếu lái xe lên Sài Gòn báo cáo mọi chuyện quan trọng trong tuần qua cho ba má và vợ biết. Bố vợ Hiếu nói:

- Hôm nay ba nghe con thuật mọi chuyện từ viết bài xong được nhà trường mời con thảo luận chuyện rút ngắn thời gian tốt nghiệp ra trường và nhà trường xin cho con học bổng chánh thức. Ba má thấy con rể của ba má quá thông minh, rất đáng khen. Mình biết chi tiêu đúng lúc đúng chỗ vì đồng tiền đi trước là đồng tiền khôn sẽ có nhiều tác dụng tốt. Phải khen con quá khôn, nếu gia đình con được du học một năm cũng phải tốn trên một trăm ngàn mà học năm năm tốn trên nửa triệu đô la nếu mình chi trả. Nay con đưa trước có năm mươi ba ngàn, tính theo business con lời to, Caroline có thấy không, chồng con làm sư phụ con là phải. Con yên tâm ba má bao hết mọi chi tiêu cho con chỉ mong con có học bổng cho Caroline ăn theo cũng lấy được bằng tiến sĩ ở Mỹ lại càng danh giá ở Áo và ở Việt Nam. Caroline nói:

- Em cám ơn anh đã làm cho gia đình mình ở Sóc Trăng và ở Áo rất hãnh diện nở mày nở mặt, ba má đã có tưởng thưởng cho anh, còn em xin tặng anh hai viên ngọc quý mà anh cùng em tạo dựng và em sẽ còn thưởng anh mọi thứ trên cõi đời này em có. Thời gian qua nhanh thật, nay chỉ còn bốn tháng nữa là đến ngày em sanh hai con, Caroline nói tiếp. Lúc trước, ban đêm em nhớ anh em khóc, nay em nhớ anh em lại vui vì em cảm thấy có một tấm chồng cái gì cũng giỏi và anh yêu em và chung tình với em mãi mãi nghe anh. Em yêu anh nhiều lắm, Caroline tiếp:

- Anh lái xe về nhớ lái chậm, buồn ngủ tấp vào quán nghỉ ngơi và mỗi lần anh đi Sài Gòn đều có mẹ và chị cùng đi theo chăm sóc anh mọi thứ, em rất vui mừng. Nhờ anh chuyển lời nói với mẹ, em là con dâu ngoan của mẹ và là em dâu dễ thương của chị cả. Em về Việt Nam chung sống với anh là em thỉnh mời mẹ và chị cùng ở chung với gia đình mình và chị hai dạy em nấu ăn ngon để em phục vụ cho chồng em. Thôi để anh và mẹ, chị hai về Cần Thơ sớm, bai bai hẹn tuần tới gặp lại.

Đến ngày thứ ba như là buổi sơ khảo trước thầy Khoa Trưởng và bốn giáo sư đầu ngành môn học của trường, đã đọc kỹ bài viết của Hiếu, đều khen Hiếu quá giỏi chỉ mấy tuần ngắn ngủi mà viết được như vậy. Nếu em có thêm thì giờ nghiên cứu đào sâu thêm thì chắc chắn các chứng bịnh em đề cập có cách trị liệu hữu hiệu hơn nữa. Thầy Khoa Trưởng cũng thấy như vậy nên hết sức tìm cho Hiếu có học bổng để giúp em tiếp thu thêm kiến thức y khoa mới mang về giảng dạy tại trường nhà.

Cả năm vị đều khen bài viết dù cô động mà rất đầy đủ về cách định và trị bịnh rất tốt, có hiệu quả, đỡ tốn kém và rút ngắn thời gian trị bịnh. Cả năm giáo sư nhất trí, nhà trường sẽ tổ chức ba ngày hội thảo với sáu bài sưu khảo của Hiếu trước các giáo sư, chánh quyền hai tỉnh Cần Thơ và Sóc Trăng, thân nhân và sinh viên.

Hiếu gọi điện thoại về bố mẹ và em Thu Vân cho biết mọi diễn tiến về các bài viết về bịnh lý của sáu năm học đã hoàn tất tốt đẹp và nói tuần tới vào ngày thứ năm Hiếu sẽ trình bày hai đề tài của hai năm học thứ năm và thứ sáu mà Hiếu chưa học, Hiếu mời bố mẹ và em Thu Vân lên Cần Thơ tham dự, tối ngủ tại khách sạn gần nhà con. Ngày thứ sáu, con rước về nhà con ngủ thêm một đêm. Đến sáng sớm thứ bảy Hiếu chở đến bưu điện Sài Gòn cho Thu Vân gặp lại bạn học Ngọc Huệ cũng cùng hoàn cảnh dở dang như Thu Vân đã từng bị Sài Gòn hoa lệ vùi dập ngày nào. Cả gia đình sẽ chứng kiến cảnh Hiếu gọi điện thoại viễn liên thăm hỏi sức khoẻ ông bà nhạc và vợ ở Áo mất nửa tiếng. Hiếu sẽ đưa bố mẹ và em Thu Vân cùng với mẹ và chị hai đi một vòng Sài Gòn Chợlớn và cũng ra Phú Lâm ăn ở nhà hàng Đồng Quê. Từ đây Hiếu lái đưa mẹ, chị hai và gia đình Thu Vân về đến Cần Thơ chừng bốn năm giờ chiều, con có mướn xe lô chở bố mẹ và Thu Vân về Sóc Trăng, con đề phòng tai tiếng không tốt cho Thu Vân và cho con.

Đến thứ năm tuần tới và hai tuần tới nữa cũng có hai ngày hội thảo qua bốn đề tài khác, con cũng mời gia đình bố cùng lên tham dự và em Thu Vân mướn xe lô đưa gia đình đi, tối ngủ nhà con vì đông người. Sáng thứ sáu con đưa bố mẹ và Thu Vân đi du ngoạn Cần Thơ chiều thứ sáu, bố mẹ đi xe lô về Sóc Trăng. Ngày hội thảo cuối cũng là ngày thứ năm, bố mẹ và Thu Vân ở nhà con chơi đến sáng thứ bảy, con đưa gia đình đi du ngoạn chợ nổi Cái Răng và vùng sinh thái gần đó ăn trưa tại chỗ, chiều con lái xe đưa cả hai gia đình về Sóc Trăng, con ở lại sáng thứ hai mới trở về Cần Thơ, con dự định như vậy.

Xin thưa với bố mẹ, con tự biết con có lỗi với em Thu Vân, con yêu Thu Vân thì phải ngõ ý trước mới phải mà con không làm. Lúc đó Thu Vân tưởng con hững hờ không yêu em mà có chàng trai, con biết đẹp trai và giàu hơn con nhiều lắm, lại trổ tài quyến rủ nên Thu Vân sa vào vòng tay bất hảo, ai ngờ hắn là tên sở khanh, con đoán như vậy. Nếu Thu Vân thi vào đại học Cần Thơ ngành Y chắc chắn Thu Vân cũng đậu như con và chúng con sẽ có thể thành vợ chồng, Thu Vân đâu có đau khổ dự định tự tử, cũng tại vì con hết con rất hối hận.

Con quyết giúp Thu Vân làm lại cuộc đời, vợ chồng con sẽ giới thiệu bạn tốt làm đám cưới với Thu Vân đàng hoàng con chỉ thích Thu Vân có con trai đặt tên Hiếu là con vui mà trước đây Thu Vân đã có xin phép con làm chuyện đó. Khi con đến nhà thăm Thu Vân nghe em gọi con, Hiếu ơi Hiếu à thì con rất mãn nguyện.

Bố nói, bố mẹ cám ơn con rể hụt, con còn quý mến Thu Vân, con có xin dừa lửa đãi cả Ban Giảng Huấn của trường, bố vét hết cũng được trên dưới ba trăm trái, con xin ông Bí Thư cho một chiếc xe tải chở dừa lên đại học Y Cần Thơ.

Bố mẹ và Thu Vân lên Cần Thơ tham dự ngày hội thảo đầu tiên cực kỳ quan trọng cho tương lai con, Hiếu nói. Bố mẹ và em Thu Vân tham dự để động viên tinh thần. Con thú thật, nếu con có quên có bí mà nhìn Thu Vân thấy em nhìn con thì con sẽ nhớ lại tài liệu con đã đọc. Thu Vân nói:

- Nếu vậy, em sẽ theo nghe anh thuyết giảng và ủng hộ anh hết mình. Con xin bố mẹ thu xếp gia đình mình phải đi dự luôn ba ngày hội thảo. Anh Hiếu có đồng ý như vậy không? Hiếu nói ngay, còn gì hạnh phúc cho bằng có bố mẹ và em tham dự ủng hộ anh. Hội thảo ngày đầu tiên rất quan trọng có cả Ban Bí Thư và Uỷ Ban Nhân Dân tỉnh Sóc Trăng và tỉnh Cần Thơ tham dự. Anh đưa tiền em giữ, mướn xe lô lên dự xong, chiều tối trở về Sóc Trăng, còn hai ngày hội thảo tới nữa, bố mẹ và em ở lại Cần Thơ ngủ ở nhà con để con đưa gia đình đi du ngoạn hết các danh lam thắng cảnh của Cần Thơ và sau hội thảo thứ ba, anh đã rảnh sẽ đưa bố mẹ và em về Sóc Trăng và còn ở lại chơi vài ngày lấy lại sức mà cố gắng thực tập cho đủ số giờ bắt buộc trong sáu năm học cũng khá vất vả, còn về lý thuyết ba năm cuối kể như con học chỉ có một năm rưỡi.

Mọi diễn tiến về ba ngày hội thảo y khoa của trường Y Cần Thơ sẽ có tiếng vang khắp cả nước chỉ mới có ngày hội thảo đầu tiên đã nổi tiếng rồi. Có nhiều báo đài, ký giả đã đến tham dự, viết tin, thực hiện phóng sự tạo một tiếng vang cho trường đại Y Cần Thơ, có một sinh viên vừa học xong năm thứ ba mà sinh viên đó đã viết ròng rã ba tháng hè ba bài sưu khảo "nặng ký, chất lượng" về bệnh lý của một chứng bịnh thường thấy trong xã hội cho một năm học trường Y. Đặc biệt nhà nghiên cứu trẻ, 21 tuổi, đã tìm hiểu nghiên cứu sâu sát bệnh lý và có đề xuất cách điều trị vô cùng khoa học có hiệu quả cao và giảm thiểu thời gian cũng như tốn kém cách chữa trị kiểu cách cũ. Cả Ban Giảng Huấn của trường, các giới cao cấp của hai tỉnh Cần Thơ và Sóc Trăng cũng như có nhiều thân nhân của các sinh viên tất cả sinh viên của sáu năm học của trường tham dự. Mọi thắc mắc nghi ngờ, chất vấn của giáo sư, của sinh viên của các giới chức thẩm quyền, anh sinh viên này giải trình, trả lời một cách gãy gọn và rất thuyết phục, cả hội trường đã dành cho anh nhiều tràng pháo tay tán thưởng.

Có một nhà báo Mỹ cũng có nghe được tiếng Việt cũng nắm bắt được đề tài mà chưa quán triệt tốt muốn nghe giải thích bằng tiếng Anh. Anh sinh viên Trần Trọng Hiếu nói tôi xin bà con Việt Nam, cho tôi vài phút nói bằng tiếng Anh và nếu còn nhà báo ngoại quốc nào muốn nghe tôi giải thích bằng tiếng Anh, tôi sẽ nói rất ngắn gọn. Như bật máy phát thanh Hiếu vừa cầm máy vi âm vừa đến tấm bảng đen vẽ lộ trình vi khuẩn xâm nhập vào bệnh nhân, người thầy thuốc như một tư lệnh chiến trường phải có kế hoạch hành quân có quân tiền vệ, hậu vệ phòng thủ tấn công phải có đủ bao vây địch là vi khuẩn. Từ phòng tuyến này sang phòng tuyến khác, nghĩa là thầy thuốc phải có đầy đủ vũ khí đạn dược của một trận đánh tiêu diệt quân thù là vi khuẩn. Hiếu vẽ sơ đồ vi khuẩn tấn công vào phòng tuyến là các bộ phận trong cơ thể, thầy thuốc phải có thuốc trị đúng diễn tiến của bịnh. Hiếu vẽ một lộ đồ diễn tiến của bịnh và bị chận lại tại các phòng tuyến kiên cố, nghĩa là có thuốc trị bịnh hữu hiệu. Tất cả sinh viên vỗ tay vang rần tán thưởng Hiếu là một hiện tượng quý hiếm, có thể nói một thiên tài của ngành Y, anh qua tuổi hai mươi hai, sẽ là một y khoa bác sĩ nổi tiếng.

Sau phần chất vấn và giải đáp thắc mắc, ông Bí Thư tỉnh Sóc Trăng nắm tay ông Khoa Trưởng cùng đến bục giảng, ông Bí Thư xin cám ơn trường đại học Y Khoa Cần Thơ đã đào tạo một sinh viên Y xuất chúng mới học xong năm thứ ba mà các bài của các năm bốn năm sáu viết chỉ trong mùa hè này tạo thành một tài liệu giảng huấn trong tương lai vô cùng xuất sắc. Em Trần Trọng Hiếu là người của xứ "sóc sờ bai Sóc Trăng" của chúng tôi, chúng tôi xin đại diện cho Sóc Trăng cám ơn giáo sư Khoa Trưởng, Ban Giảng Huấn rút ngắn thời gian học lý thuyết giúp em Hiếu tốt nghiệp sớm, có nhiều thời gian du học chuyên ngành mang tinh hoa của Y học tân tiến thế giới về phục vụ đất nước và đại học Y Cần Thơ.

Vì vậy, các em sinh viên phải cố gắng trau dồi kiến thức và tích cực học hỏi cũng sẽ có cơ hội rút ngắn thời gian học thông thường. Tôi xin chúc các em sinh viên luôn học giỏi có chuyên môn và đạo đức nghiệp vụ tuyệt vời sẽ phục vụ đất nước hữu hiệu tốt đẹp hơn. Xin chào tất cả các em sinh viên.

Ông Bí Thư Tỉnh Ủy Cần Thơ cũng có lời chúc mừng các sinh viên y khoa của đại học Y Khoa Cần Thơ sau này sẽ trở thành "Lương y như từ mẫu" phục vụ cho đời và đất nước. Cả hội trường vỗ tay hoan nghênh hai ông Bí Thư hai tỉnh Sóc Trăng và Cần Thơ. Ngày hội thảo đầu tiên kết thúc cực kỳ thành công ngoài sức tưởng tượng của mọi người trong một ngày hội thảo vui vẻ hào hứng. Nhiều sinh viên các năm học hay ở ngoài về tham dự, rất vui mừng hãnh diện. Có nhiều em cùng học chung trung học Hoàng Diệu với sinh viên Trần Trọng Hiếu ở Sóc Trăng, các bạn nữ tặng hàng chục bó hoa tươi thắm cho người bạn đồng môn.

Thu Vân gặp lại bạn thân Ngọc Diệp học cùng lớp với Hiếu, Ngọc Diệp nói, tôi mất ngủ đêm qua, tôi lo cho anh Hiếu không biết có ứng phó với hàng mấy trăm nhà trí thức và nhất là các giáo sư của trường là thầy dạy của Hiếu của tôi chất vấn không biết có trả lời nổi hay không.? Tôi vô cùng sung sướng đến chảy nước mắt thấy bạn Hiếu rất xứng đáng làm sư phụ chúng ta và Hiếu đã làm vẻ vang cho trường Hoàng Diệu. Hai đứa mình đem hoa đến tặng bạn Hiếu và xin Hiếu cùng chúng ta chụp hình kỹ niệm, Thu Vân nghe vậy khoái quá, bạn nói đúng, chúng ta đi nhanh gặp anh Hiếu. Bạn Hiếu còn nói xin mời các anh chị học trước học sau hay cùng lúc với Hiếu tại trường Hoàng Diệu Sóc Trăng chụp thêm hình làm kỹ niệm, có mấy chục bạn đến xếp hàng cùng Hiếu chụp hình lưu niệm. Riêng hai bạn Thu Vân và Ngọc Diệp chụp hình chung với Hiếu đến bốn năm kiểu. Các anh chị của Hiếu, anh chị Trai Josephine cũng đến chúc mừng chụp hình lưu niệm. Chú thím Tín, bố mẹ nuôi, ông bà nhạc của Trung cũng đến ôm Hiếu chúc mừng cháu quá tài giỏi trình bày gãy gọn mà súc tích có tính thuyết phục rất đáng nễ. Thím Tín nói với Josephine gọi điện thoại hay giúp gởi điện tín về Áo báo cho Caroline mừng chồng cháu thành công thật xuất sắc tuyệt vời.

Chiều nay bố mẹ Minh Tâm mời tất cả các anh em gia đình Hiếu dự bữa tiệc liên hoan chúc mừng sự thành công của Hiếu có thể nói là vô tiền khoán hậu của trường Y Cần Thơ. Ông bố của Minh Tâm nói ông gọi điện thoại mời ông bà Khoa Trưởng mời bốn vị giáo sư đầu ngành của trường đã từng chất vấn Hiếu đến dự tiệc khao quân tại nhà hàng nổi Mékông, Bến Ninh Kiều lúc sáu giờ chiều nay. Ông còn gọi mời ông bà Bí Thư và ông bà Chủ Tịch tỉnh. Trung gọi cho bà chủ nhà hàng dành một nguyên một tầng của nhà hàng có khoảng bốn năm mươi người tham dự. Trung nói có đủ ông bà Bí Thư, Phó Bí Thư, Chủ Tịch tỉnh Cần Thơ, ông bà Khoa Trưởng đại học Y và đại gia đình của Trung từ Sóc Trăng lên. Bà chủ vâng dạ rối rít.

Hiếu không dám mời bố mẹ nuôi ở lại tham dự dạ tiệc vì có Thu Vân sợ bị nghi ngờ tai tiếng không tốt nên Hiếu để cho gia đình Thu Vân về Sóc Trăng mà lòng buồn vời vợi.

Trung nói với bà chủ cho bàn tiệc vài chai Martell VSOP với sô đa Perrier và bia Sài Gòn...Trung đặt luôn mười món ăn ngon nhứt của nhà hàng Mê Kông. Trung còn nói cho hai bàn nhỏ để đầu và cuối khoan tàu cho các nhân viên an ninh ngồi ăn và giúp hỏi anh em đó ăn món gì nhà hàng làm giúp cũng tính tiền chung với bàn tiệc chánh thức. Chúng tôi cũng cần có một hệ thống âm thanh để ông Bí Thư ông Khoa Trưởng có phát biểu, bà cũng giúp cho phó nhòm chụp hình. Trung dặn dò tỉ mỉ, Trung còn nói thêm nếu nhà hàng có khăn trải bàn mới sử dụng cho đẹp và có thêm ba bình hoa tươi tính thêm tiền không sao cả vì tiệc chiêu này là tiệc ăn mừng thành công của cậu em trai tôi. Bà cung cấp thêm ba hay bốn chai champagne loại có tiếng nổ to. Bà chủ nói nhà hàng không có loại champagne mắc tiền đó, bà cho người đi tìm mua, nếu không có thì tạm sử dụng champagne thường, Trung nói cũng tạm được.

Một dạ tiệc trên nhà hàng nổi MêKông có khoảng trên bốn mươi thượng khách. Khi đông đủ khách tham dự. Minh Tâm mời bố nói lý do có bữa tiệc mừng công đột xuất.

Ông Phó Bí Thư chào mừng các đồng chí và bà con của cháu Trần Trọng Hiếu và chân thành cám ơn ông Khoa Trưởng và các giáo sư. Sở dĩ có bữa tiệc liên hoan này, chúng tôi có thể nói là tiệc mừng công của đại gia đình chúng tôi đối với một sinh viên trường đại học Y Cần Thơ mới có 21 tuổi đã cống hiến sự hiểu biết y học của mình vượt thời gian vượt tuổi tác, gia đình chúng tôi ngưỡng mộ và hy vọng cháu Hiếu có một học bổng toàn phần ở nước ngoài. Sự hiểu biết y học của cháu sẽ có cơ hội phát triển vượt bực, cháu sẽ đóng góp thành quả nghiên cứu y học của mình cho đất nước và trường Y Cần Thơ một cách có hiệu quả tốt. Cháu có cơ may tiếp xúc với nền y học hiện đại thế giới sẽ còn giúp cho nền y học nước nhà tiến bước theo thế giới. Và đặc biệt trường đại học Y Cần Thơ thân yêu của chúng ta đã góp phần đào tạo nhiều lương y như từ mẫu và cháu Hiếu sẽ bổ sung vào đội ngũ chuyên khoa của ngành y của trường đào tạo thêm nhiều tài năng tiềm ẩn trong đại chúng sẽ góp phần xây dựng dân giàu nước mạnh.

Trong dạ tiệc này, chúng tôi rất hân hạnh nghe chính người trong cuộc tổ chức ngày hội thảo y học lần đầu tiên của trường đại học Y Cần Thơ thành công to lớn. Tôi còn nghe, chính ông Khoa Trưởng, bốn giáo sư đầu ngành y của trường không dám khẳng định tài năng của sinh viên năm thứ ba mà nộp đủ bài sưu khảo như là một luận án cô động của ba năm học cuối mà cháu Hiếu chưa theo học chánh thức. Năm vị giáo sư của trường Y đã có tổ chức một buổi sơ khảo tài năng của cháu Hiếu tại văn phòng của giáo sư Khoa Trưởng. Nghe cháu Hiếu trình bày sự nghiên cứu của cháu Hiếu không những một bài của năm học cuối mà cháu còn trình bày ngắn gọn luôn năm bài sưu khảo trước, quý vị gíao sư là thầy của sinh Hiếu thật quá bất ngờ, Hiếu trình bày một cách lưu loát về phương pháp định và trị bịnh một cách khoa học mới mẻ trong ngành Y học mà quý vị có cảm nhận là một sinh viên vừa qua năm thứ ba mà cứ ngỡ là một giáo sư y khoa nổi tiếng đang đứng trên bục giảng.

Vì muốn giúp cháu Hiếu rút bớt thời gian học lý thuyết và muốn tìm kiếm cho cháu Hiếu một học bổng toàn phần của một trường đại học về ngành Y nổi tiếng trên thế giới giúp cháu phát triển tột đỉnh về sự hiểu biết của mình. Quý giáo sư thấy con gà nòi đưa ra trường đá chắc ăn mới dám tổ chức ba ngày hội thảo y học tại trường đã quy tụ giới truyền thông báo chí đến chứng kiến thực hiện các bài viết, phóng sự có lợi cho cháu Hiếu và trường Y đứng ra tổ chức.

Xin phép các đồng chí tôi xin mời giáo sư Khoa Trưởng và bốn giáo sư đầu ngành của trường Y Cần Thơ trình bày những nhận xét của quý vị muốn sớm giúp phát triển tài năng cho một sinh viên có cơ hội tốt nghiệp sớm và có học bổng tốt sẽ trở thành một giáo Y Khoa tài giỏi.

Ông Khoa Trưởng nói, trong cả đời tôi từ thời là sinh viên Y khoa của viện Đại học Sài Gòn cho đến những năm du học ở Pháp và là một giáo sư giảng dạy. Và giữ chức Khoa Trưởng của trường Y Cần Thơ, tôi chưa hề thấy một sinh viên nào có tài năng vượt tuổi tác vượt các năm học nên chú ý ngay từ năm học đầu tiên của sinh viên Hiếu và hết năm thứ ba mà sinh viên đã nắm bắt hết các bài giảng luôn ba năm thứ tư, năm và sáu. Nếu để em theo học bình thường thì mất tròn ba năm nữa cũng chẳng có giúp nhiều cho em vì em hiểu biết bài học trước rồi. Vì vậy tôi mới tham khảo ý kiến bốn vị giáo sư đầu ngành của trường tìm một phương thức khả thi để em rút bớt thời gian học lý thuyết còn thời gian thực tập tại bịnh viện luôn sáu năm không thể rút bớt vì em phải có kinh nghiệm qua thực tập mới có thể trị bịnh cứu người hiệu quả. Bốn giáo sư đầu ngành đồng ý, chúng tôi rất thận trọng nên có tổ chức sơ khảo thấy chắc ăn mới dám xin với Bộ Y Tế tổ chức luôn ba ngày hội thảo nhằm giới thiệu ngành y trong nước và thế giới. Ngoài cách định và trị bịnh theo tài liệu và sách y khoa, sinh viên Hiếu còn dám bạo phổi vạch rõ những ưu khuyết điểm của quý vị tiền bối. Nay với các dụng cụ y khoa tân tiến và sự nghiên cứu khám phá mới mẻ của em và em dám tự tin đề nghị những cách định và chửa bịnh khoa học hữu hiệu hơn và rút bớt thời gian lâm sàng và chi phí thấp rất thuyết phục, chỉ còn chờ Bộ Y Tế cho phép các lương y điều trị theo phương cách mới. Nếu thành công thì ngành y của Việtnam sẽ nổi tiếng trên thế giới và em Hiếu sẽ trở thành một giáo sư y khoa hàng đầu của thế giới qua sáu chứng bịnh mà em bỏ công sức nghiên cứu tỉ mỉ từ trong nước. Có sự giao lưu với thế giới sẽ giúp nước Việt có ngành y học hiện đại. Tất cả bàn tiệc vỗ tay hoan nghênh giáo sư Khoa Trưởng có lời nhận xét về người học trò mến yêu của ông và của quý vị giáo sư khác.

Giáo sư Khoa Trưởng quay qua hỏi bốn vị giáo sư có gì cần bổ túc hay đính chánh những gì tôi nói chưa đúng. Cả bốn vị giáo sư cùng nói, chúng tôi nhứt trí với giáo sư Khoa trưởng. Minh Tâm như là MC của buổi dạ tiệc, thông báo có bốn nhà báo nước ngoài muốn gặp nhà hùng biện về y khoa của trường Y sáng nay muốn phỏng vấn thêm, tôi đã có thông báo cho em Hiếu chuẩn bị. Nay tôi xin mời em Hiếu là nhân vật chánh trong buổi hội thảo y học sáng nay trình bày thêm tâm tình của em đối với ngành Y. Hiếu lên cúi đầu chào và nói:

- Con xin kính chào quý vị trưởng thượng, quý thầy của con và thân mẫu và cô chú cùng anh chị em và thân hữu. Em xin cám ơn chị ba của em giới thiệu chú em út của gia đình.

Về tổng quát, sáng nay, lúc chưa lên bục trình bày, con cảm thấy lo sợ vì có một lượng quan khách và sinh viên đông quá, con hơi khớp. Con có cảm nhận vong hồn ba con về hỗ trợ con trong trận ra quân đầu tiên nếu thành công, tương lai của con chắc chắn sẽ thay đổi tốt. Con có thu âm, có nghe lại, con cũng vô cùng ngạc nhiên không hiểu tại sao sáng nay con trình bày một đề tai y học mà đa số quan tâm và hấp dẫn người nghe. Xin quý vị trưởng thượng, con vốn là một đứa con trai nhút nhát có nhiều mặc cảm vì con nhà nghèo và nhất là tánh nhát gái nổi tiếng khi còn học trung học và đến học trương Y sau ba năm mà tính nhát gái của con vẫn còn dù có giảm đôi chút, có chị Josephine làm chứng lời nói của vợ em.

Khi con đụng tay bạn gái đầu tiên tay con quá rung. Caroline giả bộ nhờ con thoa kem chống nắng ở cổ ở vai, tay con lại còn rung dữ, nàng thấy kỳ cục quá, bạn trai cùng lớp nắm được tay nàng hay đụng chạm nàng thì họ vui thích ra mặt mà con đụng vào da thịt nàng thì mắt tôi tự nhiên ngó xuống hay nhìn nơi khác. Nàng tức quá, nói anh không thấy em đẹp sao mà cứ nhìn nơi khác mà tay lại rung. Nàng nắm chặt tay con ập mạnh vào vai vào ngực nàng, vẫn còn rung và dần dần hết rung và cũng nhờ tay con rung khi chạm vào da thịt Caroline nên nàng bây giờ là vợ của con hiện đang ở Áo, nàng trị dứt bịnh tay rung của con, chuyện cũng khá vui. Mọi người vỗ tay vang rần khi nghe một chuyện tình lý thú.

Kính thưa quý vị con chỉ thuật qua một chút histoire d'un amour của cái tôi đáng ghét. Tánh nhút nhát của con biến mất khi nhìn đến quý vị quan tâm muốn nghe trình bày một chứng bịnh thường thấy trong xã hội, con nhìn đến anh em đồng môn, thấy anh em nhiệt tình ủng hộ bằng cách chăm chú lắng nghe. Bỗng nhiên con cảm thấy thêm hào hứng và trình bày một chứng bịnh buồn chán khô khan thành một bài thuyết trình có hồn tránh được sự buồn chán của trên bảy trăm quý vị thức giả đang nghe một thanh niên còn quá trẻ mà dám múa rìu qua mắt thợ. Con may mắn nhìn thấy cả mọi người trong hội trường đang chú ý theo dõi lại giúp con thêm cảm hứng trình bày thêm những gì mà con chưa viết trong bài sưu khảo, con sẽ bổ túc khi in thành sách. Đến phần thảo luận có một nhà báo nước ngoài, hỏi con có thể trình bày bằng tiếng Anh, con biết thâm ý của họ có phần xem thường những bài viết bằng Việt ngữ. Con bị chạm tự ái dân tộc, nổi hứng có cảm nhận như một tư lệnh chiến trường chỉ huy một trận đánh như diệt một chứng bịnh độc hại giết người. Khi con đi lên đứng trước bảng đen vẽ một phóng đồ hành quân chẳng khác các thầy thuốc trị bịnh có phương pháp tổ chức những nút chặn đánh chặn bịnh lại chẳng khác nào trên chiến trường, tư lệnh chiến trường cần chiến thắng địch quân còn các thầy thuốc cũng đánh nhanh đánh mạnh dành chiến thắng giúp người bịnh sớm bình phục. Bây giờ con suy nghĩ trong bài viết cần bổ túc các phóng đồ diệt bịnh mô phỏng theo phóng đồ hành quân, giúp cho giới nghiên cứu đọc đỡ buồn chán. Mọi người hoan nghênh sáng kiến này của Hiếu, vỗ tay vang dội.

Sau cùng con xin phép quý vị cao cấp của đảng và chính quyền tỉnh và quý vị thầy của con, cho phép con chừng một tiếng trở lại, con mời bốn nhà báo hình như có đến ba quốc gia đặt câu hỏi về ngành y học của Việt Nam qua sáu bài viết của con. Nếu bí con sẽ cầu cứu năm sư phụ của con cứu giúp đệ tử. Ông Bí Thư khen cháu có ý kiến hay, để các nhà báo nước ngoài phỏng vấn cháu có chúng tôi chứng kiến và hậu thuẫn.

Hiếu nhờ nhà hàng đặt một cái bàn tròn có năm ghé ngồi và có năm chai perrier giải khát và cho hai cái máy vi âm để bàn. Hiếu nói, trong lúc quý vị nghe chúng tôi đối đáp quý vị tiếp tục lai rai và tự nhiên ăn tiếp. Hiếu nhờ anh Trai tiếp giúp chuyển ngữ sang tiếng Việt cứ ngồi tại chỗ, nhà hàng giúp cho thêm máy vi âm.

Mọi thứ cần thiết chuẩn bị xong, Hiếu còn yêu cầu bà chủ nhà hàng cho một chai rượu Martell nguyên chưa khui và năm cái ly cũng để trên bàn. Anh Trung của Hiếu xuống mời bốn nhà báo lên sàn trên ngồi phỏng vấn tại cái bàn tròn gần bàn tiệc. Bốn nhà báo cám ơn có lời mời, vừa lên tới tầng trên thấy có rất đông thực khách và có một cái bàn tròn, có năm ghế, có rượu mạnh, có nước giải khát, bốn nhà báo cảm thấy anh chàng bé tí có đầu óc tổ chức tốt. Năm người bắt tay xong và Hiếu tự giới thiệu mình trước và thành phần thức giả sẽ theo giỏi cuộc phỏng vấn bất ngờ này. Bốn ký giả gồm có hai Mỹ, một Pháp, một Canada. Hiếu xin phép nói trước, chúng ta chỉ sử dụng Anh ngữ và Hiếu kể ra sáu chứng bịnh mà Hiếu đã bỏ công sức sưu khảo nghiên cứu từ còn hồi còn học trung học.

Qua sáu chứng bịnh là bài viết tốt nghiệp cho sáu năm học chánh thức của ngành Y Việt Nam. Trong đó hai chứng bịnh không những quan trọng cho sự nghiên cứu của giới y khoa Việt Nam mà cả thế giới cũng quan tâm, bịnh sốt rét vàng da và các chứng bịnh về xương. Hiếu nhấn mạnh hai chứng bịnh này rất phổ biến xảy ra không những ở Việt Nam mà còn xảy ra trên nhiều nước trên thế giới.

Sở dĩ tôi chú tâm nghiên cứu và muốn tìm một học bổng tài trợ cho tôi có cơ hội nghiên cứu sâu sát hai chứng bịnh này.

Quý vị nhà báo đã thấy người dân Việt Nam sử dụng quá nhiều xe gắn máy trên đường phố nên hàng ngày có biết bao nhiêu tai nạn giao thông gãy tay gãy chân, bể đầu sứt trán. Vì vậy tôi quan tâm nghiên cứu tìm một giải pháp cứu giúp dân Việt khi bị tai nạn, cũng như đa số các nước chưa phát triển khác cần có cách giúp giải quyết trong cách chửa trị. Còn bổ túc thêm khi phải cắt bỏ một phần hay cả tay, chân phải làm chân tay giả với một giá thành thấp nhứt giúp các nước chưa phát triển. Còn chứng bịnh mà chúng tôi gọi là chứng bịnh sốt rét vàng da có trên khắp các châu lục những nơi bùn lầy nước đọng và có nhiều rừng và kinh rạch là môi trường thích hợp cho bịnh sốt rét phát triển. Cá nhân tôi đã dồn nhiều tâm lực nghiên cứu chứng bịnh này. Vì vậy, tôi cũng tìm học bổng toàn thời gian để tôi đào sâu thêm sự hiểu biết và tìm phương cách tối ưu chửa trị hữu hiệu. Ngoài hai chứng bịnh tôi trình bày buổi sáng nay, quý nhà báo còn có thể thắc mắc thêm bốn chứng bịnh nữa.

Trước khi quý nhà báo muốn hiểu thêm cách chửa bịnh của ngành Y tế còn nghèo nàn của chúng tôi mà vẫn thành công. Những câu hỏi quý vị đặt ra, cái gì tôi biết, tôi hiểu tôi trả lời, cái nào tôi chưa hiểu xin khất lại để nghiên cứu hay tôi thỉnh ý năm vị giáo sư, thầy của tôi tại trường Y Cần Thơ. Tôi xin phép khui chai rượu martell mời quý vị cùng tôi mình dzô một chút rượu mạnh cho thêm nóng máy chúng ta thảo luận thêm hào hứng.

Anh ký giả Mỹ hồi sáng và chiều trong ngày hội thảo Y Học của trường đại học Y Khoa Cần Thơ, đã chứng kiến cảnh tượng cả hội trường trên bảy trăm người đều say mê theo dõi cách trình bày hấp dẫn về một bệnh lý khô khốc của một sinh viên vừa học xong năm thứ ba về ngành Y, mới hai mươi mốt tuổi. Các vị giáo sư của trường cũng đều chăm chú lắng nghe và còn vỗ tay tán thưởng những cách định bịnh và chửa trị đầy tính khoa học tân tiến mà các giáo sư cũng cần học hỏi.

Buổi hội thảo Y học do trường tổ chức trở thành một hiện tượng có một không hai tại Việt Nam, báo đài Việt Nam tường thuật như vậy. Một sinh viên mới học đến nửa chương trình Y Khoa của trường đại học mà đã nắm bắt hết chương trình học ba năm tới và viết những tiểu luận, sưu khảo về bịnh lý của một chứng bịnh cho mỗi năm học mà sinh viên hai mươi mốt tuổi này chỉ cần ba tháng nghỉ hè là viết xong ba tiểu luận như là ba luận án tiến sĩ cô động riêng biệt cho ba năm học kế tiếp chưa theo học. Đó mới là chuyện lạ, hiếm có, không học mà biết mà viết đầy đủ những gì trong sách y khoa đã có đề cập nay viết lại mà còn bổ túc hay chỉnh sửa lại rất đáng khen, có thể nói tuổi trẻ mà tài cao.

Ngoài cách định và chửa bịnh theo phương cách cũ, người sinh viên trẻ tuổi dám múa rìu qua mắt thợ, anh chỉ ra những chỗ cần phải sửa sai hay bổ túc mới hoàn chỉnh. Về mặt lý thuyết với những lập luận sắc bén đầy thuyết phục, nhưng còn phải có thời gian có môi trường thử nghiệm tốt, cọ sát với thực tế mới có thể đánh giá đúng mức phương cách định và chửa bịnh hiệu quả.

Bốn nhà báo nước ngoài tỏ ra hào hứng thích thú được một nhà nghiên cứu Việt Nam quá trẻ về một lãnh vực vĩ đại của thế giới là y học. Bốn ông ký giả hứa rằng qua hình ảnh đã thu vào máy ngày hội thảo đầu và qua cuộc phỏng vấn về y học, nhà nghiên cứu trẻ đã trình bày ngắn gọn dễ hiểu bằng Anh ngữ rất chuẩn. Một nhà báo hỏi nhà nghiên cứu anh học Anh ngữ ở đâu, anh trả lời ngay tôi học giọng nói trên radô của đài BBC và VOA, còn học văn phạm Anh ngữ hay đọc sách thuốc bằng chữ Anh là lúc gia đình tôi quá nghèo cùng khổ, cơm không đủ ăn chúng tôi ăn rau luộc hay cháo loãng thay cơm nên bụng đói quá tôi mượn sách văn phạm tiếng Anh và sách y học tiếng Anh đọc, học chống đói. Các loại sách quý này bày bán đầy đường sau năm 1975 - 1985 vì chế độ mới không cần các loại sách do Mỹ xuất bản. Tôi nài nỉ xin mua chịu mà lại rẻ hay xin vì không có ai mua. Tôi dùng hai loại sách này để học và đọc chống đói. Tôi hiểu biết văn phạm Anh Mỹ và am hiểu y khoa nhiều qua sách Anh ngữ là trong thời gian tôi học trung học và tới bây giờ tôi rất trân trọng hai loại sách cứu giúp tôi chống đói hữu hiệu, cũng không ngờ giúp tôi am hiểu tiếng Anh cũng bằng như tiếng Việt.

Bốn nhà báo và Hiếu chỉ trao đổi qua lại về nhiều vấn đề mà không phải là cuộc phỏng vấn nên hai bên rất thông cảm, Hiếu nói, tôi muốn mời quý vị dùng món ăn gì trước khi chúng ta chia tay, tôi đề nghị mỗi vị ăn một con tôm càng nướng và nhậu tiếp để về khách sạn có giấc ngủ ngon và nhớ có buổi tâm tình lý thú này. Bốn nhà báo gật đầu cám ơn, trong chốc lát nhà hàng đem ra năm con tôm càng nóng còn bốc khói và thơm lan toả. Hiếu đứng lên xin mời quý vị trưởng thượng quý thầy của con và tất mọi người chúng ta cùng chúc sức khoẻ cho mọi người, Hiếu cũng mời bốn ký giả cùng đứng lên với mình cụng ly nhau một cách thân thiện. Bốn ký giả theo sự giới thiệu của Hiếu đến từng người một bắt tay chào hỏi làm quen và Hiếu đưa họ trở lại bàn họ ngồi ở tầng dưới. Hiếu trở lên, nghe ông Bí Thư nói:

- Bác nhiệt liệt khen cháu Hiếu quả đúng với cách nói khen của người đời tuổi trẻ tài cao về lãnh vực y học cháu rất tự tin sự hiểu biết sẽ thành hiện thực khi có điều kiện ra nước ngoài có môi tường rộng lớn và đặc biệt là có tài chánh để thực nghiệm cho chính xác sự nghiên cứu khám phá của cháu.

Về tiếng Anh, cháu mới có hai mươi mốt tuổi, học đại học có ba năm, toàn dùng Việt Ngữ mà nay cháu nói tiếng Anh lưu loát làm cho bốn ký giả nước ngoài còn nể phục và cháu cho họ thấy, cháu học tiếng Anh là trong lúc quá nghèo chống đói, suy rộng ra nếu cháu có phương tiện, có học bổng cháu nghiên cứu hay học cái gì cũng đều xuất sắc.

Bác còn khen cháu biết đắc nhân tâm chỉ mời uống rượu ăn một con tôm nướng tốn kém chẳng bao nhiêu mà thu lợi cả triệu triệu đô la, cháu tạo được cảm tình, ấn tượng tốt với họ thì bài viết hay bình luận trên Tivi của các ký giả chắc chắn nói, viết hết những ưu điểm của cháu. Bác nghĩ, giáo sư Khoa Trưởng quý vị giáo sư muốn đưa ra bằng chứng cụ thể về tài năng của cháu trước tuổi và các năm học nhằm mục đích là rút ngắn thời gian học lý thuyết, còn muốn tìm cho cháu Hiếu một học bổng nước ngoài có giá trị để cháu hoàn tất sự nghiên cứu của mình qua thực nghiệm tại một viện đại học nổi tiếng.

Qua cuộc trao đổi sự hiểu biết của cháu về y học với bốn nhà báo, nếu họ thực tâm viết hay tường thuật lại thì dư âm của tối hôm nay và ngày hội thảo hôm nay có ảnh hưởng tốt đến tương lai, công việc tìm học bổng cho cháu. Bác đoán một hai tuần tới sẽ có nhiều trường đại học muốn phỏng cháu trước khi họ cấp học bổng ngắn hạn hay toàn phần dài hạn tuỳ vào môn học nghiên cứu.

- Ông Bí Thư nói tiếp, tôi cũng thấy cháu Hiếu dù còn quá trẻ và cháu vô cùng thông minh rất đáng khen và trường đại học Y Khoa Cần Thơ cũng sẽ nổi tiếng trên cả nước vì có nhà nghiên cứu bịnh học vô cùng lỗi lạc. Cháu phải nhớ công ơn của quý giáo sư và trường đại Y Khoa Cần Thơ làm đòn bẩy cho cháu tiến lên. Hiếu vội đứng lên:

- Con xin thưa vói ông Bí Thư, không những con đội ơn thầy Khoa Trưởng và các giáo sư dạy con mà còn đa tạ sự chiếu cố giúp đỡ của ông Bí Thư, ông Phó Bí Thư và chánh quyền tỉnh đối với trường đại học Y Khoa Cần Thơ.

Tàu vừa cặp bến, ông Phó Bí Thư nói lời sau cùng, cám ơn đồng chí Bí Thư, tất cả các đồng chí, quý vị giáo sư, thân hữu và con cháu đã cùng dự một dạ tiệc vô cùng vui vẻ thân thiện, Xin chúc tất cả mọi người ra về bình an và có một giấc ngủ thật ngon. Chúng ta tạm chia tay, hẹn gặp lại dịp khác...

Sáng thứ sáu, khoản mười giờ sáng, điện thoại reo vang, Hiếu nghe đầu dây bên kia là giọng nói của ông Tổng Lãnh Sự Áo. Hiếu vội cất tiếng:

- Con kính chào ông Tổng Lãnh Sự. Ông khen Hiếu nhận rõ tiếng nói của ông. Ông nói bác có lời khen cháu quá giỏi mới có hai mươi mốt tuổi mà đã có sự hiểu biết sâu rộng về nhiều chứng bịnh và còn đề xuất cách định và trị bịnh hiệu quả trong sách y học sẵn có, cháu đã chinh phục được cử toạ, mọi người hoan nghênh cháu và một ký giả đã đặt câu hỏi cháu trả lời thao thao làm ai cũng mến phục cháu. Josephine có tường trình với hai bác, cháu quả là một thiên tài về y học hiện đại, nước Áo của bác cũng hãnh diện có một chàng rể quý. Khi cháu viết lại bằng Anh ngữ sáu chứng bịnh mà cháu đã nghiên cứu tỉ mỉ, gởi cho bác hai bản, một bản bác sẽ gởi đến Toà Đại Sư Áo ở Hà Nội và một bản bác gởi bạn bác đang là Thứ Trương Bộ Y Tế đọc và có thể tạo điều kiện tài trợ cho cháu sang Áo thuyết giảng sáu đề tài của sáu chứng bịnh mà cháu đã nghiên cứu. Sự nổi bật nhứt của cháu mới hai mốt tuổi mà tầm nhìn, nhận thức về bịnh lý như một bác sĩ một nhà nghiên cứu lão luyện. Hôm nào cháu có lên Sài Gòn ghé qua văn phòng làm việc của bác để bác giới thiệu với nhân viên cháu là rể quý của nước Áo đã làm vẻ vang cho cá nhân cháu và vẻ vang cả nước Việt Nam và nước Áo. Hiếu thưa:

- Con sẽ theo anh Trai và chị Josephine đến thăm viếng hai bác. Con cám ơn bác có lời khen con, con sẽ cố gắng không làm phụ lòng bác, ba má vợ và Caroline. Ông Tổng Lãnh Sự nói bác cháu mình gặp lại dịp khác.

Sáng sớm thứ bảy, ba mẹ con cũng lên đường đi Sài Gòn. Đúng giờ văn phòng gọi viễn liên quốc tế làm việc, Hiếu vào mua vé, ba mẹ con vào phòng gọi, vừa quay số xong có tiếng Caroline nói to:

- Anh Hiếu ơi! Em và ba má quá hạnh phúc sung sướng có thơ từ Bộ Ngoại Giao chuyển tới một lá thư của ông Tổng Lãnh Sự Áo ở Sài Gòn nói anh cũng góp phần làm vẻ vang cho nước Áo vì anh là chàng rể quý của nước Áo. Ông kể lại ngày hội thảo thứ năm cách đây hai ngày anh thao thao bất tuyệt thuyết giảng một chứng bịnh về cách định và chửa bịnh tân tiến rất thuyết phục, tiếng vỗ tay trên bảy trăm cử toạ muốn làm nổ tung hội trường. Josephine và anh Trai tỏ vẽ thán phục anh Hiếu dù là đàn anh về tuổi tác và ra trường đại học Y Cần Thơ trước Hiếu bốn năm nếu Hiếu ra trường bình thường sau sáu năm. Nay Hiếu có thể được rút ngắn thời gian học lý thuyết còn bốn năm rưỡi vì Hiếu chưa học ba năm cuối mà đã có luận văn tốt nghiệp như là một luận án cho ba năm Hiếu chỉ viết trong một mùa hè ba tháng hoàn tất xuất sắc. Hội đồng giáo sư của trường nhiệt liệt khen ngợi và đánh giá cao giá trị thực tiễn đột phá những phương thức định bịnh và chửa trị theo lối mòn xưa cũ. Nay, anh Hiếu đề xuất cách định bịnh và chửa trị khoa học hơn, tân tiến hơn chỉ cần có thời gian thực nghiệm nếu có kết quả như ý tốt đẹp và phải có sự chuẩn thuận của Bộ Y Tế mới trở thành một tài liệu giáo khoa giá trị. Nay trường Y mới nhận những tài liệu viết về bịnh lý của sáu chứng bịnh của một sinh viên, chỉ là một tài liệu tham khảo quý giá. Ba bài luận văn anh viết có ba tháng hè năm nay và độc đáo nhứt là anh trả lời một câu hỏi của một nhà báo nước ngoài, anh cầm phấn vẽ một phóng đồ trị bịnh như một tư lệnh chiến trường vẽ phóng đồ hành quân tại mặt trận.

Josephine cho biết anh nói bằng tiếng Anh rất có hồn và hấp dẫn thu hút mọi người phải lắng nghe. Tối tại nhà hàng nổi MêKông anh được bố vợ anh Trung khoản đãi ăn mừng anh chiến thắng kể như anh được rút ngắn môt năm rưỡi học lý thuyết và học bổng kể như chắc chắn anh sẽ có.

Ba má và em quá vui mừng, má khen em chọn chồng tốt, quá giỏi rất xứng đáng. Hôm nay, ba má có mời vài người bạn thân cũng như em cũng mời năm sáu đứa bạn cùng lớp với em đến đây cùng lắng nghe anh lược thuật suốt ngày hội thảo y học thành công không thể ngờ. Em nói nhiều rồi, xin anh thuật diễn tiến của ngày hội thảo thứ năm vừa qua. Hiếu cất tiếng:

- Con kính chào ba má và cô chú dì, bạn của ba má con và Hiếu cũng xin chào các bạn của Caroline. Trường đại học Y Khoa Cần Thơ muốn nâng đỡ một nhà nghiên cứu trẻ rút ngắn thời gian học lý thuyết thay vì ba năm rút xuống còn một năm rưỡi và tìm cho tôi một học bổng để tôi có thời gian và tài chánh sẽ lao vào lãnh vực nghiên cứu tiếp các chứng bịnh đó thật chuyên sâu và thực nghiệm chính xác theo trình tự khoa học về sáu chứng bịnh mà tôi đã nghiên cứu viết thành luận văn tốt nghiệp từng năm học. Một điều rất ngạc nhiên làm cho cả một hội trường có trên bảy trăm thức giả phải quan tâm chú ý. Tôi chỉ là một nhà nghiên cứu y học còn quá trẻ mà đã dám viết những đề tài mà tôi chưa học cho nên nhà trường dù tin tôi có thực tài mà có gì chứng minh rõ rệt trước đại chúng gồm toàn thức giả và giới Y khoa. Vì vậy, Hội đồng giáo sư của trường cũng rất bạo phổi đứng ra tổ chức luôn ba ngày trong ba tuần liên tiếp coi xem tài năng của tôi tới đâu, nhà trường mới dám thực hiện hai yêu cầu là cho tôi giảm thời gian học lý thuyết và vận động có học bổng tốt để tôi mang kiến thức mới mẻ về giảng dạy tại đại học Y tôi đang học. Muốn thực hiện một đề xuất trị bịnh mới cần phải có một nhóm người có kiến thức, cần nhiều thời gian và tài chánh để có những thực nghiệm khoa học chính xác về cách trị bịnh do tôi đề ra mà tôi chưa có học ở trường lớp nên rất phải cẩn thận. Vì hai yếu tố đó, Hội đồng giáo sư của trường tổ chức sơ khởi một buổi tôi trình bày một chứng bịnh trước các giáo sư và tôi gặp nhiều chất vấn, nhờ tôi nhớ rõ gương mặt xinh đẹp của Caroline nên tôi rất an vui trả lời trôi chảy. Nghe tiếng vỗ tay và nói chồng Caroline ga lăng quá cở.

Hiếu tiếp, thật tình mà nói từ xưa tới nay, chưa có tiền lệ, một sinh viên nào hưởng được đặc ân rút ngắn thời gian học, tôi là người đầu tiên cũng có lý do là ba năm học tới tôi chưa học mà cả gan dám viết ba bài như là luận án tốt nghiệp mỗi năm, tôi chỉ viết trong một thời gian kỹ lục chỉ có ba tháng hè là xong ba bài viết về ba chứng bịnh mà một sinh viên bình thường viết một bài một năm đã là khó khăn vất vả. Tôi viết mấy tháng xong ba bài trình Hội đồng giáo sư và may mắn cho tôi, tất cả giáo sư đọc đều khen bài biết rất giá trị nên nhà trường muốn khen thưởng rút ngắn thời gian học lý thuyết và nhà trường đứng ra vận động tôi có học bổng tốt. Như vậy phải có gì chứng minh tôi có thực tài nên nhà trường quyết định tổ chức ba ngày hội thảo vào ba thứ năm liên tiếp.

Chỉ mới ngày đầu hội thảo y học, Hiếu đã nổi tiếng vang dội, các ký giả Mỹ Pháp và Canada xin gặp để phỏng vấn. Tôi mời bốn ký giả đến gần bàn tiệc của chúng tôi ở nhà hàng nổi Mê Kông tối thứ năm vừa qua. Tôi và bốn ký giả ngoại quốc hai Mỹ, một Pháp, một Canada chuyển cuộc phỏng vấn thành buổi giao lưu mạn đàm nói thật nói hết lý do tôi khá về lãnh vực nghiên cứu y học. Tôi cho biết, gia đình tôi quá nghèo, bữa đói bữa no, những khi đói quá trói buộc tôi phải đọc sách chống đói, trong số sách đó có nhiều sách y khoa chống đói từ lớp chín và sách tôi học chống đói thứ hai là Anh Văn nên tôi chẳng học Anh văn ở trường lớp mà tôi giỏi viết đúng văn phạm và cũng nhờ vợ tôi tiếp sức chỉ giúp nữa. Tiếng vỗ tay vang dội, lại nịnh vợ nữa rồi.

Kế tiếp Hiếu tường thuật tỉ mỉ mọi chi tiết và nói còn hai lần hội thảo nữa. Mỗi lần sáng tôi thuyết giảng hai chứng bịnh, sau giờ ăn trưa, nghỉ nửa tiếng vào hội trường tôi giải đáp mọi thắc mắc chất vấn vào buổi chiều, có nhiều lúc tôi sắp bí nhờ nhớ vợ, nhớ Caroline là hết bí, trả lời ngon lành. Anh nhờ Caroline nhiều lắm, cám ơn vợ. Lại có tiếng cười vui vỗ tay xen với tiếng nói, Caroline có chồng ga lăng, nịnh vợ hết ý.

Hiếu hẹn thứ bảy tới tường trình ngày hội thảo thứ hai và tuần tới nữa cũng là ngày thứ năm là ngày hội thảo chót.

Hiếu nói với Caroline, bây giờ chuyện rút ngắn thời gian học và sẽ có một học bổng kể như chắc chắn. Bây giờ anh bận rộn nhứt là thực tập tại bịnh viện, mà các bịnh viện thường cho thực tập vào ngày nghỉ cuối tuần và ban đêm. Anh sẽ sắp xếp cách nào sẽ thăm hỏi ba má và em một tháng có thể nói điện thoại hai lần vào thứ bảy và khi nào anh có ngày nghỉ hay nghỉ lễ, anh sẽ lên gặp em bù lại nghe Caroline. Em đừng buồn lo gì hết anh lúc nào cũng phải xứng đáng là người chồng chung thuỷ đối với em.

Có mẹ và chị hai cũng có lời chào hỏi ba má. Em nói với mẹ và chi hai vài lời, anh rất thương kính mẹ và chị hai chịu khó giúp vợ chồng mình, nhà mình bây giờ sạch bóng, còn anh luôn được chị hai nấu món ngon cho anh ăn, anh thức khuya nhiều mà vẫn khoẻ còn sung lắm. Khi anh đi trực nhiều thì đụng đâu ăn đó, anh sẽ đưa mẹ và chị hai về Sóc Trăng, thỉnh thoảng anh về đón mẹ và chị hai lên chơi và đi Sài Gòn nói chuyện với em. Caroline nói:

- Con kính chào mẹ và chị hai, mẹ và chị đã theo dõi ngày hội thảo đầu tiên của chồng con, mẹ và chị thấy thế nào?. Bà nói con có biết không có cả đại diện chính quyền tỉnh Sóc Trăng và Cần Thơ đều có tham dự, quá hạnh phúc cử toạ vỗ tay tán thưởng chồng con như muốn làm vỡ tung hội trường, chỉ tiếc là không có con chứng kiến, mẹ dốt mà cũng rất hãnh diện có thằng con trai sao quá giỏi, con rất hãnh diện đã chọn người chồng xứng đáng. Mẹ và chị con lúc nào cũng yêu quý con. Chỉ còn gần bốn tháng nữa con sanh rồi, hết cực, bớt vất vả mà các con của con làm cho con thêm hạnh phúc. Cả gia đình mình sẽ thăm con dự lễ cưới và rước dâu về nhà mới ở nhà vườn Cần Thơ. Con chuyển lời mẹ và chị con chúc sức khoẻ ba má con. Mẹ ngưng nghe con. Hiếu bai bai hẹn tuần tới sẽ tường trình với ba má và vợ yêu quý của anh ngày hội thảo thứ hai.

Ngày hội thảo thứ hai dù không có hai ông Bí Thư hai tỉnh Sóc Trăng, Cần Thơ tham dự, nhưng, những công chức, cán bộ đã nghe danh một sinh viên học năm thứ ba trường Y mà viết nộp bài tốt nghiệp luôn ba năm học cuối, những bài như là luận án cho ba chứng bịnh khá phổ biến trong xã hội. Nhiều người hiếu kỳ muốn biết chàng thanh niên hai mươi mốt tuổi đó ra sao? Nên số người tham dự tăng thêm, không còn một chỗ ngồi trong hội trường.

Ban tổ chức yêu cầu quý thức giả tham dự, sau khi chấm dứt hai bài thuyết giảng của nhà nghiên cứu Trần Trọng Hiếu, xin mời quý vị ngồi tại chỗ ban tổ chức sẽ mang đến cho từng quý vị một hộp thức ăn đầy đủ chất bổ dưỡng và một chai nước lọc. Khi quý vị nhận thức ăn xong qúy vị có thể ra ngoài ăn hay ngồi tại chỗ. Nhà trường cho biết ba bữa ăn trưa trong ba ngày hội thảo là do sự đóng góp bên gia đình vợ của nhà nghiên cứu Trần Trọng Hiếu từ nước Áo. Sau nửa tiếng ăn trưa, quý thức giả vào hội trường có câu hỏi hay thắc mắc viết vào một mảnh giấy có nhân viên Ban Tổ Chức đến nhận, ai hỏi trước trả lời trước và một thức giả chỉ xin hỏi một câu vì quá đông người. Nếu ít người hỏi quý vị có thể hỏi thêm. Ban tổ chức quy tụ hai mươi sinh viên lớp Y ba là lớp có sinh viên Trần Trọng Hiếu vừa học xong. Ban Tổ chức kính chúc sức khoẻ và bình an cho tất cả quý vị.

Sáng thứ bảy, ba mẹ con lên Sài Gòn, Hiếu gọi về Áo. Caroline bốc máy nghe và nói nhanh:

- Hôm nay ngoài những bà con và các em tuần trước có nghe anh tường thuật sự thành công lớn lao khi anh xuất quân lần đầu đã có tiếng vang đến Thủ đô Áo có nhiều báo giấy có cả hình ảnh chụp cảnh hội thảo cử toạ đen nghẹt và vỗ tay hoan nghênh anh dựa theo bài viết của hảng thông tấn AFP của Pháp. Ở Vienne còn có báo đăng lại nội dung bức thư của ông Lãnh Sự Áo ở Sài Gòn viết khen tặng chàng rể quý của nước Áo có cả tên em nữa. Em thật sung sướng, hạnh phúc, anh làm vẻ vang cho dòng họ nhà em ở Áo. Hôm nay có đông bà con và bạn thân của em đến nghe thuật lại diễn tiến ngày hội thảo thứ hai cách đây hai ngày. Mời anh tường thuật. Hiếu nói, anh hôn em, chúc em luôn bình an:

- Con kính chào và chúc sức khoẻ ba má cùng tất bà con và các bạn thân của Caroline. Con cứ tưởng ngày hội thảo Y học đầu tiên đã đông trên bảy trăm người mà ngày hội thảo thứ nhì lại còn đông hơn trên một ngàn người, chật kín trong hội trường rộng lớn, ban tổ chức phải xếp ghế thêm ngoài hành hành lang và có hệ thống âm thanh ở ngoài hội trường. Hai bài sưu khảo tuần này và đặc biệt hai bài tuần cuối là những bài anh tâm đắc vì có nhiều thì giờ viết và tra cứu tỉ mỉ nên bài viết lại có chiều sâu hơn rất ngon lành không sợ thức giả vặn hỏi. Nếu có thức giả vặn hỏi gắt, anh cụp mắt xuống như anh gặp em lần đầu, anh nhớ kỷ niệm với em là nhớ câu hỏi nằm ở sách nào và trang số mấy nữa, em có nể không trí nhớ anh hể đụng tới Caroline là cái gì cũng nhớ hết. Nghe tiếng vỗ tay huýt sáo vang rần và xen tiếng nói, Caroline quả có người chồng tuyệt vời rất dí dõm, nhớ vợ quá dẫn chứng chuyện tình của hai người quá tốt đẹp nên cái gì cũng nhớ hết, có bạn nói lớn như vậy. Hiếu đáp cám ơn chị quả đúng vậy, tôi và Caroline tuy hai mà một, có Caroline cái gì tôi cũng sẽ làm tốt hết, nay không có Caroline, hể tôi nhớ đến nàng và kể có nàng bên cạnh thì tôi có hứng thú, trí nhớ tốt của tôi phải hoạt động vì có hình ảnh Caroline trong đó. Xin phép nói với Caroline:

- Trong tương lai, ở đâu trên thế giới có mời anh đến một đại học Y thuyết giảng một đề tài bịnh lý, anh yêu cầu mua cho anh hai vé máy bay để có em theo sát anh giúp đỡ anh, có em anh sẽ đối đáp tự tin hơn, phải không các bác các chị. Đầu giây bên Áo lại có tiếng reo vui với tiếng nói, Caroline có tấm chồng hết sẩy lúc nào cũng muốn gần vợ.

Hiếu tường trình tiếp, Ban Tổ Chức thông báo cho biết, cử toạ ở lại ăn trưa có một hộp thức ăn ngon, một chai nước lọc. Các chi phí ẩm thực trong ba ngày hội thảo là của gia đình bên vợ diễn giả từ nước Áo đóng góp. Cả hội trường đồng loạt vỗ tay hoan nghênh.

Thưa ba má con rất hãnh diện có ba má và vợ con lúc nào cũng hỗ trợ con. Nhà trường biết con nghèo, tiền đâu mà đóng góp mời cử toạ ăn uống miễn phí, thành ra con phải thú nhận là tiền của bên vợ từ nước Áo xa xôi thương con rể mà cung cấp nên Ban Tổ Chức tự ý giới thiệu làm cho con càng vui thêm, lên tinh thần. Con trình bày thật lưu loát và trả lời không cần phải suy nghĩ. Ngày hội thảo thứ hai cũng rất thành công và số người tham dự lại càng đông hơn ngày hội thảo đầu.

Đến ngày hội thảo thứ ba, con có đề nghị Ban Tổ Chức che thêm nhiều tấm bạt chung quanh và đặt thêm vài trăm ghế vì con phỏng đoán hai đề tài bịnh lý sốt rét vàng da và các chứng gãy xương và chỉnh hình là hai chứng bịnh rất hót hiện nay mà người dân Việt rất quan tâm. Hai chứng bịnh này là hai chứng bịnh tạo gánh nặng cho xã hội Việt Nam xảy ra mỗi ngày và càng ngày càng nhiều. Như ba má và em Caroline thấy ở Việt Nam người dân không thích đi phương tiện công cộng như xe buýt chẳng hạn mà họ chuộng đi xe gắn máy tự do hơn và luồn lách dễ dàng và nhanh nên hàng ngày có biết bao tai nạn gây thương tật nhiều khi suốt đời. Con đề cập hai đề tài này cũng là tiếng chuông báo động, người dân có cuộc cách mạng thay đổi cách đi lại và chính quyền phải biết lo cho dân có phương tiện công cộng càng nhiều càng rẻ mới thu hút người dân bỏ cái thói quen thích đi xe gắn máy rất nguy hiểm dễ gãy tay gãy chân...Còn bịnh sốt rét vàng da, cũng là bịnh thời đại không chỉ ở Việt Nam mà ở bất cứ quốc gia nào trên thế giới, có nhiều rừng rậm, ao rạch và có nhiều vùng nước tù không lưu thông sẽ là cái nôi sinh ra muỗi. Muỗi là nguyên do chính sanh ra bịnh sốt rét làm sức khoẻ của người dân sụt giảm xuống thấp, họ sanh con đẻ cái không khoẻ mạnh như người không có bịnh. Cái bịnh sốt rét rừng tràn lan nhứt là ở các nước nghèo chưa phát triển sẽ là một gánh nặng làm cho dân yếu nước nghèo. Con sẽ vạch chỉ ra các phương cách trị bịnh bằng thuốc như ký ninh chẳng hạn phải dùng liều lượng cho đúng phải có ý thức ngăn ngừa đề phòng hữu hiệu diệt trừ từ con lăng quăng trong nước ao tù là mầm mống sanh ra muỗi và muỗi đốt vào người sẽ dẫn đưa đến bệnh sốt rét và là một thứ bịnh làm cho sức khoẻ của người dân suy kiệt không còn nhựa sống. Những người có ý thức trách nhiệm từ chánh quyền, ngành y tế, người dân phải cùng hiệp lực mới tận diệt cái bịnh sốt rét dù không giết người nhanh mà cách giết người tiệm tiến càng chậm thêm tốn kém.

Con nghĩ, ban tổ chức thông báo trước bà con người Việt sẽ đến tham dự rất đông, con chuẩn bị phải có cách thuyết giảng bình dân dễ hiểu, chỉ ra cách đề phòng không quá tốn kém mà ai cũng có thể thực hiện được.

Ông Tổng Lãnh Sự Áo, bố của bạn Caroline là Josephine có gọi điện thoại chúc mừng con và ông nói khi con viết lại xong sáu bài bằng Anh ngữ, ông xin vài bản sẽ gởi về Bộ Y Tế Áo, tìm sự tài trợ cho con về Áo thuyết giảng các chứng bịnh này tại các đại học Y Khoa ở Áo.

Đến thứ bảy tuần sau con sẽ tường trình bài thuyết giảng y học thứ ba của con và tuần kế tiếp là vào mùa khai giảng niên học mới. Ban ngày đi học và thực tập, ban đêm cũng có thực tập. Hể con rảnh ngày giờ nào là con cố gắng viết lại các chứng bịnh đó bằng Anh ngữ cũng in thành sách. Con dự định phải có cái gì ghi dấu ấn kỹ niệm mối tình đầu của chúng con trong tập sách này. Con sẽ cho vào một tấm ảnh con chụp với Caroline khi con và Caroline làm rể dâu phụ trong đám cưới anh Bernard. Hôm đó con có diện đẹp trai thêm một chút, nếu không, chắc công chúa Caroline mà chụp hình với anh bán than thì tội nghiệp cho công chúa Caroline lắm, có phải không Caroline.? Caroline nói liền, em chụp hình chung với anh bán than mà em đã mê mệt rồi. Nếu chụp với ông hoàng tử đẹp giai thì em chết ngay lập tức. Cả nhà cười vui, có tiếng nói xen hai đứa này xứng đôi thật, luôn chọc ghẹo nhau.

Hiếu nói tiếp mẹ, chị từ giả ba má và Caroline và anh sẽ gặp lại em thứ bảy tuần tới, bai bai...

Đúng với dự kiến, buổi hội thảo thứ ba, không những dân chúng của hai tỉnh Cần Thơ và Sóc Trăng mà các tỉnh lân cận như Bạc Liêu, Cà Mau, Rạch Giá, An Giang, Trà Vinh, các Sở Y Tế và Thương Binh Xã Hội của tỉnh cũng có công điện gởi đến trường Y xin cho đại diện đến dự để coi xem có biện pháp nào khả thi giúp giải quyết các trường hợp thường dân bị tai nạn gãy tay gãy chân và còn có nhiều thương phế binh trong chiến tranh chưa giúp cho họ trở lại cuộc sống bình thường. Ông Tổng Lãnh Sự Áo, ông Tổng Lãnh Sự Pháp và vài văn phòng Tổng Lãnh Sự các nước khác cũng có gởi công điện xin tham dự. Ông Bí Thư Tỉnh Cần Thơ và Sóc Trăng hay tin có các phái đoàn Tổng Lãnh Sự nước ngoài tham dự, quý ông và nhiều thành viên trong Ban Bí Thư và Uỷ Ban Nhân Dân Tỉnh cũng có công điện cho biết là sẽ tham dự. Kể cả Bộ Y Tế cũng có công điện thông báo có cử đại diện đến tham dự. Các phân khoa đại học và cả văn phòng Viện Đại Học Cần Thơ và ông bà Viện Trưởng cũng có thông báo tham dự.

Ông Khoa Trưởng vội triệu tập Hội Đồng Giáo Sư và nhân viên của trường, tất cả sung vào Ban Tổ chức mà ông Khoa Trưởng làm Trưởng Ban, ông phân nhiệm cho tất cả nhân viên của trường và hội đồng giáo sư xung vào Ban Tiếp Tân có cả vợ chồng bác sĩ Trai và Josephine, vợ chồng bác sĩ Trung và bác sĩ Minh Tâm cùng trong ban Tiếp Tân tiếp khách nước ngoài, có thư ký biên bản và sẽ đánh máy lại in gởi đến từng người để ghi nhớ làm gì trong ngày hội thảo. Ông Trưởng Ban Tổ Chức nói với đại diện các sinh viên của sáu lớp Y khoa của sáu năm cử cho mỗi lớp sáu sinh viên ba nam ba nữ, các sinh viên trai nên mặc quần áo trắng thắt cà vạt, các nữ sinh mặc áo dài màu, có mười tám em nên liên lạc mặc áo dài màu khác nhau, nếu hai áo cùng màu thì đứng cách nhau làm hai hàng rào danh dự đứng thành chữ V ngược hai bên các hàng ghế danh dự. Một toán nam sinh chừng tám em lo phụ trách khiên ra bốn cái bàn dài khi vừa dứt thuyết trình là đến phần ăn trưa. MC mời các phái đoàn và cử toạ ngồi lại dùng bữa trưa do Ban Tổ Chức chiêu đãi, các cử toạ không phải là quan khách đặc biệt thì mời nhận thức ăn và thức uống như trước đây. Riêng tại khu vực quan khách VIP có bốn bàn, có tấm trải chưng bày bốn bình hoa, bày biện các phần ăn và có cả trái cây và dừa nguyên trái ướp lạnh có ly có ống hút... ông Trưởng Ban phân công cho từ tiểu ban một, xung quanh hội trường treo nhiều bong bóng màu và dây hoa. Ông Trưởng Ban cho biết em Hiếu có nói với vợ em từ bên Áo, không tham dự được xin biếu thêm Ban Tổ chức một ngàn USD giúp thực hiện tặng các vị tiếp tân kể cả Ban Tổ Chức diễn giả và MC nam mỗi người một cái nơ hay cà vạt giống nhau và mỗi vị nữ một cái nơ cũng giống nhau sẽ làm tăng thêm vẽ đẹp ngày hội thảo.

Ông Trưởng Ban Tổ Chức nhấn mạnh ngày hội thảo cuối cùng không phải là cuộc hội thảo địa phương mà là cuộc hội thảo quốc tế, chắc chắn sẽ thu hút nhiều ký giả nước ngoài cho nên chúng ta cố gắng tổ chức một ngày hội thảo thật hoành tráng về mọi phương diện. Các trưởng tiểu ban nên liên lạc trực tiếp với tôi cần nhu cầu gì thì chúng ta phải giải quyết ngay vì còn có mấy ngày nữa thôi. Ban tiếp tân chỉ quy tụ các sinh viên năm thứ ba. Bây giờ các lớp tăng cường thêm từ năm tới mười em nữa dành cho tiểu ban tiếp tân đại chúng, nhứt là ở phía ngoài hội trường. Còn khu VIP có quý vị giáo sư lo giúp rồi. Về chi phí nhà trường có thể không phải xuất quỹ, vì trước đây chúng ta đã có một ngàn USD nay có thêm một ngàn nữa, ngoài tăng cường thêm thức ăn cho khu VIP và bông hoa, bong bóng, cà vạt, nơ cho các tiểu ban tiếp tân, tua giấy màu, tôi tin trong hội trường và ngoài hội trường sẽ có đủ màu sắc lung linh trong ánh nắng ban mai sẽ làm cho trường đại học chúng ta thêm rạng rỡ. Hai ngày hội thảo trước, chúng ta mướn có mười nhà vệ sinh dã chiến, nay chúng ta mướn gấp đôi và các phòng toilet trong nhà có biển nhỏ ghi là dành riêng cho VIP và Ban Tổ Chức và cần phải cắt cử người trông coi, sinh viên có cà vạt và nơ cùng màu của Ban Tổ Chức tặng mới được vào sử dụng.

Với sự điều hành trực tiếp của ông Khoa Trưởng hy vọng sẽ không có trường hợp trục trặc nào xảy ra. Ông Khoa Trưởng nói, tôi sẽ gọi vợ chồng bác sĩ Bernard nhờ hai em đó làm MC, thông dịch tiếng Anh tiếng Pháp và vợ chồng bác sĩ Trai trong tiểu ban tiếp tân VIP vì vợ của bác sĩ Trai là con gái của ông Tổng Lãnh Sự Áo, trong tương lai sẽ giúp nhiều cho trường chúng ta. Ông Khoa Trưởng hẹn chiều thứ tư lúc hai giờ chúng ta sẽ họp lại coi xem còn có cái gì chưa giải quyết.

Ông Bí Thư Cần Thơ có gọi điện thoại cho biết, ông sẽ tổ chức dạ tiệc mời tất cả các thành viên trong Ban Tổ chức ước tính trên dưới tám mươi người và gia đình của em Hiếu và người thân mà nhà hàng nổi Mê Kông có sức chứa một trăm hai mươi người ông bao trọn nhà hàng dành cho chúng ta đêm thứ năm và có nhạc sống. Ông Bí Thư còn nhắc các em sinh viên cũng nên chuẩn bị những bản nhạc ruột lên giúp vui. Ông cũng khen, từ ngày ông giữ chức Bí Thư Tỉnh tới nay, tại Cần Thơ mình chưa có một sự kiện có tính quốc tế diễn ra tại các khuôn viên các trường đại học Cần Thơ như ngày thứ năm này.

Mọi diễn tiến của ngày hội thảo thứ ba cũng là hội thảo cuối về y học của đại học y khoa Cần Thơ tổ chức rất long trọng.

Trong hai bài thuyết giảng sau cùng về bịnh sốt rét và xương, nhà nghiên cứu trẻ Trần Trọng Hiếu trình bày những nguyên nhân và xuất xứ hai chứng bịnh, đa phần ở những nước chưa phát triển và nghèo. Riêng chứng gãy xương tay chân, xương sườn xương sống hay xương sọ... thường xảy ra do tai nạn xe hay tai nạn nghề nghiệp trong các công xưởng hay trên đồng áng mà nước nào cũng có và ngay cả trong chiến tranh. Nhưng các nước nghèo, dân chúng còn thờ ơ thiếu biện pháp phòng ngừa, và một phần cũng do trình độ dân trí thấp. Nhà nghiên cứu đưa ra các biện pháp đề phòng tai nạn xảy ra hay đã xảy ra phải có những sơ cứu đúng cách, đúng bài bản của ngành y tế công cộng. Khi các bác sĩ chuyên khoa định bịnh, nếu xương bị dập nát không thể hồi phục thì cắt bỏ và có thể có những bộ xương giả thay vào...Về bịnh sốt rét, những người thiếu hiểu biết thấy chứng bịnh không giết người ngay nên người ta lơ là trong phương cách đề phòng như diệt lăng quăng, diệt muỗi, vì hai đối tượng nguy hiểm này là nguyên nhân chồng chất lên nhau phải tận diệt, hy vọng nhân loại bớt khổ đau về chứng bịnh không nên để xảy ra. Ngoài cách đề phòng và diệt trừ lăng quăng còn phải có thuốc trị bịnh hay uống ngừa bịnh với một giá thành thật thấp để giúp có hiệu quả người dân nghèo ở rừng núi, thôn quê có đủ tiền mua hay các loại thuốc uống ngừa sốt rét nếu phải giúp dân miễn phí lại càng tốt.

Nhà nghiên cứu trẻ thao thao trình bày dòn dã bằng Việt ngữ và bác sĩ Bernard chuyển sang Pháp ngữ và giáo sư Tuyết Trinh chuyển sang Anh Ngữ để các nhân viên ngoại giao đoàn và ký giả ngoại quốc hiểu. Sau khi trình bày xong mới hơn mười một giờ, còn gần một tiếng mới tới giờ nghỉ ăn trưa và sau đó có phần chất vấn, đặt câu hỏi. Hiếu xin phép quý giáo sư và cử toạ Việt Nam cho Hiếu trình bày bằng Anh Ngữ cho thêm rõ ràng trong sáng để quý vị không hiểu tiếng Việt có thể nắm bắt hai đề tài này. Như một cái máy, Hiếu nói tiếng Anh rất rõ ràng và rất hùng biện làm cho các vị nghe tiếng Anh vô cùng thích thú chăm chú theo dõi từng lời nói từng điệu bộ. Hiếu dùng tay vẽ trên không bản đồ thế giới chỉ những vùng nào bị bịnh sốt rét nhiều nhứt và chứng thương tật về tay chân mà Hiếu vẽ bản đồ hình cong chữ S là nơi có nhiều thương tật về gãy xương có thể nói là quá nhiều cũng là một trong nhiều nước chiếm hàng đầu có chứng tật này. Hiếu dõng dạc kêu gọi các nước tiên tiến có nền y học siêu đẳng nên giúp nước Việt Nam và các nước có tệ nạn gãy xương nhiều nhứt trên thế giới. Công đức của các nước văn minh, các đại học nổi tiếng trên thế giới có nền y học hiện đại hãy cứu giúp các nước nghèo có thêm phương tiện, thầy thuốc giỏi trị những chứng bịnh đáng lẽ không có.

Nhìn đồng hồ, thấy còn thì giờ, Hiếu nói tiếp, xin quý vị cùng tôi trao đổi bằng tiếng Anh những ý kiến mà quý vị muốn biết, tôi sẵn sàng hầu chuyện cùng quý vị. Ba bốn ký giả nước ngoài đặt những câu hỏi về bịnh lý về câu chuyện nhà nghiên cứu kêu gọi thế giới giúp cho Việt Nam có thêm thầy thuốc và phương tiện chữa trị mà không kêu gọi chánh quyền Việt Nam phải có luật lệ gắt gao với những người sử dụng xe hai bánh chạy ẩu gây nên nhiều tai nạn gãy xương. Nhà nghiên cứu trẻ cám ơn một ý kiến của nhà báo rất hay rất tuyệt vời, câu hỏi của vị cũng là lời nhắc nhở cảnh tỉnh chánh quyền Việt Nam rồi. Sau này nếu may mắn, tôi là một bác sĩ chuyên khoa về xương, chắc chắn tôi sẽ có phương cách song hành vừa là một bác sĩ chuyên khoa giúp trị chứng tật xương cố gắng không phải cắt bỏ xương bể xương dập nếu có thể. Trường hợp bất khả kháng phải cắt một phần tay chân tôi có suy nghĩ giúp nạn nhân có tay chân giả miễn phí hay ít tốn kém để những nạn nhân đó không còn là gánh nặng của xã hội. Tôi viết sách, báo hay tổ chức các buổi hội thảo về cách phòng ngừa chứng gãy xương vì dân trí còn thấp hay họ không có phương tiện giao thông như các nước Âu Mỹ nên dân chúng tha hồ sử dụng xe gắn máy gây nhiều tai nạn và cũng làm khổ cho tài xế xe hơi, gây tắt nghẽn giao thông.

Nhà nước phải có nhiều phương tiện giao thông nhanh và rẽ, hạn chế hay cấm những người từng gây tai nạn nhiều lần không được quyền mua xe hai bánh hay đánh thuế xe hai bánh cao hay bắt buộc phải có bằng lái như xe hơi mới được quyền lái xe dù phân khối nhỏ... Về mặt pháp lý nhà nước phải làm, còn cấm hay giới hạn lái xe hai bánh cũng thuộc của chánh quyền còn về chuyên khoa chữa trị là của ngành y tế với cách chữa trị trình độ cao cũng sẽ cứu giúp người dân một cách thiết thực hiệu quả.

Trong ngày hội thảo hôm nay, câu hỏi của nhà báo rất hay rất xây dựng, chúng tôi đã chuyển sang Việt ngữ vì có cán bộ y tế, cán bộ thuộc ngành thương binh xã hội cũng nghe quý nhà báo đã đặt một câu hỏi đúng trọng tâm của bài thuyết giảng và cũng khá nhức nhối cho các nhà hữu trách Việt Nam. Với tư cách là một nhà nghiên cứu trẻ, kiến thức con non kém vì vậy chúng tôi giống lên tiếng nói là trường đại học Y Khoa Cần Thơ rất mong mỏi các trường đại học nổi tiếng giàu lòng nhân ái giúp trường chúng tôi có một hay nhiều học bổng chuyên khoa giúp trường đại học Y Khoa Cần Thơ có một đội ngũ y bác sĩ lành nghề chuyên trị bịnh giúp đời các chứng bịnh không hay ít lây lan. Đó là một vạn hạnh cho trường đại học Y Khoa Cần Thơ và là hạnh phúc giúp cho dân Việt tránh các chứng bịnh đáng lẽ không xảy ra.

Xin cám ơn quý vị và báo giới và quý phái đoàn ngoại giao chịu khó bỏ nhiều thì giờ nghe chúng tôi trình bày hai đề tài bệnh lý mà chúng tôi rất quan tâm, xin cám ơn và kính chào quý vị. Một tràng pháo tay như bất tận hoan nghênh một nhà nghiên cứu trẻ của trường Y Khoa Cần Thơ biết vận dụng dịp may hiếm có tìm học bổng cho trường mình.

Các anh chị em của Trần Trọng Hiếu đều nhận xét về em út mình, Hiếu ít nói, mủ mĩ mù mì ít nói, không khoe khoang có tánh nhát gái, trông lúc nào cũng lù khù vác lu mà chạy vác cả Caroline từ Áo về Việt Nam. Còn tiếng Anh tưởng đâu Hiếu chỉ có viết đâu thấy có học nói tiếp xúc với ai đâu mà em nói tiếng Anh thao thao bất tận và có tài hùng biện, biết thuyết phục người nghe. Như câu hỏi của ký giả ngoại quốc muốn đặt câu hỏi móc Hiếu mà Hiếu mượn câu nói để chứng minh là Hiếu hiểu rõ thâm ý của nhà báo và làm cho nhà báo hài lòng. Các ông nhà báo khác đã biết thực tài của Hiếu qua ba lần phỏng vấn, đặt những câu hỏi lắt léo hay gây sốc, nhà nghiên cứu y học quá trẻ rất bình tĩnh, biết đắc nhân tâm, trả lời một cách sắc bén gãy gọn làm cho cánh nhà báo nước ngoài không còn cho mình là giới thượng đẳng xem thường người Việt Nam, gặp một nhà hùng biện bẩm sinh họ phải chào thua.

Sau khi hết giờ hội thảo cử toạ ra về, ông Khoa Trưởng mời tất sinh viên và giáo sư trong Ban Tổ Chức chiều nay đúng sáu giờ dự dạ tiệc do ông Bí Thư Tỉnh Uỷ Cần Thơ chiêu đãi. Ông Bí Thư Tỉnh Uỷ Sóc Trăng cũng có lời mời Ban Tổ Chức đến Sóc Trăng vào một buổi thứ bảy trong tháng này đến dự một dạ tiệc ăn mừng Ban Tổ Chức thành công quá vẻ vang luôn trong ba ngày hội thảo và ông Bí Thư còn mời mọi người nghỉ qua đêm tại nhà nghỉ của tỉnh như là một đêm lửa trại, ông sẽ cho thêm mấy chục ghế bố để cho các bạn trai ngủ nghỉ, còn bạn gái vào ngủ trong phòng, vợ chồng ông và nhiều thành viên trong Ban Bí Thư và Uỷ Ban Nhân Dân Tỉnh cũng đến chung vui có cháo vịt cháo gà và thịt nướng và uống bia thả dàn. Sáng chúa nhựt Sở Du Lịch tỉnh có xe đưa du ngoạn những danh lam thắng cảnh lịch sử trong nội thành, sau cùng về nhà hàng lớn nhứt tại giữa thành phố Sóc Trăng ăn một bữa cơm trưa, và trở về Cần Thơ.

Ông Khoa Trưởng ấn định ngày thứ bảy trước mùa tựu trường thứ hai của đầu tháng tới, ai muốn tham dự xin ghi tên nhà trường sẽ mướn xe buýt, khởi hành tại trường đúng hai giờ trưa. Ông Khoa Trưởng nhắc chiều nay đúng sáu giờ đến Bến Ninh Kiều, lên nhà hàng nổi MêKông, có vợ chồng Trung, Hiếu cùng vợ chồng Bernard, vợ chồng Trai chỉ chỗ cho các bạn ngồi. Ai đến sớm ngồi ở tầng có ông Bí Thư và Ban Giáo Sư chúng tôi, đi muộn ngồi hai tầng dưới.

Dạ tiệc gần như chật kín hết ba tầng của nhà hàng nổi. Nhà hàng vừa tách bến lúc bảy giờ cũng là lúc Ban Nhạc Sống bắt đầu mãi cho đến mười một giờ tàu cặp bến. Một dạ tiệc rất vui, ông Bí Thư, ông chủ Tịch tỉnh, ông Khoa Trưởng đều khen sinh viên Trần Trọng Hiếu có biệt tài thuyết giảng về bịnh thường buồn chán mà lại hào hứng hấp dẫn và thuyết trình tiếng Anh vô cùng lưu loát hùng biện độc đáo làm cho các nhà ngoại giao và nhà báo nước ngoài phải bật khen một sinh viên trẻ Việt Nam không học nói tiếng Anh mà nói tiếng Anh rất thu hút người nghe. Buổi dạ tiệc rất vui nhộn, ông Khoa Trưởng xin đại diện cho ban tổ chức và em Hiếu chân thành cảm tạ ông bà Bí Thư, Phó Bí Thư, ông bà Chủ Tịch Tỉnh và toàn thể quý vị đã ưu ái tổ chức một dạ tiệc long trọng, chúng tôi xin đa tạ và trường đại học Y Khoa Cần Thơ sẽ cố gắng hoàn thành danh hiệu một trường đại học mẫu mực tiên tiến có uy tín của tỉnh nhà Cần Thơ chúng ta.

Sáng thứ bảy có vợ chồng Trung, Bernard và ba mẹ con cùng lên Sài Gòn gọi điện thoại sang Áo thăm gia đình, vợ chồng Trai cũng từ Sóc Trăng lái xe lên cùng đi Sài Gòn thăm gia đình Josephine.

Cả chục người vào phòng gọi viễn liên sang Áo chật kín, Hiếu gọi nói trước chào ba má và Caroline, Hiếu nói thưa ba má và em Caroline, hôm nay có một khách quý muốn nói chuyện với Caroline, Josephine xổ một tràng tiếng Áo, cả nhà, bạn bè của ba má và bạn bè của Caroline vỗ tay hoan nghênh. Caroline cám ơn bạn hiền nói chuyện trực tiếp với mình. Josephine tường trình tỉ mỉ diễn tiến buổi hội thảo y khoa thứ ba lại còn thành công rực rỡ hơn hai kỳ trước có ba của Josephine và ông Tổng Lãnh Sự Pháp và nhiều phái đoàn ngoại giao của nhiều nước và có hàng chục nhà báo ngoại quốc nghe chồng của bạn thuyết giảng bằng tiếng Anh họ chăm chú lắng nghe kể cả ba của Josephine ông còn nói với mình, chồng Caroline nó học tiếng Anh hồi nào, còn quá trẻ mà nói tiếng Anh hết sẩy. Tao có nói với bố là chồng con Caroline nó nói học nói tiếng Anh với vợ nó có mấy tháng mà nó nói giỏi như thế. Cả nhà cười vang. Caroline nói:

- Anh Hiếu khiêm nhường đó thôi, tao nói tiếng Anh còn dở hơn ảnh làm sao tao giúp gì cho ảnh. Josephine nói à ra thế. Josephine nói tiếp:

- Ký giả nước ngoài đặt câu hỏi hóc búa, anh Hiếu hoá giải một cách tỉnh bơ làm chàng nhà báo ngoại quốc êm re và chẳng anh nào muốn đặt câu hỏi khó nữa. Thế là chồng bạn đại thắng, chút nữa bạn nói vài lời khen chồng cho ảnh vui vì ảnh quá vất vả trong ba ngày hội thảo và còn phải lái xe lên báo cáo cho bạn nữa rất tội cho chồng mầy. Cũng chỉ vì muốn mầy vui không khóc để cho gương mặt con luôn vui vẻ. Nếu mẹ buồn khóc hoài trước khi sanh thì hai đứa bé sẽ có gương mặt buồn xo, Hiếu thường nói với vợ chồng tao như vậy. Tao cũng báo tin tao cũng đang cấn thai, ba mẹ tao nghe tin này ông bà vui hết biết. Thôi tao nhường lại cho chồng bạn nói.

- Josephine nói với Hiếu và xin phép bà con về thăm ba mẹ và trưa mình lại ăn Thanh Thế, đúng mười hai giờ tôi xin mời quý vị và có ba mẹ tôi tham dự nữa.

- Hiếu nói cám ơn ba má và cám ơn Caroline lúc nào cũng ủng hộ tinh thần nên thứ năm hai ngày trước đây con thuyết giảng lại xuất sắc hơn hai lần trước, con thấy có trên một ngàn ba trăm người tham dự. Con có tặng thêm cho Ban Tổ Chúc thêm một ngàn để mua thêm thức ăn và bông hoa, trang trí hội trường và bên ngoài vô cùng đẹp mắt. Chắc Josephine đã tóm lược ngày hội thảo quá thành công chính anh cũng không ngờ. Tối hôm đó ông Bí Thư Tỉnh khen ngợi anh và Ban Tổ Chức và ông đã tổ chức một dạ tiệc khoản đãi có đến một trăm hai chục người tham dự cũng trên nhà hàng nổi Mê Kông và thứ bảy tuần tới ông Bí Thư Tỉnh Sóc Trăng cũng có tổ chức dạ tiệc đãi Ban Tổ Chức và anh, tối có lửa trại tại nhà khách hôm trước ba má mình có tham dự cũng có cháo gà cháo vịt thịt nướng và kể chuyện vui cho nhau nghe. Thứ bảy đó anh không thể lên Sài Gòn về Sóc Trăng dự dạ tiệc kịp.

Mỗi lần anh dự tiệc anh đều có ăn thêm cho em nữa, em có cảm thấy no không. Caroline nói liền:

- Em lúc nào bụng cũng no tròn, có hai nhỏ đang quậy tới bến giống hệt cha nó, cả nhà cười vui. Hiếu nói hôm nay có mẹ, chị hai, anh chị ba, anh chị tư đủ hết. Anh mời anh Bernard nói trước nghe, Bernard đến xổ tiếng Áo cả phe bên Việt Nam đầu điếc hết. Bernard cũng nói chuyện với ba má và chúc bà con bạn bè của ba má và cả chục người bạn của Caroline cũng muốn đến nghe tường trình ngày hội thảo thứ ba, báo đài ở Áo cũng có tường thuật ngắn gọn. Bernard có nhận xét về em rể mình, Hiếu thông minh, giỏi thiên bẩm mọi thứ về y học. Còn tiếng Anh, nó chưa học mà nó dám viết tiếng Anh về y học, cũng như tiếng Anh nó nói nó viết không thua một người Anh, Mỹ có học. Ai hỏi nó học tiếng Anh với ai, nó nói rất dễ thương nó học tiếng Anh do vợ nó dạy mấy tháng.

Vợ chồng con vô cùng nể phục em Hiếu, khi nó có học bổng thế nào nó cũng giúp con và anh chị ba có học bổng tạo thành một nhóm nghiên cứu về một chứng bịnh hay vài chứng bịnh. Chúng con sẽ về Áo cùng với Hiếu và gia đình vợ con. Ba má và gia đình tổ chức đám cưới cho vợ chồng con và vợ chồng Caroline, Bernard nói vừa dứt có vợ nói tiếp bằng tiếng Anh và má chồng nói tiếp:

- Con dâu của chúng tôi là chị ruột của chàng con rể Andre nghĩa là, anh em ruột Bernard Caroline lấy hai chị em ruột, quý bạn thấy vợ chồng tôi hốt hết trọn gói, cả nhà cười vui vang rần. Vợ chồng Trung cũng lần lượt chào hỏi thăm sức khoẻ cả gia đình, Minh Tâm còn nói ba mẹ cháu sẽ qua Áo tham dự đám cưới của mấy em. Mẹ và chị của Hiếu cũng có vài lời hỏi thăm sức khoẻ anh chị sui và con dâu. Bà nói với Caroline, chồng con được mọi người yêu mến cứ đãi ăn hoài nó sẽ lên cân, mẹ hỏi nó sao lúc này con ăn nhiều nó nói nó ăn thêm phần của vợ nó nữa, chừng ít bữa nó có con, ăn lại nhiều hơn, có ai hỏi nó có thể nó sẽ nói ăn cho bốn người. Cả nhà cười vui. Hiếu xin chấm dứt và thứ bảy tuần tới không có lên Sài gòn được phải thứ bảy kế tiếp.

Về đến Cần Thơ, Hiếu đề nghị với chị hai, ba mẹ con ăn cháo trắng tối cho nhẹ bụng, sáng cũng ăn cháo xong rồi, con đưa mẹ và chị hai về Sóc Trăng sáng chúa nhựt và thứ hai con trở về Cần Thơ sớm, buổi trưa cho tới tối con có giờ trực tại bịnh viện. Tắm xong mới hơn bốn giờ, Hiếu chợp mắt ngủ được gần hai tiếng, nghe điện thoại reo, bốc ống nói lên nghe. Bên đầu dây kia, tiếng của Thu Vân gọi, anh Hiếu ơi!

- Sao anh giỏi quá, em kính nễ tôn anh làm sư phụ dạy em vài chiêu nghe anh. Đó là chuyện anh có đệ tử xinh đẹp dễ thương như em thì anh sẽ hết lòng chia xẻ tất cả bí kiếp của sư phụ. Sau ba bài thuyết giảng của anh và nhứt là em nghe anh nói tiếng Anh sao mà lưu loát rất có hồn rất dễ thương em nghe anh nói tiếng Anh, em còn thích nghe hơn cả tiếng Việt.

Bố mẹ khen anh dữ lắm, cứ trách em quá vội vã thấy anh làm lơ với em, em tức quá nói anh nghèo mà còn làm phách. Khi em gặp thằng khốn kiếp nó dụ dỗ và phá hoại đời em mà nó còn khốn nạn vét sạch vòng vàng tiền bạc của em không còn một đồng dính túi. Em quá đau khổ bỏ ăn mấy ngày, tay chân rũ riệt mà em cố lấy bốn năm viên thuốc ngủ định ngủ luôn vừa với lấy thuốc, chân tay em yếu quá trợt té. Gia đình em ở trọ cũng là bà con với bố mẹ vội chạy vào xem, thấy thuốc ngủ văng tứ tung, chú thím biết em muốn tự tử nên ném bỏ hết thuốc ngủ vào thùng rác. Và nấu cho em một nồi cháo giải cảm bảo em phải ăn, tội nghiệp bà thím ngồi canh chừng cho em ăn hết một chén, em mệt nghẽo cổ ngang ngủ thiếp hồi nào không hay.

Đến khuya thức giấc thấy thím nằm trên ghế bố canh chừng em. Thấy em thức dậy, thím hâm lại cháo bảo em phải ăn thêm một chén cháo nữa và uống một ly sữa nóng, em thấy khoẻ lại nằm ngủ tiếp. Thím đáp mền cho em cẩn thận, thím mới về phòng thím. Chú nói trưa mai ba má em sẽ lên tới đón em về quê luôn, bỏ cái xứ Sài Gòn làm tan nát đời em.

Em về nhà khoảng một tuần thì anh Hiếu gặp em anh Hiếu còn nhìn ra em, em bái phục anh. Gia đình không ai nhận ra em khi em chưa cất tiếng, em như con mắm cá xình. Em cũng nhờ cái võng trước nhà mà anh đã nằm ngủ hai ba lần rồi đó, anh có cảm giác có hơi hám em trong đó không?. Nhờ cái võng đó mà em đỡ buồn nhìn ra vườn, nhìn ra đường cũng làm cho em vui mắt. Chuyện buồn và sự hối hận của em kể cho anh nghe không bao giờ hết.

Em đoán tuần này, anh nghỉ xả hơi sau ba tuần liên tiếp bận rộn về sáu bài thuyết giảng về y học rất nặng ký. Anh có đưa mẹ và chị hai về Sóc Trăng, anh ghé nhà thăm em sáng chúa nhựt em đợi anh đem bánh bao đến cho em và anh ăn sáng. Hiếu nói chuyện gì thì khó còn chuyện đem bánh bao cho em ăn sáng thì quá dễ, anh về Sóc trăng chừng chín giờ sáng chúa nhựt, anh chạy đi mua bánh bao đến nhà thăm em chắc cũng hơn mười giờ. Thu Vân vội nói, anh đưa mẹ và chị hai về đến nhà xong, anh chạy thẳng lại nhà em mất chừng mười lăm phút, em đãi anh ăn sáng khỏi mua gì hết. Em đãi anh, dù món ăn gì có dở anh cũng phải ăn. Hiếu nói, anh sẵn sàng một trăm phần trăm ăn sáng cho thật no và còn uống nước dừa tươi do em chọn nữa đó.

- Em lo chu toàn cho anh. Hẹn gặp anh chín giờ sáng chúa nhựt tại nhà em - Ô kê.

Vừa mở ra dô nghe tin tức, chị hai gõ cửa gọi ăn cháo. Hiếu tắt ra dô ra bàn ăn có mẹ đang ngồi đợi. Hiếu nói, con không biết hài nhi ra đời mà nằm trong bọc điều có số giàu sang sung sướng thật phải không mẹ?.

- Đúng rồi, ông bà mình nói như vậy, mình tin theo thôi. Như con hồi nhỏ gia đình mình quá nghèo, nhờ chị hai con mà bốn mẹ con mình phất lên, các con đi học thoải mái. Nay con lại còn trúng số độc đắc có vợ giàu, đẹp mà cha mẹ vợ lại hết lòng thương yêu giúp đỡ con rể. Như vậy người ta nói hài nhi được sanh trong bọc điều có số giàu sang sung sướng thật quá đúng với trường hợp của con. Hiếu thưa với mẹ:

- Con cũng thấy rất đúng, mẹ thấy không con mở miệng nói bất cứ cái gì cũng có người khen, ai cũng muốn giúp đỡ con.

- Như vậy con luôn phải giữ phước đức cứu người giúp đời, con sẽ hưởng lộc mãi, mẹ nhấn mạnh. Hiếu thưa với mẹ và chị Hai:

- Ngày mai chừng sáu giờ rưỡi mình đi về tới Sóc Trăng cũng gần chín giờ con chạy lại nhà bạn giúp bạn đôi việc có thể trưa con không về ăn cơm nhà. Con ăn xong, chừng nửa giờ sau con đi ngủ.

Mới năm giờ sáng thức dậy, Hiếu nấu nước pha cà phê ngồi uống và suy nghĩ... Thu Vân thương yêu mà mình làm lơ không tán tỉnh gì hết nên cô ta buồn mới rời tỉnh Sóc Trăng không thi vào đại học Y Cần Thơ cùng với Ngọc Diệp và vài người bạn nữa. Tới ngày thi lại bỏ thi và lên Sài Gòn học các môn không thi tuyển. Hiếu thắc mắc và bận rộn với chuyện học nên cũng quên.

Khi đến nhà ở Bố Thảo, tình cờ gặp lại Thu Vân thấy thân xác xanh xao tiều tuy không còn nhựa sống. Sau mới vỡ lẽ qua mẹ nói là Thu Vân bị tình phụ còn cuỗm hết tiền vàng làm nàng định tự tử nên bố mẹ đưa về quê tịnh dưỡng. Bây gờ nàng nói ra hết có lẽ nàng muốn gặp mình có chuyện gì quan trọng lắm muốn san xẻ để ngày mai xem sao.

Mới sáu giờ, ba mẹ con đã ăn cháo xong, chị hai lo rữa chén nồi, còn Hiếu đi một vòng quan sát coi xem đám ăn trộm vặt còn dòm ngó nữa không. Mẹ và chị mang quần áo ra xe và Hiếu vào nhà tắt đèn coi lại các cửa và ra ngoài khoá cửa và còn khoá bằng một sợi dây lòi tói. Lên xe rồ máy, chiếc xe nhỏ ở nhà có khoá cả bốn bánh xe dùng bao vải đậy kín. Xe chạy về tới ngã ba rẽ vào Vũng Thơm mới có tám giờ thấy còn sớm, Hiếu nói với mẹ và chị, vào Vũng Thơm mua mè láu, bánh pía về nhà cúng ba và cúng anh hai và con mua vài hộp tặng bạn con. Hiếu mua bánh pía và mè láu mỗi thứ năm hộp. Về đến nhà, Hiếu mang vào mỗi thứ ba hộp.

Lên xe lái đến nhà Thu Vân mới có tám giờ năm mươi, thấy Thu Vân nằm võng đu đưa, cửa cổng ngoài vẫn khoá. Hiếu vừa ngừng xe, Thu Vân vội đứng lên ra mở cổng thấy Hiếu mang mè láu và bánh pía làm quà, Thu Vân vội ôm Hiếu, em cám ơn anh nhiều lắm.

- Anh còn phải chạy vô Vũng Thơm mua quà cho em, em có nấu một nồi cháo gà để anh em mình ăn sáng. Hiếu ngồi vào bàn thấy có bình cà phê mà Thu Vân đã pha sẵn và có hộp sữa chưa khui để cạnh bên với ly tách muỗng, một lọ đường và cả một bình trà nóng nữa, đủ bộ hết cho bữa ăn sáng. Hiếu tự nhiên khui hộp sữa lấy sữa cho ra hai ly, chăm cà phê vào ly, cà phê của ly Hiếu nhiều gắp đôi ly Thu Vân, khuấy đều lên. Thu Vân bưng một tô cháo nóng và một dĩa gõi gà. Thu Vân vừa đi trở xuống bếp, Hiếu chạy theo nói còn món gì nữa để anh mang lên. Thu Vân lấy chén muỗng đũa và một chén muối ớt có để một múi chanh bên cạnh đặt trên một cái mâm nhỏ, Hiếu đem lên cũng rất gọn. Thu Vân lấy chén ra ngoài cho dĩa gà vào mâm. Thu Vân chuẩn bị múc cháo ra. Hiếu mời Thu Vân uống cà phê trước khi ăn cháo và Hiếu cùng uống cà phê.

- Thu Vân, đón nhận ly cà phê sữa Hiếu cũng nâng ly cà phê của mình lên và nói bây giờ anh và em mình cụng ly cho vui nghe.

Hai người cùng uống một cách ngon lành. Hôm nay, cả nhà đi đám giỗ ông nội ở Bạc Liêu giao nhà cho em giữ nên em muốn gặp anh để em nhờ anh một việc vô cùng quan trọng cho đời em. Nhờ gặp lại anh mấy lần thấy anh còn nhớ đến em, em mừng quá, em có thưa với mẹ:

- Đời của con như vứt đi may nhờ con gặp lại anh Hiếu, con yêu anh tha thiết. Nhưng khổ nổi anh có vợ giàu đẹp mà cả nhà bên vợ đều cưng quý anh, em yêu anh, em cũng phải tôn trọng hạnh phúc của anh. Em không thể có ý nghĩ khốn nạn là chiếm anh làm chồng em vì em đâu còn xứng đáng làm vợ anh và em rất tôn quý vợ anh. Anh hiểu cho em, anh không phải là ngoại tình mà anh chỉ cứu giúp một đứa em đã lầm đường lạc lối nay muốn có hạnh phúc ở tương lai.

- Thú thật với anh, biết anh có đủ sức khoẻ có gen có nhiều con mà anh lại thông minh nếu anh cho em được một hay hai con thì em sẽ mãi không bao giờ có chồng nào nữa chỉ quyết tâm nuôi con giống tốt thông minh của anh, em mãn nguyện.

Một lời van xin của người mà mình từng yêu tha thiết, nếu thuận cũng sẽ xé nát con tim vì tội ngoại tình đối với người vợ yêu quý của mình và tiếng tăm một nhà nghiên cứu trẻ nổi tiếng cũng bị hoen ố. Nếu không thuận thì người đã yêu đã van nài mình san sẻ một chút ái ân để nàng có con sẽ còn vui sống trên thế gian.

Mẹ Thu Vân cũng đã cho Hiếu biết rõ là nàng muốn có con với Hiếu, rồi xa nhau, nàng lo nuôi con và trông chờ hạnh phúc khi con lớn khôn dù không cha. Còn Hiếu vẫn là làm bổn phận người chồng đối với Caroline.

Nếu Hiếu từ chối lời van xin khẩn cầu, có lẽ đời sống của Thu Vân cũng sẽ kết thúc sớm trên thế gian này, nàng sẽ âm thầm tự hủy diệt thân xác mình.

Hiếu vô cùng khó xử, thuận cũng khổ, không thuận cũng khổ. Mình mang danh là một lương y như từ mẫu mà không ra tay cứu vớt người bịnh để nàng tự tử. Ý nghĩ nhận giúp hay từ chối lời cầu xin tha thiết của người mà mình yêu thầm cứ loé lên trong đầu, làm Hiếu vô cùng bàng hoàng và Hiếu nghĩ chỉ có trời giúp mình, con tạo xoay vần đến đâu hay đến đó. Hiếu trở lại thực tại khi Thu Vân nói:

- Bây giờ chúng ta ăn lót dạ để anh suy nghĩ coi có giúp cho em một đứa con. Nay em biết quay về nẽo chánh và nhờ anh cứu giúp đời em chỉ có thế thôi.

Thu Vân gắp một miếng gõi đút cho Hiếu ăn, Hiếu mở miệng rộng nhận hết miếng thịt gà, Hiếu nắm tay Thu Vân hôn một cách nhiệt tình, Thu Vân quay lại hôn hai má Hiếu. Hai mái đầu hai ý nghĩ đan xen nhau, Hiếu rất khó xử. Dù biết mình không có ý ngoại tình mà bây giờ Thu Vân nói như mình làm phước giúp cho cô ta có con và cô ta sẽ không có chồng chỉ biết nuôi con vì cô ta không nhờ chồng trợ giúp mà cô có tài sản thừa sức nuôi con ăn học cho thành tài.

Đến lúc này, vừa ăn vừa suy nghĩ và trông lại bộ quần vải lụa mỏng màu vàng lợt trên một làn da trắng vô cùng gợi cảm, nhứt là Thu Vân không có mặc áo ngực để cho Hiếu thấy ngực căng tròn của Thu Vân lờ mờ cũng không rõ lắm cũng đủ thu hút. Hiếu thấy chịu hết nổi, bưng chén cháo của mình đang ăn múc từ muổng đút cho Thu Vân và Thu Vân cũng đút cho Hiếu ăn. Nhờ vậy hai chén cháo hết nhanh, Hiếu uống hết ly cà phê và đứng bên cạnh Thu Vân đưa ly cà phê cho Thu Vân uống cũng hết ly cà phê.

Thu Vân chẳng nói năng gì, lặng lẽ nắm tay Hiếu dẫn vô phòng, Hiếu như trong một cơn nửa mê nửa tỉnh, không còn làm chủ mình.

Hiếu thấy có hai cái gối và cả phòng thơm phức. Thu Vân luôn chủ động kéo Hiếu vô toi lết súc miệng rữa mặt, Thu Vân nói em cùng tắm với anh. Thu Vân lặng lẽ cởi nút áo Hiếu ra và nàng cũng cỡi áo mình ra đưa hai gò bồng đảo rất đẹp, đỉnh đồi cong vút vẫn còn đỏ thu hút Hiếu. Hai người tắm nhanh không cho ướt tóc, Hiếu lấy khăn lau cho Thu Vân và nựng nịu hai hòn bồng đảo trong lúc thằng nhỏ cựa mình đụng vào Thu Vân, nàng dùng hai tay se se làm cho cơ thể Hiếu nóng rang lên như muốn lên cơn, vội đưa Thu vân lên giường nằm. Hiếu đưa của quý của mình nhấn mạnh xuống làm cho Thu vân thêm khoái cảm. Thu Vân nói:

- Anh Hiếu cái gì cũng giỏi hết cho đến chuyện chăn gối em chưa khi nào có diễm phúc có sự rung cảm sung sướng quá tuyệt vời. Em lại càng ngưỡng phục anh Hiếu của em. Em hối hận quá anh Hiếu ơi! Tiếc quá, em quá vội vàng làm hỏng cuộc đời mình, để mất anh vào người khác. Hiếu nghe Thu Vân nói thật lòng như là một điều khích lệ Hiếu rầm rập tiến nhanh tiến mạnh như vũ bão làm cho Thu Vân lăn lộn, rên khe khẻ và nói vào tai, anh Hiếu em yêu anh nhiều lắm lắm...

- Anh cho em xin có con với anh, mạnh nữa đi anh, em gần tới đỉnh lần thứ hai rồi. Còn anh thế nào có cảm thấy sung sướng bên em không?, Hiếu không trả lời bằng miệng mà bằng những động tác dồn dập cứ làm thinh mà tiến mà lùi đủ thế làm cho Thu Vân chịu hết nổi nói lớn, em đầu hàng bái sư phụ, em cố nín đợi anh, làm mạnh thêm nữa cùng em ra một lúc nghe anh. Hiếu cứ nhấn tới tấp và thở khì nằm yên trên bụng Thu Vân. Cả hai cùng xuất ra chất nhờn như cùng lúc, Thu Vân đã là lần thứ ba và Hiếu quá mạnh về sinh lý, chỉ xuất tinh mới lần đầu.

Hiếu lăn xuống ôm chặt Thu Vân hôn miệng nàng, Hiếu khen miệng em ngọt thơm quá. Hiếu nói anh cũng đang buồn ngủ, một tay nắm trọn ngọn núi tình yêu và cả hai đều ngủ chừng một tiếng, thức dậy cùng một lúc, cảm thấy khoẻ quá càng yêu đời hơn. Hiếu dẫn Thu Vân vào tắm rữa, Hiếu kỳ cọ cho Thu Vân thật kỹ như làm mát xa cho nàng khoẻ lại và lau khô, hai người choàng hai cá khăn xuống bếp chặt một trái dừa tươi rót vào một cái ly to Hiếu mang vào phòng, Hiếu đưa ly mời Thu Vân uống trước và Thu Vân xoay chỗ mình vừa kề môi vào ly đưa cho Hiếu uống. Tay Hiếu vẫn luôn lướt trên hai đỉnh núi chập chùng, uống hết ly nước dừa. Hiếu cảm thấy rạo rực đòi hỏi, kéo tay Vân đưa vào dỗ dành thằng bé, Thu Vân mân mê và nói thằng bé của anh dễ thương và to lớn cho nên làm cho em quá ngất ngây. Chừng mười phút sau, Thu Vân nói, em để cho anh nghỉ dưỡng sức coi anh còn sức tiếp tục đường dài ra sao.

Em lên nằm trên, phải nói Thu Vân có kinh nghiệm làm tình nên làm cho Hiếu mau lên đỉnh và Thu Vân kéo hai tay Hiếu lên ngực nàng phải hoạt động cho tích cực mạnh thêm. Thu Vân nói em lên đỉnh rồi, còn anh thì sao, anh cũng theo em. Chúng mình tiến mạnh cho tới bến ăn thua luôn nghe anh, Thu Vân đã phải đầu hàng như có trận mưa rào làm cho thằng bé càng mơn trớn tắm mưa tới luôn cho tới khi bố nó thở phì phò chấm dứt cuộc tắm mưa của thằng bé. Thu Vân nói trong hơi thở dồn dập:

- Cuộc đời của em cũng bị dập vùi trong con đường tình ái chăn gối chưa lần nào em hưởng trọn hạnh phúc như anh dành cho em hôm nay. Em tin là qua hai lần chúng mình yêu nhau vừa rồi, anh đã làm cho em ngất ngây với tốc độ dồn dập lên xuống như thác đổ mưa sa làm cho mồ hôi em và mồi hôi anh đã hoà quyện nhau chảy ra, em tin chắc em sẽ có con với anh, em vui mừng quá, em yêu đời hơn bao giờ hết.

Hiếu có cảm nhận mùi mồ hôi đặc biệt của Thu Vân, mùi thơm phảng phất, cả hai kể như cùng lên đỉnh một lúc, nhưng thật tình mà nói Hiếu luôn lên đỉnh sau Thu Vân, nếu muốn kéo dài thêm thời gian khoái cảm Hiếu vẫn còn sức.

Hiếu nói em có xà rong cho anh vận và chúng ta vào tắm sơ sơ rồi ra ăn cháo cho no vào ngủ một chút rồi tới tập ba và anh có thể tiến lên tập bốn, em thấy anh có khoẻ không? Thu Vân thật thà nhận xét, bộ phận sinh dục của anh to và dài làm cho em mau lên đỉnh em phải cố gắng cầm cự để cho anh thêm khoái cảm mà em luôn đầu hàng, anh quả có nhiều tài làm cho em phải nể phục anh suốt đời em.

- Em phải hết sức cố gắng nín chờ đợi anh hoàn thành chức trách cao quý của anh dành cho em, cùng một lúc hoan lạc chúng ta mới hưởng trọn vẹn hạnh phúc lứa đôi, phải không anh?. Hiếu gật đầu, anh biết em đang mệt, em cứ nằm nghỉ cho thật khỏe, anh xuống bếp chặt thêm một trái dừa mang lên cho em uống. Anh có cảm nhận, anh rất hạp với nước dừa làm cho anh mau lên gân. Em cứ cho anh uống nước dừa lửa thường xuyên chắc anh trả bài thuộc làu làu. Em nằm nghỉ, sử dụng hai tay chà xát từ chậm, nhẹ cho đến nhanh, mạnh và chạm hai bờ lạch đào nguyên chừng mười đến hai mươi lần sẽ giúp cơ bắp hai bên lạch đào nguyên co bóp hoạt động giúp mau trở lại trạng thái cũ. Anh còn khoẻ đủ sức diễn tới tập bốn, anh chỉ sợ lâu ra chất nhờn vì ba lần trong ngày kể như xài hết rồi. Nếu còn chẳng còn bao nhiêu. Anh cố muốn cho chất nhờn ra thì anh cũng mệt và làm em cũng mệt theo.

Trong nhà bếp có hột gà không em?.

- Dạ có, Thu Vân nói, may quá, anh sẽ ăn chừng hai hột gà sống và hai hột gà la cót chừng mươi lăm phút hay hơn nó sẽ cung cấp cho anh đủ chất nhờn diễn đọc tập ba và tập bốn ngay sau đó. Anh chỉ cần ăn thêm hột gà la cót thêm vài hột nữa sẽ có khả năng phục vụ chiến trường.

Anh mới đọc sách, các nhà nghiên cứu họ chỉ ra như vậy, chỉ tội nghiệp người phụ nữ bị dồn ép sinh lý quá nhiều sẽ rất mệt và là giảm sức khoẻ. Vì vậy có nhiều bà ốm xanh xao vì bị ông chồng cuồng dâm hay rất mạnh về chuyện mây mưa chăn gối. Phải nói em cũng có sức mới chịu nổi đến ba tập chi trong có mấy tiếng. Nay anh muốn có thêm tập thứ tư, em cứ nằm nghỉ, anh sẽ xuống bếp làm cho em hai hột gà la cót, còn anh ăn sống ít nhứt hai hột và ăn la cót thêm hai hột nữa với chút muối tiêu, chắc anh và em diễn đọc thêm tập thứ tư trước khi bố mẹ về tới nhà năm giờ chiều. Em nằm nhắm mắt lại dưỡng sức anh biết em mệt. Anh đi xuống bếp nấu một ấm nước sôi để ngâm hột gà thay vì để trong ly rót nước sôi vào đợi phải ít nhứt năm phút, nay mình cho hột gà vào siêu hoặc nồi nước đang sôi chưa tới một phút mình vớt ra liền và ăn khi còn nóng rất ngon rất bổ.

Tuần tới anh về dự tiệc liên hoan của ông Bí Thư khoản đãi, em xin phép bố mẹ, cho anh ghé đón em mình thuê khách sạn xa thành phố Sóc Trăng chừng vài chục cây số đường đi xuống Bạc Liêu, em chuẩn bị đồ ăn đủ hai bữa sáng và bữa ăn trưa, kể cả vài trái dừa vạt bỏ vỏ cho nhẹ và chừng một chục hột gà hay hơn. Hai chúng ta có bấy nhiêu thức ăn sẽ cấm túc từ sáng đến trưa anh đưa em về nhà, em phải xin phép bố mẹ cho phép thì chúng mình mới tiến hành bằng không được phép thì thôi.

Khi nào anh không đi trực buổi chiều buổi tối, anh gọi cho em biết, sáng em đi xe lô và hẹn năm giờ đưa em về hay em muốn ngủ ở lại qua đêm thì sáng hôm sau có xe lô ở Cần Thơ đưa em về Sóc Trăng. Anh sẽ đưa cho em hai chìa khoá nhà, em đến bất cứ lúc nào, em vào nhà tự nhiên, nếu ai hỏi, ông Hiếu có đưa tôi chìa khoá đến coi nhà và mướn cho các em ở đi học dài hạn.

Trên bàn làm việc của anh luôn có số điện thoại những phòng trực của bịnh viện, em gọi hỏi coi có anh không thì nhân viên cho anh biết, anh sẽ thu xếp về sớm. Anh nhắc, nếu dành nhiều cho tình yêu, em đến anh phải chuẩn bị thức ăn mang theo vì anh không muốn chở em đi ăn ngoài tiệm thiên hạ đàm tiếu. Chúng mình ăn ở nhà thì khoẻ re mà rủi anh chị ba anh đến thăm đột xuất, em cứ ở vào trong phòng ngủ của anh khoá cửa, anh chị có mời đi ăn, anh có trăm cách từ chối.

Em yêu anh em phải giữ kín giúp anh, nếu thiên hạ biết tùm lum anh phải bỏ Cần Thơ đi sang một tỉnh khác sống hay anh ra Hà Nội cho thật xa em, em nên nhớ giúp anh. Từ nảy giờ anh nói cũng lâu, em nằm nghỉ, anh lo làm hột gà la cót cho em và anh ăn để mau tạo ra chất nhờn. Anh mới đọc sách chỉ như vậy, mình thực hành coi có đúng không. Chừng mười phút sau, hơi lâu là phải nấu nước sôi. Xuống bếp Hiếu đã ăn sống hết hai hột rồi, bây giờ mang lên bốn hột và một chút muối tiêu và một cái muỗng con, Hiếu đập nhẹ đầu hột gà thấy lòng trắng đã chín, Hiếu cho một chút muối tiêu vào và đút cho Thu Vân ăn vài muỗng Hiếu mới ăn, và cứ thế chỉ trong năm bảy phút là ăn xong hết bốn trứng gà la cót và uống nước dừa, Hiếu mang một ly nước đến cho Thu

Vân súc miệng qua loa và nhổ ra tô nước nóng, Hiếu đem đi đổ và rửa tô đưa ra để ngoài bàn ăn.

Trở lại giường ngủ, Hiếu đưa ly nước dừa cho Thu Vân uống trước và chàng uống sau cho hết, Hiếu cũng mang ly ra bàn ăn. Trở vào giường cỡi phăng xà rong ra đứng trước mặt Thu Vân cho nàng chiêm ngưỡng của quý, nàng dùng hai tay se qua se lại vài lần thằng bé đã nổi giận sững cổ lên trong lúc hai tay của Hiếu vẫn mân mê từ đỉnh đến chân hai đỉnh núi cao rất đẹp. Thu Vân ôm cổ kéo chàng nằm lên trên và Hiếu nhún nhảy ngay ban đầu còn chậm rãi, sau dồn dập, nàng rung lên vì quá cảm khoái. Thu Vân lăn qua nằm lên trên Hiếu, nàng hăng quá tăng thêm sức khoẻ lại nhún nhảy liên tục, Hiếu cũng thấy lên gần tới đỉnh. Anh ơi em tới đỉnh rồi, ráng đợi anh đuổi theo em. Nàng dồn hết sức lực diễn đọc tập bốn mồ hôi ra ướt đẫm cả gối và ra, Hiếu cũng rịn mồ hôi cả hai cùng thở mạnh và sự khoái lạc lên cực điểm của tình yêu. Hiếu vội lấy khăn lau khô cho Thu Vân và tiếp tục dùng hai cái khăn nhỏ nhún nước lạnh vắt ráo mang vào lau mặt mày tay chân hết một cái khăn thứ hai dùng để lau bộ ngực căng tròn rất hấp dẫn dù hơi mềm một chút. Sau cùng, Hiếu kéo hai chăn bung ra lau sạch hạ bộ và Hiếu không quên dùng tay làm mát xa hai bên bờ của của con lạch đào nguyên mà nay con ong đả tỏ đường đi lối về.

Thu Vân thật sự phải hết sức cố gắng mới theo kịp người tình chuyện chăn gối vì nàng đã từng như cái xác không hồn, nay vừa hồi phục nhưng vẫn còn chưa khoẻ hẳn. Thu Vân luôn nghĩ chuyện gần gũi với Hiếu không lâu bền vì vợ anh, Caroline sanh xong anh phải thường xuyên bên cạnh vợ, làm gì có thì giờ tự do gần mình được nữa. Đây là cơ hội bằng vàng được ôm ấp người yêu nàng phải tận dụng dịp may quý hiếm này để sớm mang thai, có con với Hiếu, bắt buộc nàng phải xa cách người yêu, đúng như lời giao ước.

Hiếu vào phòng tắm chuẩn bị cho Thu Vân tắm nhanh còn chuẩn bị vì qua bốn giờ chiều rồi, e bố mẹ về trước năm giờ thì cũng hơi quê khi bắt gặp Hiếu ở trong phòng ngủ của Thu Vân. Hai người tắm kỳ cọ cho nhau tỏ ra rất tâm đồng ý hợp và biết cách làm tăng thêm sự kích thích của giá trị tình yêu.

Tắm xong Hiếu thay đồ ra võng nằm chờ bố mẹ về, mở cửa, còn Thu Vân thu xếp lại các cái cho gọn sạch và vào giường nằm nghỉ vì trước nhà có chàng gác cổng lo nhiệm vụ mà đang ngáy pho pho.

Nghe biết có bấm chuông, còn Hiếu đang nằm võng ngủ ngon lành, bấm chuông đến hai ba lượt, Thu Vân vội ra mở cổng. Mẹ Thu Vân nói chắc nó lái xe mệt nên ngủ say quá cở. Hiếu nghe có tiếng lao xao giựt mình tỉnh dậy, bước ra khỏi võng, con kính chào bố mẹ và chào các em. Bà vội nói, bố mẹ đi dự đám giỗ của ông nội Thu Vân ở Bạc Liêu, mẹ có đem về một ít lộc mời con cùng em Thu Vân ăn. Hiếu nói:

- Con cám ơn bố mẹ, trước khi đến nhà, con có ghé tiệm ăn no nên khá buồn ngủ nằm võng Thu Vân bắt ghế ngồi gần nói chuyện, con ngủ hồi nào không hay.

Gia đình mình dự đám giỗ chắc có nhiều bà con về sum họp cúng giỗ. Bà nói rất đông năm sáu chục người. Con nằm võng chơi cho mát để mẹ vào thay quần áo. Em trai của Thu Vân rất thích anh Hiếu muốn Hiếu thường đến nhà chơi. Có anh, chị em rất vui, anh đi về, tội nghiệp chị em lại buồn nhiều khi chị ngồi một mình chị khóc, có lẽ chị hối hận không lấy được anh làm chồng. Em trai nói tiếp:

- Chị Hai lên Cần Thơ cùng với bố mẹ tham dự ba ngày hội thảo y khoa do anh thuyết trình chị khen nức nở. Chị nói hồi xưa anh ít nói mà sao bây giờ anh thao thao bất tận được cả ngàn người vỗ tay hoan nghênh, chị nói chị cũng bị lây cái vui, chị mừng lắm thấy anh quá thành công. Tội nghiệp, chị lại khóc, em đoán có lẽ chị hối hận không lấy được anh và cuộc đời của chị bị tên sở khanh mất dạy vùi dập qúa thương tâm.

Mỗi lần chị khóc thấy mẹ cũng khóc theo, em và hai em út cũng khóc, còn bố bỏ đi ra ngoài trông buồn thấy tội lắm. Ba má và chị hai em thấy có anh đến và mọi người trong nhà đều vui, anh về cả nhà lại buồn. Em nói ít chắc anh hiểu nhiều.

- Hiếu gật đầu và nói anh cám ơn em cho anh biết chuyện gia đình. Tới bây giờ anh vẫn còn thương yêu chị hai của em, kẹt là anh đã có vợ, không thể bỏ vợ được. Nếu anh độc thân anh cưới chị hai em liền vì chị em một lần sa ngã lỗi lầm thì tởn tới già, có chồng thì chị em lại càng chìu chuộng thương yêu chồng nhiều hơn, anh suy nghĩ như vậy, em thấy có đúng không? Em phục anh có suy nghĩ độc đáo biết tha thứ mình mới chinh phục được người khác. Mời anh uống nước dừa, em nói chị hai ra tiếp chuyện với anh.

- Cám ơn em rất nhiều.

Bố về nhà, đi một vòng coi xem cây trồng ra sao, đi quan sát vào tới cửa gọi Hiếu vào nhà uống nước trà, nói chuyện đời cho vui.

Cả nhà đều lần lượt ra phòng khách nói chuyện với Hiếu, đứa em trai kế nói:

- Chị em nhận xét, anh Hiếu nhu mì ít nói sao anh nói tiếng Anh giỏi quá lại có tài hùng biện, bố khen anh nức nở. Em trai nói tiếp:

- Mẹ khen anh mới có hai mươi mốt tuổi mà anh như là một ông cụ, một bác sĩ già, nói và phân tích luôn sáu bệnh nghe rất đã. Hiếu chận lại chắc chị hai của em chê anh lù khù nói dở phải không?

- Không phải vậy, trái lại, chị còn khen anh tới bến luôn mà lạ sao chị khen anh quá trời, chị vui mới phải chị lại khóc làm em phải khóc theo. Em cho anh biết chuyện tình cảm của chị hai dành cho anh. Anh cám ơn em và chị hai của em, Hiếu nói tiếp:

- Con kính xin cám ơn bố mẹ, đã thương con, bố mẹ từ Sóc Trăng đi lên Cần Thơ dự luôn ba ngày ba tuần. Em trai lớn vọt miệng nói:

- Anh Hiếu sao anh không kể có chị hai em lên Cần Thơ ủng hộ anh hết mình đó. Xin lỗi em, anh cũng có cảm nhận chị hai của em quyết tâm hỗ trợ tinh thần và có thể hy sinh tất cả thời gian hay cái gì quý báu kể của cải vật chất chị hai em hết lòng với anh. Em có đồng ý, em hỏi coi chị hai có cho anh cám ơn chị hai không? Chị hai nói đi, em trai thúc hối. Em nghe chị nói:

- Chị có bổn phận phải luôn hết lòng ủng hộ anh Hiếu dù chị có hy sinh cả mạng sống cho anh Hiếu có hạnh phúc chị cũng chấp nhận. Bây giờ, chị còn nói có bổn phận phải nghe lời anh Hiếu mới có thể đưa chị ra khỏi chỗ tội ngu muội vì không yêu anh Hiếu nên chị làm hỏng cuộc đời chị, anh Hiếu có thấy đúng vậy không? Em trai tiếp lời chị:

- Chị có hận đời, thù ghét kẻ bạc tình mà chị dám nói hết sự thật dù khá phũ phàng, em kính phục chị cũng như em kính phục anh Hiếu. Chỉ tiếc là hai anh chị đều thông minh học giỏi ngang ngữa nhau mà đã có tình ý yêu nhau, chẳng có ai dám mở lời trước, tức thật. Ông trời thật trớ trêu không cho anh chị thành vợ chồng, thật đáng tiếc. Chị có đồng ý với em của chị không?.

- Thôi, bây giờ chị muốn nghe chuyện vui, anh Hiếu kể cho các em nghe ba cuộc thuyết giảng và phỏng vấn từ ở hội trường cho đến cuộc phỏng vấn trên nhà hàng nổi nghe nói hấp dẫn lắm. Hiếu thuật lại các cuộc phỏng vấn tại hội trường anh Hiếu trả lời cũng ngon làm cho ký giả nước ngoài cũng phải kiên thằng nhỏ nó có võ nên anh đi vài chiêu trả lời nhanh làm chúng cũng ê càng, không dám khinh thường các nhà nghiên cứu Việt Nam nói chung. Bố mẹ và chị hai đã chứng kiến. Còn vụ bốn nhà báo nước ngoài trên nhà hàng nổi mới thật là vui, có hai nhà báo Mỹ, một Pháp, một Canada tính dí anh, anh hoá giải ngay. Anh mời bốn nhà báo lên ngồi đối mặt với anh, không có kiểu anh nhát không dám nhìn mặt chị hai em, sợ chị hai ăn thịt. Mấy em vỗ tay khoái chí cười to làm cho Thu Vân và bố mẹ cũng cười theo. Thay vì ký giả chất vấn, đặt câu hỏi, anh chuẩn bị chiến trường chu đáo, dàn quân sẵn sàng đánh một trận tơi bời hoa lá, anh mua một chai rượu Martell và gọi nhà hàng cho năm con tôm càng nướng. Tiên hạ thủ vi cường, anh ra tay trước không đợi họ hỏi vặn, móc nghéo, anh mời bốn nhà báo cụng ly làm một chút rượu mạnh cho nóng máy và ăn tôm nướng đưa cay. Anh tiếc mấy năm trước mà anh chỉ cần dạn dĩ một chút xíu thì đâu để mất chị hai của các em, đâu chỉ có tiếng là anh rể hụt mà không phải rể thứ thiệt một trăm phần trăm.

Xin lỗi em Thu Vân anh nói hơi lạc đề có móc nghéo một chút xíu, xin người đẹp hoa hậu trường Hoàng Diệu cười tươi bỏ qua cho anh. Em trai nói chị em cười rồi đó, Hiếu nói liền rất cám ơn em Thu Vân và các em trai. Anh nói tiếp:

- Anh đề nghị với bốn nhà báo thay vì chất vấn như có chiến tuyến, lằn ranh nghe nó không hay chúng ta nói với nhau bằng sự hiểu biết bằng tình cảm, bốn nhà báo nầy nghe anh nói chúng cũng không dám khinh thường, thằng này nhỏ mà nó có võ thật. Người ngoại quốc, nhiều người thường tỏ vẽ khinh mình không biết hay nói tiếng nước họ tồi. Anh đoán họ nghĩ thằng nhỏ có nhằm nhò gì, tưởng anh nói tiếng bồi mà dám đề nghị sử dụng trong buổi phỏng vấn bằng tiếng Anh. Anh tấn công trước, chúng thấy anh nói tiếng Anh chuẩn, nên họ cũng phải thấy biết người biết ta, anh dẫn họ đi theo con đường anh vạch ra. Có vài chi tiết anh giải thích thêm và anh so sánh một thầy thuốc như Tư lệnh chiến trường phải có tinh thần quyết chiến thắng mới trị diệt dứt bịnh. Bố mẹ và em Thu Vân còn nhớ có một ký giả nước ngoài hỏi tại hội trường ngày hội thảo y học đầu tiên họ có ý xem thường các nhà nghiên cứu

Việt Nam không biết ngoại ngữ nên không đọc được nhiều sách chuyên môn bằng Anh ngữ. Anh nhìn xuống thấy bố mẹ, anh chị và mẹ anh đang chăm chú lắng nghe, anh thấy chị hai em các em bắt được ánh mắt của anh nhìn, Thu Vân nhoẽn miệng cười nụ mà còn để hai tay trước ngực vỗ nhè nhẹ một cách khá tự nhiên như tán thưởng anh. Anh quá vui, nổi hứng đi thẳng lên tấm đen dùng phấn vẽ một lộ trình trị bịnh như một phóng đồ hành quân, anh bốc quá, nhìn thấy Thu Vân hớn hở anh càng hứng nói tiếng Anh ào ào thao thao bất tận. Sau anh nghe lại tape và nói thầm thằng học trò lù khù này nó vác lu mà chạy lại còn nổi hứng muốn vác người đẹp Thu Vân chạy trốn luôn. Thu Vân cười và nói đừng cho em đi tàu bay giấy, ba em trai đồng thanh nói anh Hiếu nói thiệt mà. Bố mẹ cũng cười.

Trở lại với bốn ký giả nước ngoài, hỏi đâu anh trả lời liền một cách trơn tru ngắn gọn không cần suy nghĩ cũng rất thành công ngoài sức tưởng tượng của anh.

Dạ tiệc do ông Phó Bí Thư tỉnh Cần Thơ là nhạc phụ của ông ruột thứ ba của anh có vợ cũng là bác sĩ cùng lớp nữa. Nếu Thu Vân học y khoa cùng lớp với anh và chuyện tình anh và Thu Vân cũng sẽ xảy ra như ông anh ruột của anh, chồng bác sĩ, vợ cùng là bác sĩ học cùng lớp. Hôm nào anh sẽ kể lại mối tình của ông anh của anh cũng khá độc đáo.

Bốn nhà báo rất có cảm tình và thích bàn luận với anh về y học, thời sự thế giới. Cả bốn nhà báo hứa là viết ca tụng anh, một nhà nghiên cứu quá trẻ mà có nhận thức về y học sâu sắc như những giáo sư Y Khoa lão luyện. Anh nói tâm nguyện của anh chỉ muốn có học bổng có thêm phương tiện nghiên cứu thêm đào sâu nhận thức và có điều kiện thực nghiệm cho chính xác vì thầy thuốc là cứu người không thể nói ẩu làm ẩu giết người. Họ nể phục, anh cũng thấy vui, vì cả ba tháng anh ngủ một đêm có hai ba giờ, anh phải rước mẹ và chị hai từ Sóc Trăng lên giúp anh lo giúp chợ búa, nấu nướng hay lo vệ sinh cho nhà cửa giúp anh. Anh luôn đóng cửa phòng chỉ lo viết ngày đêm, ít ra khỏi phòng như cấm cung chỉ đến giờ chị gọi ra ăn. Anh phải làm việc như thế mới có thành quả tốt đẹp và nhận được tiếng khen của nhiều người. Phải nói với một thời gian quá ngắn chỉ có vài tháng anh viết xong ba bài cuối cùng thật vất vả mà cũng rất vui khi mình thấy cử toạ vỗ tay hoan nghênh như muốn vỡ hội trường.

Thật tình anh không ngờ được sự cổ vũ như vậy. Anh liếc mắt thấy có bố mẹ, gia đình anh và cùng bố mẹ và chị hai của em nhìn anh với gương mặt vui cười mà còn vỗ tay, chị của em cho anh thêm hãnh diện và lên tinh thần. Anh lại nói hay nhứt là nói tiếng Anh không ngờ anh tiến bộ đến như vậy, Thu Vân thấy anh có nói thêm, nói tốt cho anh không?

- Thu Vân đáp anh nói đúng, anh thuyết giảng có hồn, nói về bịnh tật là nói cái buồn lo mà anh làm cho cử toạ vui, anh đề xuất phương cách chữa trị hiệu quả.

Các em thấy, anh mới có hai mươi mốt bằng tuổi chị hai của các em, còn qúa trẻ hay nói còn con nít mà dám viết những chứng bịnh chưa học tới, như luận án tốt nghiệp lên lớp mỗi năm mỗi bài. Ba bài ba năm cuối, anh viết trong ba tháng, một sinh viên mỗi năm viết một bài cũng ná thở vì phải đọc nhiều sách tham khảo đúc kết thành tài liệu và viết lại. Anh lại được tất cả giáo sư khen mới ghê, anh phải phục anh. Vì thế trường Y coi xem anh là một tài năng trẻ đáng giúp đỡ rút ngắn ba năm học lý thuyết còn lại một năm rưỡi và tìm cho anh học bổng xịn ở ngoại quốc nên mới có ba ngày hội thảo có tính cách đại chúng, nếu mọi người chấp nhận hoan hô thì anh đã thành công.

Bây giờ, anh hỏi thiệt có bố mẹ và các em làm chứng, Thu Vân có còn khinh anh như trước không, tính cù lần lù khù, nhát gái, gặp người đẹp hay bạn gái lấm le lấm lét hay ngó xuống nhứt là gặp Thu Vân. Các bạn trai anh nói Thu Vân có sắc đẹp chim sa cá lặn anh đổi lại chim sa cá chết vì cá thấy chị em đẹp quá xá nó ngộp thở chết liền không kịp lặn. Hai em nhỏ nhứt la lớn, anh Hiếu nói sao nghe vui hay quá.

Các em biết không cả trường, học sinh đều khen chị hai các em là người đẹp số một mà lại học giỏi nữa anh cũng nể phục. Anh mê chị hai các em là vừa đẹp vừa học giỏi rất hiếm có. Các em trai chú ý con gái xấu, nữ sinh thiếu sắc thường học giỏi hơn nữ sinh đẹp vì người đẹp thường chảnh làm phách kiêu ngạo và học dở vì chỉ biết lo diện cho đẹp "sảnh sẹ" không lo học bài làm bài nên học dở là như vậy. Bây giờ người ta nói các học sinh đẹp nhứt trường gọi là hoa hậu, Chị Thu Vân của các em anh cũng công nhận là đẹp thật xứng đáng là hoa hậu của trường Hoàng Diệu thời đó. Con trai thường ngó nhìn chị hai của các em hai mắt muốn rớt ra ngoài. Còn anh bề ngoài làm ngơ mà trong lòng yêu muốn chết lại không dám nhìn người đẹp Thu Vân sợ như sợ ma quỷ. Có thể, chị hai em buồn lại gặp chàng trai nào tán hươu tán vượn lại là bọn cô hồn các đảng chuyên sống bằng nghề lường gạt ái tình. Cái tên mắc dịch đó lại đẹp trai, cao ráo trắng trẻo hơn anh Hiếu nhiều. Chị các em cầm lòng không đậu nên bị sa ngã, lỗi chính do anh nếu anh biết tỏ tình chăm sóc người đẹp dù có xấu trai, có nghèo, nhưng có bù trừ tàm tạm là anh học giỏi xuất sắc. Khi đó, chị hai của em cũng tội nghiệp anh, nhắm mắt thương đại thì bây giờ thành người yêu hay là vợ của anh cũng học Y khoa như anh, biết đâu còn giỏi hơn anh. Các em biết rõ, anh trút hết bầu tâm sự cho bố mẹ và các em hiểu con người anh.

Với tấm lòng thành thật, là anh rất hối hận để Thu Vân vuột ra khỏi anh và chẳng may, Thu Vân gặp phải kẻ xấu lưu manh đã chà nát danh dự thể xác của mình. Anh thấy anh có lỗi dù không trực tiếp, nhưng có cảm nhận có trách nhiệm chuộc lỗi ngu của anh để mất Thu Vân. Nay anh có điều kiện chuộc lại lỗi lầm xưa. Ba em có nhiệm vụ luôn nói là anh Hiếu muốn chị phải trở lại trường học thi vào ngành y khoa như chị Ngọc Diệp bạn của chị em mà Ngọc Diệp học thua xa Thu Vân. Trường Y giới hạn tuổi thi vào đến hai mươi lăm tuổi, chị của em còn bốn năm có quyền thi vào đại học y khoa, Anh có thể chỉ dẫn giúp chị em cần học ôn lại những gì, có gì quên chưa hiểu cứ réo tên anh qua điện thoại anh sẽ giúp cho Thu Vân được, vào được trường Y anh sẽ giúp Thu Vân được nhiều thứ anh còn có thể lo giúp xin học bổng.

Theo anh biết như bịnh sốt rét, bệnh về xương nếu có học bổng người ta sẽ rót tiền hàng chục hàng trăm triệu để cùng xây dựng một đội ngũ hàng chục bác sĩ nghiên cứu chuyên sâu cho cả thế giới và thiết đặt nhiều trung tâm trên nhiều nước vừa dùng thực nghiệm vừa chữa trị nữa không chỉ có ở Việt Nam mà cả thế giới. Ba em trai nếu muốn trở thành bác sĩ thì anh chỉ con đường phải đi trước tiên là phaỉ học giỏi ở trung học như chị em hay kém hơn một chút cũng được như chị Ngọc Diệp mới hy vọng thi đậu vào trường Y. Năm anh thi, có hơn một ngàn thí sinh ghi danh, có thể chị em chê anh lù khù mà anh đậu hạng nhứt, nếu chị em thi như anh, chắc chị em đậu hạng nhứt, anh hạng nhì vì anh lù khù vác lu mà chạy, và còn muốn vác người đẹp Thu Vân chạy mất tiêu bố mẹ sẽ tìm không ra.

- Anh Hiếu vừa nói vui, chị hai cũng vừa cười đó anh có thấy không, em kế Thu Vân nói. Các em thấy chị em cười vì anh vác chị em trả về chỗ cũ, các em thấy đó mới vác đi lại vác về mệt ná thở. Bây giờ anh khát nước quá trời vì vác người đẹp, cho anh xin nước dừa uống giải khát và câu chuyện này còn dài lắm để khi khác nói tiếp.

Cả nhà vỗ tay, bố khen thằng con rể hụt, bố chịu con, các em cũng khoái con. Bố nói lớn hoan hô Trần Trọng Hiếu xin một tràng pháo tay. Thằng em trai lớn nói lớn:

- Anh gặp chị em anh thường cụp mắt xuống cũng như nhắm mắt. Bây giờ anh giả bộ nhắm mắt em dẫn anh đến hôn chị em một cái cho chị vui tối ngủ một giấc ngon lành. Hiếu đứng lên làm bộ nhắm mắt, thằng em đến nắm tay dẫn đến chị hai và nói hoa hậu Hoàng Diệu đó ôm hôn đi, Hiếu ôm hôn thật, cả bố mẹ và các em cười bò lăn bò càn có một ngày chúa nhựt quá vui vì có một vỡ kịch hài ngắn rất đặc sắc.

Sáng thứ hai Hiếu về Cần Thơ vào bịnh viện coi xem trực ngày nào, thứ hai trực tối, thứ ba thứ tư nguyên buổi chiều, thứ năm buổi sáng, thứ sáu thứ bảy không có trực, chúa nhựt trực cả đêm. Có đủ chương trình trực mới thêm nhiều giờ. Trong giờ trực tối, chưa có bịnh nhân, ngồi nghỉ, Hiếu gọi về Thu Vân gặp nàng ngay. Thu Vân nói em nhớ anh quá muốn gặp anh ở Cần Thơ, ngày nào anh không có trực. Quả hai tâm hồn lớn gặp nhau, Hiếu nói:

- Anh cũng nhớ em. Sáng thứ năm em đến nhà anh ở Cần Thơ khoảng hơn mười một giờ là anh hết ca trực và về tới nhà. Anh đề nghị em sáng thứ năm em đi xe lô tới bến chừng mười một giờ, anh đón em về nhà để anh chỉ em cách mở khoá, em ở nhà anh một đêm, sáng thứ sáu, chúng mình đi lần về Sóc Trăng, tới ngã bảy Phụng Hiệp mình ăn sáng ở đó và anh lấy phòng đến trưa thứ bảy mình về Sóc Trăng, anh đưa em đến nhà hay em muốn đi xe lôi về.

Nếu em thú thiệt với mẹ là muốn có con với anh mà bố mẹ chấp thuận nghĩa là em vẫn giữ gia cang của anh thì ngày chúa nhựt anh lái xe đến nhà đón em đi chơi tới ba bốn giờ, em cho anh ăn cơm với em tại nhà và anh lái xe đến bịnh viện trực từ chín giờ tối đến sáng. Có chương trình trực tuần tới anh thông báo cho em biết. Nếu em thấy chúng mình cần gặp nhau nữa thì hẹn thay vì đến Cần Thơ thì em phải ở trong nhà suốt ngày không có đi ra ngoài ăn uống được còn gặp ở Ngã Bảy Phụng Hiệp, mình sẽ đóng đô ở đó thường xuyên, anh tìm một khách sạn sang trọng nhứt ở vùng đó. Anh muốn xa thành phố Cần Thơ và Sóc Trăng vì anh quen biết nhiều mình cũng cần né tránh. Còn ở Cần Thơ thì cũng tốt, chỉ có cái là chúng mình không thể ra phố đi ăn vì nhiều người biết anh.

Thu Vân cho biết, sẽ đi xe lô, em mặc quần áo màu xanh nhạt đầu đội nón trắng cho anh dễ tìm, em có đem theo thức ăn ngày thứ năm và hai ký lô lạp xưởng Quảng Trân cùng một giỏ trái cây. Em có thủ thỉ với mẹ và con sẽ không lấy chồng nếu anh Hiếu cho con một hoặc hai con. Con chấm dứt liên lạc với anh Hiếu vì con cảm thấy con có hạnh phúc vì con có con với anh Hiếu, có gene thông minh có tương lai khi nuôi chúng nên người cùng ở sát bên bố mẹ khi tuổi già có con và cháu ngoại bên cạnh. Con của con lấy họ con và con sẽ về Bạc Liêu tránh sanh ở Sóc Trăng sợ con của con sẽ giống hệt anh Hiếu khi mới sanh ra sẽ là một mối hoạ rất tội nghiệp cho ân nhân anh Hiếu.

- Mẹ thấy con có suy nghĩ như vậy cũng có phần hợp đạo lý làm người tốt, không được phá gia cang người khác mà người đó lại là ân nhân của con. Mẹ giữ kín giúp con, bố có biết chắc cũng không giận rày la con. Thu Vân nói con sẽ đi Cần Thơ sáng thứ năm, trưa thứ bảy về đến nhà vì anh Hiếu dự dạ tiệc tối thứ bảy ở Sóc Trăng do ông Bí Thư đãi hàng trăm khách. Anh Hiếu có đề nghị sáng chúa nhựt anh đến nhà xin phép bố mẹ, chở con đi họp bạn, trưa đưa con về nhà và ăn cơm với gia đình, chừng năm giờ, anh lái xe về Cần Thơ và đến bịnh viện trực từ chín giờ tối đến sáu giờ sáng thứ hai. Mẹ thấy con và anh Hiếu sắp xếp như vậy có ổn khôn. Con xin phép bố mẹ trước là con xin đi Cần Thơ từ sáng thứ năm đến sáng thứ bảy con theo xe anh Hiếu về Sóc Trăng.

Sáng thứ năm, gia đình ăn sáng xong, Thu Vân chuẩn bị hai xách đồ ăn và trái cây, nhờ em trai lái xe hai bánh đưa ra bến xe lô đi Cần Thơ. Đúng mười một giờ, Hiếu đã có mặt tại bến xe lô và thấy Thu Vân bước xuống xe, khệ nệ mang hai giỏ sách xách thức ăn, Hiếu vội đi nhanh lại xách lại xe, cho vào cốp sau, mở cửa trước cho Thu Vân lên xe, đóng cửa lại, lái thẳng về nhà. Hiếu kéo Thu Vân lại xem, mở cửa có sợi dây lòi tói trước sẽ cho vào trong nhà, kế mở cửa vào nhà và phòng riêng của Hiếu cũng có khoá. Cả chìa khoá Hiếu cho vào một chùm đưa cho Thu Vân khi nào lên Cần Thơ muốn vào nhà có đủ ba chìa khoá.

- Thu Vân cám ơn anh Hiếu, cái gì anh cũng chu đáo tỉ mỉ đáng yêu lắm. Thu Vân ôm hôn miệng Hiếu, đem quần áo và đồ dùng mang theo, Thu Vân mở cửa buồng ngủ của Hiếu cho hết vào. Đi lại bên Hiếu mở hết hai túi xách có ràng rịt kỹ có nhiều trái cây ngon, thức ăn liền và hai ký lô lạp xưởng Quảng Trân. Thu Vân rửa sạch trái cây để cho ráo nước sẽ cho vào bọc ny long và để trong tủ lạnh dành cho Hiếu ăn từ từ, còn lạp xưởng Quảng Trân, Thu Vân chia ra bịt nhỏ gói kỹ cho vào bọc ny long, để vào học cuối trong tủ lạnh. Trong lúc đó Hiếu lo hăm lại thức ăn cho nóng ăn liền. Thu Vân nói anh đi tắm vì đi trực cả buổi sáng, anh tắm xong, ra lo mang thức ăn ra bàn, em đi tắm, thay đồ mặc trong nhà cho mát.

Hai người tình rất hợp nhau trong mọi thứ mà lại không phải là vợ chồng chánh thức cũng rất tội nghiệp. Thu Vân tắm xong, xịt dầu thơm cả người mặc một đồ lụa trắng mỏng rất mát mẻ, không mặc đồ lót lại càng thu hút hơn, Thu Vân mở cửa tủ lạnh lấy hai chai bia và ra sóng chén lấy hai cái ly mang ra bàn ăn, Hiếu nói mọi thứ đã xong, xin mời hoa hậu Hoàng Diệu vào bàn ăn. Hiếu khui hai chai bia rót ra ly, mời Thu Vân nâng ly tạm gọi là ly rượu giao bôi khi hai vợ chồng mới cưới. Uống xong một ngụm bia, Thu Vân gắp thức ăn đút cho Hiếu ăn và Hiếu cũng đút cho Thu Vân ăn nên ăn cũng nhanh. Thu Vân nói em có uống bia bao giờ đâu hôm nay gặp sư phụ Hiếu em bỗng nổi hứng, em sẽ nhậu nửa chai cho em bốc lửa tình phừng phừng còn anh của em uống hết một chai rưỡi, chắc thằng bé đứng vững lên chạy đua với bố rồi. Hiếu khen, em hiểu chất cồn cũng giúp mình thêm mạnh về mặt ái ân và nếu nhậu nhiều quá lại không tốt đường tình lại bị trắc trở vì thằng bé buồn ngủ không thích xông pha.

Ăn uống xong, Hiếu rửa chén và lau chùi nhà bếp, Thu Vân lau bàn ghế xong, vào phòng ngủ thay ra, áo gối mới và xịt dầu thơm cả phòng thơm nực nồng. Vào toilet, cởi áo quần ra dùng khăn ướt lau khắp cơ thể, đặc biệt lau kỹ bộ ngực, hai đỉnh núi cong cao quớt lên, Thu Vân xoa và chà nhẹ nhìn vào kiếng, Thu Vân cũng thấy hài lòng. Và nói thầm, bộ ngực mình có thua ai đâu, dù bị thằng sở khanh vùi dập mà hai đỉnh núi vẫn còn màu tươi, nàng cũng nhận chân dù thằng sở khanh cũng làm đủ trò mây mưa mà chưa lần nào nàng lên đỉnh mê ly tuyệt vời. Nàng suy nghĩ âu đó cũng là dịp may, đỉnh núi của nàng vẫn còn đẹp, không con dù hơn hai năm sống chung với thằng sở khanh, chỉ thiếu cái săn chắc của thời con gái, nhưng có cái khác bù đắp là nó lớn thêm. Dùng khăn ướt xịt dầu thơm nhiều, lau bộ ngực, chân tay và cả hạ bộ, Thu Vân để trần, bước ra khỏi toi lết, tay cầm cái khăn tắm nước hoa đi lại Hiếu, trong lúc chàng tranh thủ đi tới đi lui cho mau tiêu hoá.

Từ xa đã thấy bộ ngực của Thu Vân nhún nhẩy theo bước đi tới. Hiếu đứng lại ngắm nhìn trân trối không chớp mắt và tự nhũ lần đầu tiên trong đời mới thưởng thức trọn vẹn chiêm ngưỡng một nét đẹp đáng giá ngàn vàng của người con gái có bộ ngực trời cho không phải nhân tạo, có bàn tay người khác phái đụng chạm mạnh là đau. Còn bộ ngực tự nhiên dù thiếu săn chắc mà tay chạm vào vẫn êm mềm mại tạo cảm giác ham muốn mạnh của hai người. Thu Vân đến ôm hôn Hiếu, lau mặt, cổ ngực, lưng Hiếu và nàng cúi xuống lau hạ bộ nựng nịu xoa bóp thằng nhỏ chọc giận làm cho nó hùng dũng đứng phắt dậy vươn vai như muốn khiêu chiến. Thu Vân gom quần áo Hiếu cởi ra hết để lên bàn, Hiếu nắm tay Thu Vẫn dẫn đi tới đi lui trong nhà nhằm cho mau tiêu hoá và có dịp âu yếm nhau ngoài phòng khi chưa lên giường. Hai tay Hiếu xoa bóp nựng nịu bộ ngực tự nhiên quá đẹp của nàng. Hiếu càng mơn trớn nâng niu xoa bóp và hai ngọn núi cao lại càng vểnh lên khiêu chiến. Đôi khi hai người phải dừng lại, Hiếu hôn vào đỉnh, kê miệng vào đỉnh núi mơn trớn làm cho Thu Vân phải nhiều phen hít hà chắc lưỡi và miệng nói em phê quá anh ơi! Hai tay nàng vẫn hoạt động mạnh se qua se lại nựng yêu thằng bé dễ thương, vừa dài to vừa khỏe thật đáng yêu làm sao.

Nàng có ý nghĩ, nếu nàng còn trinh nguyên thì sự dâng hiến của nàng tất cả cái quý giá nhứt của người con gái cho Hiếu, chắc bây giờ nàng cũng có hai ba đứa con sau hơn ba năm chung sống. Nàng nói thầm tiếc quá, tự nàng huỷ hoại hạnh phúc đời nàng! Thu Vân có cảm tưởng thằng bé như muốn nàng hôn nó càng lâu càng cho nó nhiều đê mê sung sướng làm cho thằng cha nó chịu hết nổi, Thu Vân nói em bị kích thích mạnh cũng chịu hết nổi. Hai người dìu nhau vào phòng và Hiếu chủ động muốn làm giảm bớt sức lực cho Thu Vân để cả hai còn diễn tiếp nhiều tập kéo dài cả đêm. Ngày chúa nhựt vừa qua ở nhà Thu Vân, chỉ có năm sáu giờ mà cả hai hợp tác diễn đọc hết bốn tập mà Hiếu chỉ có buồn ngủ không mệt không chán. Cả đêm Thu Vân ê ẩm cả người mà lại ngủ mê man quá ngon giấc, nay lại kích thích thêm sự ham muốn gần gũi xác thịt. Sau bốn trận cuồng phong dữ dội Hiếu mang tới lần đầu đã giúp Thu Vân hồi phục sức sống, trở lại như thời con gái chưa biết ân ái là gì nên có sự ham muốn cực độ, nàng khoẻ ra.

Hôm nay Thu Vân trở lại thời kỳ sung mãn nhứt của thời con gái khoẻ mạnh, nàng quyết đạt thành quả chỉ tiêu bằng hoặc hơn lần đầu ái ân, nay thêm có bia hỗ trợ nữa. Thu Vân cũng có mang theo hai vỉ hột gà nhằm tẩm bổ cung cấp nhanh chất nhờn khi hai người mệt ngủ thiếp, thức dậy là làm việc trả bài tiếp.

Cuộc diễn tập lần đầu khá tốt, Hiếu vẫn chứng tỏ là người hùng bản lãnh luôn có thói quen tấn công vũ bão tiến sâu vào nơi nhạy cảm nhứt của phái nữ làm cho Thu Vân oằn oại rên khe khẽ với cả khoái cảm đê mê tuyệt vời. Nàng không thể nín kềm hãm được nên để tự nhiên cho chất nhờn tuôn ra. Hiếu lại tấn công tiến sâu, Thu Vân sàng qua lắc lại nhiều lần làm người hùng cũng xếp giáp đầu hàng, lăn xuống, vội lấy khăn ướt lau cho sạch cả hai người. Và ôm nhau đánh một giấc hơn một tiếng, Hiếu thức trước cứ mân mê hai đỉnh núi hồng nhạt làm cho Thu Vân cũng cựa mình thức dậy, hai tay ôm đầu Hiếu kéo mạnh xuống ngực và Hiếu biết mình phải làm gì cho cả hai cùng có khoái cảm mê mẩn. Như thói quen, hai tay Thu Vân vẫn se nựng đánh thức thằng bé đứng dậy cũng vươn vai lên to cao sừng sững. Hiếu lại tủ lạnh lấy một ly nước cam, đỡ Thu Vân ngồi lên, hai người cùng uống hết ly nước cam, Hiếu thu dọn mấy cái khăn đã dùng rồi cho giỏ đồ giặt. Lấy hai khăn nhỏ nhún nước thật lạnh từ máy lạnh lấy ra và một cái khăn to mang đến giường, Hiếu nằm nghiêng xuống kê miệng vào đỉnh núi hôn và một tay cho vào thăm lạch đào nguyên, Thu Vân cũng trả thù dùng tay se mạnh làm cho thằng nhỏ cũng nổi giận đùng đùng, đứng lên hùng dũng tỏ ra muốn ra trận liền. Hiếu bảo thằng con hãy đợi bố lội qua lạch ướt sủng mới tới giờ xuất kích, thằng con ngoan dễ dạy nghe theo lời bố. Khi tay đã chạm nước, Hiếu tuyên chiến liền chấp người yêu chiếm thế thượng phong, Hiếu làm nền cho nàng nhún nhảy thoải mái.Vừa nhún nhảy, miệng cứ nói bên tai Hiếu em quá sung sướng gần bên anh. Em tin lần trước nếu chưa thụ thai, ngày hôm nay chắc chắn em thụ thai vì em sung sướng lên cao tột đỉnh. Em cầu nguyện anh tặng cho em luôn hai thằng cu tý lần đầu, mặt mày giống bố cù lần lửa của chúng. Và sau này, thỉnh thoảng chúng mình gặp nhau, anh cũng tặng thêm một cặp ngọc nữ, em mà có được bốn con với anh đủ hai cặp trai gái thì chúng mình có lời to rồi anh ơi! Em chỉ mong ước có hạnh phúc đó với anh. Vừa nói Thu Vân càng nhún nhảy mạnh, nàng đã xuất kích hai lần và muốn xuất kích tiếp. Hiếu thì thầm bên tai Thu Vân, em nhún mạnh thêm chút nữa anh đã tới bến ăn thua rồi, Thu Vân cũng nói em lên tột cùng đỉnh điểm lần thứ ba rồi. Hiếu đếm số to một hai ba chúng mình cùng tới đỉnh. Vừa dứt tiếng, cả hai dội cơn mưa to làm ướt sủng chiếc khăn dưới mông của Hiếu. Thu Vân lăn xuống nằm gọn trong vòng tay của Hiếu, ôm Hiếu hôn miệng và để chặt hai miệng kề nhau thật lâu, tai nghe rõ hai con tim muộn cùng hoà một nhịp điệu thật du dương

Nằm nghỉ một chút, Hiếu nhìn đồng hồ mới có tám giờ tối, đỡ Thu Vân ngồi dậy và nắm tay nàng dẫn vào phòng tắm, cả hai vào tắm cho ướt cả tóc và còn gội đầu vì cả hai đều ra mồ hôi nhiều. Hiếu kỳ lưng, xoa ngực người yêu và cứ khen em có bộ ngực tự nhiên ăn đứt nhiều kiều nữ minh tinh màn bạc, trông gồ ghề to sầm mà hầu hết là họ dùng đồ giả. Bộ ngực của em không có một chút gì là đồ giả anh làm giấy xác minh ký tên Trần Trọng Hiếu và đóng dấu có khắc hình hai đỉnh núi hồng của em và ở giữa có một khẩu cà nông to dài của anh. Con dấu này vô giá. Nếu sanh con trai em đặt tên con để tên anh làm chữ lót, em họ Huỳnh-Trần Trọng Nghĩa hay Huỳnh Trọng Hiếu Nghĩa, Hiếu Thảo và con gái-Huỳnh Trần Trọng Vân Trang, Vân Đài. Em suy nghĩ làm sao. tên con phải có chữ lót là tên của chúng ta hay tên cuối là tên anh hay tên em, Hiếu Vân, và tên lót cũng phải có tên của chúng mình nữa. Có như vậy khi chúng mình từ giả cõi đời, tên Vân Hiếu sẽ còn thêm ít nhứt một thế hệ kế thừa. Hiếu vừa thì thào bên tai người yêu và kỳ cho người yêu rất kỹ từ móng chân, gót chân, Thu Vân quá vui và hài lòng có người yêu lý tưởng tuyệt vời như Hiếu dù không hưởng hạnh phúc lâu dài, nhưng chỉ một giờ, một ngày cũng là một bầu trời hạnh phúc.

Thu Vân biết thân biết phận mình, nàng chỉ còn mơ ước bé nhỏ vì nàng đã làm hỏng cuộc đời nàng không yêu Hiếu lúc còn xuân thời còn trong trắng. Bây giờ nàng hưởng hạnh phúc muộn có còn hơn không, nàng chấp nhận hưởng hạnh phúc âm thầm trong bóng tối chỉ có bố mẹ, nàng và Hiếu biết thôi.

Ra khỏi toi lết, Hiếu sấy tóc cho nàng và Thu Vân cũng trang điểm cho môi má thêm hồng cũng xịt dầu thơm khắp cơ thể, nàng cũng không quên xịt dầu thơm cho thằng bé và bố nó. Hiếu cảm nhận đê mê cách Thu Vân nuôi dưỡng tình yêu. Hiếu đề nghị anh muốn lần đầu tiên trong đời anh, mình thử sống như ông A Dông bà Ê Va trong lúc vào bếp nấu nước làm hột gà la cót cho chúng ta thêm chất nhờn và cũng là cách chúng ta thêm no bụng, anh cũng khui hai chai bia, em uống nửa chai còn lại anh uống hết rồi chúng mình cũng đi tới đi lui mân mê nựng nịu cho nhau đến lúc lên cực điểm mới lên giường. Anh nghĩ sử dụng phương pháp này, chúng mình sẽ yêu nhau một cặp trong ba lần sẽ vượt chỉ tiêu so với lần đầu tiên vừa qua.

Thu Vân thử tính xem sức của em có theo anh kịp không? Tội nghiệp cho người đã từng được bạn học cả trường phong tặng là hoa hậu luôn đứng trước các bạn. Nay mất hết, luôn đứng sau, thứ yếu và còn phải dấu kín thầm lén, tội nghiệp hơn nữa là như khẩn khoản hạ mình van xin con từ người bạn học năm xưa mà hai người có tình ý yêu nhau.

Thật may cho nàng gặp một chàng trai khi xưa cù lần, khù khờ, nay có danh vọng mà vẫn còn ôm trọn mối tình câm năm xưa, còn yêu quý nàng hết lòng giúp nàng toại nguyện. Nàng có cảm nhận đang thụ thai, con nàng có dòng máu của người yêu mình năm xưa. Nghĩ đến đây Thu Vân ôm Hiếu hôn một cách nhiệt tình và nói, anh Hiếu của em ơi!

- Em không nghĩ là em có may mắn được anh thứ tha tội lỗi của em mà anh còn yêu em say đắm như thế này. Nếu rủi đổ bể thì danh tiếng tốt của anh cũng sẽ bị chìm sâu xuống. Vì vậy, càng nghĩ về anh, em lại càng yêu anh tha thiết.

- Hiếu nói anh hiểu sự nguy hiểm nếu mối tình chúng mình bị đổ bể, và dư luận kể cả trong gia tộc anh cũng không tha thứ anh. Anh vẫn làm liều bất chấp hiểm nguy thì em cũng rõ tình yêu của anh dành cho em còn lớn hơn danh dự và mạng sống của anh, dù anh sống hạnh phúc với em một ngày hay nhiều ngày, anh dám đánh đổi, không bao giờ hối tiếc. Thu Vân nói:

- Em cám ơn anh nhiều lắm, em như được sanh ra lần thứ hai, anh tha thứ lỗi lầm đáng trách của em, không yêu anh trong thời còn con gái trinh nguyên trong trắng. Nay anh yêu em muộn là anh dành đặc ân cho em, anh còn cho em có con với anh là em mãn nguyện, cám ơn anh Hiếu của lòng em nhiều nhiều lắm.

Em thấy nồi nước sôi lâu rồi, anh cho trứng vào và nhắc nồi xuống, lấy trứng ra liền, em đi lấy bia và lấy tiêu, muối đem ra bàn ăn. Chúng mình vừa ăn vừa tâm sự tiếp nghe anh? Hiếu nói cám ơn em có đề nghị chí lý quá hay.

Cả hai thật sự sống trong tư thế tràn đầy hạnh phúc lại muốn thử nghiệm như cảnh ông bà A Dông Êva sống giữa thiên nhiên trong trời đất. Hiếu để ánh sáng lờ mờ đủ thấy nhau. Hiếu nói nếu ngồi, anh lại không thấy em rõ, anh muốn chúng ta đứng ăn trứng la cót và uống bia để anh chiêm ngưỡng hết cái vẽ đẹp quý phái đài trang bộ ngực của em mà anh từng mơ ước chiêm ngưỡng qua sách báo.

Nay người thật là lại người yêu của mình có một bộ ngực tự nhiên trời cho cũng là hoa hậu mà không phải hoa hậu của một trường học mà là hoa hậu của vũ trụ nữa. Thu Vân, em ơi! Bộ ngực của em chắc không bao giờ anh quên được, không phải nịnh, anh khen bộ ngực em đẹp lắm, và là cái đẹp nhứt trong đời anh.

- Thu Vân cám ơn anh Hiếu có lời khen bộ ngực của em và từ nay về sau và mãi mãi bộ ngực đẹp của em chỉ dành có một mình anh Hiếu của em mà thôi, anh muốn làm gì, em cũng chìu ý anh hết. Bây giờ, anh hôn ngực em đi cho em thêm khoái cảm đê mê. Hiếu vội ôm hôn một cách say đắm, hai tay Thu Vân vuốt tóc người yêu và thỉnh thoảng hôn lên tóc lên ót người yêu, để cho Hiếu mân mê hôn hít hai hòn non bộ một chặp. Thu Vân đưa ly bia cho Hiếu uống trước, rồi nàng xoay ly có môi chàng vừa uống, Thu Vân nóc một ngụm lớn và đè Hiếu xuống nhả hết bia trong miệng mình ra cho Hiếu nuốt, nghe tiếng ừng ực dễ thương làm sao, Thu Vân nói cho Hiếu biết. Hai chai bia, sáu hột gà la cót cũng dần hết sạch, Hiếu dìu Thu Vân đứng lên hai người dung dăng dung dẻ ôm nhau đi tới lui.

Vừa đi vừa nhắc lại chuyện năm xưa, ngày nào Hiếu cũng đi đến lớp trước hơn Thu Vân, ngồi chờ Thu Vân đi vào lớp học, nhìn ngắm Thu Vân từ cửa lớp vào bàn, thấy dáng đi của người đẹp mới đến mười tám cái xuân xanh, bàn tay búp măng trắng buốt của Thu Vân ôm cái cặp da mới tinh đã đốn con tim của chàng học sinh nghèo. Khi Thu Vân nhìn chàng thì cặp mắt chàng lại cụp xuống hay nhìn sang hướng khác. Hiếu thật sự để ý quan tâm đến Thu Vân từ lớp mười và đến lớp mười hai cả hai đều vào lớp tuổi mười tám là lứa tuổi có ham muốn về xác thịt không còn tuổi yêu suông.

Lúc bấy giờ, Hiếu chỉ có dám tưởng tượng nếu đụng vào mông vào ngực Thu Vân dù trời đang sập Hiếu cũng không sợ, sẽ chết với Thu Vân. Mới đó mà nay đã vào năm thứ tư, Hiếu không thể tưởng tượng, bộ ngực và toàn thân của người yêu nay thuộc đặc quyền của Hiếu. Chỉ có một mình Hiếu là sở hữu chủ, Thu Vân vừa mới hứa với người yêu chắc như đinh đóng cột. Hiếu cho Thu Vân biết từng kỹ niệm, nàng cảm động, em không ngờ, anh theo dõi yêu em từ năm mười sáu tuổi cho đến mười tám anh chôn chặt trong tim, giữ kín cho đến bây giờ.

Em cảm phục, anh lúc nào cũng yêu em dù thân xác của em ngày nay cũng đã bị kẻ lưu manh dẫm nát suốt hơn hai năm và để lại trong ký ức em nhiều đắng cay, đau khổ. Nhờ có quới nhơn, sư phụ đến cứu vớt một đệ tử đã trượt ngã rơi xuống vực sâu hố thẳm của cuộc đời đầy đau khổ này.

Bịnh của em phải cần có thần dược tình cảm yêu thương chân thành hợp lực với các thứ thuốc thông thường và có một chế độ chăm sóc đặc biệt mới cứu giúp em thoát được tay tử thần. Bịnh chưa dứt căn và thần dược mới thật hữu hiệu chính là sự hiện diện của anh Hiếu đứng sừng sững trước mắt em, chở che cứu vớt em là nạn nhân khốn khổ chỉ muốn tìm cái chết. May anh đến đúng lúc nên cứu em thoát chết hay tránh được bịnh điên loạn. Bây giờ em đã hồi phục gần như hoàn toàn và lại còn yêu đời yêu cuộc sống này không còn có ý định tìm cái chết vô duyên nữa. Nếu không gặp lại anh thì em đã chết rồi.

Bây giờ anh là sư phụ của em, sự thăm viếng em của sư phụ là một đặc ân lớn lao đến với em trong mấy tuần này. Đặc biệt chúa nhựt qua, anh để lại cho em sự hồi sinh, sự sống vui tươi yêu đời và ý nghĩa, em luôn nhớ ơn và yêu anh mãi mãi...

Hiếu vô cùng cảm động khi biết Thu Vân đặt hết niềm tin vào mình. Nếu mình bội phản hay làm ngơ tình yêu của Thu Vân đối với mình cũng là cách giết Thu Vân không phải bằng vũ khí hay thuốc độc. Mình giết Thu Vân bằng sự khốn nạn vô lương tâm không ra tay hào hiệp cứu giúp một người bạn mà mình đã yêu thầm. Nàng nói nếu có bàn tay cứu giúp của mình thì nàng nên sống, nếu không chỉ có chết mới giải quyết sự trầm luân đau khổ của nàng.

Hiếu tự cảm nhận mình có trách nhiệm đối với sự sống của Thu Vân, và sự phản bội của mình đối với Caroline cũng là một trọng tội, không còn là người chồng thuỷ chung nữa. So sánh sự cứu giúp một con người đang bị trầm luân đau khổ tránh được cái chết hay sự điên loạn và một sự phản bội tình yêu trong bí mật thầm lén chỉ có bốn người biết. Hiếu đã có quyết định vô cùng khó khăn trong cuộc đời mình, ngày chúa nhựt vừa qua. Nay kể như ván đã đóng thuyền, tương lai sự nghiệp của mình đã giao trọn cho người tình Thu Vân nắm giữ.

Nghĩ đến đây, Hiếu bóp mạnh vào ngực Thu Vân, Thu Vân la lên anh đang suy nghĩ gì đó, em đau quá, bắt đền anh đó, anh nằm xuống để em trị cái bịnh của anh vừa mới nghĩ qua phải vậy không anh? Hiếu gật đầu, em lại thông minh hơn anh, anh cám ơn em nhiều. Hai người tình lại oằn oại trên giường rất hoà hợp và hai người thở mạnh cùng một lúc.

Hiếu vội lấy khăn khô lau trước và khăn ướt theo sau. Hiếu đến toilet lấy thêm bốn khăn nhún nước nóng vắt ráo, lau mặt lau tay chân cho người yêu, cái khăn thứ hai lau bộ ngực tuyệt đẹp của nàng và lau hạ bộ xong, Hiếu nằm xuống để người yêu lau cho mình. Hiếu kéo Thu Vân nằm xuống, chàng ôm chặt người yêu, anh không ngờ, một anh chàng bán than lại ôm được một công chúa, một hoa hậu diễm kiều, chuyện đời khó tin mà có thật. Thu Vân vội đính chính, bây giờ em là kẻ rách nát cuộc đời và còn bị chấn thương tâm thần, còn anh mới là hoàng tử, hoàng đế cứu một thần dân đang sắp chết đuối, anh là đại ân nhân, biểu tượng cho tình thương vô bờ bến của anh cứu em.

- Anh Hiếu đừng ca tụng em là hoa hậu, công chúa nữa mà là một cô gái lầm đường lạc lối nay quay về nẽo chánh cũng nhờ hoàng tử Bố Thảo không phải anh chàng bán than năm xưa. Nàng vừa nói vừa ôm ghì Hiếu, nắm hai tay đặt lên ngực mình và nói em yêu anh Hiếu suốt cuộc đời này. Anh là đại ân nhân, là sự phụ đáng tôn kính của em. Miệng Thu Vân tìm miệng Hiếu và hai tay lại chăm sóc thằng nhỏ. cả hai đang say sưa mân mê ve vuốt cho nhau, sự đòi hỏi xác thịt cùng đến với hai người tình.

Thu Vân cũng dành giữ thế thượng phong, em muốn anh dành sức vì anh còn nhiệm vụ vượt chỉ tiêu cắm cờ chiến thắng trong hai trận ra quân xuất kích cuối của đêm tình ái lịch sử này của đôi ta trong đêm nay. Thu Vân nói:

- Đêm nay, em quá phấn chấn yêu đời và anh Hiếu của Thu Vân không thể nói hết ra được, chỉ có sự giao hợp xác thịt của đôi tình nhân mới đánh giá trung thực sự yêu đương tột đỉnh đó, có phải vậy không anh? Hiếu gật đầu.

Thu Vân từ động tác nhẹ chậm tiến lên động tác mạnh và dồn dập, Thu Vân ưởn ngực lên, nắm hai tay Hiếu đặt trên hai ngọn núi hoả diệm sơn đang hừng hực bốc lửa. Tay Hiếu hoạt động càng mạnh càng dồn dập hoà điệu cùng với Thu Vân nhún nhảy sàng qua sàng lại, mồ hôi cả hai như mới xông hơi, mùi thơm da thịt của người yêu làm cho Hiếu thêm ngây ngất. Hiếu lấy hai tay ra khỏi ngực Thu Vân làm cái vòng vào mông của Thu Vân tiếp sức với người yêu kéo lên kéo xuống liên tu bất tận, Thu vân nói em tới đỉnh rồi, Thu Vân xuất kích trước, mà Hiếu cũng vừa có cảm giác lên tột đỉnh em cố gắng xuất kích một lần nữa cùng với anh. Thu Vân nói em nghe lời sư phụ tiến nhanh tiến mạnh tiến lên đỉnh vinh quang. Bổng hai người ngưng chiến và thở mạnh, mồ hôi ra ướt hết tấm ra.

Thu Vân lăn qua nằm nghiêng vẫn ôm chặt Hiếu thở mạnh vào tai Hiếu, Hiếu thấy tình yêu của Thu Vân quá tuyệt vời dành hết cho mình.

Cuộc chiến lần thứ tư xong, thu dọn chiến trường sạch trước khi lăn ra ngủ một giấc say ba bốn tiếng. Cả hai cùng thức giấc một lượt, Hiếu kéo Thu Vân ngồi dậy đưa nàng vào nhà tắm, Hiếu trở lại giường lấy tấm ra và tất cả áo gối, khăn khô ướt cũng cho vào giỏ giặt quần áo. Hiếu lấy tấm ra mới chưa dùng lần nào và áo gối khác mang ra để sẵn trên giường, chốc nữa sẽ thay sau. Hiếu cùng tắm với Thu Vân, nàng cứ ngước mặt nhìn Hiếu mà nước mắt ứa ra, nàng nói em không ngờ anh quá khoẻ mạnh luôn đưa em vào cõi mộng của tình yêu. Em thụ hưởng những phút giây thần tiên tuyệt vời, em nhớ ơn anh suốt đời và yêu anh mãi mãi.

- Anh Hiếu nhớ giữ lời nói chân tình của em nghe anh Hiếu. Hiếu gật đầu và lo lau khô cho Thu Vân trước, em ra lo nấu nước sôi luộc la cót sáu cái trứng và châm cà phê nghe em. Anh lo dọn quần áo và khăn cho vào máy giặt. Anh trải lại ra và đổi áo gối khác, anh ra phụ bếp với em, bây giờ mới hơn hai giờ rưỡi, mình còn nhiều thì giờ, ăn xong anh có nhiệm vu làm việc vượt chỉ tiêu của tối hôm nay, và sáng mai chừng tám giờ mình rời đây đi Phụng Hiệp ăn sáng ở đó, đến trưa thứ bảy về Sóc Trăng. Hiếu làm mọi thứ rất nhanh, đi vào bếp thấy Thu Vân đang lau nước mắt, Hiếu lại ôm hôn tóc và hỏi Thu Vân anh có làm điều gì không vừa ý em nên em khóc? Thu Vân ôm Hiếu hôn vào má vào miệng Hiếu, nàng nói:

- Em khóc vì em quá sung sướng hạnh phúc được anh yêu. Em vô cùng hối hận, bị thằng lưu manh dụ dỗ bỏ Sóc Trăng, không chịu học ỏ Cần Thơ lại lên Sài Gòn chỉ học được có mấy tháng, thằng chó đẻ lưu manh đó không cho em học nữa, nó hăm doạ nếu em tiếp tục học sẽ hơn nó, nó sẽ giết em. Nó mướn nhà khác bắt em về ở với nó phục vụ nó như con sen, tiền bố mẹ gởi lên cho em, nó lấy hết và nó ngồi kế em bảo em viết xin thêm tiền bố mẹ cho nó hút xách rượu chè be bét, nó cấm không cho em ra khỏi nhà. May quá một ngày kia nó bị phê thuốc nằm như con chó, em lén trốn thoát. Nay thân tàn ma dại, em không muốn sống nữa, xin chú thím cho em ở tạm vài ngay bố mẹ sẽ lên đón em về quê. Chú thím rất nhân từ, chú thím thương em như con ruột vì chú thím không con. Chú thím hứa, con cứ ở yên trong nhà nó đến kiếm con, chú thím sẽ gọi cảnh sát bắt còng đầu nó. Thím thấy em quá tiều tuỵ leo lên cầu thang không nổi, thím nắm tay dìu lên phòng. Trong lúc thím lo thu dọn trong phòng, em ngồi trên ghế nghỉ và mệt quá ngủ hồi nào không hay biết, thím sợ em em té, thím đem lại một cái ghế ngồi sát em, đợi em ngủ một giấc hơn hai tiếng, thím vẫn ngồi kế bên, thấy em mở mắt tỉnh dậy. Thím nói dễ thương quá, thím sợ em té và để cho em ngủ thẳng giấc mới hoàn hồn lại. Thím dẫn em vào phòng đặt em nằm xuống, thím bỏ mùng xuống và ém chung quanh cẩn thận, thím nói con yếu lắm để thím nấu cho con một nồi cháo giải cảm và thím sẽ mua một nồi lá xông hơi cho em khoẻ và uống thuốc trị đau nhức và thuôc bổ, thím nói trong nhà có đủ. Thím ra khỏi phòng đóng cửa lại là lúc em lại ngủ tiếp vì đêm nào cũng vậy thằng khốn kiếp đó bắt em phải đấm lưng, bóp tay chân dỗ cho nó ngủ rồi em mới được ngủ. Em bỏ trốn mấy lần, nó có đàn em của nó ở kế bên vây bắt lại và nó trở về đánh em chết lên chết xuống, cấm em không được ra khỏi phòng, nó còn khoá cửa bên ngoài nữa. Khi nó ở nhà nó mới mở khoá cửa trong, em khổ hơn một người tù khổ sai ròng rả cũng cả hai năm, còn năm trước em cũng có chút tự do.

Nay em cứ nhớ ơn anh, chẳng khác nào anh cứu vớt em từ địa ngục trần gian đưa em lên thiên đàng. Nghĩ đến đó là em khóc và em khổ tâm cứ dằn dặt tại sao năm xưa, em yêu anh mà không dám thố lộ tiếng lòng của em với anh. Em nghĩ em quá ngu cũng quá tự cao, nghĩ đến đó em cũng khóc. Bây giờ được anh tha thứ, yêu em nhiều em tràn ngập hạnh phúc, em cũng khóc, nghĩa là em vui hay buồn nhiều ít gì cũng khóc, đúng là hoa hậu mít ướt phải không anh?

- Hiếu gật đầu và ôm Thu Vân hôn miệng một cách trìu mến tha thiết. Hiếu cũng ăn hết bốn hột gà la cót và Thu Vân chỉ ăn được hai cái. Uống cà phê xong, hai người tình cũng nắm tay đi tới đi lui cho dãn gân cốt và cho tiêu hoá nhanh mấy cái hột gà la cót vô cùng hữu dụng. Hiếu đưa Thu Vân cùng đến tủ lạnh lấy một chai bia khui ra liền, hai người vừa đi vừa nhăm nhi, chai bia cũng hết sạch cũng là lúc thằng nhỏ đã thức dậy đang vươn vai, Thu Vân lại nựng se tiếp và ngực Thu Vân cũng được bàn tay tiên của Hiếu chăm chút tỉ mỉ. Cả hai đều có cảm nhận xác thịt đòi hỏi, Hiếu chiếm thượng phong, cho thằng nhỏ dễ thương vào lạch đào nguyên, vờn qua vờn lại lên xuống nhịp nhàng. Thu Vân cũng sàng qua lắc lại, hai người cùng có khoái cảm cùng nhìn về một hướng và Hiếu càng cảm kích tình yêu của Thu Vân dành độc quyền cho mình nên Hiếu rất miệt mài thay đổi động tác, đưa hai chân Thu Vân lên vai và ấn sâu thằng bé vào lạch đào nguyên làm cho Thu Vân rên và thỏ thẻ bên tai, em sướng quá anh ơi, anh nhấn mạnh chút nữa cho hai chúng mình xuất kích cùng lúc nghe anh. Hiếu nói anh đang lên tới đỉnh, trong lúc đó lạch đào nguyên nước đã chảy. Hiếu nói bên tai Thu Vân, anh sẽ làm cho em lên tột đỉnh lần nữa nghe em, Thu Vân gật đầu. Hiếu kéo mạnh hai chân Thu Vân lên cao và nhấn sâu thêm nữa, Thu Vân nói, em tới đỉnh rồi anh ơi! Hiếu cũng nói hai chúng mình sẽ xuất kích cùng một lượt nghe em. Thu Vân vừa gật đầu Hiếu thở mạnh và nước trong lạch tiếp tục chảy.

- Hiếu nói lần này sao anh thấy quá tuyệt vời em có thấy vậy không? Thu Vân gật đầu, cả hai lăn ra, Hiếu lấy cái chăn mỏng đắp ngang bụng ngủ tiếp. Mới hơn năm giờ rưỡi, cả hai thức dậy lại ôm nhau mơn trớn vuốt ve. Cặp tình nhân này, nếu là vợ chồng chánh thức chắc chắn có sự hoà hợp tình yêu nhiệt tình khắn khít như sam thế này, con nằm chờ sẵn trong bụng mẹ mỗi năm đều có em bé chào đời. Trước sáu giờ, tập sáu tình yêu của hai người tình đã diễn ra cũng rất đậm đà cụp lạc như tập một, tập đầu tiên. Nhưng thời gian kéo dài hơn năm tập trước vì đuối sức cũng có vì bộ sinh học trong người không sản xuất kịp chất nhờn và sau cùng Hiếu cũng cắm được cờ chiến thắng trong sáu trận chỉ vỏn vẹn chưa mất tới mười giờ tham chiến cả hai đều bình an vô sự.

Hẹn sẽ mở mặt trận khác tái đấu ở địa điểm khác chắc chắn sẽ có sự kích thích mới. Hiếu lau sạch cho cả hai và thu dọn chiến trường trận chiến thứ sáu vừa hoàn thành. Cả hai vào phòng tắm, xong xuôi, Hiếu sấy tóc cho Thu Vân và nàng trang điểm đậm hơn đang ở trong nhà, trước tám giờ. Trận chiến ở Cần Thơ sẽ dời về Ngã Bảy Phụng Hiệp. Bỗng điện thoại reo, Hiếu nói anh ba chị ba sẽ hỏi anh chuyện về Sóc Trăng, anh không nghe, sợ anh chị lái xe tới. Một lát nữa đến Ngã Bảy anh sẽ gọi lại sau.

Hiếu nói em cứ trang điểm cho đẹp, anh thay quần áo và đem theo bộ đồ vía, anh sẽ mang theo hết hột gà và bia và một số trái cây để mình ăn dọc đường và ăn tại phòng ngủ. Hôm Thu Vân lên Cần Thơ mặc bộ xanh nhạt, nay về lại Sóc Trăng mặc bộ vàng nhạt lại nổi bật vẽ thanh tú một thanh nữ trẻ trung yêu đời có sức sống mãnh liệt và luôn có nụ cười trên môi. Mọi thứ sắp xếp xong, quần áo từ máy sấy khô, Hiếu lấy ra, Thu Vân xếp ra từng loại quần áo lót của Hiếu và Thu Vân để chung, một chút Thu Vân mang theo. Bộ quần áo xanh của Thu Vân kể cả bộ đồ lụa mỏng của Thu Vân cũng đều được giặt hết, Thu Vân cám ơn anh Hiếu rất tế nhị lo chu đáo cho em. Áo quần lót của anh cho phép em giữ để làm kỹ niệm và biết đâu anh tạt qua nhà em ở ngủ lại có đồ thay, em chuẩn bị xa như vậy. Hiếu cám ơn nói, em còn chu đáo hơn anh, em cho anh hôn má thôi, hôn môi làm em phải tô son lại. Hiếu ôm hôn hai má và tóc Thu Vân và hai tay vẫn mân mê hai hòn núi cao. Hiếu nói, chúng mình đi sớm mới đúng bảy giờ, sợ anh ba lái xe lại mình không mở cửa thì vẫn biết anh vẫn có trong nhà vì hai chiếc xe hơi đậu chình ình ở đó. Một hình thức thú tội trước bình minh hay lạy ông tôi ở bụi này. Thu Vân khen anh

Hiếu là nhà khoa học mà lại văn chương dữ nghen, em lại phục sư phụ nữa. Hiếu nói anh giỏi văn chương là nhờ em yêu anh, em lây sang cho anh. Thu Vân lại nói, sao cái gì anh cũng lý lẽ hay hết, anh cho em hôn thưởng anh nghe, nói xong, Thu Vân chu miệng hôn liền.

Cả hai lên xe lúc đúng bảy giờ, Hiếu khoá lại cẩn thận và đi một vòng quan sát xung quanh. Hiếu vừa nghe thêm tiếng reo điện thoại càng nhanh chân lên xe đi nhanh, chạy qua khỏi cầu Cái Răng, Hiếu nói chắc anh Ba vừa gọi điện thoại không thấy anh bắt nghe, anh phải tức tốc lái xe đến nhà coi xe, nhà cửa ra sao?

Chạy đến Ngã Bảy Phụng Hiệp vào tiệm bán bánh canh nổi tiếng lựa chỗ khuất bên trong, giờ này cũng còn ít khách. Hiếu gọi hai tô bánh canh đặc biệt và một dĩa giò ăn thêm. Thu Vân nói trong đời em chưa bao giờ ăn được tô bánh canh ngon như thế này.

- Hôm nào có dịp anh chở cả gia đình đến đây ăn nghe anh. Khi vào khách sạn xong, anh gọi về nhà trước nói anh đang ở An Giang dự sinh nhựt một người bạn, mai anh về tới Sóc Trăng vào buổi trưa và gọi cho anh ba sau. Anh đoán như vậy, nếu anh đoán đúng cả hai thì em thưởng anh hai lần nghe. Thu Vân nói, em thưởng anh gấp đôi có được không. Hiếu gật đầu, gọi người hầu bàn cho hai tô giống như vậy có thêm giò, gân cho vào hộp vào túi ny long cho cả đũa muỗng... và tính tiền, anh trả trước.

Hiếu hỏi người phục vụ, ở Ngã Bảy Phụng Hiệp có khách sạn đẹp và sang không? Người hầu bàn nói, cách đây chừng hai trăm thước có tấm bản ghi là khách sạn Trọng Nghĩa, có mũi tên chỉ quẹo sang phải chừng hai mươi thước là có khách sạn Trọng Nghĩa mới khánh thành cách đây mấy tháng. Hiếu nói anh mang giấy tính tiền đến đây trước khi chuẩn bị xong bánh canh mang đi hay mang ra cùng lúc. Chúng tôi ăn sắp xong, cho nước trà nóng. mấy phút sau anh hầu bàn mang đến đầy đủ hết, Hiếu trả tiền xong còn biếu anh hầu bàn số tiền bằng tiền ăn bốn tô bánh canh. Uống nước trà xong ra xe chạy đến khách sạn Trọng Nghĩa mới toanh và cách trang trí trước khách sạn rất hấp dẫn. Hiếu hỏi ở đây có mấy loại phòng. Cô tiếp tân cho biết có ba loại, loại sang nhứt gọi là VIP chỉ có mười phòng, nay mới có hai khách nước ngoài đang ở, còn lại phòng loại hai có khoảng năm mươi phòng và phòng loại phổ thông gần cả trăm phòng, khách sạn có hồ bơi khá lớn. Phòng VIP có điện thoại riêng, gọi trong nước không tính tiền thêm, gọi ra nước ngoài phải ghi danh trước và tính tiền trả sau bằng USD. Muốn ăn uống mang đến tận phòng cứ gọi điện thoại. Hiếu nói cho tôi một phòng VIP có cửa nhìn ra ngoài được.

Khu này rất rộng còn có nhà ăn trước phòng chỉ cách có mấy bước, cô tiếp tân nói tôi lựa cho ông bà một phòng tốt, phòng bìa nhìn ra ngoài được hai phía. Hiếu cám ơn và gởi tặng hai cô thu nhận và tiếp tân một số tiền gần bằng tiền phòng. Nếu ở đây tốt, tôi từ Sài Gòn xuống Sóc Trăng Bạc Liêu hay Cà Mau công tác, tôi sẽ thường ở khách sạn này, tôi thích có hồ bơi. Hiếu và Thu Vân lên đến phòng cô tiếp tân cúi đầu chào và đưa chìa khoá. Vào đến phòng, Thu Vân khoá cửa và thay bộ đồ ngủ mỏng tanh. Hiếu lại bóc điện thoại gọi chị hai nói ngày mai thứ bảy, em từ An giang về tới Sóc Trăng khoảng hai trưa, chiều mẹ và chị sửa soạn mình đi dự dạ tiệc ông Bí Thư đãi em và gia đình mình. Chị hai nhắn Ý Sáu xuống nhà mình và mấy mẹ con chị Ngọc Mai nữa ăn diện cho ngon một chút chắc cháu Thu Mai ở Cần Thơ cũng theo xe anh ba xuống dự. Anh ba em có hỏi chị hai, em về tới chưa, chị cho biết em đang ở Long Xuyên dự tiệc sinh nhựt, hai giờ trưa mai, em sẽ về tới Sóc Trăng.

Hiếu gọi tiếp cho anh ba cũng mở loa lớn cho người yêu cùng nghe. Anh Trung nói tối hôm qua em ở đâu, sáng sớm hôm nay anh gọi em hai lần, không ai bắt phôn, anh đoán nhà em không biết có chuyện gì, anh lo sợ nên chạy đến gần đúng bảy giờ rưỡi, không thấy chiếc xe hơi em thường dùng đi đây đó biết em không có ở nhà từ tối qua. Trung nói tiếp:

- Bây giờ em đang ở Long Xuyên ngày mai hai giờ em mới về tới Sóc Trăng phải không?. Dạ phải, Hiếu nói. Hiếu giơ hai ngón tay chiến thắng cho Thu Vân biết. Anh cũng có gọi chị hai cũng cho anh biết, ngày mai em sẽ tới Sóc Trăng khoảng hai giờ. Chiều nay, anh có mời chú thím Tín cùng đi với gia đình anh, Thu Mai cũng về Sóc Trăng thăm mẹ cháu. Ông bà Khoa Trưởng Trường đại học Y Khoa cùng đi với ông bà Giám Đốc Sở Y Tế Cần Thơ, tối ba má anh chị và chú thím Tín ngủ ở nhà Bernard, anh em mình về ngủ nhà má. Anh Ba tính như vậy rất hay. Dạ tiệc này là ông Bí Thư đãi gia đình mình, anh ba đại diện gia đình cám ơn ông Bí Thư và quan khách, anh gọi cho anh chị tư của em cũng chuẩn bị lên phát biểu chung chung.

Em dự định mời ông bà Phi bán cây ươn đến dự và anh em mình hẹn hai bác lên Cần Thơ, em sẽ dẫn hai bác đến khu nhà vườn nhờ bác giúp trồng dừa trước nhứt vì nó lên chậm và em nhờ bác Phi vẽ sơ đồ trồng các thứ cây ăn trái khác. Anh chưa vội, dù sao anh cũng nên trồng dừa trước, các thứ cây khác trồng sau em, anh rút kinh nghiệm, em nói đúng, anh cám ơn em, bai bai.

Hiếu nói em thua anh rồi phải không, anh sẽ gọi mời bố mẹ và em cùng ba em trai tuần tới nữa anh sẽ về đón đưa lên Sài gòn đi chơi một vòng. Thu Vân cho Hiếu số phôn nhà, khỏi móc bóp lấy số điện thoại ra. Hiếu gọi gặp bố, bảo đợi, đang tiễn khách ra cửa, trở vào ngay, Hiếu thưa bố chiều thứ bảy con sang nhà đón bố mẹ đi dự dạ tiệc do ông Bí Thư chiêu đãi con và gia đình. Con mời bố mẹ, con lái xe qua đón khoảng năm giờ chiều thứ bảy. Bố mẹ sẽ đi chung với con. Bố nói, cám ơn con, bai bai. Hiếu chạy lại ôm Thu Vân, em thua anh phải không?

- Cái gì em cũng thua anh hết, Thu Vân nói. Hôm nay, em cảm thấy rất bái phục sư phụ, thay vì em thua em thưởng anh hai tập, em sẽ thưởng anh gắp đôi bằng chúa nhựt rồi. Anh có biết không, phòng này rộng thoải mái, lại giúp em thêm hứng thú, có đủ tiện nghi mình càng thích. Anh lù khù tha hồ vác cái lu đồi núi của em mà chạy lòng vòng trong này. Hiếu nói, em của anh nói hay quá.

Hôm nay, chúng mình diễn bốn tập tối rộng thì giờ diễn tiếp thêm, sáng ngày mai tạm hưu chiến nếu nổi hứng diễn thêm vài trận đánh anh cũng sẽ oải. Vì vậy, cần dành sức cho chiều thứ bảy anh tỉnh táo, còn cứ nhớ ôm em hoài chắc hết còn làm gì được nữa. Bây giờ em ra chỉ tiêu, ngày bốn đêm cũng bốn, ngày mai tính tiếp. Trong lúc nói chuyện, Thu Vân cởi hết áo quần và cởi giày cho người yêu. Hiếu đưa thằng bé lúc lắc trước mắt khiêu khích, Thu Vân thấy ứa gan, hai tay nắm lại se thằng nhỏ, Hiếu đứng Thu Vân ngồi, Thu vân với lấy giấy để trên bàn lau sạch thằng bé và cắn đầu thằng bé cho bỏ ghét. Hiếu rên khe khẻ, Hiếu vội cúi xuống cởi nút áo cho người yêu, Thu Vân cho hết quần áo lên bàn, cả hai đóng vai ông A Dong bà Ê Va Hiếu nằm ngữa trên ghế, Thu Vân bước qua kê sát hai ngọn hoả diệm sơn đang rực lửa nóng vào miệng, Hiếu ngất ngây hôn và cắn nhè nhẹ đỉnh núi.

Hiếu đứng dậy, mình vào phòng tắm rộng lớn này, thử ân ái dưới vòi hoa sen coi có gì khác lạ không. Vừa nói Hiếu kéo tay Thu Vân đi vào phòng tắm sạch đẹp, mở vòi hoa sen cho nước ấm. Đúng nghĩa hai người yêu tắm dưới mưa, từ trên đồi núi xuống dưới lạch đào nguyên nơi nào cũng có bước lữ hành của Hiếu lướt nhẹ qua, Thu Vân thêm cảm kích nằm ngữa trên sàn gạch, Hiếu nằm cạnh bên, cả hai quần nhau thoả thích dưới cơn mưa. Thu Vân nói em chịu hết nổi:

- Anh cũng vậy, Hiếu nói, chúng ta cùng lên đỉnh một lúc. Cả hai đứng dậy tắm lại sạch. Hiếu thấy gương mặt Thu Vân nhợt nhạt, Hiếu lấy chiếc khăn to quấn Thu Vân đưa lên giường, bảo Thu Vân ngồi dựa tường, Hiếu lấy khăn lau tóc và sấy tóc cho mau khô, Thu Vân lại mệt và lạnh. Hiếu bảo Thu Vân nằm sấp xuống, hai tay hộ pháp của Hiếu xoa chà đấm bóp mạnh làm cho lưng cuả Thu Vân dần dần nóng, Hiếu bóp hai chân và làm những động tác chân cũng dần nóng lên hết lạnh. Hiếu lật lại cho Thu Vân nằm ngữa, Hiếu xoa màng tang, sóng mũi và xoa mặt làm cho ấm lên, dần xuống tới tay cổ vai đều nắn bóp cẩn thận. Đến ngực, Hiếu cũng xoa xung quanh hai ngọn núi, thỉnh thoảng cũng xoa nhẹ lên đỉnh hồng nay cũng tái mét. Chừng mười phút sau toàn thân và gương mặt của Thu Vân thấy hết tái hết lạnh, xoa bóp tiếp, từ từ toàn thân người yêu nóng lên. Hiếu lấy trong túi xách hai viên thuốc cảm lạnh bảo Thu Vân uống ngay, Hiếu đem một chai nước lọc đến có ống hút để dễ uống khi nằm nghiêng. Hiếu lấy một cái mền dày đắp kín trên người, chỉ chừa mặt và đầu , Hiếu hôn nhẹ vào môi Thu Vân thấy có vẽ nửa mê nửa tỉnh, hai tay kéo nhẹ mí mắt Thu Vân xuống như nói với Thu Vân nhắm mắt ngủ. Hiếu mới gom quần áo máng lên móc, thay quần áo ngủ xong, khui một chai bia uống như dỗ cho giấc ngủ ngon bên cạnh người yêu. Chừng hai tiếng sau Thu Vân tỉnh dậy, thấy Hiếu đang ôm mình qua cái mền dày cộm, ngáy pho pho. Thu Vân mới nhớ lại mình cảm lạnh nhờ có bàn tay của một thầy thuốc giúp chửa lành bịnh nhanh chỉ với hai viên thuốc trị cảm lạnh và dùng ngoại khoa xoa bóp làm cho các cơ nóng dần lại, Thu Vân còn nhớ như vậy. Híếu bóp miệng cho Thu Vân hả ra, đặt hai viên thuốc vào và Hiếu bảo uống nước qua ống hút, Thu Vân còn nhớ lờ mờ. Thấy Hiếu đang ngủ ngon Thu Vân cũng mừng cho Hiếu có sức khoẻ gấp ba bốn lần hơn mình, chăm sóc mình đúng nghĩa là một người chồng chăm sóc cho vợ hay là một sư phụ hết lòng cứu đệ tử. Nếu được sống dưới cái dù che của Hiếu thì Thu Vân quá an tâm có người phối ngẫu tuyệt vời về mọi lãnh vực. Thu Vân lại buồn, tại sao mình quá ngu dễ tin những kẻ xấu nói nhiều, lải nhải bên tai chinh phục người khác. Còn người tốt ít nói mình lại không chú ý, thật đáng tội cho cái ngu của mình. Nếu gặp kẻ lưu manh có sinh lực nó cho mình hai ba cái bầu mình còn khổ đến bậc nào, nghĩ đến đó Thu Vân thở phào nhẹ nhỏm. Trong cái rủi lại có cái may, nếu có hai ba đứa con thì bộ ngực mình đã nhão nhẹt chảy xệ đâu còn đẹp như bây giờ mà Hiếu luôn tỏ ra rất thích.

Hiếu ngủ một giấc quá ngon, tay vẫn ôm người yêu mà chỉ là ôm một lớp mền vô tri. Thu Vân cảm thấy thương hại Hiếu quá, muốn lấy tay Hiếu đưa vào ngực mình, nhưng e sợ làm anh giựt mình thức giấc lại càng tội nghiệp. Thu Vân cúi xuống hôn tóc anh làm anh tỉnh giấc, Thu Vân mừng rỡ, từ nảy giờ hơn nửa tiếng, em nằm yên mà mồ hôi đã rỉ ra rồi vì cái mền dày nóng quá, anh lấy mền ra dùm em. Hiếu lấy mền quăng xuống nền nhà lộ ra một thân hình vệ nữ tuyệt đẹp, Thu Vân nắm hai tay anh đưa vào ngực mình Hiếu nựng và khen em có bộ ngực này làm anh ngất ngây luôn muốn hôn muốn cắn mới thoả thích. Bộ ngực này anh quá mê thích, phải thuộc quyền sở hữu độc quyền của anh. Thu Vân nói, em chỉ có biết anh là chủ nhân ông của nó mà thôi.

Bây giờ em khoẻ lại nhờ bàn tay tiên của anh giúp em mau hết cảm lạnh, chúng ta tiếp tục tập hai nghe anh, chưa mười giờ, mười hai giờ ăn bánh canh. Hiếu ngăn cản chuyện làm tình và nói:

- Em mới bị cảm lạnh vừa mới hết, cần phải nghỉ ngơi cho thật khoẻ mới tiếp tục chuyện chăn gối nghe em! Chúng mình làm một giấc vài tiếng, thức dậy mới có thể tiếp tục chuyện ái ân, sáu giờ mình đi ra ngoài tìm nhà hàng có cá nướng em cuống bánh tráng đút cho anh ăn. Em của anh phác hoạ chương trình ngắn hạn sắp tới coi bộ hấp dẫn đó.

Trở lại khách sạn, thay đồ ngủ xong, Hiếu thấy Thu Vân hoàn toàn khoẻ mạnh, vội đi lấy một chai bia và nói, mình uống cho thêm hứng lên gân nghe em. Thu vân gật đầu, Hiếu còn lấy hai ba khăn nhún nước vắt ráo và hai cái khăn to, một cái trải trên tấm ra. Hiếu đưa Thu Vân uống trước một ngụm đầy miệng, đè Hiếu xuống nhả hết vào miệng Hiếu, ngụm thứ hai nàng từ từ nuốt chầm chậm vào và thấy có chất cồn làm cho máu hoạt động nhanh kích thích thêm sự ham muốn. Cả hai uống một chai trong khoảnh khắc phù du. Hiếu vẫn chủ động cứ mải miết lướt qua lướt lại hai ngọn hoả diệm sơn và thường dừng lại trên đỉnh núi ngắm cảnh bằng nhiều nụ hôn nóng bỏng. Tập này em chủ động, nói xong Thu Vân ngồi lên hai chân người yêu, cúi sát đưa hai quả núi đang bốc lửa cho Hiếu thưởng ngoạn, nàng rên khe khẻ, nói nhỏ bên tai Hiếu em chịu hết nổi, em lên đỉnh đòi hỏi rồi anh ơi! Thu Vân soạt rộng hai chân ra cũng với thế ngồi, nàng cúi người xuống, từ từ nàng đẩy đưa và cúi người xuống thấp nữa cho đúng tầm tay, Hiếu tha hồ mà lướt qua lướt lại trên hai hòn núi, càng lúc cành hoà nhịp với sự đẩy đưa, đưa đẩy của nàng càng lúc càng tăng tốc độ, sau cùng nàng nằm ập xuống và xoay qua chiến thuật nhún nhẩy càng ngày càng mạnh làm cho Hiếu rên khe khẻ anh lên tới đỉnh rồi, anh đợi em cùng lên một lúc. Nàng nói như vậy mà lạch đào nguyên của em đã khai thông lần thứ hai, nước chảy ra trước mới vừa hoà vào dòng nước xoáy của Hiếu chảy ra sau. Thu Vân còn tiếc của cứ tiến mạnh nữa, buông ra thằng nhỏ chạy trốn mất tiêu. Thu Vân cười vui và nói lần này thằng nhỏ chạy trốn trước bình minh sợ bà chằn hung dữ quá. Hiếu nói coi bà chằn thua hay cha thằng nhỏ thua, ai thắng ai cho biết, trong buổi trưa còn hứa hẹn ít nhứt hai trận đánh ác liệt nữa. Bà chằn đừng có cảm lạnh bất tử làm cho người ta sợ muốn xón đái. Trưa nay, anh bắt bà chằn bồi thường thiệt hại nếu bà chằn còn đủ sức. Thu Vân, ôkê bà chằng lửa sẵn sàng bồi thường cả đêm nay, nếu thằng nhỏ nghe lời cha nó vẫn còn hùng dũng trấn giữ vững trận tuyến.

Cả hai đầy hưng phấn, khoái chí ôm nhau ngủ sương sương cho đến gần mười hai giờ. Hiếu thức trước lấy giò heo ra hăm nóng. Thu Vân thức dậy rửa mặt xong lại lo gọt vỏ trái cây và chẻ nhỏ ra cho vào tủ lạnh, chút nữa ăn tráng miệng. Hiếu khui một chai bia rót ra một cái ly hai người uống chung. Có thì giờ, ăn uống từ từ, chậm rãi nhai từng cái sụn, và cả tuỷ trong xương nữa mới cảm thấy thấm thía, bánh canh giò heo ở đây ngon tuyệt. Hiếu và Thu Vân còn nhậu hết hai chai. Cả hai bước ra ngoài ngắm cảnh và thấy bên nhà ăn cũng trang hoàng quá đẹp mắt mà lại không có ai ngồi ăn. Hiếu nảy ra ý mang bánh canh ra ngoài ăn vừa ngắm cảnh mới có thể ăn hết hai tô bánh canh. Hai người nắm tay nhau đi dạo quanh vài vòng, buồn tiểu trở vào phòng đi tiểu cũng làm cho bụng xẹp bớt. Hiếu gọi nhân viên phục vụ lên phòng, đưa hai tô bánh canh nhờ nhà hàng hăm nóng cho vào tô bưng lên phòng ăn trước mặt. Hiếu hỏi khách sạn cũng có phục vụ thức ăn, nhân viên đáp:

- Dạ có các món ngon cá lóc, cá trê nướng cuống bánh tráng có canh chua cá kho tộ, nhiều món ăn ngon mà ai đến đây ăn một lần sẽ đến nữa. Anh nhân viên nói tiếp, có thực đơn trên bàn, ông bà xem coi món nào vừa ý, ông gọi chừng một tiếng là có món ăn ngon mang đến tận phòng ngủ hay ngoài phòng ăn. Hiếu cám ơn và nói anh hăm nóng mang bánh canh đến phòng ăn vợ chồng tôi đợi ở đó, nhớ mang thêm một lọ tiêu cay, hai ly cà phê sữa nóng và một bình trà nóng.

Hiếu nói với Thu Vân em đừng cỡi áo khoác ra vì em mặc đồ mỏng tanh người khác chiêm ngưỡng núi non hùng vĩ của em thì tội nghiệp cho anh hết còn độc quyền rồi. Thu Vân cười:

- Em nghe lời sư phụ lúc nào em cũng giữ gìn kỹ kể trong nhà em. Khi nào có anh, em mới cho anh thấy tí ti sẽ giúp anh mau nóng máy.

Ăn xong, hai người, ngồi uống trà, nghe Thu Vân kể lại cuộc đời trầm luân của mình, Hiếu càng thêm quý trọng.

Vào lại phòng, Thu Vân cởi áo ngoài ra, chỉ còn bộ đồ lụa mỏng tanh đã để lộ đường cong ba vòng vẫn còn thu hút của người con gái đã trót dại một lần tởn tới già. Nay nàng tự có quyết định không dám yêu ai. May gặp người bạn học cũ năm xưa mà nàng đã thầm yêu mà chàng cũng vậy, bây giờ đã có vợ không thể ngoại tình phản bội vợ. Thật khó xử, cả hai muốn tiến tới thành tình bạn suông cũng không ai tin, thành vợ chồng lại càng thêm rối rắm. Thu Vân chọn cách là sẽ không bao giờ có chồng dù Hiếu hứa sẽ chọn bạn đời người Áo giúp nàng đỡ buồn tủi cô đơn và xa quê hương để mau quên quá khứ tối tăm. Giải pháp đó cũng không phải là dễ vì nàng còn nặng nợ tình thương gia đình, nàng đang quản lý giúp bố mẹ một tài sản khá lớn. Từ suy nghĩ nàng đã sợ đàn ông chỉ không có sợ Hiếu nên nàng khẩn khoản nài nĩ bạn cứu vớt đời mình nhờ bạn giúp cho mình có con và nàng ôm con mà sống hạnh phúc với tương lai giàu có.

Còn Hiếu có vợ con thì hãy sống phải nghĩa với vợ, cả hai không còn phải thầm lén, nhà ai nấy ở, cũng sẽ giải quyết tốt đẹp cho cả hai.

Sau nhiều lần đắn đo suy nghĩ, Hiếu cho là chính chắn mình chỉ giúp bạn có con, chẳng khác nào mình cung cấp tinh trùng cứu giúp bạn vì lương tâm của một thầy thuốc cứu người giúp đời. Dù suy nghĩ như vậy, nhưng lương tâm chàng luôn bị cắn rức, quá khổ tâm. Và tự an ủi, cũng có cảm nhận dễ chịu đôi chút dù lương tâm luôn bị dày vò tội phản bội vợ.

Nếu ngoảnh mặt làm ngơ không giúp bạn thì quá tàn nhẫn phũ phàng, tội nghiệp cho một đoá trà mi đầy hương sắc mà mình từng thầm yêu say đắm. Nay, nàng thật lòng nài nĩ xin chàng cứu nàng sẽ còn ham sống thay vì phải huỷ hoại đời nàng. Nàng còn yêu chàng và tin tình bạn tha thiết cao quý của hai người vẫn còn mãnh liệt mà nàng luôn kính trọng. Dù rất khó xử, Hiếu cũng đành nhắm mắt làm liều một thời gian ngắn khi vợ không có ở Việt Nam.

Nàng biết thân biết phận mình phải cố gắng hy sinh mọi thứ và tranh thủ thời gian để sớm thụ thai rồi sẽ ngưng hay sẽ giảm không gặp lại nhau cũng tốt, chỉ tiêu bốn trận chiến đã hoàn thành trước năm giờ.

Hiếu cảm thấy càng thương yêu Thu Vân, không lẽ như nhốt người yêu trong phòng chỉ có chuyện ái ân mà thôi. Hiếu bảo Thu Vân lo trang điểm thay quần áo để Hiếu lái xe vài vòng, thăm dân cho biết sự tình, giúp Thu Vân thư giản. Hiếu gọi đặt món ăn cho hai người, một con cá lóc nướng và một con cá trê vàng nướng cuống bún bánh tráng và một tô súp măng cua. Dọn tại phòng ăn lúc bảy giờ. Hiếu hỏi, ở đây có chỗ nào vui vui vào buổi chiều, Hiếu đến xem. Cô thu ngân nói ở đây có rất nhiều quán nhậu, tiệm karaoke và có hai chỗ là bến lên trái cây cho lên xe chở về Sài Gòn là tấp nập nhứt, kế đến bến cá khô cũng gần đó đưa cá, khô đi bán nhiều nơi xa gần kể cả Sài Gòn. Cô thu ngân chỉ đường lái xe đến hai nơi đó, cách khách sạn chưa tới hai cây số. Hiếu nói vợ chồng tôi đi chơi, bảy giờ ăn chiều, nhớ cho hai lon bia Heineken.

Hiếu lái xe đi lòng vòng chợ quê Ngã Bảy thấy có nhiều quán nhậu quá, quán nào cũng đông khách. Hiếu thấy không hợp vội chạy đến vựa trái cây, vẫn ngồi trong xe tránh ra ngoài, cho kiếng xuống quan sát cảnh buôn bán của người dân quê sao thấy quá cực khổ. Dùng sức người là chính lại nuôi các quán nhậu chỉ làm cho vợ con thêm túng thiếu nghèo khổ.

Hiếu nói cho người yêu biết, người phụ nữ Việt ở thôn quê quá khổ cực, ăn uống thiếu thốn, chồng chỉ biết tôn thờ đạo nhậu, nhậu đã tối về hành xác vợ không cho vợ ngủ bắt phải thức phục vụ sinh lý cho chồng nên bà nào bà nấy ốm tong teo rất tội nghiệp. Thu Vân thật thà nói, có học mà cũng phải chịu cảnh đó hơn hai năm em mới chạy thoát, nghĩ lại em ngán ngẫm không muốn sống là như vậy. Bây giờ mới sáu giờ, mình chạy xem cảnh buôn bán của các vựa cá khô hàng chục chiếc ghe xuồng lớn nhỏ như ở vựa trái cây, cũng chỉ dùng sức người mang khiêng vác trái cây hay cá, khô rất nặng nhọc mà làm công chẳng có bao nhiêu tiền. Lại không chú tâm lo cái ăn cho vợ con mà chỉ lo nhậu, sáng xỉn, chiều say, tối lai rai bắt vợ hầu hạ. Anh thấy cảnh sinh hoạt của người dân quê ít học rất tội nghiệp, mình có ăn có để, có phương tiện nên giúp họ có ý thức sống vươn lên.

Ở đây chừng mười phút, Hiếu chạy vòng lại khu bán buôn tấp nập nhứt của chợ Phụng Hiệp có quán bán bánh canh giò heo, đã hơn sáu giờ chiều rồi mà quán vẫn đông nghẹt, chứng tỏ quán này buôn bán làm ăn khấm khá. Gần quán bánh canh, Hiếu thấy có nhiều giỏ đựng nhiều nguyên vật liệu chế biến món ăn đặc sản của miền Tây nào rùa, rắn, lươn, ếch nhái và có nhiều giỏ chuột đồng còn sống nữa.

Thu Vân quan sát kỹ và nói với Hiếu, người ta nói đúng đi một ngày đàng học một sàng khôn. Em đi với anh mới hơn một tiếng mà em học được nhiều bài học về cuộc sống của dân quê. Những cái rộng, cái giỏ rùa rắn... để sát bờ lộ, chờ có xe quen giúp chở lên Cần Thơ, Sài Gòn bán cho các nhà hàng.

Tuần tới nữa, thứ bảy, anh sẽ chở hết gia đình mình đi Sài Gòn và đưa ra ăn tại một quán có nhiều đặc sản miền Tây. Bây giờ, anh chạy một vòng nữa để cho em rửa mắt và tối anh còn trả bài tiếp, cô giáo có vui không?

- Thu Vân gật đầu và nhìn chăm chăm vào mắt Hiếu, anh giỏi quá, anh chiếm chức vô địch, quán quân về chuyện mây mưa chăn gối, phụ nữ cũng mệt nhưng không mất sức như nam giới. Em có bầu rồi, em sẽ ít gặp anh nên em cũng phải tranh thủ với anh về việc chăn gối. Anh tính lại một ngày và đêm, anh bắn tám phát ca nông phát nào phát nấy cũng trúng phóc mục tiêu với chất lượng cao. Cả ngày hôm nay cũng sẽ diễn ra nhiều trận chiến và sáng mai, anh còn tranh thủ vật lộn với em. Em có đề nghị:

- Sáng chúa nhựt, anh mượn cớ đi đâu đó đến nhà, em xin phép bố mẹ mời anh vào phòng em. Còn các em, em cho tiền bảo chúng đi xem xi nê và đi chơi, còn người giúp việc em cho tiền cho nghỉ cả ngày, anh thấy em tính vậy có ổn không. Hiếu đáp:

- Em còn tính hay và thông minh hơn anh nhiều.

Xe chạy về khách sạn đúng bảy giờ, vào phòng rửa mặt rửa tay, chưa thay quần áo vì ăn ngoài không phải trong phòng ngủ. Hiếu múc ra hai chén súp, cho thêm chút tiêu, múc một muỗng đút cho Thu Vân ăn và hỏi súp có ngon không?

- Ngon quá anh ơi, Thu Vân đáp. Chúng ta cùng ăn hết súp trước còn đang nóng rất ngon. Hiếu khui một lon bia ngoại đưa cho Thu Vân uống trước và Hiếu tu một ngụm nuốt nghe một cái ực không phải uống từ từ. Hiếu nói anh đang khát nước uống một ngụm cho đã. Người phục vụ mang bếp than tới để trên bàn bên cạnh và nói em nướng từ từ ăn cá nướng còn nóng mới ngon. Cá trê mau chín em nướng trước, cá chín em đi ra ngoài để hai ông bà ăn tự nhiên. Chừng mười lăm phút sau, em trở lại nướng cá lóc, em cắt đầu cá lóc riêng ra nướng trước nhứt. Kế đến em cắt thân cá ra hai khúc, lấy ruột có mỡ cũng nướng ăn trước rất ngon, ruột mau chín để hai ông bà thưởng thức trước và nhậu rất bắc. Em cho thân cá phần trước, nướng cạnh đầu vì nó lâu chín, còn phần thân sau, nướng rất mau chín. Em phải nướng từ từ chậm rãi hai ông bà mới có bữa ăn ngon và mới ăn hết hai con cá. Em có để chén mỡ hành phi, cạnh đầu cá, đầu cá chín một bên và nửa thân trước cũng chín vàng một bên thì phần sau, em trở qua trở lại rồi. Phần này mỏng nên mau chín, em gắp ra dĩa rưới mỡ hành để hai ông bà ăn mới thoải mái, em ra ngoài. Em có để một cái chuông cạnh đây, khi nào ông bà cần, lắc chuông em chạy lại. Lửa than không nóng nhiều nên cá không chính nhanh và cũng không sợ cá khô, anh lấy cái đồ dùng phết mỡ phi hành lên cá. Người phục vụ làm xong mọi thứ để hai ông bà ăn tự nhiên, đó là nghệ thuật làm thực khách vui lòng. Hiếu cuống cá nhanh xong hai cuống mà người yêu chưa xong một cuống. Hiếu nói em chỉ cố ăn cho nhiều có đủ sức chịu đựng dẻo dai là anh vui rồi. Anh cuống cho em và anh cùng ăn thi đua coi ai ăn xong trước. Thu Vân nói mặt trận nào em cũng thua anh hết, cái chuyện cuống bánh tráng là của phụ nữ cuống đẹp và nhanh mà gặp Trọng Hiếu hai bà, ba cô, Trọng Hiếu cũng chấp luôn, không chạy theo kịp. Anh cuống sao đẹp quá, anh chưa truyền bí kíp cuống đẹp cho em.

Em thấy anh làm ào ào chẳng khác anh tấn công em mà cuống bánh tráng anh làm quá gọn quá đẹp. Lãnh vực nào anh cũng là sư phụ của em, xin bái phục sư phụ. Bây giờ anh uống bia trước, em uống sau và ăn các cuống anh đã cuống xong. Thu Vân nói, để em thoa một chút nước vì cuống để lâu, bánh tráng khô. Thu Vân đút một cuống vào miệng Hiếu hả to còn cắn luôn mấy ngón tay búp măng, Thu Vân la lên anh ăn gian muốn ăn cả mấy ngón tay đẹp của em cho mau no chớ gì.

Sau hơn một tiếng miệt mài ăn cũng hết hai con cá nướng to như thế phải ba bốn người ăn mà gặp Hiếu ăn mạnh quá và ép Thu Vân ăn cũng gấp đôi gấp ba ở nhà. Ăn hết hai con cá, dĩa rau tổ chảng cũng bay luôn, hai lon bia cũng hết. Hiếu bấm chuông và hỏi anh phục vụ mỗi tháng làm ở đây bao, Hiếu nói tôi tặng anh nửa tháng lương. Hiếu hỏi có bánh flanc không hay đồ ngọt tráng miệng. Anh hầu bàn cho biết có bánh flanc, Hiếu nói cho tôi hai dĩa và cho một bình nước trà ngon mang vô phòng uống. Lấy bill tính tiền. Sáng mai cho tôi hai cái steak, không chín quá và maggi Pháp, hai khúc bánh mì vì chúng tôi ăn sáng mà trưa bận không ăn nên chiên steak lớn như ăn tối cũng được. Hai người nắm tay đi tới đi lui cho tiêu hoá nhanh hai con cá nướng. Khi mang bill tới cùng bánh flanc, nước trà, Hiếu nhờ mang vô luôn phòng ngủ. Đi bộ được cả chục vòng cũng thấy vui. Hiếu móc bóp trả tiền cũng để một ít tiền típ.

Hiếu nói, mình ăn xong cũng lâu, bây giờ ăn bánh flanc và uống trà anh sẽ canh em ngủ, em có chịu không?

- Không, Thu Vân đáp liền, anh thức tới đâu em thức theo anh tới đó. Hiếu hỏi lại có chắc không - Chắc như bắp - Ôkê,

Thế là tốt, chúng ta thức trọn đêm nay, sáng mai thức vật lộn tiếp trước khi rời nơi đây. Tối mai anh về nhà ngủ xả hơi, sáng chúa nhựt anh đến nhà em ăn steak, xin phép bố mẹ cho anh đánh xáp lá cà với em ba bốn trận cho đã thèm mà sao anh gần em cứ thèm hoài. Anh lái xe về thẳng bịnh viện Cần Thơ trực tối chủ nhựt, từ chín giờ tối tới sáu giờ sáng. Chiều thứ sáu tuần tới, anh về Sóc Trăng, đón mẹ, chị hai và tất cả gia đình em sáu người sáng thứ bảy đi Sài Gòn, chiều lại về Sóc Trăng, sáng chúa nhựt anh gặp em ở nhà hay anh xin phép bắt cóc chiều đưa em về nhà, cái đó tính sau.

Thay quần áo xong, cả hai vào phòng tắm, Hiếu đưa Thu Vân cái khăn to quấn quanh người ra ngoài. Hiếu cũng vận một cái khăn ngang thắt lưng và nhún bốn cái khăn ướt vắt ráo Hiếu vặn tivi tìm đài ca nhạc, cả hai nằm dài xếp hai cái khăn qua một bên, ôm nhau thưởng thức nhạc, kiểu này coi bộ cũng mau nổi hứng. Hiếu đọc luôn hai tập liên tiếp và ôm Thu Vân ngủ cả hai thi đua ngủ mãi đến hơn mười hai giờ thức giấc. Sau cuộc hành quân ra trận đánh liên tu, chiều ăn cá nướng ngon quá và có hai lon bia nhắc bài nên Hiếu trả bài thuộc làu. Sau hai trận đánh lại ngủ ngon, thức dậy Hiếu nấu nước sôi ăn hột gà la cót và chuẩn bị đánh trận thứ ba xong coi bộ cũng còn hăng, Hiếu lấy bia uống cùng với người yêu và cũng ăn thêm ba cái trứng, Hiếu hai, Thu Vân một, vừa ăn vừa nhậu vừa xem ti vi, hai người ôm nhau và cùng nựng nịu đưa đến trận thứ tư mới tới bốn giờ sáng. Hiếu tắt ti vi kéo Thu Vân lên giường hai người ôm nhau, lấy chăn đắp lại ngủ một giấc cũng quá ngon, đến gần sáu giờ mới thức. Cả hai lo làm vệ sinh, đánh răng và tắm qua loa, Hiếu đi nấu nước pha cà phê và hâm lại nước trà cho nóng để uống sẽ tỉnh ngay. Làm viêc nhiều mà cũng ngủ nhiều trên dưới bảy tiếng quá đủ. Cái trò đóng vai ông A Dông bà Ê Va rất tốt giúp sự kích thích ham muốn trông thấy rõ. Chỉ còn hai hột gà Hiếu cũng làm la cót, mỗi người một quả và uống cà phê, nước trà nóng làm cho khoan khoái. Hiếu vẫn chủ động, đưa nòng súng qua lại khiêu khích, người yêu cũng mau nổi hứng đánh trận thứ năm cả hai cùng chiến thắng.

Hiếu nấu nước sôi để vừa nguội, Hiếu bảo Thu Vân uống nhiều nước ấm rất tốt. Mình uống rượu nhiều quá không tốt cho sức khoẻ, mở tivi có chương trình đài Vĩnh Long, Cần Thơ khá hấp dẫn, Hiếu kéo Thu Vân nằm xuống và Hiếu nằm kế bên vuốt ve mơn trớn, cả hai trải qua năm lần diễn đọc đều đạt điểm mười nay cũng có thấm mệt, nên cũng nhởn nhơ mãi gần cả tiếng mới có lửa và trận thứ sáu cũng diễn ra đúng sáu giờ sáng, hai người ôm nhau ngủ tiếp gần tám giờ thức dậy vào nhà tắm qua loa chuẩn bị ăn sáng. Trả phòng từ mười một tới mười hai giờ, còn đến ba bốn giờ nữa mới rời khách sạn, hai người dìu nhau lên giường nằm nghỉ dưỡng sức, hưu chiến. Nhưng thân hình trần trụi cọ chạm nhau một chặp lại xẹt lửa. Lần này Thu Vân chủ động, Hiếu ngạc nhiên.

- Em muốn gần anh nữa, Thu Vân nói, để cho em chắc chắn có bầu và em cầu nguyện ơn trên cho em sanh đôi vì em muốn có nhiều con với anh. Em đủ sức nuôi các con nên người. Dù em không gần anh mà em chăm sóc con em có cảm giác là gần anh, em yêu anh nhiều lắm và chính anh là người cứu vớt em.

Nếu anh từ chối không ân ái với em ngày chúa nhựt vừa qua, có thể hôm nay em đã ra nằm ở nghĩa địa rồi. Anh là cái phao cuối cùng em còn tin tưởng anh là người con trai, người tình lương thiện chỉ có giúp em và không bao giờ hại em. Hiếu nói, anh hiểu lòng em nên anh phải nhắm mắt cho con tạo xoay vần. May quá, có lúc anh suy nghĩ sẽ từ chối ân ái với em, chắc chắn em bị sốc, như em nói em chỉ còn tìm cái chết mới giải thoát được cuộc đời em. Thu Vân gật đầu. Bây giờ em lại muốn thưởng thêm cho anh mà em luôn kính phục. Anh có mệt không để em chủ động nghe anh. Cuộc mây mưa vừa xong, Thu Vân kéo Hiếu vào nhà tắm, bảo Hiếu giúp kỳ cọ kỹ hai hòn núi, anh sẽ mau hồi sức vì em biết anh mê hai ngọn núi của em, chính em còn mê nữa huống chi là anh. Em không ngờ trời cho em có hai ngọn núi đẹp một cách tự nhiên, chỉ có thằng khốn nạn lưu manh không biết ngắm nhìn hưởng thụ nên mới còn đẹp như bây giờ. Anh có đồng ý với em không? Hiếu gật đầu.

- Hiếu mân mê kê miệng hôn, nước đang chảy mát, Thu Vân nựng nịu thằng nhỏ thức dậy, Thu vân tắt nước. lấy khăn lau khô và lau thằng bé thật kỹ làm kích thích thêm cho cả Thu Vân, nàng nắm tay người yêu lên giường nàng chủ động suốt cuộc chiến mà Hiếu vẫn còn cảm thấy hừng hực lửa tình.

Đồng hồ chỉ mười giờ rưỡi còn hơn một tiếng nữa, Hiếu vội vào phòng tắm lấy bốn khăn nhỏ nhún nước lấy trong tủ lạnh vắt ráo lại lau mặt mũi tay chân và hạ bộ cho người yêu, lấy cái khăn thứ hai lau ngực nàng và cúi xuống hôn, cái thằng nhỏ lắc theo theo nhịp tay đang lau của chàng, Thu Vân cũng thấy hay hay vui mắt dùng hai tay se, nựng thằng bé, nó hùng dũng đứng dậy. Thu vân nói:

- Anh nằm xuống em dạy thằng bé bài học thứ ba sáng nay. Hiếu ngoan ngoản dễ thương làm sao, Thu Vân nói thầm. Thu Vân lên kèo trên chủ động, Hiếu chỉ có lăn qua lăn lại và nảy lên và rên khe khẽ. Thu Vân nói em tới đỉnh đã xuất kích rồi, bây giờ lại muốn xuất kích tiếp, anh thế nào, Thu Vân hỏi.

- Hiếu đáp anh đã leo lên đỉnh núi rồi sắp cắm cờ chiến thắng, Thu Vân nói cho em cùng cắm cờ với anh. Cả hai cùng lúc có động tác sung và cùng thở hắt mạnh. Nàng vẫn còn nằm trên bụng Hiếu thêm vài phút, ngồi dậy, lấy khăn ướt lau nhanh chất nhờn của hai người, rồi cuộn lại bỏ vào thùng đồ giặt.

Lần này cả hai tắm gội đầu, Hiếu chuẩn bị tư thế cho dạ tiệc chiều. Lên xe lúc đúng mười hai giờ, lái về Sóc Trăng, đến nhà gần hai giờ trưa, đưa Thu

Vân vào nhà, Hiếu ra võng nằm đánh một giấc gần bốn giờ mới thức dậy, đã thấy có một trái dừa và một ly nước đá, Hiếu biết cậu em trai lo cho mình. Uống nước dừa xong, vào nhà không thấy ai.

Hiếu lặng lẽ chạy về nhà, thấy có Ý sáu đã có mặt ba mẹ con của chị Ngọc Mai cũng đang sửa soạn còn gia đình anh Trung đang ở nhà Bernard. Hiếu nói Ý Sáu và ba mẹ con chị Ngọc Mai lên xe em chở sang nhà anh Bernard trước để mẹ con gặp nhau, còn chị và mẹ đợi con quay về chở ra thẳng nhà hàng. Về đến nhà, Hiếu nói, vợ chồng anh Trung và em ngủ ở nhà với mẹ và chị hai. Mai em có thể về sớm vì tối mai đi trực cho đến sáu giờ sáng, thứ sáu tuần tới em về đón mẹ và chị đi Sài Gòn và con đưa mẹ và chị về Sóc Trăng, con ở lại chơi ngày chúa nhựt, trưa thứ hai con mới có ca trực chừng bốn tiếng.

Ba mẹ con lên xe, Hiếu nói hai vợ chồng bác Phi cũng gần đây là người lo cung cấp cây giống và cho người mang cây giống lên Cần Thơ trồng giúp con một trăm cây dừa lửa vào tuần tới. Tối nay, con có mời hai bác tham dự và muốn giới thiệu với mẹ và chị hai, sau này mình muốn trồng cây gì gọi điện thoại, bác sẽ cho người mang đến và trồng giúp. Ba mẹ con đến nhà bác Phi. Hiếu đưa vào nhà và giới thiệu, chị hai của con như là người mẹ thứ hai nuôi con nên người. Khi nào chị cần cây ăn trái, bác cho người đến trồng giúp. Bác trai nói, tôi sẵn sàng trồng giúp cho cô hai. Vợ chồng tôi đã nhận cháu Hiếu làm con nuôi hồi cháu học lớp chín, mãi hơn sáu năm sau vợ chồng tôi mới gặp lại cháu và cháu lại quá nổi tiếng làm cho vợ chồng tôi càng thêm quý và hứa sẽ cho nhân viên giỏi của tôi mướn xe mang cây giống lên nhà vườn của vợ chồng Hiếu trồng tuần tới.

Hiếu chạy đến nhà hàng trước sáu giờ chừng năm phút. Hiếu vào thấy nhiều bàn đã ngồi kín, Hiếu mời mẹ, Hai bác và chị hai ngồi vào một bàn mới, vợ chồng Josephine cũng vừa đến, Hiếu mời ngồi. Hiếu đến bàn hai bác ba má chị Minh Tâm và ông bà Khoa Trưởng và ông bà bác sĩ Giám Đốc Sở Y Tế Cần Thơ, Hiếu vòng tay cúi đầu chào như một cậu học sinh trung hay tiểu học.

Quý vị trưởng thượng rất hài lòng và khen Hiếu luôn giữ khuôn phép hàng con cháu dù nay có tiếng tăm. Hiếu đi một vòng các bàn chào hỏi và luôn cúi đầu đối với hàng cô bác, lại càng được nhiều người lớn tuổi quý mến. Hiếu có xin với ông Bí Thư cho phép mời một bàn các bạn học cùng lớp mà không mời Thu Vân tham dự vì nàng đẹp quá dễ gây chú ý. Hiếu nghĩ đến đó lại càng thương yêu Thu Vân nhiều thêm. Và một bàn dành cho cô thầy giáo và cả ông bà Hiệu Trưởng và ông bà Giám học hiện tại của trường Hoàng Diệu.

Ông bà Bí Thư, ông bà Chủ Tịch tỉnh và có khoảng trên dưới hai mươi chức sắc của tỉnh cũng cùng đi theo. Ban đầu ông Bí Thư dự trù chỉ có vài bàn, nay lên gần một chục bàn.

Bernard làm MC giới thiệu ông Bí Thư có vài lời nói ý nghĩa buổi dạ tiệc đầy tình nghĩa của ông Bí Thư đối với gia đình có ba anh chị em ruột đã tạo tiếng vang cho tỉnh nhà Sóc Trăng.

Ông Bí Thư có lời cám ơn gia đình đồng chí Phó Bí Thư Tỉnh Ủy Cần Thơ, đồng chí Khoa Trưởng Đại Học Y Khoa Cần Thơ và phu nhân, đồng chí Giám đốc Sở Y Tế Cần Thơ và phu nhân, cùng các đồng chí của tỉnh nhà chúng ta. Đặc biệt nhứt vợ chồng tôi có lời chào mừng thân mẫu và cả gia đình của ba cháu Trần Đức Trung - Trần Thị Tuyết Trinh và Trần Trọng Hiếu. Với tư cách là Bí Thư Tỉnh Uỷ Sóc Trăng tôi vô cùng hãnh diện có những công dân của tỉnh từng làm vẻ vang cho tỉnh nhà như cháu Trần Đức Trung đã đỗ Thủ Khoa khi tốt nghiệp nhận bằng Y Khoa Bác Sĩ, cháu Trần Thị Tuyết Trinh tốt nghiệp Thủ Khoa Ban Văn Đại học Sư Phạm Cần Thơ và cháu Trần Trọng Hiếu dự thi tuyển vào đại học Y Cần Thơ đậu đầu trên một ngàn thí sinh dự thi.

Gần đây cháu Hiếu lại làm vẻ vang cho Đại Học Y Cần Thơ và làm vẻ vang cho tỉnh nhà chúng ta xuyên qua ba ngày hội thảo y khoa mà cháu Hiếu trình bày luôn sáu tiểu luận như sáu luận án tốt nghiệp từng năm học y khoa dù cháu Hiếu mới học năm thứ ba còn ba năm chưa học cháu cũng viết xong trong một thời gian kỷ lục trong ba tháng nghỉ hè mà một sinh viên bình thường viết một bài luận văn tốt nghiệp cả năm cũng gặp khó khăn vất vả. Tôi biết, Trường Đại học Y Khoa Cần Thơ cũng thương mến một sinh viên hiếu học, có tài năng tiềm ẩn nên mới có tổ chức ba ngày hội thảo.

Nếu cháu Hiếu thành công tốt đẹp, trường đại học Y Cần Thơ có lý do rút ngắn ba năm học lý thuyết còn lại một năm rưỡi và số giờ trực tại bịnh viện luôn sáu năm không sụt giảm. Thâm ý của nhà trường còn cố tìm cho cháu Hiếu một học bổng chuyên ngành tốt ở nước ngoài để mong cháu mang tinh hoa hiểu biết y học thế giới về phục vụ cho đại học Y Cần Thơ.

Tôi biết có bốn năm nhà báo nước ngoài loan tin đặc biệt về những đề tài nghiên cứu về sáu bịnh lý vô cùng xuất sắc mà nhà nghiên cứu còn quá trẻ mới có 21 tuổi. Tôi nghe đã có vài đại học danh tiếng trên thế giới đã sẵn sàng cấp học bổng toàn phần cho nhà nghiên cứu trẻ Việt sau khi tốt nghiệp Y khoa bác sĩ.

Ba cháu họ Trần đã làm cho đảng và chánh quyền tỉnh nhà thơm lây nên vợ chồng chúng tôi đứng ra tổ chức buổi dạ tiệc này đãi các cháu và gia đình. Bernard mời vợ chồng Trung đại diện gia đình lên, Trung tri ân ông bà Bí Thư và chánh quyền tỉnh. Ban Bí Thư Cần Thơ, ông bà Khoa Trưởng đại học y, ông bà Giám Đốc Sở Y tế Cần Thơ và tất cả quý giới chức tỉnh nhà và bà con thân hữu cuả gia đình chúng tôi. Bốn chị em chúng tôi luôn cố gắng trau dồi đạo đức tốt phục vụ xã hội với phương châm mình vì mọi người. Sau tôi, có em út chúng tôi là Trần Trọng Hiếu đứng trước quý vị, em sẽ nói hết tâm tư tình cảm đối với các bậc trưởng thượng. Xin mời mẹ, chị hai, hai em Bernard Tuyết Trinh và Hiếu cùng lên đây chào kính quan khách.

Em Hiếu đứng giữa làm cái nhưn, mẹ một bên, chị hai một bên hai vợ chồng Trung và hai vợ chồng Bernard đứng hai bên, đại gia đình chúng tôi có tám người, em dâu tôi là vợ của em Trần Trọng Hiếu đang ở Áo chờ ngày sanh con đầu lòng. Chúng tôi xin chào tất cả quý vị, cùng cúi đầu.

Cả nhà hàng vỗ tay tán thưởng. Hiếu nói mẹ và chị hai có thể về chỗ ngồi hay cùng đứng đây ủng hộ tinh thần Hiếu. Mẹ và chị hai nói đứng lại đây. Hiếu cúi đầu chào, cháu có lời nói đầu tiên xin tri ân ông bà Bí Thư và tất cả quý vị trưởng thượng. Hôm nay là dạ tiệc của ông bà Bí Thư tưởng thưởng gia đình chúng con, một lần nữa chúng con vô cùng đa tạ ông bà và tất cả quý vị hiện diện.

Con xin phép được nói thật nói hết tâm tư tình cảm của mình. Mỗi người chỉ có một mẹ ruột là sanh ra con, hay nói đúng hơn ba anh chị em chúng con mà ông Bí Thư đã có đề cập. Chúng con không những chỉ một mẹ đẻ mà may mắn hơn người là có thêm một bà mẹ thứ hai là mẹ dưỡng nuôi ba anh em chúng con nên người, đó là bà chị cả của chúng con. Hiếu nắm tay chị và mẹ đưa lên mọi người đều cảm động quý mến đại gia đình Hiếu, vỗ tay hoan nghênh. Hiếu nói tiếp:

- Nói về sự nghèo đói khổ sở sau năm 75-76, gia đình chúng con không phải thuộc thành phần bần cố nông mà là đại bần cố nông, một mẹ goá với bốn con thơ từ ba tuổi tới mười hai tuổi với một cái máy may mướn, bữa nào có đồ may là chúng con được ăn cơm với rau luộc hay có ít cá nhỏ kho thật mặn mới đủ ăn. Sự nghèo khổ cùng cực của gia đình chúng con như một truyện dài nhiều tập. Con chỉ xin phép kể một tập, có người hỏi con mới hai mươi mốt tuổi sao lại biết nhiều về y học và nói tiếng Anh giỏi, học hồi nào và học với ai?. Thú thật với quý vị sách báo của chế độ cũ bị ném bỏ, vứt xung quanh các phòng văn hoá thông tin. Lúc bấy giờ, con mới năm sáu tuổi đến lượm từng đống sách mà cán bộ không rầy la vì biết thằng con nít không phải bọn phản động. Sự phản xạ tự nhiên, con cứ tìm sách y khoa và sách Anh văn, sách Y có cả chữ nước ngoài con cũng săn tìm. Một lần, có cán bộ nói, mày tìm sách tiếng Mỹ là bị bắt đó. Con cãi lại chỉ tìm sách chữ Anh làm sao mà bắt tôi. Thế là con rất vô tư tìm hai loại sách đó chất cả đống trong góc kẹt mà không sợ bị chụp mũ dấu cất sách nước ngoài. Khi con học lớp tám lớp chín, có những ngày đói quá, con không biết làm gì, lấy sách y học viết bằng chữ Việt và sách dạy văn phạm tiếng Anh đọc chống đói. Từ đọc qua loa và cứ gặp cái đói triền miên, con đọc sách Y và tự học tiếng Anh từ dạo đó.

Sau này, như bị nhiễm vi khuẩn nặng của hai loại sách đó, khi con đói, mệt lả mà vẫn thích thú tìm đọc một trong hai loại sách gối đầu giường đó để chống đói và mệt quá ngủ cho một giấc say mẹ gọi dậy ăn cơm hay ăn cháo. Từ đó cho tới lớp mười hai loại vi khuẩn của sách Y và Anh văn nó đã xâm nhập vào đầu vào tim con hồi nào con cũng không hay biết. Con bị nhiễm nặng bịnh ham đọc sách y và anh ngữ và kết quả là con mới học hết năm thứ ba trường Y mà con đến thư viện miệt mài đọc các sách Y có trong chương trình dạy và nhờ đọc sách tiếng Anh con hiểu nên giúp con rất nhiều trong nghiên cứu Y học.

Vì vậy, con đã quyết định thứ bảy tuần tới, lái xe lên Sài Gòn xin phép bố mẹ vợ cho phép con sử dụng một trăm ngàn mà ba má vợ con tặng thưởng con và con cũng thông báo cho vợ biết, một trăm ngàn tiền thưởng của ba má vợ sẽ còn mãi. Nếu vợ chồng con tiêu xài hay mua sắm cũng phải hết hay để dành, chết cũng chẳng có mang theo được. Một trăm ngàn con chia làm hai, một nửa dành cho trường trung học Hoàng Diệu, một nửa dành cho trường đại học Y Khoa Cần Thơ. Hai trường này đã đào tạo giáo dục chắp cánh cho chúng con thành người hữu dụng. Con xin phép thầy Khoa Trưởng và thầy Hiệu Trưởng, vợ chồng con xin phép được tài trợ mua sắm trang thiết bị và các loại sách và mở thư viện nhà trường cho rộng lớn có nhiều sách quý hiếm giúp cho học sinh và sinh viên có nơi bồi dưỡng thêm sự hiểu biết. Ngoài năm chục ngàn Mỹ kim căn bản đó, khi nhà trường có nhu cầu mua thêm sách, con sẽ giúp tiếp.

Khi con may mắn được du học ở nước ngoài có cơ hội vận động các cơ quan văn hoá thế giới hay các đại học xin tài trợ sách học cho hai thư viện của chúng ta. Cá nhân con chỉ xin một đặc ân là hai thư viện đó đặt tên thư viện là Caroline - Hiếu cho gia đình chúng con vui để con có lý do xin thêm tiền đóng góp. Còn nếu muốn có một thư viện biệt lập vẫn ở trong sân trường thì sử dụng năm mươi ngàn USD đó trong việc xây dựng mới một tòa nhà rồi sẽ mua sách vỡ sau chúng con sẽ tài trợ tiếp.

Ông Bí Thư lên phát biểu, ý kiến của cháu Hiếu quá tuyệt vời, ông Khoa Trưởng và ông Hiệu Trưởng về bàn lại với nội bộ rồi cho cháu Hiếu biết sau. Riêng bác có ý kiến với cháu Hiếu, nếu sau này cháu nổi tiếng trong ngành Y, tiếng nói của cháu sẽ có trọng lượng vận động với Bộ Y Tế cho tỉnh Sóc Trăng làm một vệ tinh của Trường Y Cần Thơ như mở phân khoa chuyên nghiên cứu và trị bịnh sốt rét hay trung tâm sản xuất chân tay giả, để cho người dân Sóc Trăng có thêm công ăn việc làm. Hiếu thưa:

- Anh chị em con luôn nghĩ đến công đức của tổ tiên đã xây dựng một tỉnh Sóc Trăng giàu tài nguyên, màu mỡ và phát triển tỉnh "Sóc sờ bai Sóc Trăng". Chúng con sẽ hết lòng phục vụ trực tiếp hay gián tiếp cho tỉnh nhà. Chúng con không bao giờ quên công ơn của tỉnh nhà Sóc Trăng. Mọi người vỗ tay.

Hiếu cũng đâu có ngờ, Thu Vân cũng muốn tham dự tiệc và nghe Hiếu nói chuyện nên Thu Vân nghỉ ra kế, gọi tắc xi chở hết chị em và cả chị bếp ra nhà hàng ăn cũng ngồi không xa lắm mười bàn ăn của ông Bí Thư đãi gia đình Hiếu. Nghe Hiếu nói xong, mấy chị em gọi tắc xi đưa về nhà.

Sáng chúa nhựt vợ chồng Trung và Hiếu chạy ra nhà Bernard ăn sáng. Khi mọi người lên đường về Cần Thơ, Hiếu nói với chị tư em cũng chạy thăm bạn bè rồi em chạy về Cần Thơ vì tối chúa nhựt em trực cả đêm. Bây giờ em cũng đi, nói xong Hiếu lên xe chạy thẳng về nhà Thu Vân thấy nàng đang đu đưa trên võng lại mặc bộ đồ mỏng tanh, Hiếu ngạc nhiên, nắm tay dẫn vào nhà, vừa đi Thu Vân nói tối hôm qua, em cũng ra nhà hàng ăn cùng với mấy em.

Em nghe anh giải bày tâm sự mà em vừa ăn vừa khóc, em lại càng yêu anh, anh có một tuổi thơ quá buồn thảm nghèo khổ. Còn em lại quá dư thừa mà tương lai hạnh phúc là con số không. Còn anh từ nghèo tận cùng lại nhảy lên giới thượng lưu giàu có. Em tự trách sao ngu không giúp đỡ anh lúc bấy giờ và yêu anh, hy sinh cho anh thì bây giờ em sánh vai bên anh thì hạnh phúc biết bao cho em.

- Hiếu nói đó là dĩ vãng, bây giờ là hiện tại, anh đã yêu em quá, nếu anh có bị mệnh hệ gì chẳng lành đi nữa cũng có em bên cạnh là anh mãn nguyện rồi. Hôm nay chúng mình vui hưởng hạnh phúc, bố mẹ và các em sao đều vắng hết vậy. Thu Vân đưa Hiếu vào phòng ngủ, thấy có đặt một cái bàn nhỏ có nhiều thức ăn, có bếp dầu lửa và chão nữa, Hiếu hỏi bố mẹ và ba em đi đâu? Thu Vân nói:

- Tối hôm qua, sau khi mẹ bố về, thấy bố mẹ khen anh nức nở, em thú thiệt với bố mẹ là em lên Cần Thơ đã đến nhà ngủ với anh và theo anh về Sóc Trăng. Em không ngại ngùng nói thẳng nói thật, em khen anh đủ điều, nhứt là em bị cảm lạnh anh chăm sóc em quá tuyệt vời. Em còn nói em cảm thấy có thể sẽ có bầu với anh dù mới hưởng hạnh phúc với anh mới có một thời gian ngắn ngủi. Trước khi anh về Cần Thơ, bố mẹ cho con đi ra ngoài hưởng hạnh phúc với anh. Mẹ nói:

- Con với Hiếu vào khách sạn có người thấy rất phiền phức cho Hiếu. Bố mẹ cũng thương Hiếu như thương con, bố mẹ cho phép con và Hiếu ở nhà mình cho thêm kín đáo, bố mẹ dẫn mấy em về Bạc Liêu và chị bếp cùng về quê luôn, chúa nhựt cũng có đám giỗ bà cố con.

Chuyện gia đình đi Bạc Liêu cũng thu xếp giúp cho con hưởng hạnh phúc cũng rất thuận tiện và dễ dàng. Sáng sớm chúa nhựt, mẹ bảo em con ra chợ mua một ký lô thịt bò và vài vỉ trứng gà để cho hai con ăn cả ngày. Đến chiều, Hiếu chạy về thẳng bịnh viện trực cả đêm.

- Tội nghiệp nó quá khổ cực từ tuổi thơ, mẹ nói tiếp. Bây giờ bố mẹ để hai con tự do coi như là vợ chồng, có bầu sanh con, bố mẹ lo nuôi cho chúng học thành bác sĩ như bố chúng. Thu Vân, nghe mẹ nói trước mặt bố như vậy:

- Em chạy lại ôm mẹ hôn mà còn khóc vì quá hạnh phúc bố cũng xoa đầu em và nói:

- Con cố làm vừa lòng Hiếu, quý mến nó, ba thương yêu nó cũng ngang bằng thương yêu con. Em cám ơn bố mẹ và em có một giấc ngủ dài đến hơn bảy tiếng, thức dậy thấy tủ lạnh có thịt bò, trứng, bia và cả một chai Martell nữa. Mẹ có viết mấy chữ để trên đầu tủ lạnh, chiều năm giờ bố mẹ về đến nhà. Vô phòng ngủ, Hiếu vừa ngồi xuống Thu Vân nói để em cởi giày và quần áo cho anh và Hiếu cũng cởi giúp cho Thu Vân, Thu Vân máng hết quần áo lên móc dẫn Hiếu vào phòng tắm. Thu Vân nói em biết anh chưa có thì giờ tắm sáng và đoán anh đã ăn sáng rồi. Còn món steak mình sẽ ăn trưa, anh có đồng ý với em không? Hiếu gật đầu. Thu Vân nói, chúng mình chả cần quấn khăn hay mặc quần áo gì hết:

- Em lấy sữa cho anh và em cùng uống một ly lớn. Hiếu ngồi lặng ngắm bộ ngực của người yêu quá đẹp quá hấp dẫn thu hút, theo nhịp bước đong đưa khi nàng mang ly sữa tới. Hiếu trong tư thế ngồi, Thu Vân đứng đưa ly sữa cho Hiếu uống trước. Cả hai uống nhanh hết ly sữa, Thu Vân mang ra chai nước lạnh đưa Hiếu uống cho sạch miệng và nàng cũng vậy.

Thu Vân, ngồi trên đùi Hiếu và áp sát hai hòn núi vào mặt Hiếu, tay Hiếu lại tìm lạch đào nguyên. Thu Vân đứng lên và kéo Hiếu đứng dậy hai tay Thu Vân nhồi lên xuống làm cho thằng nhỏ chóng mặt nó đổ quạu đòi bắt đền cho nó tắm suối nước tiên. Thu Vân ôkê đè Hiếu xuống giường, lên ngồi trên hai chân Hiếu và nói mẹ cho con tắm suối, nước đã chảy ra rồi Thu Vân hoàn toàn chủ động, nước suối chảy tiếp. Hiếu nói bên tai người yêu, anh đã lên đỉnh, em nhấn mạnh dồn dập thêm và Hiếu tiếp sức dùng hai tay kéo mạnh người yêu xuống và Hiếu thở một cái khì trong lúc đó Thu Vân đã khai thông lạch suối đến lần thứ ba. Thu Vân nói, vừa gặp nhau, anh nựng hai hòn núi làm cho em phải mở dòng nước suối chảy rồi và còn mở dòng nước thêm hai lần nữa anh mới chịu mở vòi của anh cho nước chảy ra. Thu Vân nói tiếp, em yêu anh quá, từ nay về sau hễ có đụng chạm đến anh là em đã sung sướng, suối tự động xả nước và một ngày nào đó hễ thấy anh hay tưởng nhớ đến anh là em quá thèm muốn đòi hỏi, nước suối của em cũng sẽ chảy ra, Thu Vân tâm sự với người yêu.

Vừa giải quyết xong chiến trường em lại thấy rạo rực, để em lấy cho anh một chai bia cho anh uống mau nóng máy, em vào toi lết rửa sạch sẽ và lấy khăn ướt em có để trong tủ lạnh cả hai chục cái, em sẽ lau mặt cho anh và lau cho thằng nhỏ nữa. Hôm nay anh thử cố gắng vượt chỉ tiêu thay vì sáu mà lên bảy, người xưa có nói đêm bảy, ngày ba, ra vô không kể, mình cứ tạm gọi là đêm nên cố đạt chỉ tiêu bảy thôi. Tối anh hưu chiến và trong tuần ngày nào anh nghỉ không trực, anh cứ gọi điện thoại, em đi xe lô lên, anh ra đón. Lần tới, em đi xe lô về vì em muốn suốt một tháng cứ gần gũi liên lục thì mình sẽ gặp ngày trứng rụng thì em chắc chắn có bầu. Hiếu nói đúng và cũng đúng là anh mê mệt em rồi, không thể thiếu em khi anh ở một mình. Anh uống hết bia, anh hãy ngoan cho em yêu thương, anh nằm xuống, em chủ động diễn đọc tập hai. Tập hai diễn đọc ngay và cả hai cùng xuất kich một lượt. Hiếu nói mình đi tắm sơ sơ mới hơn mười giờ mình ăn sớm, ngủ một giấc lấy lại sức, thức dậy ăn hột gà la cót. Chúng mình cũng thực hiện đúng bảy quả giống như chỉ tiêu em đặt ra, anh bốn, em ba. Thu Vân gật đầu. Tắm xong, Hiếu bảo Thu Vân lo nướng bánh mì, sửa soạn dĩa rau, em đứng gần bếp lửa sẽ nóng, e làm hư da mặt em, còn mặt anh gốc người bán than không sợ nóng. Thu Vân đáp:

- Em xin anh đừng nói anh là người bán than mà nói anh là Vua của em, anh bảo thần dân làm gì cũng được, anh nhớ dùm em, anh là vua, là sư phụ, là đại ân nhân của em. Hiếu nói:

- Em lo làm nhanh kẻo không theo kịp anh, anh chiên steak còn chiên thêm hai hột gà ốp la nữa, giúp chúng mình có thêm sự dẽo dai đạt chỉ tiêu nhiều quả trong ngày hôm nay. Thu Vân vui vẻ nói Vua ra lệnh, thần dân tuân hành ngay, chỉ sợ cha bảo mà con không nghe thì Vua cũng kẹt dữ.

Hiếu xắt hai miếng steak cũng khá dày và lớn, ngày thường Thu Vân không tài nào ăn hết, nay cảm thấy yêu đời và hạnh phúc tràn ngập Thu Vân cũng ăn hết chỉ còn gân và mỡ. Hiếu nói một đổi một, Hiếu cắt một miếng thịt, đổi cho Thu Vân. Thu Vân lại cắt miếng thịt ra làm hai em đút anh ăn giúp em một nửa, anh ăn hết cả gân và mỡ luôn. Hiếu rót ra chút rượu Martell.

Đây à loại rượu ngon của Pháp, anh ăn mỡ gân cho Martell đưa chất cay vào đốt gân mỡ gì cũng tiêu hết. Em thử một chút xíu thôi, em sẽ nóng máy liền. Hiếu uống ngụm Martell và mớm cho Thu Vân một ít, Thu Vân nói rượu này thơm mà nóng dữ, chắc trận nầy em còn sung cho em làm chỉ huy trưởng chiến trường, Hiếu nói lớn, tuân lệnh bà xã. Thu Vân nghe Hiếu gọi mình bà xã khoái quá. Cám ơn ông xã cưng yêu của em, anh sẵn sàng chiến đấu chưa?

- Hiếu nói sẵn sàng, Thu Vân tấn công tới tấp, nước suối đã chảy ra, có thêm chất nhờn lại càng trơn tru, Thu Vân tấn công và tấn công liên tục, Hiếu cảm thấy nước suối chảy tiếp rồi. Hiếu nói em ráng thêm chút nữa cho anh tới bến luôn. Hiếu sàng lắc rất nhịp nhàng, chúng ta cùng xuất kích nghe em, Thu Vân gật đầu và trường mạnh tới và hai người cũng thở khì ra. Thu Vân vẫn còn nằm trên bụng và từ từ lăn qua, ôm chặt Hiếu. và ngủ vì chủ động ba hiệp không có nghỉ, ngủ cho lợi sức.

Hiếu thấy thương quá, và cũng ngủ thiếp. Cả hai thức dậy, gần một giờ trưa vào toi lết tắm sơ sơ, Hiếu vào chiên tiếp thêm hai miếng steak bằng nửa miếng trước Cả hai ăn nhanh và ăn thêm hột gà la cót, hai quả, Thu Vân ăn một quả và Hiếu cũng uống Martell và mớm cho Thu Vân hơi nhiều hơn lần trước làm cho Thu Vân ngà ngà say ôm vật Hiếu xuống và hôn miệng một chặp hết say lại nổi hứng và hỏi Hiếu, anh nóng máy chưa?

- Nếu chưa anh uống thêm một chút Martell và cho em một ly sữa. Bây giờ Hiếu thấy thằng nhỏ cựa quậy, Hiếu tiếp mân mê hai hòn núi, Thu Vân khe khẻ nói em lên đỉnh rồi anh lên ngôi vua đi, thần dân chờ bệ hạ đó. Hiếu với thế cũ mèm mà hiệu quả, tấn công dồn dập, nước suối trong lạch đào nguyên lại chảy ra lại càng trơn tru, Hiếu tiếp tục tiến xấn tới xấn tới cả hai cùng thở hắt ra và mồ hôi đổ ra như tắm. Hiếu vội lấy khăn khô lau cho Thu Vân trước. Thu Vân bảo Hiếu nằm xuống, em lau mình cho anh. Lau xong, Hiếu nắm tay Thu Vân vào tắm hai người kỳ cọ cho nhau lại bắt đầu thấy rạo rực. Hiếu nói, anh pha cà phê uống và ăn tiếp hột gà la cót, anh hai quả, em một quả lần này anh uống bia cho có nhiều nước. Chút nữa mình uống nước dừa giải khát, Thu Vân có chặt lấy nước và cơm dừa để trong tủ lạnh ba bốn trái tha hồ anh uống luôn tới chiều.

Anh nhìn thấy hình ảnh hai hòn núi lờ mờ trong làn áo mỏng anh cũng chết đứng như Từ Hải trong truyện Kiều. Thu Vân như một hiền triết và ngộ ra một điều nói với người yêu. Em nghĩ khi anh đau nhiều, em đến thăm, không có ai, em mở nút áo ra cho anh thưởng ngoạn du sơn, anh thấy ngọn núi chập chùng cao vời vợi của em thì anh hồi sinh không cần uống thuốc?

- Bác sĩ giả trị bịnh cho bác sĩ thiệt không cần thuốc mà bịnh nhân hết. Với thành quả siêu việt này chắc em được giải thưởng Nobel Y Học sẽ có một triệu đô la, thầy thuốc chia cho bịnh nhân một nửa năm trăm ngàn USD xài chơi, anh có chịu không?. Hiếu nói em tính hay thật.

Bây giờ nghe em nói sướng quá, anh nổi hứng rồi, em lên giường mình vào trận thứ năm. Thu Vân nói, đúng là anh của em thông minh, coi bộ anh còn sung, anh theo chiến thuật cũ, em rất thích. Hiếu đi một đường lả lướt, hai tay vẫn mân mê trên núi đồi hùng vĩ, ở dưới tấn công và tấn công dồn dập, suối bị khai thông. Hiếu thấy có nước mát mẻ nên tấn công thêm vũ bão cả hai cũng lên tột đỉnh một lúc. Hiếu nói, chúng mình còn hai lần chiếm mục tiêu nữa, đạt chỉ tiêu trọn vẹn.

Tuy nhiên anh muốn đạt chỉ tiêu sớm, anh phải ngủ thêm một chút, tối mới thức trực nổi, thời gian còn gần bốn tiếng, dư sức qua cầu. Hiếu lấy bình nước dừa rót ra ly uống thấy quá ngon vì cái vị ngọt lịm mà có mùi thơm của nước dừa làm lăng tăng lưỡi Hiếu ngồi trên ghế kéo Thu Vân lại ngồi trên đùi vừa uống nước dừa, Hiếu nói anh muốn cho em chiếc xe nhỏ mà thấy khó quá. Để anh bàn với chị hai, anh chuyển chủ quyền xe cho chị để sau này, chị bán rẽ cho em hay tặng em, chị hai rất rộng rãi. Trong tuần tới, em cùng đứa em lớn mười bảy tuổi hỏi coi cho em học lý thuyết trước để đúng mười tám thi lấy bằng vì em cũng phải đi học lý thuyết trước nhờ em trai chở em đi học. Đồng thời em trai giúp chở chị hai luôn cùng đi học với em. Chắc chắn em sẽ đậu trước chị Hai. Nhờ em trai chở chị học lý thuyết đến khi nào chị đậu, có em cùng đi chung giải thích giúp chị thì cũng dễ đậu. Có thi đậu lý thuyết rồi mới được quyền tập lái xe, mình có xe nhà tập cũng dễ, đầu tiên cũng phải có thầy chỉ dẫn, em học rất dễ đậu.

Anh chỉ lo cho em. Anh lo cái gì? Thu Vân hỏi?.

- Hiếu đáp vì em đẹp quá các ông thầy dạy lái xe bị em hớp hồn, ông ta lái xe đi tìm chỗ tầm bậy tầm bạ thì lại tội nghiệp đời anh. Vậy, anh muốn hai chị em học một ông thầy nó muốn dê em thì nó sợ chị hai, em mới chắc cú an toàn. Khi biết lái xe có bằng và có xe mình lái vài tuần thì quen, lái đi xa được.

Anh muốn chị hai biết lái chỉ đi xung quanh đây, lái đến chùa đi chợ Bố Thảo, hoặc chị muốn lái đi chợ lớn của tỉnh thì em lái thay chị. Anh còn dự định khi em có con miễn nó giống anh thì anh thú nhận với chị là em cần có con với anh nên con em cũng là cháu ruột của chị, chạy tới chạy lui giúp em mà chị cũng vui và em cũng vui vì có chị chồng luôn gần gũi mình.

Đối với mẹ, anh chưa dám nói, chúng lớn, chị hai sẽ nói cho mẹ biết mà thương cháu không được nhìn nhận chính thức. Anh suy nghĩ nát óc, càng yêu em anh lại càng lo càng khổ. Anh đành chịu khổ mà gần em mãi mãi.

Trong tuần tới, anh coi hôm nào rảnh, anh nhắn em đến Phụng Hiệp cho gần và tránh người gặp. Anh ở Cần Thơ chạy xe xuống vui chơi cùng hưởng hạnh phúc với em và anh chở em về Sóc Trăng và lần đó anh để chiếc xe nhỏ tại nhà cho chị hai và em sẽ sử dụng. Anh nghĩ em biết lái xe trước em mang xe về nhà, em lái xe đón chị và giúp chị lái cho quen vì người chưa có bằng khi lái xe phải có người có bằng ngồi ngang bên làm giám hộ. Phải có xe hơi đi an toàn hơn xe gắn máy và tránh được mưa nắng. Em có bằng lái, anh chỉ mong em lái đi ra chợ chánh được còn chị hai anh chỉ mong chị lái cho quen từ nhà đến chùa, đến nhà em và đi chợ Bố Thảo cho thật quen mới dám lái ra chợ lớn Sóc Trăng hay đi đâu xa như Bãi Xàu chẳng hạn.

Ngồi nói cũng mất thì giờ, Hiếu nóng người kéo Thu Vân lên giường diễn tiếp tập sáu, hoàn thành mỹ mãn, mới gần bốn giờ. Hiếu nói em cứ nằm nghỉ cho khoẻ, anh lo làm bếp cũng với steak và hai hột gà chiên còn sống ốp la ăn mới bổ. Hiếu lại uống bia cho có nhiều nước. Hiếu còn lo chăm chút thức ăn cho Thu Vân có sức tiếp tục con đường ái ân. Thu Vân hỏi, anh Hiếu thương yêu sâu đậm em quá có phải không anh?

- Hiếu nói, anh càng gần gũi em, anh lại càng yêu em và chuyện chăn gối anh với em lại quá hoà hợp, anh có thể tự phong anh là nhà vô địch mà chỉ có em thôi, còn người khác đến quả thứ tư là anh mệt ngất ngư rồi. Không biết tại sao, anh rờ vào em là anh nổi hứng cũng ngộ thật như anh bị em bỏ bùa trong bộ ngực em. Anh đụng vào là bị bùa rù quến liền, còn em mê anh là mê làm sao mê cái gì?

- Thu Vân nói, em mê anh dẽo dai và biết chìu chuộng em mà anh có sức khoẻ bằng sắt, có thằng bé xuất sắc, em không thấy anh mệt cũng lây cho em, em gần anh liên tục em cảm thấy càng khoẻ mới là ngộ.

Hiếu nói ăn xong, anh và em uống hết lon bia mình diễn luôn tập bảy bù cho nhiều ngày không gần nhau. Khi nào anh rảnh mình hẹn nhau ở Ngã Bảy, anh đưa em về Sóc Trăng cũng tiện. Trận chiến thứ bảy diễn xong mới có hơn bốn giờ rưỡi, em ở trong phòng ngủ cho lại sức anh ra võng nằm đợi bố mẹ về, anh cũng sẽ ngủ được còn sức trực tối nay. Chúng ta ôm nhau ngủ thì cũng lại bị đòi hỏi gần nhau nữa thì anh kẹt nếu có bịnh nhân nhờ chửa trị sẽ loạng quạng.

- Thu Vân nói anh nói đúng, chúng mình vào tắm anh thay đồ ra võng nằm, em mang ra cho anh một ly nước dừa, em vào thu xếp mọi thứ, còn thì giờ em cũng ngủ một chút.

Hiếu thức dậy. Gần sáu giờ mà chưa thấy gia đình về. Vừa nói, Hiếu thấy từ xa ba đứa con trai vừa đi nhanh vừa noí ỏm tỏi, đến nhà trước thấy anh Hiếu đang uống nước dừa. Em trai lớn hỏi, chị hai em chặt dừa anh uống có ngon hơn em không? Hiếu nói chị hai em có bàn tay búp măng và gương mặt xinh đẹp, nước dừa của chị hai của em cho anh uống như nước dừa tiên ngon quá xá, hơn nước dừa em cho anh uống. Ba thằng nhóc chạy lại khoe với bố mẹ, anh Hiếu cái gì cũng giỏi. Con hỏi con mang nước dừa mời anh uống và nước dừa chị hai mời anh uống, anh nói cho con biết chị hai cho ảnh uống ngon hơn nước dừa con mang ra vì chị hai có gương mặt xinh đẹp, bàn tay búp măng làm cho nước dừa ngon ngọt hơn, anh Hiếu nịnh đầm hết biết. Bố mẹ cười ngất, mẹ nói mấy con nghe anh Hiếu của các con nói chuyện hồi tối tại nhà hàng vừa hay vừa duyên dáng, ai cũng quý mến.

Con thấy chị hai khen hay chê, chị hai con khen ảnh quá trời nay ảnh khen chị hai kể như huề 1-1. Bố mẹ quá vui. Hiếu đứng dậy chào bố mẹ và các em. Tối nay con có giờ trực từ chín giờ tới sáu giờ sáng nên con tranh thủ ngủ một chút để tối trực, đúng sáu giờ con lái xe về Cần Thơ. Xin bố mẹ cho con hỏi ba em trai, em nào thương anh Hiếu nhứt đưa tay, cả ba cùng giơ tay. Câu hỏi thứ hai em nào muốn theo anh Hiếu lên Cần Thơ ngay bây giờ, thứ sáu anh đưa về và thứ bảy anh đưa cả gia đình đi Sài Gòn chơi và chiều về Sóc Trăng.

Cả ba đứa đều giơ tay đòi đi Cần Thơ. Hiếu nói, ba em tối ngủ giữ nhà dùm anh Hiếu, sau sáu giờ sáng anh về và chừng tám giờ đưa các em đi ăn sáng. Ba em ngủ không có anh có sợ ma không? Cả ba nói không sợ. Nếu ba em không sợ ma, xin phép bố mẹ, bốn anh em mình đi Cần Thơ để cho chị hai các em ở nhà cô đơn buồn chơi.

- Chị hai không buồn, em út nói. Ở nhà một mình, tha hồ, chị nhỏng nhẻo với bố mẹ, không có chúng em thấy. Ba em xin phép bố mẹ và xin bố mẹ mang dừa lên Cần Thơ em chặt cho anh uống chắc chắn là ngon hơn của chị hai em. Em Út rất lém lỉnh nói:

- Chị hai ở Sóc Trăng làm sao chặt dừa được. Hiếu nói, ba em lấy quần áo, không có quần áo thì tạm mặc quần áo anh vậy. Ba đứa vội lấy quần áo, một đứa mang theo bốn trái dừa.

Bố mẹ và Thu Vân rất vui thấy Hiếu chinh phục được tình thương của ba em. Bốn anh em trai lên xe chạy một lèo về nhà ở Cần Thơ, Hiếu mở cửa cho ba em vào nhà, Hiếu nói ba em ngủ ở hai phòng, còn một phòng của anh. Rữa mặt rữa tay xong, đánh răng, chải tóc, chuẩn bị vào nhà thương, Hiếu chỉ số điện thoại ở nhà thương có trên bàn phòng khách, khi nào các em cần gọi anh. Còn cậu út tối có thấy ma, gọi anh chạy về bắt, anh đóng thùng gởi cho chị em để chị có bạn. Em út nói, tối nay em mét chị hai nói anh Hiếu nói xấu chị làm bạn với ma.

- Anh Hiếu nói, bây giờ anh lo lót em út đừng mét chị hai, anh có nhiều thùng mì gói để ở nhà bếp, hai ký lạp xưởng của Sóc Trăng có trong chạng và còn nhiều hột gà trong tủ lạnh cho cậu út độc quyền ăn hết dùm anh.

Anh lo lót cho em thì em nói với chị, anh Hiếu nhớ chị lắm. Hiếu nói, em đừng nói như vậy, người ngoài nghe họ đàm tiếu thì tội cho chị và anh. Các em thương anh chị thì không bao giờ nói anh chị thường gặp nhau, các em hiểu rồi phải không?. Nhà này kể như là nhà của ba em, muốn ăn gì cứ tự nhiên. Nhớ sáng mai anh về, anh nằm ngủ chừng một tiếng, bốn anh em mình đi ra nhà hàng ăn sáng, cậu út ăn hai phần vì cậu thương chị hai nhiều nên ăn thêm thay chị hai. Chị hai biết em ăn phần của chị mà không để cho anh ăn thay, chị em sẽ rầy em đó. Anh hiểu em út nhiều, tối nhớ gọi thăm bố mẹ và thăm chị hai, nói anh chúc chị hai ngủ ngon nằm mơ thấy ngủ với ma do em út thấy nhờ anh bắt. Hiếu ra xe.

Sáng sớm hôm sau, vừa đúng sáu giờ Hiếu về tới nhà, cậu em út ra mở cửa và nói, chị hai chúc anh ngủ ngon và chị nói chị nhớ ba em thường chọc ghẹo chị, nay sao vắng quá, chị muốn lên Cần Thơ thăm ba em và cùng về Sóc Trăng với ba em. Anh có chịu không?

Nếu ba em giữ kín chuyện chị đến nhà anh thì anh sẵn sàng đón chào công chúa của bố mẹ. Có ai hỏi mấy em, nói anh Hiếu cho gia đình chúng em mướn hết nhà này để cho các anh chị lớn sẽ ở đây đi học đại học.

Các em nói chị hai lên Cần Thơ ngày nào cũng được, anh em mình lại nhà mới anh ở vì chỗ đó anh đang sửa chửa và có nhiều phòng rộng hơn ở đây, năm người ngủ riêng năm phòng, còn ở đây chỉ có ba phòng. Bây giờ anh đi tắm, anh thay đồ, ba em cũng thay đồ khác, bỏ hết vào giỏ đồ giặt, tối anh cho vào máy giặt. Bốn anh em ra xe chạy ra gần Bến Ninh Kiều ăn sáng xong, Hiếu nói anh muốn tặng ba em mua mỗi em một bồ đồ mới, anh muốn các em có nhiều kỹ niệm với anh. Hiếu đưa ba em vào tiệm bán nhiều quần áo đàn ông và thanh thiếu niên. Hiếu nói các em lựa mỗi em một bộ cho ngon, mỗi em một cái áo khoác giống nhau và giày cũng giống nhau, hay là các em lựa vải may có đo kích thước mai hay mốt mình lấy.

Hiếu lại gặp ông bà chủ tiệm may, hai ông bà niềm nỡ bắt tay hỏi chào rối rít, con gái hai bác học chung lớp với cháu mời hai bác dự một buổi thuyết giảng của cháu tại trường Y thứ năm trước. Một hiện tượng hiếm có, hơn một ngàn người tham dự có ngoại giao đoàn và báo đài nước ngoài cũng tham dự. Cháu còn quá trẻ mà nói hay quá, thao thao bất tận, ai cũng khen. Hai bác mến thương cháu nhiều lắm, hôm nay hai bác muốn khen thưởng bốn anh em mỗi người một bộ và bác có thêu tên tiệm may của bác để làm kỹ niệm. Bác gọi thợ đến đo liền, cắt và may cả tối nay, chiều mai, bốn anh em tới đây lấy và bác mời bốn anh em cùng với gia đình bác đến Phong Dinh Lầu ăn tối. Con bác và mấy bạn nó cứ nhắc và khen cháu sao thông minh giỏi quá, học cùng lớp mà còn làm thầy giảng lại bài học rất dễ hiểu còn hơn các giáo sư.

Chiều hôm sau, bốn anh em có bốn bộ đồ mới, mặc thử rất vừa, bốn anh em chúng con để vậy đi ăn với gia đình như khoe với mọi người hai bác cưng cháu quá. Cháu có ý kiến hay. Như vậy, các bộ đồ đang mặc cho vào túi xách của tiệm may. Bốn cháu ra Phong Dinh Lầu mình ăn trên lầu, các cháu chọn cho bác hai bàn, bác và các bạn của con bác cũng là bạn của cháu nữa sẽ đến sau. Tụi nó còn thuê một người chụp hình chụp nhiều hình kỹ niệm mà cháu mặc bộ đồ mới may thì đẹp hết sẩy.

Hiếu cúi đầu cám ơn và ba em khoanh tay cúi đầu chào.

Với hai bàn đầy kín, bác trai đặt mười hai món ăn, bác nói các cháu từ hai mươi mốt tuổi trở xuống là tuổi ăn khoẻ nên bác gọi nhiều, ăn không hết thì ba cháu nhỏ mang hết về nhà ăn tiếp. Một bữa ăn quá bất ngờ, Hiếu lại tiếc không có Thu Vân cùng dự chung vui vinh dự của mình. Tối về nhà, cậu em út gọi báo cáo hết cho chị hai nghe, chị hai nói chị nhớ ba em, chị muốn chừng chín mười giờ ngày mai, hỏi anh Hiếu có ra đón chị ở bến xe lô được không?

- Cậu út nói chị nói nhớ ba em, em hỏi thiệt chị còn nhớ ai nữa không? Em hỏi chị như vậy là em biết lòng dạ chị rồi. Ngày mai chị thưởng quà cho ba em, chị có thưởng cho anh Hiếu nữa không. Thu Vân nói có chớ.

Thứ ba nhằm ngày trực, Hiếu nói bạn ở xa đến thăm, Hiếu sẽ vắng từ chín đến mười giờ đón bạn ở bến xe. Ở đây có chuyện gì nhờ các bạn giúp. Ba bốn y tá nói, chúng tôi sẽ giúp anh, lo cho xong việc, anh đến hai giờ mới hết ca.

Hiếu cám ơn và đi liền vì đồng hồ đã chỉ chín giờ. Tới bến xe, thấy Thu Vân khệ nệ mang ba bốn giỏ thức ăn và một túi xách quần áo vì ở Cần Thơ đến bốn ngày. Hiếu tấp xe vào lề, chạy đến xách hết bốn giỏ nặng chỉ chừa Thu Vân cái túi xách quần áo, Hiếu đi nhanh cho đỡ nặng, cho hết vào thùng sau, Hiếu mở cửa cho Thu Vân vào và nhắc em lấy tay vô, anh đóng cửa nghe.

Chạy về nhà, Hiếu gọi mấy em ra mang hết thức ăn vào nhà. để anh Hiếu còn chạy vào nhà thương, thay vì hai giờ mới hết ca trực, nếu không có bịnh nhân mới, một giờ anh về sớm. Năm anh chị em mình ăn cơm trưa, em nào đói cứ ăn lai rai trước nhớ chặt dừa uống nước, chị em chặt một trái, em trai lớn chặt một trái để anh so sánh nước dừa nào ngon hơn. Em trai nói em chịu thua vì anh thế nào cũng nói chị em có bàn tay búp măng có khuôn mặt xinh đẹp sẽ làm cho nước dừa ngon thơm hơn. Hiếu nói:

- Bốn chị em vui vẻ nghe, một giờ anh sẽ về tới. Cậu út nói, phòng anh Hiếu rộng cho chúng em gởi chị em vào ở chung với anh. Cái đó là tuỳ chị em, anh không dám có ý kiến, anh có hai giường, giường ai nấy ngủ. Hiếu nói xong lật đật lái xe đi. Thu Vân nói em có mang chai Martell bố cho anh. Cám ơn em, anh phải đi nhanh để một chút anh về sớm. Các em lo làm bếp có nhiều món, ăn mới đã.

Hiếu về đến nhà gần một giờ rồi vì còn phải mua một ký thịt heo quay, sườn heo, giò heo, bánh hỏi và bốn ổ bánh mì và đầy đủ rau sống, dưa leo, khế, khóm, một bịch ớt hỉm...

Về đến nhà, trên bàn ăn đã dọn sẵn, Hiếu vào buồng, Thu Vân đang ở trong đó đợi ôm hôn Hiếu một cách say đắm, cỡi giày và quần áo Hiếu, bảo Hiếu đi tắm cho mát mẻ. Em đợi anh ra ăn cơm. Thu Vân gom quần áo Hiếu và của Thu Vân cho vào giỏ để tối giặt. Thu Vân lấy chai Martell ra cho Hiếu nhậu. Thu Vân cũng có chuẩn bị thức ăn cả ngày hôm qua có sườn muối sả nướng chín rồi và một ký lô sườn heo xào mặn, một ít khô cá sặc cá lóc, cá ba sa để dành ăn. Hiếu được em út dành cho hai cái ly, nửa ly nước dừa của chị hai và nửa ly nước dừa của anh trai. Hiếu vừa ngồi xuống, em út mời anh Hiếu uống một ngụm ly này của chị hai và sau đó anh uống một ngụm của anh ba coi ly nào ngon hơn. Sau khi uống hai ly nước dừa coi ly nào ngon hơn hay bằng nhau. Cậu út nói tại sao ly của chị em đặc biệt dành cho anh mà lại không ngon hơn ly nước dừa anh ba. Hiếu giải thích, hôm nay chị hai đi đường xa và xách đồ nặng tay nổi gân không còn búp măng và gương mặt eo xèo nên nước dừa bị xuống một cấp nên bằng với cậu ba, em thử uống coi có đúng không. Em bái phục sư phụ, cái gì anh lý luận sao cũng hợp tình hợp lý, nghe đã quá.

Nếu anh làm luật sư tha hồ mà cãi mà hốt bạc hốt luôn mấy bà không chồng, hốt luôn cả chị hai em nữa. Cả nhà cười vui.

- Cậu út có thắc mắc, Hiếu nói, người dưng, lạ quắc mà còn thưởng anh Hiếu mà tại sao chị hai quý mến anh Hiếu, bố mẹ nói thương yêu con nuôi mà chưa có thưởng gì hết. Hiếu nói:

- Bây giờ em đã thấy chị hai thức khuya dậy sớm lo làm thức ăn cho anh và ba em ăn mấy giỏ lận đi xa gần một trăm cây số, cực quá như vậy đã thưởng anh rồi. Còn bố mẹ cũng thưởng cho anh một chai Martell. Cậu út cãi:

- Bố mẹ thưởng anh mà thưởng chai rượu đã uống rồi. Hiếu đính chánh, thưởng chai rượu này ngày chúa nhựt, anh khui uống quên mang về, nay chị hai mang giúp lên đây cho anh. Em hỏi chị hai coi anh nói có đúng không? Anh bảo hỏi ai, chớ hỏi chị hai cái gì chị cũng binh anh hết.

Mấy em thấy chưa cậu út nhà mình sau này mà làm luật sư cở thầy cãi út Hiếu hay hai Vân đều chạy té re. Cậu tư ít nói nhứt cũng lên tiếng:

- Em thấy quá vui quá hạnh phúc, năm anh em mình ở một nhà thì luôn có tiếng cười, Chị hai nói tán thành cậu tư, chị hai nói trước:

- Ba em thương anh chị phải giữ kín anh chị thân quen nhau, đi ăn chung ở nhà hàng, cậu út ngồi gần chị hai thay anh Hiếu lo cho chị, đừng để anh Hiếu lo gắp thức ăn cho chị, anh Hiếu luôn ngồi xa chị, tránh bị đàm tiếu dị nghị. Bây giờ anh Hiếu nổi tiếng và còn nổi tiếng thêm nữa mà người ta đồn rùm anh Hiếu léng phéng với chị thì thanh danh của anh Hiếu bị giảm hay bị lên án.

Ba em hiểu hoàn cảnh của chị rụt rè không dám tỏ tình yêu với anh Hiếu lúc ở tuổi mười sáu mười tám để kẻ khốn nạn chà đạp nhân phẩm chị thành thân tàn ma dại. Nhờ có anh Hiếu gặp lại chị, thương hại, tội nghiệp cho chị nên anh Hiếu ra tay cứu vớt chị, chị buồn tủi cứ muốn tự tử hoài. Nay, có anh Hiếu an ủi chị vui lại yêu đời ham sống hơn lúc chị mới về nhà. Lúc đó chị đau yếu xanh xao như con ve sầu, nay ba em thấy chị khoẻ ra và luôn vui cười. Cậu út nói:

- Chúng em luôn yêu thương chị hai và anh Hiếu bằng nhau. Anh Hiếu đừng quên chị em tội nghiệp, chị hai yêu quý của chúng em.

- Anh Hiếu xin hứa với các em, anh lúc nào cũng yêu thương chị hai của các em, bây giờ anh cũng mệt cho anh vào ngủ một giấc, chiều năm giờ anh em mình đi ăn ở nhà hàng nổi có ca nhạc sống nữa. Các em giúp chị hai thu dọn rồi nghỉ sau, mai chúng ta về ở nhà mới rộng rãi, chừng nào bố mẹ lên Cần Thơ về nhà mới ở có tiện nghi hơn. Hiếu đứng lên vào phòng, Thu Vân cho thịt quay, rau sống bánh hỏi, sườn nướng, sườn ram đều đậy kín cho vào tủ lạnh, các em lo rữa chén, lau bàn ghế, quét nhà quét sân nhấp nháy đều xong, chị hai bảo cậu út coi lại cửa. Bốn chị em đi nghỉ trưa, Thu Vân bước vào buồng đã nghe tiếng ngáy phì phò của Hiếu, Thu Vân nhẹ nhàng thay quần áo ngủ, nằm cách xa Hiếu để cho Hiếu ngủ tròn giấc và cũng chộp mắt làm một giấc khá ngon. Thức dậy, hé mắt thấy Hiếu nhìn chăm chú vào bộ ngực mình có vẽ thèm thuồng, Thu Vân làm bộ trở mình nằm nghiêng, Hiếu nhìn chỗ khác, Thu Vân mở nút áo nhanh làm bộ trở lại cách nằm cũ mà lần này phơi hai ngọn núi hoả diệm sơn, Hiếu đê mê ngắm nhìn không nháy mắt, hai tay cứ xoa vào nhau, bỗng Thu Vân nắm tay Hiếu đưa vào ngực. Hiếu bẽn lẻn, từ nảy giờ em làm bộ mà anh tưởng thật em ngủ để lộ hai hòn núi anh đê mê. Chuyện ái ân diễn ra cũng nhịp nhàng bài bản, Hiếu lấy nước dừa chưa uống hết hồi nãy đã ráp kín để trong tủ lạnh, mời Thu Vân uống trước và Hiếu uống một hơi hết sạch. Cả hai nằm xuống mân mê trong khoảnh khắc lại đòi hỏi diễn tiếp tập hai cũng thật xuất sắc.

Hiếu nhìn lên đồng hồ, thấy chỉ năm giờ, nói với Thu Vân, em đi thay quần áo đẹp, bốn anh em thay đồ mới bác chủ nhà may, thợ may cả ban đêm và chỉ một ngày xong bốn bộ tặng cho bốn anh em để cho em ngắm coi có đẹp không?

Năm anh chị em xuống nhà hàng nổi lúc sáu giờ rưỡi.

Bà chủ nhà hàng nói, bốn ký giả phỏng vấn cậu hôm nọ có cho tôi điện thoại, nói gặp cậu xuống đây ăn thì gọi cho họ, tôi gọi liền, họ nói đang ở trọ khách sạn Cửu Long sẽ xuống nhà hàng trước bảy giờ. Hiếu nói bà giúp cho tôi một bàn tròn mười chỗ ngồi, nướng trước cho mười con tôm càng lớn càng dai càng ngon, cho thêm một dĩa gõi sứa, còn các món khác tính sau, cho một chai martell và mười cái tẩy và một chục chai perrier, mấy em tôi không biết uống rượu thì uống perrier, cho thêm một lọ hoa tươi và cho phó nhòm chụp cho tôi một bộ hình. Trong bill bà chủ tính hết chi phí, mấy nhà báo muốn trả tiền bà không nhận nói là tôi mời họ như lần phỏng vấn trước. Thu Vân vô cùng ngạc nhiên sao có chuyện ngẫu nhiên tuyệt vời này. Em của Thu Vân nói:

- Anh Hiếu quả là một người hùng, một nhà nghiên cứu tài giỏi mà hào hoa làm chị hai em chắc chắn phải mê mệt anh Hiếu. Chị hai nói em đừng nói xàm, người ta nghe đàm tiếu tội nghiệp anh Hiếu, chị càng yêu thương anh, chị có trách nhiệm bảo vệ thanh danh anh Hiếu. Ba em cùng nói chúng em xin lỗi anh chị, chúng em càng phải giúp chị hai giữ trọn tình yêu trọng kính với anh Hiếu.

Năm anh chị em đang nói chuyện vui vẻ, không phải bốn mà Hiếu có linh cảm có năm ký giả, quả thật năm ký giả, hai Mỹ, một Pháp, một Anh và nay thêm một Úc. Hiếu đứng lên bắt tay giới thiệu bốn em mình và năm nhà báo cũng tự giới thiệu. Thu Vân, tiếng Anh cũng khá lưu loát và có em trai cũng nghe hiểu được hơn năm mươi phần trăm nên các em cũng vui có cơ hội thực tập.

Hiếu nói biết các anh thích ăn tôm nướng và gõi sứa, nhậu trước mình tha hồ nói chuyện và ăn thêm cái gì cho thêm no. Hiếu nói, tôi mời các anh cứ ăn tự nhiên, muốn đến Sóc Trăng tìm hiểu thêm về các sinh hoạt đa dạng của tỉnh có ba sắc dân Việt Miên Tàu. Tôi chở các anh đi có chỗ cho các anh ở và tôi đưa về lại Sài Gòn. Cả năm người nói thế thì quá tuyệt vời, tôi cho số điện thoại của tôi ở Cần Thơ, số điện thoại của cô em tôi ở Sóc Trăng, và hai ông anh ở Sóc Trăng, chúng ta liên lạc nhau. Hai ký giả Mỹ nói hai đại học danh tiếng ở Mỹ là Harvard và Yale đang tìm nhà nghiên cứu giỏi về bịnh sốt rét vì nạn dịch bịnh này trở lại đang bùng phát trở lại vùng rừng Amazon ở Nam Mỹ, vùng sừng Phi Châu và Malaysia, Thái Lan, Việt Nam.

Họ cho biết họ giúp cho nghiên cứu sinh được mang theo gia đình, mỗi tháng một trăm ngàn USD ở Amazon một năm và ở Sừng Phi Châu một năm. Như vậy, sự nghiên cứu rất quy mô, Hiếu nói, tôi sẽ lập một toán xung kích gồm bốn bác sĩ Việt Nam và vài bác sĩ Mỹ hay các nước khác. Chúng tôi đến mỗi nơi ở chừng sáu tháng, tài trợ hai năm cho một nhóm nghiên cứu quốc tế lý tưởng là có đủ bốn bác sĩ Việt Nam và một bác sĩ người Áo học tại Việt Nam đã biết rõ bịnh sốt rét và cần có thêm chừng năm bác sĩ gốc Mỹ, Pháp, Canada, Anh, Úc. Chia hai toán, chúng tôi liên lạc chặt chẽ và báo cáo về trường các công tác đã thu hoạch được. Mỗi năm cả hai toán về lại trường đúc kết một bản báo cáo theo dõi chữa trị cũng như cách phòng ngừa bịnh sốt rét tại hai khu vực Nam Mỹ và một phần Phi Châu. Trong vòng hai năm chắc chắn chúng tôi phải hoàn tất công trình nghiên cứu và cá nhân tôi có thể viết thành luận án tiến sĩ về bịnh sốt rét...

Năm ký giả cùng nói, quả thật anh là nhà nghiên cứu trẻ Việt Nam có ý kiến thực hiện chương trình nghiên cứu bệnh sốt rét vô cùng xuất sắc. Hiếu hỏi các anh muốn ăn gì thêm hay chúng ta gọi mỗi người một tô mì vịt tiềm, năm nhà báo ô kê. Nếu hai đại học cấp kinh phí tốt thì hai toán sẽ hoàn thành kế hoạch nghiên cứu sớm và quay trở lại trường có đủ phương tiện thực nghiệm trong phòng lab. Có thêm kinh phí và thời gian, chúng tôi sẽ đến thêm các nước đang bị bịnh sốt rét hoành hành chữa trị lâm sàng, đúc kết thành quả mang về trường.

Thứ ba tuần tới cũng không còn mấy ngày nữa, tôi chở năm bạn đến gặp ông Khoa Trưởng giúp tôi dự thi lấy bằng Bác sĩ Y Khoa sớm về mặt lý thuyết và phần thực tập tôi có thực tập mỗi ngày từ sáu tới tám tiếng trong vòng một năm là xong. Có các bạn giúp nói thì ông Khoa Trưởng thêm tin... Năm ký giả đều hứa và hẹn giờ đón tại khách sạn Cửu Long.

Hiếu lái xe về nhà vẫn để cậu út ngồi ngang với anh Hiếu, Thu Vân ngồi sau lưng.

Tối hôm đó, Thu Vân và Hiếu vẫn đạt điểm cao cũng như các đêm trước. Sáng sớm Hiếu nhắc Thu Vân lấy hết thịt heo quay ra và nướng bánh mì lại ăn sáng cho thật no để còn lao động. Hiếu nói với các em, là con trai phải tháo vác cái gì mình cũng phải biết và nếu có bồ mình cũng đủ vác chạy được. Thí dụ như chị hai các em, cao, đứng ngang anh, anh muốn vác cũng dư sức qua cầu. Cậu Út nói liền, anh thử vác cho chúng em xem:

- Hiếu nói sợ chị em không chịu, ở đây chật quá, về nhà mới, anh sẽ biểu diễn cho cậu út xem mà phải mua vé mới được xem - Cả năm anh chị em cùng cười.

Ăn xong, năm anh em lo thu dọn nhanh, mang hết thức ăn về nhà mới ở cho đến ngày trở về lại Sóc Trăng. Cậu út tranh thủ gọi điện thoại cho mẹ biết là năm anh chị em sẽ về ở nhà mới và hẹn bố mẹ sau khi đi Sài Gòn về ở lại

Cần Thơ một đêm thứ bảy, sáng chúa nhựt về Sóc Trăng, ở gần anh Hiếu vui cười suốt ngày.

Anh chị em mang theo quần áo và tất cả đồ ăn đến nhà mới. Từ đây chạy đến khu nhà vườn chưa tới hai mươi phút, Hiếu ngừng xe trước cổng, đưa chìa khoá cho cậu em lớn xuống mở cổng, xe chạy thẳng vào trong khoá cổng lại, Hiếu đi trước vào mở hết các phòng ngủ, bảo các em lấy máy hút bụi ra làm vệ sinh, Hiếu đưa mỗi em một cái khẩu trang mới tinh. Cậu ba hút bụi câu tư, cậu út lo lau bàn ghế, còn Hiếu cởi áo ra đưa Thu Vân giữ, lấy máy thổi lá bụi ngoài sân rất gọn và rất nhanh cả một cái sân trước sân sau to tổ chảng, Hiếu làm việc Thu Vân nhìn không chán mắt, cứ khen cái giống gì anh cũng làm thoăn thoắt rất nể phục. Sau mười lăm phút gần sáu giờ, Hiếu bảo ba em rửa tay, chải tóc lại, Hiếu nói chiều nay anh thưởng ba em làm giỏi một chầu ăn thoải mái. Cậu út nói, còn chị hai em, anh không thưởng sao? Hiếu nói liền, có thưởng chớ vì chị em cầm cái áo anh mệt quá, anh thương cũng thưởng luôn. Cả ba em vỗ tay hoan hô, anh Hiếu điệu nghệ ghê, người đẹp chỉ giữ giùm cái áo mà cũng được thưởng.

Cậu út thưa với mẹ:

- Hôm nay anh Hiếu bảo ba chúng con đào hố trồng dừa, đào mấy hố cũng được trả tiền trước mỗi đứa hai trăm mà chỉ đào có hai ngày, anh Hiếu nói phải tập lao động cho quen, anh mướn người lớn đào một tuần được một trăm. Ngoài tiền lương hai trăm còn đi ăn nhà hàng dài dài, anh Hiếu bao hết. Mẹ cười, con gặp ông chủ hào hoa rộng rãi, còn bố con mướn người làm lặt vặt một tuần chỉ trả có tám chục hoặc ít hơn.

Về nhà mới có đủ tiện nghi hết, Hiếu lấy ra ba cái quần xà lỏn mới tinh và nói anh tặng mỗi em một cái mặc ra đào hóc trồng dừa, giống kích cở như anh đào, còn gần ba chục cái mới đủ một trăm, bốn anh em mình đào hai ngày chắc cũng xong. Còn chị hai của em anh cũng trả lương hai trăm, bắt ghế ngồi có đội nón lá, chỉ có nhiệm vụ tiếp tế nước uống hoặc chặt dừa cho anh em minh uống, thỉnh thoảng đưa bàn tay búp măng cho anh ngắm thì anh hết mệt.

- Anh Hiếu tính, cậu út nói, coi bộ anh thiên vị người đẹp quá trời, chỉ có bàn tay búp măng cho anh ngắm nhìn mà cũng trả lương bằng công lao động đào đất hộc xì dầu. Chị hai còn đòi tăng lương lên bốn trăm cơ! Cậu út hỏi thử chị hai coi anh nói có đúng?. Chị hai gật đầu, năm anh em cùng cười. Bây giờ bắt đầu đào.

Hiếu đào một lèo nhanh quá, trong hai tiếng đã xong năm hốc. Hiếu nói anh vào nghỉ mệt và coi chị hai nấu cơm, ba em đào đủ năm hố mới có cơm ăn, nếu không bị bỏ đói. Ba đứa cùng dạ, Hiếu nắm tay Thu Vân dẫn vô phòng, Thu Vân cởi giày và quần áo cho Hiếu đi tắm. Hiếu tu một chai bia cho nóng máy và trả một bài xong, nằm ngủ. Thu Vân lo đi nấu cơm, hâm lại sườn ram, sườn nướng, đi ra xem coi ba em làm tới đâu, thấy các em làm xong ba hố, còn hai hố nữa sẽ nhanh hơn vì rút kinh nghiệm đào cách nào cho mau như anh Hiếu. Cậu tư nói, sao chị hai không lấy anh Hiếu làm chồng, tiếc thật, anh Hiếu học và làm việc bất cứ cái gì cũng hơn người. Cái vụ đào đất mà ảnh cũng làm mau và còn sâu rộng hơn ba em mà ảnh làm ào ào, bây giờ ảnh đang nằm ngủ, hai giờ anh vô bịnh viện trực, đến sáu giờ về nhà ăn cơm.

Đến mười một giờ rưỡi ba em đều đạt chỉ tiêu, đào xong hai mươi hố, mai còn mười lăm hốc, Hiếu đào năm hốc, cậu ba cậu tư, mỗi người bốn hốc riêng cậu út đào hai hốc, anh Hiếu hứa gánh giúp cậu út một hốc. Ba chàng công tử bột ăn cơm xong lăn ra ngủ như chết. Hiếu nói với người yêu cứ để chén dĩa đó, chút nữa anh đi trực, em sẽ rữa sau. Bây giờ, em thưởng anh một chút nghe cưng. Nghe người yêu nói, Thu Vân đi nhanh vào phòng rữa tay và cởi quần áo ra đi tắm vì làm bếp cũng có mùi đồ ăn bám vào quần áo. Hiếu cũng vào tắm chung và kỳ cho Thu Vân đụng qua đụng lại, Hiếu hôn hai hòn núi, Thu Vân lên đỉnh sớm, nhắc Hiếu lấy khăn lớn lau khô và cả hai không cần quấn khăn gì hết, đi lên giường, Thu Vân nói em là tư lệnh chiến trường. Hai người cũng hoàn thành xuất sắc trận đánh thứ hai, đồng hồ chỉ mới một giờ rưỡi, Hiếu và Thu Vân vào toi lết rửa lau sạch xong, lấy quần áo mặc, Hiếu lại ôm người yêu hôn, ra xe đi trực. Và nhắc, chiều anh về tới nhà khoảng hơn sáu giờ một chút, em phải ngủ trưa để tối mình còn làm việc nữa, anh chỉ sợ em mệt em đau thì anh ân hận lắm, em cố giữ sức khoẻ nghe em. Khi nào em cảm thấy mệt thì nhắc anh hưu chiến.

Ba cậu con trai cảm thấy ê ẩm cả người, ngủ gần sáu giờ mới thức dậy, đi tắm và đợi anh Hiếu về ăn cơm. Tối Hiếu nói mấy chị em gọi về bố mẹ nói chuyện cho vui, còn anh đi tắm và ngủ sớm. Sáng mai hai em lớn cố đào thêm ba hốc nữa và em út đào một hốc, anh tặng thêm mấy em, mỗi em thêm hai trăm chỉ còn mấy ngày nữa là tựu trường anh lại bận nữa không có thời gian đi về Sóc Trăng thường. Cậu út thỉnh thoảng nhắc chị hai gọi điện thoại thăm anh hay chị hai lên Cần Thơ thăm anh và chị hai em đừng mang xách gì để anh có dịp chiêm ngưỡng bàn tay búp măng của chị em luôn đẹp làm anh vui sướng là anh học bài vô ào ào.

Mấy em cho bố mẹ biết, anh có thể dự thi tốt nghiệp lấy bằng Y khoa bác sĩ vì anh phải có bằng sớm để anh có sự tài trợ mỗi tháng một trăm ngàn USD nghiên cứu bịnh sốt rét ở Nam Mỷ, một năm. Sang Phi Châu cũng nghiên cứu tiếp một năm, và anh sẽ xin thêm một năm anh về Á Châu nghiên cứu ở Mã Lai, Thái Lan, Việt Nam... Có thêm một năm thực nghiệm trên những người bịnh lượng giá chính xác, đúc kết thành một tài liệu vô cùng quý giá phổ biến rộng khắp toàn cầu. Cá nhân anh như vậy là quá đẹp, còn anh chị của anh cũng phải có tham gia vào chương trình rộng lớn này. Anh có thể rút ngắn lại thời gian hoàn thành sớm và anh sẽ tìm thêm một đại học nghiên cứu về xương anh cũng hy vọng có một bằng tiến sĩ nữa sẽ về nước phục vụ tại Đại học Y Cần Thơ.

Vì vậy tầm ngắm của anh là muốn cho ba em thành bác sĩ y khoa có thể lo giúp cho các em với điều kiện các em học trung học phải giỏi phải đậu vào trường Y thì có anh lo giúp và chỗ ở anh tặng ba em, nhà của anh đã ở mấy năm nay. Cậu ba nói, em xin cám ơn anh Hiếu và nếu chị hai sanh con, chúng em và cháu cũng theo con đường y khoa vừa giúp đời vừa giúp mình giàu có.

Anh Hiếu trực về mệt đi ngủ trước, chúng em ngủ sau. Hiếu vào tắm thay bộ đồ ngủ và uống một ly sữa tươi, lên giường ngủ say. Bốn chị em nói chuyện với bố mẹ rất vui và nói trưa mai về tới nhà khoảng bốn năm giờ. Ba em đi ngủ sớm để ngày mai có sức đào đất tiếp, Thu Vân vào phòng tắm, không mặc gì hết, lấy bốn năm cái khăn trong tủ lạnh mang lại giường làm cho Hiếu giựt mình, thấy thân hình vệ nữ của Thu Vân quá tuyệt trần. Hiếu nói em không cho anh ngủ tiếp, anh bắt đền em yêu của anh. Thu Vân nhoẽn miệng cười ngồi xuống, nắm tay người yêu đưa lên ngực mình và lấy khăn ướt lau mặt cổ Hiếu cho tỉnh người, Thu Vân cởi hết quần áo Hiếu ra bày thằng bé đang còn ngủ. Thu Vân lau toàn thân Hiếu xong. Thu Vân lấy một cái khăn khác, lau kỹ thằng nhỏ và kéo lên xuống làm cho thằng nhỏ nổi giận đứng lên. Thu Vân nói, để em dạy thằng nhỏ nghe anh, nàng ngồi lên hai chân Hiếu, ấn thằng nhỏ vào lạch đào nguyên, Thu Vân chống hai tay xuống giường còn hai tay Hiếu cứ lướt trên hai ngọn núi hùng vĩ. Với cái thế này Thu Vân ngồi xổm và lên xuống càng nhanh, Hiếu hết ăn hiếp bắt nàng khai mở suối trước hai ba lần chàng mới chịu xả nước. Kiểu mới này chàng lên cực điểm khoái lạc nhanh và cả hai xuất kích chiếm mục tiêu cùng một lúc. Thu Vân lấy một chai bia khui cho Hiếu giải khát và đưa cho Hiếu ba hột gà sống để cho Hiếu ăn và uống bia, còn nàng đem hết bốn cái khăn đã dùng rồi cho thau giặt xà bông thơm cho sạch vắt ráo mang lại giường. Hiếu đang ngồi uống bia ăn hết ba quả trứng gà quá béo, còn ngụm bia chót, Hiếu mớm cho Thu Vân uống. Nổi hứng, Thu Vân ngồi trên chân Hiếu cũng diễn giống hệt trận chiến trước nên cả hai xuất kích cùng lúc rất hoà hợp.

Bây giờ, chúng mình thư giãn một chút, tới phiên gác của anh, em lấy thêm bia, chúng mình uống tiếp, em cố ăn sống một hột gà, còn anh ăn thêm hai hột nữa, mình mở tivi thưởng thức văn nghệ. Với cách sống của ông A Dông bà Ê Va rất tác động nhanh về sự ham muốn xác thịt.

Lần này Hiếu làm chủ chiến trường với đánh trận kép, trận chiến trước và trận sau cách nhau chưa tới hai mươi phút và lần sau kéo dài hơi lâu nên cả hai thấm mệt, đổ môi hôi và lăn ra, tắt tivi ôm nhau ngủ một giấc dài trên năm tiếng, thức dậy cả hai đi tắm cho thật tỉnh, lấy nước dừa trong bình ra uống mỗi người một ly và rù rì một chút lại tiếp tục xung trận thứ năm. Hiếu từ từ không vội vàng vì mới hơn ba giờ và đạt chỉ tiêu không khó khăn và vượt chỉ tiêu đến lần thứ bảy trong tầm tay.

Cả hai cùng vui sướng thoả mãn và lăn ra ngủ thêm hơn hai tiếng, vừa qua sáu giờ sáng. Hiếu lấy quần mặc vào, ở trần trùng trục, bảo Thu Vân cứ nằm nghỉ cho khoẻ để chàng luộc trứng la cót thêm bốn quả, có thêm muối tiêu ăn không ngán và pha một ly cà phê sữa to mang vô phòng, Thu Vân đang ngủ. Hiếu để cho Thu Vân ngủ thêm gần một tiếng kéo Thu Vân dậy, Hiếu lau mặt mũi tay chân và lau ngực cho Thu Vân tỉnh hẳn, đỡ nàng dậy uống cà phê và ăn hột gà la cót có muối tiêu ăn ngon hơn, nàng ăn được hai quả cảm thấy vui quá, ôm nhau ngủ.

Bỗng điện thoại reo, Hiếu bốc lên nghe, cô ý tá trực nói gấp thầy vào giúp vì bác sĩ trực chưa đến một bịnh nhân đang nguy kịch. Hiếu nói, tôi thay quần áo vào liền. Hiếu nói với Thu Vân rót cho anh một ly sữa, ở nhà đừng làm gì hết, anh về mua bánh mì thịt, bánh bao về ăn sáng. Anh vừa ra xe, có cậu em út chạy theo xin cho em theo hộ tống anh, Hiếu nói em lên xe gấp.

Hai anh em đi đến bịnh viện, gia đình bịnh nhân khóc bù lu bù loa, Hiếu vào bắt mạch, vạch mắt, bóp miệng cho hả ra và bảo y tá cho vài muỗng cà phê nước chín hay nước lọc. Cô y tá cho serum ngay lập tức. Hiếu nói bà con yên tâm, mình còn cứu kịp, Hiếu lấy thuốc cho uống ngay và bảo cô y tá lấy hai loại thuốc nước cho vào một bình serum khác cho vào tay khác. Cả hai ống serum đang chảy từng giọt, Hiếu nói bà con ăn mừng đi người bịnh sẽ qua khỏi khi hai chai serum này hết. Người bịnh có đủ nước, hồi nảy bịnh nhân mất hết nước trong cơ thể, trễ vài phút thì nạn nhân đã qua đời. Tôi có lời chúc mừng:

- Bà con nào còn tỉnh táo bóp chân cho người bịnh mau hồi sức. Một chút có bác sĩ đến khám lại, Hiếu bảo cô y tá ghi lại cách chửa bịnh của Hiếu và cho uống thuốc gì, serum bơm vào thuốc gì. Cô y tá nói bác sĩ quá giỏi, Hiếu nói tôi không dám nhận, phước chủ may thầy, tôi làm theo lương tâm của một thầy thuốc, lương y như từ mẫu.

Sáng nay có một bản tin của bịnh viện thông báo, sinh viên năm thứ ba Trần Trọng Hiếu vừa cứu sống một bệnh nhân đang hấp hối mà không phải giờ trực của anh. Cô y tá nhận biết một sinh viên có thực tài nên gọi điện khẩn cấp lúc 6 giờ 15 phút sáng nay, sinh viên Hiếu lái xe vào bịnh viện ngay cấp cứu thoát chết một bệnh nhân vừa chở đến bịnh viện. Bệnh Viện Trung ương Cần Thơ có lời khen và sẽ cấp bằng khen cho sinh viên Hiếu và chuyển lời khen này về đại học Y Khoa Cần Thơ xin ghi vào hồ sơ lưu.

Sinh viên Hiếu dặn thân nhân trong ngày hôm nay, không cho ăn gì hết chỉ cho uống sữa càng nhiều càng tốt và chiều, tối có thể uống thêm nước hầm thịt và rau củ, hoàn toàn không có ăn thịt rau gì hết, ăn sớm sẽ bị lủng ruột. Ngày mai cho ăn cháo và ăn thức ăn nhẹ, qua ngày thứ ba cho ăn cháo đặc nấu với cá, cho dễ tiêu sau đó nấu cháo thịt bằm ... và nhớ cho bịnh nhân uống sữa ít nhứt ba lần mỗi ngày, cố gắng trị chừng một tuần bịnh nhân lại đây rủ tôi đi đá banh, mọi người cùng cười, tôi xin ra về, chào bà con.

Hai anh em chạy ra chợ mua bánh mì thịt, cả chục bánh bao mang về nhà ăn và nói với mấy em, chúng ta ăn mừng anh vừa cứu sống một bịnh nhân thoi thóp sắp chết. Cậu út thuật lại cho bố mẹ và chị, anh nghe. Anh đi tắm và ra ăn sáng, trưa ghé Ngã Bảy Phụng Hiệp ăn bánh canh giò heo ngon hết sẩy.

Cậu út rất hào hứng kể thao thao từ lúc anh Hiếu bước xuống vào phòng bịnh, thân nhân năm sáu người đang khóc... kể hết không thiếu một chi tiết nào hết. Hôm nay, anh Hiếu cứu sống một mạng người, chiều nay bố mẹ thưởng anh Hiếu của các con món gì có giá trị, còn chốc nữa đây con đề nghị chị hai của các con ôm hôn anh Hiếu tưởng thưởng cho ảnh lên tinh thần. Ảnh nói sáng nay ảnh ăn mừng thấy mình làm một chuyện phúc đức cứu người, anh mua cả chục cái bánh bao và năm ổ bánh mì thịt gọi là ăn mừng và anh

Hiếu còn hẹn trưa nay về Ngã Bảy Phụng Hiệp đãi một chầu bánh canh giò heo nổi tiếng.

Con đi làm công cho anh Hiếu chỉ đào có mấy hố mà tiền thù lao đến bốn trăm còn hơn mấy tháng lương công nhân viên, con mua ba phần bánh canh giò heo mời bố mẹ và chị bếp ăn mừng con làm ra tiền. Sau này còn làm ra tiền nhiều nuôi ba má và chị hai của con. Bố mẹ nói, cám ơn con và chị hai cũng nói cám ơn cậu út dễ thương của chị. Thu Vân nói xin phép bố mẹ chúng con ăn sáng. Bố mẹ bai bai.

Cậu ba lãnh nhiệm vụ pha cà phê, cậu út hỏi, anh Hiếu có thể so sánh anh của em pha cà phê với chị hai pha mà anh chỉ ngắm tay búp măng của chị đã khen ngon mà chưa có uống cà phê gì hết. Anh không được ăn hiếp anh ba em vì có chị hai từng là hoa hậu của trường Hoàng Diệu ủng hộ anh, cái gì của chị hai em, anh cũng khen "dách lầu" em không chịu đâu.

Anh Hiếu hỏi cậu út còn gì nói nữa không trước khi mình ăn sáng. Cậu út lặp lại, hồi nảy em có nói, anh Hiếu vừa cứu sống một mạng người, chị hai phải khen thưởng anh Hiếu cái gì cho xứng đáng. Em đề nghị chị khen anh Hiếu bằng tình yêu của chị đối với anh Hiếu chị hôn miệng anh Hiếu trước mặt ba em.

Chị còn mắc cở, em kéo chị lại anh Hiếu chị phải hôn chúng em mới chịu, cả ba vỗ tay. Trong lúc cậu tư rất ma lanh gọi mẹ nói mẹ mở điện thoại cho bố nghe, cậu út đang diễn tuồng mùi rệu biếu bố mẹ đó. Bố mẹ cười, cậu út nắm tay chị hai lôi lại anh Hiếu và đếm một hai ba là chị xáp lá cà ôm anh Hiếu hôn thật thấm cho anh Hiếu nhớ lại hồi xưa anh Hiếu mê mệt chị mà không thấy chị làm gì hết, em thương anh Hiếu nhiều lắm. Bây giờ em đếm một hai ba chị phải ôm cổ anh Hiếu hôn thật kêu to cho bố mẹ nghe nữa. Một hai ba... hôn, ba em trai vỗ tay hoan hô dậy sóc luôn. Nghe mẹ nói:

- Cậu út chạy đi mua gắp dầu cù là Mac Shu xức môi miệng anh Hiếu đang bị sưng dảnh rồi đó. Cả năm người cùng cười to và cám ơn ba mẹ theo chương trình tùm lum không phải Tùng Lâm của cậu út. Chúng con vui quá, bố mẹ và chúng con lại càng yêu mến anh Hiếu và tội nghiệp chị hai con không lấy chánh thức anh Hiếu. Thôi đành để kiếp sau anh chị khi yêu là phải thú thiệt không e lệ gì hết, rút kinh nghiệm đau thương lần này, kiếp sau phải tránh. Bố nói:

- Cậu út hôm nay thành một đạo diễn tuyệt vời lại còn là nhà hiền triết nói cho anh chị biết, kiếp sau có yêu nhau là phải hôn môi liền phải không?. Cậu Út đáp:

- Dạ phải, mọi người cùng cười vang. Ăn sáng xong, sáng nay ba em làm tới mười một mười hai giờ vào nhà nghỉ và tắm xong là chúng ta đi về Sóc Trăng, anh sẽ vào ngủ tiếp. Ba em ra đào hố tiếp Thu Vân thu dọn nhanh vào phòng đến phòng tắm, tắm cho mát, lau khô xong, lấy bốn cái khăn trong tủ lạnh và một khăn khô mang tới giường. Hiếu làm bộ nhắm mắt, nàng lấy tay vạch mắt Hiếu ra và nói em đợi anh ngắm nhìn hai đồi núi đẹp của em buổi sáng. Em có làm bốn trứng gà la cót, em một anh ba, đó là chỉ tiêu em đặt ra sáng nay tới mười hai giờ. Rời đây về Sóc Trăng, chúng ta hưu chiến để sáng mai thứ bảy đi Sài Gòn sớm. Hiếu nói lớn xin tuân hành lệnh của công chúa.

Thu Vân lấy một chai bia khui ra rót vào ly đưa Hiếu uống trước và Hiếu mớm cho Thu Vân, nàng ực một cái ngọt xớt, ngụm bia thứ hai Hiếu cũng uống rất ngon lành, lấy trứng gà la cót Hiếu ăn với muối tiêu luôn ba trứng và Thu Vân ăn một quả, hai người san sẻ uống hết chai bia cũng đến lúc có sự đòi hỏi ái ân hết cưỡng nổi.

Thu Vân nói em đi tiên phuông, quả thứ hai mới tới anh, thứ ba trở lại em và thứ tư anh bọc hậu dứt điểm đúng với kế hoạch. Giải quyết xong chiến trường mới có mười một giờ, cả hai đi tắm nhanh và lên giường ôm nhau ngủ được một chút nghe tiếng gõ cửa và nghe tiếng cậu út nói, chúng em tắm xong thay quần áo sẵn sàng chờ anh chị. Thu Vân nói anh chị đang thay quần áo, ba em nhớ mang hết quần áo về. Thu Vân và Hiếu mặc quần áo nhanh, Hiếu bảo em cứ lo trang điểm cho đẹp, anh lo hết mọi thứ. Cậu út khen chị hai hôm nay diện đẹp quá, nước hoa thơm nực, chị hai là hoa hậu của trường Hoàng Diệu quá đúng. Hiếu xuống mở cửa cho Thu Vân lên xe, đóng cửa lại, chạy về nhà cũ đổi xe lớn chạy về Sóc Trăng. Hiếu lái xe lớn ra và đậu xe nhỏ sát trong nhà, bảo các em bao phủ lại.

Hiếu tấp vào quán bánh canh giò heo, thay vì mình ăn tại đây, chạy luôn về Sóc Trăng chưa tới một tiếng về nhà ăn luôn, anh đặt tám phần, mất hơn mười lăm phút chờ đợi, lấy thức ăn xong chạy một lèo về tới nhà mới có hai giờ, năm anh chị em xuống xe, mang bánh canh vào. đưa chị bếp hăm lại tám phần riêng ra cho vào tô lớn và mang tiêu, nước mắm, ớt ra luôn, Thu Vân thay quần áo vào bếp phụ với chị bếp, ba cậu trai lo bàn ghế và vào bưng ra tám tô, có cả tô của chị bếp, cùng ngồi ăn chung cho vui. Bố và chàng rễ cũng cụng ly và mọi người khen bánh canh giò heo ngon quá, danh bất hư truyền. Ăn xong chưa đến ba giờ, Hiếu xin phép bố mẹ cho con ngủ chừng một tiếng, mẹ bảo Hiếu vào phòng Thu Vân ngủ trưa một chút cho khoẻ.

Hai cô cậu có ngủ nghê gì đâu, vào phòng là lo đánh trận liền, giải quyết xong chiến trường còn đi tắm mới khoẻ ra. Hiếu ôm hôn Thu Vân và ra xe lái về nhà Bố Thảo. Tới nhà gần đúng bốn giờ, chị hai nói em chiều nay, ăn cơm nhà, có anh chị tư em về. Dạ vâng, bây giờ em buồn ngủ, em vào phòng ngủ một giấc chừng nào anh chị tư đến, mẹ gọi em dậy. Hiếu nói, mình có đồ ăn nhiều không, em gọi mời anh chị Trai nữa, thức ăn nhiều, không sợ thiếu. Hiếu gọi về nhà, mời anh chị Trai Josephine chiều nay sáu giờ đến nhà Bố Thảo ăn cơm, có cả anh chị Bernard, chúng ta thảo luận một chuyện rất quan trọng. Josephine nói tôi chuyển lời lại anh Trai.

Ăn uống xong, Hiếu nói anh em mình nói tiếng Anh để cho chị Josephine hiểu luôn. Chị tư ngồi gần mẹ, chị hai, chị Ngọc Mai tóm lược bằng tiếng Việt cho mọi người hiểu. Hiếu nói hết diễn tiến cuộc gặp bốn nhà báo nước ngoài lần trước, nay có thêm một nhà báo Úc. Trong hai ký giả Mỹ có một anh là tiến sĩ truyền thông báo chí đang dạy tại hai trường danh tiếng của Mỹ là đại học Yale và Harvard có giới thiệu với hai trường đó về đề tài bịnh sốt rét có một nhà nghiên cứu trẻ ở Việt Nam tỏ ra quán triệt bịnh sốt rét và đề ra những phương pháp phòng ngừa và trị liệu một cách mới mẻ.

Hai trường đại học này đang tìm một hay một nhóm bác sĩ giỏi đã từng có kinh nghiệm nghiên cứu bịnh sốt rét sẽ cấp tài trợ đặc biệt gởi sang Nam Mỹ vùng rừng Amazon và ở sừng Phi Châu. Họ đã đồng ý tài trợ cho em mỗi tháng một trăm ngàn USD trong ba năm nghiên cứu ở nước ngoài và thêm hai năm ở Mỹ. Em được tài trợ năm năm thì em quá ấm rồi. Nhà trường còn cho phép em mang gia đình theo, họ chỉ cho vé máy bay, còn chi phí ăn ở mình chịu. Em bắt mạch họ rất cần có sự nghiên cứu sâu sát về bịnh sốt rét giúp WHO, cơ quan Y Tế của Liên Hợp Quốc. Em phản hồi thay vì năm năm nghiên cứu cho một cá nhân.

Nay tôi thành lập một nhóm mười người chia làm hai tổ cùng song hành làm việc một lúc hai nơi chừng ba năm. Mỗi tuần trưởng nhóm gởi báo cáo sự tiến triển của công tác nghiên cứu về trường. Một năm cả hai tổ về lại Mỹ tường trình tỉ mỉ cho ban giảng huấn và nhận thêm chỉ thị. Em nói nhóm mười người hiện em đang có ở Việt Nam: bốn Việt một Áo, nay cần tuyển thêm năm nhà nghiên cứu: Mỹ, Pháp, Anh, Canada và Úc làm thành nhóm nghiên cứu quốc tế cho nhà trường, ngoài bịnh sốt rét, còn các thứ bệnh khác. Hai trường đại học nói họ sẽ nghiên cứu, anh ký giả Mỹ cho em biết kể như họ sẽ chấp thuận cung cấp tài trợ thay vì cấp cho một người, nay cấp cho mười người tiền tài trợ phải tăng nhưng không phải tăng gấp mười mà có thể tăng năm, sáu phần mười cũng được và có lợi là rút ngắn thời gian và bảo đảm thành công hơn.

Anh nhà báo Mỹ còn cho biết, dù em có tài cở nào cũng phải có tối thiểu bằng bác sĩ Y khoa. Vì vậy, em có hẹn với ông Khoa Trưởng trường Y Cần Thơ sáng thứ ba này để năm ký giả đến trường trao đổi với ông về các học bổng giúp nhà trường và sẽ nói giúp em có bằng tốt nghiêp sớm, nếu chậm sẽ mất cơ hội tốt này. Họ có hỏi, em thi luôn một lúc cho ba năm cuối về mặt lý thuyết, em thực hiện nổi không. Em nói, em có khả năng. Nếu sáng thứ ba ông Khoa Trưởng cho em thi kiểu anh Bernard em cố gắng gạo bài của các anh thi qua, em hy vọng thành công. Nếu em có bằng Y Khoa bác sĩ em mới làm đơn xin đại học Mỹ tài trợ sau khi họ mời sang Mỹ phỏng vấn.

Chiều thứ ba này em về Sóc Trăng, anh tư giúp em mời anh chị Trung cũng về Sóc Trăng dự cơm chiều tại nhà hàng lớn, anh tư đặt dùm em ba bàn. Có hai ba ký giả này cũng muốn có vợ Việt Nam, em sẽ mời các bạn em cùng lớp mười hai biết tiếng Anh khá cùng về dự tiệc, may ra tìm được học bổng tốt hay có tấm chồng khá giả...em nói hồn ai nấy giữ. Các ký giả này đang nghiên cứu về đồng bằng sông Cửu Long nên đóng đô ở Cần Thơ. Em cũng muốn lấy lòng ông Bí Thư, đa số họ cũng biết tiếng Pháp để ông trình bày nhờ thế giới trợ giúp Sóc Trăng phát triển đô thị và nông ngư nghiệp. Anh xin ông Bí Thư cho anh em mượn nhà khách của tỉnh tối thứ ba, cho năm anh này ngủ một đêm, chúng ta đến chung vui sinh hoạt với họ để thắt chặt thêm tình thân hữu. Sáng em đưa họ về Cần Thơ. Bernard và Trai nghe Hiếu trình bày và khen em có ý kiến quá hay, chúng mình làm việc thành nhóm giúp đỡ nhau về nghiên cứu mà đi đâu cũng được mang vợ con theo thì quá đẹp.

Sáng sớm thứ bảy, mới bốn giờ mẹ và chị hai đã sữa soạn xong, Hiếu vội đánh răng rửa mặt thay nhanh quần áo tiếp chị mang thức ăn sáng theo ăn trên xe cho chín người. Hiếu gọi điện thoại gặp Thu Vân nói mười phút nữa qua tới.

Hiếu mời mẹ ngồi trước ngang Hiếu lo cho con trai út ăn trái cây chống buồn ngủ. Băng kế ngồi bốn người hai bác Phi, chị hai và Thu Vân, băng sau ba em trai. Xe chạy thẳng lên Sài Gòn không ăn sáng dọc đường, chị hai làm xôi tôm khô lạp xưởng mỗi người một vắt riêng ba cậu trai được bà chị cả tặng thêm một vắt hơi nhỏ hơn một chút. Thu Vân ngồi phía sau Hiếu, có mang theo một bình cà phê sữa lớn rót mời bác gái một ly, đưa chị hai một ly và mời bố mẹ và ba em trai và Hiếu được mời sau cùng, ly cà phê có nắp đậy kín sợ đổ trong xe và có ống hút cùng với nhiều khăn giấy. Cà phê uống xong, Thu Vân chuyền một cái bọc ny long bỏ hết ly ống hút vào bọc buộc chặt kín đưa cho ba em ở phía sau cho xuống gầm ghế. Qua cầu Mỹ Thuận, chị hai phân phối mỗi người một phần ăn sáng và Hiếu có mua sẵn hai thùng nước lọc để băng sau, ba em chuyền lên trên mỗi người một chai. Ai nấy ăn đều khen nức nở xôi tôm khô lạp xưởng, ăn quá ngon. Mẹ Thu Vân nói, mấy bà bán loại xôi này gặp cô chắp tay bái sư mẫu xin truyền bí kíp. Cô hai nói:

- Nếu mấy bà bán xôi với giá bèo đó mà làm xôi theo kiểu của cháu thì lỗ sặc gạch, bác trai nói cô hai nói đúng, ba thằng con trai ở ghế sau vỗ tay khen cô hai nấu xôi ngon quá. Cậu út láu lỉnh nhứt chừng nào em cưới vợ chắc em phải thỉnh sư mẫu xôi cho em một nồi xôi đãi khách mà không đãi gì thêm mọi người cũng vui vì ăn xôi quá ngon. Hiếu nói:

- Cậu út tính như vậy khỏi tốn tiền nấu thức ăn đãi khách, cậu lại lỗ to vì khách chỉ cầm một vắt ăn no và chùi miệng ra về không có tặng quà cưới tiền cưới thì cậu út lại lỗ to. Mẹ nói con tính già mà hoá non bị anh Hiếu chận họng rồi. Cậu nói vớt vát em chịu thua sư phụ Hiếu. Thu Vân nói cậu út tắt đài rồi, cả xe lại cười. Hôm nay, mọi người đều vui, biết Hiếu sẽ có học bổng hay tài trợ lớn đi ra nước ngoài ít nhứt năm năm, ai cũng vui lây. Hiếu nói với gia đình bác Phi:

- Mẹ con nói, con sanh trong bọc điều sẽ giàu sang phú quý, trong lúc đói khổ con thưa với mẹ, con đói quá chỉ uống nước lạnh và đọc sách chống đói, mẹ con ôm con khóc con cũng khóc theo mẹ, mẹ chắc còn nhớ. Bà nói ngay, mẹ nhớ hoài cảnh nhà nghèo của mình mẹ thương yêu con nhiều nhứt. Hiếu nói, con biết con đen đúa lù khù xấu trai mà mở miệng ra nói với ai cũng được quý thương, chỉ có con gái học cùng lớp không thích con vì tánh nhát gái.

Nay gặp mấy ký giả lạ quắc lạ quơ mà họ cũng thích con tìm cách giúp con được ra nước ngoài nghiên cứu du học. Nay con cảm thấy có tương lai tốt đẹp quả con để bọc điều thật, mẹ của con nói đúng. Mẹ hãy sống với con mãi mãi nghe mẹ.

- Mẹ sẽ ở với con còn lo nuôi cháu nội nữa, mẹ nói. Bố mẹ Thu Vân nghe hai mẹ con nói chuyện mà lòng thấy nao nao ngưỡng mộ một gia đình hiếu hạnh. Hiếu nói:

- Mẹ và chị hai có biết không, em đi học khi thì mặc áo vá hay quần vá đã thú nhận gia đình mình nghèo lắm bữa đói bữa no. Còn cô Thu Vân đi học diện kẻng như công chúa, còn con như thằng bé bán than, cũng có lần nhìn con, con quay chỗ khác hay cụp mắt lại vì không dám mơ tưởng kết bạn. Con sợ trèo cao té nặng, an phận thủ thường và nghĩ mình quá xí trai và thuộc giai cấp cùng khổ làm sao dám làm quen với công chúa. Trong lớp Thu Vân chỉ học có thua con, ít có con gái đẹp nhà giàu mà học giỏi làm cho con càng mê mệt mà con có mối tình câm với Thu Vân và có rất nhiều mặc cảm.

Khi gặp Caroline vừa đẹp vừa giàu, lớn hơn con hai tuổi, đang học thạc sĩ con làm sao dám mơ với mộng. Tình cờ con đụng tay Caroline tự nhiên tay con rung. Caroline thấy lạ hỏi con bị đau Parkinson? Tay rung, con nói thật con rất khoẻ mạnh có nhiều mặc cảm nhà nghèo nên gặp con gái đẹp là sợ và rung. Caroline cũng là hoa hậu của một trường đại học ở Thủ Đô Vienne. Một lần khác, cô mặc áo hở cổ bị nắng táp, cô giả bộ nhờ con xoa kem chống nắng, tay con lại tự nhiên rung quá trời, mắt con ngó nhìn chỗ khác không dám nhìn da thịt cô ta, con không biết tại sao. Caroline tức mình nói, anh không thấy em đẹp sao mà ngoảnh mặt chỗ khác, tay lại rung. Caroline bạo dạn nắm chặt tay con đè mạnh lên vai lên cổ và cô nói tay anh vẫn con rung mà ít hơn trước. Cô ta thật liều lĩnh nắm chặt tay con đè lên ngực cô ta một hồi lâu, tự nhiên tay con hết rung cho đến tận bây giờ.

Con thường nói đùa với Caroline, em là bác sĩ chuyên khoa trị chứng tay rung của con nên tặng cho cô cái bầu có hai cu tí, con nói em dạy nó đừng nhát gái như bố nó. Vì nhát gái mà con bỏ một mối tình tới bây giờ vẫn còn tiếc.

Câu út hỏi anh Hiếu, anh có thấy em đẹp trai không? Hiếu đáp liền:

- Cậu út quá đẹp trai mà còn thông minh ăn nói có duyên nữa. Hỏng rồi anh Hiếu ơi! cái gì em hỏng, Hiếu hỏi:

- Cậu út tỉnh bơ trả lời, em chỉ muốn xấu trai như anh Hiếu mà con gái đẹp mê mệt em giống anh. Cả xe cười bò lăn bò càn. Thu Vân vọt miệng, em mà xấu trai chắc có con gái ở sóc bà tó mê em, chớ con gái bình thường ai mà yêu em. Cậu út lại nói: Hồi nảy anh Hiếu làm em tắt đài, bây giờ tới chị hai của em làm em tịt ngòi pháo luôn.

- Đúng, cậu út xứng đáng là một luật sư giỏi biện hộ, mẹ góp ý. Trên xe lúc nào cũng có tiếng cười, tới Sài Gòn trước chín giờ, Ngọc Huệ gặp Thu Vân chạy đến ôm và nói tụi mình quá khổ vì toàn gặp sở khanh mất dại, nó hại tao có con và lấy hết vòng vàng tiền bạc dông về với vợ lớn nó. Đồ chó đẻ, Ngọc Huệ nói tao nghe mầy cũng tương tự như tao mà mầy may không con với tên lưu manh mất dạy đó. Hai bạn tố khổ cho đã miệng, kéo nhau vào phòng VIP nghe Hiếu nói chuyện với vợ.

Hiếu thuật lại mọi diễn tiến trong hai tuần qua và nói thứ ba tới đây Hiếu sẽ chở năm ký giả ngoại quốc về Sóc Trăng để cùng Bernard, anh Trung chị Tâm, anh Trai bàn kế hoạch cho năm anh em cùng với gia đình ra ngoại quốc nghiên cứu và ở Mỹ là chính, em tha hồ lấy bằng tiến sỉ Bang Giao Quốc Tế. Nếu anh một mình, đại học nổi tiếng ở Mỹ là Havard hay Yale, tài trợ cho anh mỗi tháng một trăm ngàn USD ít nhứt năm năm. Như vậy gia đình mình quá hạnh phúc.

Anh đoán biết họ rất cần chuyên gia nghiên cứu bịnh sốt rét ở Brazil, Châu Phi và Á Châu trong đó có Việt Nam anh có đề nghị cho hai trường đó anh thành lập một nhóm nghiên cứu quốc tế mười người có bốn Việt, một Áo một Mỹ, Pháp, Anh, Canada và Úc. Anh chỉ còn kẹt là chưa có bằng bác sĩ y khoa, năm ký giả này rất quý mến anh, họ nói anh đưa vào gặp ông Khoa Trưởng và bốn giáo sư trụ cột cuả trường Y Cần Thơ xin giúp giải pháp cho anh có bằng bác sĩ y khoa trong niên học tới trước khi anh bay qua rước mẹ con em về Việt Nam. Và anh nộp đơn ngay mới không sợ người khác phỏng tay trên. Một ký giả Mỹ có hai bằng tiến sĩ về truyền thông báo chí và tiến sĩ bang giao quốc tế, ký giả Canada cũng có hai bằng tiến sĩ về báo chí và về luật. Cả hai đều là giáo sư của hai đại học nổi tiếng nói trên nhiệt tình sponsor cho anh. Chuyện du học hay được tài trợ nghiên cứu như có trong tầm tay chỉ còn thiếu bằng bác sĩ Việt. Tuần tới có kết quả tốt anh nhờ Josephine đưa giúp tin vui cho ba má và em vui biết trước ngày thứ bảy.

Lúc này, hai thằng nhóc chắc cựa quậy đá banh trong bụng mẹ làm mẹ đau tội nghiệp vợ anh. Tuần tới anh trồng một trăm cây dừa lửa làm rào ngoài và vài tuần nữa anh đào xong hơn một trăm hốc nữa trồng các loại dừa khác. Đố em biết anh trồng dừa nhiều để làm gì không.? Caroline nói em chịu thua. Hiếu nói, trước là mình làm hàng rào ngoài cho vườn nhà mình thêm đẹp, thứ đến anh lấy nước dừa cho em tắm, nước da em đã trắng đẹp rồi anh còn muốn em trắng đẹp mãi mãi làm cho anh thêm mê mệt em.

Ba má Caroline và bè bạn cười ngất, Caroline nói nước dừa em tắm anh không được quyền uống nghe - Vâng, anh nghe lời công chúa Caroline. Hôm nay có mẹ chị hai và gia đình bác Phi ghé coi nhà vườn mình và bác cho nhân viên trồng cho xong một trăm cây dừa lửa tuần tới. Bác Phi chủ vườn ươn cây giống ở Sóc Trăng, nói bằng tiếng Pháp với ba má về cách làm nhà vườn. Mẹ và chị hai nói vài lời với em, tuần tới thứ bảy anh lên Sài Gòn thăm em. Ngày mai chúa nhựt anh đưa mẹ, chị hai và gia đình bác Phi về Sóc Trăng, anh chạy về lại Cần Thơ có ca trực cả đêm chúa nhựt.

Xong mọi việc, Hiếu chạy một vòng lên Thủ Đức mua nem chua đem về Sóc Trăng. Trên đường về, tới mũi tàu Phú Lâm, Hiếu cũng tắp vào nhà hàng Đồng Quê. Hiếu nói, chị hai và Thu Vân đi chợ dùm em, mấy em trai, mẹ và hai bác ngồi câu cá cho vui, con nằm ngủ một chút, anh hùng thấm mệt, con về Bố Thảo trước. Nói xong Hiếu ngáy pho pho vì mấy ngày liên tiếp mất ngủ.

Ông Khoa Trưởng khi nghe Hiếu trình bày là cháu muốn đưa năm ký giả nước ngoài đến trường Y của mình tìm hiểu và họ viết bài giới thiệu hay cổ động giúp trường có nhiều học bổng về ngành Y. Ông Khoa Trưởng khen Hiếu luôn nghĩ cách giúp trường, ông cho biết sẽ mời bốn vị Trưởng ngành học của trường đến tham dự.

Gặp ông Khoa Trưởng và bốn vị giáo sư nòng cốt của trường Y Cần Thơ. Năm ký giả tự giới thiệu, người thấp nhất là cũng có bằng thạc sĩ về báo chí, hai ba anh có bằng tiến sĩ về truyền thông báo chí và có thêm bằng tiến sĩ luật hay tiến sĩ về bang giao quốc tế, là giáo sư đại học... Anh nào cũng biết ba bốn ngoại ngữ nên rất dễ giao tiếp. Bàn về cách giúp trường Y có thêm nhiều học bổng và các đại học lớn trợ giúp sách giáo khoa và nhiều phương tiện giảng dạy của ngành y. Kế tiếp anh ký giả Mỹ có nhiều cảm tình với Hiếu, biết Hiếu chưa có bằng bác sĩ y khoa mà đã giỏi trong lãnh vực nghiên cứu. Nay anh muốn giúp Hiếu sớm nhận tài trợ toàn phần ít nhứt năm năm mỗi tháng một trăm ngàn USD sang Mỹ và sang các nước khác nghiên cứu được mang theo cả gia đình.

Hiếu không có bằng bác sĩ y khoa thì không thể làm đơn xin nhận tài trợ. Vì vậy, Hiếu phải có bằng bác sĩ y khoa trong năm nay và nộp đơn. Năm tới có thể được mời dự cuộc phỏng vấn ở Mỹ, nếu được chấp thuận phải làm thủ tục được tài trợ từ bây giờ phải mất trên dưới hai năm. Nếu nộp đơn trễ sẽ mất cơ hội vì có người dành phần. Ông Khoa Trưởng suy nghĩ, biết Hiếu là một nhân tài, nếu bỏ lở cơ hội này thì cũng quá uổng. Ông hứa để Hội Đồng Giáo Sư thảo luận, cứu xét sẽ dành cho Hiếu một đặc ân.

Sau cuộc tiếp xúc thân mật với trường đại học Y Khoa Cần Thơ, Hiếu lái xe đưa năm chàng ký giả nước ngoài cũng có máu giang hồ phiêu lưu đi cho biết đó biết đây. Hiếu cho biết chiều nay nhóm của Hiếu gồm có bốn bác sĩ đã tốt nghiệp Y Khoa bác sĩ trường Y Cần Thơ từ Thủ khoa đến hạng năm, đều là bác sĩ giỏi và Hiếu sắp ra trường có tổ chức một tiệc chiêu đãi năm nhà báo nước ngoài.

Trong dạ tiệc, nhóm của Hiếu có mời ông Bí Thư Tỉnh Uỷ và ông Chủ Tịch Tỉnh đến dự tiệc. Các nhà báo muốn hỏi gì thêm ông Bí Thư sẽ giải đáp bằng tiếng Pháp, ông vốn có học chương trình Pháp từ thời còn bé. Tối ngủ lại nhà khách của tỉnh và nhóm năm anh em chúng tôi đến trao đổi nhiều vấn đề về y học của Việt Nam sau ngày giải phóng 1975 đến nay.

Các bạn muốn về đây chơi hay đi tìm hiểu về văn hoá, nông nghiệp của tỉnh Sóc Trăng cứ về lúc nào chúng tôi cũng xin cho các bạn ở nhà khách của chánh quyền như là khách sạn mà vô cùng an ninh. Tôi cũng giới thiệu các bạn học với tôi hồi trung học nay đang học đại học cũng biết tiếng Anh dù không giỏi cũng thuộc loại khá đối với sinh viên, quý nhà báo có thể làm quen hay nhờ họ làm thông dịch khi có nhu cầu. Tôi mời được mười bạn gái ngồi kín một bàn, chúng ta một bàn và chánh quyền một bàn. Quý bạn về đây ở nhà khách coi là VIP không phải trả tiền gì hết. Trưa nay, tôi mời các bạn ăn lunch vừa ngon vừa rẻ chưa tới hai đô, các bạn sẽ nhớ hoài, tôi bảo đảm điều đó. Tới Sóc Trăng khoảng hai giờ trưa, tôi đưa các bạn đến nhà em gái tôi con của ông chú mà các bạn gặp ở nhà hàng nổi, cách đây vài ngày. Bố cô có nhà vườn rộng to, uống nước dừa thứ hảo hạng rất thơm ngon do nhà trồng đãi quý bạn. Sau đó mình về nhà khách nghỉ, chiều dự tiệc, tôi đến đón, sáng mai, tôi đưa các bạn về lại Cần Thơ, chiều tôi có ca trực ở bịnh viện.

Xe chạy tới Ngã Bảy Phụng Hiệp, Hiếu dừng lại quán bánh canh giò heo, khách còn đông, Hiếu chọn bàn và nói quán này chuyên bán có một thứ thức ăn ngon, tôi gọi mỗi người một phần và một phần để chúng ta san sẻ ăn thêm. Tôi có mang theo chai nước khử trùng vì chúng ta dùng tay hơi nhiều. Các bạn cứ coi tôi làm trước các bạn làm theo, mình ăn theo kiểu bình dân rất ngon, còn dùng nỉa rất khó. Hiếu ra xe lấy chai nước khử trùng, mỗi người xịt rữa tay và có khăn giấy Hiếu cũng đem theo lau khô sạch, chuẩn bị sẵn sàng. Sáu tô bánh canh tổ chảng bưng ra, tô giò chưa mang ra, mười phút nữa mang còn nóng ăn mới ngon và cho tôi thêm mười phần và hai bọc toàn là giò để ăn thêm. Năm chàng lảng tử nhà báo bắt chước Hiếu, cầm giò heo ăn sao ngon quá hơn dùng nỉa hoặc đũa, chấm nước mắm ớt cay xé lưỡi ngon chi lạ. Các bạn ăn gần cạn, lại có một tô tổ chảng toàn là giò và hành trần, nhờ anh phục vụ sang ra đều sáu phần ăn thêm. Năm nhà báo cám ơn Hiếu rối rít, họ cho biết đi Việt Nam, từ miền Bắc tới đây, ăn nhiều nơi, chưa khi nào ăn ngon như trưa hôm nay. Hiếu nói về Cần Thơ các bạn muốn ăn ngon cứ gọi tôi, nếu tôi không có trực, tôi đưa các bạn ăn các món mà các bạn chưa ăn. Bây giờ mình ăn thêm giò. Hiếu lại tính tiền và mượn điện thoại gọi cho Thu Vân chuẩn bị nước dừa ngon đãi năm anh ký giả gặp hôm nọ ở nhà hàng Mê kông.

Tiệc tối nay anh cử em làm trưởng nhóm các bạn cùng học với chúng ta, em giới thiệu từng bạn, may mình tìm được học bổng và biết đâu cô nào tìm đựơc chồng nước ngoài cho đỡ tấm thân. Bố nói tiếng Pháp trong nhóm có một anh quốc tịch Pháp, hình như năm người đều nói được tiếng Pháp. Anh có mua bảy phần bánh canh giò heo và thêm một phần giò biếu gia đình. Thu Vân dạ em nghe.

Gần hai giờ, xe chạy đến nhà Thu Vân, có cậu ba ra mở cổng và Thu Vân ở trong nhà bước ra đón chào năm ký giả mời vào sa long ngồi, bố mẹ Thu Vân ra chào bằng tiếng Pháp ông nói rất chuẩn, kể cả anh ký giả Pháp cũng ngạc nhiên. Ông tự giới thiệu ông là kỹ sư canh nông của chế độ Sài gòn và về hưu trước 75 nên cũng không bị rắc rối nhiều. Về sống ở đây, ông lập vườn ươn cây giống bán khắp nơi, ông có cô con gái lớn cùng lớp với cháu Hiếu và có ba em trai cùng đi với chị, ăn tối tại nhà hàng MêKong mà các bạn đã gặp. Tôi có trồng loại dừa này, tôi có tặng cháu Hiếu một trăm cây, vài năm nữa các bạn có đến nhà cháu Hiếu ở Cần Thơ tha hồ mà uống nước dừa. Chốc nữa, tôi hướng dẫn các bạn đi một vòng vườn ươn cây của tôi xem chơi. Anh chàng ký giả Mỹ có hai bằng tiến sĩ đang dạy Harvard có vẽ thích Thu Vân, ngồi gần cứ gợi chuyện và Thu Vân cho biết, tối nay cô cùng chín bạn gái cũng tham dự dạ tiệc do anh Hiếu chiêu đãi. Thu Vân trưa nay diện đẹp lộng lẫy, Hiếu nói nhỏ với mẹ, các anh chàng ký giả này chốc nữa đi chắc bỏ lại con tim, mẹ nghe cười ngất. Bà nói Thu Vân đẹp thiệt đó. Tội nghiệp nó một lần sa chân bị vùi dập vào chỗ bùn nhơ khó mà rữa chân cho sạch như trước. Bố hướng dẫn năm ký giả đi một vòng và Thu Vân cũng tiễn đưa và nói tối gặp lại.

Một dạ tiệc không đông vỏn vẹn ba mươi người, người vui nhứt trong dạ tiệc là ông Bí Thư, người vui thứ hai là anh chàng ký giả Mỹ Richard đã mê thích Thu Vân ngay khi gặp lần đầu trong bữa ăn tối trên nhà hàng nổi Mê Kông ở Bến Ninh Kiều Cần Thơ.

Sau khi ông Bí Thư giới thiệu thế mạnh của tỉnh nhà về văn hoá về nông nghiệp, năm nhà báo nước ngoài cũng rất vui thích vì gặp một ông lãnh đạo cao cấp nhứt của một tỉnh lớn và giàu tài nguyên mà ông nói tiếng Pháp như người Pháp. Không như các nhà báo đã gặp nhiều ông Bí Thư tỉnh từ miền Bắc tới miền Trung, ông nào ông nấy với gương mặt tự kiêu, như vẽ ta đây và không nói được tiếng Pháp vì là một thứ văn hoá và ngôn ngữ của thực dân Pháp, dù rất phổ cập trong giới có học trước năm 1954, chia cắt Việt Nam ra làm đôi. Nay gặp một ông Bí Thư hiếu khách, rất cỡi mở, ông không kiêu ngạo coi đất nước Việt Nam là cái rốn của vũ trụ, đuổi đế quốc Mỹ khỏi Việt Nam, trước đó là phát xít Nhật, đế quốc Pháp.

Ông Bí Thư còn chánh thức mời các nhà báo hay bạn bè và ngay cả gia đình có dịp đến Việt Nam chúng tôi mời đến tham quan tỉnh Sóc Trăng và các bạn cứ ở nhà khách của tỉnh có nhân viên phục vụ, các bạn cần có người thông dịch chúng tôi có nhiều cháu trẻ đẹp biết Anh ngữ cũng kha khá giúp các bạn và mướn xe đưa các bạn đi đây đó với giá tượng trưng. Tôi muốn đãi các bạn một món ăn ngon mà các bạn khó tìm ở các nơi khác. Ông quay qua hỏi Hiếu, ngày mai mấy giờ cháu về Cần Thơ. Hiếu nói:

- Dạ thưa con phải rời Sóc Trăng trước mười hai giờ vì từ hai giờ tới sáu giờ chiều con có ca trực ở bịnh viện. Bác sẽ mời tất cả ba bàn tiệc này cùng ăn bữa cơm trưa tại nhà hàng. Bác chỉ đặt bốn món: đuông chà là chiên bơ, cá lóc nướng cuống bánh tráng, đầu cá lóc nấu canh chua và cá rô khô tộ, bắt đầu lai rai từ mười giờ và đúng mười một giờ bác và ông chủ tịch tỉnh và vài anh em của Ban Bí Thư đến ăn với các nhà báo cho vui. Cháu nhờ mấy cháu gái giúp cuống cho các anh chàng nhà báo này ăn vì các bạn đó làm gì biết cuống bánh tráng món ăn đặc sản của Việt Nam. Cháu và các nhà báo rời Bãi Xàu đúng mười hai giờ. Còn các thực khách sẽ ăn tiếp, cháu mời bác của cháu ông kỹ sư canh nông có cô con gái đẹp cùng lớp học với cháu dự nữa để sau này các nhà báo có hỏi về nông nghiệp, bác nhờ ông ấy giúp. Ông nói tiếng Pháp quá giỏi và con gái của ông cũng nói tiếng Anh khá. Nhờ hai bố con tiếp khách giúp tỉnh về mặt nông nghiệp, con sẽ thưa lại với bác Phi. Ngày mai cháu chở hai bố con Thu Vân cùng với các ký giả xuống Bãi Xàu đúng mười giờ và con mời các bạn con đi luôn, con có thấy các anh chàng này có vẽ mê thích các cô gái Việt Nam. Sóc Trăng mình, gia đình chúng con và anh Trai đã bắt cóc hết ba người Áo, nay bắt cóc thêm các chàng rễ Mỹ. Pháp, Anh, Canada, Úc thì

Sóc Trăng trở thành một tỉnh giao lưu văn hoá và đa chủng tộc số một của cả nước vì tỉnh mình đã có ba chủng tộc đang sống chung hoà bình Việt Miên Tàu. Ông Bí Thư nói. ;

- Cháu thông minh thật, bác khen cháu, cháu là nhà đạo diễn, tổ chức số một của tỉnh. Xin phép, bác để con trổ tài cho mấy anh nghe biết chương trình ngày mai, bác ưu ái mời. Chúng con ăn đuông trước, mười một giờ bác đến mới ăn cơm.

Cái ngộ, tối nay, theo lẽ mọi người chú ý đến ông Bí Thư nói hay năm chàng ký giả đẹp trai nước ngoài hay Hiếu trình bày ý nghĩa bữa ăn giao lưu tình cảm này với các nhà báo nước ngoài. Tất cả các cặp mắt đều hướng về các cô gái đẹp của tỉnh nhà và cô nào cô nấy đều nói khá tiếng Anh và một cô như là hoa hậu Việt Nam đại diện các bạn nói tiếng Anh cũng líu lo nhưng chưa thật giỏi mà cũng làm cho các ký giả ngoại quốc nhìn say đắm quên ăn.

Hiếu thông báo cho mọi người biết là ông Bí Thư muốn tạo một ấn tượng tốt hiếu khách cho các nhà báo biết tỉnh Sóc Trăng luôn quý trọng khách, từ xa đến nên từ mười giờ sáng mai cho đến mười hai, bác Bí Thư có tổ chức một bữa ăn nhẹ mà nặng tình cảm mời tất cả ba bàn tiệc này cùng đến nhà hàng ở Bãi Xàu ăn trưa bác đãi món đặc sản đuông chà là, cá lóc nướng cuống bánh tráng, canh chua đầu cá lóc, cá rô kho tộ. Ông Bí Thư Tỉnh Uỷ có ý kiến với các bạn gái, nên cuống bánh tráng giúp cho năm nhà báo này ăn chắc khi rời Sóc Trăng các bạn ấy sẽ bỏ lại con tim. Các bạn ấy còn có thể mời thêm bạn bè về Sóc Trăng tìm các con tim tươi thắm không phải con tim khô héo, của các người đẹp Sóc Sờ Bai Sóc Trăng. Mọi người cười vang, không ngờ Hiếu chuyển ý của ông Bí Thư lại thành ý của mình, chứng tỏ Hiếu giỏi khoa ăn nói chinh tâm vi thượng sách. Hiếu xin phép chuyển qua tiếng Anh, Hiếu truyền đạt lại ý nghĩa của lời mời ăn trưa của ông Bí Thư để tiễn các ký về lại Cần Thơ và Hiếu giới thiệu các món ăn mà Hiếu giả bộ nuốt nước miếng làm cho mọi cười ngất vỗ tay hoan nghênh. Kết thúc Hiếu nói với năm nhà báo các bạn rời Sóc Trăng có thể để lại con tim sẽ có người lượm giữ làm kỹ niệm. Năm ký giả vỗ tay khen Hiếu đến bắt tay rất thân tình nói lời cám ơn ông Bí Thư, chánh quyền tỉnh, nhóm nghiên cứu của bạn Hiếu và và các mỹ nữ Sóc Trăng. Anh nói cả tiếng Anh và tiếng Pháp, nói vui nếu chúng tôi bỏ quên con tim ở Sóc Trăng xin các người đẹp lượm cất kỹ giùm, chúng tôi rất đa tạ và hẹn còn đến Sóc Trăng nhiều lần xin lại hai con tim. Anh chàng này là bạn thân nhứt của Hiếu, ký giả Mỹ tên Robert có hai bằng tiến sĩ đang dạy hai trường đại học nối tiếng nhứt nhì của nước Mỹ Harvard và Yale.

Đúng mười hai giờ Hiếu và năm ký giả rời Bãi Xàu về Cần Thơ. Ông Bí Thư và mọi người tiếp tục ăn. Ông Bí Thư nói, chưa bao giờ gặp một cậu thanh niên hai mươi mốt tuổi như Hiếu sao mà lãnh vực nào cháu cũng giỏi hết, quả là một nhân tài hay là thiên tài của tỉnh Sóc Trăng. Bác xin mời anh chị ruột và anh chị dâu rễ của cháu Hiếu đứng lên cho chúng tôi hoan nghênh một gia đình ưu tú và gương mẫu của tỉnh nhà, mọi người cùng vỗ tay. Trung nói các cô hoa hậu về đâu có cần giúp anh em chúng tôi đưa về. Tôi về hướng Bố Thảo có bác Phi, cô Thu Vân, tôi biết nhà. Xe của bác sĩ Trai đi hướng gần bịnh viện, xe của bác sĩ Bernard gần chợ Sóc Trăng, cô nào thấy gần nhà mình chúng tôi sẽ đưa giúp.

Về nhà Josephine thuật lại hết mọi chuyện về nhóm nghiên cứu của Hiếu trong đó có Trai cho mẹ nghe và nhờ mẹ gởi điện tín cho Caroline biết là chồng nó sẽ mang bằng Y khoa bác sĩ về làm đám cưới nó. Hiếu còn mời năm ký giả quốc tế sang Áo làm rễ phụ. Cho Caroline biết giữa nhóm nghiên cứu Việt Nam và năm anh chàng ký giả quốc tế đã thảo luận một mô thức nghiên cứu sâu sát về bịnh sốt rét. Josephine còn nói có thể vợ chồng Josephine và Caroline mãi mãi gần nhau ở Áo, Việt Nam nay còn ở nhiều nước ngoài.

Thứ bảy, Hiếu lên Sài gòn thăm Caroline. Hiếu còn nói thêm, Caroline vừa sanh con mạnh khoẻ, có thể Hiếu bay qua Áo thăm vợ con vài ngày và quay trở về Việt nam liền lo việc thi tốt nghiệp lấy bằng bác sĩ Y Khoa. Hiếu nói nhớ Caroline nhiều lắm, nghe Hiếu nói mà con rất thương hai vợ chồng nó, vợ chồng con lại càng thêm quý mến.

Trong ca trực chiều, có giờ rảnh Hiếu gọi điện về Sóc Trăng nói với Thu Vân, em đi lên Cần Thơ thăm anh nên dẫn theo ba em trai, để cho gia đình anh có biết hay người ngoài không đàm tiếu. Anh muốn cho tiền các em và cũng muốn các em phải làm quen với lao động chân tay nên anh nhờ các em đào thêm hố trồng dừa trong lúc đó anh và em ở trong nhà tha hồ mà vui vẻ.

Anh nhớ em không chịu nổi, trưa thứ năm này, em và ba em trai đi xe đò đến Ngã Bảy Phụng Hiệp và thứ bảy mình cũng đi Sài Gòn chơi. Lần này anh đưa em lên khu lịch Suối Tiên chơi và ngủ lại đó sáng chúa nhựt mình về luôn Sóc Trăng và anh cũng ghé nhà cũ đổi xe lấy xe nhỏ lái về Sóc Trăng để cho em và chị hai sử dụng. Anh sẽ tặng em chiếc xe này làm phương tiện đi lại, em phải đi học ngay lấy bằng lý thuyết trước dẫn cậu ba theo học luôn để cậu ấy giữ em cho anh. Thực tập lái xe cũng vậy mình không sợ tốn tiền, em lái giỏi em giúp chị hai học lái xe, chị có thể mua xe mới dễ dàng để chị có xe đưa mẹ đi chợ đi chùa và đi xa có em lái giúp nữa. Anh có học bổng phải ở ngoại quốc năm sáu năm, trở về nước con mình đã vào học tiểu học, con mình có họ Huỳnh của em, tên Hiếu dùng làm chữ lót còn tên thật ở sau tên đơn hay tên kép gì cũng được. Em gọi con cứ gọi Hiếu một Hiếu hai cho anh nhảy mũi là biết em gọi anh.

Trưa thứ năm anh hết trực lúc hai giờ, em đến Ngã Bảy đến khách sạn lấy hai phòng, ba em trai một phòng, nhắc các em mang theo đồ bơi, tắm, nếu chưa có kể cả em nữa, em cũng mua một bộ nữa, mua cho anh một cái quần tắm như ba em. Chúng ta ăn ở đó và ngủ một đêm. Trưa thứ sáu về Cần Thơ sáng thứ bảy đi Sai Gòn và sáng chú nhựt về Sóc Trăng. Thu Vân nói em cũng nhớ anh Hiếu nhiều lắm, anh phải tặng cho em ít nhứt hai đứa, một chục đứa chắc em càng sung sướng ngất ngây thêm.

Đúng theo hẹn, bốn chị em Thu Vân lấy hai phòng VIP đang mang đồ đạc vào phòng, Thu Vân quay lại thấy Hiếu đứng sau lưng vội chạy đến ôm hôn

Hiếu tưởng điệp viên nào đang nhìn trộm cái mông em. Em thấy nhột quay lại gặp, em vui quá, anh yêu em thật nhiều nghe! Anh đóng cửa lại, chúng ta âu yếm xong, sẽ xuống hồ bơi, em mua hai bộ đồ tắm để anh ngắm em có thay đổi màu sắc, em cũng mua cho anh hai quần tắm cũng hai màu khác nhau. Anh ngồi xuống, em cởi giày và quần áo cho anh và em, anh cởi giúp cho em và chúng ta vào trận chiến ngay. Xong rồi đi tắm đi bơi sau. Em đi chợ đặt thức ăn chiều để cho ba em tiếp tục bơi dưới hồ, còn chúng mình bơi trên giường, anh có chịu không hay anh còn tay rung, nhát gái không dám rờ, đụng đến em, sợ em ăn thịt.

- Thu Vân, em chọc quê xệ anh, chút nữa anh trả thù cho em biết chừng nghe, anh không cho em thở. Chưa biết ai thắng ai, từ đây đến năm giờ em ra chỉ tiêu anh phải hoàn thành sứ mạng lội qua sông suối ba lần, ăn tối xong, anh có nhiệm vụ phải đạt chỉ tiêu thêm bốn, năm, sáu lần nữa em mới cho phép anh mặc quần áo lái xe về Cần Thơ.

- Nghe em nói mà phát thèm, Hiếu nói.

Trên đời này cũng rất hiếm hai người hoà hợp một cách kỳ quặc chuyện ái ân, hai người gần nhau vài lần đã hết xí quách còn cặp này càng gần nhau càng tăng tốc, thay vì người ta thường nói, đêm bảy ngày ba. Nay cặp tình nhân đêm bảy ngày năm hoặc lên sáu cũng chưa biết chừng.

Thu Vân và Hiếu thay phiên nhau đi cho đủ cặp, nghỉ chừng nửa tiếng, Thu Vân lấy bộ đồ tắm bikini ra mặc thử, vừa vặn rất đẹp, nổi hẳn ba vòng, Hiếu nhìn qua nhìn lại khen em có bô đi sexy tuyệt đẹp, xuống hồ bơi các thanh niên hay các cụ còn máu ba mươi lăm ngắm nhìn chắc rớt con mắt ra hồi nào cũng không hay. Hiếu mang ba quần tắm đưa cho ba em. và nói chị hai xuống hồ bơi trước rồi, ba em thay đồ khoá cửa rồi xuống nghe. Nhớ đem theo khăn lau khô. Anh xuống hồ bơi sợ có người thấy chị hai các em sexy bắt cóc dẫn đi thì bố mẹ đánh đòn anh.

- Cậu út nói em thay anh chịu đòn. Cám ơn em nhiều lắm, Hiếu nói. Ở nhà, các em muốn chị hai gặp anh, các em thưa với bố mẹ cho các em lên Cần Thơ thăm anh và rủ chị hai theo canh giữ ba em kẻo có cô nào tha đi mất tiêu thì bố mẹ cũng buồn lắm.

Hiếu xuống đứng ở bờ hồ thấy Thu Vân đàng xa, Hiếu phóng xuống bơi nhanh, lặn xuống phóng nhanh ôm eo ếch một tay lướt qua ngực, Thu Vân nói anh cái gì cũng giỏi ở Sóc Trăng mà cũng biết bơi giỏi dưới nước còn trên cạn thì bơi còn thần sầu quỷ khốc nữa, đệ tử bái phục sư phụ. Anh đừng phí sức nhiều để lên bờ em bơi thi đua với anh. Thấy cậu út đến hồ bơi trước, Hiếu nói:

- Em đi vô quày thu ngân, nói cho hai chai bia SaiGon và ba chai nước ngọt cho ba em, Thu Vân xuống đây, anh chỉ cách em bơi.

Uống hết nửa chai bia, các em coi anh bơi biểu diễn cho chị hai em lé mắt chơi. Hiếu bơi sải luôn một vòng đụng cuối bờ hồ, rồi quay trở lại nắm tay Thu Vân và ôm hôn Thu Vân, ba em vỗ tay và nói phải như vậy, mới xứng danh anh Hiếu tài giỏi mà rô măn tíc, chắc chị hai em chịu hết nổi đó. Thu Vân cười:

- Cậu út lắm lý sự. Chị hai nghĩ, dưới làn nước mà chị mặc bikini thì anh Hiếu làm sao mà không thòm thèm. Chị và anh Hiếu bơi sơ sơ thôi lên tắm lại để dưới này ba em tập bơi, hai anh chị lên nghỉ, tha hồ mà rô măn tic. Cậu ba nói cậu tư lâu lâu mở miệng ra sao nghe hay quá. Hiếu nói cám ơn ba em muốn anh chị bơi trên cạn hấp dẫn hơn ở dưới nước. Cậu út nói danh bất hư truyền anh Hiếu thông minh quá xá. Anh lại đỡ chị hai em lên và anh cũng lên lấy cái khăn to quấn chị hai lại kẻo người khác thấy chị sexy quá họ nhìn ngắm rớt con mắt ra rất tội nghiệp. Hiếu nói cậu út tuổi trẻ mà tài cao cái vụ nhìn gái sao biết sớm quá, anh học tới lớp mười hai mà không dám nhìn chị hai em như là sợ chị ăn thịt cái anh lù khù. Nay anh sẽ vác cái lu chị hai em anh chạy mất tiêu. Cậu út vỗ tay, cái gì anh Hiếu nói cũng hay.

Đưa Thu Vân vào phòng, nắm tay Thu Vân kéo lên giường, chúng mình diễn tuồng ngay anh cảm thấy nóng người rồi, anh làm kép chánh, màn hai, em làm đào chánh vừa nói tay Hiếu mân mê hai hòn núi và tay Thu Vân vò đầu thằng nhỏ khiêu chiến. Trận chiến diễn ra khốc liệt rồi cũng chấm dứt. Chừng mười lăm phút sau, hai người rọ rày, cọ quẹt làm hai luồng điện chạm xẹt lửa, Thu Vân đè Hiếu xuống, đi lả lướt cũng kết thúc trong vui sướng tột cùng, cả hai lại ôm nhau ngủ liền, chừng hơn một tiếng. Thu Vân lấy khăn ướt lau sạch cho hai người và mặc bộ đồ tắm khác cho Hiếu xem, Hiếu nói dù bộ đồ này kín đáo hơn nhưng hạ bộ coi bộ nổi cộm hơn và hai hòn núi vun lên dưới làn áo mỏng.

Ra hồ bơi, thấy ba em đang tụm lại nói chuyện có vẽ vui thích. Chị hai hỏi ba em có chuyện gì vui kể cho anh chị nghe. Các em vui thấy anh chị yêu nhau thật sự và chúng em mong chị có con với anh Hiếu, chúng em phải luôn giữ kín. Hiếu nói anh chị cám ơn ba em, ba em biết anh chị yêu thương nhau thế nào rồi, nhưng mối tình của anh chị rất éo le. Anh cũng mong chị của ba em có con sớm để chị có chỗ mà vui mà sống, trông nuôi con mà nhớ đến anh Hiếu. Cậu út chạy lại ôm anh Hiếu, anh nói em cảm động muốn khóc và cậu xoay qua ôm hôn chị. Anh chị yêu nhau tha thiết mà vẫn gặp trắc trở em thấy tội nghiệp. Tuần tới chúng em còn nghỉ, chúng em kéo lên thăm anh cả tuần từ thứ hai đến thứ bảy và theo anh lên Sài gòn, và anh đưa chúng em về Sóc Trăng, tối thứ bảy anh ngủ với chị hai, trưa chủ nhựt anh về lại Cần Thơ và chúng em bận học cũng như anh chỉ có ngày thứ bảy chúa nhựt mà anh còn đi trực nữa. Chúng em không theo hộ tống chị hai được, anh có nhớ chị cứ gọi chị lên thăm anh một ngày hay hai ngày chị phải về còn để cho anh học.

Các em nói như thế rất đúng, ban đêm anh học chị hai nằm gần cho anh thấy gương mặt và hai bàn tay búp măng của chị hai em, anh rất vui chắc anh học cái gì là nhớ cái đó dữ lắm. Thử nghiệm coi em Thu Vân, em nghe lời anh, Thu Vân nói tiếp:

- Bây giờ ba em lên tắm và ngủ một chút, anh chị đã ngủ rồi nên anh chị vui chơi ở hồ bơi. Ba em về phòng, hai anh chị bơi thêm vài vòng và anh tập Thu Vân bơi cũng vui. Chừng nửa tiếng, cả hai cũng thấy mệt về lại phòng, kéo nhau vô tắm, Hiếu nói màn năm chưa diễn. Diễn xong rồi đi ăn.

Đến năm giờ rưỡi, Hiếu gọi nhà bếp mang thức ăn lên. Hiếu nói để anh gọi thêm năm con tôm nướng vì các em bơi tắm nhiều cũng đói nhiều chúng mình cũng vậy. Hiếu nói cho hai lon Heineken và ba lon coca. Gọi xong, hai người thay đồ cũng khá tươm tất, chị hai sang phòng gọi ba em ra phòng ăn cơm chiều, tối ăn cháo cá, cô thu ngân có giới thiệu một chỗ bán cháo cá rất độc đáo. Anh chị nhờ người phục vụ đi lấy mang về, mình cho tiền tip, mai mình đi về Cần Thơ đổi xe và có thể đi thẳng lên Sài Gòn thuê khách sạn ngủ một đêm thứ sáu. Sáng thứ bảy, anh hai vào nói chuyện với gia đình xong, mình về tới Long An ăn cơm trưa và ghé qua Cần Thơ anh đổi lấy xe nhỏ chạy về để lại Sóc Trăng. Chúa nhựt anh đi xe đò về lại Cần Thơ một mình, tối chúa nhựt trực vì trực ngày chúa nhựt một giờ tính thành hai có lợi cho anh. Cậu út rất tình cảm và bén nhạy:

- Anh về Cần Thơ một mình tội nghiệp cho anh Hiếu, ước gì chị hai của em đi theo hộ tống, anh vui và không cô đơn. Cậu út nói đúng, hoàn cảnh trớ trêu của anh như vậy. Chị của các em cũng muốn cho các em ăn những món mà anh chị thích, cá lóc nướng cuống bánh tráng chấm mắm nêm, đầu cá lóc nấu canh chua và cá rô kho tộ cho thêm thịt ba rọi cho thêm béo. Anh còn gọi thêm năm con tôm càng nướng nữa, chị hai cho các em biết thực đơn như vậy, thiếu mình gọi thêm. Cậu ba nói:

- Em nghĩ nhiều món ăn như vậy cũng qúa đủ rồi. Cơm nước xong, Hiếu nói anh em mình đi bộ một vòng khu này chơi cho xuống cơm, tối ăn cháo cá. Cậu ba nói, anh em mình ăn nhiều quá, thôi đừng ăn cháo cá để bụng sáng mai còn ăn bánh canh rồi mình mới về Cần Thơ. Em nói có lý, Bụng no khó ngủ, Thu Vân nói.

- Hiếu gật đầu. Đi bộ một vòng gần khách sạn chưa tới một cây số mà có đến bốn năm quán Karoke và hàng chục quán ăn, đa số là quán nhậu. Hiếu thấy thiên hạ cứ nhìn chăm chú vào mấy anh em và đặc biệt là ngắm nhìn Thu Vân còn có lời trêu chọc khiếm nhã, Hiếu vội khều tay Thu Vân quay trở về khách sạn. Mới hơn tám giờ tối mà cậu út cảm thấy buồn ngủ vì hôm nay, lần đầu tiên, cậu mới biết tắm, bơi lội trong hồ cũng mệt và hai anh cũng vậy. Khi gần tới phòng ngủ, ba em chúc anh chị ngủ ngon, mọi người vào phòng ngủ, thay quần áo ngủ, Hiếu nói, em ngồi xem ti vi coi anh pha cà phê và anh thấy trong tủ lạnh có đến đúng một chục hột gà, anh làm bốn hột gà la cót, trên bàn có sẵn hai lọ muối tiêu nữa.

Trải qua một đêm tràn đầy hạnh phúc, Hiếu thức sớm, rón rén bước nhẹ xuống giường không làm cho người yêu thức giấc. Hiếu thấy nhịp thở đều đặn với gương mặt thánh thiện của người yêu. Tự nhiên hai hàng nước mắt của Hiếu chảy ra xót xa cho thân phận của một người cực kỳ đẹp, con nhà giàu, học giỏi mà phải van xin chút tình yêu của một người bạn học cũ nghèo khổ cùng cực lại xấu trai, nàng muốn có con. Hiếu thật ngẩn ngơ quá thương hại một người có nhan sắc nay không có một người chồng hay người yêu chánh thức mà phải vụng trộm thầm lén như thế này. Cao xanh sao nở đoạ đày nàng như thế này, càng nghĩ Hiếu càng khóc. Thu Vân bị đánh thức, len lén hí mắt bắt gặp gương mặt thẩn thờ đầy nước mắt của người yêu, nàng không hiểu chuyện gì xảy ra. Thấy người yêu, vò tóc mặt buồn rười rượi, nước mắt lại chảy tiếp. Thu Vân không thể nằm yên chứng kiến người yêu tiếp tục khóc. Thu Vân ngồi dậy, Hiếu giựt mình vội lấy khăn lau nhanh nước mắt. Thu Vân hỏi:

- Có chuyện gì hay em làm anh buồn, anh nói cho em biết để em tạ tội với anh. Hiếu làm bộ tỉnh khô, anh có buồn gì đâu, nằm gần em và được em yêu và hy sinh cho anh quá nhiều anh vô cùng hạnh phúc, anh không bao giờ buồn giận em. Anh đừng giấu em, em thấy anh khóc nhiều và khóc lâu, em nghĩ chắc em làm anh buồn lòng cái gì đó dữ lắm. Hiếu nói:

- Em đã thấy anh khóc mà từ bé tới giờ chưa bao giờ anh khóc như vậy, chốc nữa anh sẽ nói cho em biết. Bây giờ chúng mình đi tắm và anh pha cà phê gọi ba em qua đây uống cà phê với anh chị.

Thu Vân qua phòng ngủ ba em, nhắc ba em đánh răng xong qua phòng anh chị uống cà phê. Hiếu pha cà phê vừa xong, ba em qua tới, Hiếu lấy cho mỗi em một hột gà la cót cho ba em ăn với muối tiêu và còn ba trứng, Hiếu đưa Thu Vân hai quả và nói trong năm người, anh em chúng mình. Em là người đáng yêu đáng thương nhứt, em ăn hai trứng cho khoẻ, chúng ta cùng ăn nghe các em, chấm thêm một chút muối tiêu ăn ngon hơn. Còn thừa một trứng, em với anh cưa hai, sung sướng hạnh phúc cùng hưởng, đau khổ buồn lo cùng chia xẻ cho nhau, anh có đồng ý không? Hiếu gật đầu và rươm rướm nước mắt, cậu út chạy lại ôm anh Hiếu và ngồi trong lòng anh, thấy chị hai đưa hột gà la cót cho anh Hiếu ăn trước, Hiếu ăn một ít và rắc lên một chút muối tiêu nói chị hai hả miệng ra, anh đút cho chị ăn thật là hạnh phúc. Cậu út nói:

- Chị hai ngồi vào lòng anh để em ra ngoài ngồi gần anh chị. Chị hai vò đầu em út, anh chị cám ơn em nhiều lắm. Bây giờ chị kể cho ba em nghe một sự thật mà các em sẽ còn yêu thương anh hai của các em, chị dùng từ anh hai thay vì gọi anh Hiếu, ba em có chịu không? Dạ ba em vui thích được anh chị cho phép gọi anh Hiếu là anh hai của chúng em. Anh hai của em thức sớm hơn chị, trong lúc ấy chị cũng đã thức mà vẫn giả bộ nhắm mắt mà hé hé nhìn trộm, coi anh hai làm gì. Chị thấy anh hai nhìn vào mặt chị rồi thở dài và nhìn vào nhịp tim chị thở đều lên xuống, bỗng chị thấy hai hàng nước anh hai chảy xuống, anh lại nhìn mặt chị rồi lắc đầu và nước mắt cứ chảy mà chị đoán anh muốn cố gắng không cho nước mắt trào ra nữa nhưng không kềm hãm được. Nước mắt giọt ngắn giọt dài cứ lăn trên má của anh hai. Chỉ có cảm nhận anh hai có gì xảy ra dữ dội lắm hay chị làm lỗi gì to lớn lắm đối với anh.

Chị hết còn chịu đựng nổi nhìn lén anh nữa, chị ngồi dậy làm anh giựt mình, anh quay sang chỗ khác, lấy khăn lau mặt nhanh và anh hai tỉnh bơ nói, anh có buồn có khóc gì đâu, anh nói anh rất hạnh phúc được ôm chị ngủ. Ba em chắc không tin cũng giống như chị, anh hai khóc lâu lắm phải mười, mười lăm phút, chắc chắn anh có tâm sự ngổn ngang...

Anh bảo chị qua gọi ba em qua uống cà phê với anh chị và anh có thể kể cho ba em biết luôn. Bây giờ chúng mình cùng uống hết cà phê mà anh hai pha và uống trà nữa. Anh Hiếu của em ơi! Anh kể lại lý do tại sao anh khóc.

- Có ba em uống cà phê với chúng mình, các em cũng như em muốn nghe anh nói sự thầm kín của anh làm anh xúc động mà không cầm được nước mắt. Hiếu chậm rãi ôm siết Thu Vân và hôn lên tóc người yêu.

- Ba em có biết không, Hiếu nói, từ lớp mười, anh mười sáu tuổi, anh đã si mê chị hai các em rồi.

Đó cũng là một mối tình đầu thầm lặng của anh với một người con gái có nhan sắc mỹ miều đẹp nhứt của lớp mà cũng là nữ sinh học giỏi hàng đầu của lớp. Lên lớp mười một, mười hai tình yêu si mê thầm lặng của anh đối với chị của các em càng ngày càng lớn dần theo năm tháng. Anh chỉ mong ước nhà chị em có công việc mướn anh đến làm công như quét nhà, lau bàn ghế làm cái gì trong nhà mà được thấy chị em với gương mặt thanh tú thánh thiện và bàn tay nhỏ bé búp măng của chị em, con gái đang thời trổ mả. Anh nói thầm chỉ chiêm ngưỡng bao nhiêu đó cũng như đủ trả tiền công cho anh rồi. Anh mê chị em đến độ nếu chị hai cần bảo anh chết để chị em có hạnh phúc anh cũng dám hy sinh. Đối với anh, chị hai của em là tiên nữ của đời anh, có quyền sai khiến anh. Anh biết chị hai của các em có nộp đơn thi vào trường Y Cần Thơ và hàng chục học sinh khác cùng lớp thuộc loại khá mà vẫn thua xa anh chị. Hiên nay có ba bốn bạn cùng lớp đang học chung với anh bây giờ.

Bổng các bạn của chị em nói Thu Vân không hiểu tại sao nó không thi vào trường Y mà đi đâu mất tiêu. Có bạn biết chị em có bồ, theo tiếng gọi tình yêu lên Sài Gòn học.

Đùng một cái, tình cờ anh đến nhà thấy chị em xanh xao ốm như tàu lá, anh quá ngỡ ngàng. Chị em có chuyện gì đi vào trong, anh hỏi mẹ sao Thu Vân xuống sắc như thế này. Mẹ nói hết cho Hiếu hiểu, mẹ đã quý mến anh vì khi chị hai về nhà, trước mặt bố mẹ, khen anh và có để ý yêu thương anh mà anh luôn làm ngơ. Thu Vân bị một tên cũng là con đại gia ở Sóc Trăng dụ dỗ lên Sài Gòn học. Phải nói nó có cái mả cao ráo đẹp trai, môi son mà có cái miệng tán gái dẻo đeo. Riêng con gái đẹp ở Sóc Trăng, ít nhứt là ba người, đến Thu Vân là người thứ tư mà nó chiếm hữu thân xác và đày đoạ như là nô lệ lâu nhứt trên hai năm vì Thu Vân luôn có tiền hàng tháng cung cấp tiêu xài.

Bố mẹ thường xuyên gởi cho con trả tiền ăn tiền ở trọ. Thỉnh thoảng thằng khốn kiếp đó bắt Thu Vân phải viết thư xin thêm tiền, không viết nó đánh nó bỏ đói. Thế là Thu Vân phải ngoan ngoản tuân theo lệnh mà nó cũng khôn, không xin liền hàng tháng mà vài tháng xin một lần. Bố mẹ đâu có biết gì, lại cưng con, hể chị em gởi thơ xin tiền, bố mẹ không thắc mắc mua bưu phiếu gởi cho con liền và cũng rất trớ trêu bố mẹ không cần kiểm soát địa chỉ biết gởi theo địa chỉ trong thơ. Thu Vân mà còn yếu bóng vía lọt vô trồng nó xỏ mũi bảo không thi vào đại học Y Cần Thơ Thu Vân cũng nghe, bảo Thu Vân lên Sài Gòn học Thu Vân cũng năn nỉ bố mẹ cho theo bạn lên Sài Gòn học. Bố mẹ vì thương con cũng nghe theo. Mẹ cũng thuật lại cuộc đời gian truân của Thu Vân như một tên tù khổ sai hay là một nô lệ, bị giam trong một cái phòng nhỏ nhớp nhúa. Thằng sở khanh khốn nạn đó có trả công cho vài tên lưu manh vặt sống gần đó hễ Thu Vân ra khỏi phòng thì chúng ngăn chặn nếu cãi lại thì chúng chạy đến chỗ thằng chó đẻ đó đang nằm hút á phiện bảo nó về trị tội. Nó không xót thương Thu Vân, nó đánh, nó bỏ đói, nhốt trong phòng khoá cửa lại. Thu Vân chỉ biết khóc chờ chết vì ốm yếu gầy còm không còn nhựa sống. May là thằng khốn nạn đau yếu, hết tiền hút xách ráng lê thân xác về tới cửa phòng té nằm bất tỉnh, Thu Vân còn có lòng nhân, thương người, thấy tội nghiệp cố lôi nó vào phòng và tức tốc đi ra ngoài đường, may gặp một chiếc taxi ra hiệu, xe ngừng lại bảo đưa Thu Vân về nhà trọ mượn tiền đem trả cho người lái taxi. Em buồn quyết tự giải thoát bằng cách tự tử.

Hiếu kể lại đến đây bỗng nhiên nhắm mắt lại và Hiếu khóc một lần nữa vì sự ngu muội của mình không dám thú thiệt là yêu say đắm Thu Vân, có thể Thu Vân cũng thương tình hay thương hại yêu anh vì thấy anh học giỏi chắc chắn có tương lai tốt đẹp thoát được cảnh nghèo khổ.

Chị hai các em khoảng một tuần sau, hồi phục sức khoẻ đôi chút là lúc anh gặp lại chị em. Thời điểm đó cũng là lúc anh đã lấy vợ và vợ anh đang có bầu. Thật trớ trêu, nếu anh chưa có vợ thì chị của các em dù có thân tàn ma dại, tàn tạ thế nào anh cũng cưới lấy làm vợ rồi. Cho đến bây giờ anh vẫn còn yêu chị hai của ba em vô bờ bến. Khi anh nghĩ đến chị em là người có nhan sắc con nhà giàu và học gỏi mà ngày nay phải van xin anh cho chút tình thừa và cầu mong có con với anh. Chị hai của ba em còn ra giá nếu anh phụ lòng, chị hai của ba em nói giờ đây đã ra nằm ở nghĩa địa rồi. Anh nghĩ đến đó anh tự nhiên khóc cho số phận trớ trêu nghiệt ngã cho chị em mà anh luôn tôn thờ mối tình đầu câm lặng của anh và của cả chị hai của ba em. Cái ngu ngốc lỗi lầm lớn nhứt của anh là không dám thố lộ tình cảm đã yêu chị hai của ba em. Nếu anh dám thố lộ tình yêu với chị của các em, ngày nay anh chị có thể cùng học một lớp, giàu sang sẽ đến chung cho hai người. Ba em hiểu rõ lòng anh rồi phải không, anh mong ba em giúp chị hai có tinh thần mà sống vì con vì tương lai các con. Anh đoán chị hai của các em đã thụ thai rồi, chừng một tuần nữa, các em thấy chị hai thèm ăn chua như xoài, me, khóm... và gân cổ nổi lên thì chị các em có bầu thật rồi. Anh sẽ ra ngân hàng lấy năm ngàn đô đưa cho chị, xin phép ba mẹ một chỗ nào đó trong nhà mướn thợ và mua vật liệu xây một phòng chơi cho bê bi và cũng là phòng trưng bày tranh ảnh cả gia đình, cũng như sự lớn lên của nó mà anh đang đi du học xa. Anh sẽ mua một máy chụp hình thật tốt có cả chân, đèn để chị hai và ba em cứ thực tập xung quanh nhà mình như chụp cây có oằn trái, chân dung bố mẹ, chân dung chị hai. Chị của các em chụp hình ăn ảnh lắm, hình nào đẹp mình phóng đại treo lên. Như cảnh anh nằm võng ngủ ngáy phì phò, các em rình chụp được treo lên tường xem cũng vui.

Thu Vân nói, phụ nữ hay để ý đến tiền bạc tiêu xài của chồng, anh rút tiền ra xài vợ anh biết sẽ thắc mắc, số tiền xây phòng và mua máy chụp hình em xin bố mẹ được, anh phải tiết kiệm để cho vợ anh không nghi ngờ xài tiền không đúng chỗ. Hiếu khen thật tình, em thông minh hơn anh về điểm tế nhị này.

- Khi chị hai thèm đồ chua, Hiếu nói, cuối tuần đó chị và em mang tin vui lên cho anh, hay anh lái xe về cùng vui ăn mừng, anh sẽ ghé dọc đường mua một vài chục ký lô xoài tượng cho chị hai ăn thả cửa và cả anh em mình ăn theo với chị hai của ba em. Con gái mà thích ăn chua bất thình lình là có triệu chứng thụ thai. Chúng ta cùng ăn chua luôn mừng chị hai toại nguyện có bầu sẽ sanh con mà anh là tác giả. Nhưng, gương mặt con anh chị phải đẹp trai giống cậu út, các cái khác giống anh thì ôkê, còn mặt mày phải bảnh bao ngon lành như cậu út vậy vì chị hai thương cậu út nhiều nhứt thì cháu phải giống cậu út cũng nhiều nhứt. Cả năm anh em cùng cười vui trở lại.

Anh hai nhắc các em, mình rời khách sạn lúc chín giờ, mua bánh canh chạy về Cần Thơ đổi xe và mình ăn bánh canh cho no chiều lên Sài Gòn đi ăn bò bảy món, không lên Suối Tiên ngủ mất thì giờ vô ích. Sáng thứ bảy, anh nói chuyện xong về ghé nhà Cần Thơ đổi xe nhỏ lái về Sóc Trăng, tối anh ngủ tại nhà với chị Hai. Trưa chúa nhựt, anh lái xe về nhà mẹ anh và ăn cơm với mẹ, chị hai. Anh gọi điện, cậu ba qua nhà anh đưa anh ra bến xe, anh về Cần Thơ. Nếu có gì thay đổi mình tính sau.

Bây giờ các em về phòng, anh chị nằm nghỉ đến chín giờ mình rời đây cũng được. Ba em về phòng, Hiếu lại khui một chai bia đưa Thu Vân uống trước và Hiếu tu một hơi gần nửa chai, đi lại giúp cởi hết quần áo người yêu và người yêu cũng giúp lại như vậy. Cả hai nóng lên, Thu Vân lên giường nằm chờ đợi, Hiếu lại vội đi lấy khăn nhún nước vắt ráo mang lại giường. Với cái thế tác chiến cũ mà vô cùng hiệu quả hai tay luôn xoa ngực người yêu và trận chiến xảy ra ngoạn mục, Thu Vân xả nước suối đến lần thứ ba Hiếu mới mở vòi nước. Cả hai cùng vui thích, Hiếu lại tủ lạnh lấy nửa chai bia còn lại, hai người uống hết cũng làm cho nóng máy. Sau hơn mười lăm phút, lần này đến phiên Thu Vân chỉ huy trận chiến, gần hai mươi phút xáp là cà hai người đều tuyên bố chiếm mục tiêu cùng lúc. Hiếu nắm tay người yêu đưa vào phòng tắm gội cho sạch bụi trần gian, ra ngoài Hiếu đứng trước mặt Thu Vân sấy tóc, thằng nhỏ cứ đưa qua đưa lại biểu diễn, nàng cúi xuống hôn, hẹn về Cần Thơ hay lên Sài Gòn mới thưởng tài nghệ biểu diễn thể dục múa nhảy của thằng bé. Hiếu nhìn đồng hồ đã chỉ tám giờ rưỡi, nhắc nàng trang điểm và thay quần áo, Hiếu cũng thay quần áo khác dồn quần áo mặc rồi vào bọc ny long về Cần Thơ giặt. Hiếu gọi người phục vụ lên kiểm kê những thức ăn, nước uống tính tiền và gọi ba em sang phòng anh chị để họ cũng kiểm soát tủ lạnh. Tính tiền xong Hiếu cũng tặng tiền típ và Hiếu đưa tiền trước cho ba em, khi anh dừng xe trước tiệm bánh canh, ba em xuống xe đặt mua và đợi lấy bánh canh, Hiếu chạy ra khỏi chỗ giữ xe hai bánh, đậu lại đợi. Ba em vào tiệm gọi năm phần bánh canh giò heo và thêm một phần chỉ có giò. Chừng hơn mười phút sau, ba em mang sáu bịt bánh canh lên xe, chạy về nhà cũ Cần Thơ và sẽ đổi xe lớn khi chạy lên Sài Gòn.

Thu Vân vào bếp lo hăm nóng lại các tô bánh canh mang ra bàn ăn và nấu nước pha trà mang theo xe cho Hiếu giải khát chống buồn ngủ lái xe đi đường xa.

Hiếu nói trưa nay, không ngừng lại ăn cơm mà chạy thẳng lên Sài Gòn đến khu nhà hàng Ánh Hồng có khách sạn lớn gần đó thuê phòng và đi bộ sang nhà hàng cũng khá gần. Ăn xong, chúng ta thả bộ đi lòng vòng ngắm phố phường về đêm và tạt vào quán ăn chè bạch quả nhản nhục cũng gần khách sạn, đến gần chín giờ sẽ về phòng ngủ.

Hiếu nhắc, bốn chị em cứ ngủ tiếp. Anh dự tính, vào bưu điện gọi điện thoại xong về lại phòng anh nghỉ một chút và tắm, chúng ta lên xe về Cần Thơ, đổi xe nhỏ chạy thẳng về Sóc Trăng. Trên đường đi từ Sài Gòn về Cần Thơ thấy nơi nào có quán ăn đông, anh em mình ghé vào ăn trưa, đến chiều về nhà ăn cơm với bố mẹ. Anh hai sắp xếp như vậy, các em thấy có gì cần thay đổi hay bổ túc góp ý với anh nghe các em. Dạ vâng, em thấy không có gì thay đổi, cậu út đáp lại liền.

Đến bưu điện Sài Gòn gọi về Áo, Hiếu thông báo cho ba má và Caroline, có thể nói gần chắc chắn, anh chỉ học cho đến mùa hè thi luôn lý thuyết ba năm học và cũng hoàn tất luôn sáu năm thực tập tại bịnh viện bắt buộc. Anh và đại gia đình sẽ đi Áo làm đám cưới với em và có bằng bác sĩ y khoa làm quà cưới và đặc biệt kính tặng ba má, tặng em và hai con cả thành quả to lớn mà ba má và em đã hết lòng hỗ trợ. Một trăm cây dừa lửa, sau một tuần sống tốt rồi, anh về nhà mới lo tưới dừa và đào thêm một trăm hố hay hơn một trăm trồng kín hàng rào ngoài và bên hông, phía trước nhà và giáp với đất của anh ba, mình không trồng dừa mà trồng cây khác. Chiếc xe nhỏ anh lái về Sóc Trăng, sang tên lại cho chị hai vì tiền mua xe, anh hai cho anh Trung, anh có xe mới giao xe đó cho anh. Nay anh có xe mới, Hiếu nói với Caroline, ba má cho vợ chồng mình, anh sẽ dùng đi xa, hay đi học, đi trực.

Cá nhân anh được tài trợ năm năm khoảng sáu triệu kể như có trong tầm tay chỉ còn chờ có bằng tốt nghiệp bác sĩ nữa anh mới đủ tiêu chuẩn điền đơn xin. Như vậy, anh đón em về Việt Nam, chắc chúng mình có thêm con rồi mang chúng sang Hoa Kỳ với vợ chồng mình và anh sẽ xin thêm đưa ba má theo mình luôn.

Anh có hỏi nhà báo Mỹ nói chuyện đó không khó nếu anh được trường đại học danh tiếng tài trợ, mình nghiên cứu cho trường cũng là mình nghiên cứu cho cá nhân viết thành luận án tiến sĩ nộp cho trường. Khi có thêm bằng tiến sĩ nhà trường có thể mời mình dạy tại trường hay anh xin trường tài trợ cho một nghiên cứu y khoa khác. Anh thấy tương lai gia đình sẽ ở Mỹ lâu và mình có dịp nghỉ hè cũng bay về Áo và về Việt Nam thăm bà con.

Tuần tới anh bắt đầu vào học rút, ba năm học mà còn có mấy tháng và bận nhứt là trực bịnh viện mà anh thường chọn trực ngày chúa nhựt vì chúa nhựt trực một giờ được tính gấp đôi vì ai cũng né trực ngày chúa nhựt. Không có em, anh đâu có đi chơi, anh đi trực cũng đỡ cô đơn và mình còn có lợi nữa. Má nghe Hiếu nói, ba má hiểu con và thương con chịu cực khổ, Caroline lúc này thường nhận điện tín Josephine thông báo cho biết mọi sinh hoạt của con nên Caroline luôn vui tươi và tin hai đứa con của hai con mặt mày sẽ sáng sủa vui tươi như mẹ nó. Josephine có nói:

- Con tuyên bố một trăm ngàn ba mẹ cho vợ chồng con, con sẽ tặng hai trường học đã chắp cánh cho con vào đời, con dâng hiến mở hai thư viện đặt tên thư viện là Caroline-Hiếu. Vợ chồng Josephine khen con quá thông minh bây giờ chỉ bỏ có một trăm ngàn mà lấy lòng biết bao nhiêu người. Đại học Y còn rút xuống thời gian cho con thi lý thuyết và chắc chắn con thi tốt nghiệp sẽ đậu cao, có học bổng sớm hay được cấp cho tài trợ nghiên cứu sớm chỉ một tháng Hiếu lấy lại vốn một trăm ngàn mà còn hưởng mỗi tháng một trăm ngàn đủ năm năm, quá lời, mà Hiếu còn được phép mang theo vợ con. Các anh chị con và bạn bè nói phải dở nón chào Hiếu.

Còn nữa, Josephine nói Hiếu có lòng tốt, không chỉ nó được lợi có học bổng hay tài trợ sớm mà Hiếu còn lồng vô gọi là một nhóm năm bác sĩ trong đó cả chồng Josephine trong nghiên cứu. Hiếu sợ mang tiếng sao chỉ có bác sĩ Việt Nam may có Bernard gốc Áo và nó đề nghị nhà trường thu dụng thêm năm nhà nghiên cứu Mỹ, Pháp, Anh, Canada và Úc. Mười bác sĩ chia ra làm hai tổ, mỗi tổ bác sĩ Việt Nam chỉ có hai người, dù Hiếu có sụt giảm trợ cấp nhưng bốn người thân có trợ cấp như nó và cũng mang được gia đình theo.

- Mẹ nghĩ con có tính toán siêu đẳng, con làm sư phụ Caroline thì má tin chắc Caroline sẽ có bằng tiến sĩ như ai, cũng dạy đại học dù có con đông đủ thành lập một đội banh cũng chẳng sợ ai châm chọc. Má nói như vậy có đúng không? Hiếu và Caroline cùng đáp một lượt:

- Dạ quá đúng, con kính yêu ba má.

Caroline nói Josephine làm tình báo cho em, anh làm cái gì nó đều có thông báo em biết hết. Bây giờ vào mùa học rút, em không muốn anh đào hố trồng cây mệt lắm anh lại ngủ nhiều sẽ làm mất giờ học của anh. Sư phụ nên nghe lời đệ tử cứ mướn người làm mọi thứ lao động chân tay cực nhọc. Em sẽ thưởng anh thêm hai đứa bé nữa ở Việt Nam trước khi gia đình mình đi sang Mỹ. Như vậy, anh qua Áo thăm em, Caroline không thưởng anh gì hết sao? anh buồn lắm đó. Caroline nói ngay:

- Anh đừng có lo, em vừa sanh con có bộ ngực đồ sộ thưởng cho anh ngộp thở luôn. Ba mẹ Caroline và bạn bè vỗ tay hoan nghênh kỳ này cho chồng Caroline tắt đài. Hiếu nói ba má và quý vị nghe Caroline treo giải thưởng cho con:

- Ngay bây giờ con phải rất mong cho tới ngày lãnh giải thưởng to sù đó chắc hai thằng bé mất phần. Caroline nói liền:

- Anh đừng có lo, có sữa bột, sữa hộp cho hai đứa. Cả nhà lại cười vui. Hiếu nói sư phụ xin chịu thua đệ tử.

Kể từ tuần tới anh sẽ không thường đi Sài Gòn vào sáng thứ bảy, anh có giờ rảnh lúc nào thì đi Sài gòn gọi em vì thời gian này em sắp sanh cũng sẽ không đi đâu, không phải chỉ gọi ngày thứ bảy. Caroline tiếp:

- Sư phụ gọi ngày nào cũng có đệ tử nghe, em hiểu và luôn nghe lời anh yêu của em. Hiếu nói tiếp:

- Anh sẽ cất thêm một cái nhà như là nhà chơi của trẻ con mà là nhà trưng bày hình ảnh của gia đình mình, đặc biệt là các con từ mới sanh ra và theo năm tháng lớn dần, thành một bộ sưu tập ảnh các con, phóng lớn, treo trên vách. Ở Áo em cũng xin phép ba má chọn một gian phòng nào trong nhà mình cũng làm như vậy. Bây giờ anh đề nghị:

- Em chỉ chờ đến ngày sanh cũng nên có thú vui chụp ảnh ba mẹ, các bạn đến nghe chúng mình nói điện thoại mà em quậy tới bến lại rất dễ yêu.

Em mời ba mẹ cũng nên có thú vui của tuổi già chụp hình con cháu ngoại và mẹ chúng nó nhỏng nhẻo với ông bà. Mọi sinh hoạt trong gia đình đều ghi lại qua hình ảnh. Em chụp hình ba mẹ càng nhiều càng tốt để chúng mình và các con mình luôn kính nhớ ông bà. Chụp hình nghệ thuật trung bình không khó chỉ cố gắng khi bấm máy tay không rung và hình phải nằm giữa tấm ảnh, canh cho đều trên dưới và hai bên. Chú ý coi có đủ ánh sáng hay tránh chụp chống lại mặt trời. Muốn chụp hình giỏi phải chụp thường xuyên mới quen tay và có kinh nghiệm. Muốn tránh tay rung có thể dùng chân ba càng để máy chụp hình vững sẽ không bị rung tay và muốn có ánh sáng lý tưởng mua đèn gắn trên máy chụp hình...

- Hiếu thưa với ba mẹ. Caroline sanh lần đầu mà sanh một lúc hai con, sản phụ mệt, cực gấp đôi. Con luôn cầu nguyện Caroline có nhiều nghị lực và sức khoẻ, con sẽ mang quà đặc biệt sang tặng Caroline. Hiếu nói với vợ:

- Khi em vào phòng sanh có đau đớn nhiều cứ nhớ đến anh thì có anh bên cạnh chia xẻ với em hay anh lãnh hết cái đau cho em.

Con kính chúc ba má luôn bình an sức khoẻ và các bạn của Caroline luôn an vui hạnh phúc. Con xin bai bai ba má, các bạn và em Caroline yêu quý của anh.

Trở lại phòng ngủ trả phòng, mọi người đi ra cửa, gặp người hành khất ốm xanh xao và ghẻ chốc nhiều nơi trên tay chân và mặt, đội chiếc nón rách trông rất thảm thương, Hiếu móc bóp cho mấy đồng anh ta ngước mặt lên thấy Thu Vân, vội cúi đầu xuống. Thu Vân nhận ra cái tên lưu manh khốn kiếp đã hại tàn đời nàng, Thu Vân gọi Hiếu và ba em đến vây quanh. Thu Vân chỉ vào mặt, nói lớn:

- Cái tên lưu manh chó đẻ mày hại đời tao. Nay, mày bị quả bảo nhãn tiền đáng kiếp thằng chó đẻ lưu manh. Mầy mà léo hánh về Sóc Trăng tau sẽ gọi cảnh sát bắt mày đã ăn cắp tiền vàng của tao hay mầy sẽ bị cao bồi giết mày, thằng chó đẻ hãy vãnh tai mà nghe cho rõ. Thu Vân nói lớn và xỉa xói mặt tên ăn mày:

- Nhiều người hiếu kỳ lại bu quanh, Hiếu nắm tay Thu Vân dẫn ra xe mà tay Thu Vân vẫn còn rung và mồ hôi rịn trán rất tội nghiệp cho một kiếp hồng nhan từng bị tên sở khanh lưu manh vùi dập thân xác.

Lên xe Thu Vân ngồi khóc, hai mắt đăm chiêu buồn vời vợi và im lặng không nói một lời nào từ Sài Gòn về đến Cần Thơ. Hiếu nói các em dẫn chị hai vào toi lết rữa mặt và các em đi vệ sinh, anh hai lái xe nhỏ ra và cho xe lớn đậu sát vào nhà, sẽ dùng tấm bạt bao phủ xe sau khi các em chuyền hết đồ đạc sang xe nhỏ.

Cậu út lên ngồi ngang anh, chị hai ngồi sau lưng anh để anh hai có lời an ủi chị hai các em. Bốn chị em xuống xe, Thu Vân vừa đi vừa khóc, mẹ không biết có chuyện gì vội chạy ra nắm tay con gái một bên và em út một bên đưa Thu Vân vào phòng mở đèn sáng và đóng cửa lại. Ra ngoài phòng khách, cậu út thuật chuyện chị hai gặp tên lưu manh sở khanh làm hại đời chị, nay đang là kẻ ăn xin quần aó rách rưới dơ bẩn và ghẻ chốc tùm lum. À ra thế, mẹ nói.

- Thật tội nghiệp con gái cưng của mẹ. Trong lúc, Hiếu chạy xe lên văn phòng xã gởi và có biếu các anh trực một số tiền mua đồ nhậu lai rai. Hiếu đi bộ về nhà và xin phép mẹ đi thẳng vào phòng ngủ, thấy Thu Vân không thay đồ mà nằm rũ rượi thật đáng thương, đang ngủ thiếp, Hiếu đi ra và xin mẹ nói chị bếp nấu cho Thu Vân một nồi cháo giải cảm mà nấu cho nhiều thịt và nhiều hột gà để cho em ăn mau lại sức. Con ăn chung với em trong phòng. Mẹ cho phép con ở lại chăm sóc em đêm nay. Mẹ nói:

- Từ nay con cứ tự nhiên coi Thu Vân như là vợ của con mới làm cho em tươi vui trở lại. Bố dự định nới rộng phòng ngủ cho thêm rộng và mua giường to để cho con đến ngủ với em. Sau này Thu Vân có con, sẽ để nôi luôn trong phòng. Con cám ơn bố mẹ, con đoán Thu Vân đã thụ thai rồi, chúng con yêu nhau tha thiết mà cũng vào cảnh éo le ngang trái, thật tội nghiệp cho Thu Vân và cũng làm cho con khổ tâm, mẹ đã thấu hiểu lòng chúng con. Mẹ gật đầu.

Bố vào nhà, bà kể lại trường hợp của Thu Vân gặp thằng khốn kiếp tán tận lương tâm hại tàn đời con nên con buồn quá sanh bịnh, em bảo Hiếu ở lại săn sóc con đêm nay, ông gật đầu.

Thu Vân ngủ một giấc mê man hơn năm tiếng, tới khuya thức giấc, thấy anh Hiếu đang ngồi bóp chân mà lòng Thu Vân tràn ngập niềm vui, Hiếu mừng quá, em tỉnh lại rồi, thỉnh thoảng bố mẹ có vào thăm em thấy còn mê man và thấy anh lo cho em, bố mẹ đều khóc làm anh cũng khóc theo.

Anh muốn em phải sống khoẻ mạnh, ném quá khứ nhục nhã đau khổ vào sọt rác, em phải có nghị lực nuôi con. Anh có linh tính em sanh con đầu lòng không phải một mà đến hai bê bi vì cái gen của anh mạnh chăng? Em phải luôn vui tươi sanh con mới có gương mặt đẹp thanh tú như em.

Hiếu và Thu Vân đang nói chuyện, nghe có tiếng gõ cửa, vội đến mở cửa thấy bố mẹ đến, Hiếu nói Thu Vân tỉnh lại rồi. Bố mẹ nói chuyện an ủi Thu Vân, để con lấy bếp dầu hôi lo hâm nóng cháo cho Thu Vân và con ăn với em. Từ chiều con chưa ăn gì mà con cũng cảm thấy no lo bóp tay chân lưng cho em và xoa dầu nóng làm cho thân thể em ấm lại.

Con mời bố mẹ ngồi lâu lâu, con lo cho Thu Vân ăn cho em uống thuốc cho mau hết bịnh. Đây chính là căn bịnh nội tâm và em xúc động nhiều nên ảnh hưởng đến cơ thể, em sẽ lành bịnh trong vài ngày thôi. Bố lại bắt tay Hiếu và nói:

- Bố mẹ cám ơn con chăm sóc Thu Vân còn hơn bố chăm sóc mẹ các con khi đau ốm. Bố biết con hết lòng yêu thương Thu Vân từ hồi còn trẻ nay con đã có vợ mà vẫn còn yêu em, bố cám ơn con. Con có về Sóc Trăng cứ đến thẳng đây coi như nhà con. Bố có bàn với mẹ con là bố sẽ nới rộng phòng này cho thêm rộng, thay bỏ giường tủ cũ kể nệm gối, cầu tiêu nhà tắm để tân trang lại hết để cho con đến đây ngủ lại với em. Bố biết có con bên cạnh Thu Vân là em con vô cùng hạnh phúc, nó sẽ vui vẻ chấp nhận sự thiệt thòi với xã hội không chồng mà có con. Bố nghe mẹ nói, con linh cảm Thu Vân sanh con đầu mà sẽ sanh đôi, bố mẹ lại rất mừng có một lúc hai cháu ngoại, bố sẽ đặt làm hai cái nôi mới nữa.

Sáng mai, bố sẽ mua tivi mới to gần gấp đôi cái tivi cũ kỹ này. Cái ti vi này cho cháu làm bếp. Hiếu vâng dạ và nói:

- Con lấy thêm chén, bố mẹ cùng ăn với con cho thêm vui làm cho Thu Vân lúc nào cũng thấy có bố mẹ và con hỗ trợ tinh thần. Hiếu vào bếp lấy chén muỗng đũa tiêu hành, nước mắm để trong cái mâm bưng ra. Hiếu vào toi lết lấy hai cái khăn nhỏ nhún nước vắt ráo và nâng Thu Vân ngồi dậy dựa lưng vô tường, Hiếu lau mặt mày, tay chân trước và cỡi vài nút áo, lau ngực lưng cho Thu Vân và hỏi bây giờ em cảm thấy có khoẻ lại chưa. Thu Vân gật đầu. Hiếu nói tiếp:

- Có bố mẹ cùng ăn cháo với chúng mình. Để anh đút cho em ăn vài muỗng trước, em khoẻ lại tự ăn một mình được chừng đó anh sẽ ăn với em. Hiếu đưa ly nước bảo Thu Vân súc miệng sơ sơ nhổ vào cái thau con. Hiếu đút cho Thu Vân ăn được vài muỗng thấy Thu Vân rịn mồ hôi ở tay và mặt, Hiếu vào toi lết lấy thêm khăn nhún nước vắt ráo đến lau cho Thu Vân. Mẹ bảo Hiếu:

- Con lại ngồi gần em để mẹ đút thêm vài muỗng nữa, con khoẻ tự ăn được thì hai con ráng ăn cho hết.

Cậu út thức giấc cũng đến phòng coi xem chị hai thế nào, thấy có bố mẹ, anh hai đang ngồi quanh chị hai. Cậu út nói, em mừng quá chị của em khoẻ lại rồi, để em phụ với anh hai nấu nước pha sữa cho chị hai uống, Thu Vân gật đầu. Cậu út nói:

- Chị phải yêu thương anh hai nhiều, suốt ngày hôm nay, anh lái xe đường xa từ Sài Gòn về Sóc Trăng. Em đoán anh hai chỉ lo cho chị, bây giờ em muốn anh đi tắm thay quần áo ngủ để chị hai có bố mẹ và em thay anh chăm sóc chị. Chị hai nói:

- Bố mẹ thấy không, cậu út thương con lắm nay thương thêm anh hai, con mừng cho em, trưởng thành trước tuổi. Thu Vân cũng nói anh Hiếu nên đi tắm thay quần áo, một chút em ăn xong, anh giúp em tắm cho khoẻ và em ôm anh ngủ chắc ngon giấc cho đến sáng, em khoẻ lo làm món ăn điểm tâm cho gia đình ăn. Mẹ nói con tính như vậy cũng phải, nhưng mình mua bánh bao về ăn tiện lợi nhứt khỏi phải nấu nướng gì hết. Hiếu xin phép bố mẹ và cậu út anh hai đi tắm. Anh hai lại không xin phép một người vô cùng quan trọng là chị hai của em.

- Hiếu vội vàng thưa chị hai em đi tắm, cả nhà cùng cười, Thu Vân cũng cười và nói cậu út có chịu không, em chịu anh hai có hiếu với vợ làm cho bố mẹ và chị lại cười vui nữa. Em có ý kiến này còn siêu nữa, chị ôm hôn anh trước mặt ba má thì anh hai sẽ khoẻ lại, chớ cả ngày hôm nay, coi bộ anh quá vất vả. Thu Vân chọc cậu út, nói chị hôn anh trước mặt bố mẹ, còn cậu chắc nhắm mắt phải không, em xin bái phục chị hai thông minh kê tủ đứng, em xin thua chị 0 - 1, bốn người cùng cười. Hiếu tắm xong thay bộ pyjama mới toanh đi ra và nói, anh hai nghe em út nói thua chị hai rồi phải không. Bây giờ anh hỏi em:

- Bộ đồ ngủ của ai, cậu út trả lời liền của chị hai chớ của ai, anh Hai nói:

- Em nói sai của bà xẩm già bán cho chị hai, có phải vậy không? Em xin chịu thua anh hai 0 - 1. Thu Vân cười vui, nhờ cậu làm trò vui, bây giờ chị khoẻ lại, em múc thêm cho chị một chén cháo và anh hai một chén nữa, cho thêm tiêu thật cay chị ăn đổ môi sẽ hết bịnh ngay. Cậu út làm nhanh và gọn, bố mẹ khen con trai út của bố mẹ giỏi giống anh hai quá và con anh chị hai cũng giống vậy. Hiếu vội nói:

- Thưa mẹ, con có nói với cậu út con của chúng con giống con cái gì cũng được, nhưng da và mặt phải giống cậu út trắng đẹp trai lớn lên đi o mèo mới dễ. Bố mẹ và chị hai cười to và nói cậu út bị anh hai kê tủ đứng rồi. Chị hai hỏi, em út có thương anh hai không? Cậu út trả lời liền:

- Em thương anh hai ngang bằng chị.

Như vậy thì quá tốt, ngày mai anh hai đi xe đò về Cần Thơ một mình, em theo anh hai, coi xem anh hai ngày nào rảnh không trực đưa em về mà lại đón chị và hai anh và cả em. Ba em lên đào hốc trồng dừa giúp anh hai, em được tiền công mua quà về biếu bố mẹ vì tuần tới các trường học đều khai giảng đồng loạt.

Tuần tới bố chặt chừng ba bốn chục trái dừa mang lên Cần Thơ luôn. Anh hai con về đón chị hai và ba anh em. Bố mẹ cũng về Cần Thơ chơi với các con vài ngày, cuối tuần anh hai con đưa gia đình về Sóc Trăng. Thu Vân vỗ tay:

- Bố có cao kiến, con xin hoan nghênh bố mẹ. Thu Vân thật sự khoẻ lại, ai cũng mừng. Bố mẹ bảo cậu út mang hết nồi niêu chén muỗng mang xuống nhà bếp để trên bàn đậy lại cho cháu làm bếp sáng rửa, bây giờ, bố mẹ về phòng ngủ để cho chồng con tắm con cho mát và thay quần áo ngủ, may giặt chung một cối.

Khoá cửa, Hiếu vội vào nhà tắm mở nước pha cho ấm trước, dìu Thu Vân vào tắm và Hiếu cũng tắm luôn kỳ cọ cho người yêu, hôm nay anh mới thấy em hiền như ma sơ mà khi nổi giận, dữ dễ sợ. Về đến nhà, em vào phòng như bất tỉnh nằm thiêm thiếp mê man ai cũng lo sợ. Anh bắt mạch thấy mạch điều hoà anh cũng mừng. Bây giờ em khoẻ hẵn cũng cần phải nghỉ ngơi vài ngày em mới lấy lại phong độ, anh về đón em và bố mẹ lên chơi, cuối tuần anh đưa gia đình về nhà. Hiếu lựa cho Thu Vân mặc bộ quần áo thật mỏng chỉ mặc trong phòng, ra ngoài phải có áo khoác dù ở tại nhà. Đưa Thu Vân lên giường, Hiếu tắt đèn chỉ còn đèn ngủ, nằm ôm vợ vài phút thì Hiếu ngủ say và Thu Vân cũng tiếp tục ngủ ngon thêm một giấc, cả hai gần đến tám giờ mới thức, lo vệ sinh xong, đang uống cà phê, có tiếng gõ cửa, Hiếu mở cửa thấy cậu út và nghe nói chào anh chị hai, bố mẹ nói em mời anh chị ăn sáng. Chị hai nói cám ơn em, em ra thưa với bố mẹ, anh chị hai ra liền. Hiếu pha một ly sữa lớn mang ra, Hiếu lấy cái áo khoác mỏng mặc cho vợ và nắm tay dẫn vợ ra bàn ăn.

Bố mẹ thấy Thu Vân khoẻ lại rất mừng, Thu Vân ngủ được hai giấc liên tiếp trên mười tiếng, hồi phục sức khoẻ thấy rõ. Hai anh lớn nói:

- Em út đi theo anh hai, hai anh của cậu út em cũng xin đi theo luôn. Các em ra bến xe lúc hai giờ đợi anh, anh đi xe taxi ra bến xe mình mua vé đi Cần Thơ.

Về đến bến xe, Hiếu bảo mấy em vào quán nước gần đây uống nước đợi anh, anh về lấy xe chạy ra đây đón rồi anh em mình đi mua thực phẩm về nhà nấu ăn. Cậu út xin đi theo anh hai, anh Hai gọi taxi hai anh em lên xe về nhà. Hiếu lấy xe, lái ra đón, chạy lại mua thịt bò, sườn heo, thịt ba rọi tôm tép, rau bắp cải, cải bẹ xanh, dưa leo, khóm, hành ớt... chạy về nhà. Ba em muốn nấu món ăn gì cứ nấu, anh ăn xong là vào bịnh viện trực, đến mười giờ anh về, tối cậu út qua phòng ngủ với anh để anh đỡ nhớ chị hai, anh ôm em ngủ có được không? Cậu út nói chị hai biết em dành ngủ với anh thì chị buồn lắm đó. Đến mười giờ tối anh hết trực sẽ về nhà, sáng anh em mình đi ăn phở.

Anh hai đi trực, ba anh em ở nhà tha hồ mà quậy. Cậu út gọi về Sóc Trăng báo cáo mọi việc với chị hai, nói anh nhớ chị muốn ôm em ngủ cho đỡ nhớ.

- Chị hai nói, em để cho anh hai ôm em ngủ, người ta nói hai anh em là pê đê đó. Cậu út nói em biết chớ. Cái vụ anh hai chỉ có ôm chị là ngủ ngon mà thôi chớ ôm em chắc anh hai oẹ liền.

- Đúng vậy, chị hai nói. Ngày mai em nói với anh hai:

- Chị khoẻ lại rồi, chị cũng nhớ anh hai nhiều, tội nghiệp anh thức gần cả đêm lo cho chị, chị mang nợ anh hai quá nhiều rồi.

Sáng, bốn anh em chạy lên Bình Thuỷ ăn phở, về nhà các em ra đào thêm hố trồng dừa chừng mười một giờ vô nghỉ một chút rồi ăn trưa, ngủ một giấc vài tiếng, chiều anh nấu cơm đãi ba em. Anh có thu xếp với bịnh viện, anh trực nhiều giờ thứ hai, ba, tư, từ sáu giờ chiều thứ tư anh nghỉ xả hơi cho đến chiều chúa nhựt. Như vậy từ sáu giờ chiều anh lái xe về Sóc Trăng, đón bố mẹ và chị hai, sáng thứ năm mình trở lại Cần Thơ, em út cho chị hai biết, bốn anh em mình ăn cơm nhà khoảng tám giờ tối.

Lái xe buổi chiều đường vắng vẻ, về tới nhà mới có bảy giờ rưỡi, Hiếu chạy thẳng lại văn phòng xã gởi xe, bốn anh em đi bộ về nhà, tới cổng đã thấy chị hai nằm võng chờ đón anh hai rồi. Từ xa, cậu út gọi lớn, có khách lạ đến thăm chị hai.

- Chị hai ra cổng đón và ôm hôn anh hai, cậu út nói, chị hai không hôn chúng em.

- Chị nói mình mẫy các em phơi nắng mồ hôi còn dính đầy người, ai mà dám hôn. Cậu út nói:

- Em thua chị hai nữa rồi, bốn anh em vừa cười vừa vào nhà, có bố mẹ và chị bếp đã đợi cơm. Hiếu chào bố mẹ, cậu út lúc nào cũng líu lo lăng xăng, nói với bố mẹ, con mới thua chị hai một keo nữa, thấy chị hôn anh hai, con nói chị hai sao không hôn các em, chị nói các con khét nắng nên chị không dám hôn.

- Chị hai các con là sư mẫu và anh hai là sư phụ, mẹ nói.

Bố cho biết con mới ra trực và chạy về đây, bố thưởng con uống chút rượu mạnh pha với nước dừa tươi uống còn bắt hơn uống với perrier. Bố bảo cháu làm bếp chặt hai trái dừa tươi, còn cậu út xuống lấy nước đá mang lên đây cho bố pha rượu cho anh hai con uống với bố. Chiều nay cháu đầu bếp có làm tám miếng steak và mỗi người có thêm một con tôm nướng mà anh hai các con thích. Một bữa ăn chiều chỉ có hai món mà ai ăn cũng cảm thấy no quá tải, vì còn mang thêm cái no tình cảm hoà quyện vào.

Hiếu ngồi gần Thu Vân, xắt từ miếng thịt bò, lựa nạc cho em ăn, còn những bầy nhầy và mỡ bao quanh miếng thịt bò Hiếu dành cho mình. Bố mẹ thấy Hiếu đối xử với Thu Vân như vậy, lại càng quý mến chàng rể hụt. Hiếu mời Thu Vân uống một chút rượu mạnh cho thêm ấm lòng và mau nóng máy. Hiếu xoay ly đúng chỗ Thu Vân kê môi uống tí rượu và uống một ngụm đầy miệng cứ để yên cho rượu chạy vào dạ dày như muốn tình của Thu Vân cho vào lòng chậm chậm mà chắc Ba mẹ để ý thấy hết cả hàm ý đáng yêu của chàng rể đối với con gái cưng của hai ông bà. Thu Vân ngồi sát nắm tay Hiếu và nói với gia đình:

- Anh Hiếu đã cứu giúp con hai lần bị bịnh, con mang nợ anh Hiếu nhiều lắm. Em yêu anh mãi mãi chuộc lại lỗi lầm em đã phụ tình anh, anh đừng phiền trách em tội nghiệp. Nếu anh Hiếu mà không yêu em thì em chẳng còn muốn sống nữa. Thưa bố mẹ con thà cam bất hiếu với bố mẹ mà không thể quên anh Hiếu yêu quý của con. Mẹ nói:

- Bố mẹ hiểu con, bố mẹ chấp nhận những gì con muốn. Ba mẹ cũng muốn tránh tiếng cho Hiếu, con muốn đi Cần Thơ thăm anh Hiếu của con bất cứ lúc nào, bố mẹ đi theo con cũng giúp một phần nào cho Hiếu tránh được tiếng dị nghị không tốt, hai con hiểu bố mẹ thương yêu hai con đến mức nào rồi. Hiếu nói:

- Con lúc nào cũng kính yêu bố mẹ, con mồ côi cha sớm nay con xem bố như là cha ruột của con. Chúng con đội ơn bố mẹ, một hai năm nữa con phải đi xa vì tương lai của con. Thu Vân và cháu ngoại là một gánh nặng cho bố mẹ, con xin tha thứ tội con bỏ bê gia đình.

Còn em Thu Vân yêu anh nhiều thì sự cố gắng chăm sóc con của em đã thể hiện tình yêu của em đối với anh, thay anh em hết lòng lo cho con. Ba em trai của anh chị hai, các em hãy thương yêu chị hai của ba em phải thật nhiều, chị của các em đã trải một chặn đường đời quá nghiệt ngã đau khổ, may còn sống như ngày hôm nay. Ba em giúp chị luôn vui vẻ sẽ sanh con có gương mặt vui vẻ như các cậu của nó. Còn cậu út nên thường xuyên gần gũi chị hai khi anh đi ra nước ngoài giúp chị mọi thứ cần thiết. Cậu út gật đầu đưa hai tay nắm chặt lên khỏi đầu. Hiếu tiếp:

- Cả gia đình nhà mình ai cũng quý yêu Thu Vân, em hãy luôn vui vì con trong bụng chịu nhiều ảnh hưởng tình cảm vui buồn của mẹ. Bữa ăn chấm dứt, bố nhắc Hiếu nghỉ một chút và đi tắm cho khoẻ vì cả ngày con quá vất vả.

Hiếu nắm tay người yêu đưa vào phòng. Thu Vân khoá cửa lại đẩy Hiếu lại giường ôm hôn say đắm như là chưa bao giờ hôn Hiếu. Hôm nay em thật khỏe như trước, em và anh thức trắng đêm nay nghe anh. Hiếu gật đầu ôm vợ hôn và đưa Thu Vân vào phòng tắm, nước vừa đủ ấm làm cho cả hai cảm thấy dễ chịu kỳ cọ và mân mê nựng nịu cho nhau lại thêm đòi hỏi. Hiếu lấy khăn to cho vợ choàng, còn chàng không cần choàng và vội lấy thêm khăn nhỏ có nhún nước vắt ráo và cả khăn khô, Thu vân kéo Hiếu lên giường, hai tay Hiếu luôn xoa bóp hai hòn núi. Thu Vân nói em lên đỉnh rồi, Hiếu lẳng lặng làm nhiệm vụ cũng làm thoả mãn cho người yêu. Hiếu nằm nghiêng ôm Thu Vân to nhỏ chuyện tương lai nói Thu Vân tuần này ghi tên học lý thuyết lái xe.

Em nói bận việc gia đình xin mang bài về nhà học, dúi tiền trà nước thì cũng xong. Thu Vân nói em nghe lời anh. Cả hai cũng quá vui ôm nhau ngủ một giấc thật ngon gần bốn tiếng thức dậy. Hiếu nấu nước sôi pha cà phê sữa và chỉ có sữa đủ một ly lớn. Hiếu đỡ Thu Vân dậy, đưa sữa cho Thu Vân uống và Hiếu uống cà phê sữa còn nóng nên cũng rất ngon.

Hiếu nói anh luộc năm cái trứng gà la cót, anh ăn ba, em ăn hai cho có sức và có đủ chất nhờn sẵn sàng tái chiến. Mới hơn hai giờ sáng, cả hai ôm nhau ngủ đến gần sáu giờ mới thức thấy khoẻ, tâm hồn thơi thới hân hoan. Thu Vân ôm hôn chồng nựng nịu, dành phần chỉ huy và đánh chiếm mục lại càng ngoạn mục với thành quả dù vừa trải qua cơn đau, hai người vẫn chiếm mục tiêu ngon lành trong đêm. Cả hai cũng cảm thấy mệt, ôm nhau vào giấc ngủ thêm hai tiếng. Bình thường ngủ sáu tiếng một đêm cũng tạm đủ, còn đêm nay làm việc nhiều mà ngủ cũng nhiều gần gấp rưỡi. Cả hai thức dậy đi lo vệ sinh và tắm thay quần áo.

Hiếu nhắc hôm nay, có ba mẹ cùng đi với mình em diện tới bến luôn để ba mẹ và anh ngắm chấm điểm. Hiếu ra ngoài thấy ba mẹ và ba em đã tươm tất quần áo đang uống cà phê, uống trà và ăn bánh bao. Hiếu rủ cậu út theo anh hai lấy xe chạy về nhà để mang lên xe ba bốn chục trái dừa tươi cùng một mớ trái cây. Thu Vân nghe lời chồng trang điểm như đi dự dạ hội, ba mẹ và hai em khen nức nở. Thu Vân cũng uống cà phê và gọi chị bếp cho một bình nước sôi và một cái tô có dĩa làm nắp đậy tô, có cả hai lọ muối và tiêu, vài cái muỗng nhỏ mang ra bàn ăn. Cậu út nhìn chị hai giả bộ mặt nghiêng bên này rồi sang bên kia và nói lớn:

- Anh hai ơi hôm nay có bà tiên nào quá đẹp đến nhà mình, anh mà gặp chắc xỉu liền, cậu út giả bộ xỉu cả nhà vỗ tay cười vui. Mẹ nói cậu út chịu chơi, sáng sớm mà đã diễn hài, hôm nay, gia đình mình cười cho đã:

- Mẹ nói đúng quá, Thu Vân góp ý, hễ có cậu út đi với vợ chồng con thì luôn có tiếng cười. Cậu út tiết lộ là anh hai mê cậu muốn cậu út ngủ chung nữa, cả nhà cười, chị hai còn vặn hỏi có đúng vậy không cậu út.

- Đúng vậy, may mà không có chuyện đó xảy ra, nếu không chúng con thành pê đê, chị hai cũng húp cháo rùa. Mẹ nói lớn cậu út thắng chị hai 1 - 0, mọi người vỗ tay tán thưởng. Hiếu và Thu Vân ăn bánh bao mới nửa cái, dành nửa cái lên xe ăn tiếp, bây giờ ăn mỗi người hai quả hột gà la cót và uống cà phê xong cùng nhau lên xe. Hiếu mời bố ngồi trên ngang Hiếu, vợ con ngồi sau lưng con và mẹ cậu út kế bên, băng sau dành cho cậu ba cậu tư.

Xe mới chạy phom phom đến quán bán bánh canh, Hiếu ngừng xe và đưa tiền cho ba em dặn mua tám tô banh canh giò heo và hai tô chỉ có giò heo. Xe chạy qua khỏi tiệm đậu lại chờ lấy bánh canh xong mới chạy một mạch về nhà mới Cần Thơ. Ba em mang mười bịch bánh canh lên xe để vào trong một cái xô cẩn thận. Hiếu rồ máy chạy, nhắc hai em ở sau chuyền lên nước uống. Câu út thắc mắc, gia đình mình có bảy người, tại sao anh hai mua đến tám tô, chắc tô thứ tám anh hai phe đảng để cho người yêu của anh ăn hai tô chớ gì. Em nói như vậy có đúng không? Anh hai nói:

- Tô thứ tám dành cho người nhỏ nhứt ăn cho mau lớn và là người vừa mới chiến thắng người yêu của anh hai mà mẹ tính điểm 1 - 0 nghiêng về cậu út đó. Như vậy, cậu út trưa nay phải ăn hết hai tô còn hai tô giò chia cho sáu tô khác. Trưa nay mình không có ăn cơm mà chỉ có ăn bánh canh trừ cơm, chiều đi ăn ở nhà hàng nổi, chị hai em đãi.

Về đến nhà mới, ăn bánh canh xong, Hiếu nhắc Thu Vân vào nằm nghỉ vì em mới trải qua một trận đau khá nguy hiểm. Anh đưa ba mẹ và ba em đi một vòng quan sát vườn cây và ba chỉ anh cách trồng các loại cây ăn trái mà ba có, còn thứ cây ăn trái khác ngon mà vườn mình chưa có sẽ trồng sau. Đi một vòng quan sát và ba bảo con trai lớn có mang theo xẻng và và túi nhựa, ba đào lấy đất mẫu mang về Sóc Trăng phân chất coi đất tự nhiên có chất gì trồng loại cây nào thích hợp và thiếu chất nuôi cây nào sẽ mua phân chăm bón đúng cách cây trồng mau tươi tốt có nhiều trái. Ba cho Hiếu biết đại khái. Còn dừa mình trồng đại trà dùng làm hàng rào là chánh miễn có phân xanh phân chuồng làm phân lót thì cũng tạm đủ dừa mau tươi tốt và dừa không kén đất.

Với con mắt chuyên môn của kỹ sư canh nông trên ba mươi năm kinh nghiệm. Trở về nhà, ông khoanh vùng và chỉ chờ ông về nhà vườn xét nghiệm đất phân chất lựa giống cây nào thích hợp mình trồng cây mau phát triển cũng đỡ tốn phân chăm bón... Ông gọi ba cậu con trai cưng nghe ông giải thích các hố các con đào chưa trồng dừa được, ba thấy còn nong, sâu chừng ba tấc nữa mới tốt và rộng thêm, hố càng sâu rễ cây bám sâu dưới đất, có gió giông to cũng không sợ cây ngã đổ. Chiều nay ba con đào hố sâu thêm một chút, các hố nào cạn, bố cho con mỗi đứa hai cây mẫu chiều sâu và chiều rộng, mình đào xong một hố là phải đo đàng hoàng đúng kích cở. Khi mình mướn người lao động đào hố trồng cây phải giao kết rõ ràng, tiền công cũng minh bạch, mích lòng trước đặng lòng sau. Đo đúng kích cở mới trả tiền, người ta đào dối quá phải đào thêm cho đúng tiêu chuẩn đặt ra trước. Hiếu nghe bố nói mới hiểu thâm thuý nghề nào cũng phải có học hỏi, kinh nghiệm.

Hiếu nói ba em chiều nay, lấy cây que mẫu bố đưa, ba em đi kiểm soát các hốc đào rồi chỉ tu sửa lại chị hai cũng trả thêm tiền công nhựt trọn ngày. Ngày mai đào hố tiếp, anh hai cũng sẽ nhờ ba người đào với giá cả bao nhiêu là vừa cho một hố. Anh hai hỏi, bố nói y giá cũ. Ba em nói hôm nay học được cách trồng cây và trả tiền công sao cho hợp lý. Bố còn nói tuỳ loại cây trồng mình tưới phải thấm vào rễ, độ sâu nước thấm đất nhà nông có cây thước đặc biệt để kiểm soát. Anh hai nói với ba em, trên đời này cái gì cũng phải học hỏi mới mong thành công trong nghề nghiệp. Hiếu còn nói tiếp:

- Bố me, chị hai vào phòng nghỉ trưa, ba em cũng vào nghỉ chừng hai tiếng, anh gọi ba em và chúng mình đi chơi một vòng. Ngày mai thứ sáu, các em đào thêm hốc, anh chở ba mẹ lại thăm chú thím Tín. Thứ bảy, chúng mình cả gia đình đi tham quan chợ nổi Sóc Trăng và mình đi thăm một nhà vườn khác và ăn trưa ở đó. Chừng ba giờ mình trở lại Bến Ninh Kiều về nhà chuẩn bị cho bữa cơm chiều, ăn xong về luôn Sóc Trăng. Sáng chúa nhựt anh về thăm mẹ và chị của anh và trở qua ăn cơm với gia đình xong, anh nghỉ trưa vài tiếng và chạy thẳng về bịnh viện trực từ sáu giờ chiều đến sáu giờ sáng hôm sau.

Mọi sắp xếp diễn ra suôn sẻ và tốt đẹp, thứ hai tuần tới các trường khai giảng năm học mới, ngày nào rảnh trong tuần, Hiếu chạy lên Sài Gòn nói điện thoại với vợ.

Mới ngày nào gần gũi với Thu Vân, nay qua tháng thứ hai, nàng bắt đầu thèm chua và cảm thấy có sự khác lạ trong người. Thu Vân cho mẹ biết và gọi điện thoại cho Hiếu. Cả gia đình đều vui mừng. Phòng chơi cho con trẻ cũng là phòng trưng bày tranh, ảnh gia đình cũng đã làm xong, phòng ngủ của Thu Vân tân trang lại rất rộng và nhiều tiện nghi. Ba còn mua tivi mới rất to thay tivi cũ của phòng Thu Vân, tivi cũ cho người đầu bếp. Bồn tắm, cầu tiêu cũ đều phá bỏ mua cái mới của nước ngoài rất đẹp. Bộ sofa trong phòng ngủ cũng thay mới, giường, nệm đều mua mới và to rộng hơn. Ba rất thương thằng con rể thấy chăm sóc con gái mình khi con đau khá nặng mê man gần cả đêm. Ông nói với bà:

- Anh phải tân trang lại phòng ngủ con gái mình thật sang trọng để con rể có những phút giây gần con mình nó sẽ hài lòng vì ba mẹ biết lo cho vợ chồng và con chúng nó. Mỗi tuần hai con gặp nhau ít nhứt cũng một đêm hay một vài ngày.

Qua tháng thứ ba, bụng Thu Vân đã lớn lộ ra và hài nhi trong bụng cũng cựa quậy nhiều. Mẹ dẫn Thu Vân vào nhà thương phụ khoa gặp bác sĩ Lệ Thủy xin khám và xin siêu âm coi xem con trai hay con gái. Bác sĩ Lệ Thuỷ nói hình như sản phụ sẽ sanh đôi. Tháng tới siêu âm và khám lại coi kỹ mới khẳng định có sanh đôi hay không và cho biết thai nhi rất mạnh có thể là con trai. Hai mẹ con Thu Vân cám ơn bác sĩ Lệ Thuỷ và hẹn tháng tới sẽ khám lại.

Tin Thu Vân sanh đôi làm cho cả gia đình thêm vui, cậu út đi học về chạy lại hỏi thăm chị hai. Khi bụng chị hai, hai hài nhi đang quậy, chị hai lấy tay em út đặt vào bụng chị, em út la lên, có lẽ cháu đang đá banh với em. Nó chạy đá mạnh làm chị đau nhiều, tội nghiệp chị hai để em gọi điện cho anh hai biết. Chị hai nói, chị đoán nó là con trai mà cũng thích đá banh như ba và cậu út nó, cậu út gật đầu.

Chiều thứ ba sau giờ học, anh sẽ chạy về thăm chị hai và chừng gần mười hai giờ thứ tư anh chạy về Cần Thơ có giờ học lúc hai giờ và tối thứ tư trực ở bịnh viện.

Về đến nhà Sóc Trăng mới hơn bảy giờ cả nhà đang đợi Hiếu về ăn cơm chiều, ăn cơm xong vào phòng Hiếu thu xếp dụng cụ của thợ thay nhà tắm cầu tiêu, còn tân trang lại phòng đã làm xong chỉ còn sơn và thay giường nệm, sôfa vào tuần tới, và cuối tuần cũng làm xong nhà tắm cầu tiêu và sơn lau chùi cũng xong. Ba nói phòng mới sơn không thể vào ngủ phải đợi cho thật khô và mở quạt máy suốt ngày cho mùi nước sơn bay ra. Ba nhường cho con gái vào ngủ chung với mẹ chừng ba đêm, bố ngủ chung với con trai út. Về ăn cơm, Hiếu nghe ba nói như vậy biết ba hy sinh bậc nào đối con gái yêu của ông bà. Hiếu nói chúng con cám ơn ba mẹ, vợ con sanh đôi cũng sẽ cực khổ nhiều hơn sanh chỉ có một bé.

Trong thời gian bụng mang dạ chữa cũng lệt bệt nặng nề hơn là chỉ mang thai có một con. Hiếu nói đùa với Thu Vân, khi nào em đau quá bị con trong bụng đang đá banh giống cậu út và giống ba nó cứ gọi Hiếu ơi Hiếu à, anh sẽ có mặt bên em liền. Cả gia đình cùng cười, cậu út nói, khi chị hai đau quá, gọi em vừa gần và chị hai hết đau liền em làm trò cho chị cười là quên đau và em dẫn hai thằng cháu đi tắm trong hồ bơi ở Ngã Bảy. Cả nhà lại cười vui. Chị hai nói, ba anh em ngày mai ra chợ Sóc Trăng lựa xem một cái máy chụp hình nào tốt mua về một chiếc, mấy em tập chụp hình, nhứt là chụp hình bố mẹ và chị hai với cái bầu càng ngày càng lớn và khi các cháu ra đời.

Thời gian thấm thoát đã đến ngày Caroline sanh hai cu tý giống bố như tạc tượng. Hay tin vợ sanh mẹ tròn con vuông, Hiếu mừng và xin phép thầy dạy cho em nghỉ hai giờ đầu ngày mai. Tối nay, Hiếu lái xe đi Sài Gòn và Hiếu cũng đã thu xếp trước, nhờ Ngọc Huệ lo giúp cho Hiếu gọi điện thoại thăm vợ vừa sanh hai con trai. Ngọc Huệ cho biết, Bưu điện mở cửa phòng VIP gọi nước ngoài đến tám giờ tối mới đóng cửa, em sẽ đợi anh đến chín giờ mới về nhà. Nếu vậy, hết giờ học anh chạy lên liền em chưa đóng cửa. Thay vì chiều nay học tới năm giờ, Hiếu trình bày với thầy đang giảng bài cho phép em ra lớp sớm phải lên Sài Gòn gấp vì vợ ở Áo vừa sanh con cách đây mấy tiếng.

Thầy thông cảm, em ra về ngay, chạy lên Sài Gòn. Ngày mai, lúc mười giờ em có bài thi với thầy, nhớ về trước giờ thi, thầy nhắc nhở. Hiếu cám ơn thầy, vội thu xếp đi nhanh ra xe lái về đến bưu điện Sài Gòn mới có bảy giờ. Hiếu vào đóng tiền mua vé vào phòng VIP, gọi về Áo, gặp má Caroline, bà ngạc nhiên, giờ này ở Việt Nam đang vào tối. Hiếu nói con vừa nghe Josephine thông báo con đang học vội xin phép thầy cho nghỉ rời lớp để chạy lên Sài Gòn cho trước giờ bưu diện đóng cửa. Tối nay con phải lái xe về ôn bài, mười giờ sáng mai con có giờ thi không thể bỏ được.

Thưa mẹ, ba cũng khỏe, ba con khoẻ, để mẹ mang điện thoại vào cho vợ con đang ở phòng trong với bê bi dễ thương giống bố như tạc tượng. Caroline nghe tiếng chồng bật khóc vì sung sướng, Caroline nghe hết cuộc nói chuyện của chồng với mẹ. Chút nữa anh lái xe về Cần Thơ ban đêm nên cẩn thận, sáng mai còn lo thi tốt nghiệp nữa. Em yêu anh nhiều lắm, thấy anh lúc nào cũng lo cho em, em vô cùng may mắn có một tấm chồng chung thuỷ như anh, Hiếu tự cảm thấy xấu hổ như có kim chích vào da thịt mình vì lẹo tẹo với Thu Vân dù là người yêu cũ trước Caroline, nhưng không chính thức. Hiếu hỏi nhanh:

- Hai con có ngoan giỏi không, dạ con ngoan giống bố nó. Hiếu hỏi tiếp, còn em sức khoẻ ra sao, có sữa nhiều nhớ để dành cho anh nhe, em đã hứa còn nhớ không?

- Dạ em nhớ, Caroline đáp. Hiếu nói anh còn hai bài thi tốt nghiệp Y Khoa bác sĩ vào tuần tới là hoàn tất chương trình học sáu năm. Nay chỉ chờ ngày lễ tốt nghiệp, chưa biết ngày nào. Anh đã có passport xin cách đây hai tháng, anh sẽ đến hảng máy bay air France cuối tuần này hỏi mua vé bay qua thăm mẹ con em, có thể anh sẽ ở gần em một tuần, anh thay con bú hết sữa em cho anh thêm khoẻ. Anh xin lỗi hai con cho anh yêu em chỉ bằng cách đó thôi. Caroline nói:

- Em hiểu, em sẽ mua sữa bột thay thế tuần lễ đó. Má đứng gần vợ chồng Caroline nghe nói bà cười ngất, vợ chồng con yêu hết lòng nhiệt tình như thế, con kế tiếp chắc vào năm tới sanh ở Việt Nam. Hiếu thưa với má:

- Má nói có ba con ở đây. Hiếu vội thưa ba má, con cầu nguyện vợ con sanh thêm một cặp con gái, nó sẽ giống mẹ chúng như đúc để cho hai con hoà nhau 2 - 2. Nếu sanh có một con gái, người ta cũng xầm xì nói con ăn hiếp Caroline. Vì vậy con cầu nguyện, vợ con sanh đôi hai công chúa giống như đúc công chúa mẹ. Ba má và Caroline cùng cười. Hiếu nói tiếp, nếu lễ tốt nghiệp sớm, trước ngày ăn đầy tháng con, con bay qua trước, còn chuyện lo đưa gia đình sang Áo dự đám cưới chúng con, nhờ anh chị Bernard lo giúp. Con ở đây giúp vợ nuôi con, lúc đó sau một tháng con không dành sữa của con nữa. Hai ông bà lại hiểu ý chàng rể nói, cười ngất, Caroline có nghe rõ không. má hỏi?

- Dạ con nghe rõ và tuân hành lời chỉ bảo của sư phụ, Caroline đáp. Con xin phép ba má và vợ con, con lái xe về Cần Thơ tranh thủ thì giờ ôn bài, mười giờ ngày mai thi tốt nghiệp của một năm học. Còn hai bài thi nữa cũng thi vào một hay hai tuần kế tiếp. Qua thăm vợ chỉ có một tuần nhờ vợ nuôi khoẻ, chắc con lên cân, vợ con cân bán ký lô sẽ giàu to. Caroline đáp lại:

- Anh khoẻ, em không bán anh đâu mà ôm ấp anh cho em có thêm một cặp công chúa và còn đến bảy đứa nữa mới đủ đội banh. Ba má cười và Caroline hối thúc anh về ngay đi còn ôn bài, nhớ lái xe cẩn thận. Thứ sáu tuần này anh lên thăm em, anh nhờ anh chị Bernard qua nhà đón mẹ và chị hai cùng với anh chị lên thăm em một lúc. Sau đó, anh sẽ đến mua vé bay may xong xuôi, anh đưa mẹ, chị hai và anh chị Bernard đi ăn bò bảy món, riêng anh ăn đến bốn phần cho vợ chồng và cả hai con. Con kính chúc ba má luôn mạnh khoẻ và vợ cùng hai con luôn bình an vui vẻ. Con bai bai.

Thứ sáu đến, Bernard chở mẹ, chị hai và Hiếu đi Sài Gòn thăm gia đình bên Áo. Mọi người đều có lời chúc mừng Caroline và bê bi luôn khoẻ mạnh. Cả gia đình bên Việt Nam rời bưu điện chạy đến hảng Air France hỏi mua vé. May chuyến bay sau ngày thi tốt nghiệp năm cuối còn chỗ tốt, Hiếu bút liền đi Vienne và một tuần trở lại Việt Nam. Xong hết, Hiếu nói anh chị tư mình đến quán Ánh Hồng ăn bò bảy món, mình về Cần Thơ. Mẹ và chị hai ở lại với em, đợi em thi xong bài cuối, em đưa mẹ và chị lên Sài Gòn thăm ba má và mẹ con Caroline. Từ Sài Gòn, em sẽ lái xe đưa mẹ và chị về Sóc Trăng, em ở chơi vài ngày. Ngày nào có lễ tốt nghiệp, anh chị đưa cả nhà có gia đình chị Ngọc Mai lên Cần Thơ dự lễ mừng cho em đã hoàn tất chương trình học ở trường Y Cần Thơ.

Về đến Cần Thơ, Bernard gọi anh chị Trung lại khu nhà vườn của em Hiếu chơi, có mẹ và chị hai nữa, chiều mình đi ăn trên nhà hàng nổi. Trung nói, anh chị sẽ tới liền. Hiếu dẫn đông đủ gia đình đi xem vườn cây ăn trái của Hiếu trồng trên ba trăm cây, nay đã bén rễ tốt tươi, Hiếu có mướn người đến trông coi và tưới hàng ngày. Ai cũng khen Hiếu có đầu óc tổ chức, cây trồng ngăn nắp, ngay hàng thẳng lối và khoảng cách cây ngang bằng nhau.

Hiếu đã trồng được hơn ba trăm cây, riêng dừa có một trăm cây dừa lửa và một trăm dừa các loại loại thấp cao, dày cơm đều có đủ, bao kín hai mặt làm hàng rào. Hiếu nói ăn lần này chỉ có trọn gia đình mình, mẹ và chị hai thấy gia đình mình bây giờ đang trên đà phát triển vươn lên, con nghĩ là nhờ công đức của ba chúng con. Đám giỗ lần này mình cúng mặn và cúng chay mời hết bà con trong ấp mình đến dự, mẹ và anh chị nghĩ con làm như vậy như tạ ơn trời đất và hương hồn ba của chúng mình. Mẹ đồng ý lòng hiếu kính của các con đối với ba các con. Chị hai, anh chị ba và anh chị tư cũng đồng ý và còn gần ba tháng, gia đình vợ con của Hiếu cũng đã có mặt ở Việt Nam lại càng quá vui để mẹ khoe hai cháu nội đầu tiên với bà con.

Mới hơn năm giờ rưỡi cả nhà đi hai xe đến thẳng Bến Ninh Kiều xuống nhà hàng nổi quen thuộc. Bà chủ nhà hàng nói năm chàng ký giả cứ hỏi thăm Hiếu có đến ăn ở đây không?. Khi nào Hiếu đến gọi cho họ biết, Hiếu nói chị làm ơn gọi họ nói gia đình em đến ăn tối tại đây, mời các anh ấy xuống cùng ăn với gia đình. May quá năm anh ký giả cho biết ngày mai từ giã Cần Thơ về Sài Gòn, sẽ đợi chuyến bay về nước và rất lâu mới trở lại Việt Nam. Bà chuẩn bị sẵn cho chúng tôi mười lăm con tôm càng nướng hai dĩa gõi sứa tôm thịt, ba con cá lóc nướng cuống bánh tráng và mỗi người một tô mì vịt tiềm, chắc no lắm, cho tôi một chai Martell và perrier và nhớ có phó nhòm cho tôi đầy đủ một bộ hình để tôi lựa ảnh nào đẹp sẽ phóng đại lộng kiếng treo ở phòng tranh ảnh của gia đình. Bà chủ nói, chị nhớ, em yên chí nhá!

Vừa ngồi xuống chừng năm phút, không những năm mà có tới bảy nhà báo, có thêm hai nhà báo nữ từ Mỹ mới qua Việt nam một tuần, còn ở Cần Thơ thêm một tuần nữa và muốn xuống Sóc Trăng phỏng vấn ông Bí Thư, ông Tỉnh Trưởng nữa. Hiếu nói có bác sĩ Bernard sẽ về trình lại với ông Bí Thư và nói hai cô cho biết ngày nào. Tôi thi tốt nghiệp sắp xong, tôi sẽ lái xe đưa hai cô đi Sóc Trăng. Ngày tôi có lễ nhận bằng Y Khoa bác sĩ, nếu hai cô còn ở Cần Thơ, tôi mời tham dự ủng hộ, hai cô đều đồng ý.

Hiếu cho biết hôm nay, chúng tôi đến đây ăn, may mắn gặp lại năm bạn còn ở Cần Thơ ngày cuối, mai về Sài Gòn sẽ còn lâu lắm mới trở qua Việt Nam. Bữa ăn tình cờ hôm nay, nhóm bác sĩ nghiên cứu chúng tôi chỉ còn thiếu một người đang ở Sóc Trăng. Chúng tôi xin đãi quý vị một bữa ăn mà các món qúy vị ưa thích, gồm có tôm càng nướng, gõi sứa tôm thịt, cá lóc nướng cuống bánh tráng có hai chị tôi cuống giúp hai cô. Còn anh em trai chúng tôi sẽ giúp cuống cho năm bạn phải ăn thật no, tôi còn đặt thêm mỗi người một tô mì vịt tiềm. Nếu uống rượu say về khách sạn ngủ ngon, sáng mai thượng lộ bình an. Anh ký giả khoái Hiếu nhứt nói cám ơn Hiếu, nhóm nghiên cứu và gia đình.

Anh ký giả Mỹ, đại diện nhóm cho biết hai trường đại học Yale và Harvard đồng ý cách nghiên cứu cả nhóm mười người quốc tế như Hiếu đề nghị và trường còn hứa trước đây một mình Hiếu mỗi tháng tài trợ một trăm ngàn USD, nay lên mười người cũng mỗi người một trăm ngàn USD và trường sẽ đề nghị nhóm quốc tế mười người sẽ nghiên cứu một chứng bịnh khác trên hai năm hay hơn... Đơn xin tài trợ phải gởi về trường trước tháng mười năm nay, có thể sẽ được phỏng vấn trưởng nhóm ngay tháng mười một và năm tới chừng tháng ba tiến hành công tác nghiên cứu. Mỗi tuần phải báo cáo về trường tiến triển của sự nghiên cứu và sáu tháng, trưởng nhóm phải bay về Mỹ dự cuộc chất vấn của Hội đồng Giáo sư của trường. Ở Mỹ hai tuần trở lên có quyền cho vợ hoặc chồng cùng đi, nhà trường đài thọ mọi chi phí ăn uống, vé máy bay và tiền ở khách sạn kể cả tiền xe taxi và tiền xài vặt. Mọi quyền lợi và nhiệm vụ phải làm đều có trong hợp đồng cam kết ký với trường. Chúng ta chọn đại học nào cho mình nhiều quyền lợi mình sẽ ký hợp đồng, hai chọn một.

Hiếu xin giấy của nhà hàng viết rõ ràng địa chỉ, số điện thoại của Hiếu của Trung ở Cần Thơ, nhà riêng và đại học Y Cần Thơ. Còn điện thoại ở Sóc Trăng gọi sau giờ làm việc, bác sĩ Bernard. Bảy ký giả Hiếu cũng xin địa chỉ, số điện thoại ở chính quốc để mời sang Áo dự lễ cưới của Hiếu và của bác sĩ Bernard tại Áo. Hiếu nói quý vị chỉ mua vé máy bay, còn chỗ ăn ở thì Hiếu lo hết tại Áo và sẽ tổ chức đi tua du lịch các nước lân cận nữa và bảy bạn có bạn gái hay bạn trai cùng đi cho biết trước, chúng tôi cũng lo chu đáo. Các bạn nhà báo quốc tế đến bắt tay Hiếu và nói chúng tôi đi công tác nhiều nước trên thế giới chưa hề gặp một người bạn mới quen mà chịu chơi hết lòng với bạn như anh. Hiếu cười nói với hai cô ký giả tôi tự nguyện không cần tiền công làm cận vệ và thông dịch cho hai cô. Nếu gọi không có tôi ở nhà thì gọi trường Y nhờ gọi chuyển cho tôi hoặc gọi bác sĩ Trung cũng sau giờ làm việc. Nhà hàng nổi cặp bến, mọi người ra về.

Chị Minh Tâm nói, sáng mai vợ chồng con mời mẹ, chị hai, các em cùng đi ăn sáng. Mẹ, chị hai còn ở giúp Hiếu cho qua cuộc thi tốt nghiệp năm học thứ sáu, hai con qua thăm mẹ và chị thường vào buổi tối và cuối tuần.

Qua ba cuộc thi tốt nghiệp năm thứ tư, thứ năm và thứ sáu đều đậu hạng tối ưu và có lời khen của Hội Đồng Giáo sư và nhà trường ưu ái âm thầm giúp Hiếu, một nhân tài của trường đầy triển vọng tổ chức lễ tốt nghiệp trường Y hai tuần tới cũng là thời gian từ Áo Hiếu bay về Việt Nam trước ngày lễ có hai ngày.

Hiếu mừng quá, gọi cho Josephine, giúp gởi điện tín cho Caroine biết và nói luôn gặp bảy ký giả nước ngoài cho biết, được sự đồng ý của hai trường đại học nổi tiếng vào hàng bậc nhứt của nước Mỹ là Yale và Harvard. Hai trường mình chỉ chọn một. Hiếu gọi cho chị tư và nhờ anh chị tư lo làm cho mẹ và chị hai hộ chiếu.

Khi em tốt nghiệp trường Y rồi, em bay qua Áo và muốn mẹ và chị Hai cùng đi với em qua thăm cháu nội và dâu cùng ông bà sui. Chị tư nói:

- Từ Áo em bay qua Mỹ dễ dàng, áp lai tại trường còn hiệu quả hơn gởi đơn qua bưu điện, quả thật đúng, chị tư đi guốc trong bụng em út rồi, hai chị em cười vui.

Cả tỉnh Sóc Trăng đều rộ tin Hiếu mới đang học năm thứ ba mà làm bài luôn ba năm tư, năm, sáu đều đậu hạng tối ưu và được trường cấp bằng khen. Bố mẹ, Thu Vân và ba em trai hay tin anh hai đổ tối ưu nhảy tửng lên tán thưởng và xin ba làm bò ăn mừng anh hai là một nhân tài của ngành Y Việt Nam. Ba nói:

- Ba mẹ có cách tổ chức ăn mừng cho anh hai con. Thu Vân vội lấy điện thoại gọi Hiếu, gặp chị hai nói, Hiếu đang ở trong trường, khi Hiếu về chị nhắc em có gọi.

Trước khi đưa mẹ và chị hai về Sóc Trăng, Hiếu đưa mẹ và chị hai lên thăm dâu và cháu nội, gọi qua viễn liên. Hiếu nói cho Caroline biết, tuần tới anh bay qua Áo anh đã lấy vé rồi và anh trở lại Việt Nam dự lễ tốt nghiệp. Anh đưa mẹ và chị hai cùng đi với anh sang Áo thăm mẹ con em. Có mẹ và chị hai cùng với ba má ở nhà, hai vợ chồng mình bay qua Mỹ đến đại học

Yale và Harvard nộp đơn tại chỗ. Và xin gặp giáo sư để cho ông ta hỏi anh trước khi có cuộc phỏng vấn chính thức và nơi có tài trợ tốt thì mình nhận. Em muốn ghi danh em học lấy bằng tiến sĩ về bang giao quốc tế vì em đã có bằng mát tơ ngành này ở Áo, anh thấy thuận tiện cho cả hai. Chúng mình hy sinh xa con hai tuần, em đừng sợ dư sữa chảy ướt áo có bố chúng bao sân. Caroline nói:

- Anh luôn tính xa, em phục sư phụ. Mẹ và chị hai, có lời hỏi thăm em và chào ba má. Rời ở đây anh đưa mẹ và chị hai về Sóc Trăng. Em đã biết mọi chuyện anh có nhờ Josephine gởi điện tín cho em. Caroline cho biết, vợ chồng Josephine nói anh nhỏ tuổi học sau anh Trai, bây giờ làm thầy của chồng nó và các anh chị Riêng em rất bái phục sư phụ và để dành sữa tươi thật bổ dưỡng cho anh tuần tới. Em sẽ rủ mấy đứa bạn em và đưa hai bê bi ra phi trường đón anh về nhà, em có làm pạt ty, thịt bò, gà nướng đãi bạn em và bạn của bố mẹ chừng ba chục người. Anh là vua của em, em sẽ đãi anh sữa tươi suốt ngày, anh có chịu không?.

- Anh cám ơn em. Ba mẹ nghe cười ngất, cái con Caroline yêu chồng dữ như vậy. Ba má khen con có phước có chồng, một nhân tài trong giới y khoa ở Việt Nam sẽ là nhân tài ngành y khoa thế giớ sau cuộc nghiên cứu thành công của nhóm do chồng con làm li đơ. Má nói với Hiếu:

- Má đã mướn thợ tân trang một cái phòng khác thành một cái phòng rộng to có đủ tiện nghi hơn, có ti vi mới to, tủ lạnh mới cũng to có chỗ để hai cái nôi cho bê bi. Phòng vợ con đang ở, ba má mướn thợ tân trang có hai giường cho mẹ và chị hai các con. Hiếu cám ơn ba má và con xin phép đưa mẹ và chị hai con về Sóc Trăng. Hiếu bai bai và còn nói vói với Caroline nhớ để dành sữa tươi cho anh nhiều nhiều nhá! Cám ơn em nhiều lắm, hẹn tuần tới gặp nhau tại Áo.

Từ trong khu lấy hành lý, với một cái vali con kéo từ từ ra cổng thân nhân chờ đợi đón khách. Caroline thấy Hiếu từ xa gọi và vẫy tay nói có em đợi anh ở đây. Hiếu kéo nhanh vali như muốn chạy làm cho các bạn Caroline trông thấy rất tội nghiệp, gặp Caroline ôm hôn nồng nhiệt và Hiếu nói xin cám các bạn đón tôi. Hiếu đưa cần vali cho Caroline giữ, anh chạy lại đưa hỏng cả chiếc xe bê bi lên luôn hai chiếc trước sau. Bốn bạn Caraline rất ngạc nhiên một nhà nghiên cứu trẻ của ngành Y học Việt lại có cách chào con đặc biệt rất dễ thương. Hiếu bắt tay bốn bạn và cám ơn các bạn luôn gần gũi hỗ trợ tinh thần cho Caroline, nay còn giúp chúng tôi đưa hai con yêu quý của chúng tôi ra đón bố. Hiếu xin lỗi, tôi kéo cả hai chiếc xe bê bi, các bạn đi tự nhiên và chúng ta sẽ chung vui tại nhà vợ tôi.

Một xe có hai bạn và hai cái nôi, một xe chở vợ chồng Caroline và hai bạn, chạy trong Thủ đô Vienne gần nửa tiếng mới đến nhà. Xe vừa ngừng trước nhà, Hiếu vội nhảy chạy mở cửa trước và cửa bên người lái. Hiếu chạy nhanh mở cửa trước sau xe thứ hai, mở xít beo đem hai nôi ra nhanh mà các bạn của Caroline có người chưa kịp xuống xe. Hiếu xách hai tay hai cái nôi như một phụ nữ xách cái giỏ đi chợ rất gọn và nhanh vào chào ba má và bà con đang đứng đón. Hiếu để hai cái nôi xuống, chạy lại ôm má và ba chào kính và giơ hai tay khỏi đầu cúi chào mọi người. Tiếng vỗ tay chào mừng vang dội, Hiếu để tay vào ngực và cúi đầu chào một lần nữa. Hiếu xin phép đi rữa mặt và tay, trở ra chào đón khách cùng với vợ và ba má vợ. Hiếu thấy cũng chiều tối rồi nên kéo Caroline lại máy vi âm để Caroline nói trước bằng tiếng Áo và giới thiệu chồng mình. Hiếu rất nhanh nhẹn xin nói tiếng Anh và Hiếu sẽ học tiếng Áo với ông bà nhạc và với vợ chừng vài tháng tại quê hương Áo cũng sẽ bặp bẹ nói được tiếng Áo. Trước hết cám ơn quý bà con và các bạn đã có lòng với gia đình chúng tôi cùng họp mặt vui vẻ trong bữa ăn đầy tình thương của vợ chồng chúng tôi sum họp sau hơn chín tháng xa cách. Hiếu quay lại hôn vợ, kéo Caroline vào sát mình và nói, Caroline là nàng tiên của đời tôi mà tôi thường nói với Caroline em là công chúa ở lầu son gác tía và anh là người bán than đen đủi xấu xí.

Cách đây mấy ngày, tôi vừa tốt nghiệp tối ưu nghĩa là cả gần hai trăm Y khoa bác sĩ tôi là thủ khoa cả mấy mươi người vỗ tay hoan hô. Tôi xin phép chuyển tràng vỗ tay hoan hô đến ông bà nhạc tôi và Caroline vì tôi nhờ sự hỗ trợ mạnh mẽ về vật chất và tinh thần nên tôi có danh dự như ngày hôm nay. Xin bà con và các bạn vỗ tay hoan nghênh ba má và vợ tôi, lại thêm một tràng pháo tay vang dội. Nhiều vị xầm xì cậu này coi bộ lù khù sao mà khôn quá. Anh ta nói như vậy là móc hết ruột gan của ba má và vợ. Hiếu cho biết anh chỉ có ở Áo được một tuần và phải bay về Việt Nam dự lễ tốt nghiệp và nhận văn bằng tốt nghiệp Y Khoa bác sĩ mang qua Áo làm quà cưới Caroline. Từ Áo vợ chồng tôi sẽ bay qua Mỹ xin một trong hai trường đại học nổi tiếng nước Mỹ và thế giới, Yale và Harvard trong một chương trình nghiên cứu quy mô nhiều năm về bịnh sốt rét và vợ tôi cũng có thể nộp đơn xin học tiếp lấy bằng tiến sĩ về bang giao quốc tế mà vợ tôi từng ôm ấp.

Đến đây, Hiếu quay sang ba má vợ, vợ chồng con xin ba má nói vài cảm nghĩ về vợ chồng con và sau đó xin quý bà con và các bạn Caroline cũng phát biểu về tâm tư tình cảm của mình đối với Caroline với gia đình và ngay cả đối với chàng rể Áo xấu trai này. Từ xa một người bạn Caroline nói bạn xấu trai mà Caroline đã yêu mê mệt rồi. Nếu bạn mà đẹp trai, Caroline gặp là hết thở. Mọi người cười vang. Mẹ Caroline lên nói một chuyện vui của hai con chúng tôi. Hai đứa nói trên điện thoại, chồng nói là sẽ bay qua Áo thăm mẹ con Caroline và nói anh yêu em trong lúc em vừa sanh đẻ chỉ có cách dành sữa với con suốt một tuần, tội nghiệp các con thiếu sữa. Caroline đáp ngay anh đừng có lo có sữa hộp thay thế. Cả mấy chục người cười vang. Nhiều bà con và bạn bè lên chúc mừng hai cháu Caroline và Hiếu và hứa sẽ dự đám cưới. Các bạn Caroline nói trong đời tôi chưa từng thấy ai yêu chồng như Caroline và ngày hôm nay, chúng tôi chứng kiến chồng Caroline dù không to con lớn xác mà có sức khoẻ như một lực sĩ, ăn nói lịch thiệp, đi đứng nhanh lẹ, học lại quá xuất sắc nên Caroline yêu chồng say đắm là phải.

Hiếu xin cám ơn bạn có lời khen. Thú thật, trước khi tôi đến và yêu Caroline đều nhờ Caroline nên tôi mới tiến bộ như ngày hôm nay. Hôm nay là ngày vui của vợ chồng mình, anh chỉ xin em cho anh uống một chút sữa tươi của vợ cũng đủ làm ấm lòng chồng rồi. Tôi với bản chất nhát gái, gặp Caroline tôi không dám nhìn thẳng và như sợ Caroline ăn tươi nuốt sống.

Xin em cứ kể tự nhiên, chuyện vợ chồng người trưởng thành ai cũng biết cũng có hành vi cử chỉ tương tự. Nói xong, Hiếu quay qua hôn vợ, Caroline như lên tinh thần nói thật nói hết. Và kết luận vì tính rụt rè nhát gái vì anh có mặc cảm có gia đình nghèo gặp con gái đẹp mà giàu sang thì anh khớp anh sợ rất tội lần đầu anh đụng tay. Tôi cảm thấy tay anh lạnh mà còn rung, tôi rất ngạc nhiên vì con trai mà đụng được vào da thịt con gái như là trúng số. Tôi hỏi anh quay mặt chỗ khác, anh nói thật rất dễ thương, tính tôi rất nhát gái vì anh nghèo chưa có danh vọng nên anh không dám nhìn con gái đẹp và con gái con nhà giàu, chỉ có thế thôi. Tôi giả vờ nhờ anh xoa kem chống nắng trên cả tay và vai cổ, tay anh đụng chỗ nào, anh vẫn rung mà tay càng gần ngực, tay anh rung thấy tức cười mà cũng rất tội nghiệp. Tôi nắm chặt tay anh đặt tay anh vào ngực tôi đè mạnh, ban đầu tay anh còn rung, dần bớt rung và hết rung. Quý vị thấy tôi có cách trị bịnh rung tay của chồng tôi thật là thần sầu quỷ khốc. Tôi nói đùa với chồng khi em được Trường Đại học Y cấp bằng bác sĩ trị tay rung chồng tôi, tôi nhận. Nếu bàn tay khác đụng vào ngực, tôi bẽ cho gãy lọi tay luôn. Mọi người cười vang, có người nói Caroline có cách trị tay rung hết sẩy. Một chuyện vui khác, chồng nói bị tôi cưỡng hiếp làm anh mất trinh, không còn là thằng con trai ô ri gin nữa, làm tan nát đời trai của anh. Tôi tức mình, còn anh chà xát ngực em và anh còn phá trinh làm em chảy máu dầm dề, bây giờ tôi bắt đền đời con gái trinh nguyên của em. Quý vị có biết anh nói làm sao không? Anh nói một câu rất dễ thương thì anh lấy em luôn làm vợ, từ ngày đó cho đến nay và mãi mãi tôi là vợ yêu của chồng. Caroline xoay ôm hôn miệng chồng một cái chục, mọi người lại vỗ tay muốn bể nhà.

Ông bà chủ nhà, ba má Caroline-Hiếu nói, quý bạn, quý cháu cười vui quá đã rồi chắc cũng đói xin mời chúng ta cùng ăn, chúc mừng hai con chúng tôi sum họp.

Bữa ăn sum họp kết thúc gần mười giờ tối. Hiếu vào phòng tắm gội xong, bồng hai con để trên giường, bố vào nằm giữa gọi Caroline đến xem, coi ba cha con có giống nhau không. Caroline vội chạy sang phòng ba má mời qua xem cảnh ba cha con nằm dễ thương làm sao. Ba má cười, chồng con có tánh khôi hài nên lâu già lắm và ai cũng mến thương. Mấy người bạn của ba má nói:

- Chồng Caroline không có mã đẹp trai mà có cái miệng có duyên nói chuyện rất hay rất thu hút, các bạn khen Caroline có chồng giỏi, khôn ngoan lanh lợi như thế chẳng sợ thua ai. Ba má Caroline nói:

- Hiếu ở đây chỉ một tuần, lần sau, Hiếu lại qua ở lâu dài làm cho gia đình chúng tôi không dứt tiếng cười. Lúc bấy giờ Caroline thật cứng cáp tha hồ mà nhỏng nhẻo du dương với chồng, hai con cho vào phòng bà nội và cô hai chăm sóc, ba má thấy như vậy là hai con quá hạnh phúc. Hai con có thể bay sang Mỹ ở một vài tuần mà lo công việc của mình. Hiếu nói, con cám ơn ba mẹ lo cho vợ chồng con và nay lại lo cho hai cháu ngoại. Năm tới, vợ con ăn quen dám sanh một đôi công chúa nữa như là chúng con trúng số độc đắc phải không mẹ?

- Ba má cũng có ước ao như vậy. Hiếu đứng dậy bồng một đứa và nói Caroline đưa thêm một đứa nữa cho Hiếu bồng. Hai tay hai đứa con kê sát vào mặt mình. Caroline đứng kế sát chồng, sợ rủi sút tay thì rất nguy hiểm. Ba mẹ ngắm cảnh này khá khen hai con có phước sanh hai con đều khoẻ mạnh vì bố mẹ nó khoẻ mạnh mà còn yêu đời yêu nhau dữ dội nữa.

Má nói, khuya rồi để hai con nghỉ, mai ăn sáng nói chuyện tiếp. Bây giờ má dẫn ba con về dinh, cả gia đình đều cười vui. Caroline lại bồng một đứa đặt vào nôi và một đứa chồng cũng đặt vào nôi. Caroline nói đêm nay em có đến ba đứa bú sữa hai đứa nhỏ và một đứa lớn. Em nói nghe hay, để anh lấy khăn nhún nước ấm vắt ráo lau mình cho em và đặc biệt là lau ngực xong em cho con bú thật no chúng ngủ. Lúc đó, sữa còn thừa mới tới bố của chúng bú, em có chịu theo đề nghị của anh không?

- Dạ em chịu, Caroline nói. Hiếu tiếp:

- Em có cần đi tắm không, anh giúp em kỳ cọ cho em và anh cũng tắm một lần nữa cùng với em. Caroline nói, ý kiến anh rất tuyệt vời. Bây giờ em cho con bú, cho no anh vặn nước cho vừa tắm vì em còn yếu không được tắm nước lạnh. Anh cởi áo giúp em ra cho anh ngắm bộ ngực thiên thần của em và em cho con bú, anh vào phòng tắm lo cho em. Hiếu lựa bộ đồ ngủ thật mỏng và mát, chuẩn bị xong hết, lúc Caroline đã cho hai con bú no đang ngủ say. Caroline cởi quần ra và cho vào sọt đồ giặt. Hiếu cũng cởi quần áo ra mà cũng vừa mới thay, máng lên móc, một chút mặc lại. Hiếu nói, Caroline, thịt da chưa săn chắt lại nên phải cử kiêng gần gũi xác thịt, đợi chờ thêm hai ba tuần nữa. Caroline nói rất muốn ân ái với anh ngay bây giờ, sợ sẽ mất sức khoẻ lâu lại sức. Hiếu kỳ cọ cho vợ từ khoé các ngón chân tay, mân mê bóp tay chân và lau lưng, lau bụng và coi chỗ sanh con đã lành lại chưa, Hiếu nói chỗ sanh con đang làm da non hai ba tuần nữa nó sẽ trở lại bình thường. Em nên tắm nhanh không dầm nước lâu có thể sẽ bị cảm lạnh. Hiếu chà xát xà bông nơi ngực thật kỹ và lưng nách háng đều kỹ, mở nước ấm Hiếu kỳ cọ lau lại và đưa Caroline ra ngoài lấy khăn lớn lau khô và lấy quần áo mặc cho vợ và dẫn vợ vào giường nằm đàng hoàng. Hiếu lấy tấm chăn đắp vợ cho ấm, Hiếu vào phòng tắm xả nước ấm và lau khô mặc quần áo, vặn đèn ngủ, ôm hôn Caroline và nói khuya em thức giấc thấy sữa chảy ra áo em gọi anh dậy bú thay con. Khi nào sữa dư chảy ra áo anh mới bú vì anh bú thường làm vú em dễ bị biến dạng làm bớt vẽ đẹp. Vì vậy, nhiều phụ nữ sanh con không cho con bú sữa mẹ mà toàn cho con bú sữa bình. Như vậy mẹ chỉ muốn giữ ngực cho đẹp mà không nuôi con bằng sữa mẹ mới tốt hơn sữa bình. Caroline nói anh là bác sĩ, anh giải thích chí lý là sư phụ của em là phải quá. Trước khi anh ngủ, em cho anh bú một chút sữa và anh san sẻ cho em, em sẽ biết sữa của mình có mùi vị làm sao thơm ngọt làm sao để biết mà ăn chất bổ dưỡng. Vừa nói Hiếu cởi nút áo vợ ra bú một bên vú và ngậm lại mớm cho vợ thưởng thức sữa của mình. Hiếu tiếp tục bú vú khác và nuốt nghe một cái ực và nói sữa của em quá ngon hơn sữa mình uống cà phê hàng ngày. Caroline nói anh Hiếu nhận xét rất đúng. Bây giờ anh cho em hôn anh và chúng ta ngủ, anh rất mệt vì khác múi giờ. Hiếu ngủ một giấc thật say, đúng bảy tiếng mới thức giấc, thấy vợ đang cho con bú vì chúng đói và khóc mà Hiếu có hay biết gì đâu. Con bú xong, hai bầu sữa còn căng, Caroline lại ôm chồng bây giờ tới bố của chúng giúp em cho nhẹ bớt hai bầu sữa, Hiếu bú sữa vợ một cách ngon lành và không dám hút mạnh sợ làm biến dạng thêm núm vú và ngực. Hiếu cũng bớm cho vợ bú lại sữa của mình một cách khoái trá và lại yêu chồng thêm, biết phục vụ vợ. Hiếu ôm vợ ngủ tiếp hồi nào không hay, Caroline để cho chồng ôm mình ngủ thêm gần hai tiếng nữa. thức dậy hai vợ chồng lo vệ sinh cá nhân xong. Hiếu đi nấu nước pha cà phê và dùng sữa bột pha cà phê, không pha sữa bột con bú. Mẹ thấy phòng đèn sáng trưng, mới gõ cửa Hiếu lại mở cửa chào má, hai vợ chồng đang uống cà phê sữa hộp không dám dành sữa mẹ của chúng. Rất tốt, hai con phải ráng cử kiêng cho tròn tháng tha hồ mà tình tứ du dương, chừng đó các cơ bắp của bà mẹ mới trở lại gần bình thường. Ba con sẽ sang đây bây giờ, ông muốn uống cà phê với chàng rễ, tối qua ba con nói, ba má phải luôn bên cạnh hai con và cháu ngoại. Về tiền bạc hai con cứ xài tự nhiên bình thường, không cờ bạc hút xách thì hai con có xài ba đời cũng chưa hết. Ba con nói như vậy, ba dành ưu tiên cho hai vợ chồng con. Còn anh Bernard ba mẹ đã chia cho rồi cũng bằng hai con. Ba má giữ lại một nửa dành cho ba má sử dụng trong tuổi già. Bây giờ ba má lấy hết phần riêng của ba má cho hai con và ba má theo hai con ở bất cứ nơi nào ba má cũng theo. Hiếu chấp tay cúi đầu, hai con đội ơn ba má thương gia đình nhỏ bé của hai con. Hai con xin luôn phụng dưỡng ba má cho đến khi ba má về nước Chúa.

Chúa nhựt này, trước ngày con trở về Việt Nam hai ngày con muốn xin phép rữa tội cho con và hai cháu. Má nói chuyện đó quá dễ, sáng mai má sẽ lo, nhờ bạn bè của ba má, bạn của Caroline có cả trăm người tham dự Thánh lễ rữa tội cho ba cha con. Ba má xin phép Cha Chánh Xứ tổ chức ăn trưa tại nhà thờ sau Thánh lễ.

Ngày Chúa nhựt lại đến, trước đó, Cha Chánh Xứ thông báo trong họ đạo có nhân tài y học Việt Nam kết hôn với một con chiên người Áo trong họ đạo chúng ta và đã sanh hai con trai tại Vienne này. Từ Việt Nam bay qua thăm vợ và hai con, nài nĩ ba má vợ xin phép với Cha Chánh Xứ xin làm báp tít rữa tội cùng với hai con. Nhà nghiên cứu tài ba Việt Nam xin vào đạo Chúa. Nay, sau Thánh Lễ ngày Chúa Nhựt mười giờ, Cha Chánh Xứ có tổ chức lễ báp tit rữa tội cho ba bố con và mời quý vị trong họ đạo ai có thể dự lễ rữa tội và gia đình bên vợ của nhà nghiên cứu Việt Nam xin mời quý vị ở lại ăn trưa với gia đình. Thông báo này đã gởi đến những báo đài lớn của Thủ Đô Vienne và đã có nhiều báo và tổ chức xin phép Cha Xứ cho tham dự Thánh Lễ và ăn trưa cùng phỏng vấn nhà nghiên cứu quá trẻ Việt Nam mới đến tuổi hai mươi hai và nhà nghiên cứu nổi tiếng này lại là rể của Thủ Đô nước Áo.

Ông Đô Trưởng Thủ Đô Vienne cũng xin Cha Xứ cho phép tham dự và chiêm ngưỡng một chàng rể Áo. Bộ Ngoại Giao hay tin một nhân viên của Bộ là vợ của nhà nghiên cứu trẻ Việt Nam, Bộ Ngoại Giao sẽ cử người đại diện đến tham dự hoặc chính ông Bộ Trưởng và nhiều nhân viên ngoại giao đoàn sẽ đến tham dự.

Cha Xứ nhà thờ chánh toà Thủ Đô Áo Vienne thông báo cho biết, ông Đô Trưởng ra lệnh đặt một ngàn năm trăm phần ăn trưa và nước giải khát có nhân viên Toà Đô Chánh phục vụ mà ông bà không phải lo thức ăn gì hết. Ông Đô Trưởng còn xin Cha cho dựng lều bạt ngang hông nhà thờ một chỗ rộng đủ để một ngàn năm trăm ghế ngồi và cả một hệ thống âm thanh hiện đại của Toà Đô Chánh mới mua và còn nhờ Cha ra lệnh cho Ban nhạc Thánh Ca và ca đoàn của nhà thờ đến phụ trách văn nghệ. Ông Đô Trưởng còn thông báo cho Toà Khâm Sứ của Toà Thánh Vatican tại Thủ đô Vienne. Cha chánh Xứ nói gia đình con đưa chàng rể quý và vợ đến gặp Cha ngay hôm nay để bàn về chương trình ngày chúa nhựt này. MC chính trong tiệc liên hoan do Toà Đô Chánh thết đãi sau Thánh Lễ, nói tiếng Áo là chánh do một nữ xướng ngôn viên truyền hình tại Thủ Đô và nói tiếng Anh có Caroline là vợ của nhà nghiên cứu trẻ Việt Nam. Hôm đó sẽ có nhiều văn phòng đại sứ quán nước ngoài cử người tham dự, nhà nghiên cứu, là nhân vật chánh, con rể của Vienne sử dụng tiếng Anh, cô dâu Áo chưa có dạy chồng tiếng Áo và cô chuyển dịch sang tiếng Áo.

Sau sự kiện có một không hai tại nhà thờ Chánh Toà, Cha Xứ có nhận xét tổng quát trước gia đình Caroline. Từ Thánh Lễ trong nhà thờ, ra ngoài nhà bạt là nơi nhà nghiên cứu nổi tiếng trong lãnh vực y học trình bày bằng tiếng Anh một cách lưu loát và vô cùng có duyên mọi người nhiệt liệt khen ngợi và quan khách còn khen ngợi hai cô MC vô cùng xinh đẹp và duyên dáng trong cách nói tiếng Áo và tiếng Anh. Cha chánh xứ nói trong đời cha phục vụ nhiều giáo xứ chưa có lần nào tại khuôn viên nhà thờ có buổi sinh hoạt vô cùng sinh động thành công rực rỡ như ngày hôm nay. Còn người tham dự ban đầu dự trù chỉ có khoảng năm trăm rồi lên một ngàn rưỡi và sau cùng lên trên hai ngàn năm trăm người. Một con số người tham dự kỷ lục đối với nhà thờ sau Thánh Lễ. Toà Đô Chánh phải gọi đặt ba bốn nhà hàng mang đến thêm một ngàn hai trăm phần ăn trưa nữa. Cộng chung có hai ngàn bảy trăm phần ăn cung cấp đủ cho mọi người tham dự. Hiếu, đại diện cho ba má và vợ con xin cảm ta sự ưu ái của gia đình chúng con và con vô cùng hạnh phúc được vào đạo Chúa dưới sự chủ lễ của Cha.

Chúng con còn cậy nhờ Cha giúp đỡ trong lễ cưới tại nhà thờ Chánh Toà của chúng con, và anh ruột Caroline trong một đám cưới chung của hai anh em ruột lấy hai chị em ruột cũng rất độc đáo trang trọng trong đầu mùa hè này. Cha Xứ lại càng thêm ngạc nhiên, gia đình các con lại lập thêm một kỷ lục nữa cho nhà thờ này.

Ngày hôm sau, Caroline mua hết các tờ báo có hình ảnh có bài viết về buổi lễ rữa tội vào đạo Chúa của ba cha con Hiếu, mua ba bộ một bộ giữ tại Áo và hai bộ ngày mai Hiếu về Việt Nam mang theo. Caroline còn nhờ bạn xin mua mỗi đài truyền hình một cái tape có tường thuật lễ rửa tội của ba cha con chúa nhựt và buổi tiếp tân ở ngoài nhà thờ.

Chiều thứ ba, Hiếu ra phi trường có ba má vợ và hàng chục bạn thân của Caroline bế con của Hiếu tiễn đưa cha về Việt Nam. Hiếu để lại biết bao kỷ niệm cho gia đình vợ và cũng làm vẻ vang cho gia đình vợ nữa.

Về đến Sài Gòn, Hiếu gọi taxi về Toà Tổng Lãnh Sự Áo lấy xe và biếu ông bà Tổng Lãnh Sự bộ sưu tập báo chí về lễ rửa tội và buổi tiếp tân nói chuyện của Hiếu ngày chúa nhựt vừa qua. Mẹ Josephine nói bác có nghe:

- Cả Thủ đô Vienne vô cùng hãnh diện có một chàng rể là nhân tài về nhiều lãnh vực. Hiếu cám ơn bác gái và nhờ chuyển lời con cám ơn bác trai.

Hiếu lái về thẳng Sóc Trăng và có ghé Vĩnh Long mua một hai ký lô thịt heo quay và vài con gà hấp muối và một con vịt luộc mang về làm quà biếu cho gia đình Thu Vân. Vừa vào nhà, gia đình đang quây quần ăn cơm trưa, Hiếu chào bố mẹ, Thu Vân và các em, nhờ các em trai ra lấy thức ăn mang vào. Hiếu nói xin phép bố mẹ con vào rửa mặt và ra ngay. Hiếu bảo lấy một ít thịt quay ra ăn liền, còn gà vịt để chiều ăn. Hiếu thưa với bố mẹ, con vừa từ bên Áo bay về, khác múi giờ cũng làm con hơi mệt. Con xin phép bố mẹ ăn cơm xong con nghỉ một chút, chiều con kể rõ hết mọi chuyện cho bố mẹ, em Thu Vân và các em biết diễn tiến gần hai tuần nay.

Vào phòng, Hiếu chợt thấy phòng to rộng lớn hơn trước, khang trang, ánh sáng lung linh đẹp quá. Trên tường có một chiếc tivi to mới tinh, tủ lạnh cũng mới cũng lớn hơn cái cũ, giường nệm đều rộng và mới. Hiếu ngất ngây với cái khung cảnh ấm cúng tuyệt vời mà nay phòng ngủ của Thu Vân vừa có quạt máy mới mà lại có trang bị thêm một máy lạnh riêng cho phòng này. Hiếu vội thay bộ đồ ngủ, lên giường, chừng năm phút sau đã ngáy đều đều rồi. Thu Vân ăn xong vào phòng nghe tiếng ngáy của chồng biết anh mệt vì bay mười mấy tiếng và còn phải lái xe một mạch không nghỉ dọc đường từ Sài Gòn về Sóc Trăng mà lại không ở Cần Thơ nghỉ ngơi cho khoẻ lại. Thu Vân lại càng thấy thương yêu anh vì mình mà không quản gian lao cực nhọc, nàng rón rén đi thay bộ đồ ngủ mỏng tanh mà Hiếu rất thích ngắm vợ mình mặc, nằm sát vào trong tường tránh đụng chạm để chồng ngủ an giấc.

Mấy ngày liên tiếp, gọi lên Cần Thơ, nhà cũ nhà mới đêm ngày gì cũng chẳng có ai nghe, Thu Vân thắc mắc không biết Hiếu có chuyện gì không? Hỏi bạn, Ngọc Diệp cùng lớp Y với anh, cho biết là anh ra trường Y trước các bạn cùng lớp ba năm và anh được Hội Đồng Giáo Sư có tặng bằng khen thưởng vì Hiếu đậu tối ưu hơn điểm ba lớp đàn anh. Ngọc Diệp còn cho Thu Vân biết ngày lễ tốt nghiệp lãnh bằng Y Khoa bác sĩ, Ngọc Diệp có nói với Thu Vân rủ thêm nhiều bạn cùng lớp mười hai đang ở Sóc Trăng lên Cần

Thơ dự cho anh Hiếu thêm vui. Thu Vân có hứa là sẽ tham dự và thông báo rủ các bạn. Nay người yêu lù lù xuất hiện một cách đột ngột, Thu Vân quá mừng, cả gia đình đều quá vui và thấy anh mệt rõ ràng và anh hẹn bữa cơm chiều sẽ thuật lại hết cho gia đình biết mấy ngày qua anh không có liên lạc với gia đình.

Hiếu đánh một giấc ngon lành đến ba giờ thức dậy, thấy người yêu đang nằm ngủ trong góc thấy tội nghiệp quá, nhẹ nhàng xuống giường đi tắm. Hiếu đang lau mình, Thu Vân chạy đến ôm hôn và hai tay mân mê thằng bé, Hiếu vừa cảm động vừa thích thú cũng ôm chặt Thu Vân và hai tay lướt qua lại hai ngọn núi làm cho cả hai nóng lên. Hiếu vội lấy vài cái khăn nhún nước vắt ráo dìu Thu Vân lại giường, cởi quần áo nàng và lau khắp cơ thể làm cho Thu Vân càng thêm hứng. Thu Vân nói anh còn mệt để em chỉ huy trận đánh này, Thu Vân nắm tay Hiếu đưa vào ngực mình và Thu Vân chủ động đưa chàng vào cơn mê, chàng lên cực điểm nhanh vì vắng vụ này cũng gần mười ngày rồi. Thu Vân nói anh cùng em xuất kích một lượt rất hài hoà. Thu Vân hỏi anh có mệt không để em lấy nước dừa cho anh uống. Hiếu nói khoan, một chút nữa chúng ta ra ngoài uống nước dừa. Anh vắng em cả chục ngày nay, em có nhớ anh nhiều không, em có biết anh đi đâu không?.

- Em hỏi nhiều nơi, ai cũng nói không biết anh đi đâu, chỉ có Ngọc Diệp cho em biết anh đậu Y Khoa bác sĩ hạng tối ưu và cho biết ngày lễ anh nhận bằng tốt nghiệp. Bạn có nói em rủ nhiều bạn bè cùng lớp lên Cần Thơ dự lễ tốt nghiệp để cho anh thêm vui. Em và ba mẹ lo quá, niệm Phật cầu an cho anh chỉ có biết vậy thôi. Nay anh về đột xuất làm cho ba mẹ và em quá bất ngờ, vui mừng không thể tả mà cũng không dám hỏi anh lý do đi xa mà không thông báo gì hết. Hiếu vội ôm hôn Thu Vân và nói anh xin lỗi em. Bây giờ cho anh thưởng em niềm hạnh phúc của chúng ta. Hiếu nâng niu hai hòn núi và hai tay Thu Vân mân mê thằng bé, Hiếu nói anh cho thằng bé tắm suối tiên cho mát nghe em. Trận mây mưa cũng diễn ra ngoạn mục như bao trận chiến trước đây. Cả hai vào nhà tắm lau rửa sạch, Hiếu lấy cho Thu Vân bộ quần áo khác mặc và nói, bộ quần áo mỏng em chỉ dành mặc cho anh ngắm mà thôi. Thu Vân gật đầu. Hiếu ra võng nằm, còn Thu Vân ra sau bếp nhờ chị bếp chặt cho hai trái dừa lửa mang ra trước võng cho anh chị. Hiếu nằm võng đu đưa, Thu Vân bắt ghế ngồi kế bên cùng uống nước dừa và hai người chỉ dùng mắt nói với nhau về mối tình tuyệt vời của hai người mà làm cho hai người luôn phải suy nghĩ tìm giải pháp nào tình nghĩa mãi mãi tươi đẹp và gia đình của Hiếu cũng không bị xào xáo, sứt mẻ, khổ đau.

Bữa cơm chiều sum họp sau hơn mười ngày, Hiếu bặt tăm, không liên lạc với gia đình. Hiếu kể lại từ lúc được nhà trường công bố chánh thức đậu tối ưu quá mừng và bạn Josephine cho biết vợ bên Áo vừa mới sanh hai bê bi trai, gia đình muốn Hiếu bay qua ngay.

Hiếu thuật lại buổi lễ rửa tội cùng với hai con và sự thành công vô cùng vĩ đại có ông bà Bộ Trưởng Bộ Ngoại Giao, ông bà Đô Trưởng Thủ Đô Vienne và nhiều giới chức trong chánh phủ Áo. Ngoài ra có hàng mấy chục nhà báo và phóng viên truyền hình tham dự và trên hai ngàn rưỡi quan khách bà con chung vui với với gia đình và nghe nhà nghiên cứu trẻ Việt vừa đổ bằng Y Khoa bác sĩ hạng tối ưu tường trình sự nghiên cứu y khoa của mình được hai đại học nổi tiếng hàng đầu nước Mỹ và thế giới, Yale và Harvard mời gọi, sẽ cung cấp tài trợ nghiên cứu tiếp và thực nghiệm chính xác đưa vào giảng dạy và sử dụng giúp đời. Báo đài còn tường thuật nhà nghiên cứu trẻ được hai trường nổi tiếng dành nhau tài trợ cho một nhóm mười bác sĩ, Việt Nam có bốn, một Áo là anh Bernard còn năm người nữa gồm Mỹ, Pháp, Anh , Canada và Úc mà Hiếu là li đơ của nhóm nghiên cứu quốc tế này.

Riêng con mỗi tháng sẽ nhận hai trăm ngàn USD và chín nhà nghiên cứu còn lại mỗi người một trăm ngàn một tháng. Nhóm chia ra hai tim luân phiên đi nhiều nước ở Nam Mỹ, Phi Châu và Á Châu trong đó có Việt Nam, công tác trong ba năm. Sau đó nhóm sẽ nghiên cứu một chứng bịnh khác do trường yêu cầu cũng mất khoảng ba năm. Số tiền tài trợ là tiền cho phép mang cả gia đình vợ con theo mình phải lo hết chỗ ăn ở...

Cha chánh xứ nhà thờ chánh toà của Thủ đô Áo Vienne thông báo cho con chiên, nhiều giới chức cao cấp Bộ Ngoại Giao xin tham dự. Toà Đô Chánh Vienne còn lãnh phần tổ chức căng lều bạt và sắp xếp bàn ghế và còn đặt nhiều nhà hàng cung cấp hai ngàn bảy trăm phần ăn trưa. Một buổi tiếp tân lớn như vậy mà hoạch định lên chương trình chỉ vỏn vẹn có hai ngày và Ông Đô Trưởng đích thân điều động nhân viên lo thật khẩn trương. Sau lễ trong nhà thờ và buổi tiếp tân hoành tráng tiếp theo, Cha chánh xứ nói trong đời làm Cha xứ gần bốn mươi năm chưa có lần nào tổ chức thần tốc và đại thành công như lần này. Cha khen con nói giỏi tiếng Anh còn muốn giỏi hơn người Anh và bài thuyết giảng thật súc tích. Cha khen đủ mọi thứ làm con nở phồng mũi lên, chỉ còn thiếu Thu Vân khen anh nữa đó.

- Em có phần thưởng và khen anh cả đêm, anh liệu hồn nghe, Thu Vân nói. Hiếu nói cám ơn em và nhờ cậu út vào phòng lấy cái cặp táp trong đó có hai mươi tờ báo phát hành tại Thủ đô Áo tường thuật buổi lễ trong nhà thờ và ngoài nhà bạt.

Hiếu nói họ viết bằng tiếng Áo mình chịu thua chỉ xem hình thôi, con sẽ nhờ vợ anh Trai tóm dịch ra tiếng Anh và anh rễ con là Bernard tóm dịch ra tiếng Việt và con sẽ chụp hình gởi biếu bố mẹ và gia đình một bộ treo trong phòng chơi của bê bi. Con sẽ đi xa Việt Nam ít nhứt cũng năm sáu năm, chừng con về, con của con đã đi học và ngày nghỉ rủ cậu út đi đá banh. Bố mẹ cùng cười.

Bữa cơm sum hợp rất vui. Thu Vân đã dặn trước chị bếp cho vào tủ lạnh một con gà hấp muối và một ký lô heo quay, để ngày mai anh Hiếu về nhà thăm mẹ và anh chị, từ trưa đến tối. Anh sẽ nói về Cần Thơ gấp ban đêm. Đó là cái lý do, anh Hiếu sẽ qua đây ở lại cho đến tối mai về Cần Thơ. Anh sẽ vào trường Y tường trình ngày hôm sau và anh mời quý vị giáo sư và ông bà Khoa Trưởng, gia đình chú thím Tín và gia đình bên vợ anh Trung đi ăn khao mừng anh từ Áo trở về.

Đợi cho các con ăn xong về phòng học. Ba mẹ và Thu Vân bàn bạc tiếp. Buổi sáng thứ năm ba mẹ và con lên nhà anh Hiếu ở chơi tới chiều thứ sáu, anh Hiếu đưa về lại Sóc Trăng để sáng thứ bảy anh đưa mẹ và chị hai đi Sài Gòn chiều về thẳng Sóc Trăng. Anh Hiếu ngủ lại tại nhà mình, sáng sớm chúa nhựt, anh qua nhà mình ở cho đến sáng thứ hai. Thu Vân nói, anh Hiếu muốn ba má cùng con lên Cần Thơ ở chơi với anh vài ngày rồi anh đưa về Sóc Trăng, anh Hiếu có bàn với con như vậy. Nếu con đi một mình thì con không lên đến Cần Thơ mà chỉ đi đến Ngã Bảy, anh Hiếu từ Cần Thơ xuống ở với con cũng tiện. Bố thấy hai con ở Ngã Bảy là tốt nhứt, tốt hơn ở Cần Thơ và Sóc Trăng, không sợ gặp người quen.

Trước khi đi nghỉ, Hiếu thưa với ba mẹ, phòng của chúng con bố đã tân trang lại toàn bộ và mọi thứ trong phòng các cái đều mới hết, hai con vô cùng đa tạ bố mẹ đã hết lòng thương yêu chúng con. Thu Vân đã có bầu mà cũng có hai bê bi trai, cũng sắp gần ngày sanh và sanh ở Bạc Liêu. Vài ngày sau, con đón ba mẹ cùng xuống Bạc Liêu đón ba mẹ con Thu Vân về nhà.

Ba mẹ nên sắp xếp câu chuyện thế nào Thu Vân không chồng mà có con ngay bây giờ mình tung ra nhứt là người thân ở Bạc Liêu cũng như ở gần đây. Điều này làm con tủi thân và quá thương, tội nghiệp Thu Vân sao cứ khổ hoài như thế này. Mẹ nói, bố mẹ đã nghĩ có cách tung tin rồi sẽ cho hai con biết sau.

Bố đã đặt hai nôi cho hai bê bi, kiểu mới rất đẹp, sẽ nhờ một cháu gái làm dưỡng mẫu vì cháu cũng lỡ yêu chồng của người ta bị đánh ghen tội nghiệp lắm. Cháu ấy cũng vừa sanh con trai, ba mẹ cho nó lên đây vừa nuôi con riêng và có tiền lương tháng lo chăm sóc cho hai cháu ngoại. Hai cái nôi của hai cháu ngoại lúc đó cũng dời ra nhà chơi của bê bi và ba mẹ cho cô ta ở luôn đó. Ba cũng sẽ xây nhà tắm cầu tiêu riêng tại phòng đó. Mọi chuyện vì thương hai con có hoàn cảnh đặc biệt, ba mẹ lãnh hết cái khó khăn, hai con vào phòng nghỉ, bố mẹ cũng đi ngủ.

Càng ngày Hiếu thấy mối tình với Thu Vân càng thêm đậm đà lại càng làm cho lương tâm của một người chồng người cha của Hiếu đối Caroline và hai con thêm cắn rức đau khổ. Đối với Thu Vân không trọn vẹn đã đành rồi mà đối với Caroline lại là một trọng tội trước Thiên Chúa và trước gia đình, xã hội. Đang suy nghĩ tìm lối thoát mà thấy sao vẫn còn mù mịt tăm tối.

Bỗng có tiếng chuông điện thoại reo lên, Hiếu bốc lên nghe. Đầu giây bên kia, từ trường đại học Harvard, Robert gọi cho Hiếu biết, cả hai trường Yale và Harvard đều đồng ý tài trợ cho nhóm nghiên cứu của Hiếu với tiền tài trợ gần như nhau chỉ có khác vài chi tiết phải có bạn mới quyết định được.

Thật may cho nhóm của bạn, hai trường đã thoả thuận là sẽ cấp tài trợ luôn sáu năm cho nhóm mười người của bạn, mỗi trường cấp tài trợ cho ba năm chỉ nghiên cứu một chứng bịnh. Như vậy bạn sẽ có thể làm luận án tiến sĩ cho cá nhân bạn cả hai trường luôn. Hai trường đều muốn có li đơ nhóm chứng kiến phỏng vấn trực tiếp tại trường tuyển chọn thêm năm nhà nghiên cứu như bạn đề nghị. Tôi hẹn chừng một tháng nữa, sau đám cưới bạn, tôi sẽ tham dự tại Áo. Vợ chồng bạn theo tôi hay đi sang Mỹ chừng một tháng, tôi vận động trường sẽ mua vé máy bay cho vợ chồng bạn và đài thọ ăn ở một tháng để ký họp đồng với hai trường và phỏng vấn tuyển chọn thêm năm nhà nghiên cứu. Bạn phải cho biết gắp.

Luôn tiện, tôi cho bạn biết, trong tháng tới tôi sẽ chánh thức ly dị vợ, may là chúng tôi không con, nên tài sản chia đều, tôi cũng còn vài triệu trong ngân hàng và có ngôi nhà riêng. Mọi chuyện ra toà xong, tôi là người độc thân vui tính, tôi muốn qua Việt Nam tìm vợ. Thú thiệt với bạn, tôi gặp cô con ông chủ vườn ươn cây tôi mê cô ta, bạn có thể giúp tôi liên lạc với gia đình đó. Ông bố nói tiếng Pháp hết sẩy, cô con gái nói tiếng Anh cũng khá, tôi tiếp xúc dễ dàng. Tôi giúp bạn, bạn giúp lại tôi, chúng ta có cơ hội sống gần nhau thì quá tuyệt có phải vậy không Andre? Hiếu nói liền, chúng ta rất thực tế.

Trong lễ cưới của chúng tôi tại Áo, tôi đã có mời bố mẹ cô ấy làm cha đỡ đầu tôi vì tôi mồ côi cha từ nhỏ. Tôi sẽ mời cô ấy coi xem có đi được cùng với cha mẹ không? Nếu có cô ấy làm dâu phụ, bạn rể phụ, tha hồ làm quen và kết bạn và tiến tới hôn nhân không phải là chuyện khó. Cô ta cũng vừa trải qua một nỗi buồn ghê gớm, cô tự tử mà nhờ được phát hiện sớm nên cô ta không chết, nhờ tôi cứu chữa nên bây giờ cô đã khá và còn đẹp hơn trước. Chúng ta còn gặp nhau dài dài, bạn giúp tôi, tôi sẽ hết lòng giúp bạn. Robert nói tiếp:

- Hiếu là người bạn tôi ngưỡng mộ thân quý, vì bạn là một nhân tài lỗi lạc về y học hiện đại, tôi có bổn phận giúp đỡ bạn theo khả năng của mình. Hiếu hẹn tối thứ bảy tuần này, tính theo ngày giờ Việt Nam, sau buổi sáng tôi ở Sài Gòn nói chuyện với vợ tôi ở Áo, cô ta cũng vừa sanh hai bê bi trai, thông báo những lời bạn nói cho cô ta mừng và tôi cũng cho bạn số điện thoại của cô ta ở Áo để bạn tiện liên lạc vì bạn sẽ qua Áo tham dự lễ cưới của chúng tôi. Robert rất vui khi Hiếu cho cả số điện thoại của vợ ở Áo.

Hiếu gọi điện thoại về Bernard và Trai thông báo sơ khởi, Robert cho biết là nhóm nghiên cứu mười người sẽ thành hình sớm và sau lễ cưới ở Áo, hai vợ chồng Hiếu sẽ bay qua Mỹ ký hợp đồng và ở Mỹ một tháng. Hiếu nói, em có hẹn với Robert tối thứ bảy này, chúng ta sẽ tiếp xúc trực tiếp với Robert qua điện thoại tại nhà em. Robert còn hẹn với em sẽ qua Áo tham dự đám cưới của chúng em. Em mời anh chị và đón mẹ, chị hai cùng lên Sài Gòn thông báo cho Caroline tin vui. Tối chúng ta ở Cần Thơ vừa nghe Robert nói mọi chuyện và có chị hai làm sếp cút cho anh em mình một ngày ăn khao vui vẻ.

Thứ bảy lại đến, đi Sài gòn có đủ mặt gia đình Hiếu kể cả vợ chồng anh Trai. Ba má vợ và Caroline nghe Hiếu tường trình mọi chuyện rất tốt đẹp và kể như rằng cả nhóm được hai trường chấp thuận mỗi trường nhận tài trợ ba năm. Hiếu nói với vợ, sau đám cưới vợ chồng mình bay qua Mỹ ở một tháng. Anh sẽ năn nỉ bà nội và cô hai ở Áo chờ mình đi Mỹ về sẽ cùng ba má và gia đình mình về Việt Nam vì bà nội về Việt Nam trước mình thì bà nội và cô hai sẽ nhớ cháu. Em thấy anh tính vậy có được không?. Bà ngoại các cháu nói:

- Thật ra chị sui và cô hai nói ở Áo một tháng mà chỉ có hai tuần vì vợ chồng Bernard, vợ chồng Trung cũng dự trù ở lại chơi đúng hai tuần mới về Việt Nam. Kể như chị sui và cô hai ở với gia đình mình có đầy đủ con, dâu rể chỉ thiếu có Hiếu Caroline, nhà mình ở Áo tha hồ mà ăn món ăn Việt Nam. Caroline quá vui vì gia đình con quá hạnh phúc có đông đủ nội ngoại tha hồ cho hai cu tí mau lớn. Chuyện thức khuya dậy sớm lo sữa cho hai cu tí có người giúp việc lo hết. Hiếu cũng cho biết, có cho số điện thoại Caroline, để anh Robert liên lạc cho tiện khi anh ta mời bè bạn từ Mỹ sang Áo tham dự lễ cưới.

Josephine cho biết, ba mẹ xin mời gia đình Hiếu, trưa nay ăn tại nhà hàng Thanh Thế để về Cần Thơ sớm, chuẩn bị chiều gặp Robert sẽ biết rõ mọi chuyện vụ đi Mỹ của cả nhóm. Hiếu nói còn thì giờ, anh chị Trai về với ba mẹ, chúng tôi đi Suối Tiên chơi vài tiếng và sẽ đến nhà hàng Thanh Thế trước mười hai giờ trưa nay. Bernard lái xe lên Suối Tiên để mẹ, chị hai, chị Minh Tâm và gia đình biết khu du lịch Suối Tiên, đang xây dựng quy mô, có dịp gia đình lên đây vui chơi vài ngày hay đi Vũng Tàu.

Sau khi ăn xong ở nhà hàng Thanh Thế, vợ chồng Trai đưa ba mẹ về nhà và gia đình Hiếu ngồi đợi ở Thanh Thế. Hiếu mời hai chị ba chị tư theo mình vào chợ Bến Thành mua xoài Hoà Lộc về làm quà cho ba mẹ chị ba và chú thím Tín và còn để dành cho anh chị em mình ăn tối nay. Hiếu nói, em sẽ lựa mua loại xoài ngon nhất mang về Sóc Trăng để cúng ba. Hiếu nói mấy đêm liên tiếp, em nằm mơ cứ thấy một ông mặc quân phục vào nhà mình ở Sóc Trăng em tả hình dáng cho mẹ biết. Bà khóc nói đó là ba của con hồi xưa thường mặc quân phục theo đúng mẫu của đơn vị Biệt Động Quân, cũng quần áo rằn ri, đầu đội bê rê màu nâu đậm. Mẹ còn nói ba của các con thích nhứt là ăn mắm và rau, bún mắm và bún nước lèo có nêm mắm bò hóc của người Miên. Em có về Sóc Trăng nói chị hai làm các thức ăn này tại nhà là phải đưa lên bàn thờ cúng ba. Hai chị nghe em út Hiếu nói sao rất dễ thương. Vào đến quày bán xoài Hoà Lộc, bà chủ vồn vã chào cậu Hiếu và hỏi vợ cậu sanh chưa, Hiếu cho biết là đã sanh rồi rất mạnh khoẻ và hai thằng cu tí nói với bố là đến mua xoài Hoà Lộc của bà đó. Bà chủ sạp cười toe toét, hai con của cậu mới lọt lòng mẹ đã khoái ăn xoài cát Hoà Lộc. Hôm nay có xoài ngon, cậu mua mấy ký, mấy bịt và tôi tặng hai thằng cu tí con của cậu Hiếu một bịt để hai cháu mời bố nó ăn. Hiếu cười, cho con năm bịt và dì cho một bịt nữa là sáu bịt, Dì gọi một em mang giúp cháu đến nhà hàng Thanh Thế.

Vợ chồng Trai cũng vừa lái xe đến, Hiếu mang tặng một bịt xoài Hoà Lộc để trong xe, ngày mai về Sóc Trăng sớm khỏi quên. Ăn xong, vợ chồng Trung qua đi xe Trai cho có bạn, mời vợ chồng ngủ qua đêm tại nhà ông bà nhạc, sáng chúa nhựt về Sóc Trăng.

Về đến Cần Thơ chị hai và chị ba chị tư phụ lo dọn thức ăn ra bàn, có điện thoại reo, Hiếu nhìn thấy đúng bảy giờ, biết chắc là điện thoại của Robert từ Mỹ gọi qua. Hiếu bốc điện thoại lên nghe, Robert nói, mọi chuyện tôi bàn với bạn đều diễn ra đúng như chúng ta đã thảo luận. Hiếu nói

- Tôi xin phép mở âm thanh lớn để cho nhóm chúng tôi gồm có năm người đủ hết, nghe bạn nói đầy đủ chi tiết hai trường đại học đã soạn sẵn hợp đồng khi vợ chồng bạn sang Mỹ đọc kỹ có tôi làm cố vấn. Robert còn nói hai trường đại học này có theo dõi báo đài tường thuật vụ bạn nói chuyện tại Thủ đô Áo, hai trường đều khen bạn quán triệt đề tài và có tài hùng biện. Thay vì hai trường sẽ đứng ra phỏng vấn chừng ba mươi ứng viên, nay để bạn làm trưởng nhóm phỏng vấn, trường sẽ đưa ra nhiều câu hỏi cho bạn hỏi và bạn cũng phải có những câu hỏi riêng về chuyên môn hai bịnh lý mà nhóm mười người của bạn phải hoàn tất. Nếu hoàn thành sớm trước ba năm thì tiền trợ cấp cho các bạn cũng hưởng đủ ba năm. Trường có ý định mỗi năm sẽ mời bạn sang Mỹ dự các buổi hội y học quốc tế và còn mời bạn giảng dạy tại trường đại học các lớp mẫu, nồng cốt giúp thêm sự hiểu biết cho các sinh viên và các nhà nghiên cứu trẻ. Nói thiệt cho bạn Hiếu mừng, hai trường này đã "kết" bạn rồi thì tha hồ bạn vui thích vì họ tưởng thưởng và bạn sẽ giàu hơn tôi đã hơn hai mươi năm dạy đại học và đi đây đó nhiều nước, nay sẽ thua bạn xa.

Tôi nói điều đó để bạn an tâm mà nhiệt tình làm việc, mình làm xong sớm sẽ có tưởng thưởng, bổng lộc nhiều. Bạn nói ghi danh cho vợ học tiến sĩ về bang giao quốc tế, Harvard hứa cho vợ bạn hưởng học bổng toàn phần và sau khi lấy đươc bằng tiến sĩ về ngành ngoại giao họ cũng sẽ mời về trường cùng thời gian dạy học như bạn. Sẵn có đông đủ anh em nghe tôi nói, hai trường này họ giàu lắm, cho mình vài chục triệu chẳng nhằm nhò gì hết. Hiếu quá may mắn và có vợ bạn theo tha hồ mà sang Mỹ thường xuyên hàng năm, không chỉ một hai trường đại học mời mà còn có cả chục hay nhiều hơn mời bạn thuyết giảng. Mỗi bài thuyết giảng họ trả công cho bạn vài chục hay trăm ngàn hay cả bạc triệu là một chuyện bình thường ở Mỹ, nếu thật sự có tài. Tôi có số điện thoại của vợ bạn, tôi sẽ gọi điện thoại sang Áo chúc mừng vợ bạn sanh hai cháu trai mẹ tròn con vuông, tôi sẽ biếu cho hai cháu hai chục ngàn USD để mẹ chúng mua sắm cho bê bi.

Khi tôi biết có ngày cưới, tôi sẽ bút vé máy may và có rủ mấy bạn biết Hiếu ở Cần Thơ và Sóc Trăng cùng đi tham dự để bạn thấy chúng tôi luôn ủng hộ bạn. Tôi xin hỏi các bạn trong nhóm của Hiếu có cần hỏi, tôi biết sẽ giải đáp ngay. Bốn anh chị nói lời cám ơn Robert đã hết lòng giúp đỡ nhóm. Hiếu nói với Robert, trong tuần tới tôi sẽ gặp ông Khoa Trưởng và Hội Đồng Giáo Sư của Trường Y báo cáo mọi chi tiết nhóm chúng tôi tiếp xúc với bạn ngày hôm nay vì chúng tôi trong tương lai sẽ được trường mời vào Ban Giảng Huấn của trường sau khi chúng tôi nghiên cứu và thực nghiệm xong các đề tài bịnh lý. Xin cám ơn Robert, xin gặp lại sau, bai bai.

Cả nhà thật vui mừng biết rõ chương trình tương lai sẽ làm gì và Josephine nói sẽ thông báo cho Caroline trong ngày mai nội dung buổi họp hôm nay và nói:

- Tôi và Caroline có hy vọng học lấy bằng tiến sĩ bang giao quốc tế ở Mỹ rất có giá trị. Chúng tôi lo nuôi dạy con và lo học sẽ cũng đỡ buồn. Khi nào nhớ chồng quá thì mua vé máy bay sang thăm chừng một tuần rồi trở về Mỹ lo học và nuôi dạy con. Josephine hỏi anh Trai, em tính như vậy có được không? Trai nói một tuần thì ít quá cho anh xin thêm ba ngày nữa cho đủ chục ngày. Hiếu nói, em thấy cũng còn ít ngày quá, thôi mình xin hai bà cho hai ông chồng xin thêm đủ hai tuần rồi sẽ quay về Mỹ. Anh ba Trung của Hiếu nói, chú út tính như vậy coi bộ hay đó. Nhưng hai tuần cho một tháng và cái hai tuần cho một một năm coi bộ găng. Còn anh chị khoẻ re, ban ngày lo làm việc khoa học ban đêm lo phục vụ chuyện sanh con cũng khá hay đó. Còn Bernard thì sao? Bernard nói, em thì ban ngày lo làm việc, tối ôm gối nằm mơ thấy vợ đang giảng bài cũng đề huề phải không Tuyết Trinh?

- Chồng em nói phải, mà cái điệu này em làm đơn xin nghỉ không lương ba năm để sang Mỹ học tiếp lấy Cao học ngôn ngữ học và biết đâu em có trớn xin nghỉ thêm ba năm học lấy tiến sĩ về dạy đại học coi bộ hay phải không anh Bernard?. Hiếu nói, nhóm của mình chưa có thư ký, em sẽ đề nghị trường tuyển chị Tuyết Trinh làm thư ký của nhóm vừa có tiền lương vừa có thì giờ anh Bernard mở lớp tối dạy chị tư thì hết sẩy. Minh Tâm vọt miệng, chú út rất nhạy bén, gia đình mình và vợ chồng anh Trai sẽ hốt hết mọi thứ nhà trường ưu ái cho nhóm. Cả bọn cùng cười và ăn uống cho gần tới mười một giờ mới chia tay. Hiếu nói đêm nay em vui nhứt nên cái vụ rửa chén để em lo, anh chị cứ về nghỉ. Mẹ và chị hai cũng đi nghỉ sớm. Con rửa chén xong con quay ra lau nhà, lau nhà bếp, đổ mồ hôi rồi đi tắm và vào ôm gối ngủ nằm mơ ngủ thấy đi qua Áo ngủ với vợ. Josephine nói, mit tơ Hiếu tính coi bộ gọn, chắc Caroline nhảy mũi.

Sáng sớm chúa nhựt, sau khi ăn sáng xong, hai xe của Trai và Bernard lái về Sóc Trăng. Hiếu lấy lại hai bịt xoài Hoà Lộc đem qua xe mình. Mẹ và chị Hai theo xe của Bernard về Sóc Trăng.

Vào nhà, Hiếu gọi điện thoại cho Thu Vân, anh muốn gặp em ở Ngã Bảy, anh đón em từ mười một giờ sáng nay có được không, trưa mai anh đưa em về Sóc Trăng. Thu Vân nói, anh bảo em chết, em cũng vui lòng còn bảo em đến gặp anh bất cứ nơi nào bất cứ giờ nào thì em cũng sẵn sàng rất vui mừng hạnh phúc gần gũi bên anh. Em xin phép bố mẹ sửa soạn, rời nhà lúc chín giờ, chừng hơn mười giờ, em có mặt ở Ngã Bảy, em đợi anh ở bến xe. Anh cũng rời nhà lúc chín giờ, em đến sớm hay anh đến sớm thì chúng ta đợi nhau tại quán nước gần bến xe. Bây giờ mới tám giờ, chúng mình cùng đi tắm nghe em và em sửa soạn, trang điểm sương sương, khi vào quán nước ngồi đợi anh hay ngồi trên xe anh, em trang điểm đậm thêm, anh chỉ nhìn em không thôi anh cũng vô cùng sung sướng. Em nhớ mang theo đồ tắm, trưa mình tắm, con trong bụng cũng thích tắm như bố mẹ nó làm cho chúng mau phát triển. Ăn trưa và chiều mình ăn tại khách sạn, không ra ngoài vì anh muốn có nhiều thì giờ gần em. Trưa mai ăn xong, chúng mình mới về Sóc Trăng, sáng sớm hôm sau, anh về Cần Thơ. Em thử bàn trước với bố mẹ coi xem thứ sáu này, bố mẹ và em đến Cần Thơ sáng hay trưa thứ sáu và cùng anh, mình đi Sài Gòn ngủ ở Sài Gòn hay lên khu du lịch Suối Tiên ở một đêm vì anh sắp xa em lâu ngày... Thu Vân nghe đến đây đã hiểu và khóc nức nở. Không có anh em làm sao sống có hạnh phúc. Ông trời thật cay nghiệt đối với em, anh lúc nào, hoàn cảnh nào anh cũng để hình ảnh em trong tim nghe anh? Hiếu nói anh sẽ luôn luôn để hình ảnh em trong trái tim của anh rồi, anh sẽ giữ mãi. Bây giờ đi tắm nghe em, anh không muốn mất thêm thì giờ khi đến Ngã Bảy.

Hiếu đến Ngã Bảy mới có mười giờ mười lăm, thấy một chiếc xe đò từ Sóc Trăng lên đang vào bến đậu cho hành khách xuống. Từ xa, Hiếu thấy Thu Vân bước xuống xe với một giỏ xách đồ ăn. Hiếu đi nhanh tới lấy giỏ xách và chỉ chỗ xe đậu, Hiếu vội vã đi trước sợ có người trên xe đò trông thấy. Cũng may, Thu Vân chưa kịp đi thì xe đò đã rời bến. Hiếu cho giỏ đồ lên xe, mở cửa chờ Thu Vân đến và hôn nhẹ trên mái tóc, Thu Vân ngồi vào chỗ, Hiếu đóng cửa xe lại và chạy đến khách sạn quen thuộc, lấy một phòng VIP và đặt cơm trưa cho hai người với ba món, canh chua cá bông lau, hai con cá rô kho tộ và có thêm thịt ba rọi, bông điển xào tôm thịt. Đúng mười hai giờ bưng lên phòng ăn, trả tiền trước kể cả một chai bia Saigon, một chai perrier.

Vào phòng, Hiếu nói với người yêu, em ngồi để anh ngắm em một chút, trước khi em thay quần áo. Em bây giờ so với anh gặp em lần đầu tại nhà mấy tháng trước, khác xa lắm, em có sức sống, gương mặt tươi vui, em quá đẹp còn hơn các hoa hậu. Hiếu nói vừa dứt vội ôm hôn miệng Thu Vân một cách say đắm, Thu Vân lần cởi áo Hiếu và Hiếu cũng cởi hết áo quần của người yêu máng lên móc. Hiếu nhắc em hãy ngồi cho anh ngắm thêm một chút, với thân hình tuyệt mỹ của em, anh nghĩ bất cứ thằng đàn ông nào có diễm phúc được em chiếu cố thì thằng đàn ông đó cũng bị em đốn ngã quỵ. Hai núi đồi chập chùng của em với hai đỉnh núi hồng nhạt lại quớt cong lên nó thu hút dễ sợ. Em cho anh hôn nó nghe, vừa nói Hiếu cắn nhẹ một bên và bên kia tay se nhè nhẹ làm cho Thu Vân môi tìm môi và ngất ngây nằm lên đôi cánh tay khoẻ mạnh của người yêu. Hiếu đưa Thu Vân lên giường, vội chạy vào toi lết lấy ba bốn khăn nhún nước vắt ráo mang ra cùng với một chiếc khăn lớn trải dưới mông.

Hiếu lau cẩn thận ngực và hạ bộ của người yêu trong lúc Thu Vân dùng một khăn lau mặt ngực và lau thằng bé còn nựng nịu mân mê, thằng bé vụt đứng phắt dậy. Thu Vân lấy tay ấn thằng bé vào dòng nước suối đang chảy, Hiếu đưa hai chân người yêu lên vai với cái thế cũ đó, Thu Vân lăn qua lăn lại, rên khe khẻ, nói nhỏ vào tai người yêu, suối nước của em đã chảy hai lần rồi, còn anh thì sao, anh sẽ mở khoá là có nước ngay. Hiếu tấn công thêm mạnh và mạnh đến khi Thu Vân la lớn em chịu hết nổi rồi anh ơi và Hiếu cũng thở khì và lăn xuống lấy khăn ướt lau sạch bãi chiến trường, ôm nhau ngủ một chặp nghe điện thoại reo. Biết nhà hàng thông báo sẽ mang cơm đến, Hiếu nói chừng mười phút nữa chúng tôi qua phòng ăn. Cả hai vào phòng tắm nhanh, thay đồ qua phòng ăn, từ nhà bếp, một xe đẩy thức ăn đến bàn. Người phục vụ cuối đầu chào, Hiếu móc bóp cho tiền típ gần một trăm làm cho anh chàng phục vụ cám ơn ríu rít, quay lưng đi nhanh.

Sau hơn nửa tiếng làm việc, cả hai mồ hôi ra ướt cả tấm trải giường, đã ngủ gần cả tiếng và tắm mát nên cả hai rất khoẻ, ăn cơm quá ngon, ba món ăn sạch. Thu Vân nói, mình về phòng ăn trái cây và anh gọi họ, cho mình một bình trà nóng mang lại phòng. Vừa đứng lên, Hiếu thấy anh phục vụ vội ngoắc lại và nói cho xin một bình trà ngon mang đến phòng giúp. Hai người đi lửng thửng một chút thấy anh phục vụ mang bình trà đến vội quay về phòng, mở cửa. Cả hai vào phòng, Thu Vân lấy trái cây ra ăn tráng miệng và uống nước trà nóng. Hiếu nói, chúng mình đi vài vòng quanh đây cho tiêu cơm, nghỉ trưa vài tiếng rồi xuống hồ bơi.

Vào phòng, trước khi ngủ trưa, Thu Vân nhắc anh chưa trả bài. Cô giáo nói trò chưa làm xong công tác thì chưa được ngủ. Trò Hiếu biết mình phải làm gì, vội vào phòng tắm lấy khăn nhún nước vắt ráo, lại giường thấy Thu Vân dùng một cái khăn to đậy hạ bộ còn bộ ngực để trần như pho tượng vệ nữ tuyệt tác. Giả bộ nhắm mắt mà thấy hết Hiếu sững sờ đứng lại nhìn, coi bộ thèm thuồng muốn ăn tươi nuốt sống, miệng hình như nuốt nước bọt. Thu Vân thấy tội nghiệp quá, mở mắt ra và nói với người yêu, tất cả cái gì của em đều thuộc quyền của anh muốn ăn, cắn hay làm gì cũng được. Anh ôm em đi, như cái máy, Hiếu cúi xuống hôn ngực, miệng, một bên se đỉnh núi và lướt xuống lạch đào nguyên thấy ướt rồi. Thu Vân ghì thằng bé cho tắm suối, cả hai ngụp lặn khá lâu hơn lần trước cả hai xuất kích cùng lúc và Hiếu lau sạch cho hai người xong, ôm nhau ngủ một giấc hơn hai tiếng. Thức dậy cùng vào tắm, Hiếu ra nấu nước sôi làm bốn hột gà la cót, mỗi người ăn hai trứng với muối tiêu. Hiếu nhắc, em thay đồ tắm và lấy một cái khăn to choàng vào người xuống hồ bơi, anh lấy thêm vài cái khăn nữa.

Thu Vân xuống bậc thang ngồi cho nước ngập tới ngực, khoát nước lên mình. Hiếu xuống bơi một vòng quay lại lặn xuống sâu nắm chân người yêu, lần lên đụng suối nước ngầm, Thu Vân vội nâng mặt Hiếu lên khỏi mặt nước và Hiếu kéo Thu Vân xuống đứng cho nước ngập qua ngực, Hiếu nói anh tập cho em nổi trên mặt nước và có động tác như bơi. Một tay Hiếu xoè ra nâng hạ bộ, một tay nâng ngực và bảo người yêu ngẩng đầu lên, dùng hai chân đập nước và hai tay bơi, chừng vài phút Thu Vân thấy mệt. Hiếu nói, em đứng nghỉ mệt, hai tay nắm vào thành hồ bơi rút hai chân lên, không chạm vào nền hồ bơi. Hai tay em nắm chặt thành hồ, Hiếu từ từ nâng hai chân lên cao, cao dần cho ngang vai, một tay nâng hai đầu gối một tay nâng bụng bảo Thu Vân dùng hai chân đập nước, Thu Vân nói mệt, Hiếu nói em lại ngồi nghỉ các bậc thang để anh bơi thêm vài vòng rồi sẽ tập bơi cho em tiếp.

Hồi nãy, hai tay em nắm chặt thành hồ bơi vẫn còn cao, nước chưa ngập vai, bây giờ hai tay em lại nắm dây phao kéo chùng xuống nước, em cho ngực nằm trên dây phao, rút hai chân lên thế nào cho ngang bằng với thân, với vai và hai chân cứ thế mà đập nước. Từ chậm đến nhanh từ nhanh xuống chậm cho thật mệt mới nghỉ, càng lâu càng tốt sẽ làm cho hai chân thêm dẻo dai.

Anh sẽ tập cho em từ đây cho đến tháng chín, anh sẽ qua Mỹ. Sau này chắc khó gặp lại em, ngày em sanh vào tháng mười hai, cũng có thể anh còn bên Mỹ hay đi nghiên cứu một nước nào đó, anh có thể lợi dụng dịp ra nước khác, anh bay về Việt Nam thăm mẹ con vài ngày, anh phải đi nữa vì công việc đa đoan bề bộn.

Em biết rằng, mỗi tháng anh lãnh hai trăm ngàn USD là phải làm việc cật lực không thể vừa làm vừa chơi được, em thông cảm cho anh. Thu Vân nghe người yêu nói chỉ có biết thở ra mà không dám trách chồng. Nếu nàng là vợ chánh thức như Caroline thì luôn sát cánh bên chồng con thật hạnh phúc. Nghĩ đến đây Thu Vân nước mắt lưng tròng nhìn Hiếu một cách trìu mến, lòng quặn thắt cho số phận hẩm hiu của mình.

Sau một vòng bơi, Hiếu thấy gương mặt người yêu buồn xo, nước mắt đầm đìa ướt cả mặt, Hiếu thấy quá tội nghiệp, vội lại ngồi bên cạnh, khoác nước lên người yêu và ôm hôn miệng nàng thấy mằn mặn vì có lẫn nước mắt trong đó. Hai người đã xuống hồ bơi hơn một tiếng rồi, Hiếu nói, chúng mình về phòng ngơi nghỉ. Thu Vân riu ríu đứng lên vịn người yêu lấy chiếc khăn to choàng vào người, Hiếu dìu về phòng, tắm gội đầu cho cả hai. Thu Vân lau khô ra ngoài trước, ngồi vào ghế sấy tóc, Hiếu ra lấy máy sấy giúp người yêu sấy tóc cho thật khô trong lúc chưa mặc quần áo, thằng bé theo thao tác của bố sấy tóc qua lại lên xuống làm nó cũng nổi sùng đứng lên. Thu Vân thấy vậy cầm lòng không được, nâng niu thằng bé và kéo cha nó lại giường. Thu Vân đè người yêu nằm xuống để em dạy thằng bé. Thế là một trận mây mưa khác lại nổi lên cũng đúng bài bản, cả hai cùng lúc lên đỉnh hạnh phúc.

Thu Vân nằm xuống, nói với người yêu là em đã toại nguyện, có thai mà đến hai bê bi, em cám ơn anh rất nhiều đã giúp em có lý do, con đường sống và yêu đời hơn để nuôi dạy hai con của chúng mình. Em sẽ không bao giờ yếu hèn có ý định chết cho thoát nợ đời như trước nữa. Anh tin em có bản lãnh vì anh vì con mà em sống cho đến một ngày nào đó, em sẽ gặp vợ anh, em nói thật.

Nếu không anh cứu tử giúp em vì em chỉ muốn có con với anh mà không phải làm vợ anh hay cướp vợ anh. Nếu anh từ chối lời van xin của em, không thoả nguyện giúp em có con thì giờ này em đã là người thiên cổ. Em muốn nói cho vợ anh biết, anh không phải là kẻ đốn mạt lừa dối, ngoại tình, cũng tại vì lương y như từ mẫu, anh đã cứu người bịnh mà em cũng là người bịnh sắp chết, mà em lại là bạn học, anh không đành lòng nhìn em chết mà thoả mãn sự van xin của em thì anh mang trọng tội với Thiên Chúa với vợ anh.

Em khẩn khoản van xin anh cho em con, nếu anh từ chối thì xin anh hãy đi cho khuất mắt em, để em chết mà em không oán hờn anh vì anh chung tình chung thuỷ với vợ anh, ai chết mặc xác họ. Anh suy nghĩ thật lâu và cuối cùng vì sự van xin anh ban bố cho em sự sống, anh ra tay nghĩa hiệp và em may mắn sẽ sanh đôi trong tháng mười hai này, sau vợ anh sanh năm tháng. Em sẽ xin vợ anh tha thứ tội lỗi của em đối với chị và em sẽ không bao giờ muốn gặp lại anh nữa. Em nghĩ vợ anh là người có học đã yêu anh hết lòng thì cũng có thể thông cảm tha thứ anh. Thu Vân với đôi mắt đẫm lệ, nói tiếp:

- Nếu trong tương lai mình không sống chung hay gặp lại thì em cũng cam tâm vì em sẽ hưởng hạnh phúc với hai đứa con yêu quý của chúng mình, em thấy con như thấy anh gần em vậy. Số phận cay nghiệt của em vì em đã lỡ lầm không tỏ tình yêu với anh trước nên nay để mất anh, bỏ anh theo bóng hình khác, em ân hận suốt cuộc đời của em. Thu Vân vừa nói vừa khóc trông thểu nảo rất đáng thương.

Hiếu chỉ biết an ủi vỗ về, anh nói thật với em, nếu Caroline không hết lòng với anh hay nàng đã không còn trinh thì chuyện anh yêu em lại không khó cho anh. Nay anh không bao giờ phụ bạc vợ anh và cũng thật trớ trêu, anh cũng không đành lòng xa em và hai con. Anh khổ quá Thu Vân ơi!

- Em đừng khóc nữa, những giọt nước mắt của em như những mũi dao chọc vào tim anh, đau nhói. Yêu em anh cũng khổ, không yêu em lại càng khổ hơn, anh biết chọn làm sao đây.

Với bản lĩnh của người đàn ông, Hiếu nói thật với Thu Vân, chúng mình còn gặp nhau còn chung hưởng hạnh phúc ngày nào chỉ biết ngày đó thôi, ngày mai ra sao anh chỉ còn cậy trông Thượng đế an bày cho chúng ta. Thu Vân gật đầu đồng ý. Cả hai ôm nhau ngủ một giấc khá ngon. Thu Vân nói:

- Từ bé tới giờ, em có biết hồ bơi, tập bơi bao giờ đâu, nay có anh, em lại tập tễnh mà em lại thích. Anh thu xếp giúp em, dạy em bơi thường xuyên từ đây tới ngày anh đi Mỹ. Khi em sanh rồi, con biết đi em sẽ tập cho con bơi để có dịp em nhớ anh. Hiện giờ ở Sóc Trăng cũng đã có xây hồ bơi. Hiếu nói, anh nghĩ những bà bầu nên thường xuống hồ bơi, mình không biết bơi mình đi nước cũng giúp cho cơ thể thêm mát mẻ, thai nhi sẽ dễ quay đầu xuống không bị đẻ ngược rất cực cho sản phụ và nhiều phần phải mổ mới đem bê bi ra lại làm cho bà mẹ phải thêm đau đớn. Vết mổ phải có nhiều thời gian để lành hẵn và chỗ vết cắt dù có lành và tương lai khi sanh nữa cũng dễ bị rách tại vết cắt trước lại tội nghiệp cho sản phụ. Hiếu nói, anh có đọc sách y học về các biến chứng của các sản phụ lại càng thương yêu vợ nhiều hơn vì sau hơn chín tháng mang nặng đẻ đau lại có con phải cực thêm ít nhứt cũng năm năm.

Khi con lớn đi học mẫu giáo trở về sau đở vất vả chăm lo con lại có cái lo khác khi con lớn khôn. Như em, năm nay cũng qua tuổi hai mươi mốt mà ba mẹ cũng phải lo lắng chăm sóc em, anh thấy tội cho ba mẹ cũng vì yêu quý, xem em là viên ngọc quý nên ba mẹ phải hy sinh không hề than thở và trách hờn em gì cả. Thấy anh yêu thương em càng nhiều ba mẹ lại mừng, còn nói với anh:

- Bây giờ Thu Vân chỉ còn biết nghe lời anh, còn lời giáo huấn của ba mẹ, em không quan tâm, có phải vậy không em?

- Ba mẹ có nhận xét đó quá đúng, chí lý, nếu trước đây mà anh ngoảnh mặt làm ngơ là em chết lập tức dù mang tội bất hiếu, anh có hiểu lòng dạ em không? Bây giờ trên đời này, chỉ có anh làm em vừa yêu vừa kính vừa xem anh như vầng thái dương, như sao bắc đẩu dẫn dắt em đến con đường sống, con đường hạnh phúc.

Cả hai nói chuyện một chập cũng khá lâu, ôm nhau ngủ một giấc khá ngon. Thức dậy, nhìn đồng hồ thấy chỉ hơn năm giờ. Hiếu kéo tấm đắp ra, thấy pho tượng thần vệ nữ lồ lộ, Hiếu lại mơn trớn nựng nịu làm cho thằng bé cựa quậy đụng vào người yêu. Thu Vân cũng nổi hứng lên, máu chạy rần trong cơ thể, hai tay nàng se lắc, nhồi lên xuống làm cho thằng nhỏ chóng mặt cần phải tắm và được thoả mãn kéo dài đến trên nửa giờ vì chất nhờn kể như chưa sản xuất kịp và cuối cùng cũng tiến đến đích yêu đương, cả hai mệt lả, nằm nghỉ chừng nửa tiếng. Hiếu bốc điện thọai gọi cho bữa ăn chiều với ba con tôm càng to nướng ăn với bún và một tô súp măng cua, hai chai bia Heineken, chỉ một món tôm càng nướng cũng đủ no rồi và cho tráng miệng hai chén chè, cô thu ngân nói, có chè đậu trắng với nước cốt dừa. Hiếu nói đúng rồi và Hiếu gọi thêm cho một dĩa nhỏ gõi gì cũng được mang lên trước và bia.

Hai người vào tắm xong, Thu Vân trang điểm đậm thật bắt mắt, diện bộ đồ mới may rất đẹp khoe với người yêu. Thu Vân nói:

- Em muốn diện đẹp và chỉ muốn dành riêng cho anh ngắm em thôi, anh là thần tượng là ân nhân của em, anh có thấy điều đó không? Anh hiểu, từ rày về sau, mỗi lần em gặp anh, em nên diện đồ mới cho anh ngắm anh khen, vì dưới con mắt anh, em là tất cả cái gì đẹp nhứt trên đời này chỉ có em mang đến cho anh chiêm ngưỡng.

Có tiếng điện thoại reo, Hiếu vội nói, bưng thức ăn ra nhà ăn, nên cho bia và gõi, kế là súp, sau cùng mới mang tôm đến nướng cho chúng tôi ngữi được mùi thơm của tôm toả ra. Nhà bếp dạ vâng chúng tôi hiểu, sẽ làm đúng như vậy.

Cả hai ra khỏi phòng, đi lửng thửng ra ban công nhìn cảnh hoàng hôn, trời vừa tắt nắng, chim cò bay về tổ ấm tại các lùm cây cao trước mặt trông rất sống động của một chiều quê. Hiếu đưa Thu Vân đứng tựa vào ban công, bảo em nhìn xa nghiêng nghiêng, chàng lui lại hàng chục bước, bảo em đứng yên cho anh ngắm em, sao em đẹp như thiên thần trước mặt anh. Em nhìn qua hướng khác và từ từ nhìn lại anh chàng bán than đen đúa xấu trai. Thu vân vội cải chính liền:

- Ai chê anh là chàng bán than, bỏ anh ra, em ôm, em hốt liền mang về nhà tha hồ mà tôn thờ suốt đời em, anh có chịu cho em tôn thờ anh không?

- Hiếu gật đầu. Xe nhà bếp cũng vừa đẩy đến bàn ăn và mở đèn lên sáng choang, hai cô cậu trở lại bàn ăn, Hiếu kéo ghế cho người yêu ngồi trước và khui chai bia ra xong mới ngồi xuống. Hiếu nhìn người yêu say đắm và nói, chiều nay, anh chỉ ngắm em và uống bia không cần mồi đưa cay gì nữa vì sắc đẹp tươi mát mỹ miều của em cũng đủ làm anh ngây ngất là mồi nhậu tuyệt vời cho anh rồi. Thu Vân nói:

- Anh yêu của em đừng cho em đi tàu bay giấy nghe. Bây giờ anh uống bia trước, em sẽ uống ngay chỗ môi anh vừa chạm vào ly, em muốn hốt hết, uống hết cái tinh hoa cái sự yêu đương của anh dành cho em. Hiếu múc ra hai chén súp, cho vào một chút dấm đỏ, đưa cho người yêu múc ăn. Hiếu múc súp thêm lần thứ hai cả hai cũng ăn nhanh vì cả hai cũng đói vì làm việc nhiều. Hiếu nâng ly rượu lên uống thêm một ngụm và đưa ly bia cho người yêu uống thêm tí ti và nói:

- Hôm nay anh tưởng thưởng nàng thơ của anh là thần vệ nữ lại chọn anh bán than giao duyên đậm đà anh quá sung sướng, anh cám ơn em thật nhiều. Em đưa anh chàng bán than lên động hoa vàng, động thiên thai. Chàng bán than lạc lối đào nguyên lại không biết đường về, nên sẽ thức trắng đêm nay với thần vệ nữ:

- Em sẵn sàng, anh vui, hạnh phúc là em vui hạnh phúc, anh đâu em đó, ở động thiên thai cả tuần em cũng chịu sá gì thức trắng đêm nay. Em đề nghị:

- Sáng thứ sáu tuần này, em nài nỉ ba mẹ đi lên Cần Thơ cho em gần anh, chiều anh chở ba mẹ và em lên Sài Gòn cho em hưởng đêm Sài Gòn với anh. Sáng anh vào bưu điện nói điện thoại xong, chúng ta đi ăn sáng tại một nhà hàng sang trọng. Hiếu nói như vậy, anh cho em thưởng thức một đêm khách sạn năm sao Continental. Sáng mình ăn sáng ở đó luôn, mình phải tập ăn nhà hàng tây hay các món ăn Âu Mỹ. Thu Vân nói:

- Như vậy, anh đãi em và ba mẹ một đêm, tạm gọi là nhất dạ đế vương, em quá hãnh diện và ba mẹ cũng có dấu ấn đặc biệt với anh.

Đến món gõi cũng có bánh phồng tôm ăn kèm, Hiếu gắp gõi đút cho người yêu, Thu Vân chỉ ăn một nửa và dành một nửa cho người yêu. Hiếu hiểu ý người yêu và các đũa gắp sau cũng làm như vậy, món gõi lại càng ngon, hai người uống hết một chai bia. Hiếu bấm chuông, người phục vụ mang đến một bếp lửa than chỉ nướng một con, mùi thơm của vỏ tôm bay toả, anh phục vụ xẻ con tôm ra làm đôi, trét bơ lên để thêm chừng một phút, cho bơ chảy thấm ướt thân tôm, gắp ra dĩa và đem lò than để xuống sàn cách bàn chừng hai thước và nói, ông bà ăn xong bấm chuông tôi đến.

Hiếu khui chai bia thứ hai, đưa cho người yêu uống trước và Hiếu uống một ngụm thật ngon cũng chỗ môi người yêu vừa chạm vào ly. Hiếu cắt ra một miếng tôm khá lớn, chấm vào sốt đút cho người yêu ăn trước và phần còn lại Hiếu cho vào miệng cảm thấy miếng tôm nướng thêm thơm ngọt vì có môi miệng, nước bọt của người yêu dính trong đó. Phần tôm còn lại Hiếu xé ra cho vào dĩa và lấy hai cái tô cho một ít bún và rau dưa, gắp tôm cho vào tô và chang một ít nước mắm vào. Riêng tô bún tôm của Hiếu, cho thêm cả nửa muổng ớt bằm tỏi rất thơm và cũng rất cay, Hiếu đưa tô bún tôm chưa cho ớt vào cho người yêu và nói, em ăn thử coi có vừa ăn chưa, tuỳ em cho thêm nước mắm hay thêm ớt và nhớ cho thêm đậu phộng rang đâm nhuyễn thêm thơm ngon. Em ăn tự nhiên cho anh ngắm em nhai anh nhậu cũng thấy đã rồi. Thu Vân ăn thật ngon vì cả ngày đã lao động đổ mồ hôi đến bốn xuất và còn tập bơi nữa. Hiếu uống thêm vài hớp nữa rồi ăn rất ngon lành, một cái vèo hết sạch. Thu Vân bấm chuông, anh phục vụ lật đật đi đến, mang bếp than lên, nướng luôn hai con, cũng xẻ tôm ra, trét thật nhiều bơ, khi bơ thấm đều, người phục vụ xin phép cho anh ta bóc vỏ tôm và xắt ra từng miếng nhỏ cho vào dĩa để dùng ăn với bún, một con tôm để nguyên cho hai người ăn chơi và uống bia.

Cả hai cảm thấy no và cũng ăn thêm chén chè đậu trắng với nước cốt dừa cho thêm sức thức trắng đêm nay. Thu Vân bấm chuông, người phục vụ đến, Hiếu nói cho bình trà ngon mang vào phòng ngủ và móc bóp cho tiền típ thêm mấy chục nữa bằng tiền lương một tháng. Cả hai nắm tay nhau đi dạo quanh bên ngoài khách sạn và vào khách sạn cũng ra ban công ngắm nhìn quang cảnh chiều tối ở nhà quê thật vắng vẻ đìu hiu. Vào phòng, Hiếu mở tất cả đèn lên sáng trưng, kéo ghế cho Thu Vân ngồi và Hiếu nói:

- Anh chấm Thu Vân là hoa hậu của riêng anh, em có chịu không.

- Dạ em chịu, Thu Vân nói. Anh rót nước trà anh mời em uống và em cứ ngồi yên cho anh ngắm cho đã. Anh sẽ cởi áo em ra cho anh chiêm ngưỡng hai đồi núi chập chùng. Thu Vân nói anh phải đứng sát trước mặt em, em sẽ khám con anh coi còn trinh hay mất trinh rồi, em dạy cho nó một bài học nghe anh. Hiếu gật đầu, tiếp người yêu Hiếu tháo dây thắt lưng và Thu Vân cởi hết nút quần, bảo Hiếu ngồi ghế, nàng cỡi giày, cởi quần người yêu và Hiếu đã cởi hết áo ngoài và áo lót. Thu Vân chọc giận thằng bé hùng dũng đứng lên, nàng dìu chàng lại giường đè nằm xuống. Thu Vân vào toi lết nhún đến sáu cái khăn ướt vắt ráo, mang lại giường, lau mặt mày tay chân và lau thằng bé cẩn thận nó vẫn đứng nghiêm chờ lệnh. Thu Vân trong thế còn đứng tự lau thân thể mình và lau kỹ hai hòn núi lửa và lau cả hạ bộ xong. Thu Vân nói, em hôn thằng bé và ưỡn ngực tới để cho người yêu xoa bóp. Khi lạch đào nguyên rịn nước, Thu Vân nằm xuống cho thằng nhỏ tắm chừng hơn năm phút, nàng rên khe khẻ em chịu hết nổi, xả nước trong lạch đào nguyên cho chảy ra. Hai tay Hiếu ôm chặt mông người yêu kéo mạnh xuống và kéo lên xuống dồn dập, Thu Vân nói nước đã chảy tiếp, hỏi anh tới đỉnh chưa, Hiếu nói mới lên hơn nửa chừng núi, em phải tăng thêm tốc độ, anh cũng sẽ theo bước em đi, Hiếu rên khẻ, anh lên tới đỉnh rồi.

- Em sung sướng quá anh ơi, em cũng đã lên đỉnh rồi, chúng mình vừa hoàn thành nhiệm vụ. Thu Vân lăn xuống, cả thân người ướt như tắm, Hiếu ngồi dậy bảo nàng nằm yên, chàng lấy khăn khô lau trước cho khô mồ hôi và tiếp lau khăn ướt cho thêm mát và hai người ôm nhau ngủ đến mười giờ thức dậy đi tắm.

Hiếu nấu nước sôi làm bốn cái hột gà la cót, và ăn với muối tiêu, Hiếu còn ăn thêm hai hột gà sống cho mau sản xuất chất nhờn. Cả hai nắm tay nhau ra ban công nhìn lên nền trời và đố nhau, nơi nào là sao cày, sao hôm sao mai mọc ở đâu. Thu Vân hoàn toàn không biết vì chưa bao giờ ra ngoài ngắm sao trời như đêm hạnh phúc hôm nay. Hiếu vào nhà ăn đem ra hai cái ghế cho cả hai ngồi chơi hơn nửa tiếng, Hiếu nói ở ngoài trời lâu quá, sợ em bị cảm lạnh vì em không khoẻ mạnh như anh, chúng mình đi vào phòng nghe em. Thu Vân gật đầu. Hiếu mang hai ghế vào chỗ cũ. Vào phòng lấy thêm hai bịt sữa tươi cùng uống cho khoẻ và chúng mình tiếp tục trận chiến, nằm bên người yêu, Hiếu kể lại, hồi học lớp mười Hiếu đã để ý đến Thu Vân.

Lúc bấy giờ, thân hình em còn suông đuột chưa lộ rõ ba vòng như lúc em vào cuối năm lớp mười một và lớp mười hai, em trổ mã đẹp lộng lẫy. Anh đã mê em mà em có biết không?

- Thu Vân nói em cũng có linh cảm anh để ý đến em và chưa dám nói là anh yêu em mà em muốn làm quen, anh cứ giả câm giả điếc. Không biết anh còn nhớ có lần em từ ngoài cửa vào thấy anh đang nhìn ra cửa, gặp em anh cụp mắt xuống và còn quay mặt sang hướng khác, em tức quá tự nói:

- Hôm nay em diện đẹp cho anh chiêm ngưỡng mà anh lại làm ngơ, em giả bộ đá mạnh vào chân anh và em xin lỗi, anh còn nhớ không?. Hiếu ồ lên một tiếng, anh còn nhớ chớ và từ đó chân anh có tật, bây giờ anh bắt đền em xoa bóp chân anh. Thu Vân cười tươi như hoa mới nở. Em rất tức, ai cũng khen em đẹp mà anh lại làm phách không khen em mà còn ngoảnh mặt làm ngơ cho mãi thi xong bằng trung học phổ thông. Em biết anh nộp đơn thi vào trường Y, em cũng muốn theo học cùng trường với anh nữa coi anh có để ý em, có dám hé môi với em không?

Một ngày kia, em buồn quá, em nhìn vào gương thấy mình vẫn đẹp, ngực bây giờ nổi cao lên của tuổi dậy thì. Em tự cảm thấy mình đẹp tại sao cái anh lọ lem này lại dửng dưng xem em như ma quỷ hay hà bá ghê khiếp không nói với em một lời. Em buồn quá, em có nói với con Ngọc Diệp, Ngọc Huệ và vài bạn nữa, anh Hiếu học giỏi mà làm tàng, tao yêu anh mà anh luôn làm ngơ.

Tối hôm đó, các bạn rủ đi chơi, em gặp cái thằng cốt đột lưu manh, với cái miệng dẻo đeo khen em hết mọi cái, còn rủ lên Sài gòn học tự do chẳng có thi cử gì cả. Lần thứ nhất, qua lần thứ nhì, thứ ba, em xiêu lòng. Nó rủ em theo nó lên Sài Gòn chơi, lựa đúng ngày thi vào đại học, lên Sài Gòn ở nhà bà con em, nó để em yên.

Khi trở về Sóc Trăng, em mất cơ hội dự thi vào đại học, em buồn quá lại bị bố mẹ rầy thi đại học không lo thi mà chỉ có lo đi chơi thôi. Em đang buồn, nó lại đến cứ tỉ tê bảo em đem theo hết vòng vàng mình lên Sài Gòn xây tổ uyên ương và hai đứa cùng đi học đại học. Ở Sóc Trăng, ai cũng biết nó là con đại gia giàu lắm và có cái mã đẹp trai, cao ráo trắng trẻo nên đã hại hết ba bạn gái học trước em một hai lớp. Nó vét sạch tiền và đuổi đi, sau này em mới biết. May là ba cô đi trước em không cô nào có con với nó. Và khi em vào tròng của nó mà em lại đẹp, bố mẹ lại thương, cứ hàng tháng gởi tiền đều đặn để em tiêu xài và thỉnh thoảng nó ngồi cạnh bên bảo em viết thơ xin thêm tiền để mua cái này cái nọ và dùng địa chỉ khác mà bố mẹ đâu có để ý em thay đổi địa chỉ. Anh đã biết hết rồi, em từng kể cho anh nghe. Thôi em xì tốp chuyện buồn khổ xưa, chúng mình yêu nhau lúc nào hay lúc nấy phải không anh? Hiếu gật đầu. Thu Vân nói tiếp:

- Chuyện tình của em sao quá phũ phàng, anh là vị cứu tinh của em. Em có can đảm tỏ bày với anh là em muốn có con với anh để em có mốc sống vì con. Nếu anh từ chối em sẽ huỷ hoại đời em mà em không hối tiếc.

Nói một hồi, cả hai cũng chìm dần vào giấc ngủ thật ngon sau một ngày bơi lội trong hồ và bơi trên giường cũng khá mệt. Thức dậy, Hiếu lấy sữa tươi uống. Thu Vân cũng thức dậy, Hiếu đem sữa cho nàng cùng uống, trời sáng hẵn nên cũng ngừng chiến dù sự ham muốn vẫn còn cao.

Hiếu nói, em bước qua tháng thứ năm cho tới ngày sanh, anh gần em phải rất nhẹ nhàng, không làm sôi nổi sợ ảnh hưởng đến bào thai và tần suất gần gũi phải giảm dần. Thu Vân gật đầu đồng ý với lời dặn dò của người yêu.

Hiếu pha cà phê cùng uống và trong túi xách còn ba quả hột gà. Hiếu cũng làm la cót cũng ăn với muối tiêu và Hiếu mải mê nhìn người yêu sao thấy dễ thương quá, ôm nàng mơn trớn. Nàng như vào cơn mê, không cưỡng được sự ham muốn và cũng tự biết phải tranh thủ gần người yêu càng nhiều càng tốt vì sẽ có ít cơ may gặp lại. Thu Vân tự động cỡi áo Hiếu ra, Hiếu cũng cỡi áo người yêu ra lộ một bộ ngực có hai đỉnh núi cong vớt lên như mời gọi, chàng cuối xuống hôn từ từ lên đỉnh cả hai phải luân phiên làm chủ chiến trường và trận cuối cùng cũng kéo dài cả nửa tiếng, kết thúc sau sáu giờ sáng.

Sau khi lau sạch sẽ, Hiếu lấy thêm cái áo dài tay mặc cho người yêu, còn Hiếu chỉ một đồ ngủ cũng đủ ấm, cả hai đi ra ngoài đi tới lui ra ban công nhìn trời đếm sao còn sót lại chưa lặn và nhìn mây trôi cho vui. Coi lại đồng hồ, gần bảy giờ, Hiếu vào thay quần áo, bảo Thu Vân cứ mặc như vậy cũng kín đáo rồi, khoá cửa phòng xuống xe chạy lại quán bánh canh giò heo mua hai phần đem về phòng ăn và Hiếu đặt thêm tám phần và hai phần giò không có bánh canh, mười hai giờ trưa chạy lại lấy. Trả tiền trước hết rồi, lái xe về khách sạn, vào phòng ăn bánh canh giò heo còn nóng hổi rất ngon. Hiếu xé từng miếng thịt giò đút cho người yêu ăn. Thu Vân nói, anh chăm sóc cho em như thế này, cả đời em làm sao quên tình nghĩa anh đối với em.

Hiếu chăm sóc kỹ từ miếng ăn cho người yêu cho nên cả đêm xuất trận nhiều lần mà nàng cũng cảm thấy khoẻ. Thu Vân nhận xét thầm trong lòng:

- Hiếu, một mẫu đàn ông vô cùng xuất sắc, lý tưởng về chuyện giao hợp, chỉ lo không đủ chất nhờn cung cấp, một đêm giao chiến bốn lần là chuyện bình thường, còn lục lục thường tài một đêm chỉ hai ba lần, mắt đã đổ ghèn rồi. Thế mới biết người ta yêu nhau sống chết không bỏ nhau cũng vì có sự hoà hợp khoái cảm về xác thịt là điều kiện tiên quyết.

Ăn hết tô bánh canh tổ chảng với ba bốn cục giò lớn và còn thịt rời nữa, đầy đủ chất lượng. Ăn xong, Hiếu pha cà phê uống tiếp, Hiếu cỡi áo quần ra chỉ mặc quần đùi và áo lót, Thu Vân thấy bụng của Hiếu nổi lên sáu múi trông cũng gồ ghề và ngực nở nang, hai tay có hai con chuột trông rất khoẻ mạnh. Hiếu đi ra ngoài thở hít không khí trong lành buổi sáng, Thu Vân vẫn không đóng cửa nhìn người yêu đi tới lui trong nhà ăn đến ban công hàng chục lần, thầm khen chàng thật sự khoẻ mạnh và lại có bộ phận sinh dục cũng thuộc vào loại cao thủ võ lâm. Nếu cô nào gần chàng chắc chắn sẽ mê chàng chết bỏ. Đang nghĩ vẩn vơ, Hiếu trở lại vào phòng khoá lại. Hiếu nói tự nảy giờ em ngắm nhìn anh, có đúng vậy không? Người yêu gật đầu.

Bây giờ em cho anh ngắm lại em nghe, vừa nói, Hiếu đứng trước mặt Thu Vân, cỡi áo ra ngắm nhìn hai đồi núi với đỉnh núi cong quớt hấp dẫn lạ kỳ, nhìn không chán mắt. Thu Vân thấy thằng nhỏ nhúc nhích cục cựa, Thu Vân kéo tuột quần xà lỏn xuống, hai tay se, nhồi lên kéo xuống cứng ngắt. Thu

Vân thấy hết chịu nổi, kéo Hiếu lại giường, em sẽ chỉ huy trận này nghe anh và dưới tài chỉ huy của người yêu cũng kết thúc trận chiến một cách tốt đẹp. Cả hai vào phòng tắm gội đầu, lau khô. Hiếu mặc quần áo đàng hoàng đứng trước mặt người yêu sấy tóc giúp nàng. Nhìn đồng hồ mới qua tám giờ mà đợi tới mười hai lấy bánh canh thì lâu quá mà từ tám chín giờ là giờ cao điểm đông khách. Hiếu phải né tránh, gọi xuống văn phòng hỏi có số điện thoại tiệm bánh canh giò heo, cô tiếp tân, cho biết, tôi sẽ cho ông số điện thoại tiệm bánh canh.

Hiếu gọi gặp bà chủ. Hiếu nói hồi nãy tôi lấy hai phần, còn lại tám phần chính và hai phần phụ trội, đến mười hai giờ mới lấy. Bây giờ, tôi phải rời khách sạn sớm, bà làm ơn cho ai đó giúp mang lại khách sạn, trong vòng một tiếng, càng sớm càng tốt. Tôi sẽ cho típ hậu hĩnh người mang bánh canh đến khách sạn, tôi sẽ đợi tại phòng tiếp tân. Bà chủ nói chừng nửa tiếng nữa tôi cho người mang đến cho ông. Hiếu nói với cô tiếp tân, cho tôi xin một bình nước trà nóng mang lên phòng. Tôi biếu cô mười đồng đủ ăn hai tô bánh canh giò heo và cô giữ giùm hai mươi đồng cho cậu mang bánh canh đến. Cô cho người lên phòng kiểm lại thức uống và tính tiền luôn, còn bình nước trà để tại phòng tiếp tân, tôi thu xếp xong sẽ xuống đây uống trà và đợi lấy bánh canh.

Nói xong Hiếu lên phòng và có người bồi phòng lên kiểm soát thức uống, Hiếu ôm Thu Vân hôn cho đã và nói em là mãi mãi là hoa hậu của anh nghe em? Thu Vân gật đầu.

Thu Vân diện bộ đồ mới mà nàng mới mặc chiều hôm qua, nay về nhà chắc bố mẹ rất hài lòng con gái mình càng ngày càng đẹp. Hai người ra khỏi phòng xuống phòng tiếp tân, mười bịt bánh canh có sẵn trên bàn cùng với một bình trà nóng và hai cái tách uống trà Hiếu rót ra đầy hai tách mời em uống và Hiếu cũng rất khát uống hết một ly vì trà cũng để lâu nên cũng nguội, Hiếu uống thêm một tách nữa. Hiếu và người yêu vội ra xe cho thức ăn lên xe và chạy về Sóc Trăng, Hiếu nói, anh biết em mệt, buồn ngủ cứ ngủ một giấc là mình về tới nhà.

Mới có mười một giờ rưỡi, Hiếu dừng xe trước nhà mà Thu Vân vẫn chưa thức, Hiếu đậu xe đợi chừng mười lăm phút, trong nhà chị bếp thấy có xe đậu trước nhà, vội ra xem coi xe ai. Thấy cậu Hiếu lật đật mở cổng, Hiếu mở cóp sau chị bếp lấy mười bọc bánh canh mang vào nhà. Lúc bấy giờ Hiếu mới đánh thức Thu Vân dậy, nàng dụi mắt và nói tới nhà rồi sao. Hiếu nói, anh đậu xe hơn mười lăm phút, chị bếp ra mang thức ăn vào nhà rồi. Em dụi mắt cho tỉnh táo xuống xe vào nhà, anh chạy lại văn phòng xã gởi xe, anh đi bộ về nhà. Hiếu chạy qua mở cửa cho Thu Vân xuống, mẹ từ nhà sau lên thấy Thu Vân diện kẽng quá, hỏi Hiếu đâu rồi, mẹ không thấy. Thu Vân thưa anh Hiếu đi gởi xe ở văn phòng xã, anh Hiếu lái xe, mở máy lạnh, con ngủ hồi nào không biết. Về đến nhà, anh để cho con ngủ tiếp cho đến lúc chị bếp ra mở cổng mang hết bánh canh vào nhà. Anh mới đánh thức con dậy, con vào nhà, anh đi gởi xe, anh đang đi về tới rồi mẹ. Hiếu vào nhà vói khoá cửa lại, vào phòng khách, gặp mẹ khoanh tay cúi đầu chào mẹ. Chị bếp chặt hai trái dừa lửa cho hai con uống giải khát.

Thu Vân ngủ một giấc đã quá phải không, còn con rể của mẹ đi vào trong nằm nghỉ một chút rồi cùng với bố mẹ ăn bánh canh. Hiếu cám ơn mẹ vào phòng, Thu Vân ngồi với mẹ và nói anh Hiếu sắp đi Mỹ ký hợp đồng dài hạn làm việc với hai trường đại học nổi tiếng, đến sáu năm. Con sắp xa anh Hiếu, mẹ thương con giúp con nghe mẹ. Con đã khổ vì bị kẻ lưu manh đốn mạt hành hạ thân tàn ma dại. Nay vừa hưởng chút hạnh phúc và may mắn con có bầu đến hai bê bi cũng là một an ủi một hạnh phúc anh Hiếu dành cho con. Nay anh Hiếu lại xa con, Thu Vân vừa nói mà hai hàng nước mắt chảy ròng ròng, mẹ đưa giấy cho con gái lau nước mắt. Ba con đi công việc đến mười hai giờ rưỡi hoặc một giờ mới về đến nhà, mẹ con mình đợi cho Hiếu ngủ một chút và đợi bố về ăn bánh canh và cho Hiếu nhậu với bố, có người tặng cho bố hai chục nem chua nữa. Con mặc bộ đồ này quá đẹp, con đẹp còn hơn hoa hậu năm nay, mẹ nói thật, không cho con đi tàu bay giấy đâu. Chút nữa con cho ba thấy con gái rượu diện đẹp quá, ra đường chẳng thua ai hết, bố con thích con ăn diện đẹp, mẹ cũng vậy. Con đừng sợ tốn tiền, mẹ cho con tiền, mỗi lần con hẹn gặp Hiếu, con nên mặc đồ mới, đồ đẹp.

Mẹ ơi! hai tâm hồn lớn gặp nhau, hôm qua con mặc bộ đồ này, anh Hiếu khen con đẹp và nói con mỗi lần hẹn gặp anh nên mặc đồ mới, đồ đẹp để anh ngắm, anh chiêm ngưỡng, nay mẹ nói y chang, con cám ơn Mẹ. Con đã trót dại một lần mà ba mẹ tha thứ tội lỗi của con. May mắn con gặp anh Hiếu yêu thương con thật lòng từ hồi học lớp mười, mới mười sáu tuổi, anh Hiếu nói lúc bấy giờ thân hình con suông đuột mà anh còn yêu và bây giờ không chỉ yêu mà còn mê mệt trước sắc diện của con, con nghe anh thố lộ tâm sự mà con lại còn yêu anh thêm nữa. Hai mẹ con đang trò chuyện, xe ba về tới, Thu Vân ra mở cửa, ba khen liền con gái cưng hôm nay diện đẹp quá, chắc con làm cho thằng Hiếu đứng tim có phải vậy không?. Thu Vân nói con cám ơn ba thật nhiều, ba khen con diện bộ cánh này đẹp, anh Hiếu và mẹ cũng khen con biết diện đẹp. Ba mẹ cho phép, hàng ngày con ở nhà cũng diện đẹp nghe ba, cho con thấy sắc diện mình không còn tiều tuỵ mà thêm vui sẽ ảnh hưởng nhiều đến hai bê bi trong bụng con. Con nói đúng, con có bầu phải luôn vui ảnh hưởng tốt đến cho hai con của con có gương mặt vui tươi như mẹ nó. Mẹ Thu Vân nói:

- Hai bố con nhỏ to chuyện gì coi bộ tâm đắc quá vậy. Thu Vân nói:

- Ba khen con diện bộ đồ mới đẹp, rất bắt mắt, giống như mẹ và anh Hiếu khen con, chắc trưa nay, con không ăn gì hết cũng đã no rồi mẹ. Từ nay, mỗi ngày con thay đồ mới, trang điểm kỹ lưỡng như con đang làm việc tại một công ty cho ba mẹ nhìn con cho đã con mắt, con bỏ hết mặc cảm tội lỗi, buồn khổ. Mẹ nói:

- Con đưa buồn khổ ra nghĩa địa chôn nó đi, con phải làm lại cuộc đời cho tốt đẹp, cho đáng sống. Mẹ đoán trong tương lai con sẽ có hậu vận tốt vì ba mẹ và cả dòng họ mình chưa bao giờ làm một chuyện thất đức nên con và hai cháu ngoại cùng ba em trai của con sẽ có tương lai tốt đẹp. Con vào bếp nói cháu làm bếp hâm nóng lại bánh canh bưng ra cho bốn người ăn trưa, con lấy nem và lấy rượu và gọi Hiếu thức dậy, bảo nó tắm cho mát ra nhậu với ba.

Thu Vân nói chị bếp hâm lại bánh canh, chị cũng lấy một phần cứ tự nhiên ăn, hâm thật nóng bưng ra bàn, cho một trái dừa hai người uống.

Đánh thức Hiếu dậy, lấy quần áo khác cho Hiếu thay, dìu Hiếu vào phòng tắm, anh tắm xong ra phòng khách nhậu với ba, mọi người đang đợi anh. Hiếu vội ôm hôn người yêu, cởi hết quần áo đưa Thu Vân cho vào sọt, vào tắm và gội đầu xong ra lau mình mặc bộ pyjama mới tinh, Thu Vân mới mua. Nhìn vào gương cũng thấy gương mặt mình sáng không còn đen đúa như anh bán than như hồi học trung học. Ra đến bàn ăn, Hiếu hỏi Thu Vân, anh chàng bán than năm xưa, nay mặc đồ mới có màu sáng, gương mặt cũng bắt chước sáng theo. Mẹ nghe Hiếu nói, cũng nói tiếp:

- Anh chàng bán than đã làm cho Thu Vân mê mệt rồi, nếu là một công tử khôi ngô tuấn tú, đẹp trai, Thu Vân gặp chắc hết thở rồi đó. Hiếu nói chúng con cám ơn mẹ. Ba về đến nhà cũng tắm và thay quần áo ngủ ra bàn ăn. Thu Vân rót ra hai ly rượu mạnh mời ba và người yêu uống có nem chua đưa cay. Thu Vân lột vỏ hai chiếc nem chua đưa ba một chiếc, người yêu một chiếc và nói với mẹ:

- Hai mẹ con mình thử ăn một chiếc nem nghe mẹ, mẹ gật đầu. Thu Vân xé chiếc nem ra làm đôi mời mẹ ăn cùng với ba và chúng con. Bố khen nem ngon, chua vừa ăn mà cũng không mặn lại có ớt có tỏi nữa, ăn rất bắt. Bố nâng ly mời chàng rể hụt cụng ly với mình, cha con mình làm nửa ly nghe con, Hiếu thưa vâng.

Vừa ăn hết chiếc nem, bốn tô bánh canh bưng ra còn đang bốc khói, Thu Vân, bưng ra một tô mời ba, một tô mời mẹ, Hiếu lấy một tô cho người yêu và một tô cho mình. Trên mâm có một dĩa nước mắm và một dĩa ớt xắt mỏng trông thêm thòm thèm. Mỗi tô bánh canh có thêm một cái dĩa trống để gắp giò heo ra cho tiện rẻ ra thịt dễ ăn. Thu Vân gắp một cục giò lớn cho vào dĩa của Hiếu và kéo tô bánh canh của Hiếu lại gần và nói:

- Anh ăn giúp em có thêm sức khoẻ, em ăn không hết. Hiếu cám ơn, nhậu thêm một chút rượu, rỉa thịt và da giò heo ra ăn một cách ngon lành, ba mẹ thấy con rể ăn ngon quá cũng ăn liền và tấm tắt khen. Bánh canh giò heo ở Ngã Bảy Phụng Hiệp, danh bất hư truyền, hai con mua mang về ăn bố mẹ rất thích. Ba thằng em trai con thường nói, anh chị hai có đi Ngã Bảy nhớ mua bánh canh giò heo về ăn. Hiếu nói, con mua tám tô và có hai tô toàn là giò và nhiều hành trần, không có bánh. Ba mẹ ăn xong bánh canh, vợ con vào bếp nhắc chị bếp hâm nóng một tô giò, còn một tô giành cho ba em. Con rể của ba mẹ quá chu đáo nên ba em trai của hai con nói nó mê anh hai, anh hai chịu chơi, thích xài sang, không keo kiệt. Ba nói con trai phải có tánh rộng rãi mới chinh phục người khác như hồi trẻ, ba cũng chơi sang nên mẹ mới mê bố đó. Mẹ Thu Vân quay qua nói với chồng, em xin keo coi ai mê ai. Người ta thấy tội nghiệp, đứng núp trong lùm cây nhìn lén mẹ, thấy đập muỗi lia lịa. Mẹ lại càng thấy tội nghiệp mới ra mời bố con vào nhà chơi vì ông bà ngoại đi ăn đám giỗ trưa mới về. Từ đó, ba mới lấy cớ, mua cái này cái nọ làm quà tặng cho mẹ, làm hết tiền ăn sáng, ba đói lại càng tội nghiệp nên mẹ mới yêu chớ bộ, có phải vậy không ông xã? Mình nói đúng, anh tán tỉnh mình, mình tội nghiệp nên đẻ một lèo luôn bốn đứa mà con gái lớn của bố mẹ có hình dáng nước da trắng bốc giống hệt mẹ con. Ba yêu mẹ con nhiều nên ba yêu con Thu Vân cũng nhiều nữa, hai con có thấy không?. Hiếu thưa, con thấy và hiểu điều ba nói. Thu Vân nói, con xin đa tạ ba mẹ. Bốn tô bánh canh ăn hết sạch, Thu Vân vào bếp, bảo chị bếp hâm một phần giò mang ra. Thu Vân múc ra cho mỗi người đúng một miếng khá to và những thịt rời. Bữa ăn trưa xong, mẹ nói hai con đi nghỉ trưa, bố mẹ cũng đi nghỉ. Hiếu nói, Thu Vân vào phòng trước, anh ra nằm võng một chút xíu cho tiêu thịt giò rồi anh vào sau.

Thu Vân vào phòng cởi hết quần áo ra vào phòng cũng tắm sơ sơ, ra ngoài lau khô, lấy bộ lụa mỏng ra mặc cho người yêu ngắm và xịt dầu thơm trên giường trên gối và xịt vào quần áo cho thêm hấp dẫn. Thu Vân mở đèn sáng trưng, vừa nằm xuống, Hiếu từ ngoài đẩy nhẹ cửa bước vào và khoá cửa lại. Thu Vân đang nằm ngửa vội ngồi dậy, xuống giường ôm Hiếu hôn, Hiếu cởi áo người yêu ra, ngắm nhìn hai quả núi lửa đang bốc khói, kê miệng vào hôn một bên và tay kia se bóp một bên. Thu Vân cởi hết áo quần người yêu và đè xuống giường lên làm tài công lái tàu và cũng y như rằng, nàng phải xả nước suối trước hai lần và lần thứ ba cả hai cùng xả nước một lúc lên đỉnh tình yêu. Sẵn có khăn vắt ráo để trong một cái hộp trên đầu nằm, Hiếu lấy khăn lau sạch cho hai người. Hiếu nằm xuống ôm người yêu cùng đánh một giấc đến gần bốn giờ, thức dậy lại rọ rạy, thằng cu tý chạm vào da thịt của người yêu lại cựa quậy làm cho Thu Vân cũng thức giấc và nói với người yêu, thằng con của anh dễ dạy quá em thích nó để em nựng nịu một chút. Hai tay của Hiếu cũng hoạt động không ngừng. Thế là trận mây mưa thứ hai lại bắt đầu, giải quyết xong chiến trường cả hai vào tắm và thay đồ đi ra ngoài phòng khách, Hiếu ra nằm võng. Thu Vân vào bếp chặt một trái dừa cho Hiếu uống, ba em trai đi học về, đến chào anh hai. Hiếu nói, anh hai biết ba em thích ăn bánh canh, anh chị có bánh canh cho ba em và còn có một phần giò tăng cường. Ba em vào tắm, thay quần áo, một chút chị bếp hâm cho ba em ăn. Ba em cùng nói em cám ơn anh hai.

Bữa ăn chiều hai bố con nhậu bia với nem chua trước và ăn cơm sau. Trong bữa ăn, Hiếu thuật lại mọi chuyện cho gia đình nghe. Hiếu sẽ đi Áo làm lễ cưới xong, sau đó hai vợ chồng Hiếu sẽ bay qua Mỹ ký hợp đồng dài hạn mỗi trường ba năm, nhóm mười chuyên viên chỉ có nghiên cứu một đề tài. Hiện tại nhóm của Hiếu mười người mà Hiếu đã có trước năm người. Hiếu ở Mỹ một tháng là nhằm làm li đơ tuyển chọn thêm năm nhà nghiên cứu nữa, mỗi nước một người: Mỹ, Pháp, Canada, Anh và Úc. Hiếu được ưu ái chấp thuận bốn bác sĩ Việt Nam: Hiếu, Trung và vợ (anh ruột và chị dâu), Bernard (anh rể) và Trai (rể của ông Tổng Lãnh Sự Áo, bạn cùng lớp với vợ chồng anh Trung và Bernard). Tóm lại năm người trong đó chỉ một Bernard quốc tịch Áo. Mỗi tháng mỗi người được trợ cấp một trăm ngàn trong sáu năm riêng trưởng nhóm mỗi tháng được hai trăm ngàn USD có trọng trách báo cáo liên lạc với trường hàng tuần và sáu tháng phải bay về Mỹ tường trình trước Hội Đồng Giáo Sư của trường. Với hợp đồng làm việc ở ngoại quốc dài hạn nên được quyền mang theo vợ con, vé máy bay trường lo, còn ăn ở do cá nhân.

Hiếu nói con dự kiến trong lúc đi công tác như vậy, con cũng có ghi danh thi lấy ít nhứt thêm hai bằng tiến sĩ vì mình nghiên cứu cho trường và lấy thành quả viết luận án tiến sĩ thì cũng khá dễ. Vợ con ở lại Mỹ cũng học lấy bằng tiến sĩ về bang giao quốc tế, mà hiện giờ đã có bằng cao học rồi. Tương lai của con rất sáng sủa, ba em trai muốn anh hai giúp, ráng học giỏi thi đậu vào đai học y, anh có nhiều điều kiện giúp hơn. Còn chị hai và hai con, con có bổn phận lo chu toàn. Em Thu Vân cũng cố hướng dẫn con theo học ngành của bố thì chuyện lo cho con không có gì khó cả.

Bây giờ con xin phép bố, thu dọn cho gia đình con một khu đất trong vườn của bố mẹ để con xây một ngôi nhà bốn năm phòng như là ngôi nhà mát có đủ tiện nghi hiện đại. Ngay bây giờ con chưa có trương mục riêng nên xuất tiền nhiều cũng gặp trở ngại. Khi con ở ngoại quốc, bắt buộc con phải có mở trương mục riêng ở Mỹ để trường trả tiền hàng tháng rót tiền thẳng cho con. Anh nói thế, em Thu Vân hiểu rõ, em và con anh chu cấp đầy đủ hết. Ngay bây giờ, em nghe lời mẹ cứ diện cho tới bến, cứ mặc đồ mới hoài, ba cái đồ cũ em cho về hưu hoặc cho chị bếp, con nói vậy, ba mẹ thấy có được cho vợ con không?. Con muốn khuyến khích vợ con không nên nhớ quá khứ đau buồn mà hãy nhìn về phía trước và nếu có thể sẽ đi học lại, cũng lấy được bằng này nọ cũng ngẫng mặt với đời. Như trường hợp của gia đình anh quá te tua rách nát, bữa đói bữa no, thế mà gặp cơ may phất lên đâu có mấy hồi và căn bản là phải cố học và học phải giỏi. Vợ con học đâu có thua ai, còn sắc đẹp thì còn ăn đứt hoa hậu phải không cậu út. Cậu út đang lơ đãng, giựt mình, anh hai nói đúng. Chị hãy nhìn em, em kéo chị xoay qua hai bên cho mọi người ngắm, em là chủ khảo chấm chị hai hoa hậu số một, mẹ là hoa hậu số hai. Cả nhà cười muốn chết. Cậu út còn móc nghéo cả mẹ nữa. Bà nói: - Tổ mẹ nó, thằng út còn chọc mẹ nữa đó.

- Bố vọt miệng nói, bố nhứt trí với út đó. Hiếu và hai anh cũng đều nhứt trí chị hai Hoa Hậu còn mẹ là Á Hậu bà bà. Chiều nay, cha con mình mở tiệc ăn khao cô Hoa Hậu và bà Á Hậu, út chạy ra phố mua hai bó hoa, chiều nay tặng hoa hậu và á hậu. Cậu út nói con nhứt trí với bố. Hai anh làm hai con gà đãi quan khách trong nhà, bố có nhứt trí không? Bố chưa trả lời, có tiếng nói lớn: nhứt trí, nhứt trí, hai anh của út phụ hoạ. Cả nhà có ngày vui tận mạng.

Dù nói chơi mà làm thật mới là ngộ, anh hai đưa tiền cho cậu út đi mua hoa, hai anh của út lãnh nhiệm vụ bắt hai con gà làm thịt, một con nấu cháo xé phai làm gõi với bắp chuối hột, một con kho sả ớt để ăn cơm. Phần gà xé phai do hoa hậu và chồng lo, còn gà xào sả ớt do chị bếp. Cậu út xí xọn phân công như vậy. Hai anh hỏi bố mẹ làm gì, út nói tỉnh bơ:

- Để cho ba mẹ rỗi rảnh nhìn nhau đá lông nheo. Cả nhà lại cười muốn bể bụng.

Cậu út mua được hai bó hoa to rất đẹp, có bao giấy kiếng mỏng trông rất bắt mắt. Hai con gà cũng làm cấp tốc xong xuôi hết, hai anh của cậu út đi cắt rau răm, tìm một bắp chuối hột to mới đủ ăn. Hiếu cho gà vào luộc, còn thì giờ, Hiếu khều vợ lại coi chồng xé thịt gà, mẹ cũng xuống bếp xem các con làm bếp cho vui. Chứng kiến cảnh Hiếu chặt thịt gà xào sả ớt, không quá năm phút một con gà trống to chặt một cái vèo là xong, đầu cánh, chân để qua một bên và cho luôn vào nồi cháo. Mẹ và vợ vô cùng ngạc nhiên cái tài chặt thịt gà của Hiếu, không ngờ làm quá nhanh, mỗi nhát dao là một miếng thịt gà tách ra. Chỉ nghe tiếng bụp bụp liên tục, quay nhìn là một con gà đã chặt xong, vợ vỗ tay khen, mẹ vợ nói con học chặt thịt gà hồi nào mà giỏi vậy. Hồi trước ở nhà bộ thường làm gà phải không?. Hiếu thành thật khai báo, mẹ và vợ con nghĩ coi cơm còn không còn đủ ăn, làm sao có ăn thịt gà mà biết chặt, con học lóm các chú ba tàu chặt thịt gà ở tiệm mà nay con biểu diễn cho vợ con lé mắt chơi. Mẹ và vợ coi con xắt sả giúp chị bếp. Sả rửa sạch so cho bằng, cắt ra làm đôi cho ngắn, Hiếu nhập lại thành nắm tay, liếc dao vài cái cho thêm sắc bén, ấn tay mạnh và thoăn thoắt một cái vèo là hết một nắm sả to tướng. Mẹ, vợ và kể cả chị bếp vỗ tay, la lớn, cậu hai quả là sư phụ vua cút là phải. Hiếu rửa tay, bây giờ tới phiên vợ con biểu diễn, chặt hai trái dừa cho bố mẹ một trái, chúng mình một trái.

Chị bếp xăm gà thấy chín vớt ra, chị cho chén gạo rang vào nồi nấu cháo, còn con gà đậy để đó chừng nào gần ăn, tôi xé gà trộn liền. Bắp chuối cũng vậy, tôi sẽ xắt nhanh. ngâm với nước muối cho khỏi đen, để ráo tôi trộn gỏi cũng như làm nước mắm tôi lo. Còn chị bếp lo đâm sả cho nhuyễn cùng với vài trái ớt chín. đỏ, kho gà sả ớt.

Bây giờ vợ chồng tôi đi nghỉ và uống nước dừa. Gần sáu giờ tôi xuống bếp lo làm món gỏi và nước mắm thi đua với vợ tôi, coi ai làm nước mắm và trộn gỏi ngon, sẽ có thưởng. Chị bếp nói cám ơn cậu hai đã giúp tôi làm bếp chiều nay kể như là xong hết rồi. Chị bếp giúp đem trái dừa và hai cái ly ra phòng khách cho bố mẹ, còn vợ chồng tôi mang hai ly nước dừa vào phòng uống.

Vừa vào phòng, Thu Vân nhảy lại ôm cổ, anh của em cái gì cũng giỏi kể cả cái vụ chặt thịt gà, xắt sả, hai cái đó em làm phải hơn một giờ, còn anh làm chỉ hơn năm phút mà xong một cách khéo léo lạ kỳ, em thưởng anh liền bây giờ. Vừa nói, tay Thu Vân cởi hết quần áo mình ra trước cho người yêu ngắm và giúp Hiếu cởi áo, Hiếu chỉ có còn mở dây thắt lưng ra kéo tuột là xong. Cả hai mân mê chỉ vài phút lên cực điểm, chịu hết nổi Thu Vân lãnh vai tấn công để cho Hiếu vai phòng thủ ít tốn sức còn các trận tối và khuya nữa. Cả hai lên đỉnh cùng lúc, Thu Vân rất vui nói bên tai Hiếu chúng mình đánh xáp lá cà bất phân thắng bại hoà nhau nghe anh. Bây giờ vào phòng tắm sơ rồi vào bếp lo xé phay gà, nghe vợ phụ nhĩ như vậy. Hiếu gật đầu. Thu Vân ngồi sấy tóc, Hiếu lại giúp vợ, nhắc hoa hậu trang điểm cho đậm một chút, em trang điểm tới bến và lựa bộ đồ chiến nhứt mặc cho anh và cả gia đình ngắm cho đã con mắt mới xứng đáng chiếm danh hiệu Hoa Hậu, con gái cưng của ông bà ba Phi. Khi nào em trang điểm xong, xuống bếp cho anh ngắm trước nghe. Nói xong, Hiếu xuống bếp lo làm nước mắm gừng một tô lớn. Gừng, tỏi và ớt chín đâm thật nhuyễn, nước đun sôi để nguội cho vào khuấy đều có nêm ném đường, nặng lấy nước hai ba trái chanh to và cho vào gần nửa chén nước mắm ngon thành một hỗn hợp trộn đều nếm vừa ăn, để vào một cái lọ riêng và một lọ nhỏ hơn gồm có tỏi, gừng ớt đâm nhuyễn. Nếu cho vào chung với nước mắm thì không để dành nước mắm lâu vì sẽ bị lên men chua. Khi nào ăn nước mắm lấy ra chén, cho gừng tỏi ớt vào cho vừa miệng, nếu thích ăn cay cho nhiều ớt, gừng. Vụ nước mắm làm xong, kể như gõi gà cũng xong. Bắp chuối xắt nhỏ, cho vào nước muối lạt ngâm một chút tránh bắp chuối có màu sậm quá, vớt ra xả sạch qua nước lạnh, để ráo. Gà xé tay cho vừa miếng ăn rưới nước mắm làm sẵn cũng như rải thêm đường thêm ngọt, trộn đều với bắp chuối. và cũ hành đã xắt lát ngâm dấm. Nặn thêm chanh, rưới nước mắm làm sẵn và rải thêm đường, không nhiều, cho vào hai dĩa lớn, trên rải đều thêm thịt, lòng, chân, cánh gà và đầu gà chẻ ra làm đôi. Trên cùng cho thêm cũ hành chua màu trắng hay đỏ, rau răm màu xanh, đậu phộng rang đâm nhuyễn màu vàng, ớt chín đỏ và màu của bắp chuối. Gặp sếp cút khéo tay, hôm nay ăn khao hoa hậu và á hậu, cắt hoa thị hai trái ớt đỏ và vàng tượng trượng cho hoa hậu và á hậu để dựng đứng trên cùng. Một dĩa gõi gà với ngũ sắc trông đã hấp dẫn thòm thèm rồi, ăn sẽ rất bắt, nhậu sẽ tới mức ăn thua.

Bữa ăn chiều nay do tài đạo diễn của cậu út. Trước khi nhập tiệc, cậu út dõng dạt tuyên bố đây là tiệc ăn mừng, ăn khao giải thưởng Hoa Hậu và Á Hậu. Con mời ba tặng hoa cho Á Hậu trước và bó hoa tươi thắm thứ hai xin mời anh hai tặng cho chị hai và xin mời hai vị tặng hoa tặng thêm nụ hôn nồng thắm cho hai người đẹp. Cả bàn vỗ tay khen ông đạo diễn chịu chơi. Hai bó tặng xong được cắm vào hai bình hoa đã có chuẩn bị sẵn để trên hai đầu bàn ăn. Món gõi gà trưng bày quá đẹp bắt mắt, bố khen nức nở. Cậu út còn chơi tới bến lấy một trái ớt vàng đã cắt hoa thị cho vào chén của mẹ và hoa thị đỏ cho vào chén của chị hai. Bữa tiệc ăn mừng hoa hậu và á hậu lên ngôi, mà lại thiếu hai cái vương miện, hẹn dịp khác.

Mẹ có nhận xét, cậu út chắc mê anh hai nên diễn trò tếu giống anh hai, có phải vậy không? Cậu út thưa liền:

- Con là đệ tử chân truyền của sư phụ anh hai. Cậu út cung hai tay lại nói, đệ tử xin bái ra mắt sư phụ. Lại làm thêm trò vui, ba mẹ và gia đình ăn thêm ngon. Ba mẹ, anh chị hai cũng uống hết bốn chai bia, hai dĩa gõi gà tổ chảng và một nồi cháo gà ăn ngon quá, hết sạch sành sanh. Còn gà kho mặn sả ớt sáng mai ăn với cơm để cho anh hai lái xe về Cần Thơ.

Hiếu mời ba mẹ và em Thu Vân sáng thứ sáu lên Cần Thơ, con giải quyết xong mọi việc sáng thứ sáu sẽ đưa gia đình lên Sài Gòn ngủ một đêm, sáng thứ bảy con vào bưu điện gọi điện thoại chừng nửa tiếng, mình chạy ra

Vũng Tàu tắm biển và ngủ một đêm. Trưa chúa nhựt, từ Vũng Tàu con lái xe về Sóc Trăng, sáng thứ hai con về lại Cần Thơ. Bố mẹ thu xếp cho con chở vợ con đi chơi càng nhiều càng tốt. Con yêu thương vợ con không có bút mực nào viết hết. Bố mẹ và em Thu Vân hiểu hoàn cảnh của con cũng vô cùng khó khăn. Bố mẹ thông cảm hai con:

- Chuyện lên Sài Gòn ngủ một đêm và ra Vũng Tàu ngủ một đêm cũng không khó. Khi bố mẹ đồng ý, con phải gọi bút phòng trước vì là ngày cuối tuần, thiên hạ đi chơi đông lắm. Bố mẹ xa nhà hai đêm có ba ngự lâm pháo thủ trông lo cũng an tâm, chỉ nhớ nhắc nhân viên tưới cây cho cẩn thận, càng đẫm càng tốt vì trời lúc này khá nóng. Tuần tới nữa, con khá bận, nếu có thì giờ, con gọi cho vợ con biết. Hẹn gặp nhau ở Phụng Hiệp thì mấy em trai của chúng con có bánh canh giò heo ăn dài dài. Hiếu nói:

- Con cũng tập vợ con bơi hay đi dưới nước làm cho đầu bê bi sẽ dễ quay xuống giúp sản phụ cơ thể luôn tươi mát. Mẹ thấy con suy tính như vậy có đúng không?

- Con nói quá đúng. Bố mẹ và ba em trai muốn lên Ngã Bảy ngủ một đêm với hai con, để cả gia đình mình tập bơi cho vui, trước khi con đi Mỹ. Hiếu gật đầu.

Thứ sáu, ba mẹ và Thu Vân vừa đến bến xe Cần Thơ là thấy Hiếu đã đợi chờ tại một quán nước gần đó. Hiếu vội đến nhanh xách hai vali nhỏ của ba mẹ và của người yêu mang lại xe. Mở cửa trước cho bố lên, mở cửa sau bên phải cho mẹ lên và Hiếu sang mở cửa bên trái cho người yêu. Đóng các cửa cẩn thận, Hiếu lên xe chạy về hướng Sài Gòn, mới hơn chín giờ sáng. Hiếu hỏi bố mẹ, đã ăn sáng chưa?

- Bố mẹ nói đã ăn sáng rồi. Hiếu đề nghị, con sẽ chạy thẳng lên Sài Gòn cũng trên dưới mười hai giờ trưa, mình ăn cơm trưa với các món ăn đồng quê mà con thích ăn quán này, riết rồi cũng thân quen. Con nghĩ các món ăn đồng quê miền Tây của mình ăn hoài không chán. Hôm nay con đãi bố mẹ và vợ con, thích món nào mình gọi món đó. Trong lúc chờ đợi mình ngồi câu cá, vợ con câu chắc cá ăn nhiều. Anh hỏi em tại sao anh nói em câu cá thì cá sẽ ăn nhiều còn bố mẹ và anh câu, cá lại chê. Em mà nói đúng anh sẽ thưởng em một nụ hôn. Mẹ nói coi bộ giải thưởng hấp dẫn cho con gái tui rồi đó.

Ngồi trên xe, Hiếu thuật lại tất cả những gì mà bạn của Hiếu đã liên lạc trước với hai trường đại học Yale và Harvard vì anh ta có hai bằng tiến sĩ và là giáo sư hai trường này hơn mười năm. Nhóm mười người chúng con sẽ đi Brazil, Sừng Phi Châu mỗi nơi dự trù một năm và trở về Á Châu ở Malaysia, Thái Lan và Việt Nam chừng một năm nghiên cứu về bịnh sốt rét. Ba năm kế tiếp, nhóm chúng con cũng chia hai toán nghiên cứu về các bệnh về xương, đặc biệt là chữa trị các chứng gãy xương, xương bị dập bị tai nạn xe cộ tại các nước chưa phát triển, còn nghèo. Người dân đi lại thiếu phương tiện giao thông công cộng, thường đi xe gắn máy dễ gây tai nạn chết người và nghiên cứu thêm cách làm chân tay giả phải có giá thành thấp mới giúp thiết thực cho dân nghèo.

Trên xe, hết nói chuyện này, sang chuyện nọ, tới mũi tàu Phú Lâm đúng mười hai giờ trưa. Hiếu lại quán ăn quen thuộc Đồng Quê. Hôm nay cũng có khá đông khách vì là ngày thứ sáu. Hiếu vừa vào đến quán ăn, bà chủ quán vồn vã, tuần này cậu lại đây ăn vào thứ sáu mà trước đây cậu đến ăn thường là thứ bảy. Hiếu cũng đưa đẩy, Dì biết không, tôi nhớ các món ăn của dì nấu nhịn tới ngày mai không được nên vào đây ăn trưa nay, thật quá vui.

Cháu cũng giới thiệu với dì có cô em rất sát cá sẽ câu cá hôm nay nướng ăn mệt nghỉ. Cháu cũng đố dì, có bí quyết nào mà cô em của cháu câu cá ăn nhiều dễ sợ.

- Dì chịu thua. Bây giờ cháu chọn bàn phía ngoài, câu cá cho vui trong lúc chờ đợi. Dì cho hai trái dừa tươi với bốn cái ly uống giải khát ngay bây giờ. Bố mẹ và Thu Vân chọn mỗi người một món, con chọn món dễ nhứt là bốn con tôm càng nướng, cuống bánh tráng. Hiếu gọi nhân viên phục vụ nói cho bốn con tôm càng nướng trước nhứt, hai lon bia heineken và hai chai perrier mang ra trước, còn ba món sẽ gọi sau. Bố nói gọi một canh chua bông điên điển với cá ba sa, mẹ gọi một cá rô mề kho tộ có thêm thịt ba rọi. Thu Vân gọi hai con cá he nghệ chiên tươi. Bốn món ăn này cũng có thể đủ, mẹ nói.

Nhân viên phục vụ bưng ra cái lò than và bốn con tôm càng tổ chảng đang sống trong nước. Người phục vụ nướng trước hai con ăn trước, ăn xong rồi, mới nướng hai con kế tiếp. Mùi thơm cũa vỏ tôm quyện vào vào mũi kích thích thêm sự thòm thèm, người phục vụ xẻ con tôm ra làm đôi, trét bơ Pháp lên và nướng thêm chừng một phút, bơ tan thấm vào tôm. Mỗi người nửa con tôm. Người phục vụ bưng lò than để xuống sàn nhà và nói năm phút nữa trở lại nướng tiếp thêm hai con. Hiếu mời bố mẹ ăn nóng cho ngon, Hiếu cắt một miếng lớn cho vào bánh tráng có rau dưa đủ cả, cuống rất nhanh và rất đẹp đưa cho người yêu, Hiếu thấy mẹ cuống còn chậm, Hiếu nói xin phép mẹ con cuống giúp mẹ, Hiếu làm một cái rẹt cũng xong và giúp làm cho ba luôn, quay lại dĩa mình thấy người yêu cuống cho một cuống to sầm ăn rất đã. Bốn người ăn cuống thứ nhứt, Hiếu tiếp làm cuống thứ nhì nhỏ hơn, ít bún cho luôn bốn người, ăn xong, người phục vụ đem bếp lửa lên nướng tiếp hai con xong đem lò than vào bếp. Hiếu mời bố mẹ nhấm nháp bia và Hiếu cũng cuống nhanh cho mỗi người và cuống thứ hai cũng bốn cuống, hai con tôm còn lại đầu, càng và phần đuôi tôm chỉ ăn không thôi làm mồi nhậu tiếp. Mẹ nói với Hiếu, cái gì con làm cũng nhanh cũng gọn, bốn người cuống chưa chắt qua mặt con. Hèn chi con Thu Vân nó nói với mẹ:

- Nếu anh Hiếu không thương yêu con giúp cho có con với anh Hiếu thì con sẽ chết vì con không còn tha thiết sống nữa, Thu Vân đã yêu con mê mệt. Mẹ nghĩ bất cứ đứa con gái nào mà có tiếp xúc với con sẽ yêu con liền vì con cái gì cũng giỏi hết, làm gì có người con trai thứ hai thay thế con. Mẹ nói như vậy, Thu Vân nghĩ có đúng không?

- Dạ rất đúng, Thu Vân đáp.

Hiếu lột vỏ đầu tôm, cho cả gạch vào dĩa mỗi người và càng tôm Hiếu đã bấm cho bể vỏ rồi, cả thịt ở đuôi tôm Hiếu cũng lấy ra hết. Hai cha con nhai đầu tôm rạo rạo, ăn hết gạch tôm xong và tu thêm một ngụm bia, quá đã. Hiếu đứng dậy đi rữa tay trở lại bàn ăn thì ba món ăn cơm bưng ra một lúc cũng có hai cái bếp ga để nồi canh chua và tộ cá rô cho luôn nóng. Hiếu bới cơm cho ba mẹ và Thu Vân cũng như Hiếu rất ít cơm để ăn thức ăn cho hết. Mỗi người có một dĩa nước mắm ớt, để ăn canh chua. Hiếu dùng cái dá múc bông điển cho vào chén của mỗi người, nếu để lâu bông điển chín quá mềm nhủng ăn kém ngon. Hiếu lo giúp ba người ăn rất thoải mái, và Hiếu thì khỏi nói, món ăn ruột của Hiếu ngoài bốn ăn này còn món cá lóc nướng vỉ hay ở đồng quê thì nướng trui. Ba nói, từng ăn biết bao nhiêu lần ở các nhà hàng với các món ăn này mà hôm nay, ba ăn cảm thấy ngon nhứt vì con rể phục vụ cho ba mẹ tối đa. Bây giờ chúng ta ăn từ từ cho hết sạch nghe hai con. Thu Vân có câu trả lời của chồng con chưa, mẹ hỏi. Dạ thưa mẹ chưa, con chịu thua anh Hiếu.

- Người ta thường ví von, con gái đẹp quá, chim sa, chim đang bay cũng rớt xuống chết queo, cá trông thấy cũng lặn mất tiêu - chim sa cá lặn - Thu Vân có nghe câu nói này chưa?

- Dạ có, em nghe nhiều lần. Anh đổi lại chim sa cá chết vì cả hai đều phải chết vì sắc đẹp của cô gái đó, đẹp đến "não nùng - lâm ly - ai oán" chim cá đều chết hết.

- Thưa bố mẹ, cô gái đẹp tuyệt thế giai nhân đó hiện có mặt ở đây. Cô gái đẹp đó chính là Thu Vân con gái yêu quý của bố mẹ và là người vợ đáng trân quý của con. Suy rộng ra, cá thấy Thu Vân đẹp quá, chúng tranh nhau nhào tới đớp mồi để được chết nên Thu Vân câu cá được nhiều hơn ba mẹ và cả con nữa. Cá cũng thà chịu chết dưới bàn tay của người đẹp Sóc Trăng đó ạ!

Mẹ cười ngất, Hiếu tán vợ như vậy thì con đã đốn tim con gái của mẹ rồi, có phải vậy không con?

- Dạ thưa Mẹ nói quá đúng, con đã yêu anh Hiếu mê mệt từ lâu rồi mẹ ạ. Ba nói, cũng thấy như vậy, còn Hiếu thì sao?

- Con cũng nhứt trí như vậy. Cả bốn cùng cười, bà chủ cho người mang ra bốn dĩa bánh flanc mà cậu Hiếu thích và một bình trà nóng.

Vừa uống nước trà, Hiếu nói con đã gọi điện thoại đặt hai phòng nhà hàng khách sạn Continental tại trung tâm Sài Gòn, tối mình đi bộ dạo quanh cho tới nhà hàng Thanh Thế cũng đã đủ mệt. Chắc tối nay con phải bóp chân cho công chúa không quen đi bộ xa. Mình kiếm cái gì ăn nhẹ vỗ giấc ngủ, sáng mình ăn sáng tại Continental. Bố mẹ và em Thu Vân đợi con về đón là mình đi ra Vũng Tàu ăn cơm trưa. Tối chúa nhựt ngủ tại Vũng Tàu. Sáng thứ hai, ăn sáng xong, con lái xe về Sóc Trăng, trưa mình ăn dọc đường về đến nhà cũng khoảng bốn năm giờ. Con xin phép bố mẹ và em Thu Vân, con về nhà mẹ con ngủ một đêm, con qua ăn sáng với gia đình và ăn cơm trưa, xong con lái xe về Cần Thơ.

Hiếu ghé đổ xăng đầy bình và chạy thẳng đến khách sạn nhà hàng năm sao Continental, ở lầu hai, sát gần đường Đồng Khởi để có thể ra ban công nhìn xem suốt đại lộ Đồng Khởi cho đến khách sạn năm sao Majestic mà Hiếu đã ngủ qua đêm khi lên Sài Gòn làm hôn thú tại Toà Tổng Lãnh Sự Áo, Bến

Bạch Đằng cũng gần đó. Nhìn lên hướng phải cho đến đại lộ Thống Nhất giữa dinh Độc Lập và Nhà Thờ Đức Bà. Khu phố này là khu vực sang trọng nhứt của thành phố Sài Gòn. Tiền phòng một đêm còn hơn tiền lương một tháng hay nhiều tháng của một công nhân viên nhà nước bậc trung. Lấy phòng xong, vợ chồng vào tắm cho khoẻ, Hiếu ra trước nằm sãi tay sau một đêm làm việc cật lực và một ngày lái xe đường xa, vừa đặt lưng xuống giường là ngáy liền. Thu Vân còn đang trang điểm, nghe tiếng ngáy đều đặn của chồng lại càng làm cho Thu Vân thêm kính yêu chồng. Thu Vân lại ghế sô pha thật êm cũng nằm nghẽo cổ ngủ ngon lành. Hiếu giựt mình thức dậy thấy đã qua năm giờ chiều, vào phòng vệ sinh xong, ra thay quần áo, ngồi xem tivi, đợi vợ thức dậy. Nghe có tiếng gõ cửa, Hiếu ra gặp ba mẹ đã ăn diện tươm tất sẵn sàng đi xuống phố dạo quanh. Hiếu mời ba mẹ vào chứng kiến cảnh nằm sô pha ngủ của cô con gái xinh đẹp. Hai ông bà nhìn con gái lại nhìn Hiếu thấy thật xót xa trong lòng. Con gái của mình, sắc đẹp đâu có thua ai mà nay phải lâm vào cảnh kẻ đến sau phải van xin tình yêu một người bạn học năm xưa.

Thu Vân nghe có tiếng động giựt mình thức dậy, thấy có ba mẹ vội xin lỗi để con thay quần áo ngay cùng đi xuống phố với ba mẹ. Hiếu căn dặn đi căn dặn lại, bảo Thu Vân hãy quấn cái túi xách hai ba vòng trong tay để phòng bị kẻ lưu manh cướp giựt. Từ Continental đi chầm chậm đến chợ Bến Thành chưa tới hai cây số, đi theo đại lộ ngắm cảnh Sài Gòn buổi tối cũng vẫn tấp nập, cũng khá vui mắt. Đến nhà hàng Thanh Thế, Hiếu đề nghị mình vào đây ăn thêm một cái gì cho thêm ấm bụng ngủ mới ngon. Nhà hàng Thanh Thế mở cửa từ chín giờ sáng tới chín giờ tối. Ăn xong, bốn người lửng thửng trở về Continental, cũng đi trên đại lộ Lê Lợi, tới khu khách sạn và rạp xi nê Rex. Bốn người rẽ sang trái đi ngang qua cửa Rex xem cảnh đèn màu quảng cáo các phim sắp chiếu, gặp đại lộ Lê Thánh Tôn, đi ngang Toà Đô Chánh đồ sộ về hướng đại lộ Đồng Khởi gặp khách sạn Continental. Khu phố này vắng, các cửa tiệm đóng cửa hết. Trước năm 1975 khu này có tiệm cà phê nổi tiếng Cái Chùa - La Pagode luôn tấp nập, nên có đèn đường sáng trưng, bây giờ là công ty du lịch nên đèn đường cũng lờ mờ tạo ra cái ổ cướp giựt tại khoản đường này. Từng tốp cướp bóp, trấn lột, hai, ba, bốn đứa, phân chia vùng hoạt động. Nếu ai lỡ đi vào khu vực này thế nào cũng bị trấn lột nhứt là đi một hai người kể cả chạy xe gắn máy ngang qua cả một đoạn đường dài cả cây số, thoát đám cướp cạn này gặp đám trấn lột khác, con mồi chúng đã ngắm khó mà thoát. Từ vườn hoa trước Toà Đô Chánh tới đại lộ Đồng Khởi trên năm mươi thước, có nhà hàng khách sạn năm sao Continental. Nhóm bốn người của gia đình Hiếu vào tầm ngắm của một đám lưu manh cướp giựt cũng có bốn tên mà chúng có nguồn gốc từ Sóc Trăng lên. Chúng mon men đi theo nghe bố mẹ Thu Vân nói về Sóc Trăng. Hiếu lại nhắc Thu Vân quấn quai túi xách vô tay nhiều vòng để phòng bị cướp giựt. Một tên đến làm quen và nói nó cũng là người sanh trưởng ở Sóc Trăng, tên này hỏi ông bà ở Sóc Trăng mà có nghe danh Lý Hỷ con một đại gia giàu sụ nay là kẻ ăn xin gần quán bò bảy món Ánh Hồng. Hắn là một tên khốn nạn cướp giựt hút xách, cờ bạc còn phá hoại trinh tiết bốn năm cô gái đẹp con nhà giàu ở Sóc Trăng. Nay thằng Lý Hỷ bị đàn em phản bội đánh gẫy chân phải lê lết ăn xin vì cha mẹ đã từ nó từ lâu rồi. Thu Vân nghe tới đây, nổi giận sừng sõ nói mày có bà con gì với thằng khốn kiếp đó?. Nó nói ngay nó chỉ biết thằng đó từng làm đại ca, nó có theo phò. Nay thì nó làm trưởng nhóm. Nói tới có một thằng em nhảy tới chụp giựt bóp, Thu Vân quấn chặt quay chỉ bị xiểng niểng té, Hiếu vội đỡ và một tay nắm bắt được tên lưu manh nhỏ con. Tên đang nói, nhìn đồng hương vội nói mấy ông bà phải lui trở lại đi vào con đường sáng, đi tiếp đường này sẽ còn bị giựt nữa, Hiếu nắm tay tên lưu manh hết vùng vẫy, đem lại vườn hoa, thiên hạ đổ xô lại xem, cảnh sát gần rạp hát qua bắt còng tên này đưa về bót.

Về đến khách sạn mà Thu Vân vẫn còn sợ rung, nắm chặt tay Hiếu. Lên phòng, Hiếu mới kể lại câu chuyện cho ba mẹ nghe. Khi ba cậu em trai và Thu Vân có theo Hiếu lên Sài Gòn ăn bò bảy món ở quán Ánh Hồng và ở khách sạn gần đó. Con thấy có một người ăn xin đội nón sùm sụp, trước cửa khách sạn, con móc tiền ra cho, tên ăn mày ngẩng mặt lên, Thu Vân thấy mặt nó liền đùng đùng nổi giận, la hét chửi vào mặt hăm gọi cảnh sát bắt, tên ăn mày lặng lẻ trốn mất. Thu Vân uất ức muốn điên. Ba mẹ nghe Hiếu nói, bây giờ ba mẹ mới biết rõ cội nguồn Thu Vân bị bịnh nặng vừa qua. Hồi nãy con không cảnh giác ba bốn lần thì cái bóp của Thu Vân cũng bị đám cướp giựt lấy mất rồi.

- Mẹ nói cho Thu Vân biết, Hiếu là ông thần độ mạng cho con, không có Hiếu đời con sẽ còn khổ dài dài. Bố mẹ cám ơn con rể rất nhiều, con chở che cho vợ con, nó còn khờ lắm. Hiếu nói, cám ơn mẹ nhắc nhở, con lúc nào cũng yêu thương vợ con, con xin hứa con sẽ bảo bọc vợ con suốt cả đời con. Thu Vân nghe chồng nói lời tâm huyết sắc son yêu mình, vội ôm hôn chồng và nói anh mãi là thần tượng là sư phụ, đại ân nhân của em, em luôn tôn kính anh. Bố nói, hai con về nghỉ:

- Bố mẹ về phòng, chúc hai con ngủ ngon. Chúng con cám ơn ba mẹ.

Bảy giờ sáng, Hiếu đã đi tắm, thay quần áo, tự pha cà phê mà không cần phải gọi có nhân viên phục vụ mang tới. Trong tủ lạnh cũng có một ít thịt nguội và bánh mì, sữa trái cây mà khách dùng không phải trả thêm tiền, chỉ có uống bia rượu là phải trả tiền, theo điều lệ của nhà hàng khách sạn ghi rõ. Hiếu bày biện thức ăn và cà phê, sữa trên bàn, nói Thu Vân mời ba mẹ qua ăn cho vui, đem hết bánh mì thịt nguội qua bên phòng mình ăn luôn. Mẹ qua trước, thấy Hiếu bày biện thức ăn trên bàn cũng khá gọn, bà thầm khen, cái gì nó cũng giỏi mới là tài. Hiếu bưng đến mời mẹ ly cà phê sữa vừa mới pha. Thu Vân lo làm vệ sinh và trang điểm xong, thay quần áo mới, xịt dầu thơm nực nồng, ba đi tắm và thay quần áo cũng vừa mới qua.

Bốn người ngồi ăn sáng và kể lại chuyện tối hôm qua. Mẹ nói Hiếu quả là đẻ bọc điều, con luôn may mắn mà ai được con che chở cũng hưởng lây may mắn của con. Nếu hồi tối, con không đỡ kịp Thu Vân té xuống đường chắc bây giờ vẫn còn nằm trong bịnh viện và hai thai nhi cũng bị ảnh hưởng. Thu

Vân con phải luôn cẩn thận, chỉ còn ba bốn tháng nữa tới ngày sanh rồi luôn đề phòng trơn trượt té, nguy hiểm lắm. Nếu mà chồng con không cảnh báo cướp giật bóp, Thu Vân lơ đểnh mất hết tiền bạc và giấy tờ mới thật là phiền.

Đến tám giờ rưỡi Hiếu lái xe lại bưu điện gọi điện thoại, bố mẹ ở đây chơi với con gái cưng của bố mẹ. Mẹ đặt tay vào bụng Thu Vân coi hai thằng bé chòi đạp thế nào, chắc chắn nó thông minh giống bố nó, mở miệng ra là có người để ý thương rồi nên mọi chuyện làm đều thành công tốt đẹp. Mẹ muốn chúng nó không có tánh nhát gái như ba nó mà bây giờ phải ân hận hối tiếc. Hiếu nhìn mẹ cười, con cám ơn mẹ. Hiếu nói, thưa bố mẹ khoảng chín giờ rưỡi con trở về là lên đường đi Vũng Tàu ngay.

Vào bưu điện, Hiếu gọi Caroline. Caroline khoe liền, em gọi con nó nhoẻn miệng cười có duyên lắm, giống hệt miệng anh. Caroline nói sao anh tài quá, sanh con cũng giống khuôn đúc như anh. Nhưng, em bảo chúng nó đừng đụng tay vào da thịt con gái mà rung dễ sợ quá. Hiếu nói lớn:

- Con kính chào ba má. Ba má đã chọn ngày nào làm lễ cưới chúng con và anh chị Bernard. Mẹ nói, tuần tới Cha Chánh Xứ sẽ cho ba má biết.

- Con nghĩ cuối tháng sáu hoặc đầu tháng bảy năm tới thì đẹp lắm, Hiếu nói. Lúc đó các trường học đều đóng cửa nghỉ ba tháng hè, con có cơ hội mời quý thầy trường Y cùng tham dự.

Con xin thuật lại tất cả mọi chuyện khi năm anh em chúng con trao đổi với anh Robert tối thứ bảy tuần trước. Tuần tới con mời anh Bernard cùng con gọi điện thoại thăm ba má và ba má cho chúng con biết luôn ngày lễ cưới. Con sẽ bay qua Áo khi vợ con sanh được một tháng. Theo phong tục Việt Nam là có làm mâm cơm hay chè xôi cúng đầy tháng cho con mà thực tế là một hình thức cũng là thời điểm báo tin vui cho bố mẹ của bê bi là có thể gần gũi nhau được, không còn cữ kiêng nữa. Con sẽ đưa mẹ và chị hai con cùng qua Áo với con thăm hỏi ba má và thăm hỏi mẹ con Caroline. Lúc ấy, vợ chồng con có thể bay qua Mỹ phỏng vấn tuyển thêm năm nhà nghiên cứu nữa của năm nước và con ký hợp đồng làm việc với hai trường đại học Yale và Harvard. Con ở Áo tiện liên lạc điện thoại qua Mỹ, sắp xếp chương trình sẽ tiến hành ngay sau đám cưới của chúng con. Nghĩa là một cuộc nghiên cứu lớn có đến mười bác sĩ hay nhà nghiên cứu khoa học tham dự. Con phải có chương trình làm việc cho mỗi người và trình với Hội Đồng Giáo Sư của trường đồng thuận. Trong khi vợ con hỏi cách ghi danh học lấy tiến sĩ về ngành bang giao quốc tế, con cũng sẽ xin ghi danh học cùng vợ con cho vợ con vui vì chúng con sẽ bổ túc thêm cho nhau, chắc chắn đậu sớm. Ba năm nghiên cứu đợt hai, con đề nghị với trường tuyển vợ con vào làm việc tiếp xúc và liên lạc với các nước mà nhóm sẽ đến làm việc và còn có nhiệm vụ giúp soạn những báo cáo hàng tuần hàng tháng và sáu tháng bay về Mỹ báo cáo trực tiếp với trường. Con dự tính như vậy. Nhưng mọi chuyện, con phải qua Áo bàn bạc kỹ với vợ con, Caroline phải đồng ý con mới làm.

Xin lỗi ba má, Caroline thông minh lắm và em làm việc chu đáo tỉ mỉ sẽ giúp con nhiều lắm. Con phải trông cậy nhờ vợ con việc hành chánh ở văn phòng. Hai vợ chồng luôn sát cánh gần gũi bên nhau thì chuyện chúng con chừng mười lăm năm tới lúc Caroline trên dưới bốn mươi chắc chúng con có gần đủ hay đủ cầu thủ lập thành một đội bóng đá quốc tế. Caroline thấy có chu toàn nhiệm vụ không? Tuần tới này thế nào Robert cũng liên lạc với em, em nhắc anh ta liên lạc với anh trong tuần này vào buổi tối ở Việt Nam để anh bàn bạc với Robert và anh cũng có thể xin cho anh số điện thoại của của giáo sư phụ trách công việc của nhóm. Anh sẽ trực tiếp liên lạc cho thêm thuận lợi. Robert có nói xin biếu hai mươi ngàn USD làm quà, gởi em mua sắm cho hai bê bi. Chỉ còn hơn mười ngày nữa, em sanh được đúng một tháng, anh qua thăm em, chúng mình tha hồ mà bàn bạc, anh có thể rủ Robert bay qua Áo chơi vì anh ta đang đợi ngày ra toà ly dị chánh thức. Sau đó anh ta cũng buồn, anh ta sẽ sang Áo cho khuây khoả và cùng chúng mình bay sang Mỹ ký hợp đồng sớm thay vì đợi tới mùa hè năm tới thì lâu quá.

Caroline nói, anh tính như vậy quá hay, mình phải có hợp đồng trước, khi nào bắt đầu cũng không sao. Anh cứ ở Áo, mỗi ngày anh thay tã và cho con bú, em trả lương cho anh và khi con bú sữa không hết thì bố nó bú thế cũng được trả lương Anh có chịu không, ký hợp đồng miệng với em có ba má làm chứng nữa đó:

- Anh hoan nghênh hai tay và cả hai chân luôn, anh có jốp mới hấp dẫn ghê. Em nhớ, bố chúng nó, mạnh lắm bú nhiều sợ mẹ chúng nó không sản xuất sữa kịp đó nghen. Lúc ấy em phải bồi thường thiệt hại cho anh bằng cách khác nghe. Em tuân lệnh sư phụ, chờ gặp anh trong hai tuần nữa. Nghe em nói, hai con khỏe, gọi chúng biết cười với mẹ thì quá tốt. Mẹ chúng nó thử gọi bố chúng nó không những bố chúng nó cười mà còn rủ vật lộn nữa đó nghe. Ba má vợ nghe con rể nói chuyện với vợ sao mà dễ thương quá, bà vỗ tay khen con rể ngoan quá.

Hiếu nói, con xin chúc sức khoẻ ba má, xin bai bai ba má và em Caroline cùng hai con của chúng mình.

Về tới Continental, Thu Vân đã có để tiền típ hai phòng và thu xếp xong, Hiếu xách hai va li con xuống xe và trực chỉ ra Vũng Tàu cũng mất một tiếng mười mấy phút nhận phòng xong. Hiếu nói với bố mẹ thay đồ tắm, mình xuống khu bãi cát trắng rất đẹp mà nhỏ, cũng cách bãi Ô Quắn không xa là bãi tắm của nhà lãnh đạo Sài Gòn năm xưa. Giờ này ít người xuống đó ngâm nước biển cho đến hơn mười giờ về phòng tắm lại và ăn trưa. Bố mẹ và Thu Vân thay đồ tắm xuống bãi tắm, Hiếu thuê hai cái dù với bốn cái ghế gọi cho hai lon bia Sài Gòn và hai lon coca. Nhâm nhi một chút bia, Hiếu nắm tay Thu Vân dẫn ra xa, ngập tới bụng, Hiếu thấy Thu Vân có cảm giác lạnh, Hiếu dẫn trở lên và dẫn đi tới lui, nước chỉ ngập tới đầu gối, lần lần ra xa một chút nước ngập lên cao gần tới ngực thì Thu Vân hoàn toàn hết lạnh. Hiếu lại giúp người yêu ngồi xuống cho nước ngập qua khỏi ngực, Hiếu lại xoa ngực cho vợ và nhắc vợ hớp một ngụm nước biển ngậm một chút như sát trùng và làm cho răng thêm chắc. Bãi biển vắng, chưa tới hai mươi người, nên chuyện đùa giởn riêng tư cũng khá thoải mai, Hiếu làm bộ nằm trên mặt nước kéo Thu Vân xuống ôm hôn miệng một cách say sưa. Hiếu đứng xa, ngập qua khỏi ngực, kéo Thu Vân ra bảo nằm ngữa, một tay Hiếu nâng mông, một tay nâng vai, Hiếu đi vài bước cuối xuống hôn, hai tay Thu Vân bám chặt cổ người yêu. Hiếu đi lại gần ba mẹ cũng đang ngâm mình dưới nước biển rất vui thích. Hiếu vào chỗ cạn một chút bảo Thu Vân nằm sắp, một tay Hiếu nâng ngực, một tay nâng hạ bộ vừa đi vừa nhắc Thu Vân, dùng hai tay bơi và và hai chân đập nước và dùng cách tập bơi thế này lâu chừng mười phút, Thu Vân thấm mệt. Hiếu nói, em lên ngồi nghỉ và uống nước giải khát. Hiếu thoát ra bơi thi đua với sóng biển đang đánh vào chừng mười lăm phút cũng thấm mệt lên ngồi gần Thu Vân uống bia. Bố mẹ cũng lên uống nước giải khát. Hai vợ chồng Thu Vân lại xuống nước cũng với cái thế nằm ngữa và nằm sắp tập bơi và lần này, Hiếu còn tập cho Thu Vân cách bơi khác. Thu Vân dùng hai tay bám chặt cổ, rút hai chân khỏi mặt cát và cố nằm sắp dài, bảo Thu Vân dùng hai chân đập nước, Hiếu đi tới đi lui vài vòng và đứng yên một chổ mà hai chân Thu Vân đập nước và hai tay cứ bám chặt cổ. Từ từ Hiếu lấy tay Thu Vân ra, vẫn còn dùng chân đập nước nhưng chân chìm dưới mặt nước, Hiếu lại nâng hạ bộ cho chân lên cao.

Các thao tác tập ngâm nước biển, đi trong nước và tập bơi nằm sắp và nằm ngữa gần cả tiếng, Thu Vân ôm Hiếu nũng nịu hôn và nói em mệt quá, anh dìu em lại ghế nằm nghỉ. Hiếu lấy chiếc khăn bàn lớn ra đắp trên mình Thu Vân bảo em nhắm mắt lại cho khoẻ bố mẹ cũng sẽ lên bây giờ. Anh xuống bơi vài vòng tập dượt cho có sức, tối bơi trên giường với em. Thu Vân dạ và nói:

- Em thích anh bơi trên giường hàng đêm với em, gần anh, em vô cùng hạnh phúc. Anh hôn em và xuống bơi thêm chừng hai chục phút nữa chúng mình về phòng tắm và nghỉ một chút xíu rồi ăn trưa. Ba mẹ và Thu Vân ngồi trên ghế dưới hai cái dù hơn nửa tiếng, nước cũng ráo, lấy áo mặc vào và phần hạ bộ choàng chiếc khăn to, còn bố và Hiếu cũng chỉ mặc áo và vẫn quần tắm mặc thêm chiếc quần đùi. đi lại xe, Hiếu lấy bốn tấm vải nhựa trải lên chỗ ngồi tránh ướt nệm xe, lái về khách sạn. Trên xe có hai quần của mẹ và vợ, Hiếu đợi mặc vào xong mới mở cửa xuống lên phòng, đi vội vào phòng, tắm gội đầu cẩn thận. Hiếu lo sấy tóc cho vợ thật khô, vợ lo trang điểm, Hiếu thay quần áo xong xuôi, sang phòng bố mẹ coi xem thay quần áo rồi chưa, Hiếu gom quần áo ướt của bố mẹ lại, đem về phòng xả nước ngọt vắt ráo, nhờ bồi phòng đem đi sấy khô chiều có thể đi tắm biển nữa. Hiếu nhắc ba khoá cửa phòng, cùng qua phòng Hiếu chờ Thu Vân thay đồ xong, bốn người vào phòng ăn gọi ăn đồ tây bốn món khác nhau, Hiếu và bố gọi hai dĩa bít tết lớn, còn mẹ gọi thêm hai món khác cùng với hai lon bia Heineken và hai ly cam vắt. Ông bố nói với hai con, bố mẹ sống hạnh phúc gần hai mươi lăm năm rồi mà chưa lần nào thấy vui vẻ và hạnh phúc như lần này cùng đi chơi với hai con. Thấy hai con âu yếm yêu nhau, bố mẹ cũng thấy hào hứng phấn khởi trong lòng và chàng rể yêu quý dễ thương của bố mẹ lo từng li từng tí bố mẹ thấy vui quá, vô cùng hãnh diện. Còn Thu Vân chắc con ngập tràn hạnh phúc khi con gần Hiếu có phải vậy không?

- Thu Vân nói, ba có nhận xét về chồng con rất đúng. Trước mặt anh Hiếu, em không nói nịnh hay cho anh đi tàu bay giấy, em nghĩ trên đời này kiếm một người đàn ông làm chồng như anh chắc khó kiếm lắm anh của em ơi! Mẹ nói mẹ rất cảm thông nổi bận tâm của Hiếu đối với con, nếu một vợ một chồng suôn sẻ chắc chắn con sẽ còn hưởng hạnh phúc gấp đôi, có phải vậy con, Hiếu.?

- Thưa mẹ, mẹ có nhận xét quá đúng, chúng con cám ơn mẹ.

Hai dĩa bít tết to tướng lại thêm có khoai tây chiên cạnh bên. Hiếu nói để con giúp bố, Hiếu dùng dao cắt miếng bít tết ra làm hai, gắp sang dĩa mẹ nửa miếng và gắp thêm vài gắp khoai tây chiên. Hiếu xoay qua dĩa bít tết của mình cũng có thao tác nhanh gọn cắt miếng bít tế ra làm hai và nghiêng dĩa đẩy nửa miếng bít tết có thêm nước thịt bò và bơ chảy qua dĩa người yêu và Hiếu cũng đùa qua nửa phần khoai tây chiên qua dĩa Thu Vân. Hiếu lấy dao cắt ra vài miếng nhỏ vừa miếng ăn và lấy nỉa ghim một miếng bít tết đút cho Thu Vân ăn thật nhanh thật gọn. Mẹ nhìn chàng rể lo phục vụ cho vợ như thế Thu Vân yêu nó chết bỏ là phải rồi. Lo cho vợ xong, Hiếu mới ăn phần mình và mời bố dô dô một ngụm bia đưa cay cho miếng bít tết trôi nhanh vào dạ dày. Hiếu nặn ra một chút mù tạt và có xịt thêm một chút maggi để cạnh bên cho Thu Vân ăn thử coi có hạp không. Hiếu thấy mẹ cắt nhỏ miếng bít tết chậm quá, Hiếu nói để con làm giúp mẹ, cắt rẹt rẹt ra ba bốn miếng và Hiếu cũng nặn ra mù tạt và xịt một chút maggi để cạnh bên cho mẹ. Hiếu có tâm hồn ăn uống, biết thưởng thức món ngon cần phải ăn nhanh cho nóng. Món bí tết ăn vừa xong cũng lưng lửng bụng rồi, hai dĩa thức ăn Ý Spagetti như bánh tầm bì của người Việt mà nó có quá nhiều bơ, ăn rất ngon. Hiếu cũng san sẻ mỗi dĩa ra làm hai. Thu Vân nói em no, em ăn ít anh ăn giúp em một chút em thưởng anh nghe, ráng ăn cho thêm sức nghe anh. Dù Thu Vân nói rất nhỏ mà mẹ đã nghe và đã hiểu ý muốn của con gái mình. Bà nói thầm nó yêu chồng nó còn hơn ba mẹ cũng phải thôi vì chồng nó chăm chút cho nó từ miếng ăn đến quần áo và tất cả mọi thứ. Còn cha mẹ chỉ cho tiền con muốn làm gì thì làm còn các chuyện khác đâu có để ý gì đâu. Bữa ăn trưa cũng khá nhanh vì Hiếu cũng muốn về phòng nghỉ vì dầm nước biển cũng hơn một tiếng, bây giờ đang buồn ngủ, Thu Vân cũng buồn ngủ, ba mẹ cũng buồn ngủ, nên không tráng miệng chỉ muốn về phòng nhanh, đánh một giấc.

Ngủ gần hai tiếng thức dậy, Hiếu thấy quá khoẻ lại rọ rạy, thằng con nhúc nhích đụng vào mông làm Thu Vân thức giấc, nắm chặt thằng nhỏ mân mê và kéo tay Hiếu đưa vào ngực. Chỉ mất vài phút là đã xẹt điện, Hiếu vẫn thích thế Thu Vân nằm trên, vừa qua lần xuất kích thứ hai, Thu Vân nghe tiếng thở phì phì của Hiếu, vội lăn xuống lau sạch, nằm ôm người yêu tiếp tục mân mê lại chạm điện. Lần này, mười lăm phút sau, đổi tài công. Thu Vân cũng làm cho Hiếu lên tột đỉnh cũng khá nhanh, cả hai cùng đồng hoà tấu bài ca chiến thắng. Hiếu thấy mới có bốn giờ, nếu đi xuống bãi biển nữa, trời còn nắng gắt sợ nước da non của vợ và mẹ dễ bị táp nắng. Hiếu nói, mình lái xe đi vòng núi lớn, núi nhỏ Vũng Tàu ngắm nhìn phong cảnh cũng tạm được, chạy loanh quanh trong nội ô thành phố Vũng Tàu, quán ăn nào đông khách mình tấp vào ăn chiều.

Thu Vân qua phòng ba mẹ đề nghị như vậy. Bây giờ hai con đi tắm và diện kẻng, gia đình ra phố trước, đi hai vòng núi lớn, núi nhỏ rồi còn đi ăn chiều, tối đi nghe ca nhạc cho thêm vui.

Ba mẹ đồng ý lời đề nghị của hai con, ba mẹ cũng đi tắm nữa. Gia đình đi xuống xe coi lại đồng hồ mới vừa qua năm giờ. Hiếu lái một vòng quanh chợ thấy quán tiệm còn mở cửa dù là chiều chúa nhựt. Chạy một tua núi lớn, thẳng đường chạy ngang bãi trước vòng qua Ô Quắn - bãi sau và chạy ngang qua khu vực có nhiều quán ăn cũng đã qua sáu giờ chiều. Hiếu chạy chầm chậm, nhìn thấy một quán ăn khá lớn, có nhiều xe gắn máy đậu chật trước cửa quán, khói nướng cá, nướng thịt bay mù mịt. Hiếu chạy thật chậm và hỏi các anh giữ xe gắn máy quán bán những thức ăn gì. Hiếu biết có hàng chục thức ăn nướng, cá nước ngọt cũng có. Anh giữ xe chỉ chỗ bãi đậu xe hơi, Hiếu chạy vào đậu, lấy thẻ bỏ túi, dẫn ba mẹ và người yêu vào lựa một chỗ ở ngoài quán và rất thoáng mát hơn trong tiệm. Hiếu lấy thực đơn đưa cho ba mẹ xem coi xem nên ăn món nào. Hiếu đề nghị mình ăn đồ biển và ăn nướng cho có mùi thơm. Hiếu nói con chấm món tôm hùm nướng, con gọi trước hai con mỗi con gần một ký, cha con mình cụng ly, tối ba mẹ ngủ ngon. Mẹ và em chọn thêm chừng ba món nữa, có một món nước, còn lại món gì ăn cũng ngon hết, mẹ thấy con có tâm hồn ăn uống, vợ con mà ở chung với con thì mẹ đừng có lo vợ con đi qua cầu gió bay mà đi qua cầu sập đó mẹ. Mẹ cười, Thu Vân thấy chưa, chồng con muốn con ăn càng nhiều càng khoẻ vì bây giờ con ăn cho ba miệng ăn.

Sáng thứ hai, mới sáu giờ, Hiếu đã uống cà phê xong, muốn trả phòng về Cần Tho sớm trước mười hai giờ, để Hiếu chạy vào gặp ông Khoa Trưởng báo cáo cho ông biết, diễn tiến hai đại học nổi tiếng cung cấp tài trợ cho nhóm nghiên cứu quốc tế mười người sang Phi Châu và Brazil nghiên cứu về bịnh sốt rét.

Ba mẹ đã thức từ hồi năm giờ cũng uống cà phê xong. Hiếu thưa, con cần về Cần Thơ còn giờ làm việc buổi sáng, con vào gặp ông Khoa Trưởng chừng nửa tiếng rồi gia đình mình về Sóc Trăng, con ở chơi vài ngày được. Ba mẹ rất vui nghe Hiếu nói về Sóc Trăng ở vài ngày. Thu Vân cũng trang điểm xong, Hiếu vào phòng ba mẹ, coi có để quên cái gì không, Thu Vân nói em kiểm soát kỹ thấy anh còn để lại mồ hôi báo hại mấy cô bồi phòng nhảy mũi, em có để lại tiền tip. Bây giờ xuống trả chìa khoá, đợi nhân viên lên kiểm soát lại các tủ lạnh... xong là mình lên đường, Hiếu nói với Thu Vân như vậy.

Chạy một mạch về tới Cần Thơ mới qua mười một giờ. Hiếu nói, con đưa bố mẹ và em Thu Vân xuống chỗ nhà mới, ba coi xem lại giùm con các cây dừa thế nào rồi và vẽ giúp con chỗ nào trồng cây ăn trái gì, ba ghi rõ trong tờ giấy đưa cho con. Mỗi tuần ba cho người xuống trồng cây giúp con, tuần tới con lên Sài Gòn rút tiền đưa cho ba trả tiền công cho nhân viên và mướn xe chuyên chở. Con đã mướn quản gia kiêm giữ vườn lo tưới cây mới trồng mỗi ngày cho đến khi nào có trời mưa thì ngừng tưới. Cây giống trồng chưa hết có thể để tập trung gần vòi nước để vợ chồng anh làm vườn tưới mỗi ngày cũng như tưới các cây đã trồng rồi.

Con đi vào trường Y chừng nửa tiếng trở về, ba mẹ và em Thu Vân vào phòng con nghỉ vì phòng sạch, còn các phòng kia không ai ở nên chưa làm vệ sinh.

Xe đến cổng anh quản gia, ra chào cậu út và mở cổng cho xe chạy vào. Hiếu nói với anh quản gia, nhờ chị nấu cho một bình trà nóng nếu còn mè láu mang vào phòng khách luôn. Tôi vào trường Y xong, sẽ về cùng với ba người khách đi có công chuyện. Chú Tín hổm rày có cho người đến làm không?. Anh quản gia nói, chú mua vật liệu chất ngổn ngang trong nhà. Hiếu nói, tôi đưa ba người khách xuống, vào nhà uống trà, đợi tôi lại đón. Tôi biếu anh một trăm xài vặt, không phải tiền lương, anh quản gia cúi đầu cám ơn. Ba mẹ và Thu Vân xuống xe, Hiếu mở cửa phòng và nói con đi nhanh và về nhanh. Hiếu gọi với anh quản gia nhớ khoá cửa lại. Hiếu chạy đến trường vào văn phòng, ông Khoa Trưởng quá vui mừng, Hiếu cho biết tổng quát. Về Áo, Cha Chánh Xứ và ông Đô Trưởng Vienne có tổ chức một buổi nói chuyện tại nhà thờ Chánh Toà quá thành công có ông Bộ Trưởng Ngoai Giao, ông Đô Trưởng của Thủ Đô Vienne có trên hai ngàn năm trăm người tham dự. Hiếu móc trong cặp ra hơn hai mươi tờ báo có đánh số, nhờ thầy cho nhân viên photo giùm con mỗi thứ mười bản, còn để lại trường hai bộ, con sẽ nhờ anh Bernard và vợ bác sĩ Trai dịch ra chữ Anh cũng sẽ gởi cho trường hai bộ, con sẽ chuyển ngữ sang tiếng Việt để trường mình làm tài liệu.

Ông Khoa Trưởng khen con có tánh chu đáo. Hiếu báo cáo là vợ chồng con sẽ bay qua Mỹ ký hợp đồng làm việc trong sáu năm, đại học Yale ba năm, đại học Harvard ba năm với tiền tài trợ cao. Hiếu nói, con và anh Bernard sẽ làm lễ cưới đầu mùa hè năm tới tại Áo, con kính mời thầy và bốn thầy đầu ngành của trường và tất cả phu nhân, tính chung mười người, gia đình con mua vé máy bay và chỗ ăn ở tại Áo chúng con lo hết. Xin thầy bàn với bốn thầy muốn ở một hay hai tuần gia đình con lo hết.

Đám cưới xong, chúng con còn bút vài tua các nước Âu Châu dành tất cả bà con mình từ Việt Nam qua. Thầy giúp mời trước ông bà Bí Thư tỉnh Sóc Trăng, anh Bernard chánh thức mời vì ông là bố nuôi của anh Bernard. Bố vợ con cho con một trăm ngàn chỉ lo mời khách Việt Nam qua Áo dự lễ cưới. Từ đây đến đó còn khoảng mười tháng. Bây giờ quý thầy nào chưa có hộ chiếu nên làm hộ chiếu trước. Con đi làm có tiền, con sẽ lo cho trường và lo giúp quý thầy của con. Con sẽ phải làm việc nhiều, qua Mỹ chủ toạ cuộc phỏng vấn tuyển chọn thêm năm nhà nghiên cứu quốc tế khác cùng với năm anh chị em chúng con thành một nhóm nghiên cứu quốc tế mười người đi làm việc tại nhiều nước trên thế giới.

Năm anh chị em chúng con đều tốt nghiệp do thầy chỉ dạy, các con nổi tiếng, trường Y Cần Thơ cũng nổi tiếng và quý thầy cũng nổi tiếng nữa. Con thấy nhân viên đem các bản photo lên, Thầy giữ hai bản trao cho các thầy xem quang cảnh con thuyết giảng thành công ở Áo. Bây giờ con xin phép thầy con chạy về nhà lo chỉ dẫn nhân viên trồng cây nhà vườn của con. Chừng hai tuần nữa con bay sang Áo tổ chức ăn đầy tháng cho hai thằng con trai, sanh đôi, và vợ chồng con sẽ bay qua Mỹ ở một tháng, chúng con sẽ về Cần Thơ đến thăm quý thầy.

Trở về nhà, Hiếu nói, trước khi về Sóc Trăng con mời ba mẹ và vợ con đi ăn tiệm Vĩnh Ký rất nổi tiếng các món ăn đồng quê, mình ăn chim rô ti, cơm tay cầm, lươn um, thêm một tô canh chua cá rô và cá lòng tong hay cá chốt, cá kèo kho tộ, con đặt thêm hai cái cơm tay cầm mang về cho các em ăn.

Xe chạy đến quán ăn Vĩnh Ký vì là trưa thứ hai nên cũng vắng khách, Hiếu đặt ngay các món và có món cá kèo kho tộ với thịt ba rọi. Một dĩa chim ốc cao rô ti bốn con làm mồi nhậu với bia Sài Gòn và cho hai lon coca. Nhậu xong, các món ăn cơm đem ra cùng một lúc, Hiếu nhắc cho hai phần cơm tay cầm mang đi. ăn xong mới có một giờ trưa, các món ăn không hết, Hiếu nhờ người phục vụ cho hết vào hộp mang về nhà. Về đến Sóc Trăng mới hơn ba giờ, Hiếu xin phép vào phòng làm một giấc và dặn Thu Vân chừa cho anh một phần cơm tay cầm anh mang về cho mẹ và chị hai ăn chiều nay. Tối nay anh về nhà ngủ với mẹ, ăn sáng xong anh sẽ chạy qua. Vào phòng cởi quần áo ra máng lên móc, mặc quần đùi và áo lót, nằm xuống đánh một giấc ngon lành đến năm giờ thức dậy, vào tắm, thay quần áo khác. Hiếu xin phép mẹ cho con về ăn cơm với mẹ và chị hai con chiều nay, con ngủ ở nhà, ăn sáng xong con qua ăn cơm trưa và ở lại hai ngày. Con về Cần Thơ, có anh chị Bernard, anh chị Trung và mẹ và chị hai con cùng lên Sài Gòn gọi điện thoại và con mua vé máy bay sang Áo làm chương trình nghiên cứu xong con bay qua Mỹ chừng một tháng mới trở về Việt Nam. Thu Vân đưa cho Hiếu một phần cơm tay cầm và ôm hôn chồng, Hiếu ra xe chạy về nhà chưa tới mười lăm phút. Mẹ, chị hai, chị Ngọc Mai và hai đệ tử rất mừng, cả hai gia đình cũng chưa ăn cơm. Hiếu nói với chị hai em có mua một phần cơm tay cầm và chị còn có món gì mình ăn món nấy hay chiên thêm hột gà hột vịt em cũng ăn ngon, tối em ngủ lại đây, mai đi ăn sáng với anh chị Bernard và anh chị Trai xong em về Cần Thơ. Sáng thứ bảy, anh chị Bernard chở mẹ và chị hai ghé đón em đi Sài Gòn.

Chị hai cho biết, có nồi thịt kho trứng còn nhiều, luộc thêm rau và nấu thêm cơm liền cho cậu út ăn mệt nghỉ. Gọi hai đệ tử chặt vài trái dừa mời sư phụ uống. Em thử gọi chị tư em, hỏi ăn cơm chưa. Nếu chưa ăn cơm chạy qua nhà ăn cơm với gia đình và ghé qua chợ mua thêm một con vịt quay và và dưa leo là đủ. Hiếu gọi gặp chị tư nói em vừa về đến nhà, chị hai chuẩn bị cơm, mời anh chị qua ăn cơm chung với gia đình, chị hai nói chị tư mua thêm một con vịt quay và dưa leo. Gia đình đợi anh chị qua ăn cơm. Hiếu nói hai đệ tử bắt làm một con gà sư phụ nấu cháo làm món xe phay thì nhanh lắm. Hai đệ tử vào chuồng bắt một con gà vào nhà cắt cổ thì cậu Hiếu đã nấu xong một nồi nước sôi rồi, Hiếu nói em lớn, chạy ra chợ Bố Tháo tìm mua một hai bắp chuối hay bắp cải mình làm gõi, chú em nhổ lông, sư phụ lại làm tiếp. Ba thầy trò làm rụp rụp, nồi cháo gà đã sôi, hai bắp chuối hột cũng mang về nhà. Hiếu xắt bắp chuối cho vào nước muối ngâm một chút rồi vớt ra, bảo đệ tử lớn, rữa lại nước mát, vớt ra cho vào rỗ ráo nước, mới trộn gõi, hai đệ tử lo đi hái rau răm, ớt, và chanh mang vào. Gà chín, để nguội chưa kịp xé là nghe có tiếng xe hơi ngừng ngoài sân, Hiếu xé gà rất nhanh, trộn nước chanh đường và ớt hiểm đỏ cho ra hai dĩa. Hai đệ tử lo đem ra chen dĩa đũa muỗng và dĩa gõi tổ chảng, còn vịt quay, Hiếu chặt lại cho miếng ăn nhỏ thêm, phụ nữ dễ ăn, chị hai múc ra hai tô thịt kho trứng và mang ra thêm một tô cơm. Hiếu mời mẹ, chị hai, chi Ngọc Mai, anh chị tư và hai đệ tử mình vào ngồi ăn.

Hiếu lần lượt kể lại mọi chuyện khi về Áo và có mang về hơn hai mươi tờ báo tại Thủ Đô Áo tường trình buổi trình bày hơn hai ngàn năm trăm quan khách mà mọi chi phí và nhân viên phục vụ do ông Đô Trưởng cho nhân viên lo, kể cả dựng bạt, trang hoàng và chở đến ba ngàn ghế đều ngồi gần kín. Hai tuần nữa, em sẽ bay qua Áo tổ chức ăn đầy tháng cho hai thằng cu tý và vợ chồng em sẽ bay qua Mỹ lo phỏng vấn, tuyển thêm năm nhà nghiên cứu về bịnh sốt rét và em sẽ ký hợp đồng nhận công tác và quyền lợi của nhóm... có vợ em làm cố vấn giúp em thì mình không lo bị hố. Vợ em nói đúng, em phải lo ký hợp đồng trước cho chắc ăn, còn ngày tiến hành mình phải có chương trình chi tiết và nhiệm vụ của mỗi thành viên phải làm gì dưới sự theo dõi của trường.

Caroline rất bén nhạy trong tính toán, em phục vợ em, Hiếu nhận xét. Nhiều khi mình chỉ tính phục vụ cho khoa học mà quên đòi hỏi quyền lợi vì hai trường này họ tài trợ cho mình một tháng một hai trăm ngàn chẳng khác nào mình cho ai vài chục một tháng. Hai trường này giàu lắm, miễn mình thành công trong nghiên cứu thì mình còn có nhiều cơ hội nghiên cứu đề tài tiếp. Hiếu nói, em có mang hơn hai mươi tờ báo tường thuật tại Thủ Đô Áo, anh tư giúp dịch ra chữ Anh một nửa và em nhờ vợ anh Trai dịch một nửa, em sẽ đem về trường dịch ra tiếng Việt. Em có ghé thăm và báo cáo với thầy Khoa Trưởng và mời thầy và bốn thầy đầu ngành của trường cùng phu nhân, em lo mua vé máy bay. Còn anh tư mời ông bố nuôi anh, ông bà Bí Thư tỉnh Sóc Trăng, qua Áo dự hai đám cưới của anh chị em mình. Em có nhiều thì giờ ở Áo thì chuyện tổ chức đám cưới ở Áo lại có Cha Chánh Xứ nhà thờ chánh toà giúp thì rất dễ dàng.

Em có hẹn với ba má thứ bảy này, anh chị sẽ lên Sài Gòn, ba má sẽ cho anh em mình biết đám cưới sẽ tổ chức vào ngày giờ nào và tổ chức ra làm sao. Chúng ta còn cho anh Trai biết nếu anh chị Trai tổ chức cùng ngày lại quá hay, ba má nói như vậy. Từ đây đến đó còn khoảng mười tháng nữa. Chị tư giúp giùm em xin mẫu đơn làm hộ chiếu cho mẹ và chị hai và cả anh chị nữa mình phải thực hiện ngay bây giờ. Ăn cơm xong, em mang các bài báo đó ra, chia một nửa anh tư dịch, mai em đưa anh Trai một nửa tại bịnh viện, nhờ chị Josephine dịch giúp. Em có báo cáo, chia xẻ với thầy Khoa Trưởng mọi vấn đề mà mấy tuần qua em có về Áo, có liên lạc với anh Robert, thầy Khoa Trưởng khen và khuyến khích. Thầy cho nhân viên photo cho em đến mười bộ những bài báo này, em biếu lại trường hai bộ, anh tư giữ một bộ, anh Trai giữ một bộ.

Ăn cơm xong, dọn sạch bàn, Hiếu lấy ra các tờ báo phát hành tại Thủ đô Vienne ngày em trình bày trước đại chúng. Caroline nói còn nhiều tờ báo khác cũng phát hành ở Vienne, là những tờ báo nhỏ em không sưu tập. Ngoài ra cũng có nhiều hảng thông tấn quốc tế loan tin này, họ nhấn mạnh thổi bốc quá nên nhiều trường đại học lớn chú ý nên em mới dễ dàng được hai trường danh tiếng của Mỹ mời gọi. Cũng phải nói nhờ có anh Robert là người vận động cho em vì Robert có dạy tại hai trường đó nhiều năm nên quen biết nhiều và giới thiệu nhiệt tình. Vợ em ghi danh học tiến sĩ về ngoại giao, em cũng vận động ghi danh học theo vợ, chúng em san sẻ bài học và nhắc nhở nhau, chuyện lấy bằng không khó. Em còn dự trù, ba năm tới nữa nghiên cứu về đề tài xương, em sẽ vận động cho vợ em giữ chức chuyên trách về liên lạc ngoại giao, hành chánh và giúp em làm báo cáo hàng tuần, tháng và sáu tháng chúng em về Mỹ báo cáo cũng là thời gian chúng em gần gũi với ba má và con.

Vợ chồng em đã bàn bạc kỹ rồi, em mua vé máy bay chừng hai tuần tới em qua Áo lo tổ chức ăn đầy tháng hai con. Chúng em phải bay qua Mỹ, đến tận hai trường để tìm hiểu thêm và ký hợp đồng hay chủ toạ các buổi phỏng vấn trực tiếp thêm năm chuyên viên quốc tế khác. Em dự trù, công việc mình làm có thể tiến hành sau đám cưới của anh em mình chừng một tuần năm tới. Mọi kế hoạch chương trình làm việc em phải soạn thảo và trình cho trường thỉnh ý họ, lấy lòng họ mình lại dễ làm việc hơn.

Chốc nữa, em liên lạc với anh chị Trai xin cho em gặp sáng sớm mai tại nhà trước khi anh Trai đi làm. Cả nhà xem hình ảnh đăng trong báo, hai đệ tử nói cậu út bây giờ ngon quá, hết làm anh bán than mà đang tập làm vua, cả nhà cười rộ. Cô hai nói cậu út làm vua mà là vua cỏ đó hai cháu. Một buổi cơm gia đình rất hạnh phúc. Hiếu khoe là nhà vườn đã trồng xong hai trăm cây dừa và hơn một trăm cây ăn trái, em sẽ trồng cây ăn trái kín vườn dự trù tới mùa mưa là xong. Em đã tìm được một anh quản gia có vợ mà chưa có con, em có cất nhà cho hai anh chị trông nom chăm sóc nhà vườn vì cây con phải cần nhiều nước trong mùa nắng này.

Hai đệ tử của cậu út coi cho thêm nước trà, cậu út đi xa, không có mua quà gì tặng hai đệ tử, cậu tặng tiền mua sách vỡ ráng học giỏi như chị hai đã vào trường Y rồi, tương lai rực rỡ đang chờ chị hai của hai đệ tử. Cậu chỉ nhắc hai cháu đừng quên tưới nước các cây trồng mỗi ngày, đến mùa mưa thì ít tưới, khi nào thấy đất khô mới tưới. Hai mươi cây mới trồng, bây giờ bén rễ ngon lành chưa?. Thằng em nói, báo cáo sư phụ, cây tốt tươi lắm giống như cậu cũng đang tốt tươi đó. Cô hai nói, đệ tử tâng bốc sư phụ rồi, cô hai khen hai cháu ngoan, siêng học mà cũng siêng làm việc nhà giúp mẹ, giúp bà và cô hai. Mẹ nói, trời tối rồi hai con về nghỉ mai còn đi làm. Sáng mai có nồi cháo gà, gia đình mình cũng đủ ăn sáng.

Sáng sớm, Hiếu lái xe đến nhà anh chị Trai uống cà phê và cũng tường thuật qua mọi chuyện, Hiếu tặng một bộ báo phát hành ở Thủ đô Áo có tường thuật đầy đủ buổi trình bày về Y học của Hiếu và nhờ chị Josephine dịch tóm tắt phân nửa các số báo phần đầu, phân nửa sau, anh Bernard tóm dịch, không gấp, em chỉ dùng làm tài liệu và sao ra gởi cho trường Y. Sang Mỹ em cũng vận động lấy lớp cùng với Caroline học về ngoại giao cho Caroline thêm vui vì Caroline quá bận lo cho hai bê bi. Hiếu từ giả hai anh chị và nói tuần này lên Sài Gòn nói điện thoại với Caroline, Hiếu còn mua vé đi Áo hai tuần tới lo tổ chức ăn đầy tháng hai con và hai vợ chồng Hiếu sẽ bay sang Mỹ có thể ở cả tháng mới trở về Áo và sẽ đưa gia đình Hiếu về Cần Thơ.

Hiếu chạy ra chợ, mua bánh tiêu, giò chéo quẫy và mười mấy cái bánh bao mang về nhà Thu Vân ăn sáng.

Hiếu thưa với bố, con về Cần Thơ, xe còn trống, bố cho con cây nào chuẩn bị sẵn, con mang về Cần Thơ nhờ anh quản gia trồng. Theo lẽ con ở đây đến cuối tuần cũng được, nhưng con phải ở một mình mới soạn chương trình làm việc cho nhóm chúng con trình cho trường đại học ở Mỹ. Hai tuần tới nữa, từ Áo con sẽ bay qua Mỹ có thể ở Mỹ cả tháng, con trở về Áo đưa gia đình về Việt Nam.

Sáng thứ bảy, mới sáu giờ, Bernard ghé vào nhà mới của Hiếu, đón em lên Sài Gòn. Lên xe Hiếu xen vào ngồi giữa mẹ và chị hai. Chị tư quay xuống thấy Hiếu ngồi giữa nói cậu út nhỏng nhẻo dữ ghê, ngồi giữa tha hồ mà ngủ gà ngủ gật, mẹ cho cậu một chai sữa nữa tha hồ mà ngủ. Hiếu hỏi mẹ, trưa nay mẹ muốn ăn gì:

- Con đãi mẹ và chị hai. Chị tư nói còn anh chị tư cậu út bỏ đói, không cho ăn gì hết sao. Hiếu nói anh chị tư em mời ăn theo mẹ và chị hai. Quê mình không có món bò bảy món. Trưa nay mình ăn bò bảy món nghe anh tư. Chiều về Cần Thơ, ăn rùa rang muối và rắn xào xúc bánh tráng ở quán Vĩnh Ký cũng khá ngon độc đáo lắm và dằn bụng thêm một cái cơm tay cầm nữa thì thật no rồi. Em gọi mời anh chị ba nữa cho đủ bộ trong gia đình.

Đến Sài Gòn đúng chín giờ rưỡi, trể hơn thường lệ nửa tiếng. Hiếu gọi gặp Caroline, bị Caroline quở liền, tưởng cô nào bắt cóc anh chàng bán than rồi. Hai thằng cu tý ngóng cổ chờ bố nó, hôm nay con ngoan lắm, em để hai cái nôi gần ông bà ngoại và gần em để nó nghe bố nó nói. Caroline hỏi có anh chị tư đi không?. Hiếu trả lời, có còn có hai bà mẹ một mẹ đẻ một mẹ nuôi, đủ hết. Anh Tư đón anh lúc nào thì anh lên xe đi lúc nó vì anh tư có cho một cô quá giang bị chị tư đuổi xuống dọc đường nên đến trể hẹn công chúa của hoàng tử bán than. Con xin lỗi mẹ, chị hai anh chị tư và con không xin lỗi hoàng tử bán than vì hai tuần nữa hoàng tử qua trình diện công chúa bắt thay tã và cho con bú suốt đêm, con đày ải hoàng tử đó nghe mẹ. Mẹ lên tiếng:

- Xin chào anh chị sui, con dâu nghe tin chồng qua thăm coi bộ mừng dữ rồi, mẹ và chị hai con chúc mừng con khoẻ mạnh và hai cháu ngoan giống mẹ nó nữa. Để mẹ nhường điện thoại cho anh tư, ủa mà anh hai con thưa chuyện với ba má.

Bernard bật tiếng Áo, cả phe ở Việt Nam đều điếc con ráy, Bernard líu lo nói chuyện với ba má hơn năm phút. Bà nói bằng tiếng Anh để cho vợ Bernard và Hiếu biết. Cha chánh Xứ nhà thờ chánh toà của Thủ Đô Vienne khen Hiếu dữ lắm. Cha nói Cha thương yêu con, Cha sẽ hết lòng giúp các con có một lễ cưới tại Vienne thật hoành tráng, Cha nói Cha cho lệnh quét lại nước vôi nhà thờ thay vì theo lịch tu bổ của nhà thờ sau đám cưới sáu tháng. Cha đổi lại làm sớm, Cha sẽ liên lạc với bố Josephine nên tổ chức luôn ba đám cưới liên tiếp trong ba giờ từ chín giờ tới mười hai giờ và sau đó mời tất cả bà con tham dự lễ cưới và con chiên đi lễ ngày chúa nhựt dự tiệc lunch nhà thờ đứng ra tổ chức cũng tương tự như ngày Hiếu nói về đề tài y học. Toà Đô Chánh bao hết, lần này tổ chức ba đám cưới cho ba bác sĩ cùng một buổi, Cha cũng phình bụng mở hồ bao riêng của Cha đãi hết mọi người. Còn buổi chiều ba gia đình muốn đãi thì cũng đãi tại khuôn viên nhà thờ, Cha sẽ mời tất cả các cha chánh phó xứ trong Thủ Đô và các họ đạo kế cận. Ý của Cha muốn lập một kỷ lục vô tiền khoán hậu của ba đám cưới của ba bác sĩ đều là con chiên của nhà thờ chánh toà. Hai tuần nữa Hiếu qua Áo, con gặp Cha sẽ bàn bạc thiệp cưới phải làm sao cho đặc biệt hơn các thiệp cưới khác, mình in tại Vienne. Hiếu mang về Việt Nam chừng một trăm thiệp muốn mời ai cũng được. Má của con còn nói:

- Ba má đưa tiền cho các con mua vé máy bay giúp bà con Việt Nam qua tham dự, ba má rất mãn nguyện vì ba má chết không mang tiền theo được, ba má muốn để tiếng với đời chỉ có vậy thôi. Ba má còn muốn vợ chồng Bernard hướng dẫn mẹ và chị hai con sang Áo dự tiệc mừng ăn đầy tháng cho hai cháu ngoại của ba má, ở chơi hai tuần hay ở một tháng, đợi vợ chồng Caroline đi Mỹ về cùng kéo róc về Việt Nam. Gần tới lễ cưới của các con, mình kéo trở qua Áo trước chừng một tháng hay nửa tháng. Ba má thấy còn hè vợ Bernard đi Áo dễ, Bernard xin phép nghỉ không lương một tháng càng tốt, hai con về Áo lo sang tên nhà và muốn tân trang kiểu gì, ba má bao hết miễn hai con thích thì ba má cũng thích theo hai con. Nếu đi trong hai tuần nữa, hai con phải lo ngay hộ chiếu và có thể vận động nhờ bố nuôi của Bernard giúp chắc còn mau chóng dễ dàng nữa. Bernard làm hộ chiếu luôn cho mẹ, chị hai các con hay còn ai muốn đi hai tuần tới hay đợi đến ngày lễ cưới mình cũng phải có hộ chiếu mới mua vé máy bay được. Cái vụ mua vé máy bay cho tất cả bà con ở bên Việt Nam, bố mẹ giao cho chồng Caroline lo, ba mẹ muốn biết có bao nhiêu người ba mẹ thuê chừng một chục hay hai chục trailer home nhỏ, mỗi cái dành cho hai người hoặc bốn người cùng giới tính. Mọi người ở chung như trại lính lại càng vui, mình mướn xe lớn hoặc nhỏ đi chơi là đi chung, vợ chồng Hiếu, Bernard nhớ mời ông bà bố nuôi con hay các ông bà trong tỉnh Sóc Trăng. Còn ở Cần Thơ và Phú Yên có Hiếu và anh chị ba của Hiếu lo mời.

Bây giờ tới Hiếu, con muốn ôm hôn vợ ba má nhắm mắt lại cho hai đứa ôm hôn nhau cho tắt thở cũng được. Hiếu nói con cám ơn ba má, Caroline sẵn sàng đón một một nụ hôn mấy chục ngàn cây số lận. Anh nghe có tiếng ọ ẹ của hai thằng con, chắc nó cũng trông gặp bố nó còn hơn mẹ nó có phải vậy không hai con? Hiếu nói tiếp:

- Caroline phải lo may quần áo mới vì thời con gái đã qua rồi, nay làm mẹ, nở nang bề thế hơn nên quần áo cũ cho về hưu là vừa, em sang Mỹ kỳ này anh ghi tên em thi hoa hậu mà chánh chủ khảo kiêm giám khảo chỉ có chàng hoàng tử bán than chấm công chúa bà bà chiếm danh hiệu hoa hậu đó. Hôm nay, anh mời mẹ, chị hai, anh chị tư đi ăn bò bảy món và anh đại diện mẹ con Caroline anh ăn luôn bốn phần cho công chúa bà bà và hai hoàng tử con. Hiếu nói tiếp:

- Rời ở đây, anh nhờ anh Bernard đưa lại văn phòng hảng máy bay Air France, anh bút vé bay sang Áo hai tuần nữa. Trong hai tuần tới, anh sẽ trồng thêm hai trăm cây ăn trái, anh cũng có chọn chừng một chục cây lớn, năm tới sẽ có trái chiến, gia đình mình về ở là có trái cây vườn nhà ăn rồi. Hiện giờ đã trồng được hai trăm cây dừa một trăm cây ăn trái trong đó có hơn một chục cây xoài Hoà Lộc, giống xoài ngon mà bà chủ bán trong chợ Bến Thành khen Caroline đẹp như hoa hậu hoàn vũ. Mới đây anh cũng đến mua xoài Hoà Lộc, bà hỏi sao không thấy hoa hậu hoàn vũ, anh nói hoa hậu đang ăn xoài Hoà Lộc dưỡng thai cũng nhìn ngon ngọt như xoài của bà bán, bà cười quá trời.

Con xin chào kính ba má, chúng con và mẹ, chị hai chúng con bai bai ba má và em Caroline của anh, hẹn gặp trong hai tuần nữa.

Mười giờ đã rời bưu điện, Bernard lái thẳng tới văn phòng Air France, Hiếu dẫn chị tư cùng đi cho vui. Vào văn phòng Hiếu hỏi chuyến bay hai tuần tới, lấy một vé và xin reserved bốn ghế cạnh bên, tuần tới cho biết coi xem nếu có hộ chiếu đóng tiền luôn. Hai chị em nắm tay lửng thửng ra khỏi văn phòng lên xe đang đậu chờ, Bernard lái đi lên Phú Nhuận, ngừng ở quán bò bảy món Ánh Hồng. Hiếu gọi năm phần và thêm một dĩa tái, cho hai lon bia Heineken và ba cái ly đá.

Hiếu nói ngày vui của chúng con, mời mẹ, chị hai uống một chút bia ăn cho thêm ngon, chị tư cũng san xẻ với anh tư, mình ăn chậm để cho bia tan hết, anh tư lái xe về Cần Thơ. Vào quán Ánh Hồng, em gọi cho anh ba mời anh chị ra quán Vĩnh Ký ăn chiều nay, khoảng sáu giờ. Chị hai nói, bò bảy món, chỉ có chừng ba món chị chấm như món bò nhún dấm, bò cuốn lá cách hấp và món bò cuốn mỡ chày. Kỳ tới, em Hiếu về Sóc Trăng chị hai đãi em hai món bò nhún dấm, mình nhún nước dừa tươi còn ngon hơn và bò cuống lá cách nướng mà mình cho thêm mở chày trong cuống lá cách nữa chắc ăn ngon hơn ăn tiệm.

Bernard nói, em sẽ mời anh chị ba và vợ chồng anh Trai nữa, vợ em đi mua thịt bò, lá cách và mỡ chày mang về nhà mình làm một bữa từ trưa tới chiều mới để anh chị ba và Hiếu về Cần Thơ.

Xe chạy về tới quán Vĩnh Ký ở Cần Thơ mới năm giờ rưỡi chiều. Hiếu gọi anh chị ba ra sớm, anh chị tư, mẹ, chị hai ăn xong về luôn Sóc Trăng để ngày mai đi làm. Hiếu có mua thêm một phần cơm tay cầm về cho mẹ con chị Ngọc Mai. Bernard lái xe về Sóc Trăng vừa qua tám giờ tối.

Vợ chồng Trung đưa em về nhà và Hiếu trao cho anh ba một bộ các báo ở Thủ đô Áo tường thuật buổi tường trình về Y học, cách đây mấy tuần. Hiếu cho biết hai tuần nữa sẽ đi Áo tổ chức ăn đầy tháng cho hai con. Sau đó hai vợ chồng Hiếu sẽ bay sang Mỹ ký hợp đồng dài hạn và chủ trì các buổi phỏng vấn chọn thêm năm chuyên viên về bịnh sốt rét của năm quốc gia để nhập với toán của Việt Nam thành nhóm mười nhà nghiên cứu quốc tế. Chị dâu của Hiếu khen, chú út quá may mắn và quá tài giỏi mới ra đời mà đã nằm trên tiền đống rồi, trút bỏ cái vỏ gia đình Trần Minh khố chuối mà thành Trần Minh giàu sang của Bố Thảo.

- Em cám ơn chị ba, Hiếu đáp. Lúc này em tập trung làm chương trình nghiên cứu trước khi qua Mỹ trình cho trường duyệt xét và bổ túc. Khi nào em muốn thư giản là lo trồng cây ăn trái, đã hơn ba trăm cây rồi, trong hai tuần tới em sẽ trồng thêm ít nhứt một trăm cây nữa, trước khi em đi Áo. Vé máy bay đi Áo em đã bút sáng nay. Có tin gì mới em gọi điện thoại thông báo cho anh chị biết. Cơm chiều tại quán Vĩnh Ký xong, Bernard lái xe về Sóc Trăng lúc hơn bảy giờ tối có mẹ và chị hai cùng về với vợ chồng Bernard. Hai vợ chồng anh chị Ba đưa Hiếu về nhà Đến nhà, Hiếu nói: Cám ơn anh chị, chúc anh chị ngủ ngon, Hiếu xuống xe.

Chưa kịp thay quần áo, Hiếu gọi điện thoại hỏi Thu Vân, em có khoẻ không, hai thằng cu tí lúc này chắc chòi đạp bạo phải không?

- Con chòi đạp trong bụng, em lại nhớ ơn anh giúp em toại nguyện, có con với anh, em mới thấy cuộc sống của em có ý nghĩa và em muốn sống, không chán đời muốn chết nữa.

Hiếu nói, anh nhớ em quá, sáng mai, em lên Ngã Bảy, anh đón em nghe. Chúng mình ở đó chơi hai ngày, anh đưa em về Sóc Trăng và ngủ lại một đêm, sáng anh về Cần Thơ. Tối nay anh thức khuya soạn chương trình và phân công cho mỗi người nghiên cứu một lãnh vực. Anh còn phải soạn trước các câu hỏi phỏng vấn tuyển chọn thêm năm nhà nghiên cứu quốc tế. các cuộc phỏng vấn nhà trường phân công anh làm chủ trì có thêm trách nhiệm. Trường trả tiền công anh cao gấp đôi hơn các anh chị khác, công việc của anh bề bộn, nhiều lắm. Em thông cảm cho anh nghe Thu Vân, trước khi anh xa em mà không dành hết thời gian gần gũi ôm ấp em.

Sáng mai, anh mua bánh canh giò heo mang về phòng, mình ăn xong nghỉ một chút, tập cho em dầm và đi trong nước cho thai nhi quay đầu xuống em sanh sẽ mau và dễ. Khi anh về Cần Thơ em và mẹ đi vào gặp bác sĩ Lệ Thuỷ khám thai và nói em là bạn học với anh hồi còn học trung học, chị Lệ Thuỷ sẽ dành cho em thêm thân tình, em nói chồng em đang làm việc ở Sài Gòn... Em xin phép bố mẹ nói là anh muốn tập em đi trong nước cho em sanh dễ và em nói bố chọn cho anh cây trồng, anh sẽ mang về Cần Thơ nhờ anh quản gia trồng dần. Sáng nay, anh mua vé máy bay đi Áo và sau khi ở Áo chừng một tuần, anh sẽ bay qua Mỹ ở chừng ba đến bốn tuần và mới về lại Việt Nam và anh cũng không còn tự do như lúc này. Thu Vân nghe đến đó bật khóc, mẹ nghe con gái khóc, đợi chốc nữa hỏi con nói lý do. Thu Vân nói mai em lên ngã bảy sớm khoảng tám chín giờ. Hiếu nói anh đợi đón em.

Cả một đêm trăn trọc bất an, Thu Vân chỉ trông mau sáng đi gặp người yêu, mới hơn sáu giờ, thu Vân gọi em trai lớn đưa chị ra bến xe chị lên Ngã Bảy gặp anh hai, em về còn chuẩn bị đi học. Em trai lấy xe rồ máy chở chị hai ra bến xe, đợi chị lên xe, em lái về.

Vừa đến bến xe Ngã bảy chưa tám giờ đã thấy xe của Hiếu đậu bên ven đường chờ, Thu Vân quá cảm động suy luận cả đêm chồng mình cũng mất ngủ như mình nên sốt ruột đi sớm đợi mình. Tấm chân tình của Hiếu dành cho mình quá cao đẹp mình phải tôn thờ tình yêu của Hiếu dành cho mình, Thu Vân nghĩ như vậy nên khi gặp Hiếu, không còn giữ gìn ý tứ gì hết chạy lại ôm hôn người yêu. Hiếu lật đật dành túi xách của Thu Vân dẫn người yêu lại xe, chạy về phòng ngủ, Thu Vân hỏi anh không mua bánh canh sao. Hiếu cười nói, anh nhớ em quá, anh đi quá sớm, đến quán bánh canh, anh phải ăn hết một tô nhỏ và mua hai phần có sẵn trên xe mà chạy ra bến vẫn còn sớm, anh ngồi đợi hơn mười lăm phút xe em đi mới đến. Cả đêm, anh ngủ không được cứ trông mau tới sáng đi gặp em.

- Thu Vân nói, em cám ơn anh rất nhiều, chúng mình với hai tâm hồn lớn đã gặp nhau, đêm qua, em không ngủ được. Chốc nữa mình ngủ bù nghe anh, em có mang theo hai chục hột gà giúp anh có sức phục vụ em tới bến. Hiếu vừa lái xe vừa gật đầu. Hiếu vào bãi xe của khách sạn cũng khá khuất trong sâu, gởi xe cho bảo vệ và cho tiền uống cà phê trước. Vào phòng tiếp tân mới tám giờ rưỡi, cô tiếp tân cũng mới vừa tới, hai ông bà đi đâu mà sớm quá vậy. Hôm qua chúng tôi làm việc ở Long Xuyên căng quá, tối ngủ không được mà phải đi Sóc Trăng sớm, tôi có mượn điện thoại ở quán bán bánh canh nói, tôi sẽ xuống Sóc Trăng trễ chừng hai ngày, nên tấp vô khách sạn này có hồ bơi nên ở chơi rồi mới đi Sóc Trăng, cô cho tôi bút phòng sớm. Cô tiếp tân nói, ông bà đợi tôi kiểm soát lại coi phòng nào đã làm vệ sinh từ hôm qua nên sáng nay vào ở được liền, không có trở ngại gì hết và cũng không có tính thêm tiền extra vì là khách quen. Hiếu nói cám ơn cô, có đến ba phòng đã dọn sẵn từ ngày hôm qua, tôi chọn cho ông bà phòng bìa, có cửa sổ nhìn ra ngoài xa được. Hiếu nói, tôi cần hai ly cà phê sữa nóng uống cho tỉnh, cô nhờ nhân viên phục vụ mang lên phòng giúp, chúng tôi lên phòng trước.

Thay quần áo xong, Hiếu nói anh mệt và đang buồn ngủ, em cứ ăn tự nhiên, anh phải chợp mắt chừng một tiếng mới khoẻ. Hiếu nói xong, ngã lưng xuống giường quay mặt vào vách, bắt đầu kéo đờn cò rồi.

Thu Vân, thấy bánh canh còn nóng, lấy ra một ít ăn và uống cà phê rồi nằm cạnh chồng ngủ hồi nào cũng không hay biết, hai người ngủ đến mười giờ thức dậy, cảm thấy khoẻ, dắt nhau đi tắm. Hiếu gọi nhân viên phục vụ giúp hăm lại cho nóng tô bánh canh mà Thu Vân ăn dở dang, mang lên chia nhau ăn hết. Hiếu nói, trời chưa nắng gắt, anh và em xuống hồ bơi, tập cho em đi nước và tập hai chân hai tay bơi cho khoẻ, mình chơi chừng một tiếng rồi lên ăn trưa. Nghỉ cho đến xế, dịu nắng khoảng bốn giờ, mình lại xuống hồ bơi tập cho đến sáu giờ lên ăn chiều. Sáng mai, mình tập trước rồi mới ăn sáng, chỉ đi nước ngang bụng nên cũng không lạnh lắm, không tập bơi, tránh em bị lạnh. Trong lòng Hiếu, muốn tận dụng thời gian hai tuần phù du còn ở Việt Nam sẽ cố gần gũi Thu Vân an ủi động viên em.

Số phận em, thay vì là người đến trước Caroline, nay phải đến sau, âm thầm lén lút rất hối tiếc. Hiếu thấy mình đã giúp cho người yêu có con thì nàng mới còn ham sống. Vì lương tâm chức nghiệp một thầy thuốc và cũng vì tình bạn mình đã làm liều san sẻ tình yêu và nàng may mắn có hai con, sanh đôi đúng với lời đã giao kết với nhau. Nàng an phận thủ thường, để cho Hiếu làm tròn bổn phận người chồng tốt đối với vợ hiền. Hiếu cũng là một người gương mẫu có trách nhiệm với gia đình dù do chàng tạo ra một áng mây mù che phủ lại danh thơm tiếng tốt của mình. Nghĩ đến đây, bỗng Hiếu chắc lưỡi làm cho Thu Vân có cảm nhận, người yêu mình đang suy nghĩ một điều gì đó, hỏi Hiếu. Bây giờ, xuống nước, đi tới lui trong hồ, anh sẽ kể sự suy nghĩ của anh cho em nghe:

- Trên đời này, anh yêu em, anh không bao giờ dấu giếm em bất cứ một điều gì cả. Còn đối với Caroline, anh còn có dấu giếm, anh lựa dịp thuận tiện anh cũng sẽ trình bày hết uẩn khúc nỗi lòng của anh. Nếu Caroline không tha thứ thì có lẽ suốt đời còn lại của anh sẽ sống cô đơn chỉ còn biết phục vụ khoa học. Anh sẽ dùng số tiền anh kiếm được chia đồng đều cho các con và lo phụng dưỡng cha mẹ già của anh, của em và của Caroline. Còn hồi nãy anh buột miệng chắc lưỡi là anh đã quay lại cảnh em bị làm nhục, chà đạp phẩm hạnh thân xác em suốt hơn hai năm. Em muốn chết mà chết chưa được. Em gặp lại anh, em hối hận van xin anh san sẻ cho em tình yêu để em có chừng hai con là em mãn nguyện. Em tự nuôi hai con được không cần anh trợ cấp. Em lui khuất về phía sau để anh sống hạnh phúc với vợ với con anh và với địa vị danh dự của anh có trong xã hội. Anh càng nghĩ càng yêu em, em có tấm lòng vô cùng cao cả chỉ biết lo cho anh, cho vợ con anh có hạnh phúc. Còn cuộc đời em dù đau khổ dày vò từ hình thức này đến hình thức khác em vẫn không đầu hàng muốn chết nữa mà em cam tâm chịu đựng, hy sinh nuôi con nên người.

Anh càng nghĩ càng yêu em. Anh van vái vong hồn ba, sống khôn thác thiêng về phù hộ cho anh có thêm sức lực và có suy nghĩ chính chắn sẽ giải quyết tốt đẹp hết mọi uẩn khuất của cuộc đời anh. Anh đang sống một kiếng mà có đến hai quê, Caroline quá tốt quá tuyệt vời lo cho anh và em cũng tương tự như vậy, anh thật khó xử, bỏ bên này theo bên kia hay theo bắt cá hai tay lại càng không được phép làm như vậy. Em cùng anh cầu nguyện ba về phù hộ chúng mình giải quyết câu chuyện lòng của chúng ta thoát qua mọi khó khăn, trở ngại.

Mải mê trút bầu tâm sự với người yêu, đi cả mấy chục vòng quanh hồ bơi, Hiếu thấy mặt trời gần ngang đỉnh đầu, biết là gần mười hai giờ trưa rồi. Hiếu nói, chúng mình lên đi tắm và ăn trưa.

- Thu Vân riu ríu nghe theo lời người yêu. Hiếu choàng khăn to cho Thu Vân và nắm tay dẫn vào phòng, hai người tắm, Hiếu ra trước, gọi nhà bếp cho một cái bít tết có kèm theo khoai tây chiên và một dĩa sa lách, một lon bia Heineken, một ly cam vắt, mang đến phòng. Thu Vân ra ngoài ngồi sấy tóc, Hiếu lại giúp người yêu sấy tóc để người yêu trang điểm sơ sơ, mặc bồ đồ mỏng tanh mà Hiếu thích ngắm thân hình vệ nữ tuyệt đẹp của Thu Vân qua bộ đồ này. Thu Vân hiểu ý người yêu, khi nào ở trong phòng thay vì mặc đồ ngủ mà mặc bộ đồ này không có đồ lót nội y lại làm cho chàng thêm gợi cảm, thu hút. Người phục vụ gõ cửa mang thức ăn vào, Hiếu bảo Thu Vân vào nhà tắm, tránh cho người khác thấy nàng mặc quần áo hấp dẫn quá. Hiếu đưa luôn tô bánh canh nhờ hâm cho thật nóng, chừng nào Hiếu gọi mới hâm bưng lên.

Hiếu kéo ghế, chờ Thu Vân đến ngồi, Thu Vân xịt dầu thơm khắp mặt mày quần áo và xịt lên giường ngủ, lại ôm người yêu hôn và ngồi xuống sát người yêu., Hiếu xắt ra một miếng bít tết, cho lên trên một chút mù tạt có rưới nước maggie cho thơm đút cho người yêu ăn trước, Hiếu xắt một miếng bít tết lớn hơn, quết vào mù tạt cho vào miệng mình ăn một cách ngon lành, Thu Vân ăn thêm hai thanh nhỏ khoai tây chiên và đút cho Hiếu luôn hai thanh khoai chiên. Hiếu ăn xong uống một ngụm bia và đưa ly bia choThu Vân uống một ít cho dễ tiêu. Hiếu nói bít tết phải ăn nóng mới ngon, anh xắt ra nhỏ ra hết, để cho chúng mình tự do ăn nghe em, ăn nhanh cho xong dĩa bít tết, khoai chiên và dĩa sà lách, anh uống hết lon bia rồi mới gọi người phục vụ hâm tô bánh canh bưng lên.

Khi nghe tiếng gõ cửa, Hiếu đưa khăn cho Thu Vân choàng vào người, chàng ra ngoài bưng tô bán canh vào khói còn bóc lên, trông rất hấp dẫn để tô bánh canh xuống bàn, Hiếu khoá cửa lại, lấy cái khăn trên người Thu Vân ném lên giường. Hai người tiếp tục ăn từ từ vừa ăn vừa nói cũng hết sạch một tô bánh canh tổ chảng. Hiếu nói để anh làm vài cái la cót mình tráng miệng nghe em. Thu Vân chu miệng hôn vào miệng Hiếu và nói cám ơn anh của em lo cái gì cũng chu đáo hết. Hiếu ăn hai cái hột gà la cót, Thu Vân ăn có một và Hiếu cũng pha trà lipton mỗi người một ly nóng, uống cạn ly trà, cả hai vào toi lét súc miệng, đánh răng cho thật sạch.

Cả hai nắm tay nhau đi tới đi lui tâm sự trong phòng cũng năm bảy phút. Hiếu đã rạo rực ham muốn. Thu Vân cũng cảm nhận kích thích có nước ươn ướt rồi, vội lấy chiếc áo ngủ của Hiếu ra và Hiếu cũng làm như vậy cho người yêu, đem máng trên móc áo. Cả hai vào nhà tắm xịt nước rữa hạ bộ, Hiếu lau khô, lấy khăn bàn to choàng cho Thu Vân bảo về giường trước. Hiếu lau khô và lấy khăn nhỏ nhún nước vắt ráo để trong cái hộp mang lại giường. Hiếu đi gần đến giường, Thu Vân bảo anh đứng lại cho em nhìn thằng bé sao thấy nó dễ thương quá, nó nhúc nhích chắc chào em đó, hai tay Hiếu lướt trên hai ngọn núi lửa, thấy bốc khói rồi. Hiếu làm nhiệm vụ một cách ngon lành, nằm xuống ôm Thu Vân tiếp tục nựng nịu và nói chuyện này chuyện nọ cũng khá vui. Hai tay của hai người vẫn làm việc nhịp nhàng cũng khá lâu lại lên cực điểm đòi hỏi, Thu Vân nói để em làm tài công thay anh. Một trận mây mưa khác kéo dài hơn trận chiến đầu. Cả hai cảm thấy cũng hơi mệt và buồn ngủ, sau khi lau sạch hết, ôm nhau ngủ môt cách ngon lành đến hơn hai giờ thức dậy. Hiếu nói để anh bóp tay chân em chừng mười lăm phút cho máu huyết lưu thông tốt, chúng mình còn xuống hồ đi nước và tập bơi nữa, em cũng sẽ mệt, anh muốn cho em làm quen với nước.

Khi con biết đi, nếu ở Sóc Trăng có hồ bơi, em ghi danh cho con học bơi vì bơi lội là môn thể thao rất tốt tập cho toàn cơ thể và tạo cho con thêm tự tin không sợ nước không sợ khó khăn và con sẽ học giỏi như em như anh. Thu Vân nghe chồng nói gật đầu đồng ý lời dặn dò của chồng. Từ ngày mai, anh với em nên giảm cường độ làm tình quá mạnh sẽ có thể ảnh hưởng đến thai nhi và sự gần gũi xác thịt cũng giảm bớt nghe em. Thu Vân nhìn chồng trân trối và nói em nghe lời anh chỉ bảo em lo chăm sóc sóc kỹ thai nhi. Đó cũng là nguồn sống của em khi anh xa em, em phải luôn bảo trọng. Khi em sanh con có mẹ bên cạnh chăm sóc em, em có buồn có nhỏng nhẻo mẹ sẽ giúp em vì mẹ sẽ thương nhiều hai cháu ngoại vừa sanh ra đời lại không có tên cha trong khai sanh, rất tội nghiệp hai con.

Số phận của mỗi người đã do thượng đế sắp đặt trước phải không anh? Khi em sanh con xong, em xin phép bố mẹ cho em xin theo học giáo lý của đạo chúa vì em có sự so sánh đạo nào cũng dạy con người luôn sống đạo đức mà đạo chúa có tổ chức đàng hoàng kỹ lưỡng. Mỗi tuần con chiên giữ đạo phải đi nhà thờ ngày chúa nhựt nghe cha giảng những lời giáo huấn thánh thiện mình cũng nhiễm lần và thực tế trong cách ăn uống cũng không khó khăn chay lạt cữ kiêng nhiều, nên trong giao tế không thấy có khó khăn trở ngại. Hiếu nói, anh cũng đã rữa tội vào đạo Chúa rồi tại nhà thờ lớn ở Thủ đô Áo khi anh sang Áo thăm hai con và gia đình.

Bây giờ, em lại có ý định theo đạo Chúa cùng tín ngưỡng với anh thì anh lại vô cùng hoan hỉ. Vì vậy, em nên xin bố mẹ cho mình một lô đất nào trong nhà vườn chưa có trồng cây nhiều, xin tiền bố mẹ hay là em mượn bố mẹ xây một một ngôi nhà có tiện nghi để mẹ con ở và có chỗ thờ cúng riêng biệt với nhà chính như là phủ thờ trong tương lai. Anh có trương mục riêng anh sẽ rút tiền dễ dàng cho em. Còn bây giờ, anh và Caroline dùng chung một trương mục, anh chi cái gì hay rút tiền Caroline đều biết hết, anh nói thế em hiểu. Vì vậy, anh muốn trồng nhiều cây như là chi phí mua cây và mướn đào hóc trồng cây mà phần nhiều là anh ra công đào, cực xác mà anh chi tiêu xài sang dễ dàng hơn. Thu Vân nghe người yêu nói thế lại càng thêm kính trọng yêu thương chồng.

Từ bốn giờ, nắng cũng dịu, Hiếu có mang theo một túp kem chống nắng thoa lên tay chân, mặt cổ cho Thu Vân, còn buổi sáng cũng ít nắng và cũng ít giờ, Hiếu quên lo chăm sóc da cho vợ nên thấy da của Thu Vân cũng bị ửng hồng. Hiếu nắm tay vợ, anh xin lỗi em, buổi sáng xuống nước mà anh quên xoa kem chống nắng cho em làm cho da em bị lên màu hồng, sậm sẽ thành cô gái Mai Liên đó. Thu Vân hiểu nghĩa mai liên của Hiếu nói về mình, có nghĩa da mình sậm trở thành cô gái Miên lai. Thu Vân cười, em thành mai liên anh lại càng mê mệt vì nước da bánh mật của em còn hấp dẫn hơn nước da trắng bốc.

Gần sáu giờ cả hai về phòng tắm lại và Hiếu phụ sấy tóc cho người yêu. Thu Vân trang điểm xong lại hỏi người yêu, anh xem em trang điểm như vầy, thấy có được không? Có cần tô thêm son đậm hay làm lợt anh cho em biết vì em muốn cái gì trong thân xác của em hiện nay là của anh và do anh làm chủ, anh muốn gì em cũng vâng theo lời anh.

Qua bàn tay mầu nhiệm của anh đã vực dậy em từ nơi bùn nhơ lầy lội nay lên cao ngẩng mặt với đời vì em có con với anh, em vô cùng hãnh diện và hạnh phúc. Nay kể như anh đã gột rửa sạch những bụi bặm dơ bẩn bám theo em, anh đã ném hết vào thùng rác, em cám ơn anh suốt đời em. Em có thân xác mới, đầu óc suy nghĩ mới và trái tim mới chỉ có yêu anh và yêu con cũng đủ làm cho em vui sướng, hạnh phúc rồi dù em có bị thiệt thòi mai một trong bóng tối em cũng phải đành chịu. Mỗi lần Hiếu nghe người yêu trút hết suy nghĩ, nói hết những u uẩn trong tâm can làm cho Hiếu càng xót xa đau nhói lại làm cho Hiếu càng thấy có trách nhiệm bảo bọc mẹ con nàng.

Anh định ở đây vài ngày, bây giờ anh đổi ý mình về nhà bố mẹ vui hơn, hạnh phúc hơn. Đến bảy giờ sáng nay mình trả phòng, chạy ra chợ mua cá thịt và rau quả mang về nhà anh làm sếp cút đãi em là chính và đãi cả gia đình, em làm bếp phụ cho anh nghe. Thu Vân vỗ tay em làm bếp phụ cho anh thì em trúng số rồi đó. Anh có biết không, em ao ước em làm phụ anh bất cứ cái gì cũng là nhứt cho em hết, em quá sung sướng làm phụ anh. Bây giờ em thu dọn đồ đạc của mình cho vào xách, anh gọi nhân viên tiếp tân lên xem coi trong tủ lạnh mình dùng cái gì họ tính tiền, mình xuống văn phòng trả chìa khoá và trả tiền luôn. Bây giờ anh đi tắm, em có tắm sớm với anh không hay về nhà rồi mới tắm.

- Thu Vân nói, em tắm thì hơi lâu mà em lại cũng muốn về sớm, tắm ở nhà lại càng tốt. Anh gọi nhân viên tiếp tân lên là vừa, em trang điểm thêm cho đẹp để anh dẫn em đi chợ có người chảy nước miếng chơi.

- Em nói coi bộ hay, trang điểm cho tới bến ăn thua luôn và mặc bộ đồ chiến nữa thì em là hoa hậu muôn năm của anh đó. Thu Vân vội lại ôm cổ Hiếu hôn miệng một cách say đắm và nói miệng anh ngọt và thơm quá, anh để dành cho em mãi mãi nghe anh. Hiếu gật đầu và nói kiếp này không trọn thì chúng mình hẹn kiếp sau. Hiếu nói tiếp:

- Em cứ trang điểm chừng nào xong mình ra xe, bây giờ, anh xuống văn phòng thanh toán tiền lặt vặt mình dùng lấy trong tủ lạnh và trả chìa khóa, anh lên đón em liền, anh để em lâu trong phòng một mình rủi ai đi qua, thấy em đẹp quá, rinh em dẫn đi mất tiêu thì anh chết liền.

- Thôi, anh đi nhanh, em trang điểm cũng gần xong rồi. Hiếu trở lại phòng đã thấy người đẹp đứng chờ trước phòng với gương mặt vui tươi, đưa tay cho Hiếu nắm dẫn ra xe. Hiếu mở cửa cho người đẹp lên xe, đóng cửa lại và vòng qua cửa bên lên nổ máy xe, lái chạy lại chợ, cách khách sạn không xa, Hiếu bảo Thu Vân ngồi trên xe, coi chừng con nít phá xe để Hiếu đi len lỏi vào chợ mua nhanh, mua ba bốn ký lô thịt, hai con cá lóc lớn mướn làm sạch, hai ký cá trê, hai ký cá rô mề, bốn con cá he to cũng nhờ làm sạch luôn.. Hiếu mua bạc hà, giá sống, đậu bắp, khóm, rau cải đủ thứ hết, mang lại xe trước và trở vào chỗ làm cá cũng đã làm xong và rữa sạch cho vào bao ny long rất kỹ. Trả tiền xong, Hiếu mang ra xe, lái một lèo về tới nhà chưa tới mười giờ.

Hiếu vào nhà chào mẹ mang thức ăn lủ khủ vào nhà, và thưa với mẹ, vợ con cho phép con làm đầu bếp, nấu ăn đãi bố mẹ bữa cơm trưa nay. Hiếu gọi chị bếp ra xe lấy hết thức ăn mang vô nhà, Thu Vân vào phòng thay đồ xong xuống bếp nói chị bếp lo gọt vỏ khóm để nguyên trái cho anh hai làm gì thì tính sau. Chị bóc vỏ lụa bạc hà và cắt đầu đậu bắp rữa sạch và rữa lại cá và thịt để cho ráo nước, anh hai đem xe lại gởi văn phòng xã, tránh để xe bảng số ngoại giao trước nhà lâu, người ta dòm ngó.

Về đến nhà Hiếu nhờ chị bếp nhóm cho hai bếp và hỏi chị bếp nấu cơm chưa. Nồi cơm đã nấu chín chưa có làm thức ăn, chị bếp đáp. Hiếu nói chị cất thức ăn chị dự trù làm trưa nay, tôi sẽ thay chị nấu hai món ăn và nhờ chị luộc rau muống, và chiên bốn con cá he chiên tươi, món canh chua và cá kho tộ, tôi lo. Còn mấy ký lô thịt nạc dăm, chị cắt ra từng miếng để tôi ướp kho với trứng để dành ăn, ăn cơm rồi mới kho. Hiếu nói:

- Bếp phụ Thu Vân, xắt khóm, bạc hà và đậu bắp để riêng ra. Còn sếp cút cắt ra hai đầu cá lóc và bộ đồ lòng cá cho vào nồi nấu canh chua, Hiếu xắt thịt ba rọi cho vào tộ ướp tiêu, ớt, bột ngọt đường và nước mắm cho lên bếp nấu trước, sôi lên vớt bọt và cho lửa xuống chừng vài phút, nêm lại coi mặn ngọt thế nào, cho thêm một chút nước nấu sôi lên cho bốn con cá rô vào và bớt lửa cho cá ngấm nước kho. Còn lại bốn con cá rô, Hiếu bảo chị bếp chiên tươi sơ sơ để dành lại muốn nấu ăn món gì sẽ tính sau. Nồi canh chua với hai đầu và ruột cá lóc đã sôi, Hiếu hớt bọt và xuống lửa cho sôi riu ríu, Hiếu nhờ phụ bếp ra hái chừng ba bốn trái cà chua chín đỏ, ớt chín, ngò om, ngò gai, húng quế cả ba thứ hái luôn, rữa sạch xắt cho đầy một chén và ớt đỏ cũng xắt mỏng cho lên trên chén rau thơm. Cà chua cũng xắt ra làm tư hay làm tám tuỳ trái lớn nhỏ cũng để riêng ra. Thấy đầu cá chín, Hiếu vớt hai đầu cá ra, lấy một chén me chín múc nước sôi cho vào để lấy chất chua, cho đậu bắp vào. Đợi cho nước sôi, cho bạc hà, khóm, giá sống vào xong, lại cho hai đầu cá lóc vào nước canh chua cho nóng, cho lửa lên ngọn vừa sôi hạ lửa xuống và hớt bọt lần chót. Đến khâu nêm nếm, rót nước me chua vào nồi canh nêm nếm cho đủ độ chua, bỏ hột và xác me, múc ra một tô lớn, Hiếu cho vào nhiều rau thơm và ớt đỏ cho lên sau cùng.

Phụ bếp bưng ra bàn. đã có bày chén dĩa nước mắm trước rồi, chị bếp mang ra một con cá he chiên, ăn với nước mắm pha chế sẵn đựng trong một lọ cũng khá to. Phụ bếp gắp ra dĩa rau muống luộc, và Hiếu bưng nguyên nồi cá kho tiêu ra bàn. Mẹ ra ngoài vườn mời ba vô ăn cơm. Hiếu vào tủ lạnh lấy chai martell ra rót cho ba một ly nhỏ và Hiếu cũng một ly để hai cha con nhậu với đầu cá lóc và bộ đồ lòng của cá.

Bố vào bàn thấy món ăn ê hề và khá hấp dẫn, bố lên tiếng chắc thằng rể làm đầu bếp phải không?.

- Mẹ nói liền, cái vụ làm bếp mà bố bắt con gái rượu làm chắc nó làm đến hai ba giờ mới có ăn, chưa nói là thức ăn ngon hay dở nữa đó. Chỉ có năm người kể cả chị bếp, ăn nguyên hai đầu cá lóc to và bộ đồ lòng cá, một con cá he chiên, một nồi cá rô kho tiêu, một dĩa rau muống luộc...

Tất cả các món ăn làm chưa tới hai tiếng, mẹ khen nức nở có thằng rể xịn nấu ăn như bếp Hồng Kông vừa nhanh vừa sạch vừa ngon nữa mới thật có tài đáng làm sư phụ cho con gái Thu Vân đó.

- Mẹ nói chí phải, bố phụ hoạ. Nếu mang cá sống về đến nhà chỉ cái vụ làm cá không thôi cũng mất trên nửa tiếng nếu làm nhanh. Hiếu dùng đến ba bếp, phần nó hai bếp và một bếp để cho cháu làm bếp lo chiên cá luộc rau và phụ bếp chỉ dùng sai vặt phải không con gái?. Thu Vân thưa, con nhứt trí với bố.

- Bây giờ bố cụng ly với đầu bếp chánh, con gắp cho ba nửa cái ruột, mẹ nửa cái ruột và vợ chồng chia hai cái ruột cá ăn thử.

- Mời bố cụng ly với chồng con cho quắc cần câu, chiều bố khỏi làm việc ôm mẹ ngủ cho đã. Mẹ nói, con gái hôm nay có chồng nó kế bên lại còn chọc mẹ, nó suy bụng ta ra bụng người, nó nhỏng nhẻo ôm chồng nó ngủ cho đến cơm chiều luôn.

- Hiếu thưa ngay, mẹ đi guốc trong bụng Thu Vân rồi đó ạ! Bố cười nói, hôm nay vui quá, không ngờ thằng rể của bố lại biết nấu ăn mà biết nấu nhanh, gọn và cực kỳ ngon mới đáng nể.

- Hai cha con mình làm nửa ly nghe con. Hiếu thưa vâng. Con thú thiệt với bố mẹ, lần đầu tiên trong đời con mới trổ tài làm bếp, con chỉ nhìn thấy chị hai con nấu hay các đầu bếp các quán ăn làm mà con bắt chước.

Hồi nhỏ ở nhà, một mình mẹ con làm bếp cho anh chị em ăn, bà nói khoẻ re, chỉ luộc rau, hay nấu canh rau đại dương đâu cần có thịt cá, bốn anh chị em cũng đều ăn thấy ngon cực kỳ vì hôm đó có tiền mẹ mua nhiều gạo mỗi đứa ăn đầy hai chén cơm cũng quá hạnh phúc rồi. Nhà nghèo đâu có tiền mua thịt cá chỉ rau là chánh nên làm bếp quá dễ không cần phụ tá như con làm bếp trưa nay. Khi con có vợ gặp vợ con nhà giàu mà là người Áo chén dĩa còn chưa biết rửa sạch nhanh làm gì biết nấu, ăn nhà hàng hay mua thức ăn chế biến sẵn về ăn.

Hôm nay, con nổi hứng làm các món ăn đầu tiên nhờ vợ con đứng chỉ huy mà món ăn nào cũng ngon có phải vậy không chị bếp. Chị bếp lên tiếng, nhờ có mợ hai nhắc cậu thêm đường thêm nước thêm đủ các cái nên các món cực kỳ ngon. Bố vỗ tay khen, con gái tôi ngon lành chớ bộ. Thu Vân nói:

- Tôi không ngờ chị bếp cho tôi đi tàu giấy quá mát quá đã. Chiều nay anh chồng yêu quý của em đãi ăn món gì, Hiếu nói:

- Chiều nay con hấp hai con cá lóc với đọt và bông bầu con có mua sáng nay, ăn lại cá rô kho tộ, cá he chiên và rau muống luộc mình xào lại cho thêm thịt ba rọi có thêm món ăn ngon hơn buổi ăn trưa, nồi canh chua cũng còn nhiều. Còn nồi thịt kho trứng với nước dừa tươi cực kỳ ngon để ngày mai ăn, chị bếp thưa với ông bà chủ.

Ba cậu em trai đi học về thấy có anh hai chúng lại thưa, cậu út nhanh nhẩu, em đoán anh hai chiều nay chắc chiêu đãi món ăn xịn cho chúng em, em thấy có mùi thịt kho bay ra tới ngoài này. Mẹ nói:

- Con trai út quả có tâm hồn ăn uống, nó giống tánh anh hai nó quá trời. Con trai út nói, con là đệ tử ruột của anh hai có phải không chị hai?

- Em nói phải, anh chị khen em giỏi và ngoan, đi tắm thay quần áo, anh hai làm bếp đãi ba em chiều nay ăn mệt nghỉ. Em trai lớn, tắm xong chạy ra chợ mua bốn năm ổ bánh mì sáng mai mình ăn điểm tâm bánh mì nướng lại ăn với thịt kho nước dừa tươi ngon bá chấy. Chị hai nói tiếp:

- Chị mới tuyển được sếp cút vừa ý từ Cần Thơ xuống Sóc Trăng nấu cho chị ăn mà chị còn rầy quá trời, em hỏi mẹ có vậy không? Mẹ nói:

- Đó là kiếp sau, còn kiếp này chị hai con mê sếp cút quá trời, hể ngủ là ôm sếp cút muốn tắt thở. Cả nhà quá vui cười vang rần. Cậu út khen hèn chi lúc này em thấy chị hai mập ra nhứt là cái bụng. Mẹ cười ngất, thằng út chọc yêu chị hai nó, mai đi học chị hai sẽ thưởng cho cậu út tiền dằn túi.

Trưa vào nghỉ, phụ bếp bắt sếp cút trả bài coi làm mệt có thuộc không, sếp cút nói dư sức qua cầu. Trả bài xong, hai người ôm nhau ngủ cho một giấc ngon lành đến hơn năm giờ thức dậy, ra trước võng ngồi chơi một chút, cậu út đem ra một trái dừa lửa có cả ống hút, chị hai nói mời sếp cút uống nước dừa xong còn có nhiệm vụ đi hấp cá và làm mước mắm me ăn cá hấp mới bắt, chị hai nói như vậy. Còn các em đi cắt rau thơm, cà chua... để cuống bánh tráng. Hiếu uống xong trái dừa, xách vỏ dừa vào bếp, lấy muỗng cạo sạch cái cho vào chén, đưa cho vợ ăn, Thu Vân nói anh cúi xuống em đút anh một miếng rồi Thu Vân mới ăn hết cái dừa.

Hiếu lấy hai con cá lóc to quá cắt ra làm dôi, hấp hai nồi cho mau chính. Trong lúc chờ đợi phi mỡ hành, làm nước mắm me, các cái đều xong. Nồi canh chua cũng hâm cho nóng, cá kho tộ, cá he chiên đều làm lại cho nóng, rau muống còn lại xào thêm thịt ba rọi, Hiếu bảo chị bếp xắt một ít thịt ba rọi xào trước cho chín nêm nếm cho vừa ăn, cho rau muống luộc vào, đợi thật nóng, nhắc xuống bỏ thêm tiêu và hành lá. Thế là có thêm món xào. Bữa cơm chiều còn thịnh soạn hơn bữa ăn trưa, có cá lóc hấp đọt và bông bí, bầu, cá he chiên, cá rô kho tộ, canh chua đầu cá lóc rau muống xào thịt. Mấy anh em uống nước đá lạnh, còn mẹ và chị hai nhấm nháp tí rượu đưa cay uống theo chồng.

Bố vào nghỉ sớm, rữa tay ngồi chờ, các con bưng thức ăn lên. Hiếu nhúng bánh tráng cuống cho mẹ và ba trước, kế cuống cho Thu Vân và chính mình, cuống xong bốn cuống, chị bếp và ba cậu trai cũng chưa xong. Hiếu nói cậu út để anh hai cuống giúp cho, anh cho thêm thịt rau dưa cuống liền cũng xong trước hai anh và cái cuống cậu út to nhứt. Mẹ nói anh hai phe đảng cưng đệ tử ruột cái cuống bánh tráng to nhứt trong bàn. Cậu út nhanh nhẩu:

- Thưa mẹ, anh hai rất tâm lý, thấy con nhỏ nhứt nên anh cuống to nhứt để cho con ăn mau lớn, cũng như anh cuống bánh tráng cho chị hai cũng to hơn cuống bánh tráng của bố mẹ và của anh hai. Em biết anh hai nói chị hai có tới ba miệng ăn nên cái cuống bánh cũng to hơn mọi người. Bố khen con út có nhận xét quá sắc bén, bây giờ tôi với bà cụng ly coi có thêm thằng út nào nữa không. Bà hứ một tiếng, cái ông này nói nghe kỳ cục, con nó cười.

- Cậu út vọt miệng, bố con nói tầm phải đó mẹ. Cả nhà tha hồ mà cười.

Hai con cá lóc cuống bánh tráng ăn quá nhanh. Kế đến món canh chua, cậu con trai lớn nói, sếp cút trứ danh nấu ngon quá nên chị hai của em mê mệt sếp cút, còn món cá kho cũng ngon hết sẩy.

- Sếp cút nhớ đi đâu cũng nấu cho phụ tá ăn nghe sếp, Thu Vân nói. Anh nhớ lời em nói, nếu phụ tá ăn chê dở thì cúp thưởng anh hai đó. Cả nhà cười sặc sụa. Bữa cơm chiều với năm món đều ăn rất ngon và hết sạch chứng tỏ tài nghệ đầu bếp mới ra quân nấu ăn lần đầu mà thành công quá trời, ba em trai đều có lời nhận xét như vậy.

Chị hai chọc cậu út, tối nay bố ôm mẹ ngủ, đến chín tháng mười ngày sau, mẹ lại có em út nhì thì cậu út nhứt trở thành đồ cổ cho vào kho cất. Hai anh lớn nghe chị hai nói rất vui, cười khúc khích, còn chọc em út sẽ xuống giá hết còn nhỏng nhẻo với bố mẹ có phải vậy không chị hai?.

- Hai em nói quá đúng.

- Cậu út chưa chịu thua, hai anh nói như thế, em trở thành đồ cổ lại bán có giá, em sẽ chia tiền hoa hồng cho hai anh. Bố nói, chịu thua cái lý luận chặt chẽ của cậu út, ngày mai có thưởng. Út nói ngày mai có thưởng, bố mẹ thưởng con sốt dẻo ngay bây giờ, đợi đến ngày mai nguội mất. Hiếu nói liền:

- Anh hai đại diện gia đình thưởng em út hai chục đô la và có kèm theo hai anh cũng mỗi em hai chục đô la mua cà rem ăn chơi. Cậu út nói, em rất cám ơn anh chị hai và bố mẹ. Ăn xong, các em và chị bếp mang hết các thứ xuống bếp, Hiếu đi theo cũng móc bóp tặng chị bếp cũng hai mươi đô la, đổi ra tiếng Việt bằng ba bốn tháng lương, chị quá cảm động cám ơn cậu hai.

Sáng thức sớm, Hiếu pha cà phê sữa uống, Thu Vân cũng vừa cựa mình thức dậy thấy chồng đang uống cà phê vội nói, anh xấu quá, uống cà phê một mình không cho em uống với anh. Hiếu chẳng nói chi hết, lại đỡ Thu Vân ngồi dậy, mớm một phần cà phê trong miệng mình cho người yêu thưởng thức. Cà phê anh pha ngon quá, anh cho em uống thêm. Hiếu tu hết phần cà phê trong ly mớm cho Thu Vân, nàng kéo ghịt chàng xuống, anh phải trả bài buổi sáng cho em. Ít bữa nữa em vắng anh, đâu có được anh âu yếm em nữa. Bây giờ anh phải làm việc nhiều cho em có dự trữ trong lúc vắng anh. Sau này, em muốn gặp anh lại vô cùng khó khăn. Khi anh sang Mỹ biền biệt thì em chỉ có biết khóc khi nhớ anh. Nếu con biết nói, biết đi em sẽ đỡ nhớ anh vì em nựng yêu con là em nựng yêu anh đó anh sẽ nhảy mũi cho mà coi.

Nghe Thu Vân nói, Hiếu thấy rất đúng tương lai là như vậy. Sau khi trả bài xong, Hai vợ chồng vào tắm, Hiếu thay quần áo nhanh ra nướng bánh mì để cho chị bếp và cả nhà còn ngủ nướng. Hiếu bày bàn ghế, chén dĩa và pha một bình trà, một bình cà phê, cắt bánh mì ra từng khúc ngắn cho vào lò nướng hai ba lần mới hết bánh mì, thấy ba em đã thức đã thay xong quần áo, chuẩn bị ăn sáng là đi học. Hiếu múc thịt kho và cho ba em mỗi em nửa cái trứng và một cục thị kho có thêm nước, bảo các em mang ra bàn ngồi ăn trước và uống cà phê hay trà cứ tự nhiên anh hai đã pha rồi để trên bàn.

Một chút nữa bố mẹ và chị hai ra ăn, anh hai sẽ pha cà phê tiếp. Ba em cám ơn anh hai và mỗi em ăn hai khúc bánh mì mới đã, nói thịt kho mềm, ăn rất ngon, còn nước thịt kho chấm bánh mì ăn quá bắt. Ba em ăn no trưa khỏi ăn, chiều về ăn thịt kho tiếp nghe anh hai. Hiếu nói:

- Ba em khen thịt kho ngon là anh mừng quá, một chút bố mẹ và chị hai sẽ ăn, chê khen anh sẽ biết sau, rút kinh nhiệm, tuần tới mình kho thêm một nồi to hơn nồi này cho ba em ăn suốt mấy ngày.

Bố mẹ từ trong buồng nghe mấy anh em nói chuyện vang rân và khen thịt kho ngon, mỗi đứa ăn hai ba khúc bánh mì nói trưa khỏi mang cơm theo, uống nước cũng đã, cũng no, chiều về ăn cơm với thịt kho nữa. Mẹ nghe ba con trai nói thế, biết chúng mê món thịt kho của anh hai kho ngon quá, bố mẹ cũng vui lây. Ba anh em ăn xong, đem chén tô vào bếp để chị bếp rữa sau, đi lên thưa ba mẹ và anh chị hai đi học.

Thu Vân xuống bếp, nung nồi thị kho nhỏ cho sôi lên, tắt lửa, múc hết ra tô mang lên bàn cùng với bốn cái chén và đũa muỗng, trở xuống lấy năm khúc bánh mì nướng lại cho vào một cái dĩa, Hiếu vào phòng bưng cà phê mới pha còn nóng hổi mời bố mẹ uống trước, ăn sau. Mẹ ít uống cà phê, thấy thằng con rể ân cần mời, uống thử ly cà phê sữa thấy con pha vừa uống rất ngon, bố cũng khen con rể có "hoa tay" pha cà phê nếu mở tiệm chắc bán không kịp. Thu Vân nghe ba mẹ khen, cũng uống thử và nói anh của em pha cà phê ngon tuyệt vời.

Con lại có thêm lý do mê anh có tài pha cà phê, kho thịt, nấu canh chua, cá kho tộ, món nào anh làm cũng ngon, con phải học sư phụ. Hiếu, thưa với bố mẹ:

- Con nhờ sống với Thu Vân, em truyền nghề cho con nấu đó, vì từ bé tới giờ con có biết nấu nướng pha cà phê gì đâu. Nay Thu Vân ngầm chỉ chiêu độc con học nghề, lại tổ đãi làm cho bố mẹ và Thu Vân khen ngon, con chỉ dám nhận một nửa, một nửa dành cho vợ con. Mẹ nói:

- Con nhờ Thu Vân dạy con vì Thu Vân dốt đặc cái vụ làm bếp, con mới có cơ hội làm đại lại ngon có phải vậy không? Xin hỏi sư mẫu của con có đúng vậy không?

- Chồng con nói đúng, anh nhờ em không biết nấu ăn, anh tài lanh nấu đại lại ngon mới là chuyện lạ đó mẹ. Mẹ hỏi, bây giờ ăn xong chừng mấy giờ

Hiếu về Cần Thơ. Hiếu nói con ăn cơm buổi trưa, xin phép bố mẹ và vợ, con mới lái xe về và lo làm cho xong chương trình tuần này, tuần tới con dành cho em con trước khi con sang Áo. Mẹ nói:

- Sáng thứ sáu này, bố mẹ và Thu Vân lên Cần Thơ ở chơi với con, sáng thứ bảy mình đi Sài Gòn sau đó mình đi Bình Dương ăn cơm ở chơi đến ngày chúa nhựt đi về Mỹ Tho ở chơi một ngày Sáng thứ hai về Sóc Trăng, con ở chơi thêm vài ngày trở về Cần Thơ và con lên Sài Gòn đi sang Áo.

Con đi đâu, vui buồn gì cũng gởi thơ hay gọi điện thoại cho bố mẹ và vợ con, trông tin con. Hiếu rươm rướm nước mắt, con cũng khổ tâm lắm bố mẹ.

- Con sẽ làm y lời mẹ dạy bảo. Thu Vân chịu khó đi học lái xe hơi, con nói chị hai con sẽ bán rẻ lại, Thu Vân lái giỏi, con làm có tiền, con sẽ gởi về cho Thu Vân mua xe mới. Còn xe cũ cho ba em trai tập lái xe nữa. Mình đi xe hơi an toàn hơn đi xe gắn máy. Mẹ bảo hai con vào phòng ngơi nghỉ để mẹ trông nom ngoài này. Bố sẽ cho con vài chục cây ăn trái về trồng như trong hoạ đồ. Mỗi lần con về Sóc Trăng đều có mang cây trồng về nhà như là con đi mua cây tránh tiếng hay về Sóc Trăng, con hiểu lời mẹ nói?

- Dạ con hiểu, chúng con cám ơn bố mẹ.

Thu Vân nắm tay Hiếu dẫn vào phòng, em yêu anh dài lâu và yêu anh mãi mãi. Em cũng có ý định tránh gần gũi xác thịt để mình dưỡng thai giúp thêm an toàn mà ngặt nỗi anh lại sắp xa em lâu nên em phải tận dụng thời gian quý hiếm của em gần anh, anh cố chịu nhọc sức với em nghe anh. Hiếu vuốt tóc Thu Vân:

- Anh không hiểu tại sao, em và anh gần nhau hoài, anh không có cảm giác mệt mới lạ, anh thấy em có vẽ mệt nhọc hơn anh. Theo lẽ anh mệt mới phải. Thu Vân nói, em cũng thấy điều đó, anh gần em, anh không có triệu chứng gì mất sức mà trái lại anh càng gần gũi xác thịt với em, anh lại thêm sức chỉ có chất nhờn thiếu bổ sung. Thực tế, không sản xuất kịp chất nhờn, không đủ cung cấp cuộc mây mưa đó sẽ thiếu hạnh phúc. May, anh có phương pháp giúp có nhanh chất nhờn bằng cách ăn hột gà sống, hột gà la cót.

Không còn mấy ngày nữa, anh xa em, bây giờ em muốn gần anh 24/24. Chốc nữa, em theo anh về Cần Thơ, đến chợ Ngã Bảy, anh vào mua thịt cá, rau cải mang về nhà cũ, em làm bếp để anh lo công việc hay viết chương trình hay anh soạn câu hỏi phỏng vấn tuyển nhân viên. Có em bên cạnh mình làm tình lúc nào cũng được, thức ăn có sẵn trong nhà chúng ta cấm cung. Anh có thể chạy ra ngoài giải quyết vấn đề gì đó thì em ở trong nhà một mình, đợi anh về. Chiếc xe này anh để ở nhà mới, nói chú quản gia, anh đi lại nhà bạn có xe đưa anh đi Long Xuyên, anh lấy taxi chạy về đây.

Đến thứ sáu bố mẹ lên, anh lại nhà mới lấy xe. Anh chỉ ngại là ngày thứ sáu anh chị tư lên đưa anh đi Sài Gòn. Hiếu nói anh đi Áo chiều thứ ba, anh phải có mặt tại Sài Gòn trễ lắm là sáng thứ ba, anh gởi xe tại Toà Tổng Lãnh Sự Áo. Bố mẹ khỏi lên Cần Thơ, em ở Cần Thơ cho đến trưa thứ sáu, anh đưa em ra bến xe về Sóc Trăng vì chiều thứ sáu, anh chị tư sẽ đưa mẹ và chị hai lên Cần Thơ đi Sài Gòn với anh sáng thứ bảy. Chiều thứ sáu gia đình anh chị ba thế nào cũng có tiệc tiễn anh. Bây giờ, anh có cách giải quyết khác, anh ở lại đây với em ngày đêm, cho đến trưa thứ sáu này, em nhắc bố cho anh vài chục cây ăn trái, anh lái xe qua nhà mẹ đón mẹ và chị hai lên Cần Thơ để anh chị tư chiều thứ sáu lên Cần Thơ cùng dự tiệc, sáng thứ bảy anh chị tư đưa anh đi Sài Gòn liên lạc với Áo cho biết rõ chuyến bay và ngày giờ tới Áo để có gia đình đón anh ở phi trường.

Tóm lại, anh sẽ ở miết đây bỏ hết mọi việc, tới đâu thì tới, anh phải luôn ở sát bên em từ bây giờ đến thứ sáu, anh chạy về đón mẹ và chị hai lên Cần Thơ. Chiều anh chị tư cũng chạy lên Cần Thơ để sáng thứ bảy cùng lên Sài Gòn.

Bây giờ, ở lại đây, anh không nấu nướng gì nữa thêm mất thì giờ, anh dành hết thì giờ ở bên em, em chuẩn bị cho anh có bếp trong phòng, có vài chục hột gà và một thùng bia. Khi nào, ở trong phòng anh không mặc gì hết em cũng vậy.

Anh của em nói nghe coi bộ hay đó, em sẵn sàng ứng chiến với anh. Bây giờ, mình chiến đấu nghe em. Thu Vân mau mắn đến cởi quần áo cho Hiếu và lại đứng gần chỗ mắc áo. cởi hết máng lên móc. Vào toi lết rửa sạch tay chân, mình mẫy, lấy vài khăn nhỏ nhún nước vắt ráo cho vào cái hộp mang lại giường, Hiếu nhìn thân hình Thu Vân, thấy cái bụng lớn nhiều, bộ ngực cũng nở nang thêm đầy đặn, gương mặt cũng đầy càng nhìn càng mê thích. Thu Vân đứng sát giường để cho chồng ngắm. Hiếu khen đủ thứ hết và nói em sanh rồi lại còn đẹp thêm vì cả cơ thể em sẽ nở nang phát triển, chỉ phải kiêng cữ đừng cho lên cân nhiều thì em không những là hoa hậu Việt Nam mà còn hoa hậu hoàn vũ nữa.

Ông bà mình nói đúng, gái một con, anh sữa lại gái một cặp trông mòn con mắt vì em đẹp tuyệt vời trên cả tuyệt vời. Để tránh anh quá hăng có động tác mạnh sẽ ảnh hưởng nhiều đến thai nhi, em cứ lên làm tài công, em lái nhanh lái chậm anh vẫn theo em, chừng em quá mệt hay mỏi chân, anh sẽ thay thế. Thu Vân nói em lại thích làm tài công.

Vừa nói xong, hai tay Thu Vân xoa đầu thằng bé và cúi người xuống cho Hiếu lướt qua hai ngọn núi. Vừa nóng máy, Thu Vân lên cầm tay lái làm tài công lái tàu ra khơi, Thu Vân nói lên đỉnh em mở vòi cho nước chảy. Hiếu nói, anh cảm thấy có chất nhờn lại càng trơn tru mau lên đỉnh, anh cũng sắp tới đỉnh, Thu Vân nói em cũng tới đỉnh cùng lúc nghe anh. Thu Vân lấy khăn ướt lau cho mình và lau cho người yêu và nằm kế bên, ôm hôn nhiệt tình một chặp, Thu Vân nói để em lấy bia uống để anh mau lên chúng mình làm tập hai. Hiếu uống một ngụm đợi Thu Vân nằm xuống anh mớm cho em nửa ngụm bia.

Người yêu ngồi trên hai đùi, hai tay Hiếu luôn làm việc mân mê hai đồi núi chập chùng, một tay Thu Vân cầm chai bia còn ít cho chồng uống và tay kia lo chăm sóc thằng bé. Hết chai bia, Thu Vân đứng lên đem chai không bỏ vào thùng rác, rửa tay, súc miệng xong lấy thêm khăn ướt, mang lại giường, lau mặt, ngực và lau cho thằng bé thêm mát. Hiếu thấy nổi hứng và Thu Vân cũng nói, em thấy trong cơ thể em nóng rang rồi anh ơi, em tiếp lái tàu nghe anh. Thế là trận mây mưa cũng diễn ra quá tốt đẹp. Thu Vân lau sạch cho hai người, ôm Hiếu thở đều đều, Hiếu chưa ngủ nằm yên mà thấy sao Thu Vân yêu mình quá sự tưởng tượng mong đợi của mình.

Hiếu vuốt tóc và lần xuống lưng cho đến mông chỗ nào Hiếu cũng cảm thấy vợ mình có sức thu hút lạ kỳ. Nếu sanh con rồi, mà Hiếu có gần gũi xác thịt chắc chắn nàng sẽ có con tiếp. Ngủ được một chút, chợt tỉnh thấy tay chồng luôn vuốt ve mình, Thu Vân, giả bộ không hay biết cứ để tay người yêu vuốt ve lên xuống đều đều làm cho nàng cảm thấy ngất ngây sung sướng, vội chồm qua hôn miệng chàng, Hiếu lại vuốt ve thêm làm cho hai người thêm rạo rực đòi hỏi và trận chiến thứ ba cũng diễn ra ngay, lần này lại càng lâu hơn hai lần trước, rồi cũng đến đỉnh

Cả hai vào tắm và ra thấy mẹ đang xem lại hình của Hiếu được đăng trên các tờ báo phát hành ở Thủ Đô Áo. Mẹ thấy hai vợ chồng Hiếu từ trong buồng ra, bà khoe con rể của mẹ quá tài giỏi mới qua tuổi hai mươi mốt mà nổi tiếng trên thế giới rồi. Đó là chuyện lớn, còn chuyện nhỏ là việc nấu ăn, từ nhỏ tới giờ, con nấu lần đầu tiên sao ăn ngon quá. Hình như ông trời bù lại cho con những ngày tháng quá cùng khổ, nay ai cũng thương cũng quý luôn hỗ trợ cứu giúp con. Hiếu nói:

- Con quyết định ở đây đến trưa thứ sáu mới về Cần Thơ, mẹ rất mừng, hai con có dịp gần nhau. Mẹ nói ba con chuẩn bị cho con chừng năm chục cây hay hơn mang về Cần Thơ bảo vợ chồng chú quản gia trồng. Khi con từ Mỹ trở về Cần Thơ, gia đình vợ thấy nhà vườn đã trồng nhiều cây, họ cũng vui lại càng tin con, mẹ nói thế hai con hiểu rồi. Ngay từ giờ phút này, vợ chồng còn quá ít thì giờ gần nhau, hai con cứ quấn quít hạnh phúc bên nhau, còn chuyện nhà, nghe điện thoại có mẹ lo, chuyện cơm nước có cháu làm bếp lo. Hai con cứ ở miết trong phòng, mẹ muốn như vậy. Thu Vân nói:

- Con cám ơn mẹ nhiều lắm, mẹ hiểu con, hạnh phúc của con với anh Hiếu quá mong manh, số kiếp con như vậy thì con cam tâm chịu. Nhưng, con lại tội nghiệp, thương yêu anh Hiếu cũng chỉ vì con hư hỏng mà anh Hiếu lại bị vạ lây.

- Em cám ơn anh Hiếu, tha thứ cho em đã một lần lỡ lầm, ngàn năm ân hận. Mẹ nói, mẹ hiểu hết tâm trạng của hai con. Bây giờ hai con gọi cháu làm bếp đem cơm lên ăn trưa để hai con có thì giờ ngơi nghỉ.

Thu Vân nhớ mang lò bếp điện vào phòng, các con muốn ăn gì cứ ở trong phòng, mẹ hiểu hai con không muốn xa nhau, bố mẹ thông cảm. Chị bếp cũng thấy gần mười hai giờ, lên dọn bàn ghế, chuẩn bị dọn ăn trưa. Ăn xong, bố mẹ đi nghỉ trưa, Hiếu ra võng nằm, chị bếp mang ra một trái dừa lửa cho cậu mợ hai cùng uống và nói chuyện ngoài này cho thoáng mát. Hai vợ chồng uống trái dừa từ từ rồi cũng hết. Hiếu ra coi lại cửa cổng có khoá chưa, nắm tayThu

Vân dẫn vào phòng, vào toi lết rữa mặt đánh răng... Thu Vân luôn chủ động trong việc làm tài công.

Hôm sau, Hiếu liên lạc với Bernard nói là anh chị ba muốn mời gia đình từ Sóc Trăng lên Cần Thơ có anh chị tư, mẹ và chị hai ăn cơm chiều thứ sáu tại quán Vĩnh Ký, sáng thứ hai lên Sài Gòn, gọi điện thoại về Áo cho Caroline biết máy bay giờ nào tới Vienne. Sáng thứ ba, em sẽ gởi xe tại Toà Tổng Lãnh Sự Áo, chiều em lên máy bay đi thẳng về Áo có vợ con em ra đón tại phi trường.

Đến sáng thứ sáu, bố cho cây con lên xe, càng nhiều càng tốt, anh chị quản gia sẽ đào hóc trồng dần theo sự hướng dẫn của Hiếu là đào hố sâu cho phân lót xuống trước vài ngày rồi mới đặt cây con xuống và tưới nước đẫm...

Thu Vân ôm chồng không muốn cho Hiếu rời xa ngôi nhà này. Bố mẹ trông cảnh não lòng lại càng thương yêu hai con mình lâm vào một hoàn cảnh vô cùng khó xử. Nhưng, ông bố tin Hiếu thông minh, có bản lãnh thế nào con cũng giải quyết ổn thoả chuyện vợ con của Hiếu và Thu Vân, ông nói với bà như vậy, cách đây mấy ngày và nay lặp lại.

Hiếu đi vào nhà, nắm tay Thu Vân dẫn vô buồng và ôm Thu Vân khóc sướt mướt như đứa trẻ. Thu Vân sực tỉnh tự trách mình gieo tai hoạ khổ đau cho Hiếu. Thu Vân vội ra nhà ngoài nắm tay mẹ dẫn vô buồng vỗ về anh Hiếu tiếp con. Con bịn rịn không muốn xa rời anh nên anh khóc mà con an ủi không được, mẹ ra tay cứu giúp chúng con. Mẹ lấy khăn nhún nước vắt ráo lại lau mặt cho Hiếu. Chỉ qua cử chỉ này làm cho Hiếu quá xúc động, tôi nghiệp mẹ cũng vì con gái nay lại con rể làm khổ bà. Hiếu ôm mẹ nói, con không muốn xa rời vợ con, tương lai sự nghiệp con muốn bỏ hết chỉ muốn ở gần Thu Vân.

- Con khổ lắm mẹ ơi! Mẹ biết các con khổ, bố mẹ cũng khổ. Bố con nói với sự thông minh của chúng con, con thế nào cũng có cơ may giải quyết tốt đẹp chuyện tình này. Con đi tắm cho khoẻ rồi hãy lái xe về Cần Thơ, không được buồn và luôn bình tĩnh và con hãy giữ bình tĩnh lái xe.

Thu Vân con đừng làm gì cho chồng con buồn để Hiếu bình tĩnh lái xe nghe con. Bố nói, cây con, chất đầy xe hơn một trăm cây, có một tờ giấy ghi rõ các loại cây, cứ thế mà bảo quản gia trồng đúng với chỉ dẫn và bố cũng có cho con một bao phân hoá học phải pha nước đúng chĩ dẫn. Con đi lo công việc vài tháng trở về cây sẽ bén rễ và lên sum suê, tha hồ mà còn tán cho gia đình con nghe công khó của con vun trồng cây của nhà vườn. Mẹ an ủi bằng cách nói quanh co làm cho Hiếu quên sự xa cách vợ.

- Mẹ nói, Thu Vân giúp chồng con tắm và thay đồ mới cho đẹp trai rồi hãy lái xe về Cần Thơ. Thu Vân cũng vào tắm với chồng, kỳ cọ nâng niu chồng như các lần tắm trước đây như không có chuyện gì buồn sắp xảy ra. Hiếu ra gặp bố đợi, đưa một xấp giấy chỉ dẫn chăm sóc và nhắn Hiếu đưa cho chú quản gia giữ.

Thỉnh thoảng ba lên Cần Thơ chạy lại xem vườn và bố tiếp tục gởi thêm cây trồng cho con. Con đi xa thường gởi thư về hoặc gọi điện thoại hỏi thăm bố mẹ và vợ con, gia đình rất vui mừng. Hiếu lại ôm bố, ôm mẹ, và ôm hôn Thu Vân rất lâu mà gương mặt của Thu Vân từ vui, nay sa sầm xuống buồn trông rất thảm não. Hiếu không dám ở lâu vội lên xe bóp ba tiếng còi và chạy thẳng về Cần Thơ.

Hiếu vào nhà gọi vợ chồng anh quản gia đem hết cây trồng xuống để gần nhà cho dễ nhớ tưới hàng ngày. Hiếu nhờ anh quản gia vào nhà, thổi bụi, lau quét nhà và chuẩn bị thêm hai phòng cho mẹ, chị và vợ chồng anh chị tư ngủ qua đêm sáng đi Sài Gòn. Hiếu gọi cho anh chị ba báo chiều nay, mẹ, chị hai và anh chị tư cùng với gia đình anh chị ba mình đi ăn ở nhà hàng Vĩnh Ký hay ăn ở đâu?

Ba má anh chị lại muốn đãi em ở nhà hàng nổi, có vợ chồng chú thím Tín và ông bà Khoa Trưởng. Như vậy, anh ba giúp em gọi anh tư nói, anh tư lái xe về nhà vườn mới của em. Tối em đưa gia đình đến nhà hàng nổi khoảng sáu giờ rưỡi. Bây giờ em ra vườn chỉ dẫn cho hai vợ chồng anh quản gia cách trồng thêm cây mà em đã có sẵn trên một trăm cây chưa trồng. Trung nói, anh ba gọi cho Bernard liền, em đi lo cây vườn của em.

Đi một vòng quan sát các cây trồng, hai trăm cây dừa cành lá xanh tươi và một trăm cây ăn trái cũng đều tốt. Hiếu lại đưa tiền nhờ anh quản gia mua một hay hai xe phân cứt bò đổ xuống hố có nhiều lá khô và quét lá khô che lại và anh tưới nước hai ngày một lần chừng một tuần lấy phân đó làm phân lót, tưới ngập nước để qua một đêm cho phân thật hoai, lắp thêm một lớp đất mỏng tưới cho ướt mới đặt cây con xuống và tưới cho đẫm. Hiếu nói tôi cho anh tiền mua một cặp heo anh nuôi, anh lấy phân chuồng heo cho xuống hố phân, mua vài con bò nhỏ, chừng hai ba con cái và có một con bò đực giống tốt để chúng lớn cho mình bò con. Tôi đưa tiền anh giữ, cứ mua từ từ, còn hai con heo tôi cho anh để anh chị như tiền bỏ ống. Còn ông chủ vườn ươn cây ở Sóc Trăng mang những cây trồng to đang có trái tôi đã đặt mua phải đào sâu chừng một thước, bỏ phân lót chừng hai tấc. Anh mướn người đào do ông chủ vườn tới nhà chỉ cách đào hố và trồng vì phải đào sâu và rộng nữa, mình trồng chừng bốn cây hay tối đa mười cây hai bên cổng nhà phía trong. Còn các cây con trồng ở vườn sau do anh đào hố trước chừng mười hố bón phân lót rồi trồng. Anh có thể mướn người ta đào luôn hơn một trăm hốc, anh chỉ bỏ công trồng, mỗi hốc bao nhiêu tiền, anh quyết định trả giúp tôi. Thiếu tiền có anh chị ba tôi ứng giúp, anh cứ gọi anh chị sẽ mang tiền tới, có số điện thoại tôi để trên bàn. Ông chủ vườn ươn cây là bố nuôi tôi, anh có gì thắc mắc, tối anh gọi điện thoại hỏi ông giúp. Hai tháng sau, tôi về có gia đình vợ con tôi về nên tôi muốn cây phải tốt tươi cho gia đình mừng mà cây có trái lại quá vui. Thứ ba này tôi đi sớm lên Sài Gòn và chiều đi sang Áo và qua Mỹ, chừng hai tháng tôi về.

Anh nhớ mua bò, nhớ làm chuồng, đề phòng bò phá các cây trồng. Anh mua heo nuôi cho riêng anh và anh cố gắng trồng thêm cho đủ khoảng năm trăm cây ăn trái mình đã trồng xong, vợ tôi thấy thành quả tốt đẹp, anh chị thế nào cũng có tiền thưởng xứng đáng.

Anh chị xem nhà tôi như nhà anh chị, cố gắng làm cho tốt, chúng tôi không quên ơn anh chị. Khi vợ con tôi về đây, chị phải tiếp giúp vụ bếp núc, sẽ có tiền lương riêng. Anh chị có hai đầu lương có chỗ ở đàng hoàng, không lo thất nghiệp. Anh chị sanh con chúng tôi cho tiền thêm nuôi con, anh quản gia nghe qua thấy gương mặt tươi rói.

Đến sáu giờ, xe của Bernard chở mẹ và chị hai đã đến nhà mới, vào phòng cất đồ đạc, rữa mặt rữa tay và đi một vòng ra sau vườn. Mẹ, chị hai, anh chị tư khen nức nở vườn cây lên tốt tươi. Và thấy có hơn một trăm cây chưa trồng còn để gần nhà anh quản gia và còn biết Hiếu mua bò về nuôi nữa... thấy công việc quá bề bộn mà Hiếu đều hoàn thành tốt đẹp. Mẹ nói khi vợ con về nhà này, mẹ, chị hai thường lên đây giúp con. Hiếu có nói vợ chồng anh quản gia, con sẽ trả tiền lương cho chị làm phụ bếp và công việc lặt vặt.

Bà chủ nhà hàng thấy gia đình Trung-Hiếu đến có cả bà chị học cùng trường đầm có mặt, bà chủ vui mừng, bà có một vài món ăn không tính tiền tặng bà chị gọi là giao tình đồng môn với nhau.

Ông Khoa Trưởng nói với bố mẹ Minh Tâm và chú thím Tín cùng gia đình Hiếu, tôi tưởng trường đại học mình tổ chức tại Cần Thơ cách đây mấy tuần có trên một ngàn người tham dự là thành công lớn rồi. Nào ngờ, cháu Hiếu đến Thủ đô Áo mà ông Đô Trưởng thương tình chàng rể Áo đứng ra tổ chức chỉ trong hai ba ngày thông báo mà có gần ba người tham dự. Có cá ông Bộ Trưởng Ngoại Giao và phái đoàn của Bộ Ngoại Giáo Áo, có cả đại diện Toà Thánh La Mã tham dự vì cháu Hiếu vừa làm lễ rữa tội xin vào đạo Công Giáo. Mấy chục tờ báo chưa kể các đài truyền hình của Áo và nhiều nước trên thế giới loan tin. Thầy khen Hiếu có giọng nói tiếng Anh rất thu hút giống bà thím của Hiếu có giọng nói tiếng Pháp có mặt ở đây. Thầy nghĩ đó là bẩm sinh thiên phú.

Vì vậy hai trường nổi tiếng hàng đầu nước Mỹ và thế giới nữa nghe danh biết tiếng là đại học Harvard và Yale, và cũng qua sự nhiệt tình của bạn Hiếu cũng là giáo sư hai trường này giới thiệu. Cả hai trường mời Hiếu qua Mỹ ký hợp động công tác mỗi trường ba năm, với tiền tài trợ kết sù. Thầy và Hội Đồng Giáo Sư trường Y rất vui mừng, trường Y Cần Thơ vô cùng hãnh diện có đến năm em tốt nghiệp tại trường nhà đều được chấp thuận trong Nhóm nghiên cứu quốc tế mười người.

Hiếu sẽ qua Mỹ vài ngày tới đây nhà trường ưu ái để Hiếu chủ trì tuyển chọn thêm năm chuyên gia nghiên cứu nữa có quốc tịch khác nhau, mỗi nước một người: Mỹ, Pháp, Anh, Canada và Úc. Nhóm năm bác sĩ Việt Nam sẽ còn nhiều cơ hội họp tác với nhiều trường đại học và các em cố xin dự thi lấy thêm bằng tiến sĩ về y học của nước Mỹ vô cùng có giá trị trong nước mình mà còn trên thế giới nữa.

Sau thầy Khoa Trưởng phát biểu. Hiếu cám ơn thầy Khoa Trưởng, hai bác bố mẹ anh chị ba con, chú thím Tín, mẹ và chị con đã tiễn con đi sang Áo và qua Mỹ ký hợp đồng làm việc sáu năm.

Thưa thầy, chúng con từ trường Y Cần Thơ lần này mang chuông đi đánh xứ người, chuông kêu to là do công ơn dạy dỗ của quý thầy mà chuông có bị rè thì do các học trò của quý thầy chưa độ chín muồi, chúng con còn phải trau dồi thêm. Con được biết, niên học năm tới, Bộ Y Tế nước Áo dự kiến mời con sang thuyết giảng với số tiền thù lao lớn, con có giới thiệu nhóm chúng con có đến năm chuyên gia chúng tôi cùng hợp tác thuyết giảng. Con muốn chúng con phải có đất tập dượt trước khi đi sang Mỹ cho thêm vững chắc. Chúng con vừa có tiền bỏ túi vừa thực tập vừa kết thân với các trường đại học ở Áo vì con và anh Trai là rể của nước Áo và anh Bernard là con ruột của nước Áo. Chúng con có dịp về thăm quê hương nước Áo, còn anh chị ba của con có cơ hội ra nước ngoài thực tập vì đi một ngày đàng học một sàng khôn. Cả bàn vỗ tay khen Hiếu, quá xuất sắc, rất thông minh luôn tính trước mọi chuyện.

- Con xin cám ơn hai bác, Hiếu nói, đã tổ chức bữa cơm thân mật tối nay tiễn con lên đường mang chuông đi đánh ở xứ người là chuông phải có tiếng to vang rộng, con sẽ cố gắng không làm phụ lòng hai bác và thầy Khoa Trưởng, chú thím Tín và gia đình.

Sáng hôm sau, Hiếu lái xe đưa mẹ, chị hai cùng anh chị ba chị tư, hoàn toàn trong thân tộc đi Sài Gòn để liên lạc với bên vợ Hiếu. Trên đường về, Hiếu đãi cả gia đình ăn tại quán Đồng Quê trưa thứ bảy. Trong khi đang ăn, Hiếu nói nhờ anh chị ba thường chạy qua nhà vườn em nhắc nhở anh quản gia làm tốt thì vợ chồng em sẽ tưởng thưởng xứng đáng, thay vì mua ba con bò nuôi, nay mua thêm một con bò thịt không phải bò nuôi lấy giống và nuôi thêm cho em một con heo làm thịt khi em về nhà đãi khách. Em có đưa tiền trước, nếu có thiếu anh giúp em ứng trước, em sẽ mua chừng mười cây dừa lửa loại tốt, đang có trái trồng hai bên cửa sau hàng rào để em khoe với bố mẹ và vợ em, nhà mới mà em trồng dừa đã có trái rồi, dễ sợ phải không ba chị?

- Ba chị phục tài cậu út tính quá siêu, chị tư nói.

- Em tính toán giỏi là em thừa hưởng cái sự thông minh tính toán của chị hai, bà mẹ thứ hai của em, Hiếu nói. Chị hai đáp lại liền:

- Cậu út cho chị đi tàu bay giấy rồi. Cả nhà cùng cười vui và ăn xong trước mười một giờ.

Về đến Cần Thơ sớm, anh chị tư chở mẹ, chị hai về Sóc Trăng. Hiếu giới thiệu anh quản gia, khi nào anh cần gì thì gọi anh ba đến giúp, anh sẽ thường đến xem anh trồng cây và góp ý với anh. Hiếu đưa anh chị ba về, trở về nhà, mới hơn sáu giờ. Hiếu vội bốc điện thoại gọi Thu Vân nói anh vừa đưa anh chị tư và mẹ, chị hai về Sóc Trăng.

Anh lại nhớ em quá, anh chịu không nổi, chừng một giờ rưỡi nữa, anh sẽ về đến nhà thăm em, em thưa cho bố mẹ biết, trưa thứ hai anh trở về Cần Thơ và sáng thứ ba anh đi Sài Gòn và đi sang Áo vào buổi chiều thứ ba. Thu Vân nói, tối nay anh thưởng em món quà quá lớn, em nhớ ơn anh suốt đời. Ban đêm, anh lái xe cẩn thận nghe anh!. Anh đi ngay, bai bai.

Sau gần hai tiếng, xe về đến Sóc Trăng và gởi xe ở văn phòng Uỷ Ban xã, Hiếu lửng thửng đi về nhà, từ xa đã thấy Thu Vân đi tới đi lui ngoài cổng ngóng trông. Hiếu thấy càng thương yêu Thu Vân, vội vàng đi nhanh, từ xa, Hiếu đã gọi, anh về tới đây rồi.

- Thu Vân quay lại chạy u đến ôm hôn người yêu và dẫn vô nhà, đóng khoá cửa ngoài lại, đi vô bàn ăn thấy một nồi cháo gà chị bếp vừa bưng lên, trên bàn đã có sẵn hai dĩa gõi bắp chuối. Thu Vân nói:

- Anh ngồi trước đi, em vào mời bố mẹ ra ăn và bố nhậu với anh, em lấy chai rượu mạnh, tối nay anh nhậu với ba và còn nhậu với em nữa khi vào phòng.

Bố mẹ từ trong phòng ra, Hiếu đứng lên cúi đầu chào. Bố lên tiếng:

- Thu Vân nói con lái xe xuống thăm em, nó mừng quá, bảo chị bếp nấu nồi cháo gà đãi con. Bố mẹ chỉ có ăn theo con thôi. Hiếu nói, con ăn theo bố mẹ, không dám để bố mẹ ăn theo con, tội cho con lắm. Mẹ nói:

- Tối nay, thật bất ngờ, bố sẽ nhậu với con có quắc cần câu có mẹ dìu vào phòng. Còn con có xỉn thì có vợ con lo có phải không?

- Thu Vân nói, con còn phải đấm bóp cho anh khoẻ nữa vì sau này con không còn có nhiều diễm phúc gặp lại ảnh. Thu Vân nói tới đây, nghẹn lời không nói tiếp được. Hiếu thấy quá tội nghiệp, chạy lại ôm Thu Vân hôn:

- Dù hoàn cảnh nào, Hiếu nói. Anh không ở bên em bằng thể xác, nhưng trong tâm hồn anh có hình bóng em mãi mãi. Bố nói, rất thông cảm với hai con.

Đến sáng thứ hai, bố cho thêm năm bảy chục cây con nữa, bố mẹ và Thu Vân đưa con về Cần Thơ để bố chỉ cho anh quản gia cách trồng và chăm sóc.

Con cũng muốn mua thêm dừa to đang có trái trồng hai bên cổng chính. Bố đoán con như là chào đón bên vợ con về nhà mới. Chuyện này cũng dễ, chú quản gia có xe gắn máy chở bố đi xem các vườn cây gần nhà, bố nài nĩ mua rồi mướn người đào lấy hết gốc, mướn xe tải chở về trồng, tính sau.

Sau khi bố chỉ cách đào hốc to trồng dừa lớn đang có trái hoặc đang có bông, ba muốn trồng mười hai cây, chục có đầu thêm hên. Bố mẹ và em con ở lại đến sáng sớm thứ ba, con đưa ra bến xe về Sóc Trăng. Sau đó con lái xe đi Sài gòn một mình. Về vườn nhà Sóc Trăng bố bứng cho con đủ chở một xe tải mang về đây trồng trước. Bố lên Cần Thơ lo giúp con và có thì giờ ở lại, chú quản gia chở bố đi tìm mua chừng một buổi hay cả ngày cho đủ mười hai cây, mang về trồng thêm tiếp như là đội banh có hàng tiền đạo ngon lành. Bố giúp con được vì có tới hai tháng dư sức qua cầu.

Qua một đêm ngụp lặn trong hạnh phúc của tình yêu. Hiếu và Thu Vân thức giấc lúc ba em trai được mẹ bảo đi mua thức ăn về làm cơm bữa cơm trưa cho thịnh soạn đãi anh hai. Ba con muốn làm món ăn gì để bố mẹ và anh chị hai thưởng thức xem coi các con học được cách làm món gì thì cứ làm. Cháu làm bếp cũng giúp các con sai gì làm cái đó. Cậu út dành phần chiên luôn bốn con cá he nghệ mà lại ăn với nước mắm gừng cậu út cũng dành làm luôn. Còn anh cả dành phần nấu măng giò heo và cá kho mặn phần cậu tư, còn món rau muống xào tỏi tôm thịt nạc, một món gõi ngó sen tôm thịt, cậu út nhờ chị bếp làm giúp.

Bữa ăn trưa thật thịnh soạn có đến năm món, còn dư chiều ăn tiếp. Anh chị hai cứ ở riết trong buồng từ sau khi ăn sáng, đến hơn mười một giờ ra phụ dọn bàn ghế, đem rượu và nước đá ra bàn. Thu Vân làm nước trà đá cho mấy em uống giải khát vì làm bếp gần lửa nóng mồ hôi mồ kê ướt cả áo. Mẹ vào bếp thấy ba cậu con trai làm bếp, mẹ khen, trưa nay, bố mẹ và anh chị hai tha hồ mà có món ăn ngon. Cậu út lên tiếng, con bảo đảm với mẹ món cá he chiên của con sẽ được chấm thưởng quán quân vì ăn ngon hết sẩy, anh hai sẽ nhớ con hoài cái món ăn này.

Con cũng bắt chước anh hai là lần đầu trong đời con cứ làm càn chiên đại chắc anh chị hai tội nghiệp không chê có phải vậy không anh hai?.

- Chắc như bắp, em làm món cá chiên ngon quá trời, em biết có bí quyết gì không. Cậu út thật thà em đâu có bí quyết gì đâu. Em có bí quyết mà em không biết, anh đố luôn chị hai của em nữa đó. Thu Vân nói em chịu thua. Hiếu "tằng hắng" lấy giọng, nói cho mẹ nghe nữa:

- Món cá chiên trưa nay ngon hết sẩy vì có mồ hôi của cậu út rơi rớt trong chão mỡ nữa đó, vừa ngọt vừa mặn nữa. Cả nhà cười rộ lên làm cậu út cũng phải cười gượng mà cái miệng méo xẹo.

Năm món ăn xong bưng lên, Hiếu mời bố mẹ ngồi và Hiếu nói năm món ăn hôm nay, anh hai sẽ nhớ đời, ba em cố học giỏi xin thi vào ngành Y anh Hai sẽ có cơ hội giúp ba em.

Sau này các em trở thành bác sĩ như anh, các em sẽ trả hiếu, lo chăm sóc sức khoẻ bố mẹ, chị hai và giúp anh lo cho hai cháu. Còn chuyện tiền bạc lo cho các em học, bố mẹ dư sức lo, anh cũng giúp nữa và biết đâu chị hai là triệu phú tiền đô la Mỹ cũng lo cho ba em. Anh hai có căn nhà ở Cần Thơ chuyên đào tạo bác sĩ, ba em ở đó đi học cũng bị lây làm bác sĩ như anh. Cả nhà vỗ tay khen anh hai.

Bây giờ chị hai của em mới là chuẩn triệu phú và chuẩn hoa hậu hoàn vũ, khi sanh con sẽ là triệu phú, sẽ là hoa hậu hoàn vũ vì người ta thường ví von gái một con trông mòn con mắt. Chị hai các em lại sanh một cặp trông không những mòn mà còn rớt con mắt ra ngoài đó ạ! Bố mẹ và ba em cười muốn bể bụng. Chị bếp cũng cười và góp ý:

- Cậu hai nói chuyện có duyên quá làm cho mợ hai mê mệt là phải quá trời. Cả nhà cùng cười nữa, quá vui, có bữa ăn ngon mang cả tình thương yêu của cả một gia đình trong đó pha lẫn với các lời bông đùa vui cười nữa.

Ăn xong, bố mẹ về phòng, Hiếu ra nằm võng, Thu Vân bắt ghế ngồi kế bên, bóp tay chân anh hai, gọi chị bếp cho xin một trái dừa. Hai vợ chồng cứ rù rì tỉ tê và Hiếu đưa tay sờ bụng vợ và nói, hai cu tý đang nhỏng nhẻo như mẹ nó, chòi đạp em có nghe thấy không?

- Dạ có, nó giống anh quá khi gặp em, nó chỉ muốn quậy cho tới bến như bố nó. Như vậy, con nhỏng nhẻo là giống em, mà thích quậy là giống anh, có phải vậy không? Dạ, rất phải, Hiếu nói.

Chúng mình vào phòng, anh cho em nhỏng nhẻo anh lại càng mê càng yêu em nhiều. Cả hai nắm tay vào phòng và tắm sơ qua, Hiếu lau khô cho vợ trước, hai người nắm tay vào giường mà chẳng có mặc che gì ráo, Hiếu mang theo một khăn vắt khô. Lên giường Thu Vân đè Hiếu nằm xuống và cúi mình xuống cho vừa tầm tay của người yêu nâng niu hai đỉnh núi hoả diệm sơn và hai tay Thu Vân mân mê thằng bé, nó ngóc đầu dậy, nàng nằm xuống cho thằng bé tắm suối. Với các thao tác yêu đương tuyệt vời chỉ trong chốc lát cả hai cùng xả mở vòi nước cùng lúc. Thu Vân lau sạch cả hai và nói em sẽ làm thằng bé tắm suối phải lâu thêm, em mới chịu. Lần tấn công thứ hai, Thu Vân mở vòi nước suối ra hai lần và mãi lần thứ ba, bố thằng bé mới chịu mở vòi nước ra. Cả hai đều lên cực điểm yêu thích và cũng hơi mệt, Thu Vân lau sạch và ôm chồng ngủ say sưa. Thức dậy mới có ba giờ. Thu Vân bắt nước sôi làm bốn hột gà la cót, mỗi người hai quả. Thu Vân còn đập hai quả trứng gà cho Hiếu ăn sống với chút muối tiêu và uống thêm một chai bia. Thu Vân nói, em không ngờ anh đến với em thật là thú vị và em may mắn được anh yêu, em phải hết lòng tưởng thưởng anh hôm nay và cả tối nay nữa. Bây giờ chúng mình sẽ đổi tài công, em cho anh quậy em tới bến hồi nãy em nhỏng nhẻo. Bây giờ anh quậy cũng hai tập như em, nghe anh! Tiếng anh vừa dứt thì thằng bé đã ngóc đầu đòi đi tắm suối. Hiếu cho máy tàu chạy nổ xập xình chốc lát rồi mở máy với tốc cao Thu Vân nói em chịu hết nổi, nước suối đã chảy ra, Hiếu càng thêm hứng thú mở thêm ga chạy thêm nhanh và nói em lên đỉnh chưa?

- Thu Vân đáp, em tới đỉnh lần hai rồi, anh cũng vậy cả hai xuất kích cùng lúc. Ôm ấp, nựng nịu nhau, chừng mười lăm phút sau lại lên đỉnh, là trận chiến thứ tư, từ chín mười giờ sáng đến bốn giờ chiều. Trận này kéo dài thời gian hai người phải thay phiên làm tài công cũng hoà tấu tốt đẹp bản giao hưởng vô cùng mê ly và phần mệt sức.

Hiếu nắm tay Thu Vân vào phòng, tắm gội cho thật sạch, Hiếu lau khô cho cả hai, đứng sấy khô tóc cho người yêu. Thu Vân trang điểm, xịt dầu thơm cho cả hai, lấy quần áo đẹp mặc như đi dự dạ hội, ngày mai sẽ mặc bộ này lên Cần Thơ.

Ba mẹ trông thấy con gái từ trong phòng ra, nước hoa thơm ngát, mẹ lên tiếng:

- Chiều nay Thu Vân diện đẹp như hoa hậu hoàn vũ mà chồng nó thường nói. Khi sanh con so lần đầu mà lại sanh đôi, Thu Vân không những là hoa hậu hoàn vũ mà là hoa hậu của cả vũ trụ vì các đường nét đẹp trong cơ thể của con gái của người mẹ đã đều xuất hiện hết. Chỉ tiếc là thiếu vắng chồng Thu Vân khen vợ lên chín tầng mây luôn. Chừng lúc đó mẹ thay con rể khen Thu Vân cũng làm cho con thêm an ủi vì mình đẹp mà thiếu người yêu khen.

Sáng thứ hai, Hiếu lái xe về Cần Thơ bố mẹ và Thu Vân theo tiễn con cho đến sáng thứ ba con lên Sài Gòn. Bố mẹ và em thui thủi trở về quê Sóc Trăng, chiều con bay sang Áo, sau đó sang Mỹ. Nếu con trở lại Cần Thơ cũng ít gặp Thu Vân, con cũng không ở lâu, phải qua Mỹ và nhiều nước trên thế giới suốt sáu năm.

Bố mẹ quá thương yêu hai con nên cho hai con gần gũi nhau đến giờ phút cuối của sáng thứ ba tuần tới.

Trong ngày thứ hai ba chỉ cách trồng cây cho chú quản gia và nhờ chú quản gia chở đi mua cây dừa đã có trái, mướn xe chở về trồng ít tốn kém hơn bô bứng từ cây ở vườn nhà. Mình phải mướn xe tải chở lên rất tốn nhiều công sức mà lại đắt gấp mấy lần mua cây có trái ở Cần Thơ. Hiếu đã hiểu ý bố muốn phải có đủ mười hai cây lấy số hên cho con.

Hiếu gọi Thu Vân lại nói, chúng mình vòng tay lại cúi đầu tạ ơn bố mẹ đã không ngại nhọc nhằn khó khăn cũng vì chỉ yêu thương con gái và yêu thương cả con rể. Tương lai bố mẹ còn yêu thương cực khổ với hai cháu ngoại. Hiếu thưa:

- Bố mẹ hiểu tâm can chúng con, bố mẹ dành tình yêu thương cho hai con. Thu Vân phải luôn vâng lời bố mẹ, trong tương lai bố mẹ lớn tuổi hay bịnh hoạn em và hai con phải hết lòng phụng dưỡng, anh luôn theo dõi mọi diễn tiến của gia đình, anh hết lòng hỗ trợ với tất cả khả năng của mình.

= Thưa bố mẹ tối nay, vợ chồng con sẽ thức trắng đêm có nhiều tâm sự ngổn ngang cần phải chia xẻ, sáng con chỉ ngủ chừng hai tiếng là con khoẻ lái xe vững vàng, còn em con có mệt lên xe cứ ngủ cho tới Cần Thơ. Thứ hai là ngày bố sẽ cực với con nhiều. Mẹ, em Thu Vân và con ở nhà cũng có nhiều điều để bàn thảo về việc nuôi con vì vợ con mới sanh con lần đầu, mọi chuyện đều nhờ mẹ.

Hiếu lấy xe về sớm, bố bảo nhân viên đưa cây lên đầy phía sau và còn vài cây phải cho một bên băng thứ hai vì mẹ và Thu Vân ngồi có hai chỗ nên còn trống nhiều, Hiếu trải tấm ny long lên để cũng được gần cả chục cây nhỏ, thấp đựng trong bầu đất. Đến tám giờ mọi việc cho cây lên xe và ăn sáng xong, Hiếu từ giả chị bếp lên xe, còn các em Hiếu đã từ giả từ sáng sớm và không quên tặng các em mỗi em cũng có một số tiền khá lớn và cả chị bếp nữa.

Xe về tới nhà ở Cần Thơ cũng mới hơn chín giờ rưỡi. Hiếu nhắc bị bếp dọn hai phòng cho ba người khách vào nghỉ một đêm, còn anh quản gia mang cây con xuống xe, tập trung lại một góc bên cạnh các cây đợt trước chưa trồng, nhớ tưới nước một ngày hai lần và dùng vòi nước nhỏ không làm hư cây con. Anh lấy xe gắn máy, chở bố nuôi tôi đi lại các vườn nhà có nhiều dừa để mua về trồng. Tôi đi chợ mua thức ăn về làm bếp, ăn trưa và chiều, chị nấu dùm cho một nồi cơm trên nhà. Còn thức ăn tôi nhờ mẹ nuôi và con gái bà nấu thức ăn. Công việc như vậy, chị giúp vào nhà lo trải giường giúp cho ba giường ngủ và nấu giúp một nồi cơm là công việc của chị. Tôi đi chợ, anh quản gia và bố tôi đi tìm mua cây dừa thì hai mẹ con thơ thẩn ra xem vườn tược và vào nhà ngơi nghỉ.

Rất may, anh quản gia đưa lại một vườn ươn cây trồng đồ sộ, rộng lớn gấp đôi vườn ươn cây nhà ông. Ông mua luôn cả hai chục cây đang có trái chiến toàn là dừa lửa trồng trước hai bên cửa mười hai cây và sau nhà, đường ra vườn hoa và sáu căn phòng phía sau , trồng tám cây dừa còn lại. Ông nhờ nhà vườn có xe tải và mướn luôn nhân công của nhà vườn và kể phân lót trồng hai mươi cây dừa và kích thước mỗi hốc hai bên thoả thuận. Chú quản gia nghe rõ, rộng bao nhiêu, sâu bao nhiêu và bón phân lót thế nào, giá tiền chung bao nhiêu. Và chừng nào trồng, ông chủ vườn nói, tôi cho hai người mang máy đào đất đến đào trong hai ngày là xong hai mươi hốc và có bón phân lót luôn và trồng cũng trồng hai ngày có cọc làm cho dừa mới trồng không bị gió làm rung, lay động cây... mọi thứ đều tính bằng tiền. Ông bố của Hiếu trả trước như đặt cọc một phần ba và hẹn trong vòng trồng bốn ngày kể từ ngày mai, ông sẽ trả hết và ông còn móc nối, đây là ngôi nhà vườn của con trai tôi, trên năm mẫu nên còn trồng nhiều cây ăn trái sẽ đến mua ở vườn ông.

Bây giờ tôi xin ông hai xe phân lót đã có đào hầm sẵn cứ đổ xuống chú quản gia sẽ trồng dần. Tôi sẽ còn thuê đào thêm mấy trăm hốc nhỏ trồng cây con, sẽ tính sau. Ông chủ vườn cũng thật thà nói vì mùa nắng nên nhân công chúng tôi cũng có phần rỗi rảnh. Ông dự định đào thêm hốc mua thêm cây con, tôi chở đến tận nhà với giá hữu nghị, còn mùa mưa thì giá đắt gần gấp đôi. Ông bố nói lời cám ơn và ra về mà trong lòng thấy quá vui. Về đến nhà, ông bảo chú quản gia lấy dây và thước ông đo cắm cọc, đánh dấu để người đào đất đến, chú chỉ họ đào, tôi chặt cho chú cây mẫu, chú cắm xuống đo chiều sâu và đo chiều ngang đúng như trong hợp đồng, chú chỉ chỗ họ đổ hai xe phân lót. Đến sáng ngày thứ tư trồng xong, tôi đến xem và chạy đến nhà vườn trả tiền cho họ. Chú cháu mình hoàn tất chuyện trồng hai mươi cây dừa xong, mua vịt quay và heo quay về chú cháu mình nhậu chơi rồi chú đưa tôi ra bến xe, tôi đi về Sóc Trăng có việc. Chú cần gì cứ gọi tôi, Hiếu có để số điện thoại của tôi trên bàn - Bố Phi.

Nói là để mẹ và con của mẹ làm bếp, Hiếu làm gọn hơ ba món ăn trưa và có mua thêm hai con vịt quay cho vợ chồng anh quản gia một con, gia đình mình ăn một con, có bia nhậu, Hiếu mang xuống nhà quản gia năm chai bia.

- Sáng mai tôi đi, chú thím lên dọn dẹp nhớ mang bia và mang hết thức ăn còn lại đem về nhà ăn, tôi đi khoảng hai tháng mới trở về cùng vợ con và bố mẹ vợ. Đúng hai tháng chú thím lên thổi bụi lo vệ sinh cho nhà, tôi canh khoảng hai tháng trước sau vài ngày là về tới. Hiếu nói tôi đưa tiền, tìm mua bốn con bò hai con cái hai con đực, một con đực dù có què mình mua rẻ cứ mua vì mình làm thịt chỉ để giống một con đực hai con cái. Còn heo, anh mua bốn con, tôi cho anh hai con và hai con còn lại khi tôi về cũng làm thịt ít nhứt một con, lựa con heo lớn nhứt. Tôi trả lương hai tháng và vợ anh cũng bằng lương anh. Bây giờ chưa làm gì, tôi biếu cho chị một tháng lương. Khi gia đình tôi về ngày nào tính tiền lương cho chị. Còn có phân lót và cây con, đào hốc trồng dần, tôi về cũng trả công anh trồng cây. Anh nhớ mùa này trời nắng gắt, cây con mỗi ngày tưới hai lần, đến mùa mưa mình khỏi phải tưới, lấy phân ủ bón thêm cho cây mau phát triển.

Hiếu dặn dò cẩn thận cả hai vợ chồng, lấy hết gạo xuống ăn còn gần cả trăm ký như tôi đóng góp với anh tiền cho heo ăn, tôi sẽ cho tiền thêm. Tất cả mắm muối cái gì còn trên nhà, anh mang xuống hết. Khi chúng tôi về sẽ mua cái mới, anh chị nhớ lời tôi dặn.

Có chuyện gì quan trọng hay cần tiền, anh có số điện thoại của anh ruột tôi và còn về trồng cây có bác ba Phi là bố tôi, anh cứ gọi điện thoại. Anh nhớ khoá cửa cẩn thận, treo vài bóng đèn dưới các cây con chưa trồng. Bây giờ anh chị lấy vịt ra nhậu, chúng tôi cũng nhậu và ngủ trưa cho khoẻ, chiều tôi chở đi ăn, sáng mai chừng bảy giờ tôi đi ra khỏi nhà và đưa ba người thân về nhà, rồi tôi đi Sài Gòn...

Bố khoe với con rể, may quá trong lúc chủ vườn ươn đang ế gặp mình mua đến hai mươi cây dừa, họ bao chuyên chở đào hốc đúng kích thước, bón phân lót trước khi đặt cây xuống và bố còn xin được hai xe phân lót nữa. Hiếu nói với bố, tiền Việt Nam hiện có trong ngân hàng còn ba chục triệu, con đã rút ra hết, xin đưa bố mười triệu để bố chi trả vụ mua cây và con xin phép gởi cho vợ con hai mươi triệu để Thu Vân có tiền mà lo trong lúc sanh con.

Khi ra sống ở nước ngoài, con lãnh được tiền là con gởi về cho bố xây một căn nhà cho vợ con gần nhà bố để dành đó và bố cũng giúp mở ra một chỗ trong vườn mình, có máy che nắng mưa để được hai chiếc xe hơi. Thu Vân nên có xe hơi để đi chợ búa và chở đưa bố mẹ đi đó đây, nhứt là có con nhỏ không thể đi xe gắn máy.

Anh sẽ thu xếp với chị hai bán rẻ chiếc xe của anh trước đây, em phải học lấy bằng lái và cho em trai lớn đủ tuổi lấy bằng cùng học với em để bảo vệ em tránh bị mấy thanh niên thấy em xinh đẹp quá cứ theo chọc ghẹo hoài thì làm sao học lái xe cho vô.

- Ba mẹ cười nói Thu Vân nhớ điều này nhá. Còn tiền mua xe mới xe Van như xe của anh sẽ lo sau. Anh thương nhớ em và hai con anh phải có trách nhiệm lo cho ba mẹ con và lo cho ba mẹ khi về hưu. Con xin phép vào phòng ngủ một chút, Thu Vân ở lại nói chuyện với ba mẹ, vào sau.

Hiếu cởi giày, cứ để quần áo đang mặc đi ra phố, không kịp thay, mệt quá nằm lăn kềnh ra ngủ ngáy pho pho. Thu Vân vào thấy cảnh chồng mình quá mệt nhọc giải quyết bao công việc trong ngày hôm nay để ngày mai lên đường sang Áo và sang Mỹ. Thu Vân đóng cửa phòng khoá lại đề phòng vợ anh quản gia lên gặp mình trong phòng Hiếu rồi thóc mách với vợ Hiếu thì tội nghiệp anh Hiếu. Anh Hiếu còn cẩn thận bảo Thu Vân kéo tấm ra cho lệch cũng như gối cũng vậy, cửa cũng khoá lại như có người đã ở trong phòng kế bên.

Thu Vân đi tới đi lui hàng chục vòng, cũng mõi chân và cũng buồn ngủ, ngồi xuống sô pha nghẻo đầu sang một bên cũng làm cho một giấc hơn một tiếng. Thức dậy vào phòng tắm, thay quần áo ngủ trở lại sô pha, nấu nước pha sữa chờ cho Hiếu thức dậy có uống ngay. Hiếu ngủ đầy giấc, gương mặt tươi tỉnh khoẻ lại, Thu Vân mang ly sữa nóng đến cho người yêu uống. Thu Vân nói:

- Anh uống sữa cho khoẻ, em giúp cỡi quần áo và anh đi tắm, em để bộ quần áo ngủ ở phía ngoài, em làm cho anh ba trứng gà la cót, anh tắm xong ra đây có hột gà la cót anh cùng em ăn và còn làm việc nữa để em tiễn anh lên đường. Hiếu nghe theo lời người yêu, tắm xong, không mặt quần áo chỉ choàng một cái khăn lớn và mang ra một hộp khăn ướt. Thu Vân ngồi, trong lúc Hiếu đứng vừa ăn xong quả trứng thứ ba và Thu Vân cũng ăn xong một trứng, Hiếu ăn thêm một trứng sống uống hết ly sữa, lấy khăn lau miệng cho người yêu và lau miệng cho mình.

Thu Vân kéo khăn choàng của người yêu bỏ trên thành ghế, thằng bé nó cứ lắc lư làm cho Thu Vân cũng ngứa tay xoa nhồi lên xuống. Hiếu kéo người yêu đứng dậy lên giường diễn tuồng yêu đương, cả hai cùng lên đỉnh một lúc. Lau sạch, ôm nhau mân mê một chút xíu lại đòi hỏi. Thu Vân nói để em làm tài công cho anh nghỉ khoẻ. Thế là từ cơn gió nhỏ càng lúc trận cuồng phong thêm dữ dội, Thu Vân đã mở vòi cho suối chảy hai lần và nàng quyết làm cho chàng phải xả nước ra cùng lúc với mình. Hai người, ôm nhau ngủ một chút xíu, vào tắm và thay quần áo. Ra phòng khách thấy bố mẹ đang vui vẻ nói chuyện. Thu Vân sà lại mẹ, ôm hôn mẹ và nũng nịu nói:

- Con yêu thương bố mẹ, con sanh con so trăm sự điều cậy trông mẹ, mẹ luôn ở bên con nghe mẹ. Mẹ gật đầu, Thu Vân rươm rướm nước mắt, nếu con không tự làm khổ đời con thì bây giờ con hưởng hạnh phúc trọn vẹn với anh Hiếu. Anh đi đâu con theo đó, nay bố mẹ phải chịu cực khổ lây theo con chỉ muốn dành thêm cho chúng con những phút dây hoan lạc gần gũi nhau. Mẹ ôn tồn nói:

- Con đã biết hối hận, con lại biết quý trọng những giây phút hiếm hoi con gần người yêu nhứt của con, mẹ và bố con cũng cảm thấy vui vì giúp hai con có thêm hạnh phúc. Bố góp ý:

- Thay vì chiều nay, đi ăn tiệm làm mất nhiều thì giờ của hai con, chi bằng mình ăn ở nhà, Hiếu con nhờ chú quản gia mua thêm nửa ký lô thịt heo quay và dưa leo cùng vài ổ bánh mì mang về nhà cũng đủ ăn rồi.

- Mẹ nói, ba nói có lý. Hai cha con có thịt heo quay cũng cụng ly cho vui nữa. Hiếu ra nhà anh quản gia, nhờ mua một ký lô thịt quay và bốn ổ bánh mì và một ký lô dưa leo và ớt chín đỏ, Chiều nay ba tôi không được khoẻ nên không ra ngoài ăn được. Trở vào nhà, có anh Trung gọi điện thoại nói tối nay, chạy qua nhà Hiếu nói chuyện với em trước khi chiều mai em đi Áo.

- Hiếu dạ vâng, Hiếu bảo Thu Vân dẹp vén khéo trong phòng ngủ của anh và em qua phòng của em, đóng khoá cửa khi anh chị ba qua thăm anh và bố mẹ.

Trung chở vợ qua thăm em và thấy có ông bà chủ vườn ươn cây ở Sóc Trăng đang ở đây. Hiếu nói, bố hôm nay chở thêm cây trồng để phía trước gần nhà anh quản gia để trồng dần. Bốn ngày nữa anh đến đây có bố mẹ nuôi từ Sóc Trăng lên đây nghiệm thu trồng hai mươi cây dừa đang có trái đã ký hợp đồng rồi. Anh chị sẽ thấy em có tài bực nào, nhà chưa xây cất lại xong, cây mới trồng nhỏ xíu mà em có đến hai mươi cây dừa lửa đang có trái. Gia đình vợ em từ bên Áo sang, vừa vào cổng đã thấy có mười hai cây dừa lửa có trái tốt tươi, ra phía sau lại thấy có tám cây dừa lửa cũng có trái nữa mới dễ sợ. Hiếu nói tiếp:

- Anh ba nhắc chú Tín giùm em, gia đình vợ của em sẽ qua ở nhà này chừng hai tháng nữa. Em còn nhờ bố từ Sóc Trăng chỉ huy cho người làm xẻ rảnh làm mương thoát nước trồng cho hết các loại cây giống mà bố để lại cho em phải trồng cho xong trước mùa mưa này. Bố lên nghiệm thu xong trả tiền bạc xong, anh ba giúp em đưa bố ra bến xe về lại Sóc Trăng. Anh chị nói giúp em kính lời thăm và cám ơn hai bác đã thương em và em cũng sẽ nói hai bác gởi lời thăm hỏi sức khoẻ ba má Caroline và anh chị cũng còn thăm hỏi mẹ con Caroline.

Em mời anh chị ra xem cây con mà bố đem lên cho em chưa kịp trồng để gần cổng chỗ có hai ba bóng đèn sáng choang đó. Vợ chồng Trung chào hai bác và theo Hiếu ra cổng, thấy có trên hai trăm cây giống chưa trồng. Minh Tâm tấm tắc khen chú út giỏi quá, cái gì cũng giỏi hết. Người ta trồng dừa bốn năm năm mới có trái mà chú chỉ trồng có bốn ngày mà hai chục cây dừa đều có trái, anh chị phục chú sát đất. Tới bố nuôi của chú lên nghiệm thu hai mươi cây dừa, anh chị sẽ đưa ba má anh chị sang ngắm nhìn dừa mới trồng mà lại có trái mới thật giỏi đó.

- Anh chị về, chú út lên đường đi Áo bình an. Vừa vào nhà, có điện thoại reo vang, có tiếng chị tư gọi cho cậu út, anh tư cũng nói kính lời thăm ba má và mẹ con Caroline. Mẹ và chị hai của Hiếu cũng gọi điện thoại và vợ chồng Trai cũng gọi điện thoại chúc thượng lộ bình an và Josephine cho biết là đã gọi cho mẹ nói chồng Caroline gởi xe tại Toà Tổng Lãnh Sự hai tháng, chú thím Tín và ông bà Khoa Trưởng đều có lời chúc bình an cho chuyến đi sang Áo của Hiếu, mọi chuyện kể như xong.

Hiếu vào gọi Thu Vân ra ăn với bố mẹ, Thu Vân nước mắt đầm đìa lửng thửng theo người yêu ra bàn ăn, mẹ đưa thêm giấy cho Thu Vân lau nước mắt. Hiếu lấy thêm nước đá, khui hai chai bia hai cha con nhậu. Hiếu gắp thịt cho bố mẹ trước và người yêu, cho mình sau cùng, mời dùng và nói:

- Hai cha con mình cụng ly, bố gật đầu. Vừa ăn, Hiếu vừa dỗ dành người yêu và nhắc lại, em đã mang bầu qua hơn năm tháng, thai nhi lớn. Nếu em buồn, em khóc hoài sẽ ảnh hưởng đến thai nhi. Khi sanh con ra đời với cái gương mặt buồn xo, bí xị tội nghiệp cho con. Bố mẹ thấy con nói với em con như vậy có đúng không?

- Con nói rất đúng, mẹ nói. Thu Vân nói con yêu kính chồng thì con phải nghe lời chồng con và bố mẹ. Từ nay, con không được buồn khổ nay khóc mãi khóc hoài, tội nghiệp hai con của con sẽ bị ảnh hưởng cái mặt buồn xo, hai cháu ngoại của ông bà mất hết vẽ đẹp trai. Thu Vân thưa:

- Con sanh con là một hạnh phúc lớn lao cho con còn ham sống, anh Hiếu là đại ân nhân của con, con phải vâng lời anh yêu của con và con cũng xin vâng lời bố mẹ, con phải vui phải lo nuôi con cho nên người. Nghe Thu Vân nói, bố tiếp lời:

- Ba thấy con đã trưởng thành biết phân biệt lẽ thiệt hơn. Bây giờ chúng ta hãy vui, hai mẹ con phải ăn cho thật no, hai cha con tôi vui vẻ sẽ nhậu quắc cần câu, bố sẽ ôm mẹ ngủ một giấc tới sáng luôn mà không làm gì hết. Mẹ nói:

- Cái ông mắc dịch này nói không sợ hai con cười. Hai con nói, mình ăn xong đi ra phía sau con có mắc đèn để ba xem trong tương lai khu này dành cho khách. Bốn phòng trong nhà, một phòng to nhứt của hai con, một phòng dành bố mẹ Caroline, một phòng dành cho bà nội và cô hai và một phòng dành cho hai bê bi với người vú em. Phòng nào cũng có toi lết riêng và bốn phòng khách bên ngoài cũng đều có toi lết riêng kể cả một phòng dành cho đầu bếp. Gia đình mình đi vòng phía sau một chút cho tiêu cơm rồi mới đi ngủ. Mẹ nói, con nói đúng:

- Ăn tối xong nên đi tới lui tối thiểu nửa tiếng mới nên đi ngủ. Mới ra ngoài một chút thấy Thu Vân hai tay ôm ngực có vẽ lạnh. Hiếu nói, em con lạnh co ro rồi, sợ ở lâu ngoài trời dễ bị cảm lạnh. Bố nói cũng lạnh vào phòng ôm bà xã cho đỡ lạnh. Mẹ nói, cái ông này cứ nói tầm phào hoài, ông cãi lý:

- Tôi nói tầm phào nên bà sanh một lèo bốn đứa, nay bố muốn có thêm một đứa con út nhì cho vui cửa vui nhà. Bà nói:

- Cái ông này cũng muốn bắt chước hai con trẻ, hết xí quách mà còn ham, còn đèo bồng. Cả bốn đều cười vui và nắm tay vào nhà cũng mới hơn tám giờ.

Hiếu và Thu Vân quần nhau cho tới khuya rồi lăn ra ngủ mãi đến sáu giờ sáng mới thức, Hiếu lo đi vệ sinh, đánh răng và đi tắm xong, lại vào giường thấy Thu Vân mặt quay vào vách, nghe tiếng khóc thúc thít, Hiếu càng xót xa biết rằng giờ chia ly xa nhau có thể khó mà tái hợp vì Hiếu có hoàn cảnh có vợ con không thể đa mang thêm một người vợ thứ hai.

Sự nổi tiếng danh dự của mình cũng có thể bị chìm xuống đáy vực vì Hiếu không thể nói dối với người yêu và cũng không dối lòng mình được mãi. Hiếu vào toi lết lấy hai ba cái khăn sạch nhún vắt nước ra lau nước mắt, lau mặt và lau tay chân người yêu, thấy con mắt của Thu Vân sưng húp lên và ửng đỏ lại càng làm cho Hiếu thêm buồn. Hiếu an ủi vuốt ve và dìu người vào phòng tắm, cỡi hết quần áo cho vào cái túi ny long, Hiếu còn mặc xà lỏn, mở vòi nước cho chảy nhè nhẹ, dùng khăn thấm nước lau khắp thân hình Thu Vân làm cho nàng cũng cảm thấy khuây khoả, theo chồng đi thay quần áo để còn trở về Sóc Trăng và Hiếu sẽ lái xe đi Sài Gòn. Bố mẹ thấy cảnh hai con bịn rịn không muốn xa rời nhau lại càng khổ tâm.

Mẹ lo hăm nóng lại thịt quay và nướng lại bánh mì, pha bốn ly sữa nóng. Mọi thứ bày biện trên bàn, bố vào ngồi, gọi Thu Vân và Hiếu vào ngồi, mẹ đến ôm hôn con gái và nói:

- Bố mẹ đã thấy trước phải có những phút đau lòng thế này, nay đã đến, con có buồn, có khóc hay làm thế nào đi nữa cũng phải xảy ra như vậy thôi. Tốt nhứt, con gái của mẹ phải bình tĩnh giúp chồng có can đảm đi lập thân mà khi nổi tiếng làm ra nhiều tiền mới có thể giúp lại ba mẹ con của con có thêm tương lai tốt đẹp. Chồng con, mẹ tin sẽ tìm có một giải pháp nào tốt đẹp nhứt giúp con và giúp gia đình Hiếu. Bố cũng phụ hoạ và Hiếu cũng an ủi bảo Thu Vân phải bình tỉnh khôn ngoan giúp Hiếu giải quyết con đường tình khúc khuỷu éo le gút mắc này.

Thu Vân cũng thấy có nguôi ngoai, nhưng, gương mặt buồn vẫn còn buồn. Mọi người cũng ăn hết một khúc bánh mì thịt quay và uống hết ly sữa. Hiếu mời lên xe và nói vói lại vợ chồng quản gia, tất cả đồ ăn còn lại trong nhà, anh chị mang xuống nhà sử dụng hết. Hiếu từ giã lên đường, Hiếu thay đổi ý kiến, thay vì đưa bố mẹ và Thu Vân ra bến xe, Hiếu không đành lòng để vợ và bố mẹ đi xe đò. Hiếu chạy thẳng về nhà ở Sóc Trăng.

Vào nhà đi vệ sinh, rữa mặt, chải lại tóc Hiếu rất bình tỉnh đến ôm hôn vợ, hôn ba mẹ và lặng lẽ ra xe trực chỉ về Sài gòn, mới có hơn ba giờ. Hiếu lại toà Tổng Lãnh Sự gởi xe, đi thẳng vào nhà của ông bà, Hiếu chào bà và xin cho gởi xe, khoảng hai tháng sau, con mới trở về lấy xe. Bà cho biết, ông đã sắp xếp có tài xế đưa cháu lên phi trường vì chuyến bay sẽ cất cánh vào lúc bảy giờ rưỡi.

Bà bốc máy gọi cho anh phụ trách cử người lái xe đưa Hiếu ra phi trường. Chú tài xế vào nhà mời Hiếu ra xe, đi lên phi trường Tân Sơn Nhứt trước chuyến bay hơn hai tiếng. Mọi thủ tục lên máy bay xong hết, chú tài xế mới quày về, Hiếu tặng một trăm tiền típ cho chú tài xế. Ngồi chờ tại phi trường Tân Sơn Nhứt mà hồn của Hiếu còn mãi ở Sóc Trăng.

Trên máy bay, ngồi đúng chỗ, cài dây an toàn xong là Hiếu thả hồn bay về Áo, ngủ một giấc đến sáu bảy giờ thức dậy, thấy khoẻ và đói quá, mới lại quày các tiếp đãi viên xin cho thức ăn và một chai bia. Các cô biết hành khách quá mệt và ngủ thiếp không biết trời đất là gì. Máy bay đã bay được nửa đoạn đường đến Áo rồi. Hiếu về chỗ ngồi, tiếp viên mang thức ăn tới, Hiếu cho típ hai mươi đô la. Ăn xong Hiếu lại ngủ tiếp cho đến khi có tiếng báo là máy may đã vào lãnh thổ Áo. Hiếu choàng thức thấy, cảm thấy rất khoẻ, sinh lực của tuổi trẻ hoàn toàn phục hồi.

Xuống máy bay, vào khu lấy hành lý, chỉ có một cái vali nhỏ thôi vì Hiếu dự trù qua Áo sẽ may vài bộ đồ mới để đi Mỹ. Vừa ra khỏi cửa, Caroline và bạn bè ba bốn cô đẩy hai chiếc chở hai bê bi ra đón bố. Sau khi ôm hôn vợ và bắt tay cám ơn các bạn, Hiếu cúi xuống, hai thằng bé chòi đạp quơ tay chân như là chào bố. Mọi người đều cười vui như có thần giao cách cảm, dù còn bé tí xíu mà đã nhận ra bố.

Lên xe về nhà, Hiếu hai tay đẩy hai xe bê bi vào nhà và cúi đầu chào ba má vợ và bà con họ hàng cả chục người chờ đón tại nhà. Ngoài sân mùi tôm thịt nướng bay toả ngát làm cho Hiếu cảm thấy quá hạnh phúc quên hết mọi nhọc nhằn đi đường xa. Hiếu bồng lên một đứa và tay kia nhờ Caroline đưa thêm đứa thứ hai cho cả hai nghẻo đầu vào cổ cha, Hiếu đi khắp trong nhà cúi đầu chào từng người. Ai thấy cũng khen tình cha con thật đậm đà đáng yêu, Caroline luôn đi theo sợ rủi một đứa vuột khỏi tay thì nguy to. Caroline dành lại một bé, chốc chốc hai bé thay nhau nằm nghẻo vào cổ bố ngủ ngon lành.

Hiếu rót vào ly: rượu, nước ngọt, nước trái cây, nước lọc để trong một cái khai đi mời từ người uống giải khát. Bà nhạc của Hiếu tuyên bố hôm nay nhân ngày con rể của chúng tôi trở lại Áo.

Theo tập tục của người Việt, khi mẹ sanh con được một tháng tuổi, gia đình có tổ chức một bữa tiệc lớn hoặc nhỏ tuỳ gia đình giàu nghèo gọi là cúng đầy tháng tuổi hay gọi là cúng tạ ơn Chúa và ông bà, tổ tiên đã quá vãng về phù hộ cho con và mẹ được bình an khoẻ mạnh. Ngoài những món ăn mặn có thịt cá, rau dưa còn có thêm thức ăn ngọt nữa. Như vậy, gọi là cúng đầy tháng tuổi, mẹ tròn con vuông khoẻ mạnh cũng là thời điểm đánh dấu, người mẹ sau khi sanh con đúng một tháng, nay sức khoẻ trở lại bình thường.

Tập tục này của Việt Nam cũng khá hay, có ý chỉ bảo các bà mẹ sau khi sanh con phải cữ kiêng không được ngủ chung với chồng tránh đến ham muốn xác thịt, sau một tháng thì tự do.

Vợ chồng Caroline có nhiệm vụ thiết đặt một chương trình làm việc ba năm đầu về nghiên cứu chứng bịnh sốt rét tại vài nước ở Nam Mỹ, Phi Châu và vùng Đông Nam Á Châu. Ngoài ra, chồng Caroline còn soạn những câu hỏi phỏng vấn tuyển chọn thêm năm chuyên gia quốc tế gồm có Mỹ, Anh, Pháp, Canada và Úc đã nộp đơn xin với nhà trường mà chồng Caroline, đại diện cho trường chủ trì các cuộc phỏng vấn này cũng kéo dài mấy tuần tại Mỹ. Sau khi có chương trình làm việc và các câu hỏi phỏng vấn, vợ chồng Caroline sẽ bay qua Mỹ, ông bà ngoại phải nuôi cháu ngoại thay thế bố mẹ nó.

Con rể tôi còn phải đại diện mười chuyên gia nghiên cứu quốc tế ký hợp đồng làm việc với tiền thù lao, tài trợ và có những điều kiện, trong đó có một điều kiện, đối với tôi là quan trọng nhứt cho các chuyên gia quốc tế được trường đài thọ vé máy bay cho gia đình vợ con và cả cha mẹ theo ra nước ngoài cùng sống chung với chuyên gia. Khi vợ chồng Caroline trở về Áo, chúng nó sẽ ở đây thêm vài tuần và chúng tôi sẽ bay về Việt Nam chờ đợi trường mời sang Mỹ nhận công tác.

Bây giờ tôi giới thiệu con rể tôi nói tiếng Anh và con có hứa nó sẽ cố gắng về Áo là phải nói tiếng Áo về Việt Nam mới nói tiếng Việt và đi ra các nước khác phải dùng tiếng Anh... Hiếu nắm tay Caroline lại gần mình và kéo hai xe con đang nằm ngủ như cả gia đình đủ bốn người có lời chào mừng bà con và bạn bè của Caroline. Chúng tôi xa nhau đã nhiều tháng, nay lại sum họp ngoài tình nghĩa chồng vợ và bổn phận chúng tôi đối cha mẹ kính yêu của chúng tôi và hai con. Cá nhân tôi còn phải tôn thờ tổ quốc Áo cũng như tổ quốc Việt Nam và tôi tin là vợ tôi sẽ là công dân Áo rất tốt, có trách nhiệm với Tổ quốc với mọi người. Hai vợ chồng chúng tôi chung sống và hợp tác làm việc, tôi làm việc ở đâu thì tôi muốn vợ con tôi cùng ở chung và kể ba má chúng tôi nữa.

Trong tương lai chúng tôi sẽ ở Mỹ là chánh trong sáu năm và vợ chồng có thể làm việc ở nước này một thời gian và sang nước khác. Nhưng bố mẹ và hai con chúng tôi sẽ ở Mỹ vì chúng tôi sẽ đi đi về về làm việc với trường nên sẽ về nhà với cha mẹ và với hai con. Và cũng có thể chúng tôi ở Mỹ sáu năm biết đâu chừng chúng tôi có con Mỹ hai ba đứa nữa như mẹ chúng tôi thường nói:

- Con của các con luôn có sẵn trong bụng Caroline, hai con gần nhau thì sẽ có con ra đời. Vì vậy, tôi và vợ tôi, Caroline sẽ có một đàn con quốc tế có quốc tịch Áo, Việt, Mỹ và vài nước khác. Lúc bấy giờ ông bà ngoại tha hồ vui mừng có đàn cháu ngoại quốc tế mới thật là vui và hạnh phúc to lớn cho chúng tôi. Hiếu kéo Caroline gần lại cả hai cùng cúi đầu chào.

Mọi người vỗ tay tán thưởng, Caroline mời mọi người đến lấy thức ăn và quý vị nào có chuyện vui hay hát xướng xin mời tự nhiên vì buổi tiệc hội ngội này kéo dài tới khuya cũng được.

Dù Caroline nói như vậy, nhưng mọi người đều hiểu, vợ chồng Caroline cần có thời giờ gần gũi nhau và chồng Caroline lại đi đường xa lại khác múi giờ cách biệt nhiều cũng rất cần có thì giờ nghỉ ngơi dưỡng sức. Đến chín giờ tiệc chấm dứt, Hiếu cỡi áo đưa cho vợ dự trù lo dọn dẹp xong mới về phòng. Má Caroline thấy thằng rể có cử chỉ lo dọn dẹp lại càng yêu thương thêm nhiều. Bà lên tiếng:

- Vợ chồng Caroline, hai con về phòng ngơi nghỉ đi, con rể của má đi đường xa cũng mệt lắm rồi. Còn chuyện dọn dẹp có chị quản gia lo. Những gì nặng để sáng mai tính tiếp. Vợ chồng Caroline cám ơn ba má, nắm tay nhau, mỗi người đẩy một xe bê bi về phòng. Hiếu bồng hai bé đặt vào nôi, quay sang ôm hôn vợ một cách trìu mến say sưa.

Caroline cúi xuống mở dây giày và lấy ra cả bít tất. Caroline nói để em cỡi quần áo cho anh và chúng mình cùng đi tắm, em nhớ anh nhiều lắm. Caroline xoa lưng ngực cũng như gội đầu cho chồng thật sạch, Caroline bị kích thích làm hai bầu sữa căng tròn chảy ra, Hiếu vội đưa miệng vào hứng, khen sữa thơm ngon quá:

- Con bú còn dư em cho anh vì sữa mẹ là loại sữa có dồi dào chất bổ dưỡng nhứt, Hiếu tiếp lời. Chúng ta ra ngoài lau khô và lại giường nằm nghỉ nghe em. Hồi mới xuống máy bay, anh cảm thấy mệt và buồn ngủ, khi gặp lại em và hai con, sự mệt mỏi nó tan biến hết.

Bây giờ anh nhìn vào thân hình vệ nữ của em nẩy nở nang toàn diện lại còn đẹp còn khêu gợi hơn xưa nhiều, anh càng yêu em. Caroline đè Hiếu nằm xuống lần lượt kê hai bầu sữa cho Hiếu thưởng thức. Caroline nói, anh còn mệt để em làm tài công.

Một trận mây mưa sau mấy tháng hai người chưa gần gũi nhau. Nay, Caroline với những động tác nhẹ nhàng và từ từ dồn dập cả hai cùng lên đỉnh một lúc chứng tỏ Hiếu còn đủ sức phục vụ vợ đang đòi hỏi. Caroline lăn qua lấy khăn lau sạch cho chồng và cho mình xong, ôm hôn Hiếu thủ thỉ:

- Anh có nhớ em không?. Hiếu không vội trả lời kê miệng vào hôn hai đỉnh núi và nhè nhẹ hút những tia sữa của vợ đang chảy ra. Khi bầu sữa cạn xuống, Caroline nói em cám ơn anh, em có sức khoẻ nên có sữa cũng có nhiều, buổi tối không có con bú nên em thường nặng ngực, nay có anh giúp em trong lúc bầu sữa đầy sẽ cho em có thêm giấc ngủ ngon. Hiếu cười vui, nói:

- Ban ngày em cho con bú, ban đêm em cho chồng bú như vậy em sẽ là hoa khôi hoàn vũ mãi mãi không sợ mất ngôi. Anh nói thiệt, da thịt em bây giờ còn căng, còn tươi mát hơn xưa, đụng vào là anh đê mê liền. Bây giờ, anh ôm em chúng mình ngủ một giấc nhờ dòng sữa của em làm cho anh sẽ hết nhọc mệt, không chỉ trở lại bình thường mà còn bình thường cộng cộng vì lẽ vắng không gần gũi em đã mấy tháng nay.

Anh xin em cho anh lãnh rắp ben, Caroline ôm siết chặt chồng và nói em sẵn sàng làm bất cứ điều gì anh muốn.

Còn chuyện ba cha con quần em về hai bầu sữa. Em có cách giải quyết vừa lòng cho ba cha con, ban ngày cha không được dành sữa của con, còn ban đêm hai bầu sữa dành cho cha chúng nó. Nếu chúng khóc ban đêm vì thiếu sữa, đói thì em cho chúng nó bú sữa bình. Như vậy, bố của chúng vẫn không mất phần.

- Em nói như vậy quá đẹp, anh cám ơn em nhiều lắm, Hiếu nói.

Vì vậy, anh chọn những thức ăn có nhiều bổ dưỡng và những loại thức ăn giúp cho các bà mẹ có nhiều sữa. Em không những cho hai con bú cũng đã vượt chỉ tiêu làm mẹ bình thường mà lại còn có thêm một anh chồng lại thích dùng sữa vợ ban đêm. Cả ngày em sung sướng vì cho con bú, ban đêm lại càng sung sướng hơn vì bố chúng lại biết cách kích thích hơn.

- Thế là em có hạnh phúc ngập tràn 24/24 phải không anh? Hiếu gật đầu siết chặt vợ thêm. Cả hai ôm nhau ngủ một giấc ngon gần bốn tiếng mà hai thằng con cũng ngoan giúp bố nó ngủ ngon giấc, không có ọ ẹ, khóc đòi bú ban đêm như trước đây, Caroline tiết lộ.

Hai đứa cùng thức giấc đòi bú, mẹ lấy sữa từ trong tủ lạnh, cho vào máy làm cho ấm, cho con bú, chừng hơn năm phút, bú no chúng lại ngủ tiếp. Bố mẹ lại tỉ tê mân mê nhau lên đỉnh đòi hỏi. Lần này, Hiếu nói để anh làm tài công, Hiếu cũng có những động tác quen thuộc với vợ làm cho Caroline vô cùng khoái cảm, lạch nước đào nguyên đã chảy ra lần thứ hai cùng hoà hợp với vòi nước mát của chàng. Lau sạch, hai vợ chồng thủ thỉ bên nhau. Hiếu kể lại nhà vườn của mình trồng tới nay được bốn trăm cây con và còn gần hai trăm cây sẽ được trồng tiếp trong hai tháng.

Tới khi chúng mình về đến nhà ở Cần Thơ thì nhà vườn kể như gần có đủ các loại cây ăn trái. Đặc biệt nhứt, khi em và ba má vào nhà, anh có thể hái dừa nhà đãi em mới đáng kể. Em biết, một cây dừa con trồng phải trên bốn năm năm mới có trái chiến mà anh trồng có hai tháng có trái em mới thấy tài của anh. Không phải anh trồng một hai cây mà anh trồng một lúc đến hai mươi cây, xung quanh hàng rào anh cũng trồng dừa kín hết khoảng hai trăm hai chục cây dừa cả hai thứ dùng uống nước như dừa lửa và dừa trồng lấy cơm cung cấp chất béo trong khoa ẩm thực ăn uống hay trong ngành thẩm mỹ. Trái cây, có trên hai mươi loại: xoài Hoà Lộc mà mình mua trong chợ Bến Thành - Sài Gòn, bà chủ bán hỏi hoa hậu hoàn vũ đâu vắng, anh nói hoa hậu về nước đang ăn xoài Hoà Lộc dưỡng thai, sắp sanh con. Bà vẫn nói vợ cậu sao đẹp quá, anh móc bóp tặng cho bà ít tiền, bà vui cười híp mắt. Anh nói, may bà khen vợ tôi đẹp tôi biếu tiền típ còn bà khen tôi đẹp tôi mua xoài mà không thèm trả tiền. Bà cười rất dễ thương.

Hiếu kể lại các bữa tiệc đãi anh tại Cần Thơ cũng như trên nhà hàng nổi, cô chủ nhà hàng thường nhắc hỏi đến em. Anh về Sóc Trăng ông Bí Thư Tỉnh Uỷ tổ chức đãi cả gia đình mình dù nghèo mà có ba con là học sinh gương mẫu, tốt nghiệp đại học đều là Thủ Khoa. Mọi người nghe anh nói tiếng Anh sao lưu loát quá, anh nói nhờ có vợ dạy, luyện giọng, mọi người cùng cười. Anh cám ơn em thật tình:

- Nhờ có em, anh mới có cơ hội nói nhiều tiếng Anh nên giúp giọng nói thêm trôi chảy lưu loát và tự sửa cho thêm hoàn mỹ. Nếu anh có bạn gái là người Việt, chắc đến bây giờ, anh nói tiếng Anh phải còn rặn tìm từ ngữ. Em quả là sư mẫu của anh, bây giờ anh cũng thấy rạo rực, sư mẫu cho đệ tử tưởng thưởng thêm một phần quà nữa nghe.

- Nói xong, Hiếu mơn trớn vuốt ve và kê miệng nhè nhẹ vào hai bầu sữa đã căng tròn làm cho Caroline mau lên đỉnh. Cả hai cùng hoà tấu thêm bản hùng ca thứ ba rất nhịp nhàng, Hiếu luôn là kẻ chiến thắng, lần này Caroline mở lạch cho nước suối chảy đến lần thứ ba vòi nước mát của chồng mới chịu chảy ra. Caroline nói, anh của em dù đi máy bay và đổi múi giờ mà phong độ đàn ông khoẻ mạnh của anh vẫn như xưa, chắc em sẽ có bê bi tiếp trong năm tới. Em lại muốn có bầu ở Mỹ.

- Hiếu lại nói quá dễ, chúng mình sẽ ở Mỹ nhiều hơn ở Áo và ở Việt Nam trong ba năm tới hay cả sáu năm. Có thể tuần tới chúng mình đi Mỹ và ở Mỹ cũng cả tháng nếu mình muốn ở lại thêm cũng được. Nhưng, chúng mình nhớ con không thể ở lâu mà thiếu vắng con. Caroline rươm rướm nước mắt vì xúc cảm, chồng yêu vợ đã đành rồi mà Hiếu còn thương yêu con nữa.

Cả hai vào tắm, Hiếu lau cho người yêu thật khô bảo em ra ngoài, hôm nay em trang điểm tới bến đón mừng chồng rồi chúng ta ra phố chụp vài tấm hình làm kỷ niệm ngày sum hợp sau mấy tháng xa nhau. Caroline tán thành ý kiến của chồng:

- Chúng mình mời ba má nữa cùng vợ chồng mình và hai con chụp hình tại tiệm, mình phóng to treo ở nhà ông bà ngoại và nhà mình ở Cần Thơ nữa. Hiếu nói tiếp, em dẫn anh đến các tiệm may nổi tiếng, anh sẽ chọn vải may hai ba bộ đồ mới để mình sang Mỹ cho thêm chững chạc. Caroline nói:

- Sao anh có ý kiến giống em quá, em muốn diện anh cho tới bến luôn, em không sợ cô nào khác đá lông nheo với anh mà em đủ sức làm cho anh mê mệt rồi phải không? Vừa nói, tay Caroline vừa nhéo vào tay anh làm Hiếu giật nẩy mình. Hiếu nói, em lại ăn hiếp anh chàng bán than này rồi. Caroline xin lỗi:

- Em yêu anh quá, anh rất dễ thương, có sức hút em vô cùng kỳ diệu, em mà mất anh, em không tha thiết sống, em nói thiệt đó. Anh nên mặc đồ hiệu, anh càng ngon lành được người ta nể trọng em càng le lói theo anh, có phải không anh?

- Em nói chí phải, Hiếu nói. Từ đây công trình nghiên cứu hay học hỏi thêm của anh hay của em, hai chúng mình phải hợp tác chia xẻ, chắc chắn hai chúng mình sẽ thành công. Sang Mỹ em ghi tên học lấy tiến sĩ về ngoại giao, anh cũng xin học theo em. Em ở Mỹ vào trường lớp nghe thầy giảng, em ghi chép anh sẽ học theo em, chúng ta sẽ có thêm bằng mà em mong muốn từ hồi chưa có bằng BA. Khi em có bằng tiến sĩ về ngoại giao, anh sẽ xin với trường tuyển dụng em vào nhóm mười người của anh vì em biết nhiều ngôn ngữ, em tiếp xúc dễ dàng với các nước mà nhóm sẽ đến xin hợp tác và làm việc.

Em đại diện cho nhà trường giúp nhóm trong các công tác nghiên cứu với nhiều nước, em theo nhóm là cũng là thành viên trong công trình nghiên cứu trong ba năm hoàn tất chương trình. Lúc bấy giờ, em là đại diện chánh thức cho trường, còn anh là trưởng nhóm nghiên cứu. Trên danh nghĩa, em là sếp trực tiếp anh đó, chúng mình có thêm tiền lương, mình đi ở đâu, nước nào đều mang hết gia đình ba má và hai con ở chung cho dễ làm việc.

- Anh có ý nghĩ quá ngộ, Caroline nói quá hay, chút nữa em sẽ thuật lại cho ba má biết ý nghĩ độc đáo của anh, em tin ông bà sẽ còn thưởng cho chàng rể quý nhiều cái bất ngờ khác nữa.

Hai vợ chồng ăn diện ngon lành đẩy hai xe chở hai bê bi ra phòng khách, ba má cũng đã thức đi bộ vận động vào mỗi buổi sáng. Má hỏi:

- Chúng con hôm nay định đi đâu. Caroline kể lại dự tính của hai vợ chồng và mời ba má và chị vú đi ra phố ăn sáng và sau đó đi chụp hình, may quần áo cho chồng... Ba má khen liền:

- Chồng con quá thông minh. Mình đến trình diện các ông bà lãnh đạo của những đại học giàu có bậc nhứt và nổi tiếng mình phải diện kẽng, sang trọng họ mới chú ý mới có thiện cảm với mình. Hiếu đi đâu hay đi dạy học có vợ xinh đẹp lại diện đẹp nữa theo làm phụ tá và sai vặt lại càng thêm nổi bật. Má nhận xét như vậy, hai con có thấy đúng không?

- Hiếu thưa, chúng con xin cám ơn má, má có ý nghĩ giống hệt hai con, tâm hồn lớn của má đã chia xẻ cho tâm hồn hai con đã hân hoan tiếp thu. Caroline nói:

- Ba má thủng thẳng thay quần áo vì còn sớm, chị vú cũng thay đồ đẹp nữa nghe, một chút bồng hai bê bi chụp hình để chị có kỹ niệm, sau này chị lớn tuổi hai cháu sẽ phụng dưỡng chị. Chị vú nói lời cám ơn cô ba và xin phép xin thay quần áo. Vợ chồng Caroline, diện sang mà đẩy xe chở con đi dạo trong khu vực, ai trông thấy cũng đều tấm tắc khen và chúc mừng sức khoẻ, có sự nghiệp tươi sáng trong tương lai.

Hai vợ chồng đẩy xe đi gần mười lăm phút rồi quay về, thấy ba má và chị vú đã chuẩn bị sẵn sàng. Caroline lái xe ra khỏi ga ra đến đón gia đình. Chồng và chị vú, bồng hai bê bi cho ngồi vào ghế của trẻ nít có xít beo cẩn thận. Hai chiếc xe đẩy xếp lại cho vào cóp sau.

Hiếu ngồi ngang vợ chạy ra phố, định đi ăn sáng trước, vào một nhà hàng sang nổi tiếng của Thủ Đô Áo. Có vài người quen với ba má Caroline, vài bạn học với Caroline cũng đã có tham dự buổi nói chuyện của Hiếu mấy tuần trước tại nhà thờ chánh toà, đến chào hỏi và bắt tay Hiếu nói, rất hân hạnh gặp nhà nghiên cứu y học lỗi lạc.

Cô con gái của ông bà chủ nhà hàng, ngày chúa nhựt cũng có tham dự buổi nói chuyện của nhà khoa học trẻ tại nhà thờ, rất hăm mộ một nhà nghiên cứu trẻ tài ba lỗi lạc, quá trẻ mới có hai mươi mốt tuổi mà tài giỏi như thế. Cô ta rất ngưỡng mộ và khoe với bố mẹ, người Áo có thêm một chàng rể quý.

Nay chàng rể quý đó đến ăn sáng, cô gái đó vào thưa cho bố mẹ biết, hai ông bà và cô con gái ra chào đón, mời vào một bàn dành đặc biệt cho khách quý, ông bà lên tiếng:

- Hôm nay nhà hàng chúng tôi vô cùng hân hạnh tiếp đón nhà nghiên cứu trẻ từ xa xôi mới đến Thủ đô Vienne ngày hôm qua.

Tôi xin phép đãi miễn phí một bữa ăn sáng gọi là có chút giao tình với gia đình của nhà nghiên cứu. Caroline dịch lại tiếng Anh cho chồng biết. Hiếu để tay vào ngực cúi đầu chào và dùng tiếng Anh, nói lời cám ơn sự ân cần của ông bà chủ và cô con gái đã dành cho gia đình chúng tôi nhiều thiện cảm và ưu ái đặc biệt. Hiếu giới thiệu ông bà nhạc, vợ và hai con cùng chị vú. Hiếu cho biết là từ Việt Nam mới đến Áo chiều hôm qua và nghe danh nhà hàng, vợ tôi hướng dẫn đến đây ăn để làm quen kết thêm tình thân.

Ông bà chủ và cô con gái lại vồn vã bắt tay từng người thêm một lần nữa. Caroline nói với con gái ông chủ là hai cô tuổi cũng ngang nhau, cùng học một đại học chỉ khác môn học.

Caroline còn khoe, vợ chồng Caroline sắp sang Mỹ ký hợp đồng làm việc trong nghiên cứu y học nhiều năm tại hai đại học nổi tiếng là Yale và Harvard, hai ông bà và cô con gái lại thêm nể phục. Caroline nói tiếp:

- Tôi dẫn chồng tôi may vài bộ đồ đẹp để qua Mỹ ký hợp đồng. Vì vậy, ông bà giúp ý kiến tiệm may nào nổi tiếng của Thủ đô mình. Bà chủ vọt miệng, chuyện may quần áo cho đúng thời trang có tiệm may của cậu em ruột tôi gần đây, tôi sẽ gọi điện thoại mời hai vợ chồng cậu ấy lại đây cùng ăn sáng cho thêm vui.

Nghe nói có khách quý mà con gái của ông bà chủ tiệm may cũng có tham dự buổi thuyết giảng của Hiếu tại nhà thờ chánh toà. Cả ba người lên xe lái lại nhà hàng, bà chị giới thiệu từng người và cô con gái nhìn ra chị Caroline học trước em hai lớp. Em lại ôm chị Caroline nói lớn:

- Hồi đi học chị Caroline nổi tiếng là đẹp nhứt lớp và cũng có thể nói là đẹp nhứt trường, biết bao thằng con trai chạy theo chị mà chị không thích. Chị sang Việt Nam gặp một nhân tài trẻ y học chị chịu làm vợ lúc anh chỉ còn là một sinh viên quèn năm thứ ba trường thuốc mới là chuyện khó tin mà có thật có phải vậy không chị Caroline?

- Caroline gật đầu. Cô còn nói tiếp, em nói thiệt, bây giờ chị còn đẹp hơn xưa, cả ba vòng đều nẩy nở đều đặn, em đoán là chị vừa sanh con nên lại càng đẹp hơn xưa. Thưa hai bác thân phụ mẫu chị Caroline, con nhận xét như vậy có đúng không ạ!?

- Hai ông bà gật đầu, bà còn nói:

- Không những chị Caroline của cô sanh một con mà nó lại sanh đôi lại càng đẹp thêm làm cho chồng càng thêm mê mệt. Mọi người vỗ tay hoan nghênh. Hai cô gái con của hai chủ tiệm đến ôm Caroline và chúc mừng sanh được hai hoàng tử. Ông chủ tiệm may nói:

- Cô Caroline nói sẽ may cho chồng ba bộ kẽng để sang Mỹ khoe quần áo đẹp của nước Áo, tôi sẽ cho thợ đo ngay tại đây, tôi gọi thợ đến, may gấp rút trong một tuần cho xong để nhà nghiên cứu trẻ, rể của nước Áo đem chuông đi sang đánh xứ người. Ba bộ đồ chiến này, tôi cũng biếu cho chàng rể nước Áo và ăn mừng vừa sanh một lúc hai đứa con trai đầu lòng tại Thủ đô Vienne.

Mọi người vỗ tay hoan nghênh. Nhà hàng đem ra cả chục món ăn sáng tuỳ ai muốn ăn món nào cũng được. Ông chủ hỏi từng người thức uống cho người phục vụ biết để mang ra.

Nhân dịp này, bà nhạc của Hiếu cũng cho ông bà chủ nhà hàng biết chỉ còn khoảng chín tháng nữa, ông bà sẽ làm hai đám cưới tại nhà thờ chánh toà và đãi ăn tại đó trong các lều bạt, chúng tôi muốn đặt thức ăn do nhà hàng của ông bà thực hiện. Ông chủ nói liền:

- Đđó là chuyện nhỏ. Bà còn nói, tôi làm hai đám cưới hai con chúng tôi cùng một lúc Caroline và anh là Bernard hiện là bác sĩ đang làm việc ở Việt Nam. Hai anh em Caroline lấy hai chị em ruột ở Việt Nam mà chồng của Caroline là em ruột của vợ Bernard, nó lẹo tẹo cũng khá vui. Chúng tôi làm hai đám cưới một ngày giờ trước giờ sau tại nhà thờ chánh toà. Còn đám cưới nữa cũng có thể diễn ra cùng ngày và tiếp theo giờ của hai đám cưới trước cũng tại nhà thờ chánh toà mà cũng độc đáo chàng rể Áo cũng là bác sĩ cùng lớp với con trai tôi cùng tỉnh với dâu rể tôi. Con gái là cô dâu, con gái duy nhứt của ông bà Tổng Lãnh Sự Áo ở Sài Gòn.

Nghe đến đây, ông chủ nhà hàng vỗ tay nói lớn ông Tổng Lãnh Sự Áo hiện nay tại Sài Gòn là con ông bác ruột của tôi. Như vậy, chúng ta cùng thân như một gia đình tha hồ mà đãi tiệc cả họ đạo luôn vì ông anh tôi thuộc loại đại gia tại Thủ đô. Bây giờ chúng ta thấy đúng với câu tứ hải giai huynh đệ, ở đâu cũng sẽ gặp anh em thân thích hết, ông chủ tiệm may tiếp lời:

- Một chút cháu Caroline ghé lại tiệm may để cho chồng cháu lựa vải và lựa màu, chú nghĩ thay vì may ba bộ, chú may thêm một bộ nữa cho chẳng bốn bộ khác màu nhau thêm dễ coi, hai bộ tặng hai vợ chồng cháu hai bộ cho hai con của cháu tặng cho bố. Hiếu nói:

- Vợ chồng chúng con đa tạ chú thím. Hiếu vừa cười vừa nói ở quê cháu mà đi ra khỏi nhà một lúc mà gặp hai ba chuyện vui hoặc may mắn là đi nhằm giờ kiết đại hỉ mà người dân bình thường nói là trúng số độc đắc. Gia đình hai cháu hôm nay không chỉ trúng một số độc đắc mà trúng đến hai số độc đắc giống như hai cháu sanh con đầu lòng lại sanh một cặp mới làm cho ông bà ngoại tha hồ mà mở hồ bao đãi tiệc cả luôn một họ đạo. Mọi người cùng cười vui. Caroline nói tiếp:

- Con và Josephine, con gái của ông Tổng Lãnh Sự ở Sài Gòn cùng học một lớp cao học về bang giao quốc tế tại đại học Vienne. Khi con đi Việt Nam dự lễ cưới của anh Bernard, con rủ Josephine cùng đi, con làm dâu phụ và Josephine cũng làm dâu phụ con mới gặp anh chàng rể phụ sau làm rể chánh luôn. Còn cô dâu phụ Josephine với một chàng trai bác sĩ trẻ cùng lớp với anh Bernard làm rể phụ. Sau con làm mai mối cặp dâu rể phụ này cũng thành chồng vợ và Josephine cũng cấn thai, ông bà Tổng Lãnh Sự vô cùng vui mừng cũng có cháu ngoại trong năm nay. Chú em của ông Tổng Lãnh Sự ồ lên, nói chú thím có dịp đãi cháu rể của chú thím và mời gia đình cháu cùng tham dự và ông chủ tiệm nói tiếp:

- Chắc chú thím cũng may bốn bộ tặng cháu rể nữa. Cả nhà đều hoan hỉ.

Chưa tới một tuần mà ông chủ tiệm may gọi điện thoại ra lấy bốn bộ mới cáu cạnh và may theo thời trang quốc tế hiện nay. Caroline chở chồng ra tiệm may thử luôn coi có cần chỉnh sửa chỗ nào thợ sẽ làm ngay.

Cô con gái của ông bà chủ tiệm rất vui mừng đón tiếp anh chị mà bố mẹ bận đi công việc vài giờ nữa mới trở về. Cả ba ngồi nhâm nhi cà phê và cô Roselyn, con ông bà chủ nhắc lại kỷ niệm hồi thời còn đi học, chị Caroline và Josephine nổi tiếng xinh đẹp tại trường mà còn nổi tiếng học giỏi lại con nhà giàu nên có biết bao sinh viên nam trồng cây si. Chúng em rất ngưỡng mộ hai chị.

Nay biết hai chị có chồng đều là người Việt mà cùng địa phương của một tỉnh lẻ và cùng làm đám cưới tại Áo vào đầu mùa hè năm tới, chúng em cả chục đứa đang học về luật thương mại thế nào cũng dự đám cưới của hai chị và có dịp chúng em qua Việt Nam có hai chị hướng dẫn. Caroline nói:

- Anh chị sẵn sàng, nhà rộng có thể cả chục em ở chơi bao lâu cũng được. Nhà của Josephine cũng vậy, rất rộng, các em qua chơi càng đông chắc vợ chồng Josephine cũng hoan hỉ vì cặp này cũng rất hiếu khách mà đặc biệt khách toàn người Áo tha hồ mà chúng ta nói tiếng Áo và ăn uống chúng tôi sẽ đãi toàn món ăn ngon của Việt Nam, chúng ta ăn rất lạ miệng.

Chị còn e rằng có em ăn ngon quá như chị và Josephine mê món ăn Việt Nam nên lấy luôn chồng là người Việt tha hồ mà ăn món ngon suốt đời, cả ba cùng cười. Hai chị đang nói chuyện cười vui thoả thích, còn chồng chị Caroline ra ngoài đi bách bộ quanh khu phố quan sát một góc cạnh sự sinh hoạt nhộn nhịp buổi sáng của Thủ đô Vienne. Bố mẹ của Roselyn về tới vào nhà, gặp Caroline, ông hỏi ngay, chồng cháu đậu. Caroline, hai con nói tiếng Áo cho sướng miệng, chồng còn đang học, chưa nghe được nên nói cho anh ra ngoài đi xem cảnh sinh hoạt tại khu thương mại này.

Hai con nhắc chuyện xưa mà bây giờ đã qua gần bốn năm, em Roselyn muốn qua Việt Nam chơi, nhứt là dịp nghỉ hè tới sau đám cưới chúng con tại Áo, kéo hết sang Việt Nam chơi. Chúng con bao xả giàn và bạn Josephine cũng vậy chúng con có nhà và khu vườn cây ăn trái trên năm mẫu cho các bạn ăn mệt nghỉ và nước dừa cho Roselyn tắm cũng có thừa. Khi Roselyn trở về nhà chắc chú thím phải may đồ mới vì quần áo chật hết rồi.

Nhà vườn của chúng con đang đào ao nuôi cá tha hồ câu cá ăn tại chỗ, nhà vườn cũng có nuôi bò, heo, gà vịt, có đủ hết. Nếu chú thím và Roselyn cùng đi du lịch chừng một tháng, chúng con rất hân hạnh đón tiếp. Chồng Josephine vừa là bác sĩ y khoa khoá đàn anh của chồng con mà anh ấy còn sở hữu một tài sản khổng lồ do bố mẹ qua đời để lại. Roselyn nghe qua khoái quá, em cố gắng học giỏi tốt nghiệp tiến sĩ luật xong, trước khi có việc làm, em sẽ qua nhà chị và chị Josephine ở chơi lâu lâu.

Anh chị hoan nghênh hết mình. Bố mẹ Roselyn nói bây giờ hơn mười một giờ, cháu gọi về nhà thưa với bố mẹ là chú thím bắt cóc hai cháu cùng đi ăn trưa, chừng một giờ sẽ về tới nhà. Caroline, gọi điện thoại về nhà báo cho ba má biết là ông bà chủ tiệm còn bắt cóc hai con ăn trưa xong mới được về nhà. Chúng con sẽ về nhà trước một giờ sẽ là giờ cho hai cu tí bú. Mẹ nhắc, con nói với ông bà chủ tiệm may là ba má cám ơn rất nhiều, con mời hai ông bà và cháu gái đã biết con hồi ngày xưa đến nhà mình chơi. Ông bà còn nói:

- Chúng ta lại nhà của anh chị chú có cháu Marilyn cùng lứa tuổi với cháu Caroline gặp nhau tha hồ mà nói chuyện tiếp, còn chồng cháu và bố mẹ Marilyn trao đổi bằng tiếng Anh cũng sẽ vui, chúng ta vừa ăn vừa nói chuyện cũng không mất nhiều thì giờ để cho cháu Caroline còn về nhà cho hai con bú nữa trước một giờ.

Trước tám giờ Robert gọi Hiếu cho biết ông trưởng khoa đặc trách về việc nghiên cứu bệnh sốt rét của viện đại học Harvard muốn trực tiếp nói chuyện và thảo luận về chương trình làm việc của nhóm nghiên cứu. Và cũng muốn biết chiều hướng đặt những câu hỏi phỏng vấn tìm người có thực tài vì đây là một công trình nghiên cứu lớn không những phục vụ trong công tác giảng dạy ngành Y của Harvard mà còn giúp cho cho ngành Y tế thế giới của Liên Hiệp Quốc - cơ quan WHO.

Vấn đề tài trợ khổng lồ cho việc nghiên cứu, các bạn tha hồ sử dụng miễn sao đạt được thành công. Robert nói tôi tạm ngừng, ngày mai cũng lúc tám giờ, tôi có chuyện riêng muốn nói với bạn và chỉ bạn nghe mà thôi. OK, tôi nhớ, bai bai.

Hiếu mở loa cho các cả gia đình nghe và đặc biệt Caroline còn mời hai cô con gái có trình độ cao học muốn hợp thành một nhóm yểm trợ làm cố vấn cho nhóm chuyên gia của Hiếu. Hiếu thấy ý nghĩ của Caroline quá hay nên có mời hai cô đến cùng nghe buổi làm việc đầu tiên của Hiếu với trường đại học Harvard. Nhóm nghiên cứu quốc tế sau sáu năm làm việc, nếu hết việc không có thêm tài trợ, nhóm năm chuyên gia còn lại cũng tìm tài trợ nhỏ hơn, cũng cần có ban tham mưu cố vấn nhứt là luật pháp quốc tế. Còn liên lạc với nhiều nước trên thế giới thì Caroline và Josephine phụ trách.

Đến đúng tám giờ, bác sĩ Giám đốc chương trình nghiên cứu về bịnh sốt rét của Viện đại học Harvard lên tiếng tự giới thiệu và chào nhà nghiên cứu trẻ Việt Áo. Giáo sư cho biết, qua báo cáo của giáo sư Robert, tôi biết một phần khả năng của bác sĩ về nghiên cứu chứng bịnh sốt rét mà cơ quan Y Tế Thế Giới của Liên Hiệp Quốc WHO muốn sự đóng góp của trường Harvard vào công tác vĩ mô này của thế giới. Nhà trường đồng ý cho phép lập thành nhóm nghiên cứu quốc tế, phần ông đã có bốn bác sĩ chuyên gia gốc Việt có kinh nghiêm và một bác sĩ gốc Áo. Chúng tôi sẽ tuyển chọn thêm năm chuyên gia quốc tế có năm quốc tịch khác nhau, chúng ta đa dạng hoá ngành nghiên cứu chứng bịnh này. Mọi yêu cầu ông do giáo sư Robert chuyển đạt tôi đại diện cho trường đều chấp nhận và chính ông phải sang Mỹ đến trường làm việc với ban giáo sư chúng tôi. Và ông mang theo một chương trình nghiên ba năm tại những nước nào mà ban đầu chúng tôi muốn khoanh vùng chỉ hai nước thôi. Nay thêm bốn nước của vùng Đông Nam Á trong đó có nước Việt Nam của ông. Chúng tôi hoàn toàn tán thành.

Trong vòng hai tuần nữa ông bay qua Mỹ có được không? Hiếu đáp ngay để tranh thủ thời gian, tôi sẽ bay qua Mỹ vào cuối tuần tới. Bây giờ tôi nhờ ông cho thêm một đặc cách là giúp vợ tôi là người Áo có bằng Cao Học Bang Giao Quốc Tế của đại học Vienne cấp, muốn ghi danh học lấy bằng tiến sĩ về bang giao quốc tế tại Harvard, một trường nổi tiếng trên thế giới mà chúng tôi ngưỡng mộ. Ông giáo sư của Harvard nói, đó là chuyện nhỏ. Hiếu nói tiếp, tôi xin dùng bằng bác sĩ y khoa thay thế bằng cao học cũng xin ghi danh học tiến sĩ bang giao quốc vì tôi đi xa nước Mỹ, xa Harvard có vợ tôi theo học tại Harvard ghi chép bài giảng và thu thập tài liệu giúp tôi học thêm ngoài giờ làm việc như giải trí và đỡ nhớ vợ con. Tôi rất hoan nghênh ông, thay vì ông giải trí bằng cách lê la các dancing, tửu lầu mà lại học về ngành bang giao quốc tế. Tôi nghe ông trình bày nhu cầu ham học của ông, tôi lại càng thích và ngưỡng mộ. Tôi sẽ đề nghị với nhà trường cho hai vợ chồng học miễn phí đến khi nào tốt nghiệp thì thôi. Nếu ông bà đậu tiến sĩ có tính hữu dụng thiết thực, chúng tôi sẽ đề nghị mời ông bà vào ban giảng huấn về bang giao quốc tế của trường nhằm đào tạo các chuyên gia ngoại cho nước Mỹ và nhiều nước khác.

Giáo sư Harvard còn hỏi ông cần gì cho biết luôn. Hiếu nói, tôi xin nhà trường giúp chúng tôi có phòng trọ gần trường để dễ tới lui. Tôi xin ứng tiền trước mua hai vé máy bay khứ hồi cho hai vợ chồng tôi từ Áo sang Mỹ. Nhà trường sẽ bồi hoàn sau. Chuyện đó cũng rất dễ. Chúng tôi đồng ý ông cùng bà sang Mỹ làm việc có thể cả tháng, ông nhờ bà làm cố vấn giúp đỡ ông và ghi danh học tiến sĩ có phải vậy không?

- Dạ đúng. Tôi hoàn toàn đồng ý, khi nào ông bà bay đến Mỹ, phi trường gần trường, nhà trường sẽ cử người đón ông bà tại sân bay và đưa ông bà về phòng trọ do nhà trường thuê. Còn về ăn uống hai ông bà tự túc cũng như phương tiện đi lại, nhà trường cũng sẽ cấp cho ông một số chi phí như là một giáo sư thỉnh giảng từ nước ngoài đến làm việc hay giảng dạy tại Harvard. Số tiền đó sẽ đưa trước cùng với tiền bồi hoàn hai vé máy bay. Như vậy, chúng ta đã thảo luận khá chi tiết, mai ông còn nói chuyện với giáo sư Robert nếu ông cần gì cứ nhắn với Robert, chúng tôi cũng cố gắng thoả mãn. Tôi xin bai bai ông và nhờ ông chuyển lời chào hỏi của tôi đến bà xã của ông, chúng ta sẽ gặp trong cuối tuần tới tại Mỹ.

Để điện thoại xuống, Hiếu thở một cái khì đầy sự hân hoan sung sướng vội chạy đến ôm hôn vợ và bắt tay hai bạn và ôm hôn ba má và Hiếu không quên chạy lại hôn hai con. Hiếu nói, chúng ta đã nghe rõ mọi chuyện. Kể từ tối nay, anh sẽ hoàn chỉnh lại chương trình làm việc trong ba năm tại ít nhứt sáu nước trong đó có cả nước Việt Nam, mình ở Việt Nam vài tháng để cho phe ta thăm lại bà con và trường Y thân yêu nữa. Em phải luôn sát cạnh anh, giúp anh rất nhiều vì suy nghĩ căng, anh chỉ nhìn, đụng tay vào em hay hôn em là anh sẽ hết căng thêm thông minh vì em truyền sang anh nhựa sống nhựa làm việc không biết mõi mệt.

- Bà nhạc nói, có vợ ngồi kế bên cứ thích sờ đụng chạm hoài xẹt lửa cũng khó làm việc. Thưa mẹ, con xin cố gắng không cho xẹt lửa mới làm việc được. Sang Mỹ làm việc xong vợ chồng con sẽ cho xẹt lửa liên tù tì để cho vợ con có bầu tại Mỹ mới có con quốc tế. Mọi người cùng cười vui. Caroline cũng có chuẩn bị vài món ăn nhẹ, mời hai bạn cùng ở lại chơi và ăn nhè nhẹ, chúng ta tha hồ nói tiếng Áo để chồng tôi vào bàn làm việc ngay tối nay.

Trong tương lai, hai bạn muốn tìm học bổng hay du học tự túc, vợ chồng tôi sẽ có thể trực tiếp giúp hay nhờ bạn bè giúp, hai bạn ở chơi gần mười giờ mới về. Caroline vào cỡi áo cho con bú thêm thật no và hai con nằm ngủ ngon lành Caroline đi tắm và thay quần áo ngủ mỏng tanh lộ hai hòn núi đu đưa khi đi tới đi lui. Thấy chồng còn mải mê viết Caroline không dám lại gần. Khi chồng đặt bút xuống nói, anh hoàn chỉnh được nửa chương trình, chỉ còn ngày mai anh sẽ dùng cả ngày làm tiếp, hy vọng tới tối cũng sẽ hoàn tất. Chúng mình nghỉ cho khoẻ thêm vài ngày rồi đi sang Mỹ càng sớm càng tốt, mình ký hợp đồng mới cho chắc ăn, sau đó tha hồ mà chúng mình du dương ngơi nghỉ.

Anh để em làm tài công cả ngày lẫn đêm tha hồ mà chúng ta vượt trùng dương, Caroline nói, anh nhớ giữ lời nghe cưng! Hiếu vào phòng tắm và gội đầu, Caroline lấy khăn lau khô cho chồng và để ngực trần đến sấy tóc cho chồng. Hiếu thấy bầu sữa đã căng cứng và sữa từ từ chảy xuống, Hiếu đưa miệng lại hứng cho sữa bớt căng lại kích thích tột độ. Caroline nắm tay chồng dẫn lại giường bảo chồng nằm xuống để cho nàng làm tài công lái tàu. Ban đầu lái chậm chậm càng ngày càng tăng tốc độ và hai người cùng lúc đưa tàu đến bến bờ yêu thương. Caroline đi lấy khăn ướt lau sạch cho người yêu và Caroline vào toi lết rữa sạch, lại tủ lạnh lấy năm hột gà làm la cót bốn quả, còn một quả để cho chồng ăn sống. Mỗi người ăn hai quả la cót và cùng nhau uống hết một chai bia của Áo.

Caroline lại nằm gần chồng thuật cảnh nhớ chồng quá định lấy vé máy bay về Việt Nam. Ba má cản ngăn quyết liệt và giải thích lý do dưỡng thai càng kiêng cữ nhiều càng tốt sanh con ra rất sạch sẽ. Caroline sanh con so mà sanh đến hai đứa, mỗi đứa cân nặng cũng gần giống với các sản phụ sanh một con.

Các bác sĩ trong số bác sĩ đó có một anh chàng khi học hết năm thứ ba cứ mải miết trồng cây si, theo đuổi em mà em chưa chịu kết bạn chưa nói là người yêu. Nay anh chàng theo em năm xưa, lại là bác sĩ sản khoa, trách nhiệm trông nom cho em sanh con. Có một lần, anh ta thú thật cho tới bây giờ anh ta vẫn còn yêu em dù anh ta cũng đã có vợ và có một con đã biết đi lẫm đẫm. Trái đất tròn thật anh ạ!

- Anh ta không làm chồng em mà nay anh cũng thấy bộ phận sinh dục và ngực của em cũng làm cho anh cũng đỡ thòm thèm muốn sờ đụng em năm xưa không được. Nay cũng được nhòm tí ti mà ngực thì không dám đụng vào mà chỉ ngắm nhìn thôi. Có một nữ y tá bạn học cũ thời trung học nói cho em biết là anh chàng bác sĩ si mê em cũng thường vào phòng sanh thăm em với lý do em sanh đôi nên anh ta có bổn phận chú ý chăm sóc đặc biệt bằng cử chỉ dám nhìn trộm em hay đặt ống nghe vào ngực em, có đôi lần nắm tay em như là bắt mạch, rồi đi ra. Chị bạn nói cũng tội nghiệp cho ông bác sĩ si tình, mê em mà chẳng được cơm cháo gì hết

Còn anh, cũng có sự trùng hợp khá ly kỳ, anh vừa học xong năm thứ ba như anh chàng bác sỉ si tình em, cứ muốn nhìn ngắm em và luôn mê thích nắm tay, chào hỏi em mà không được gì hết. Nhưng, còn anh thì khác biệt hoàn toàn, khi gặp em, anh lại không dám nhìn tận mặt, tay không dám đụng vào da thịt em và khi lỡ đụng chạm em, tay anh đã rung như da thịt em là da thịt ma quỷ, sự rung tay của anh trông thấy phát ghét. Em mới làm tới luôn và bây giờ em yêu anh tha thiết, nếu anh phụ tình em thì em tự tử ngay lập tức.

Anh phải liệu chỉ yêu một mình em mà thôi. Nếu anh léng phéng với cô nào khác thì đó là cách anh giết em. Hiếu nghe Caroline thố lộ tâm tình mà nổi da gà và nghĩ đến Thu Vân cũng từng nói như vậy dù trường hợp diễn ra cũng có khác nhau đôi chút.

Caroline ôm chặt chồng, hôn chồng thật thắm thiết, hai tay nựng nịu thằng nhỏ và Hiếu hai tay cũng lướt trên đỉnh hoả diệm sơn chạm vào chỗ đang đổ xuống tuyết, chàng thay con làm nhiệm vụ hút tuyết. Chỉ trong khoảnh khắc Caroline dành làm tài công vì nàng làm tài công còn điều khiển tàu theo ý muốn mà khi tay lái giao chồng thì phải đến lần thứ ba nàng xả lạch nước ra thì chàng mới mở vòi nước mát làm nàng mệt nhiều và cũng sung sướng quá mức dễ mất sức. Phải nói nhà nghiên cứu lỗi lạc này, ngoài tài về y khoa mà chuyện phòng the chàng lại dẻo dai đến lạ kỳ khó có chàng trai khoẻ mạnh nào theo kịp. Caroline tự hiểu biết như vậy nên nàng thật sự yêu chàng, nàng nói:

- Anh mà làm tình với một cô gái nào khác thì em chắc cô ấy sẽ mê tìm anh mà anh chẳng cần tìm cô ta làm chuyện mây mưa. Hiếu cũng có cảm nhận điều đó nên Hiếu phải có quyết tâm là phải giữ trọn hạnh phúc và tình yêu vợ chồng chỉ có Caroline thì nàng phải luôn ở gần chàng.

Sáng Hiếu thức sớm, lại phòng làm việc soạn tiếp chương trình làm việc cho ba năm của nhóm nghiên cứu và cũng phải soạn xong chừng mười, mười lăm câu và yêu cầu Ban giảng huấn có trách nhiệm về sự nghiên cứu lớn lao có tầm vóc quốc tế này bổ sung thêm và sửa đổi cách hỏi hoặc nội dung câu hỏi. Với tư cách chủ trì các cuộc phỏng vấn mà Hiếu không chấm điểm chỉ có nhiệm vụ đúc kết chọn năm nhân vật có điểm cao nhất. Mỗi câu phỏng vấn nếu đáp đúng trọng tâm thì được nửa điểm do ba giáo sư chấm với tỷ số hai trên một hay ba trên không sẽ được nửa điểm. Hai mươi câu hỏi có mười điểm là điểm cao nhứt.

Về cách tuyển chọn, Hiếu muốn cho năm nước, mà các nhà nghiên cứu, ngoài chuyên môn còn phải giỏi tiếng Anh vì tiếng Anh khá phổ biến. Hay cách chọn lựa khác cứ ai có điểm cao là được tuyển chọn không quan tâm đến quốc tịch do nhóm ba giáo sư và giáo sư đầu ngành quyết định cách chọn lựa nào khả thi nhứt.

Tất cả mọi việc, Hiếu đã soạn xong hết chỉ còn đọc lại và hỏi thêm ý kiến vợ khách quan nhận xét. Hiếu luôn tin vợ Hiếu vô cùng thông minh khi chấp nhận một việc gì là việc đó sẽ thành công tốt đẹp. Caroline đã thức giấc, thấy phòng làm việc của chồng có ánh sáng là biết chồng đang làm việc. Vội bước đi nhè nhe lại gần chỗ chàng đang ngồi làm việc, nghe tiếng chàng hát nho nhỏ, có vẽ thích thú bản dân Áo mà chàng học lóm khi Caroline, Josephine trình diễn trên nhà hàng nổi MéKong ở Cần Thơ.

Caroline đoán là chồng đã xong việc khoái quá hát chơi cho vui. Caroline rón rén đi tới hai tay bịt mắt chàng còn làm bộ rung tay thì Hiếu vội đứng dậy ôm hôn nàng và khoe anh làm xong hết rồi. Tối ngày mai, ăn tối xong, khoảng từ tám giờ, em mời hai cô bạn con hai ông chủ tiệm hay mời thêm nhiều người nữa kể cả quý chú bác, đến giúp ý kiến sau khi anh tường trình cách làm việc của các tổ của nhóm nghiên cứu quốc tế mười người, vừa có khác biệt vừa cài lên nhau coi xem phương cách nào khả thi, hữu hiệu nhứt. Đây là cách thăm dò ý kiến đầu tiên để anh còn bổ sung cho hoàn hảo và cuối tuần tới hai vợ chồng mình đem chuông Áo sang Mỹ gióng lên vang rền cho trường Harvard nghe.

- Caroline nói đây là một cách làm rất độc đáo của anh, em thông báo sẽ có nhiều người đến dự và góp ý và xin phép anh, em sẽ mời ê kip chăm sóc em khi sanh con, có anh chàng bác sĩ si tình nữa để anh tự so sánh với anh ta coi ai đốn ngã con tim của em, cho thêm vui. Hiếu gật đầu, Caroline là sư mẫu của anh, ý kiến nào em góp ý cũng đều hay có ý nghĩa thâm thuý.

Bây giờ anh muốn thưởng bà thầy, có sẵn sàng chưa?

- Em luôn trong tư thế sẵn sàng chiến đấu với anh. Thế là chúng ta phải đánh nhanh đánh mạnh sợ hai con đòi bú khóc ré lên thì cuộc chiến phải bị cúp ngang đó nghen.

- Caroline đồng ý. Kéo chồng sang phòng ngủ mần việc liền, từ từ máy nổ đều đều đến nổ lớn hơn và lớn nhứt đến đích cùng lúc, cũng là lúc hai con khóc ré lên đòi bú sợ bố dành hết sữa. Hiếu lại lau sạch phần dưới cho vợ để vợ bồng một đứa con lên cho bú, Hiếu bồng đứa thứ hai cho bú bên túi sữa mẹ thứ hai, coi bộ con khát sữa quá, hai đầu hai thằng cu tý đụng chạm nhau làm miệng lệch núm vú chúng lại khóc ré lên. Rất khó cho hai con bú sữa mẹ cùng một lúc dù có cha bồng con giúp mẹ một bên, con bú cũng khá nhiều mới hết khóc. Caroline đặt con xuống nôi vội đi tắm rữa, ra ngoài lau khô và lấy quần áo khác thay. Hiếu cũng đi tắm, thay quần áo ra phòng ăn thấy chị quản gia đã bày sẵn thức ăn trên bàn.

Vợ trang điểm xong lửng thửng đi ra trước sân nhà, thấy chồng đang chắp tay ra phía sau vừa đi vừa suy nghĩ chuyện gì đó cũng khá quan trọng. Thấy vậy Caroline trở vào trong, ba má từ trong phòng cũng đi ra bàn ăn, ngồi xuống, nhắc Caroline gọi chồng ra ăn sáng. Caroline thưa:

- Chồng con đang đi dạo ở phía trước để con ra gọi. Caroline thấy chồng cũng đang lửng thửng đi vào, nắm tay chồng dẫn lại bàn, Hiếu đứng thẳng cúi đầu chào ba má buổi sáng. Ba má gật đầu nói cám ơn con. Hiếu rót cà phê ra mời ba má và mời vợ, chưa uống, Caroline nghe có tiếng điện thoại vội bốc máy lên nghe. Ông chủ nhà hàng nói với Caroline, sở dĩ ông gọi sớm, sợ gia đình ăn sáng rồi, ông bà thành thật mời cả nhà ra nhà hàng cùng ăn sáng với gia đình và gia đình chú em. Ông cũng cho biết, anh Joseph Tổng Lãnh Sự ở Sài Gòn, tối qua có gọi điện thoại hỏi thăm công việc làm ăn lúc này ra sao. Chú có thuật cho ông anh biết có gia cháu Caroline ra tiệm ăn sáng và biết cháu Josephine đã có chồng cùng quê với chồng Caroline. Ông anh nói, rất đúng. Anh em Caroline định làm lễ cưới cùng một ngày tại nhà thờ chánh toà và có rủ Josephine cùng về Áo tổ chức lễ cưới cũng cùng ngày liên tiếp luôn ba giờ lập kỷ lục đặc biệt lễ cưới ba đám cùng một buổi và đãi ăn tất cả bà con giáo dân đi dự lễ nhà thờ và mời bà con của hai gia đình cùng dự tiệc luôn. Vì có tin sốt dẽo, cháu thưa lại với ba má nói chú thím mời hai ông bà và vợ chồng cháu ra đây ăn sáng và chúng ta còn bàn nhiều chuyện khác nữa. Caroline thưa, con cám ơn chú thím để con thưa lại với ba má con:

- Con sẽ gọi cho chú thím biết liền. Ba má đã nghe hết và gọi chị quản gia, bảo dọn dẹp lại thức ăn và sữa soạn cùng ra nhà hàng ăn sáng. Caroline gọi lại thưa với chú, ba má cháu rất cám ơn chú thím, gia đình cháu sẽ tới nhà hàng trong vòng nửa tiếng nữa. Caroline và chồng cỡi hết quần áo hai bê bi lau mình và tay chân cho hai con với khăn ướt có tẩm dầu thơm có mùi dìu dịu. Từ nón, bao tay, vớ và quần áo đều mới mua cách đây mấy ngày và có sấy sát trùng cẩn thận. Lo cho hai con xong, đặt chúng vào xe đẩy. Caroline trang điểm thêm đậm một chút lại càng nổi bật nét thanh tú xinh đẹp, đúng với câu gái một con nay sanh một cặp trông không những mòn con mắt mà trông còn rớt con mắt. Đi vào nhà hàng, Caroline nắm tay chồng làm cho nhiều thực khách rất ngạc nhiên trầm trồ khen, nói thầm hoa hậu nào lại đi ăn sớm như thế này. Một tay Hiếu đẩy một chiếc xe bê bi, còn một chiếc chị vú, con gái ông bà chủ tiệm vội chạy ra chào hai bác và gia đình, cô ta lại nói bên tai Caroline hôm nay bạn đẹp quá trời. Cái anh chàng bác sĩ mê Caroline năm xưa, tôi thấy đang ngồi ăn với hai ba người bạn để tôi qua chọc quê nói có Caroline vào ăn nữa, mời bác sĩ qua chào bạn năm xưa.

Khi Caroline vào ngồi vào bàn, cô bạn lại bàn ăn bốn người nói với bác sĩ, ông có thấy Caroline và chồng con nó vừa vào nhà hàng, anh đến chào cô ta đi. Anh chàng bác sĩ nghe lời riu ríu theo sau đến tận bàn. Tự giới thiệu, cháu là bạn với Caroline năm xưa xin kính chào hai bác và xin chào chồng và bạn Caroline. Hiếu đứng lên bắt tay chào lại và nói lời cám ơn. Tội nghiệp mãi cho đến bây giờ, anh chàng bác sĩ vẫn còn si tình Caroline.

Caroline cám ơn anh còn nhớ đến bạn học cũ. Lễ cưới của chúng tôi sẽ diễn ra đầu mùa hè năm tới tại nhà thờ chánh toà Vienne, tôi sẽ nhờ bạn Marilyn giúp gởi thiệp mời anh chị, chúng ta sẽ gặp lại nhau nhá! Tội nghiệp anh chàng buồn hiu trở lại bàn. Marilyn chưa biết vụ anh chàng bác sĩ si tình này chính là bác sĩ đỡ đẻ cho Caroline. Má Caroline sực nhớ cái anh chàng sinh viên này có đến nhà chơi, bị Caroline đuổi ra khỏi nhà mà nay gặp lại cũng vui đó.

Caroline còn tiết lộ, trường hợp Caroline sanh cũng chính anh bác sĩ này đỡ đẻ cho con. Con nghe một y tá bạn của con hồi thời trung học, anh ta mượn cớ con sanh đôi cứ vào thăm con hoài và nhìn trộm ngực con. Cái vụ con đuổi anh chàng ra khỏi nhà, các bạn gái cả trường đều biết mà má thường nhắc là má lên ruột sợ chàng sinh viên đó trả thù. Bà nói à ra thế.

- Trái đất tròn thật đó các con, mẹ nói. Caroline còn mời cả hai vợ chồng anh bác sĩ si tình này dự lễ cưới mới ghê. Cả bàn đều cười rộ. Con gái ông chủ tiệm may nói, em thú thật với chị, em là con gái mà thấy chị ngày hôm nay em còn mê huống chi thanh niên trai tráng. Em hỏi thật chồng chị Caroline có nhận xét như thế nào?

- Hiếu nói, anh thấy Caroline là anh xỉu. Hiếu làm bộ ôm ngực xỉu ngã sang vợ, cả bàn cười muốn bể bụng. Caroline thêm hào hứng, con trai gặp con nhìn muốn rớt con mắt và tay còn quờ quàng nắm tay con. Còn cái anh chồng kỳ khôi này, gặp con không dám nhìn tận mặt xem con như là ma quỷ, tay đụng vào con rung lên, đụng vào cổ tay lại rung bạo, con tức quá nắm tay ập vào ngực con mà tay vẫn còn rung mãi một chập sau mới hết rung. Và từ đó tới bây giờ con trị dứt bịnh tay rung và anh thưởng cho con hai bê bi đang nằm trong xe đẩy. Cả bàn đều hoan hỉ cười vui một histoire d'un amour rất thú vị.

Mọi người vừa ăn sáng vừa nghe ông chủ nhà hàng kể tiếp:

- Ông anh Tổng Lãnh Sự có trình với Cha chánh xứ xin cha chọn ngày trước xin lễ cho ba đám cưới cùng một buổi, tạo một sự kiện có một không hai diễn ra tại nhà thờ. Cha hứa là cha chịu trách nhiệm dựng lều bạc và lo sắp xếp bàn ghế cho khoảng ba ngàn người tham dự ba lễ cưới suốt trong ba tiếng. Cha sẽ mời hết chánh quyền từ chánh phủ đến Thủ Đô và báo chí đến tham dự một sự kiện vô cùng hi hữu đặc biệt ba phối ngẫu ở Việt Nam cùng một quận một tỉnh, ba phối ngẫu ở Áo cùng ở Thủ Đô Vienne cùng là con chiên của họ đạo thuộc nhà thờ Chánh Toà. Cha nói sẽ có thể không bao giờ có ba lễ cưới liên tục như vậy sẽ làm cho họ đạo và nhà thờ chánh toà ở Vienne thêm nổi tiếng.

Vì vậy, Cha bao giàn vụ dựng lều bạt, sắp xếp bàn ghế và trang hoàng cho cực kỳ lộng lẫy. Còn chi phí ăn uống đãi chừng ba ngàn thực khách hai gia đình chia đôi không phải chia ba mà nhà hàng phụ trách đãi ăn ba ngàn người do nhà hàng của chú chịu trách nhiệm. Ông anh còn cho biết hiện có chồng Caroline ở Vienne, nhờ chú làm đại diện cho ông anh và gia đình của Caroline đến nhà thờ chánh toà thỉnh ý, bàn bạc thảo luận với Cha cách tổ chức và nghi lễ như thế nào. Chồng Caroline ghi nhận và viết ra chương trình lễ cưới trình lại Cha thêm một lần nữa, chú sẽ tường thuật cho anh biết. Không có gì thay đổi, vợ chồng Caroline in chừng ba ngàn thiệp mời, mang về VietNam vài trăm thiệp. Như vậy, có thể nói nhà thờ chánh toà của Thủ đô nước Áo sẽ có tổ chức một lễ cưới suốt ba tiếng vô tiền khoán hậu kể cả tất cả các nhà thờ Công Giáo khác trên thế giới cũng sẽ không có lễ cưới độc đáo nào được ghi vào lịch sử Guiness thế giới.

- Bữa ăn sáng hôm nay lại quá vui, ông chủ nhà hàng nói. Ngoài chúng ta bàn bạc chương trình lễ cưới của ba cặp lễ cưới Áo Việt lập kỷ lục chỉ tổ chức liên tục ba tiếng tại nhà thờ chánh toà Vienne với số quan khách tham dự trên ba ngàn người. Chúng tôi còn nghe một câu chuyện tình cũng khá hi hữu ngộ nghĩnh, cháu Caroline vừa mới thuật lại.

Đến đúng tám giờ tối, Robert từ Mỹ gọi gặp Hiếu hai người trao đổi những chuyện riêng tư. Robert cho biết vụ ra toà ly dị phải dời lại đến tháng năm mới xong. Hiếu nói như vậy quá tốt, cuối tháng sáu đám cưới của tôi cùng với anh Bernard và chị Josephine con gái ông Tổng Lãnh Sự Áo tại Sài Gòn. Ba lễ cưới Áo Việt tổ chức tại Vienne có đến ba ngàn quan khách tham dự, tôi mời anh làm rể phụ và cô dâu phụ mà anh muốn tiến tới hôn nhân, tôi sẽ cố gắng giúp anh thành công.

Bố mẹ con cô dâu phụ là cha mẹ nuôi của tôi đại diện nhà trai từ Việt Nam qua Áo chủ lễ cho tôi vì tôi mồ côi cha từ nhỏ lúc còn bé tí. Đây là cơ hội anh theo phái đoàn người Việt về Việt Nam cùng chuyến bay với người đẹp tha hồ anh có thời gian tâm tình và hai người tìm hiểu nhau. Tôi sẽ về Việt Nam sau đó chừng một tuần gặp anh tại Việt Nam chúng ta có thể xin phép tiến hành lễ hỏi trước sau đó có thể làm lễ cưới, anh rước cô ta về Mỹ luôn nếu bên đàng gái tán thành. Tôi thấy chuyện anh cưới vợ khác cũng quá hợp lý vì cũng qua tuổi ba mươi gần bốn mươi anh cần có con. Anh có vợ trẻ chắc chắn dễ có con và tập tục người Việt không có cữ kiêng như các nước Âu Mỹ, khi trai gái gặp nhau gần gũi xác thịt thì để tự nhiên có con. Robert nói tôi cám ơn bạn nhiều. Hiếu nói:

- Vợ chồng tôi sẽ qua Mỹ cuối tuần tới, có xe trường đón về phòng cũng do trường thuê cho vợ chồng tôi một tháng. Robert nói, tôi sẽ ra tận phi trường như là đại diện đón hai vợ chồng và tôi sẻ mua sắm vật dụng nhà bếp cũng như thức ăn giúp vợ chồng bạn những ngày mới đến Mỹ lần đầu, rất bỡ ngỡ, Hiếu nói:

- Xin cám ơn anh Robert rất nhiều. Robert nói anh cho tôi chuyển lời hỏi thăm sức khoẻ chị Caroline và hai bác. Hiếu bai bai hẹn gặp nhau cuối tuần tới.

Con gái ông chủ nhà hàng có thỏ thẻ với mẹ là bạn Caroline muốn có một buổi họp mặt quy tụ toàn người trí thức để chồng Caroline trình cách nghiên cứu một thứ bệnh mà cơ quan WHO của Liên Hiệp Quốc quan tâm, đại học nổi tiếng của Mỹ và thế giới là Harvard bảo trợ tài chánh trong ba năm với mười chuyên gia do chồng Caroline dẫn đầu, Caroline làm phụ tá cho chồng đi đến nghiên cứu ít nhứt là sáu nước trên thế giới.

Caroline nói đùa với con là kỳ ra quân này đem chuông đi đánh xứ người, có công dân Áo và chàng rể Áo sẽ đem chuông Áo sang Mỹ đánh vang cho trường Harvard biết dân Áo chúng ta. Con thấy hay quá, mẹ có thể nói bố tài trợ tại nhà hàng chừng năm mươi tới một trăm khách mời tham dự buổi trình bày cách nghiên cứu về bịnh lý sốt rét như là buổi thăm dò dư luận và nhờ đóng góp của thức giả. Mẹ nói bố con có thể sẽ giúp con nhiều hơn số lượng lên cả trên trăm mời cả cha Chánh Xứ cũng như những thức giả đặc biệt là giới y khoa, con nhờ anh chàng bác sĩ si tình Caroline mời hết thành phần các bác sĩ tại Vienne cùng tham gia có thể tổ chức vào chiều chúa nhựt tại nhà hàng mình có mời ăn chiều.

Lần trước Cha và Toà Đô Chính tổ chức có trên hai ngàn năm trăm người tham dự. Nay mình dự trù tổ chức hạn chế một trăm người, mẹ đoán sẽ có hơn, con mời thêm đại diện vài tờ báo và đài truyền hình lớn đến dự cũng là dịp mình quảng cáo nhà hàng mình luôn. Marilyn nghe mẹ nói rất có lý.

Marilyn vội gọi Roselyn rủ em cùng đi với chị đến nhà Caroline, Roselyn đồng ý. Marilyn vội gọi cho Carolyn nói chừng nửa tiếng tôi sẽ chạy đến nhà bạn cùng vợ chồng Caroline bàn buổi tập dượt và thăm dò dư luận coi xem công dân Áo mang chuông sang Mỹ có ngon lành vang rền không? Caroline hoan nghênh và hẹn gặp nhau tại nhà.

Có ba má Caroline tham dự với hai con, nghe Marilyn nói là muốn đứng ra tổ chức một buổi để chồng Caroline trình bày về chương trình nghiên cứu thực tiễn về bịnh lý sốt rét mà WHO quan tâm. Để đánh động dư luận quan tâm có thỉnh mời Đức Cha Chánh Xứ nhà thờ chánh toà Vienne và các thức giả góp ý chỉ bảo cho nhà nghiên cứu có cơ may thi thố hết tài năng của mình về lãnh vực đề phòng và chữa trị bịnh sốt rét có hiệu quả. Má Caroline khen Marilyn có ý kiến quá tuyệt vời. Chiều nay hai bác và vợ chồng Caroline sẽ gặp Cha tại nhà thờ. Và xin Cha rao giảng mời các con chiên am tường về khoa học, y học và đặc biệt về bịnh lý sốt rét đến dự thính buổi trình bày do con rể của nước Áo Andre Tran Trong Hieu, tại nhà hàng, từ bốn giờ chiều và đến sáu giờ nhà hàng có mời bữa ăn nhẹ của chiều chúa nhựt. Marilyn nói con sẽ mời và nhờ anh bác sĩ si tình Caroline mời hết giới Y Khoa ở Vienne tham dự. Con và Caroline mời bạn bè cùng tham dự coi mắt chàng rể Áo đẹp cỡ nào mà đã chiến thắng chiếm được quả tim ngọc ngà của nàng công chúa hoa hậu Caroline. Cả nhà cười vui, bác gái góp ý, cháu Marilyn nói thế chắc năm tới bác có cháu ngoại Mỹ, còn hai cháu ngoại này cháu ngoại Áo và năm tới nữa có cháu ngoại Việt và có thể có cháu ngoại Brazil, Phi Châu hay Thái lan...

Caroline nói, nếu mình mời như thế có thể trên trăm người xin bạn Marilyn chuẩn bị vài cái máy vi âm mình để ngoài phòng chánh vì chiều chúa nhựt nhà cũng có rất ít khách. Tôi nhờ bạn và em Roselyn phụ trách tiếp tân và mời thêm một số bạn nữa vì số lượng khách tham dự sẽ đông nhiều hơn một trăm. Như lần trước ban đầu dự trù có năm trăm người sau nói tám trăm và cuối cùng lên đến trên hai ngàn năm trăm người. Marilyn chuẩn bị giúp thực hiện một vài tấm bản viết xin lỗi hết chỗ ngồi, đóng cửa lại không cho người vào nữa, mình phải chuẩn bị trước.

Đúng như dự kiến trước có trên hai trăm người tham dự chật ních hết các phòng ăn. Marylyn phải treo hai ba tấm biển xin lỗi vì hết chỗ ngồi - xin hẹn dịp khác. Đức Cha chánh Xứ đại diện cho Ban Tổ Chức và gia đình diễn giả đều là con chiên của Chúa tại họ đạo thuộc nhà thờ chánh toà ở Thủ Đô

Áo. Cha nêu lý do vì đề tài bịnh lý sốt rét là chứng bịnh mà WHO của Liên Hiệp Quốc và viện đại học Harvard nổi tiếng trên thế giới tài trợ cho nhóm chuyên gia mười bác sĩ y khoa và những nhà nghiên cứu lỗi lạc về bịnh sốt rét do một chàng rể Áo Andre Tran Trong Hieu đứng đầu. Vợ là Caroline, công dân Áo làm phụ tá và làm cố vấn cho nhà nghiên cứu trẻ mới hai mươi hai tuổi mà đã nổi tiếng về lãnh vực nghiên cứu y học. Và tốt nghiệp bác sĩ y khoa có thể nói trẻ nhứt tại Việt Nam lúc mới hai mươi mốt tuổi được phép thi nhảy lớp vì mới học xong năm thứ ba còn ba năm cuối và đã đậu Văn Bằng Y Khoa Bác Sĩ hạng tối ưu.

Nay, được đại học Harvard danh tiếng (thành lập tại tiểu bang Massachusetts - Hoa Kỳ, từ năm 1636, 366 năm) tài trợ một số tiền lớn cử nhóm nghiên cứu, đến ít nhứt mười nước ở Nam Mỹ, Phi Châu và Á Châu làm việc trong ba năm. Trong mười chuyên gia quốc tế, có một bác sĩ gốc Áo là anh ruột của Caroline tên là Bernard, một con rể của nước Áo cũng có lễ rửa tội tại nhà thờ chánh toà là Andre, một bác sĩ Việt cũng là rể của Thủ Đô Áo, chồng của Josephine rể của ông bà Tổng Lãnh Sự Áo ở Sài Gòn. Vì vậy, nhà thờ chánh toà rất vinh dự có bốn con chiên thuộc họ đạo nhà thờ chánh toà là Bernard, Andre và vợ Caroline, Josephine và chồng Đốc tơ Trai, cùng chung họ đạo. Caroline dù chưa chánh thức được đại học Harvard bổ nhiệm nay làm phụ tá và cố vấn cho chồng. Cha nhấn mạnh qúy vị đến đây tham dự có điều gì cần góp ý xây dựng cứ thẳng thắn trình bày, nhà nghiên cứu trẻ vô cùng biết ơn vì nhân vô thập toàn.

Sau lời giới thiệu của Cha chánh xứ, nhà nghiên cứu trẻ chân thành cám ơn Đức Cha và ông bà chủ nhà hàng và ái nữ Marilyn đã hết lòng hỗ trợ có buổi tổ chức tại nhà hàng sang trọng này. Andre cũng cám ơn tất cả mọi người đã bỏ chút thì giờ quý báu đến tham dự biểu hiện cử chỉ đáng yêu ủng hộ một chàng rể Áo mang chuông của nước Áo đến viện đại học Harvard giống lên tiếng vang rền của nền y học nước Áo đóng góp vào nền y học chung của thế giới.

Nhóm của chúng tôi chia ra nhiều tổ nhỏ nhằm nghiên cứu sâu rộng về mọi khía cạnh về phòng chống bịnh sốt rét và cách chửa trị hiệu quả, ít tốn kém rút ngắn thời gian trị lành bịnh. Chúng tôi xin phép trình bày chi tiết mọi diễn tiến chương trình làm việc của nhóm nghiên cứu trong ba năm đầu về bịnh sốt rét xin quý vị đóng góp ý kiến xây dựng.

Hiếu vừa nói vừa phác thảo vẽ ra trong không khí qua các động tác của hai tay để cho cử toạ nắm bắt dễ dàng cách làm việc rất khoa học và tiên tiến.

Ba năm kế tiếp chúng tôi sẽ nghiên cứu về chứng tật về xương, cũng sẽ đến nhiều quốc gia chưa phát triển tìm hiểu cụ thể và đề ra phương cách chửa trị hiệu quả do trường đại học Yale (thành lập tại tiểu bang Connecticut, Hoa Kỳ từ năm 1701, 321 năm) rất nổi tiếng trên thế giới, tài trợ một số tiền lớn như Harvard.

Sau gần một tiếng trình bày về chứng bịnh sốt rét mà các nước chưa phát triển, dân trí còn thấp và những nước có nhiều rừng rậm, nhiều ao lạch nước đọng lại dễ phát sinh lăng quăng và muỗi. Một trong vài yếu tố quan trọng sanh ra bịnh sốt rét gây tác động không tốt đến sức khoẻ và sự làm việc nhiệt thành của người dân. Nhứt là tuổi thanh niên là sức sống hùng sống mạnh của đất nước nay không còn nhựa sống vì chứng sốt rét gặm nhấm cả cuộc đời tươi trẻ của họ.

Cả phòng trong phòng ngoài im phăng phắt nghe những lời trình bày thật chân tình có hồn sâu sát về bệnh lý sốt rét của một nhà khoa học quá trẻ mà là rể của Thủ Đô Vienne Áo Quốc.

Nhiều công dân Áo không từng nghe biết cái chứng bịnh kỳ quái này. Nay có cơ hội tiếp thu những lời thuyết giảng về nguồn gốc của chứng bịnh cũng như hiểu thêm những nơi trên thế giới đã đang và sẽ đương đầu với sự hoành hành triền miên chứng bịnh này đã từng làm băng hoại sức sống của những người mắc phải. May mắn các nước có nền công nghiệp tiên tiến, đời sống văn minh, dân trí cao, y học được phổ cập đến mọi tầng lớp và đất nước thanh bình lại không có nhiều ao tù, nước đọng cũng là một trong nhiều yếu tố tránh được căn bịnh khá nguy hiểm này.

Những quốc gia chưa phát triển, dân trí lại thấp, nền kinh tế èo uột, sức sống của những người dân ở vùng sâu vùng xa thiếu thốn đủ mọi thứ. Nền y học lại kém chưa phổ cập đến những nơi đèo heo hút gió, rừng núi bạt ngàn ao hồ nước đọng khắp nơi và vệ sinh phòng ngừa bịnh còn thô sơ lỏng lẻo. Những nơi đó là cái nôi sinh trưởng mầm bịnh sốt rét và chúng cũng dễ lây lan qua những con muỗi đốt từ người mắc bịnh truyền qua người lành.

Nhà khoa học trẻ Andre cho biết nhóm nghiên cứu quốc tế gồm có mười người, đa số là bác sĩ y khoa với quốc tịch: Việt, Áo, Mỹ, Pháp, Canada, Anh và Úc. Đại học Harvard của Mỹ tài trợ cho nhóm một số tiền cũng khá lớn vài chục triệu USD đến các nước có nhiều người dân bị bịnh này như Brazil và các nước nằm trong ảnh hưởng vùng rừng núi sông rạch ở Amazon thuộc Nam Mỹ và vùng Phi Châu: trung tâm nghiên cứu đặt tại đất nước rộng lớn Nigeria và các nước lân cận. Thời gian nghiên cứu suốt trong hai năm vừa công tác nghiên cứu vừa giúp các nước sở tại có thêm kinh nghiệm, phương tiện, thuốc ngừa và trị bịnh tại các bịnh viện có bệnh nhân bị sốt rét.

Đoàn nghiên cứu có mười chuyên viên, chia làm hai toán, mỗi toán năm người phục vụ tại hai trung tâm chánh là Brazil và Nigeria với sự phối hợp cộng tác chặt chẽ của Bộ Y Tế mỗi nước. Ngoài nghiên cứu, đoàn còn truyền đạt sự hiểu biết và cách chửa trị hiệu quả bịnh sốt rét, giúp các nước chưa phát triển đào tạo thêm các bác sĩ chuyên trị bịnh sốt rét.

Vùng Nam Mỹ và Phi Châu quá rộng lớn nên hai toán phải công tác trong hai năm. Còn vùng Á Châu và đặc biệt vùng Đông Nam Á chỉ hoạt động trong nghiên cứu một năm, văn phòng chính đặt tại trường đại học Y Khoa Cần Thơ, Viet Nam.

Công tác nghiên cứu dù có một năm mà nghiên cứu một lúc luôn mười lăm nước: Ấn Độ, Pakistan, Afghanistan, Nepal, Bangladesh, Sri Lanka, Trung Quốc, Indonesia, Malaysia, Phi Luật Tân, Miến Điện, Thái Lan, Kampuchia, Lào và Việt Nam. Những quốc gia này, đa số chịu ảnh hưởng của khí hậu nhiệt đới, có lượng nước mưa nhiều nên cũng phát sinh ra nhiều muỗi và là mầm mống của bịnh sốt rét.

Nhiều nước đã từng bị chiến tranh tàn phá cuộc sống của người dân triền miên dai dẳng. Nhất là dân quê, sinh cư gần núi rừng âm u, sông, kinh rạch chằng chịt và nhiều ao hồ nước tù nước đọng, không luân lưu, không có dòng chảy nên sanh sản nhiều muỗi, đĩa hút máu người này truyền sang người khác. Tỷ lệ tại các nơi này cao gấp từ ba đến năm lần hơn các đất nước có dòng chảy luân lưu và ít núi rừng, ao hồ... Mỗi nước chỉ nghiên cứu trong sáu tháng với một toán nhỏ - năm toán - chỉ có hai chuyên viên nghiên cứu.

Mười lăm quốc gia ở Á Châu về y tế, đa số đều có chuyên khoa về cách phòng ngừa và điều trị bịnh sốt rét mà bịnh vẫn còn lan tràn. Nay đoàn nghiên cứu Harvard nghiên cứu thêm sâu sát và quyết tâm trợ giúp thiết thực ngăn chặn bịnh này. Dù thời gian ngắn mà mười lăm nước sát cạnh nhau dễ di chuyển và môi trường nhiễm bịnh, đa số gần như giống nhau. Dù thời gian nghiên cứu lý thuyết chỉ có sáu tháng mà thực tế là nghiên cứu cả nguyên năm và cách giúp đỡ các nước láng giềng như cùng một cách thức.

Đây là vùng đất chịu ảnh hưởng khí hậu nhiệt đới, rừng dày, nhiều núi non, sông rạch ao hồ nước đọng, nước tù không luân lưu nên dễ tạo ra mầm bịnh từ con lăng quăng thành muỗi, truyền bịnh qua đường máu từ người này sang qua người khác.

Đa số các quốc gia vùng Đông Nam Á là các nước chưa phát triển, nền y tế còn kém, chưa đủ mạnh, dân trí thấp lại nghèo và không biết cách ngăn ngừa, đề phòng bịnh theo khoa học, vì còn mê tín dị đoan trong cách trị bịnh bằng bùa chú, nước lả nên bịnh không dứt.

Nhân cơ hội vùng Á Châu có đến mười lăm quốc gia được đoàn nghiên cứu của viện đại học danh tiếng Harvard đưa đến nghiên cứu chuyên sâu về bịnh sốt rét dưới sự bảo trợ của cơ quan Y Tế quốc tế của Liên Hiệp Quốc WHO.

Đoàn nghiên cứu quốc tế có kiến nghị với viện đại học Harvard chủ trì một buổi hội thảo ba ngày quy tụ tất cả các nước đã hỗ trợ với đoàn nghiên cứu trong công cuộc ngăn ngừa và chữa trị bịnh sốt rét có hiệu quả nhứt và ít tốn kém nhứt thành một mẫu số chung, một công thức chung cho toàn thế giới quyết tâm trị dứt điểm bịnh sốt rét theo lẽ không có xảy ra làm khổ cho nhân loại. Nhà nghiên cứu trưởng đoàn quốc tế, Andre Hieu nói, tôi hy vọng viện đại học Harvard sẽ chấp thuận sáng kiến này.

Cả trong ngoài nhà hàng, người tham dự chật kín đồng loạt vỗ tay tán thành ý kiến hay của đoàn nghiên cứu quốc tế.

Đến đây hai MC Caroline và Marylyn nói bằng tiếng Áo và tiếng Anh, mời các thức giả đóng góp ý kiến xây dựng giúp cho chàng rể quý của Vienne có thêm nhận thức về bịnh sốt rét. Mọi người im lặng khá lâu. Thấy vậy, một bác sĩ chuyên khoa phụ sản tại bệnh viện lớn Vienne cũng là bạn của hai MC Caroline lên phát biểu, nói rằng, hai MC nhờ ông mời các bạn đồng nghiệp ngành Y có trên năm mươi bác sĩ hưởng ứng có mặt hôm nay. Thú thật với nhà nghiên cứu Andre, đa số giới bác sĩ của Vienne hay nói của nước Áo cũng ít có người từng điều trị bịnh này, ngay cả không biết sự tai hại bịnh này đã đang và sẽ xảy ra tại các nước chịu ảnh hưởng khí hậu nhiệt đới. Vì vậy, chúng tôi không có kinh nghiệm về bịnh sốt rét. Chúng tôi vô cùng ngưỡng mộ một nhà nghiên cứu trẻ, một nhân tài y học không những cho đất nước Việt Nam, nước Áo mà còn vang danh trên thế giới với tài hùng biện và trình bày một đề tài y học khô khan thành một bài thuyết giảng sinh động rất đáng khen. Chúng tôi chờ đợi thêm ba năm nghiên cứu sâu sát qua các thực nghiệm chứng minh, nhà nghiên cứu trẻ Andre có dịp trở lại quê vợ Vienne tường trình thành quả, giới y khoa chúng tôi sẽ tiếp thu và học hỏi, tất cả mọi người vỗ tay hoan nghênh ý kiến hay.

Vì là một đề tài khoa học mà về ngành y, giới y bác sĩ còn chưa biết nên mọi người không có ý kiến. Hai MC mời quý vị thức giả dùng bữa ăn chiều đơn sơ do nhà hàng khoản đãi. Trong lúc ăn và mạn đàm, quý thức giả có thể lên máy vi âm phát biểu hay ca hát hay kể chuyện vui cũng làm tăng thêm sự thành công giá trị của buổi trình bày chân tình của nhà nghiên cứu trẻ Andre. Hai MC nói, hai chúng tôi mạo muội hát một bài dân ca quen thuộc và kể cả nhà nghiên cứu Andre cũng thuộc. Chúng tôi mời bác sĩ Andre cùng với hai MC hát và mời quý thức giả vỗ tay theo nhịp hát theo. Tất cả mọi người hầu hết ai cũng thuộc bản dân ca trữ tình lãng mạn này của dân quê Áo. Với không khí vui tươi tràn đầy tình thương, mọi người hát ba bốn bài dân ca nữa và kết thúc trong sự hả hê vui vẻ thành công của ban tổ chức.

Mọi người ra về hết chỉ còn lại ban tổ chức, toàn là bạn của Caroline, Marylyn cùng với gia đình ông bà chủ tiệm may, nhà hàng và gia đình Caroline ngồi lại nói chuyện vui và ăn thêm một vài món ăn nữa nhà hàng đãi. Mãi đến gần chín giờ mới chấm dứt. Má Caroline đại diện gia đình cám ơn hai ông bà chủ hai tiệm may và nhà hàng cũng như các bạn của của Caroline và Marylyn.

Vừa về đến nhà, nghe có tiếng reo điện thoại, Caroline đi nhanh bóc điện thoại lên, nghe tiếng Cha Chánh Xứ. Caroline nói chúng con vừa về tới nhà, con mời Cha nói chuyện với má con. Cha cho biết, buổi nói chuyện của Andre rất thành công, ai cũng khen, con rể của Thủ Đô quá ngon lành, Cha chúc mừng đại thành công. Cha cho các con biết, Cha muốn gặp các con trước khi đi Mỹ, Cha sẽ làm phép chúc lành chúc bình an và chúc thành công cho hai con chiên của Giáo Xứ. Má Caroline cám ơn Cha và chúng con cả gia đình sẽ đế hầu Cha trước ngày hai con của chúng con đi Mỹ.

Vào phòng, Caroline, cởi hết quần áo vào nhà vệ sinh xong, qua tắm sơ lau cho thật khô rồi đến bồng con lên cho bú và nói với chồng, anh thay đồ đi tắm cho mát, chốc nữa em tưởng thưởng anh đúp, hôm nay anh quá xuất sắc, nói tiếng Anh hết sẩy. Các bạn em khen dữ lắm, nói em sao may quá có một người chồng cực kỳ quý hiếm, em sung sướng hãnh diện quá anh ơi! Hiếu chạy lại hôn vợ, đứa con đang bồng cho bú không bú nữa, vội đưa cho chồng đặt vào nôi, Caroline bồng đứa thứ hai cho bú, bảo chồng vào tắm cho mát, con bú xong là em tưởng thưởng anh liền nghe. Hiếu vừa đi tắm vừa nói ôkê, anh sẵn sàng tác chiến.

Sau hơn năm phút con bú no, Caroline, đặt con nằm xuống nôi, tắt đèn sáng, mở đèn ngủ, Hiếu cũng mang đến giường khăn ướt khăn khô đủ hết. Caroline lại vào toi lết lau ngực cho sạch, rửa hạ bộ xong, lau khô xịt dầu thơm khắp cả người, còn mang chai dầu thơm đến xịt vào tóc vào mình Hiếu và xịt cả giường ngủ, mùi thơm nực nồng thêm hấp dẫn, thu hút.

Hiếu còn đứng chờ người yêu cất chai dầu thơm, Hiếu chạy lại ôm người yêu, nựng hai hòn núi, ướt cả tay, Hiếu bảo Caroline ngồi xuống, Hiếu quỳ xuống dùng miệng chặn sữa đang chảy ra cả hai bên và mớm cho Caroline sữa của mình. Caroline chép miệng khen ngon và hỏi, anh có thấy sữa của em ngon hơn sữa bột không? Hiếu đáp liền, ngon hơn cả chục lần mà lại bổ, anh sung sức nữa tha hồ mà yêu em nghe cưng! Caroline đẩy Hiếu nằm xuống, em làm tài công lái tàu, nàng nổi hứng tấn công dồn dập, nước suối chảy ra làm cho cậu bé tắm thêm mát. Hiếu nói em tấn công mạnh thêm anh đang gần tới đích rồi, nước suối lại chạy mạnh và Hiếu cũng mở vòi nước của mình ra và rên khe khẻ.

Trong lúc ngực của Caroline, sữa lại chạy ra, Hiếu đưa miệng hứng, không dám bú nhiều và mạnh sợ làm biến dạng hai nhũ hoa của Caroline. Cả hai ngây ngất trong tình trường, lau khô, Hiếu đỡ Caroline ngồi dậy, cả hai vào phòng tắm, tắm lại cho sạch vì sữa của Caroline làm ướt cả tấm drap, Hiếu phải thay. Cả hai ôm nhau ngủ một giấc đến hơn một giờ thức dậy nghe có tiếng khóc biết con đang đói, Caroline nhổm ngồi dậy, Hiếu bảo em cứ nằm yên, anh bồng con lại em nằm nghiêng cho con bú thoải mái hơn là đứng bồng cho bú lại bị mỏi chân.

Hiếu bồng một đứa đi tới đi lui trong phòng, đợi thằng bé bú xong sẽ thay thằng bé khác và thằng bố là người bú sau cùng sữa còn rơi rớt đọng lại. Caroline cho con bú thấy cảnh chồng bồng con đi lui tới thấy quá thương và tự hứa mình phải tôn thờ người chồng lý tưởng vừa yêu thương mẹ và yêu thương con vừa có hiếu kính với ba má mình cũng như mẹ và chị hai của Hiếu. Caroline tự nghĩ, trên đời này khó tìm có người đàn ông thứ hai. Nếu chồng mình chẳng may phạm sai lầm gì mình cũng phải rộng lượng thứ tha.

Thằng con bú no không bú nữa, Caroline gọi chồng lại để thằng bé đang bồng xuống giường và nhờ Hiếu bồng con bú no cho vào nôi, Hiếu lấy bông gòn nhúng chút nước lau miệng và mặt con. Thằng bé chưa bú đang khóc, Caroline trở qua thế nằm khác, nhờ Hiếu bê con qua cho bú, cái vú khác. Thằng con đói bú mạnh dữ quá làm cho Caroline cũng quá ngất ngây sung sướng, nắm tay chồng đưa xuống lạch đào nguyên thấy nước đang chảy ra, Hiếu vội cúi xuống hôn Caroline và lấy khăn ướt lau sạch hạ bộ. Dùng một cái khăn khác lau ngực và vú con vừa bú xong, bồng con đặt vào nôi. Hiếu lấy một cái khăn lớn hơn nhún nước vắt ráo lau mặt, cổ, tay rất trìu mến làm cho Caroline thêm ngất ngây tình chồng vợ. Bốn cái khăn lau vợ xong, Hiếu giặt liền cũng vắt ráo, để trong một cái khai, đem lại giường. Caroline thấy chồng làm như vậy, hiểu ý chồng, vội kéo chồng xuống hôn miệng một cách say đắm.

Con cũng vừa bú no, Caroline vào phòng tắm, lau lại mình mẫy cho thêm sạch và xịt thêm một chút dầu thơm, đi lại giường mà Hiếu đã nằm chờ đợi vợ thưởng. Caroline vuốt ve thằng bé, thấy nó đã đứng lên một cách hùng dũng và hai núm vú của Caroline cũng rịn chảy, Hiếu kéo nàng xuống nằm trên bụng mình, dùng miệng hứng các giọt sữa ngon. Caroline lên đỉnh kéo thằng nhỏ cho vào tắm suối tiên. Phải nói Hiếu thuộc típ người cái gì cũng giỏi, Caroline xả nước suối hai lần rồi, Hiếu thấy vợ có vẽ mệt, dùng hai tay đè lên mông vợ kéo mạnh xuống và đưa lên xuống dồn dập thêm vài lần nữa, chàng mới thở khì nói anh quá hạnh phúc sung sướng gần bên em. Hiếu nói:

- Caroline đừng bao giờ xa anh nghe em, anh yêu em nhứt trên cõi đời này. Caroline cũng nói em yêu anh nhứt trên thế gian này, chúng mình sẽ có thêm nhiều con, anh cũng ao ước như vậy. Lau chùi sạch sẽ xong, cả hai ôm nhau ngủ một giấc ngon lành đến sáu giờ sáng, nghe tiếng khóc của hai con biết chúng khát sữa. Caroline vội vào nhà tắm lau rữa sạch cả người, lau khô xong mặc quần mà không mặc áo, lại nôi bồng lên một đứa cho bú.

Còn đứa kia vẫn còn khóc, Hiếu làm vệ sinh xong, mặc quần áo đàng hoàng, bồng lên để đầu con lên vai đi tới lui và mở cửa đi ra ngoài cho thoáng mát một chút, con nín khóc. Ông bà ngoại cũng đã thức có nghe tiếng khóc của cháu ngoại, có đi ngang qua phòng của hai con, biết hai con cũng đã thức và cho con bú. Bây giờ thấy thằng rể bồng con cho con nghẻo đầu trên vai, tay vỗ nhẹ lưng con dỗ dành con nín khóc, hai ông bà quá cảm động cảnh cha con nó sao mà quá dễ thương.

Ông bà vội đến khen Hiếu, con có cử chỉ quá đẹp, ba má khen con. Trong phòng Caroline gọi Hiếu đem con vô bú. Mẹ vội lại mở cửa, Hiếu vào đưa Caroline cho con bú và bồng lên thằng bé bú no đang ngủ ra ngoài cùng đi tới đi lui với ông bà ngoại của cháu. Bà bảo Hiếu bồng con vô phòng ông bà, bà mở đèn sáng trưng để bà nhìn kỹ hai gương mặt bố con giống nhau điểm nào. Bà nói với con rể, hai bố con giống nhau như tạc tượng chỉ hơi khác da của cháu ngoại sáng, trắng hơn da của bố. Hiếu nói rất đúng mẹ ạ!. Caroline cho con bú no, vội mặc áo vào bế con đến phòng ông bà ngoại chơi một chút.

Caroline làm đạo diễn, xin phép ba má cho hai con trai nằm hai bên, ở giữa dành cho thằng con trai bố để ba má và con chấm điểm coi ba thằng con trai có cái gì khác. Mẹ nói, ba má đã chấm điểm rồi, bây giờ tới phiên con nhận xét. Ba thằng con trai này sao giống nhau quá trời chỉ khác một chút, hai thằng con trai bé da trắng và sáng hơn da bố nó. Caroline nói tiếp:

- Em cám ơn người mẫu Tran Trong Hieu. Ba má Caroline nói ba má cũng thấy ba cha con Hiếu như tạc tượng quá giống nhau, y chang như con nhận xét.

Bà nói, ba má cám ơn con rể của ba má đã về quê Vienne hai lần đều được bà con, họ đạo nhiệt liệt tán thưởng sự thông minh nhạy bén và thực tài của con làm cho ba má vô cùng hãnh diện. Tài sản của ba má chia làm ba phần bằng nhau, anh con và Caroline hai phần, phần tài sản của ba mẹ để hậu thân kể từ giờ phút này là tài sản của hai vợ chồng con chỉ có một điều kiện duy nhứt gia đình hai con ở đâu thì phải nhớ cho ba má cùng theo để chung vui với các con cháu:

- Hiếu, Caroline khoanh tay cúi đầu, con xin tuân hành lời dạy bảo của ba má.

Caroline nói, sáng nay, mình ăn sáng ở nhà, anh Hiếu sẽ trổ tài làm bếp, trưa mình đi ăn nhà hàng và luôn tiện mua thêm thực phẩm để dành ăn ở nhà. Hai con đi Mỹ có thể ở cả tháng hoặc vài tuần hai con trở về. Hai con còn nhỏ quá, hai con không tiện mang theo, xin ba má giúp hai con trông nom nuôi dưỡng hai cháu ngoại, chị vú sẽ cực thêm, chúng tôi tăng lương cho chị gấp đôi. Kể từ hôm nay, con tập cho hai cháu bú sữa bình cho quen, còn sữa của con có chảy ra thì có bố chúng nó thay thế. Má cười ngất, Hiếu có chịu vậy không?

- Dạ con chịu, không những ở nhà mà sang Mỹ sữa chảy ra, con sợ ướt áo vợ, con phải hy sinh đóng vai bê bi, Caroline có chịu không? Dạ, chịu liền. Cả bốn người cùng cười vui, em ở lại đây hầu chuyện ba má, anh chạy xuống bếp lo làm thức ăn sáng nay. Hiếu đứng lên thưa ba má con xuống bếp.

Thấy còn nhiều trứng, thịt khô và lạp xưởng Quảng Trân. Hiếu sẽ làm món trứng chiên với lạp xưởng, vừa nhanh vừa ngon, chỉ thiếu bánh mì. Hiếu lục nồi cơm nguội thấy còn khá nhiều, đủ cho năm người ăn sáng. Hiếu chiên hột gà mỗi người hai trứng và một cái lạp xưởng xắt thật mỏng cùng củ hành và vài hạt tiêu sọ, chiên chín cho ra năm dĩa. Hiếu đổ cơm ra thau bóp nhuyễn, thấy cơm khô quá Hiếu cũng rưới một chút nước cho dễ bóp nát ra, dùng hai miếng thịt khô cho vào nước ngâm cho mềm và thêm vài nhúm tôm khô cũng ngâm nước cho mềm. Hiếu xắt thêm củ hành và đập thêm vài tép tỏi, bắt chảo lên đợi nóng cho vào chảo vài cục bơ và cho tỏi vào thơm lừng cả nhà, cho thêm hành củ xắt nhuyễn vào trước kế tiếp cho thịt khô đã xắt nhỏ và tôm khô vào chảo, nêm nếm xong, xào cho thịt chín, cho cơm vào xới đều cho thêm đường cát và một ít muối, xào trộn đều, đợi cơm thật nóng, nhắc xuống nêm nếm lại cho vừa ăn.

Chị bếp thấy Cậu hai làm bếp gọn hơ, khen cậu quá giỏi, tôi dọn bàn, mang ra chén dĩa đủ hết và tôi mời ông bà và cô ba ra ăn sáng. Hiếu nói đúng vậy, tôi bắt siêu nước cho sôi để châm cà phê nữa là hoàn tất mọi chuyện. Ông bà ngoại lại bàn ăn thấy sao món ăn hấp dẫn thơm phức, bà khen con rể sao giỏi quá, không truyền nghề bớt cho vợ, Hiếu vội thưa:

- Caroline truyền nghề cho con đó. Ở nhà anh chị Bernard, Caroline chỉ đứng nhìn con làm, con đi giép trong bụng cô biết cô muốn làm thế nào rồi, có phải vậy không em Caroline?.

- Anh yêu của em nói đúng quá trời. Má có biết không, anh Hiếu nói hễ nhìn thấy con thì anh làm cái gì cũng thành công hết, còn cái chuyện làm bếp là chuyện nhỏ có nhầm nhò gì ba cái lẻ tẻ, có phải không anh?

- Đúng vậy, anh xin mời sếp cút Caroline mời ba má cầm đũa và chúng mình cùng ăn sáng. Chị bếp giúp pha giùm cà phê rồi lên đây cùng ăn chung với gia đình cho vui. Hiếu nói tiếp, vợ chồng tôi đi Mỹ cũng có thể đến cả tháng, chị ở nhà ráng giúp trông hai cháu, chị ngủ chung với hai cháu nghe. Chị vú dạ vâng.

Ba má nói, Hiếu làm nhanh, hai món ăn sáng, nhà hàng nổi tiếng làm cũng chưa chắc nhanh và ngon bằng con:

- Ba má khen con thiệt. Caroline vọt miệng nói:

- Ba má không khen con, nhờ có con chỉ đạo bằng tư tưởng mà anh Hiếu đã làm món ăn ngon nhanh như thế. Nếu con đứng gần, anh thấy con còn làm ngon nhanh hơn có phải không anh chồng yêu quý.

- Em nói quá đúng. Má thấy con gái cưng của má cái gì cũng giỏi quá chời, con chạy theo học trối chết.

- Đúng quá bà nói ngược lại, cả nhà cùng cười. Ăn và uống cà phê xong hai vợ chồng vào phòng ông bà ngoại bồng hai con về phòng mình. Tới cữ bú, chúng ré lên, Caroline cho từ đứa bú xong, đặt vào nôi, sữa vẫn còn chảy, Caroline gọi chồng đến giúp cho cạn bầu sữa. Hai vợ chồng vào tắm và lại lên giường tiếp tục ăn sáng thêm một lần nữa. Cứ để nguyên vậy ôm nhau tỉ tê kể chuyện này chuyện nọ, thằng bé đụng vào da thịt mát mẻ của Caroline, nó thức dậy, bảo bố cho nó đi tắm suối. Hai bầu sữa của Caroline cũng chảy ra vì quá cảm khoái gần người yêu. Nàng nói em làm tài công nghe anh. Thế là trận mây mưa thứ hai lại nổi lên kéo dài cũng khá lâu, hai người cũng có vẽ mệt ôm nhau ngủ gần hai tiếng, nghe có tiếng con khóc vì chúng đói sữa rồi. Caroline lật đật đi vào phòng tắm lau rửa sạch lại lấy quần áo mặc vào, đến nôi nói chồng đưa cho một đứa khóc lớn tiếng bú trước. Hiếu vội vào phòng tắm, tắm thật nhanh, thay quần áo xong lại bồng thằng con còn nằm trong nôi đang khóc và miệng chóp chép tỏ vẽ đói, Hiếu bồng lên cho đầu nghẻo vào cổ vào vai mình, nó hết khóc.

Thằng bé đã bú no đang ngủ mẹ đặt vào nôi. Hiếu bảo Caroline nằm xuống vạch áo ra, Hiếu đưa thằng con thứ hai vào bú trong tư thế Caroline nằm nghiêng. Hiếu cũng nằm xuống ôm mông vợ và thủ thỉ bên tai:

- Em phải luôn gần anh, không được xa anh nghe em, có em bên cạnh, anh thêm tự tin và rất hạnh phúc. Caroline nói anh đối với em anh phải tuyệt đối chung tình, sống chết có nhau, vui buồn, hạnh phúc có nhau cùng hưởng cùng san sẻ. ,

- Hiếu nói, anh nhớ mãi hai chữ chung tình của chúng mình đã thề nguyền rồi sẽ không bao giờ thay đổi.

Ngày đi Mỹ cũng đến, hai bạn của Caroline đến đưa hai vợ chồng ra phi trường, đến Mỹ có đại diện của Viện Đại học Harvard và Robert ra đón đưa về nhà trọ mất gần một tiếng. Nhà trọ cách trường chừng mười phút lái xe. Vào nhà, có đầy đủ nồi niêu soong chảo, gạo, thức ăn khô, tươi và rau quả đầy một tủ lạnh cũng như sữa và cà phê đều có đủ.

Robert nói tất cả các thứ này tôi mua biếu hai bạn, dùng hết, chúng ta đến siêu thị mua tiếp. Muốn đi ăn ngoài nhà hàng gọi điện thoại cho tôi. Tôi sẽ làm thủ tục hai bạn thuê xe tự lái đi đây đó tự do hơn. Vài ngày đầu tôi giúp đưa đón cho quen đường, hai bạn có gì cần cứ gọi tôi. Caroline và Hiếu đến bắt tay Robert và nói chúng tôi vô cùng biết ơn anh Robert.

- Hai bạn có hai ngày nghỉ cuối tuần thoải mái, nghỉ ngơi cho khoẻ, Robert nói. Thứ hai chừng chín giờ tôi đến đón hai bạn đi ăn sáng và sẽ gặp ông Dean cũng có tên là Dean nữa. Ông ta là Khoa trưởng phụ trách chỉ huy công tác nghiên cứu của đoàn nghiên cứu và ông đã có trực tiếp nói chuyện với Andre ở Cần Thơ và Áo. Ông ta rất khen bạn. và ông hứa giúp bạn với khả năng của ông ta. Hiếu nói:

- Anh Robert giúp gọi ông nói vợ chồng tôi đã đến Mỹ bình an và hẹn mười một giờ thứ hai có Robert đưa vợ chồng Andre trình diện ông. Robert nói, chốc nữa, tôi điện thoại về nhà ông ta chuyển lời bạn vừa nói.

Thay quần áo bỏ vào sọt, hai vợ chồng vào tắm gội đầu cho thật sạch, ra ngoài lau khô, cứ để vậy, không cần mặc gì hết ôm nhau ngủ cho đến quá trưa thức dậy, cả hai cảm thấy khoẻ, vội đi đánh răng, mặc quần áo. Hiếu đưa vợ lại giường, em nằm nghỉ tiếp, anh sẽ làm thức ăn trưa đơn giản, anh thấy có một thùng mì gói, có tôm tươi, anh làm món mì tôm chừng mười phút chúng mình có món ăn rồi. Ăn xong sẽ còn có trận đá banh ngoạn mục nữa đang chờ chúng mình đó.

- Caroline, nghe anh nói mà em phát ham muốn đá banh với anh liền bây giờ. Đợi ăn rồi thêm sức mặc sức mà đá nghe anh. Ôkê, bây giờ em nghỉ dưỡng sức đợi anh thêm mười phút phù du nữa thôi. Hiếu bắt nồi nước, lấy cải ra rửa sạch, xắt nhỏ cho vào hai tô và mỗi tô có đến năm con tôm đã bóc vỏ rồi cho lên trên cải, Hiếu thấy nước sôi, múc ra cho vào hai tô rồi đổ trở lại vào nồi cho tôm và rau cũng chín sơ sơ. Lấy hai gói mì cho vào hai tô, mở gói gia vị chỉ cho vào một nửa sợ cho hết nước sẽ mặn. Nước thật sôi tắt lửa múc nước đổ vào đầy hai tô lấy dĩa đậy lại giữ độ nóng cho mì chín. Hiếu lại đánh thức Caroline lại bàn ăn. Hiếu bưng trước một tô dành cho Caroline và bưng tô thứ hai cho mình, còn đem ra muỗng đũa và một chai maggie của Pháp.

Caroline, còn đang ngáp, ngồi vào ghế, chồng lấy dĩa đậy ở trên ra, một mùi thơm của các gia vị làm cho Caroline hết còn buồn ngủ. Hiếu dùng đũa xới tôm lên và rau ở dưới trộn đều và lấy muỗng thử nước lèo coi mặn lạt thế nào, Hiếu cho thêm một chút gia vị còn để lại. Caroline ăn thử nước trước coi vừa ăn chưa, lạt cho thêm bột nêm cạnh bên, nếu mặn cho thêm tí đường và thêm nước chín còn nóng. Hai vợ chồng ăn một tô mì gói quá ngon trên xứ Mỹ. Ăn xong uống cà phê, Hiếu pha trước còn để trên bình pha cà phê vẫn còn giữ độ nóng. Uống cà phê xong, Hiếu nhắc vợ lo dọn dẹp bàn và sửa lại drap giường xịt dầu thơm khắp trong phòng, Hiếu lo rữa chén tô và lau chùi bếp. Mọi thứ xong, Hiếu vào tắm sơ sơ cho mát, lại giường thấy vợ đang dùng khăn chận sữa không cho chảy xuống người, Thấy vậy, Hiếu lấy khăn ra kê miệng vào uống sữa tươi, từ bầu sữa bên này sang bầu bên kia, trong chốc lát hai bình sữa đều khô ráo, Hiếu cho tay vào thăm lạch đào nguyên thấy có nước chảy ra lại làm cho Hiếu thêm hứng, thằng bé thức dậy.

Caroline bảo Hiếu nằm để nàng làm tư lệnh chiến trường. Cũng phải qua lần thứ hai lạch đào nguyên xả nước, vòi nước mát của Hiếu mới chịu mở. Lau khô, cả hai ôm nhau ngủ mãi gần năm giờ mới thức dậy. Hiếu gọi điện thoại về báo cáo cho ba má biết, và hỏi hai thằng cu tý có ngoan không?. Má nói nó rất ngoan, có lẽ chúng nó cũng linh cảm bố mẹ nó đi xa, có khóc có nhỏng nhẻo cũng phải chịu.

Chiều sáu giờ, Robert gọi lại nói với Hiếu, bảy giờ tôi đến đón hai bạn đi ăn chiều cùng với hai cặp vợ chồng bạn thân với tôi cũng đang dạy tại Harvard. Chúng ta đi ăn tại nhà hàng gần chỗ bạn ở. Vừa đến Mỹ, nhờ có tay trong, Robert tận tình giúp Hiếu sớm làm quen với môi trường mới, có thêm hai giáo sư Harvard và vợ tỏ tình thân thương cũng hứa giúp hai vợ chồng cần gì cứ gọi.

Sáng thứ hai, ba người ăn sáng xong, mới gần mười giờ, Robert nói từ đây chạy đến Harvard chưa tới mười phút, tôi thấy gần đây có chỗ cho mướn xe, chúng ta lại coi xem vụ mướn xe cho hai bạn ra sao? Hai bạn đều có bằng lái quốc tế phải không? Cả hai gật đầu, quá dễ cho việc tự mướn xe hoặc tôi làm giám hộ sponsor thì lại càng thêm dễ dàng. Đến chỗ cho mướn xe, Hiếu nói thuê hai tuần và có thể thuê thêm nếu công việc chưa xong. Điều kiện quá dễ dàng, có hộ chiếu, có thẻ ngân hàng ở Mỹ mà Caroline đã có từ bên Áo, có bằng lái quốc tế. Thủ tục làm chóng vánh chỉ trong năm phút, xe cho hai người lái, Hiếu nói, tôi chạy sau Robert đến trường. Vào trường nhờ Robert tìm xin bản đồ trong trường để biết parking nào mình đậu được và cũng nhờ Robert mua cho xin bản đồ của thành phố này, nhứt là biết siêu thị để đi mua thức ăncho dễ. Robert nói:

- Hhai vợ chồng vào gặp ông Dean xong, ra gặp tôi, bạn sẽ có đủ bản đồ cho bạn sử dụng, tôi đợi bạn tại văn phòng của ông Dean. Đến trước văn phòng ông Dean còn năm phút hai vợ chồng, đợi đúng giờ mới bấm chuông. Trong văn phòng nhìn qua cửa kiến ông Dean thấy có hai người đứng trước cửa biết là vợ chồng Hiếu. Không đợi bấm chuông, ông Dean ra mở cửa và hỏi có phải ông bà Andre không?

- Vợ chồng Hiếu cúi đầu và nói thưa phải. Ông lại bắt tay, dẫn vô phòng làm việc, mời lại ngồi ở sofa để dễ nói chuyện hơn. Ông Dean cho biết, cả phân khoa tôi phụ trách đều thắc mắc, ông Andre vừa qua tuổi hai mươi hai mà đã đậu văn bằng bác sĩ y khoa. cả thế giới có lẽ chỉ có ông đạt được diễm phúc đó. Bạn tôi, Robert nói, tôi cũng chưa tin cho nên tôi mới gọi nói chuyện xã giao với bạn khi bạn đang ở nhà Cần Thơ. Thú thật hôm nay, tôi muốn trực tiếp nói chuyện với bạn và xin lỗi madame, chút nữa chúng ta sẽ nói chuyện tâm tình sau. Đúng mười hai giờ, tôi mời hai bạn cùng bạn Robert, vài giáo sư uy tín của Harvard cùng ăn trưa với chúng ta trong khuôn viên này, có nhà hàng khá ngon.

Bây giờ, xin bạn vắn tắc cho biết quá trình học tiếng Anh và học ngành Y hồi nào mà bạn mới hai mươi hai tuổi mà đã đậu Y Khoa Bác Sĩ rất danh giá của Việt Nam và bạn học tiếng Anh hồi nào sao nói quá giỏi. Hiếu chủ động, xin phép ông Dean tôi xin phép rót cà phê mời ông uống trước tôi sẽ kể lại quá khứ của tôi đã đi vào con đường học Anh Văn từ lớp sáu lớp bảy và học Y cũng vào thời điểm đó. Ông Dean cùng vợ chồng Andre nâng ly lên cùng uống một hớp cà phê. Hiếu khen cà phê này ngon quá, xin cám ơn ông Dean, chúng tôi được uống cà phê quá ngon này lần đầu tiên. Xin giới thiệu với ông Dean vợ tôi đã có bằng Cao Học Bang Giao Quốc Tế tại Vienne Áo trong lúc tôi mới học trường Y năm thứ ba tại Cần Thơ, chúng tôi có một histoire d'un Amour có dịp kể cho ông nghe cho vui. Bây giờ tôi xin phép nói ngắn gọn.

Sau khi miền Nam Việt Nam bị cộng sản miền Bắc cưỡng chiếm năm 1975, tôi mới qua ba tuổi. Tất cả sách dạy tiếng Anh, chữ Anh đều bị cấm lưu giữ. Khi tôi lên năm lên sáu đi học tiểu học, sách viết bằng chữ Anh bị bỏ từng đóng giúp cho mối mọt ăn. Không biết tại sao, hễ tôi gặp sách viết bằng chữ Anh về văn phạm Anh hay sách dạy tiếng Anh, tôi cứ gom mang về nhà cất ở một góc, kế đến là gặp sách viết bằng chữ Anh về y khoa cũng gom mang về nhà, có biết gì đâu mà đọc.

Một lần tôi bị một cán bộ làm việc ở khu vực bỏ sách của chế độ cũ bỏ hàng đóng hỏi tại sao mầy chỉ lấy sách chữ Mỹ sẽ bị bắt bỏ tù, mầy còn ôm chân đế quốc. Tôi cự lại liền:

- Tôi chỉ lấy sách chữ Anh thôi còn chữ Mỹ tôi cũng ghét như quý chú bác. Ông cán bộ thấy cãi lý thua tôi. Mãi cho đến tôi thi đậu vào trường trung học tôi đậu hạng tốp 5 của hàng ngàn học sinh. Tôi sực nhớ đến các cuốn sách tiếng Anh tôi để trong góc kẹt, lấy ra xem thấy có sách tiếng Anh giảng bằng tiếng Việt cũng dễ hiểu, tôi đọc thấy thích mê liền, tôi lén mở đài VOA dạy tiếng Anh học cho vui, đài này bị cấm nghe ở Việt Nam thời đó. Từ đó tôi mê học tiếng Anh qua đài phát thanh VOA của Mỹ. Tôi không còn thích học sách dạy tiếng Anh qua cách giảng của người Việt, tôi làm quen với sách dạy tiếng Anh, nhứt là văn phạm Anh. Vài năm sau đến lớp tám, tôi lại thích đọc sách về ngành Y, cũng sách chữ Việt trước, sau tôi trực tiếp tôi đọc sách Y giảng bằng chữ Anh. Và may mắn tôi có đủ một bộ sách ngành Y khoa chữ Anh từ năm thứ nhứt tới năm thứ sáu của trường Y Sài Gòn, có dịch ra tiếng Việt. Tôi đọc cho vui như là giải trí.

Đến năm lớp tám, lớp chín gia đình tôi quá nghèo, không có đủ gạo nấu cơm ăn, nên ăn bữa cháo bữa rau. Đói quá, tôi lấy sách tiếng Anh ra đọc, hoặc lấy sách y khoa ra đọc chống đói cho đến mệt lả lăn đùng ra ngủ. Mẹ gọi thức dậy ra ăn cháo, ăn cơm hay rau luộc làm cho tôi tỉnh, tôi lo học bài làm bài của thầy cô. Tôi là học sinh giỏi của trường từ tiểu học qua bảy năm trung học và thi vào đại học Y khoa Cần Thơ với 1,500 thí sinh, tôi thi đổ đầu mà trường Y chỉ chọn lấy có 150 sinh viên. Một cái may mắn khác, nếu tôi có lý lịch là con của tử sĩ Việt Nam Cộng Hoà dù tôi đổ đầu cũng sẽ không được theo học. Khai sanh tôi không có tên cha đề là vô danh nên không bị hàng rào cản nghiệt ngã về lý lịch con của của chế độ cũ nguỵ quân nguỵ quyền ôm chân đế quốc Mỹ.

Tóm lại tôi tự học tiếng Anh từ nhỏ và ghiền học ngôn ngữ Anh và sách Y khoa nên bây giờ giúp tôi có hành trang vào đời. Ông thầy dạy tiếng Anh của tôi là đài VOA và thỉnh thoảng tôi cũng có nghe cách đọc tiếng Anh của đài phát thanh BBC của Anh quốc mà tập luyện giọng. Khi tôi lấy vợ tôi, tôi nói tiếng Anh hàng ngày với một người Áo cũng tập cho tôi nói cho trôi chảy. Như vậy tôi có hai thầy dạy tiếng Anh cho tôi là đài phát thánh VOA của Mỹ và vợ tôi - Caroline.

Ông Dean tươi cười, à ra thế madame là thầy ruột của Andre, thảo nào hai ông bà dính nhau như sam có phải vậy không? Dạ đúng, Caroline đáp. Ông nói tiếp:

- Bà xin ghi tên học tiếp lấy bằng tiến sĩ về Bang Giao Quốc, Andre cũng theo chân bà xin ghi danh theo học ngành này. Tôi xin cho hai ông bà rồi, trường sẽ có thông báo gởi tiếp cho ông bà. Tôi xin giúp hai ông bà khỏi phải đóng tiền trường, một năm hai ông bà phải đóng học phí trên dưới một trăm ngàn.

- Hai vợ chồng Hiếu cùng đứng lên để tay vào ngực cúi đầu chào và nói lời cám ơn. Ông Dean cũng đứng lên bắt tay nói:

- Tới giờ đi ăn rồi, hai ông bà ra ngoài có bạn Robert đưa hai ông bà đến nhà hàng. Hôm nào rảnh chúng ta gặp nhau sẽ nói chuyện nhiều hơn. Cả hai vợ chồng cúi đầu cám ơn và đi ra khỏi phòng ông Dean. Robert đưa vợ chồng vào nhà hàng chọn hai bàn kéo sát nhau cho tám người. Ông Dean và bốn bạn nữa đến thấy Robert đã dành bàn trước rồi. Vợ chồng Hiếu đứng lên chào, ông Dean giới thiệu từng người và rất nhiệt tình giới thiệu một nhà nghiên cứu trẻ lỗi lạc đã hợp tác với Harvard trong việc nghiên cứu bịnh sốt rét mà WHO yêu cầu Harvard giúp. Cuộc nghiên cứu này do bác sĩ Andre làm trưởng nhóm nghiên cứu quốc tế mười người phải làm việc mất ba năm, hai năm ở Nam Mỹ và Phi Châu, một năm ở Á Châu. Các bạn ông Dean cùng nói rất hân hạnh được tiếp xúc với hai ông bà từ Thủ đô Vienne của nước Áo bay sang đây. Andre nói:

- Vợ chồng tôi mới sang Mỹ lần đầu tiên mọi việc rất bở ngở may nhờ anh Robert là chỗ quen biết trước tại Việt Nam, anh Robert đã giúp chúng tôi mọi thứ, chúng tôi rất cám ơn anh Robert. Nay, chúng tôi gặp ông Dean là sếp trực tiếp của đoàn mười nhà nghiên cứu và bây giờ biết thêm bốn giáo sư sẵn lòng hỗ trợ chúng tôi, vợ chồng chúng tôi muôn vàn cảm tạ. Trước lạ sau quen và đến chỗ thân tình như anh Robert đối với chúng tôi. Đám cưới chúng tôi ở Áo có mời anh Robert làm rể phụ, và chúng tôi mời một bạn gái xinh đẹp làm dâu phụ với anh Robert. Chúng tôi hy vọng anh Robert cũng giống như vợ chồng chúng tôi cũng từng làm dâu rể phụ nay sẽ thành dâu rể chánh. Ông Dean nói, ý kiến của Andre coi bộ hay.

Ông Dean nói tiếp, sau bữa ăn hôm nay, ông bà Andre về nhà trọ nghỉ, sáng thứ tư lúc chín giờ có mặt tại văn phòng tôi chúng ta cùng làm việc, đúc kết thành một chương trình làm việc chung từ thứ năm. Từ ngày này, trường tính là ngày ông Andre bắt đầu làm việc với chúng tôi, đại diện cho trường Harvard với mọi tài trợ suốt trong ba năm sẽ có ghi rõ trong hợp đồng ký vào ngày thứ tư này, nay là ngày thứ hai. Ăn trưa xong, vợ chồng Hiếu đứng lên chào từ giả ra về. Robert đi theo sau, vội nói, tôi đưa hai bạn đi uống cà phê cũng gần đây nói chuyện thêm cho vui. Cả ba lửng thửng đi bộ đến tiệm cà phê rất sang.

Mỗi người chọn một cái bánh ngọt và ba ly cà phê giống nhau, Robert dành trả tiền và còn bảo hai bạn lại tìm chỗ ngồi trước, cà phê pha xong tôi mang lại.

Hiếu nói với Caroline, kể như là chắc cú anh có việc rồi, thứ tư anh sẽ nói với ông Dean tuyển em vào phụ trách về liên lạc ngoại giao với địa phương vì em biết nhiều ngoại ngữ cũng như em giúp đoàn về kế toán, sổ sách, chi tiêu và làm gạch nối giữa đoàn và văn phòng ông Dean. Caroline nói anh có ý kiến quá hay. Như vậy em bám sát ông trưởng đoàn, ông đi chơi hay đá lông nheo lạng quạng, em xé xác ông liền đó, sợ chưa ông Trưởng Đoàn?

- Dạ, em sợ, Hiếu cười tươi nói. Caroline cười ngất, véo mạnh vào tay Hiếu, tối em thưởng anh đúp đó nghe!. Robert bưng một khai cà phê cho ba người và ba cái bánh ngọt. Caroline nói chúng em rất biết ơn anh Robert. Ngồi uống cà phê, Robert lấy bản đồ ra chỉ cho Hiếu vài siêu thị ở gần nhà trọ, có một siêu thị Á Đông tha hồ mà mua mì gói, các loại cá khô, lạp xưởng...

Hiếu cám ơn rối rít và nói, thứ tư tôi ký hợp đồng xong, chiều chúng ta ăn khao, anh mời giúp giùm hai cặp vợ chồng hôm nọ ăn chung với chúng ta, và anh mời giúp thêm vài người nữa cho đủ mười người, mình vào ăn nhà hàng Tàu cho các bạn anh thay đổi món ăn. Ủa quên, ở đây có tiệm ăn Tàu nổi tiếng không? Tôi đoán là có, anh Robert dò soát lại giúp. Một lát nữa vào siêu thị Tàu, tôi cũng sẽ hỏi có restaurant nấu đồ Tàu ở đây không, và có gần không? tôi sẽ gọi báo cho anh liền trưa nay. Nếu không có tiệm ăn Tàu, mình ăn nhà hàng nào cũng được tuỳ anh Robert chọn.

Sau bữa ăn mừng vừa ký hợp đồng công tác với viện đại học Harvard sẽ tiến hành từ ngày mai suốt ba năm với mỗi thành viên trong đoàn số tiền tài trợ cho mười chuyên gia quốc tế $100,000 USD mỗi tháng, riêng Trưởng Đoàn là $200.000 USD. Tiền tài trợ của Trưởng Đoàn bắt đầu tính ngày hôm sau, ngày mai thứ năm và các thành viên khác khi nào lãnh Sự Vụ Lệnh bắt đầu làm việc.

Ngay ngày làm việc đầu tiên, Trưởng Nhóm phải làm việc tại văn phòng làm việc cũa Phân Khoa chịu trách nhiệm điều hành công tác nghiên cứu quốc tế này cho đến ngày lên đường công tác. Trưởng Đoàn chịu trách nhiệm cùng với một Hội Đồng tuyển dụng của Phân Khoa tiến hành từ ngày thứ năm, mỗi nước một người: Mỹ, Anh, Pháp, Canada và Úc cùng với năm chuyên gia do bác sĩ Trưởng Đoàn đã chọn trước từ Việt Nam: bốn bác sĩ Việt kể cả Trưởng Đoàn và một bác sĩ gốc Áo. Trong hợp đồng còn ghi rõ những quyền lợi và nhiệm vụ của mỗi thành viên và trách nhiệm của Trưởng Đoàn vừa làm việc như chín thành viên trong đoàn vừa còn có công tác đặc biệt là chỉ huy điều hành mọi công tác của đoàn. Và chịu trách nhiệm với Phân Khoa của trường Harvard chỉ huy công tác nghiên cứu về bịnh sốt rét tại các nước ở Phi Châu, Nam Mỹ, Á Châu (đặc biệt ở vùng Đông Nam Á). Những công tác thực hiện tốt hay trở ngại Trưởng Đoàn phải báo cáo về Phân Khoa cách giải quyết... Liên lạc, giao tiếp với các nước, báo cáo thường xuyên mọi vấn đề của đoàn cùng phối hợp với các nước sở tại cũng như phụ trách hành chánh, thống kê, lưu giữ công văn...

Bác sĩ Trưởng Đoàn có xin thêm một nhân viên vừa đại diện cho Phân Khoa vừa theo dõi diễn tiến công tác của Đoàn và chịu trách nhiệm về liên lạc với các cơ quan của các quốc gia sở tại. Hợp đồng tuyển nhân viên phụ trách chung vừa đại diện Phân Khoa và Đoàn chuyên viên là người có trình độ từ Cao Học đến Tiến sĩ và biết nhiều ngoại ngữ ngoài tiếng Anh phải biết ít nhứt ba bốn ngoại ngữ khác để rất thuận tiện trong giao tiếp - Hợp đồng tuyển chọn này sẽ do Phân Khoa soạn thảo. Bác sĩ Andre Trưởng Đoàn đồng ý những điều khoản đã ghi trong hợp đồng và xin ghi thêm mục tuyển thêm một nhân viên vừa đại diện cho Phân Khoa vừa đại diện cho Đoàn phải cùng theo Đoàn làm việc bất cứ ở nước nào.

Ngày thứ tư, Trưởng đoàn đã làm việc với Giáo Sư Dean Trưởng Phân Khoa điều hành công tác nghiên cứu về bịnh sốt rét của Viện Đại Học Harvard, ông Dean cho biết ông hoàn toàn đồng ý với đề nghị của Bác sĩ Trưởng Đoàn và còn trình lên cấp trên quyết định.

Robert đã vận động trước với ông Dean và Andre đã có xin kèm theo bản hợp đồng của Phân Khoa soạn sẵn rất hợp lý và đầy đủ và Trưởng Đoàn chỉ xin thêm một nhân viên phụ trách tổng quát làm gạch nối giữa Phân Khoa và Đoàn Nghiên Cứu. Hiếu đưa Bản Hợp Đồng có ghi điều khoản tuyển thêm một nhân viên giúp Đoàn và Phân Khoa mọi chuyện về hành chánh, tài chánh, ngoại giao liên lạc, thống kê báo cáo công tác. Ông Dean đồng ý trên nguyên tắc và còn phải trình lên cấp trên vì còn liên quan đến tiền trợ cấp ngang với chín thành viên trong Đoàn và người được tuyển chọn phải ký riêng một hợp đồng với Phân Khoa điều hành.

Bác sĩ Trưởng Đoàn xin bắt đầu làm việc từ ngày mai và xin cho một bàn làm việc đặt tại văn phòng của Phân Khoa. Bác sĩ Andre còn nói hai mươi câu hỏi do Phân Khoa hỏi mười lăm câu, tôi xin phép hỏi thêm năm câu, mỗi câu nửa điểm, ai có số điểm cao nhứt sẽ được tuyển chọn chỉ một người trong năm nước: - Mỹ, Anh, Pháp, Canada và Úc Châu. Hiếu còn đề nghị, Phân Khoa đã có tiêu chuẩn tuyển chọn, đơn đã gởi xin phục vụ quá nhiều, mình sàng lọc chỉ gởi giấy triệu tập từ năm đến mười người của mỗi năm nước tránh mất thì giờ và tốn kém cho trường.

Khi tuyển chọn được thêm năm nhà nghiên cứu nữa thì Phân Khoa tống đạt giấy mời tất cả chín thành viên ở các nước về đây ký hợp đồng với Phân Khoa. Với tư cách Trưởng Đoàn tôi chịu trách nhiệm phân công chia toán, cũng như đề cập mọi nhu cầu về nghiên cứu, giải thích tổng quát và chỉ định từng toán, thành viên phụ trách một lãnh vực... Ông Dean và các vị lãnh đạo của Phân Khoa nói rõ về vấn đề nghiên cứu có tầm ảnh hưởng quốc tế và uy tín của Harvard đã bỏ ra hàng mấy chục triệu của ngân sách của trường chỉ nghiên cứu có một đề tài mà phải mất đến ba năm và nghiên cứu trên mười lăm quốc gia.

Khi có thêm năm chuyên viên, Phân Khoa gởi công văn đến mọi thành viên trong Đoàn có hai tuần tìm đọc sách về chứng bịnh sốt rét tại quê hương trước khi nhận vé máy bay của Phân Khoa gởi đến. Đến Mỹ quý vị ký hợp đồng xong với trường từ ngày đó được tính là thành viên, hưởng trợ cấp như trong hợp đồng mà quý vị đã ký với Viện Đại Học Harvard. Đến Mỹ có bác sĩ Trưởng Đoàn và đại diện Phân Khoa đón tiếp và sắp xếp nơi ăn chốn ở giúp quý vị. Phân Khoa điều hành công tác này cùng với bác sĩ Trưởng Đoàn dành cho quý vị năm ngày tiếp thu thêm về nhu cầu của công tác nghiên cứu. Mọi sinh hoạt của quý vị đều tự túc, bác sĩ Trưởng Đoàn tuỳ khả năng giúp các thành viên khi đến Mỹ. Phân Khoa xin trường ứng trước mỗi vị mười ngàn đô để chi tiêu trước khi đi công tác.

Ngày thứ năm vào làm việc, bác sĩ Andre xin bà Chánh văn phòng dẫn Andre đi một vòng chào hỏi mọi nhân viên trong văn phòng bà Elizabeth là chánh văn phòng của Phân Khoa có thiện cảm ngay với bác sĩ Andre. Bà là người da màu cũng có bằng Cao Học và phục vụ tại đây gần hai mươi năm nên bà rất lão luyện về hành chánh, tài chánh, thống kê, báo cáo... bà hứa sẽ hết lòng giúp Andre. Ông Dean biết Andre đến làm việc, ông đi qua văn phòng chào Andre và cho biết ông Viện Trưởng chấp thuận đề nghị của Andre tuyển một nhân viên cũng phải có bằng Cao Học, biết thêm nhiều ngoại ngữ càng tốt. Ông Dean nói, tôi nghe Robert nói bà Caroline có đủ điều kiện xin vào phục vụ chức vụ này, tôi đồng ý bổ nhiệm bà làm việc với Đoàn Nghiên Cứu và hưởng trợ cấp như chín thành viên nghiên cứu. Andre chắp hai tay cung kính cám ơn ông Dean và xoay qua bà Elizabeth, tôi sẽ giới thiệu với bà một đệ tử mới bà truyền dạy cho cô ta để theo Đoàn giúp chúng tôi. Ông Dean cười bắt tay Andre và bà Elizabeth trở lại phòng làm việc. Andre gọi điện thoại về nhà báo tin vui cho Caroline là em cũng đã được trường Harvard thu nhận vào làm sếp anh với tiền tài trợ hàng tháng ngang bằng với các chuyên gia. Em mang bản sao bằng Cao Học và những chứng nhận hay văn bằng về các ngoại ngữ em biết, chỉ cần như vậy thôi và em cũng sẽ có tiền tài trợ kể từ hôm nay. Bây giờ em diện cho tới bến, nửa giờ có kịp không. Chừng nào em diện xong, anh lái xe về đón em vào văn phòng ký hợp đồng và đến mười hai giờ trưa anh mời bà sếp chánh văn phòng là người giúp em mọi công việc phải làm cùng đi ăn với vợ chồng mình và nhờ bà mời thêm vài người nữa ngồi cho đủ một xe năm người. Công việc xong, em cho anh lãnh lương đúp tối nay và sáng cũng lãnh lương thêm nữa nghe.

- Dạ, em nghe. Anh đợi em gọi.

Hiếu soạn một tờ hợp giữa Caroline và trường Harvard, viết nháp đưa cho bà Elizabeth đọc và thêm bớt cho gãy gọn, trình cho ông Dean ngay và bà giúp báo cho ông Dean biết là Caroline sẽ vào trình diện ông trước mười hai giờ trưa nay.

Caroline trang điểm nhanh cũng mất hơn mười lăm phút, gọi Hiếu về đón. Cô bước vào phòng mọi con mắt đều nhìn vào cô trầm trồ khen, sao mà đẹp quá. Hiếu giới thiệu với bà Elizabeth đây là học trò ruột của bà, cả văn phòng vỗ tay hoan nghênh. Caroline, chắp hai tay tự giới thiệu với bà chánh văn phòng và xin thọ giáo với bà trong một thời gian ngắn. Bà Elizabeth bắt tay chúc mừng bà Caroline sẽ nhận việc kể từ hôm nay. Caroline nộp văn bằng Cao Học và bốn chứng chỉ bốn ngoại ngữ ngoài tiếng Anh. Caroline rất tinh tế xin phép bà Elizabeth đến từng bàn bắt tay làm quen anh chị em đang làm việc cùng trong một văn phòng với Caroline kể từ ngày hôm nay.

Có cô hỏi thân thế Caroline, Caroline thành thật tỏ bày là cô vừa sanh song sinh hai trai đang gởi ông bà ngoại nuôi dưỡng tại Áo. Đây cũng là lần đầu tiên đến Mỹ, Caroline nói, tôi thu xếp chỗ ở xong, tôi sẽ mời quý vị đến dự một bữa tiệc với hai vợ chồng chúng tôi để thắt chặt thêm tình thân ái. Ông Dean nghe có Caroline đến trình diện bà chánh văn phòng, ông xuống văn phòng chào và mời bà chánh văn phòng cùng với hai vợ chồng Caroline lên văn phòng ông ký hợp đồng và ông nói bà chánh văn phòng đặt một cái bàn làm việc cho Caroline gần bàn của bà để dễ làm việc.

Ông còn nói mọi công tác liên quan đến việc nghiên cứu bịnh sốt rét, bà đọc xong giao lại cho Caroline giữ trong một hồ sơ riêng. Mọi công văn gởi đi đến các nước và các thành viên liên quan đến việc nghiên cứu về bịnh sốt rét, bà đưa cho Caroline soạn thảo, bà xem lại và trình tôi. Chốc nữa Caroline đọc kỹ hợp đồng và ký trước mặt tôi và kể từ hôm nay Caroline là nhân viên của bà Elizabeth.

Bây giờ tôi xin mời hai người cùng tôi ký hợp đồng liền, bà Elizabeth nhớ sao các giấy tờ cần thiết của bà Caroline kèm theo tờ hợp đồng để trong hồ sơ lưu. Vào văn phòng, ông Dean mời mọi người uống nước giải khát, đợi Caroline đọc kỹ các điều khoản trong họp đồng cũng như quyền lợi. Đọc xong Caroline và ông Dean ký, ông đưa lại bà chánh văn phòng bảo văn phòng sao đưa cho bà Caroline một bản. Caroline và Hiếu cùng bà Elizabeth đứng lên chào ông Dean và trở qua văn phòng làm việc. Còn hơn nửa giờ nữa tới giờ ăn lunch, Caroline mời bà Elizabeth và các cô nào sẽ giúp tôi làm việc, chúng ta ăn trưa nay và tôi xin phép chạy về nhà vì hai bầu sữa của tôi đã chảy ra rồi, sợ chảy nhiều sẽ ướt áo coi kỳ lắm. Ngày mai đi làm. tôi sẽ chuẩn bị kỹ hơn. Bà Elizabeth nói liền, Caroline cùng chồng về nhà nghỉ chiều nay. Ngày mai sẽ làm việc đúng giờ hơn.

Hiếu cám ơn bà Elizabeth, bà giúp mời cô nào đi ăn trưa cho biết ăn món gì và uống chi viết giúp vào một tấm giấy nhỏ. Đến restaurant quý vị cứ ngồi nói chuyện cho vui, tôi đặt thức ăn liền vì chúng ta đi đông, tránh mất thì giờ. Tôi có thể đến nhà hàng trước đặt liền vì là giờ cao điểm, người ta đông phải xếp hàng chờ đợi. Bà nói ý kiến quá hay. Hiếu nói:

- Nhà hàng gần đây ông Dean đã dẫn tôi đi ăn rồi, nên tôi cũng biết. Bà Elizabeth cầm theo mảnh giấy và cây viết ghi món ăn thức uống, mời hết mười mấy nhân viên. Có các món ăn, Hiếu đi đặt trước và gởi Caroline theo xe bà Liz. Đúng như dự đoán, Hiếu phải vào xếp hàng đứng vào hàng thứ năm. Hiếu chọn bàn trước bày biện đầy đủ giấy, đĩa muỗng nỉa, sữa bột... Kể cả vợ chồng Hiếu là mười sáu người vào bàn ngồi, chừng mười phút sau là có đủ mười sáu phần ăn và thức uống.

Mọi người vừa ăn vừa nói chuyện rất vui, mọi người đều biết Caroline mới sanh đôi hai cháu trai được hơn năm tuần vừa qua tuổi hai mươi lăm mà nhiều người nói Caroline chừng hai mươi, có sắc đẹp lộng lẫy và đã đã có bằng mát tơ đang ghi danh học lấy bằng Tiến sĩ Bang Giao Quốc Tế. Mọi người đều tán thưởng vừa trẻ vừa đẹp lại vừa học giỏi nữa, ông Andre mê mệt là phải, nên ông đi đâu làm gì cũng phải mang vợ theo. Có người hỏi Andre như vậy.

- Andre trả lời tỉnh bơ vì tôi sợ người khác bắt cóc vợ nên ở nhà tôi luôn nhốt vợ trong phòng ngủ và nhiều khi nàng còn bị ngộp thở nữa đó.! Cả bàn cười vang, ông bác sĩ này chịu chơi thật. Mọi người bắt tay từ giả hẹn ngày mai gặp. Bà Elizabeth nói, tôi trả bà Caroline cho ông Andre đưa về nhà nhốt liền vào phòng trưa nay có người ngộp thở. Mọi người lại cười sảng khoái.

Về đến nhà, Caroline thay quần áo xong lại bốc điện thoại lên gọi về Áo khoe với ba má là con cũng được tuyển vào làm chung với chồng con, mỗi tháng được $100,000 ngang bằng với anh Bernard, bắt đầu làm việc từ ngày hôm nay.

Chúng con không về Áo được cho đến ngày làm đám cưới mới xin phép về Áo. Ba má nhờ hai người bạn con của hai ông chủ tiệm giúp làm hộ chiếu cho chị vú hai bê bi và cũng nói với người bạn là con muốn hai người bạn đi Mỹ chơi mấy ngày cũng được giúp hộ tống hai bê bi và ba má. Chúng con sang Mỹ có thể tối thiểu ba năm sẽ xong công tác mới trở về Áo hay Việt Nam. Ba má cho tiền hai người bạn và nhờ giúp các công việc đó.

Khi có đủ hộ chiếu, nhờ hai cô mua bảy vé máy bay, gia đình mình năm vé, hai vé cho hai cô bạn có đủ khứ hồi, còn năm vé của gia đình chỉ mua một chiều. Vợ chồng con sẽ bàn bạc tìm mua một cái nhà ngay và mua hai chiếc xe để đi làm khi đang ở Mỹ. Má nhắc hai cô bạn đi Mỹ nên đóng tiền đổi lấy bằng lái xe quốc tế, sang Mỹ có xe của chúng con muốn đi chơi đâu cũng dễ. Tối nay con sẽ gọi Marylyn cũng nói như má nói.

Con sẽ gọi về Việt Nam cho Josephine cho biết là cả nhóm anh em mình đều được chấp thuận, mỗi tháng được tài trở $100.000 mỗi người và Caroline cũng được thu nhận bằng trợ cấp của anh Trai. Josephine xin đổi qua bằng lái xe quốc tế, sang Mỹ có xe vợ chồng tao mỗi đứa một chiếc, mầy lái xe đi học, có nhà tao tha hồ mà ở. Chúng mình phải có quyết tâm lấy bằng tiến sĩ về bang giao quốc tế, bằng cấp này ở Mỹ cũng rất có giá trị. Tao nhờ có bằng Cao Học đó, chồng tao mới dễ vận động nên tao được làm kể từ hôm nay. Caroline nhấn mạnh:

Mày nhờ chồng gọi giúp báo tin vui là các anh chị sẽ có giấy gọi trình diện gần đây và anh Hiếu nhắn là quý anh chị phải cố gắng tìm sách đọc và tìm hiểu thêm về bịnh lý sốt rét. Nhóm năm người mình phải am tường bịnh sốt rét hơn năm người mới tuyển chọn. Mình giỏi, thành công vụ này thì sẽ còn dài dài các công việc khác. Bạn sang Mỹ học lấy tiến sĩ tôi bao chỗ ăn chỗ ở bao cả xe lái đi học nữa và ở Mỹ anh Trai về thăm thường được hoặc mày bay sang thăm anh Trai cũng tiện.

Chúng ta phải xa Áo và Việt Nam đợt này đúng ba năm. Josephine về Việt Nam có bằng tiến sĩ lận lưng rồi làm cho hai bác thêm vui. Nếu mày sanh con ở Mỹ có bố mẹ tao lo tiếp, mẹ mầy có dịp sang Mỹ nuôi con đẻ nữa.

Nói với bạn xong, Caroline vào buồng, hai vợ chồng lại tiếp tục ân ái. Hiếu trả bài xong, cứ để vậy, cùng nhau bàn bạc, phải mua nhà ngay vì ở Mỹ là chính, tối thiểu đợt đầu cũng ba năm, đợt hai cũng có thể ba năm. Hai lần cộng lại hơn sáu năm, mình trả tiền thuê mỗi tháng dồn lại cũng mua gần đủ một cái nhà khá rộng.

Vợ chồng mình phải mua nhà gấp, sẽ giúp cho cả Đoàn nhứt là anh chị em bên Việt Nam sang. Còn xe cũng mua hai chiếc một chiếc Van và một chiếc xe nhỏ, xe cũ cũng được vì mình đi gần, xe lớn phải mua xe mới. Hai vợ chồng ôm nhau ngủ một giấc khá ngon hơn hai tiếng.

Thức dậy bàn bạc tiếp, Caroline nói khi anh chị sang Mỹ mua thêm vé cho mẹ và chị hai sang Mỹ chơi chừng một tháng hay vài tuần, anh có cách đưa mẹ và chị về được. Hai luồng điện nằm gần cọ sát nảy lửa, hai bầu sữa tiếp tục chảy ra, Hiếu uống sữa mẹ thay hai con cho nên bây giờ Hiếu còn phong độ sung sức hơn xưa.

Hiếu thăm dò lạch đào nguyên nước đã chảy ra, thằng bé đã đứng phắc dậy, Caroline lên làm tài công lái tàu mãi đến lần thứ ba nước lạch suối gần cạn, vòi nước của Hiếu mới chịu mở ra. Caroline ngây ngất la lớn:

- Anh Hiếu cứu tôi với, cứu tôi với, hai bầu sữa chạy ướt cả ngực Hiếu. Hiếu nằm nghiêng kéo Caroline xuống cũng thế nằm nghiêng, Hiếu uống sữa tiếp làm cho Caroline rên rỉ, tay cứ "quấu" vào da thịt Hiếu, sữa cạn, cả hai dìu nhau vào phòng tắm. Hiếu lau khô xong trước mặc quần áo đàng hoàng lấy sữa tươi ra rót cho Caroline một ly lớn để cho bớt lạnh đưa Caroline uống bù đắp lại sữa tươi đã chảy ra.

Hiếu gọi điện thoại cho Robert thông báo hai vợ chồng đã ký hợp đồng rồi và đã làm việc từ ngày hôm nay. Mời Robert chiều nay đi ăn nhà hàng nào cũng được, sáu giờ chạy đến đón giúp và nói Robert mời thêm vài người bạn cùng ăn tối cho vui. Caroline chiều nay cũng diện kẻng như hoa hậu. Robert cho biết sẽ mời hai cặp bạn thân mà đã có hai lần đi ăn với chúng ta. Chiều nay anh em mình nhậu nghe, lái về nhà để Caroline lái mình nhậu nhiều nhiều một chút nghe anh Robert, đó là chuyện nhỏ.

Trong lúc ăn, Andre nói, vợ chồng tôi cứ nghĩ sẽ phải một hai tuần nữa mới bắt đầu làm việc, hôm nay ký hợp đồng xong chúng tôi phải làm việc ngay. Chúng tôi quá mừng và rất cám ơn anh Robert đã hết lòng giúp đỡ vợ chồng chúng tôi. Nay chúng tôi muốn mua nhà để ở đưa ba má tôi và hai con nhỏ cùng chị vú sang Mỹ ở với chúng tôi. Caroline sanh con tới hôm nay mới có năm tuần, vì vậy chúng tôi muốn ở gần con và ba má. Quý anh chị giúp chúng tôi, biết gần trường, có nhà nào bán chừng nửa triệu trở lại, chúng tôi mua để cho gia đình ở. Các bạn rất hoan nghênh hai ông bà muốn mua nhà ở Mỹ sẽ có thể ở lâu dài, chúng tôi sẽ hết lòng giúp tìm nhà. Ở đây mua nhà giá nửa triệu rất dễ tìm. Robert nói gần chỗ bạn ở trọ có cái nhà rất to, có đất rộng chỉ không người ở, không ai chăm sóc nên trông hơi nhếch nhác, mình mua sửa lại và sơn phết lại nó sẽ trở thành nhà mới. Nhà xập xệ nên mình cũng có thể mua rẻ nửa.

Ăn xong, các bạn từ giả về, Robert lái xe đến chỗ nhà có để bản bán có đất cả một mẫu tây mà giá chưa tới bốn trăm ngàn. Hiếu nói nhà này bỏ tiền vào sửa chửa sơn phết lại tốn năm bảy chục ngàn là ở ngon lành, Hiếu ghi số điện thoại, Robert đưa về nhà. Vào nhà chưa kịp thay quần áo, Hiếu bốc điện thoại gọi gặp chủ nhà. May ông cũng vừa ăn cơm xong, ông cho biết nếu hai ông bà muốn xem bên trong nhà ngay bây giờ, tôi lái xe đến liền. Hiếu nói, cám ơn ông quá sốt sắng, tôi cũng lái xe đến đó ngay bây giờ. Hiếu lái xe đến đã thấy có một chiếc xe đậu tại nhà rồi. Ông chủ mở cửa vào, bật đèn lên sáng choang, hai vợ chồng Hiếu đi xem thấy nội thất còn quá tốt, cầu tiêu nhà tắm còn sử dụng được, nhà có bốn phòng ngủ, phòng giải trí, phòng khách, nhà bếp đều rộng rãi, có ba toi lết. Còn tầng hầm có đến ba phòng ngủ và một phòng tập thể dục còn bốn máy tập còn tốt. Tầng hầm chỉ có hai toi lết, Hiếu dự trù xây thêm một toi lết nữa, tầng trên cũng vậy, xây thêm một toi lết. Như vậy, nhà này có đến bảy phòng ngủ có gara để được ba xe, ga ra có thể nói rộng chừng một thước sẽ được bốn xe

Hiếu và Caroline thấy ngôi nhà này thì kết liền. Hỏi ông chủ nhà lợp được mấy năm rồi, ông nói lợp chưa tới năm năm, hai ông bà không sợ dột. Cầu tiêu nhà tắm tôi cũng tân trang cách đây cũng năm năm vì là nhà cho mướn bắt buộc nhà phải có đầy đủ tiện nghi. Bây giờ tôi muốn bán, không cho mướn nữa vì họ ở mướn làm hư nhà họ không xót. Ông nói:

- Tôi đoán hai ông bà chắc ở nước nào mới đến đây. Caroline nói ông đoán đúng, chúng tôi từ Áo sang và dự trù đưa hết gia đình sang đây ở. Ông chủ nhà nói tôi muốn bán gắp tôi tự động sụt xuống còn đúng $350,000, ông bà bỏ ra thêm $50,000 sơn sửa lại thì thành nhà mới ngay. Diện tích nhà và chung quanh đúng một mẫu rất rộng tha hồ mà trồng cây ăn trái hay bông hoa cây kiểng. Hiếu nói thật, chúng tôi sẽ vay tiền mặt trả một lần, không qua vay mượn ngân hàng, ông có thể biếu tặng tôi thêm để tôi có thêm tiền tu bổ tân trang.

Tôi nghe ông nói thật tình, tôi biếu ông bà thêm $50,000, đúng chẳng $300,000 xin ông bà đừng trả giá nữa. Hai ông bà về suy nghĩ tối nay, mai gọi điện thoại cho biết ông bà mua, tôi sẽ lấy bản để bán xuống.

Bây giờ chúng ta chia tay. Vợ chồng Hiếu cám ơn ông chủ và lái xe ra về trước mà trong lòng tràn ngập niềm vui. Hiếu nói, ngôi nhà này đợi chúng mình mua, đợi công chúa Caroline xinh đẹp đội vương miện lên ngai nữ chủ nhân đó ạ!.

- Caroline véo chồng và nói yêu, anh Hiếu của em sao hôm nay trắng đẹp trai hết sẩy, em mê muốn chết. Đúng là hoàng tử của lòng em, cái gì cũng giỏi, mới gặp ông chủ nhà cũng có thiện cảm với ông ta, quả thật anh có duyên đẻ bọc điều như mẹ thường nói đúng quá. Ông tự động sụt giá bán xuống một cái rẹt, biểu hiện một cử chỉ đẹp đối với gia đình chúng ta. Chút nữa em tưởng thưởng xứng đáng hoàng tử đẹp trai của lòng em, anh nằm yên có tài công tàu xuất sắc đưa hoàng tử vào động hoa vàng, có nàng công chúa xinh đẹp chào đón. Hiếu nói lớn:

- Hôm nay vợ tui coi bộ hứng chí dữ quá, coi ai thắng ai nghe cưng! Mình vừa mua nhà mới vừa có thêm bầu nữa thì vui cá cặp đó, một người là công dân Áo sáp lá cà với một công dân Việt lại sanh ra công dân Mỹ mới vui hết biết luôn. Xe chạy vào nhà, cả hai xuống, nắm tay nhau, Hiếu vừa đi vừa huýt sáo theo điệu hát của Caroline một bản dân ca của quê hương Áo.

Cả hai quá vui rất toại nguyện, Hiếu nói chúng mình chỉ lãnh tiền tài trợ một tháng là có đủ tiền mua cái nhà to sầm này rồi, có phải vậy không em?. Dù trừ tiền thuế năm bảy chục ngàn, chúng ta cũng bỏ ra một số tiền nhỏ là có cái nhà to rồi, chúng mình vui là phải. Em gọi điện thoại khoe với ba má là mình sẽ mua được nhà to lắm, có diện tích rộng tha hồ mà cho hai cu tí đá banh với ông bà.

Sau ăn sáng, trước khi hai vợ chồng đi làm, Hiếu vội gọi ông chủ nhà cho biết là hai vợ chồng đồng ý mua căn nhà và xin ông giúp nhờ chuyên gia địa ốc làm thủ tục mua bán. Chúng tôi sẽ ký check trả trực tiếp cho ông hay trả tiền bằng cách nào không thiệt cho ông vì ông quá tốt, có tính lương thiện muốn thật sự giúp chúng tôi một gia đình mới đến đây chọn Hoa Kỳ làm quê hương thứ hai. Chúng tôi xem ông chủ là bậc cha mẹ, chúng tôi rất kính trọng xin ông nhận vợ chồng chúng tôi là con cháu của ông.

Chiều nay sau giờ làm việc, chúng tôi có ở nhà, xin ông đến chỗ chúng tôi thuê cũng sát khu vực nhà ông bán, tôi đưa trước vài chục ngàn, ông chỉ viết giấy tay có nhận tiền, như tôi đã đặt cọc trước. Thủ tục mua bán xong, chúng tôi cũng có thể đã được bố mẹ cho con mượn tiền trả dứt một lần vì chúng tôi bận đi xa công tác cho viện đại học Harvard. Ông chủ nhà rất vui, chiều tôi sẽ đến chỗ ông ở chúng ta sẽ có nhiều chuyện cần nói nữa.

Hiếu gọi cho Robert biết, vợ chồng Hiếu đã vào xem nội thất nhà, hoàn toàn còn tốt. Từ giá bốn trăm ngàn, tôi mặc cả xin bớt, bây giờ giá $300,000, chúng tôi dự định mua, trưa nay mời anh Robert ăn lunch, còn thì giờ, anh chạy lại xem giúp.

Robert xem nhà bên ngoài xong, về nhà lên nét xem lai lịch căn nhà này xây dựng hồi nào, giá cả ban đầu bao nhiêu và đến tu sửa ra làm sao và giá thị trường hiện nay bao nhiêu. Robert xem xong gọi cho Hiếu, vợ chồng bạn trúng số, nhà còn mới lắm, cứ mạnh dạn mua, cần tiền đặt cọc trả góp hay trả dứt coi cách nào lợi tôi cho hai vợ chồng bạn mượn sẽ trả sau. Hiếu lại bàn vợ cho biết tin sốt dẽo, Caroline quá mừng vội chạy lại bà Elizabeth khoe và mời bà ăn lunch trưa mai với hai vợ chồng Caroline và tranh thủ chạy lại xem nhà và nhờ bà có kinh nghiệm giúp vợ chồng sửa chửa nhà cho đẹp và tiện nghi. Bà Elizabeth vui vẻ chúc mừng hai người mới đến Mỹ mà đã mua được nhà so với bà đi cày gần cả chục năm mới mua được nhà ở cho tới bây giờ.

Mọi việc đã xong, ông chủ nhà còn hứa nhờ chuyên viên địa ốc làm giấy tờ tốn vài ngàn, ông cũng chịu hết như là biếu hai ông bà ăn tân gia sẽ mời gia đình tôi. Caroline nghe vậy vội chạy lại ôm ông chủ và nói con rất cám ơn bố.

Khi ba má cháu từ Áo sang, con mời bố đến kết thân với gia đình chúng con. Bố ở đây biết nhà thầu nho nhỏ có thể đến giúp tu bổ tân trang lại chừng một tháng cho xong, ba má và hai con của chúng con từ Áo sẽ đến ở với chúng con. Ông chủ nhà nói:

- Tôi quen hai ba anh làm có tổ hợp chuyên sửa chửa nhà cửa. Mình dọ giá, ai cho giá rẻ và tỏ ra lương thiện thì mình ký hợp đồng thuê họ trong thời gian bao lâu sẽ xong công việc. Tôi giúp hai cháu được, mỗi ngày tôi đưa đến một chủ thầu mình muốn sửa làm gì có ghi trong bản ghi nhớ. Sau mấy ông thầu cho giá, mình sẽ quyết định chọn một ông cũng làm hợp đồng viết tay đàng hoàng, tôi làm nhân chứng, mình không cần thuê luật sư tốn tiền vô ích. Hiếu nói:

- Hai cháu cám ơn bố rất nhiều, hai cháu chỉ biết có học, nay ra đời học khôn rất nhiều bố truyền đạt cho con. Ông chủ nhà, cháu quá thông minh, bác khen cháu. Hiếu nói bác cho con xin một bộ chìa khoá để ra vô nhà cho dễ, con sẽ vẽ ghi lại chỗ nào làm gì, con sẽ đánh máy ba bốn bản, bố giữ hộ con một bản, một bản để ông chủ thầu giữ và vợ chồng cháu giữ một bản. Sáng mai bác đi cọp pi chìa khoá và để trong thùng thơ của căn hộ cháu.

Hiếu gọi Robert nhờ giúp lên net hay hỏi người giúp khai thuế mình trả tiền hết một lần có được khấu trừ trong khai thuế hay trả góp mới được khấu trừ thuế kể như mình thuê nhà trả hàng tháng, cả hai chiếc xe đi làm có khấu trừ thuế như tiền mua nhà không.?

Trong vòng ba ngày, thủ tục sang tên mua bán nhà xong. Hiếu hẹn ngày chúa nhựt tuần này sẽ trả tiền hết trước hai nhân chứng là giáo sư Robert và chuyên gia địa ốc, chỉ làm giấy tay cũng đủ làm tin rồi. Hiếu còn mời ông chủ nhà chung vui với vợ chồng mình, cùng chuyên gia địa ốc và thêm vài người bạn tại ngôi nhà mới. Ông chủ nói hoan hỉ tham dự và tôi cũng ngưỡng mộ sự thông minh tính toán nhanh của bác sĩ trẻ Andre.

Ngày hôm sau, đã có hợp đồng sửa chửa, Hiếu đã ứng trước một phần ba, khi nào hoàn tất sẽ trả hết. Ông chủ nhà nói việc mua bán và tân trang sửa chửa cù nhầy lắm thường phải nhiều tháng mà bác sĩ Andre giải quyết xong chỉ trong một tháng, thật đáng nể.

Tối, Caroline gọi điện thoại cho ba má biết nhà đã mua xong, nhà rộng có đến bảy phòng ngủ, thiếu tiền anh Hiếu mượn bạn, cuối tháng vợ chồng con có tiền trợ cấp trả hết. Mua một căn nhà bảy phòng có diện tích đất kể cả nhà đúng một mẫu tây mà vợ chồng con dùng hết tiền tài trợ một tháng là trả dứt. Ba má có thấy hai con trúng số độc đắc có chỗ làm béo bở, cộng chung hai vợ chồng lãnh được ba trăm ngàn, sẽ còn trừ tiền thuế cũng trên dưới năm chục ngàn. Ba má cho biết thủ tục xin visa làm passport cho chị vú và hai bê bi cũng đã làm xong và còn mua vé máy bay nữa. Gia đình sang Mỹ sau hai tuần kể từ hôm nay thì chúng con cũng đã sửa chửa gần xong nhà mới, mình có thể vào ở nhà mới được rồi. Thợ sửa chửa tầng trên mặt đất trước, tầng hầm sửa sau tiếp theo và hoàn tất hai tầng chỉ trong vòng một tháng theo hợp đồng đã ký.

Mấy ngày sau, Caroline gọi về nhà, má nói là đã có hộ chiếu visa cho cả bảy người, bê bi tính tiền mua vé máy bay như một người lớn. Má nói bà có biếu hai cháu mỗi đứa hai ngàn USD để tiêu vặt. Chuyến bay đến Mỹ còn đúng hai tuần nữa, bà cho số chuyến bay, ngày giờ đến từ Mỹ tại phi trường gần Harvard. Caroline nói con gọi ngay cho chị em Marylyn, cám ơn hai bạn đã nhiệt tình giúp đỡ gia đình và xin chuyển lời cám ơn hết quý bác. Caroline khoe mua nhà bảy phòng ngủ đang tân trang lại đón tiếp hai công chúa của Vienne đến Mỹ. Tuần này, vợ chồng cũng sẽ mua hai chiếc xe mới ra phi trường rước đón hai công chúa và gia đình Caroline. Hai bạn muốn ở chơi bao lâu cũng được mình có nhà có xe có tất cả tình thương của gia đình và của hai bạn.

Vợ chồng tôi rất biết ơn hai bạn và rất cảm tạ tấm thạnh tình của quý bác thân phụ mẫu của hai bạn. Vợ chồng tôi trở lại Áo là lúc đám cưới và sẽ bay đến chỗ công tác mà cũng chưa về Mỹ nữa. Lúc này vợ chồng tôi quá bận rộn vì mới bắt tay vào công việc. Nhờ hai bạn cho tôi chuyển lời kính chúc quý bác luôn bình an hạnh phúc và hai bạn tràn đầy nhựa sống. Nếu hai bạn muốn du học Mỹ chúng tôi có nhà có xe thường đi xa, hai bạn tha hồ mà sử dụng, ăn ở bao nhiêu năm cũng đều free hết, hai bạn nhớ điều đó nghe. Bai bai.

Đúng kế hoạch, tầng trên làm trong hai tuần kể như xong, Hiếu nghiệm thu xong cho sơn lại màu sáng và để cho nước sơn thật khô, xịt nước toàn bộ nội thất, lau và đánh bóng lại nền nhà lót bằng gỗ. Hiếu mua giường nệm tủ lạnh, máy giặt máy sấy, nồi niêu soong chảo, bàn ghế tủ nhất nhất Hiếu có trên một tờ lít. Và xin nhà thầu cung cấp toàn bộ như vậy kể cả công chuyên chở và xếp đặt theo bản đồ của Hiếu và kiểm soát lại hệ thống sưởi. Nhà thầu cung cấp mọi thứ linh tinh cho xe chở đến khi sơn phết xong, phải mất thêm bốn ngày mới có đầy đủ những vật dụng cần thiết đặt để đúng chỗ như trong hoạ đồ. Hiếu kiểm soát và sử dụng thử và có bảo hành trong ba tháng. Nhà thầu cung cấp vật dụng cho nhà của bác sĩ Hiếu vô cùng ngạc nhiên, một người quá trẻ sao lại có cách làm việc vô cùng khoa học rất đáng khen.

Hiếu cho ông chủ thầu biết hiện anh là Trưởng Đoàn nghiên cứu quốc tế của Viện đại học Harvard anh phải đưa đoàn đến mười lăm nước trên thế giới nghiên cứu về bịnh sốt rét phải đi xa Mỹ trong ba năm nên muốn làm mọi thứ cho ngôi nhà này xong trong vòng một tháng để cho gia đình ở.

- Ông chủ thầu, nói à ra thế, ông là một nhân tài của nước Mỹ và thế giới mà báo chí đã có đề cập tới. Công ty của tôi sẽ tặng thêm cho ông nhiều thứ mà ông còn thiếu cho một ngôi nhà hoàn toàn tân trang như mới cất. Hiếu nói, vợ chồng tôi vô cùng cám ơn tấm thạnh tình thân ái của ông chủ. Chúng tôi xin chúc ông chủ và công ty luôn phát đạt thành công và mọi người trong công ty bình an, hạnh phúc. Hiếu rất khôn, biết cách đắc nhân tâm mọi người nên luôn thành công trong mọi việc.

Tân trang tầng trên hoàn toàn xong và đồ dùng trong nhà kể như gần đủ, khi về ở thiếu cái gì sẽ mua tiếp. Vợ chồng Hiếu làm thủ tục trả phòng trọ do trường thuê, dọn về nhà mới được hai ngày là cha mẹ hai con, hai bạn và chị vú đến. Tầng hầm cũng chừng một tuần nữa cũng xong. Những ngày kế tiếp, toán thợ này theo hợp đồng làm sạch sẽ xung quanh tráng xi măng những chỗ bị hư, vỡ và còn đào một cái hố hai thước vuông, sâu một thước dùng làm hố phân xanh.

Tầng trên có bốn phòng đều có toi lết riêng. Hai vợ chồng một cái phòng khá to, ba phòng còn lại bằng nhau, ba má một, hai bạn một phòng một phòng của chị vú có thêm hai cái nôi của bê bi, sát cạnh phòng vợ chồng để tiện qua lại cho con bú.

Hai bạn Caroline quá thích thú được trọn vẹn hưởng thụ tất cả mọi thứ trong phòng, giường nệm, tủ bàn... kể cả mọi thứ trong nhà cái gì cũng mới mua sắm. Mỗi phòng có một ti vi tổ chảng tha hồ mà xem phim, thưởng thức văn nghệ, thể thao, theo dõi tin tức, mỗi phòng đều có bàn phấn, bàn cà phê với cà phê ngon và bình pha chế đều mới hết. Ăn cơm chiều có đông đủ cha mẹ và hai bạn cùng chị vú. Marilyn nói, chúng tôi rất bái phục hai bạn trong nhà cái gì cũng mới hết chỉ có hai bạn là cũ mèm có phải vậy không hai bác?

- Hai ông bà nói cháu Marylyn nhận xét quá đúng.

Vợ chồng Caroline loại cũ mèm hai cháu cũng là bạn cũ xì, hai bác, chị vú cũng cũ nữa nhà này chuyên ngành đồ cổ mà càng cổ càng quý có phải vậy không hai cháu. Dạ quá đúng, Marilyn nói.

Phân Khoa điều hành và bác sĩ Trưởng Đoàn đã phỏng vấn trên hai mươi lăm người trong một tuần và cho biết kết quả sẽ gởi đến nhà vào tuần tới, cho các bạn trúng tuyển. Được nghỉ hai tuần có tài trợ cũng như bác sĩ ở Việt Nam cũng có hai tuần nghỉ có lương với điều kiện trong hai tuần đó các nhà nghiên cứu phải học hỏi, đọc sách thêm về bịnh lý cũng như cách điều trị và phòng ngừa bịnh sốt rét. Sau hai tuần quý vị trong chín người đến trình diện Viện Đại Học Harvard - Phân Khoa điều hành công tác nghiên cứu có Trưởng Đoàn và nhân viên của Phân Khoa chào đón. Quý vị sẽ có năm ngày dự các buổi hướng dẫn, thuyết trình giúp quý vị am tường công việc phải làm và Trưởng Đoàn sẽ chia toán và chỉ định người trưởng toán cũng có phụ cấp mỗi tháng năm ngàn. quý vị có hai ngày nghỉ cuối tuần...

Từ Mỹ chúng ta sẽ bay tới các nước mà Phân Khoa đã có đặt văn phòng làm việc. Quý vị phải phục vụ công tác nghiên cứu đúng hợp đồng đã ký và Trưởng Đoàn có nhiệm vụ kiểm soát, theo dõi, nhắc nhở cũng như đề nghị Phân Khoa khen thưởng hay có chế tài hình phạt vì làm việc thiếu trách nhiệm hay không hiệu quả. Chúng tôi có kèm theo tờ hợp đồng và phụ bản chi tiết công việc mỗi thành viên trong Đoàn phải thực hiện.

Công văn và hợp đồng đã soạn xong và sẽ gởi ngay cho chín thành viên trong đoàn đọc trước khi sang Mỹ sẽ ký và dự nghe chỉ thị, cách làm việc nghiên cứu suốt năm ngày những điều mà Phân Khoa quan tâm. Sau hai ngày nghỉ ngơi ở Mỹ, mỗi vị sẽ có vé máy bay đến chỗ làm có đại diện của Phân Khoa hay bác sĩ Trưởng Đoàn tiếp đón đưa về chỗ nghỉ ngơi và làm việc, mọi chi phí ăn ở quý vị phải tự túc. Tuy nhiên, đại diện Phân Khoa và Trưởng Đoàn nếu ngoại giao xin được chỗ ở free thì càng tốt cho quý vị.

Caroline trình cho ông Dean duyệt xong sẽ cho vào phong bì gởi trực tiếp đến từng thành viên trong đoàn. Trong văn thư nói rõ ngày giờ nào trình diện Phân Khoa, lịch các chuyến bay đến Mỹ, có đại diện Phân Khoa hay ông Trưởng Đoàn đón tại phi trường. Bác sĩ Trưởng Đoàn có nhã ý đưa quý vị về nhà của ông ăn ở miễn phí do ông đài thọ đúng một tuần hay quý vị muốn ăn ở ngoài, khách sạn, quý vị tự túc.

Từ ngày có thông báo này mà quý vị nhận được, quý vị có thời gian gần ba tuần để thu xếp việc gia đình, quý vị muốn đưa vợ con cùng theo quý vị đến chỗ làm việc đã được ổn định, Phân Khoa chỉ giúp mua vé máy bay còn mọi chi phí khác quý vị tự đài thọ. Thời gian quý báu gần ba tuần nghỉ tại quê hương có tiền tài trợ nửa tháng bằng nửa số tài trợ khi đến Phân Khoa ký hợp đồng làm việc chánh thức. Phân Khoa muốn giúp quý vị tận dụng nửa tháng có tài trợ nâng cao kiến thức về bịnh sốt rét, tra cứu tìm tòi học hỏi thêm. Số tiền tài trợ nửa tháng quý vị sẽ nhận được khi ký xong hợp đồng làm việc nhằm giúp các nhà nghiên cứu có tiền tiêu xài.

Ông Dean khen Caroline giúp soạn thảo một phụ bản chi tiết rõ ràng nói được viện Đại Học Harvard ưu ái giúp tích cực các nhà nghiên cứu và tin tưởng sự cộng tác nhiệt thành của cả Đoàn sẽ gặt hái thành công tốt đẹp.

Gởi xong công văn của Phân Khoa đến tất cả thành viên của Đoàn, Hiếu và Caroline xin phép ông Dean cho nghỉ đến văn phòng làm việc mười ngày để lo thu xếp, xây thêm chỗ ở và tiện nghi giúp chín thành viên của Đoàn đến Mỹ có chỗ ăn ở đàng hoàng nhằm thu hút tình cảm của mọi thành viên để cho công việc tiến hành thuận lợi tốt đẹp. Đồng thời vợ chồng Hiếu và Caroline cũng bay về Việt Nam đón mẹ và chị sang Mỹ giúp chăm sóc hai con nhỏ.

- Ông Dean vui vẻ nói liền, tôi hoàn toàn đồng ý đề nghị của hai ông bà. Hai ông bà có trách nhiệm đón tiếp chu đáo chín thành viên trong Đoàn lần lượt đến Mỹ ký hợp đồng và nhận việc. Hai ông bà cần thêm gì liên lạc với bà Elizabeth giải quyết. Ông Dean còn chúc Hiếu và Caroline luôn hạnh phúc và bình an, ông bắt tay tiễn hai người ra khỏi văn phòng. Hiếu và Caroline lại gặp bà Elizabeth truyền đạt chỉ thị của ông Dean và xin phép không đến văn phòng trong mười ngày.

Đưa Caroline về nhà, Hiếu nói anh phải chạy ra ngoài và gặp anh Robert giải quyết vài vấn đề trước khi mình bay về Việt Nam một tuần coi chuyện nhà vườn ra sao và chúng ta phải giải quyết một vấn đề hệ trọng đến danh dự và sanh mạng của anh mà phải có em có Robert cùng đi nữa. Giải quyết xong sớm mình bay về Mỹ sớm vì ba má, con mình ở với chúng mình thêm vài tuần chúng mình lại xa gia đình. Anh chỉ mong em hiểu và yêu anh, anh đi đâu em phải theo sát bên anh vì có em, anh mới hăng hái có tinh thần làm việc. Caroline nghe chồng nói, sao dễ yêu quá. Hiếu nói tiếp:

- Anh chạy ra chợ mua thêm thức ăn về nhà mình đãi ba má, hai bạn mình và chỉ mời có bà Elizabeth và Robert nữa thôi vì hai người này là ân nhân của mình. Em gọi mời bà Elizabeth, anh mời Robert, anh chỉ làm hai thức ăn mà anh tin là món ăn độc đáo bạn mình và người khách quý sẽ rất hài lòng mà anh làm lại dễ, nhanh để có thì giờ đá lông nheo với sếp cút phụ tá. Caroline ôm hôn Hiếu, anh đi nhanh, trưa về, em thưởng đúp vì anh sao đẹp trai có duyên quá, em yêu anh nhiều lắm. Hiếu chạy đến siêu thị Tàu mua các thứ gia vị, nước dừa đóng hộp, lạp xưởng, tôm khô, khô mực, bún khô, hành tiêu tỏi ớt...

Hiếu mượn điện thoại gọi Robert mời ăn trưa và chiều sáu giờ Hiếu mời Robert đến nhà ăn cơm chiều với gia đình chỉ có hai khách mời là Robert và bà Elizabeth và có hai bạn gái của Caroline từ Áo sang giúp đưa con và ba má chúng tôi sang Mỹ. Tôi sẽ đãi anh một món dễ làm mà lại ngon, chiều anh ăn thử, nếu anh thích, anh tự làm rất dễ dàng. Robert nói:

- Chiều tôi mang đến một chai Martell XO một người bạn mới biếu. Hiếu nói thật quý hoá, tôi đang mua thực phẩm ở siêu thị Tàu xong, sẽ chạy đến siêu thị Mỹ gần nhà anh, tôi mua tôm, thịt bò, cá salmon, rau cải... và chúng ta ăn trưa gần nhà anh luôn. Robert cho biết tên restaurant gần nhà để Hiếu tới liền, ăn lunch trước, Hiếu sẽ mua thực phẩm sau. Trong lúc ăn, Hiếu dùng cách chinh tâm vi thượng sách, nói với Robert:

- Anh Robert lớn tuổi hơn tôi, anh ra đời sớm hơn tôi, kinh nghiệm về tình trường nhiều hơn tôi, nghĩa là anh hơn tôi nhiều thứ lắm, anh là người mà tôi kính trọng còn hơn anh em ruột của tôi. Anh đã giúp tôi nhiều thứ mà tôi xin anh giúp tôi một lần nữa như là anh sẽ giải thoát tôi từ địa ngục lên thiên đàng. Robert nói cái gì mà ghê gớm dữ vậy.

Hiếu mới kể mọi chuyện lẹo tẹo với Thu Vân, nhờ có Robert thương yêu Thu Vân và cưới Thu Vân mới giải thoát Hiếu khỏi mang tội phụ tình Caroline. Anh lấy Thu Vân, anh muốn có con thì tôi tin chắc nhạy con giống như vợ tôi Caroline, hể đụng với đàn ông là có con. Nếu anh và Thu Vân có con gái đầu lòng, chúng tôi có con trai tạo điều kiện cho quen nhau từ nhỏ, chúng mình kết tình thông gia thì càng quá đẹp. Anh đã có vợ, có nhiều kinh nghiệm, tôi tin anh gặp Thu Vân sẽ nhận biết cô ta có nhiều ưu điểm, đẹp lắm, đẹp hơn Caroline rất nhiều, tôi không dám gần gũi với cô ta nhiều. Cô ta xinh quá thu hút quá, tôi mê cô ta sẽ mang tội ngoại tình, một nhà trí thức khốn nạn. Tôi nói ít anh biết nhiều, còn hai đứa con của Thu Vân, tôi phải năn nỉ vợ tôi tha thứ cho tôi và vợ tôi xin làm con nuôi lấy họ tôi. Thu Vân về Mỹ sống với anh, không còn bận lo cho con sẽ trọn hưởng hạnh phúc với anh và các con của hai ông bà.

Robert thật tình nói, anh quá tài giỏi về mọi thứ. Về chuyện tình ái anh chiếm trái tim của người đẹp, là giai nhân. Hiếu chận lại, cô vợ tôi Caroline về sắc đẹp thua xa Thu Vân, so sánh 8/10. Anh cưới được cô ta, xin lỗi anh, phải có tôi nói vào làm mai mối, anh đã giúp tôi, nay tôi cũng phải giúp anh. Tôi tin Thu Vân sống trong gia đình đạo đức và cô ta rất thông minh hơn cả Caroline chỉ vì vấp ngã mà làm hỏng cuộc đời nên cô quyết định tự tử, may không chết. Nay vì tôi đã đem danh dự của tôi chỉ giúp cô có con để có chỗ tựa mà sống nuôi con. Anh là chồng cô ta, tôi tin cô ta là người vợ ngoan hiền giúp anh có nhiều hạnh phúc và tôi biết cô ta muốn tiếp tục đi học, nếu anh thấy tiện cho cô ta đi học cho vui khi hai người chưa có con.

- Robert nói, tôi biết rõ sự lương thiện, đạo đức của anh luôn nói thật về trường hợp anh lẹo tẹo sai trái với Thu Vân, anh dám đánh đổi địa vị, danh dự của anh chỉ để giúp một người bạn cùng lớp năm xưa mà anh yêu tha thiết trong câm lặng. Khi nghe biết cô ta bộc bạch với anh trước mặt cha mẹ của cô ta, nếu cô ta không có con với anh thì cô ta lại huỷ hoại cuộc đời mình. Như vậy, anh là vị cứu tinh là ân nhân của cô ta nên anh nhắm mắt chấp nhận hy sinh và biết đó là một tội lỗi tày trời đối với Thiên Chúa và đối với Caroline và ba má nàng.

Nay có tôi cưới cô ta vừa giúp anh, giúp cô ta và giúp cả tôi cần có con, tôi tin cô ta sẽ giúp tôi toại nguyện. Tôi sẽ cố gắng thuyết phục Caroline tha thứ tội ngoại tình của anh chỉ vì làm chức năng lương y như từ mẫu, cứu người mà thôi. Hiếu nói:

- Tối nay, tôi bút ba vé, vợ chồng tôi và anh bay sang Việt Nam, có anh có Caroline chúng ta đến tận nhà Thu Vân dưới sự chứng kiến của ba má nàng giải quyết dứt khoát, nếu anh và cô ta đồng ý tìm hiểu đến kết hôn, anh có thể sẽ ở lại Việt Nam thêm một hai tuần và mời bố mẹ và Thu Vân sang Mỹ chơi. Hiếu nói tôi có ý kiến như vậy, anh Robert thấy hợp lý thì quá tốt đẹp cho tôi.

Tối nay, tại nhà tôi, có cả Caroline, tôi gọi về Việt Nam gặp bố mẹ và cả Thu Vân thông báo là chúng ta sẽ về Việt Nam và đến nhà Thu Vân có anh đến giạm hỏi.

Bữa ăn chiều có thêm khách bà Elizabeth, Robert và hai bạn của Caroline, món ăn rất lạ miệng gọi là ăn nhún dấm hay nhún nước dừa tươi với thịt bò, tôm tươi và cả cá salmon cuống bánh tráng ăn lạ miệng vừa ngon lại rất bổ dưỡng. Ba má Caroline cũng nức nở khen chàng rể sao cái gì nó làm cũng đều tốt đẹp hết, nhứt là món ăn nó làm sao ăn ngon quá, còn ngon hơn nhà hàng. Caroline cười tủm tỉm và nói với ba má, anh Hiếu làm món ăn ngon là nhờ con chỉ đạo bằng cách đá lông nheo là anh làm món ăn ngon liền, có phải vậy không anh Hiếu?

- Dạ phải, Hiếu nói, vợ của anh cái gì cũng num bơ on hết có phải vậy không quý vị. Mọi người nói Caroline số một còn chồng số một rưỡi, cả nhà cùng cười vui.

Sau bữa ăn, bà Elizabeth về, ba má và hai bạn cũng về phòng riêng, Hiếu mời Robert và vợ đến phòng khách, chàng lấy sổ có số điện thoại của nhà Thu Vân gọi gặp Thu Vân. Hiếu nói ngay:

- Lần này em phải cứu anh và nói mời bố nói chuyện với anh có vợ anh và người bạn chí thân có hai bằng tiến sĩ và sắp ly dị vợ sẽ xin cưới em, anh ấy là giáo sư và giàu nữa mà em đã có gặp tại nhà. Anh ta không có con riêng, nên giải quyết rất dễ dàng. Bố đến, Hiếu nói:

- Bố mẹ và Thu Vân hãy cứu con thoát tội lỗi ngoại tình, có anh bạn đã biết, nhờ con làm mai cưới Thu Vân, chúng con sẽ về Việt Nam vài ngày nữa. Bây giờ con đưa điện thoại cho Robert và có vợ con nghe. Bố nói tiếng Pháp hết chuyện con với Thu Vân có con vì lương tâm, bố nói tiếng Pháp hai người này cũng giỏi tiếng Pháp.

Hiếu xoay qua nói với Robert và Caroline, ông bố sẽ nói tiếng Pháp, Robert và Caroline muốn hỏi gì cứ nói ra hết... Bây giờ con nói tiếng Anh bố cũng hiểu đôi chút, Thu Vân cũng hiểu và vợ con và anh Robert cũng hiểu. Hiếu chào bố mẹ và bạn Thu Vân, vợ chồng Hiếu và anh Robert sẽ về Việt Nam một ngày gần đây để cho bạn anh Robert tiếp xúc với Thu Vân và bố mẹ, anh Robert và Thu Vân tìm hiểu nếu hạp ý và thông cảm nhau sẽ tới hôn nhân tính sau.

Trước mặt bố mẹ, Thu Vân và anh Robert, tôi xin cúi đầu nhận tội trước Thiên Chúa toàn năng và chịu tội trước người vợ chung thuỷ của tôi, Caroline. Tôi sẽ nói sau với vợ tôi tối đêm nay, nếu vợ tôi thông cảm và tha thứ thì nàng đưa tôi từ địa ngục lên thiên đàng. Bây giờ Bố nói tiếng Pháp cho Robert và

Caroline, trường hợp nào con tạo nghiệp tội lỗi mà ngay bây giờ con đang trông chờ đại ân nhân của con là Caroline tha thứ và anh Robert cùng Thu Vân hy sinh giúp con.

Bây giờ, con xin phép bố mẹ và mọi người để cho Robert và Caroline nói chuyện trực tiếp với bố mẹ và Thu Vân. Xin mời anh Robert. Hiếu đưa ống nghe cho Robert và đi ra ngoài nấu nước sôi pha trà để cho hai bên tỏ bày ý kiến và Caroline chắc chắn có nhiều thắc mắc tha hồ mà vặn hỏi.

Ông bố ôn tồn kể rõ ngọn ngành chuyện riêng tư của con gái ông với Hiếu, nay đã sanh đầu lòng một lúc hai con trai giống hệt bố. Hiếu nói với gia đình chúng tôi là theo ý nguyện của con gái tôi, để cho nó chuộc lỗi lầm là không yêu Hiếu nên sa vào cạm bẫy của bọn lưu manh, nó tự tử vì hối hận, may không chết, đau tưởng chết mà vẫn không chết.

Tình cờ Hiếu đến thăm, cứu con tôi thoát hai lần bị bịnh rất nguy kịch. Con tôi khẩn cầu muốn Hiếu giúp giải thoát khỏi chứng bịnh sầu muộn, nếu Hiếu không cứu giúp, nó nói thẳng không muốn sống nữa. Hiếu hồi còn học trung học yêu nó mà nhút nhác không dám nói ra và bây giờ xa lánh, không dám hy sinh cứu giúp nó thì con tôi chỉ còn cách là tự tử.

Tội nghiệp Hiếu, vì yêu bạn với tình học trò thầm lặng nay không cứu bạn thì lương tâm của một thầy thuốc để ở đâu? Hiếu nói thật với vợ chồng tôi và với Thu Vân:

- Vợ nó là Caroline, người vợ chung tình cao đẹp và cũng là người ân kể cả ba mẹ Caroline cũng hết lòng yêu thương, Hiếu không được phản bội Caroline và ba mẹ vợ. Nó quá khổ tâm và cũng muốn cứu giúp Thu Vân và cái cứu giúp đó là gần gũi với Thu Vân cho nàng có con thì hai người phải chấm dứt sự gần gũi. Bây giờ, diễn đúng ra như vậy. Bác nói với Caroline:

- Cháu tha thứ tội lỗi cho Hiếu thì cháu cũng giúp thêm chồng cháu bằng cách xin hai con riêng ngoại tình làm con nuôi của hai vợ chồng. Thu Vân phải hy sinh xa con, có chồng, nếu Robert thông cảm vừa giúp Hiếu, giúp Thu Vân giải quyết chuyện tình cảm éo le, con đường tình khúc khuỷu này. Như vậy, nếu Thu Vân có chồng thì nó cũng yên tâm vì con của nó có cha ruột của chúng nó chịu trách nhiệm nuôi dạy.

Bây giờ, bác để cho Caroline có ý kiến gì cứ nói thẳng, giúp giải quyết dứt khoát trong cuộc nói chuyện hôm nay. Còn Robert thấy đời con gái bác quá bi thương, nếu cháu muốn cưới làm vợ, bác tin nó sẽ yêu thương cháu hết lòng. Khi về Việt Nam, bác mời cháu Robert, hai vợ chồng Hiếu Caroline xuống nhà bác chơi, chúng ta bàn thảo tiếp.

- Caroline nói trong nghẹn ngào xúc cảm mạnh, con thật quá bất ngờ, chồng con yêu con thật nhiệt tình mà lại ngoại tình. Nay nghe bác kể rõ ngọn ngành, cháu mới hiểu và thông cảm với chồng con, con buông xả, tha thứ hết.

Hai đứa con sanh đôi của Thu Vân và chồng con, xin phép hai bác và Thu Vân khi chúng con về Việt Nam lần này sẽ lo thủ tục xin làm con nuôi và đưa theo ở chung với hai con của chúng con. Còn anh Robert cưới vợ chánh thức ở

Việt Nam và sống ở Mỹ thì lại càng quá tốt đẹp, vợ chồng tôi và vợ chồng anh Robert lại có dịp gần gũi nhau. Caroline hỏi Robert, anh nghĩ sao?

- Tôi thấy Caroline hiểu Hiếu, thông cảm hoàn cảnh đặc biệt của chồng mang tội ngoại tình có con riêng mà Caroline còn rộng lòng thứ tha cho bạn Hiếu thì chuyện tôi có vợ hàng chục năm không con. Nay, vợ tôi chủ động ly dị, tôi cưới vợ khác mà vợ mình đã có con riêng thì tình yêu của tôi đối với vợ không có gì ngăn trở.

Thú thật với thân phụ mẫu của Thu Vân, nếu chúng tôi gặp nhau thấy hoà hợp thì tôi dùng mấy ngày về Việt Nam xin làm lễ hỏi luôn, để chúng tôi gần nhau không sợ bị dị nghị tai tiếng và sẽ mời bố mẹ và Thu Vân cùng sang Mỹ ở chơi và con làm thủ tục xin kết hôn sau khi ly dị vợ trước vào tháng năm này. Caroline tiếp:

- Anh Robert nói như vậy quá tốt đẹp cho tất cả mọi người. Caroline nói bên đàng trai chúng tôi có rất đông: anh Trung chị Minh Tâm, vợ chồng anh Bernard, vợ chồng anh Trai...

Thân phụ mẫu của Thu Vân rất cám ơn Caroline, Robert và Hiếu đã có buổi nói chuyện này đã giải quyết tốt đẹp tình ái lăng nhăng, con đường tình khúc khuỷu của Hiếu với Thu Vân, hẹn gặp các cháu tại Việt Nam.

Hiếu quá buồn khổ ngồi ở sô pha đăm chiêu suy nghĩ và ngủ lúc nào cũng không hay biết. Vợ và Robert nói chuyện thoải mái với gia đình Thu Vân.

Robert, Caroline biết Hiếu quá bận việc mà lại gặp chuyện tình ái rắc rối quanh co, khúc khuỷu nên rất khổ tâm, cũng rất đáng thương hại.

Robert lại đánh thức Hiếu dậy và nói bà tiên Caroline tha thứ mọi tội lỗi cho bạn và còn hứa mang hai đứa con rơi của bạn về làm con nuôi để cho cha con luôn gần nhau. Tôi thu xếp mọi chuyện cùng đi với vợ chồng bạn sang Việt Nam.

Caroline lặng lẽ về phòng với gương mặt buồn xo dù ngoài miệng nói tha thứ mà trong lòng cũng nát tan vì chồng ngoại tình. Caroline nằm quay mặt vô tường, Hiếu thấy vậy đi tắm nhanh và thay quần áo ngủ đến nằm ôm lưng vợ, nói sát vào tai vợ, em tha tội cho anh và anh còn phải xưng tội với Cha với Chúa vì anh chỉ muốn cứu giúp bạn, mà danh dự phẩm giá anh bị hoen ố. Từ nay, anh xin hứa, không bao giờ tái diễn cái chuyện hy sinh éo le đó nữa, anh chỉ biết có em mà thôi. Giải quyết vụ tình ái khúc khuỷu này xong, anh sẽ vui và bình tỉnh tiến hành mọi chuyện tốt đẹp hơn. Hiếu thủ thỉ, em tha thứ anh nghe em!

Vừa nói vừa kéo thân mình Caroline quay ra và anh đặt một cái hôn lên miệng, nàng không chống đối. Hiếu lần lần mở nút áo của nàng và của Hiếu, hai bầu sữa đang căng, Hiếu hút nhè nhẹ và còn mớm cho nàng một ngụm, lại càng rạo rực. Hiếu vẫn thế tấn công cũ, nàng rên khe khẻ và nói em tha thứ anh hết, hai con riêng của anh cũng là con của cả hai chúng mình. Hiếu nói:

- Anh cám ơn em có tấm lòng độ lương bao la. Miệng vừa nói, vừa có thêm động tác tấn công tới tấp, Caroline nói anh tiến mạnh thêm nghe anh, em lên tới đỉnh rồi, Hiếu nói anh cũng vậy. Hiếu lăn xuống vội lại lấy khăn lau sạch cho Caroline và dìu nàng vào nhà tắm, Hiếu xả nước vào đầu và khắp cơ thể, kỳ cọ, nựng nịu làm cho Caroline thấy thêm sảng khoái.

Lau khô xong, Hiếu sấy tóc cho vợ, Caroline thay đồ ngủ qua phòng chị vú cho hai con bú, đi ngang qua phòng hai bạn nói:

- Anh Hiếu sẽ liên lạc với Toà Đại Sứ Việt Nam xin Visa cho hai bạn cùng về Việt Nam với chúng tôi chơi một tuần. Từ Việt Nam hai bạn về thẳng Áo, tôi sang Mỹ sẽ đi công tác tận Phi Châu và Nam Mỹ. Nếu hai bạn thích du lịch ở hai nơi đó thì tôi giúp hai bạn dễ dàng và chúng tôi có một năm về công tác ở Á Châu, hai bạn muốn đi du lịch thì bay theo.

Hai bạn đồng ý về Việt Nam cùng chuyến này nếu xin visa cấp tốc được.

Sáng hôm sau Hiếu gọi đến Toà Đại Sứ Việt Nam, nói tên bác sĩ Trần Trọng Hiếu xin Visa cho hai công dân Áo bay về Việt thăm gia đình ông Tổng Lãnh Áo ở Sài Gòn. Toà Đại Sứ Việt Nam ở Washington DC nghe tên bác sĩ Trần Trọng Hiếu nổi tiếng cả nước Mỹ, xin Visa khẩn cấp cho hai công dân Áo. Bà Phó Đại Sứ cho biết sẽ gởi bằng công điện đến chỗ làm việc của ông ngay hôm nay và có thông báo về Việt Nam. Hai công dân Áo, cứ mang công điện cho nhập cảnh vào phi trường Tân Sơn Nhứt sẽ không có trở ngại. Hiếu cám ơn nói:

- Vợ chồng tôi về Việt Nam trong một tuần rồi trở qua Mỹ sẽ đi công tác nghiên cứu ở Phi Châu và Nam Mỹ hai năm, năm thứ ba, Đoàn nghiên cứu quốc tế mười người do tôi làm Trưởng đoàn sẽ có một năm nghiên cứu ở Á Châu - Vùng Đông Nam Á có cả Việt Nam. Tôi đặt văn phòng tại Trường Y Cần Thơ, tôi muốn làm vẻ vang cho đất nước mình. Bên đầu dây ở Toà Đại Sứ, bà Phó Đại Sứ Việt Nam khen bác sĩ giỏi quá, còn có vợ đẹp như hoa hậu hoàn vũ nữa. Chúc ông bà và hai cô bạn về Việt Nam vui vẻ và bình an. Hiếu cho Caroline biết:

- Bà Phó Đại Sứ Việt Nam ở Hoa Thịnh Đốn khen anh có vợ đẹp như hoa hậu hoàn vũ, nên bà nói cấp visa bằng công điện, chiều nay anh có công điện có số visa xin mua vé máy bay về Việt Nam cho năm người. Caroline nói:

- Em gọi Josephine lên Sài Gòn đón hai công chúa của Thủ đô Vienne. Cả bọn cùng cười. Đến trưa, Hiếu nghe tiếng điện thoại reo, bóc máy lên nghe, bà Elizabeth nói Hiếu vào lấy công điện của Tòa Đại Sứ Việt Nam. Hiếu nói:

= Hai bạn và Caroline lên xe mình đi chơi một vòng và lấy công điện, còn đến mua vé về Việt Nam luôn, Caroline thưa với ba má ở nhà cứ lo ăn trưa, bốn đứa mình đi công việc đụng đâu ăn đó. Caroline nói chồng có ý kiến tuyệt vời.

Hiếu dẫn bạn và vợ vào văn phòng lấy công điện, các cô nhân viên khen nức nở và nói con gái Áo sao mà xinh đẹp quá, thảo nào bác sĩ Hiếu mê nàng

Caroline là phải. Hiếu nói đúng vậy, không những mê mà còn mệt nữa, mọi người trong văn phòng hiểu ngầm cùng cười.

Bút năm vé xong chỉ còn thiếu số Visa của ba người, Hiếu hẹn, chiều sẽ mang lại cho phòng bán vé.

Hai em của Josephine đến Sài gòn có xe Josephine và xe của anh chị Trung ra đón, vợ chồng Hiếu vào chào hai bác và xin phép về Cần Thơ ngay vì có bạn của Hiếu cùng đi. Còn hai cô em, Josephine có thể đưa về Sóc Trăng trước, ngày mai vợ chồng Hiếu và anh Robert sẽ về Sóc Trăng. Nếu hai bạn về Áo sớm thì về đúng theo vé máy bay đã mua. Còn muốn ở lại chơi thêm thì gia hạn ngày về Áo nhờ Josephine giúp. Kể cả anh Robert nếu thuận buồm xui gió có thể ở lại chơi về Mỹ sau, còn hai vợ chồng Caroline phải trở về Mỹ gấp để giải quyết công việc cho xong trước khi đi công tác hai năm ở Nam Mỹ và Phi Châu.

Hôm sau, Hiếu lái xe về nhà ở Sóc Trăng trước thăm mẹ, chị hai và chị Ngọc Mai, gọi mời anh chị tư chiều nay ăn ở nhà hàng đường đi kho dầu mà mình thường ăn. Nhờ anh chị tư chạy về đón giùm mẹ, chị hai và ba mẹ con chị Ngọc Mai, còn Hiếu đón gia đình bác Phi, Caroline gọi hỏi Josephine chiều nay có về Sóc Trăng mời các bạn ra ăn ở nhà hàng.

Ở nhà chơi một chốc, Hiếu xin phép mẹ, con chở bạn và vợ con đến thăm bác Phi, trưa chúng con không ăn cơm nhà, chiều có anh chị chạy qua đón, mẹ, chị hai, mẹ con chị Ngọc Mai và nếu có thể chị hai giúp mời luôn Ý sáu.

Đến nhà bố Phi, hàng rào, cửa cổng đều làm lại mới sơn phết nhà rất sáng sủa, Thu Vân diện bộ đồ mới rất đẹp, bàn ghế đều là mới hết, cạnh bàn ăn có hai cái nôi hai cu tí đang ọ ẹ, chị vú đưa bình sữa cho bú, no chúng hết khóc. Bác ba Phi nói:

- Ngày hôm nay, bác rất vui mừng đón tiếp vợ chồng cháu Hiếu Caroline và Robert từ Mỹ về thăm gia đình chúng tôi. Con gái tôi cùng với chị bếp chuẩn bị một bữa ăn gia đình cũng có thêm vài bà con thân tộc của tôi từ Bạc Liêu lên chơi. Bác mời Caroline đến xem hai cu tí coi có giống con của cháu không? Caroline lại bồng lên một đứa đưa cho Hiếu bồng, nàng bế đứa thứ hai. Caroline hỏi Thu Vân có máy ảnh bấm cho vài tấm hình, Thu Vân gọi ông thợ chụp hình chụp nhiều pô, hai vợ chồng Caroline bồng lên hai cu tý giống bố như tạc khuôn mọi người vỗ tay hoan nghênh. Bố Phi nói, đây là bằng chứng rõ ràng Hiếu hết chối cãi phải vậy không?

- Hiếu dạ vâng! Caroline đề nghị Thu Vân bồng một đứa và Caroline bồng một đứa để giữ kỷ niệm thân thương này. Một tấm hình khác hai cô đứng hai bên, giữa có Hiếu và Robert và ông bà ngồi ghế trên và trước là hai cái nôi hai đứa bé cùng một cha, tấm hình này rất độc đáo và ý nghĩa. Hai bàn ăn đã dọn rồi, Bố Phi mời mọi người ngồi vào bàn. Ông dùng tiếng Pháp nói để Robert và Caroline hiểu, gia đình hai bác muốn mời ba cháu từ Mỹ vừa đến Cần Thơ hôm qua và hôm nay về Sóc Trăng thăm gia đình hai bác. Chúng ta để quá khứ lui vào dĩ vãng sang một bên, bây giờ chúng ta nên vui mừng hiện tại có cuộc sum họp hy hữu này và chúng ta còn sẽ hướng về tương lai sống sao cho có tình thương yêu nhau, giúp đở nhau, không gây tội lỗi, làm khổ nhau...

Gia đình tôi vô cùng may mắn nhờ có cháu Hiếu hết lòng giúp con gái thoát qua cảnh lầm than đau khổ, con tôi chỉ muốn chết mới giải thoát và có đề nghị kỳ quặc là muốn cháu Hiếu đã giúp trị bịnh và trị luôn bịnh sầu muộn bằng cách hy sinh giúp con tôi có con làm cho cháu Hiếu quá khó xử. Mãi sau này Hiếu nói cháu vì tính nhát gái yêu Thu Vân hết lòng và hai đứa là học sinh xuất sắc nhứt của lớp và cả khối 12 nữa làm cho Thu Vân buồn và sang ngang với một tên lưu manh. May là nó yếu sức hành hạ thân xác con gái tôi suốt hơn hai năm nhốt trong nhà, thằng khốn nạn đi ra khỏi nhà là khoá cửa. May thằng đó bị say thuốc phiện, con trốn thoát và về nhà trọ đau và đói đi hết nổi, nó mới uống thuốc ngủ quyên sinh. May gia đình nhà trọ cứu kịp.

Tôi lên đón con tôi về tịnh dưỡng với thuốc thang đầy đủ mà nó cứ muốn tự tử chúng tôi phải canh giữ con, không muốn con chết. Sau hơn một tuần, tình cờ Hiếu đến khu này tìm mua trái cây và gặp con tôi thân tàn ma dại. Nó nói hồi xưa nó cũng yêu Hiếu con nhà nghèo đi học mặc quần áo vá nó chỉ đợi Hiếu ngõ lời thì nó yêu và có thể cũng giúp đỡ Hiếu phần nào đó. Hiếu cũng yêu nó mà rất kỳ quặc, khi gặp nó thì cúi mặt xuống hay ngó sang hướng khác vì mặc cảm nghèo không dám làm quen, yêu con gái nhà giàu mà lại đẹp nữa.

Hiếu có nói với vợ chồng tôi về Caroline là nó yêu chân thành vì không có Caroline, có thể nó có bằng bác sĩ Y khoa rồi cũng chưa chắc dạn dĩ tán gái nhờ có tình yêu của Caroline với một cô gái tân thời mà đầy đủ tiết hạnh, Hiếu mang ơn Caroline cho Hiếu một tình yêu cao cả nên khi giúp Thu Vân có con như tặng Thu Vân gen, tinh trùng có con rồi. Hiếu sẽ về tạ tội với vợ và vợ chấp nhận thì Hiếu nói là nó làm lại cuộc đời mới tốt đẹp toàn vẹn chung thuỷ với Caroline.

Một may mắn khác đến với Hiếu là Robert cũng có đến đây chơi với Hiếu biết Thu Vân mà lúc bấy giờ Hiếu chưa giúp con tôi về chuyện có con và Robert gặp Thu Vân lần thứ hai trong một bữa tiệc, Robert để ý đến Thu Vân. Nay là cơ hội bằng vàng Robert biết rõ con gái tôi không phải còn là con gái mà đã có con nữa. Nếu thấy còn yêu Thu Vân, vợ chồng tôi chấp nhận, cho hai đứa làm quen nhau một cách tự do tại nhà đây và phải có lễ cưới đàng hoàng để rữa mặt gia đình chúng tôi. Robert còn phải đợi có giấy của toà cho phép ly dị sẽ tiến hành ngay đám cưới tại Việt Nam và tại Mỹ vì cưới vội vã Robert bị thêm tội song hôn. Người vợ ly dị với Robert còn đòi nhiều sự bồi thường khác, cháu ly dị xong sẽ trắng tay, bác biết như vậy. Từ đây đến tháng năm chưa đầy hai tháng, cháu có giấy ly dị rồi, bay qua Việt Nam, hai bác đủ sức lo làm đám cưới cho Robert.

Đến đây bác đã nói nhiều histoire d'un amour của con gái bác. Bây giờ bác hỏi thẳng Robert cháu đã biết rõ phẩm giá, trinh tiết con gái bác, cháu còn yêu thương muốn cưới Thu Vân làm vợ để sanh con theo ước nguyện của cháu hay không? Bác nghĩ cháu và Thu Vân nên làm quen nhau trước có hợp có thích, có yêu nhau thật sự thì chúng ta tiến hành lễ cưới cùng lúc với vợ chồng Hiếu, nếu cháu là con chiên Công Giáo, chúng ta sẽ làm đám cưới ở Nhà thờ tại Áo, Mỹ, hay Việt Nam cũng vào thời điểm vợ chồng Hiếu làm lễ cưới cũng thêm vui.

Cháu Caroline tha thứ tội lỗi của Hiếu kể cả Thu Vân, đó là cháu tỏ sự hy sinh bao dung cao cả, tha thứ tội lỗi của chồng cũng là một điểm son làm mọi người thêm mến trọng thương yêu cháu. Xin để cho Robert nói trước:

- Robert nói, tới giờ phút này con biết rõ thêm cuộc đời đáng thương của Thu Vân mà lần đầu gặp gỡ con đã si mê. Nay con xin phép tìm hiểu thêm Thu Vân và con xin phép tổ chức đám cưới chánh thức khi con có giấy của toà cho con ly dị với vợ cũ của con, đã ly thân suốt mấy năm nay rồi. Caroline tiếp lời:

- Con cũng xin nói rõ tội ngoại tình là trọng tội đối với Thiên Chúa, với xã hội và đối với gia đình, bản thân con. Con buông xả tha thứ hết cho chồng con, từ đây về sau, anh chỉ có yêu con và con cũng chỉ biết có anh Hiếu mà thôi.

- Như vậy, kết quả quá tốt đẹp, Bố Phi vừa nói vừa nói vừa vỗ tay. Cả nhà cùng vỗ tay.

Bác tóm tắt lại bằng tiếng Việt để cho gia đình bác rõ mọi chuyện. Cả nhà một lần nữa vỗ tay reo mừng. Bác Phi mời mọi người nâng ly chúc mừng và nhứt là cháu Hiếu đã trút bỏ được gánh nặng ngàn cân cái mặc cảm tội lỗi ngoại tình, bác Phi chuyển sang tiếng Pháp cho Caroline và Robert hiểu, cả hai vỗ tay và đứng lên cám ơn bác Phi.

Hiếu nói xin hai bác, Thu Vân và ba em trai, vợ chồng con xin phép gởi anh Robert ở lại làm quen với gia đình, đúng năm giờ rưỡi hai vợ chồng con sẽ trở lại đón gia đình đi ăn chiều. Tối nay, vợ chồng con và anh Robert về ngủ ở nhà anh Bernard. Sáng mai chúng con sẽ về nhà ở Cần Thơ và chúng con bàn với anh Robert nếu anh yêu thương Thu Vân thật sự. Chúng con sẽ đề nghị anh Robert và hai bác làm lễ hứa hôn cho Thu Vân trước hai ngày chúng con trở lại Mỹ. Hiếu cho biết ngày thứ hai tuần tới, vợ chồng Hiếu phải bay về Mỹ.

Nếu có lễ hứa hôn rồi, Robert có thể ở lại chơi và Robert có thể ở nhà bác thêm một thời gian hay ra ở hotel. Xin phép hai bác và gia đình, hai con chạy về nhà mẹ con nghỉ trưa, đúng năm giờ rưỡi con sẽ qua đón gia đình và anh Robert.

Hiếu lái xe đi rồi, Thu Vân mời Robert ra nằm võng và gọi chị bếp đem ra hai trái dừa lửa, ống hút, muối và con dao để Thu Vân chặt dừa mời Robert uống nước dừa do chính nàng chặt làm cho Robert thêm ngạc nhiên. Thu Vân lấy một cái ghế có dựa, ngồi gần Robert nói chuyện đời và chuyện gia đình cho hai người thêm hiểu biết. Nói chuyện gần hơn một tiếng và thấy Robert buồn ngủ, Thu Vân vào nhà lấy cái khăn to ra đắp ngang bụng Robert và nói anh ngủ một chút cho khoẻ, em cũng vào nghỉ, đợi anh Hiếu sang đón. Robert mệt thật vì từ Mỹ đến Việt Nam mới có một ngày mà ngồi nói chuyện liên tục. Thu Vân vừa vào nhà Robert đã ngủ ngon rồi.

Ngủ hơn hai tiếng, ba em trai của Thu Vân đi học về, tưởng anh Hiếu nằm ngủ lại thấy ông tây khá đẹp trai đang ngáy pho pho, làm động, Robert giựt mình thức dậy, biết là em của Thu Vân đi học về, Robert chào hỏi. Ba em cúi đầu nói thank you. Vào nhà, mẹ bảo ba con đi tắm, thay quần áo đẹp, chiều có anh Hiếu từ Mỹ về mời đi ăn tiệm.

Buổi ăn chiều có thêm vợ chồng Josephine và hai con gái hai ông chú ở Áo qua Mỹ và nay theo Caroline về thăm anh chị ở Sóc Trăng. Hiếu đặt hai bàn với năm món ăn, gõi ngó sen tôm thịt, cá lóc nướng cuống bánh tráng, đầu cá lóc nấu canh chua, cá rô kho tộ cá trê chiên tươi, uống la de cho nhẹ. Hiếu giới thiệu vợ nói lý do tổ chức bữa ăn thân ái hôm nay nhằm giới thiệu tiến sĩ Robert về Việt Nam coi mắt vợ. Và ăn mừng ngày vợ chồng con về Việt Nam thăm gia đình, có hai người bạn gái từ Áo sang Mỹ, nay về Việt Nam thăm anh chị Josephine và gia đình. Hiếu chuyển ngữ tiếng Việt, mọi người cùng vỗ tay và Hiếu giới thiệu hôm nay có năm món ăn và đặc biệt có các em trai vừa đi học về rất đói, các em cứ ăn thật no. Anh thấy món ăn nào vơi, anh sẽ gọi thêm, các em trai đừng có ngại nhút là cậu út của gia đình Thu Vân, anh Hiếu bao em ăn cho nhiều cho anh nhẹ bóp, anh chị lại cám ơn các em nhiều.

Cả hai bàn vỗ tay hoan nghênh và bữa ăn rất vui. Robert và hai bạn gái Áo của Caroline luôn khen món ăn nào cũng lạ miệng cũng quá ngon. Hiếu vọt miệng nói, vì món ăn Việt Nam quá đậm đà ngon miệng nên Tiến sĩ Robert bỏ lại con tim ở Sóc Trăng. Cả hai bàn vỗ tay tán thưởng. Caroline nói còn hai bạn của tôi còn giữ chặt hai con tim vàng cũng đang tìm người gởi nữa đó ạ! Mọi người cùng cười vang. Hiếu cho biết hai vợ chồng đến thứ hai tuần tới, nay là thứ tư, sẽ bay về Mỹ chuẩn bị đón tiếp anh Trai, anh Bernard anh Trung chị Minh Tâm và năm người khác làm thủ tục, ký hợp đồng và nhận công tác trong hai năm tại Phi Châu và Nam Mỹ, một năm tại Á Châu.

Chị Tư và Josephine muốn theo chồng ở Mỹ hơn một tuần, vợ chồng em vừa mua nhà rộng và tân trang lại, nhà có bảy phòng ngủ đủ sức chứa kể cả mẹ và chị hai cùng đi với anh Bernard sang Mỹ thăm cháu nội ở chơi chừng một tháng trở về Việt Nam hay có ngày nào đó anh Robert trở về Sóc Trăng lượm lại con tim, Mẹ và chị cùng đi về cho an toàn xa lộ. Hiếu xin nhắc anh Trai và Bernard, em làm Trưởng Đoàn vợ em được tuyển như đại diện cho Phân Khoa và cho Đoàn giúp các anh chị, Caroline cũng là làm sếp Trưởng Đoàn luôn cả ngày lẫn đêm, cả hai bàn vui cười vang, Hiếu chuyển ngữ qua tiếng Anh cho các bạn Áo và Robert hiểu, ai cũng cười, vỗ tay.

Hiếu nói với hai ông anh, em khoe khoang là chúng ta, bác sĩ Việt Nam rất giỏi có nhiều kinh nghiệm về bịnh sốt rét. Vì vậy, qúy anh, lúc này nên tập trung nghiên cứu thêm về bịnh sốt rét vì văn thư của Harvard gởi đến cho quý anh, có ghi rõ để quý anh nghỉ hai tuần có nửa phần lương để có thì giờ đọc sách nghiên cứu về bịnh sốt rét, vẫn ở tại Việt Nam cũng sẽ hưởng tiền tài trợ $25,000 trước khi ký hợp đồng, điều khoản này do Caroline và em vận động để mọi người có $25,000 dằn túi lên đường công tác khi ký hợp đồng xong. Còn quý anh chị ở nhà vợ chồng em, chúng em xin phép bao hết. Chúng em vừa mua hai xe mới để đi làm mỗi ngày và để đón rước quý anh chị.

Em xin nói tiếp, chị Josephine là dịp may bằng vàng, chị ghi danh theo học lấy tiến sĩ về Bang giao quốc tế như vợ chồng em, chị có xe có nhà ở khỏi phải lo gì hết. Nhớ chồng quá, bay qua thăm chồng chừng một tuần trở về đi học và cứ thế trong hai năm chắc chắn chị có bằng Tiến sĩ tặng cho chồng. Khi chị sanh con ở Mỹ, anh Trai bay về thăm dễ hơn ở Việt Nam, có nhà, có chị vú và có ba má chúng em giúp sức và bác gái có thể qua ở nuôi con sanh chừng một tháng không phải lo chỗ ăn ở. Hơn nữa vợ chồng em còn ông bạn quý mến Robert cũng hết lòng giúp đỡ hai chị khi gọi điện thoại nhờ chuyện gì đó. Hai cô em của Josephine tâm tình:

- Hai em từ Áo sang Mỹ ở nhà Caroline như nhà mới cất mọi vật dụng đều mới hết, đi xe cũng mới mua. Tóm lại cái gì trong nhà của Caroline cũng đều mới chỉ có tình bạn là cũ xì. Cả hai bàn vỗ tay cười vui. Hiếu nói tối nay, anh Robert và vợ chồng em xin phép ngủ nhà anh chị tư. Sáng mai, con đón Mẹ và chị hai lên Cần Thơ chơi với chúng con mấy ngày. Khi nào mẹ và chị muốn về lại Sóc Trăng, chị hai gọi anh chị ba đưa về nhà.

Anh Trai, anh Bernard và anh chị ba nay mai có văn thư gọi về trình diện tại Phân Khoa, Caroline đã vô phong bì gởi rồi trong đó có vé máy bay nữa. Đến Mỹ có vợ em ra phi trường đón về nhà em nghỉ và làm việc với phân khoa đúng một tuần, chúng ta lên đường công tác suốt hai năm ở Phi Châu và Nam Mỹ. Anh chị tư giúp lo làm hộ chiếu cho mẹ và chị hai đi Mỹ một tháng cùng đi với anh chị hay là đi với anh Robert.

Về Cần Thơ, còn sớm, cơm chiều anh Trung đã mời ông bà Khoa Trưởng, bốn ông bà Giáo sư đầu ngành của trường Y Cần Thơ, ông bà Bí Thư, ông bà Chủ tịch tỉnh, ông bà Giám Đốc Sở Y Tế, ông bà bác sĩ Giám đốc bịnh viện đa khoa của tỉnh, chú thím Tín, ăn trên nhà hàng nổi. Hiếu nói tiếp:

- Bây giờ chúng ta đi một vòng coi nhà vườn của mình cây trái thế nào rồi. Đi ra cổng coi mười hai cây dừa hai bên cổng oằn trái trông rất bắt mắt. Hiếu gọi chị vợ anh quản gia hái cho một quày dừa lửa mang vào nhà, cho một lọ muối, ông hút, một con dao bén, một chút tôi vô nhà sẽ chặt dừa đãi khách quý từ Mỹ sang.

Robert nói chúng tôi phục tài bạn Andre có sức khoẻ bằng sắt, đụng vào vợ hay người ngoài luôn cũng tặng luôn một cặp cho mỗi người trong vòng một năm mà thôi, sanh luôn một năm bốn con trai. Rất lạ các con trai của anh chị có gương mặt giống hệt bố, không cần thử ADN gì hết cũng chắc chắn là con của Andre. Còn chuyện mười hai cây dừa lửa chỉ trồng vài tháng đã có trái oằn cả cây mà nhà vườn khác phải trồng bốn năm năm mới có trái chiến. Hiếu hướng dẫn vợ đi một vòng vườn hoa cũng làm xong chỉ chờ công chúa

Caroline chọn giống hoa trồng, tính sau. Sáu căn nhà sau cũng đã xây cất xong, ba người vào xem rất tiện nghi có toilet, tivi to, bàn phấn, bàn pha cà phê giường tủ đều mới toanh chỉ còn thiếu nệm, mền gối vì chưa có người ở. Khu này cũng có tám cây dừa lửa trước các căn phòng cũng oằn trái như mười hai cây dừa trước cổng. Đi vòng ra ba ao nuôi cá, nước nhiều có lục bình bông sen bông súng mọc lên sum suê, Nhiều giề rau muống, lục bình, rau ngổ đang sống tươi tốt trên mặt nước trong hồ.

- Hiếu nói với vợ, ngày mai anh đưa tiền bảo hai vợ chồng anh quản gia chạy ra chợ cá mua một số cá sống mang về cho em và anh Robert thả nuôi kỷ niệm. Ba chúng ta thả cả nuôi ba hồ để hai năm nữa coi hồ nào cá nhiều. Bây giờ không có mình ở nhà, mình chỉ thả cá đen như cá rô, cá trê, các sặc, cá rô phi, lươn... vì các loại cá này không cần cho thức ăn, chúng sống một cách tự túc ngoài thiên nhiên, chúng sanh sản nhiều. Hai năm nữa gia đình mình về đây, ba má tha hồ câu cá và bốn thằng cu tý rất mê thích đi câu với ông bà ngoại, bà nội, cô hai.

Khi mình về ở, anh sẽ kéo lưới bắt một số cá nuôi dồn qua hai hồ vì nó sanh sản nhiều lắm. Dành nguyên một hồ anh nuôi chuyên cá ba sa, cá vồ, cá tra, cùng dòng họ cá da trơn phải có thức ăn, rải xuống mỗi ngày, phải đặt hệ thống nước luân lưu cá mới sống tốt và mau lớn. Tại mỗi hồ cá, anh sẽ làm một tấm bản mình thả cá ngày nào, ai thả để chúng ta còn thi đua coi ai nuôi cá sanh sản nhiều. Robert nói, Andre có ý kiến hay có phải không Caroline, nàng gật đầu và nói:

- Chồng của em cái gì cũng giỏi kể cả sanh con một năm sanh một con đã là khó mà chồng em thuộc loại super một năm sanh đến bốn đứa con đều bụ bẫm khoẻ mạnh. Nếu có cô nào năn nỉ xin con với chồng em thì có lẽ anh sẽ có con thêm đến cả chục, mới dễ sợ lập kỷ lục guiness. Robert nói, Caroline nói mà không có chữ nếu, thể khẳng định thì tôi phải bầu Andre vô địch, về vụ sanh nhiều con trong một năm.

Cả ba lửng thửng đi xem trên hai trăm cây dừa thật sum suê tươi tốt quanh khu nhà vườn, có hàng mấy chục cây trổ bông sắp có trái chiến, Hiếu nói, hai năm nữa tha hồ hái dừa để ông bà bán lấy tiền giúp bà ngoại thêm vui, ở với vợ chồng mình. Tiền bạc xây cất nhà vườn đều là tiền của ba má cho vợ chồng mình. Anh sẽ hỏi nếu ba má khi về Nước Chúa, muốn chôn cất ở trên mảnh vườn này, anh sẽ xin phép xây nhà mồ cho ông bà ngoại cạnh bên có ngôi mồ bà nội và chị hai, nếu ai cũng đồng ý. Nhiều cây xoài, cây ổi, bưởi cam, quít... chừng một năm nữa cũng có trái chiến.

Sau hai năm nữa về ở đây, gia đình mình sống không cần mua rau, cá, trái cây kể cả gà vịt, heo bò đều có hết. Chừng đó anh chị Robert về đây rủ các bạn thân của anh sang Việt Nam chơi, cứ ở nhà chúng tôi, chúng tôi bao ăn ở hết mình chỉ mướn xe đi chơi cho thoải mái. Các anh có dịp đến tỉnh Cà Mau, tham quan địa điểm tận cùng Mũi Cà Mau của nước Việt tha hồ ăn ngon và giá cả rẻ nhứt nước.

Đi một vòng gần cả tiếng trở vào nhà, Hiếu gọi Caroline lấy ba cái ly mang ra bàn và ngồi coi anh đã học em cách chặt dừa lấy nước. Nay trả bài với công chúa, một chút anh trả bài tiếp trước khi đi ăn tối. Robert cũng kéo ghế xem Andre chặt dừa. Hiếu chỉ chặt hai nhát hai bên trên chóp trái dừa bày ra cơm dừa trắng, Hiếu dùng mũi dao cạy nhẹ lấy ra một miếng nhỏ cơm dừa cho vào ly, cầm trái dừa trút nước ra gần đầy ly, đưa mời vợ uống và nói xin mời anh Robert và em nên cho thêm một chút xíu muối uống nước sẽ ngọt đậm đà thêm. Hiếu để trái dừa đã lấy hết nước, chặt một cái bụp trái dừa bị tách ra làm đôi , Hiếu gọi Caroline đưa ly nước dừa, Hiếu dùng muỗng nạo hết cơm dừa cho vào ly nước dừa vừa uống nước vừa ăn cái, cơm dừa rất ngon. Hiếu cũng lấy khăn lau sạch. trái dừa chặt lấy nước xong, cũng chặt tách ra làm đôi, nạo lấy cái cho vào nước ly nước của Robert. Hiếu thấy Caroline khoái ăn cái dừa, nước còn nửa ly. Hiếu nói, anh không chặt thêm, uống tiếp em cho hết ly nước rồi chúng ta đi tắm nghỉ chừng hơn một tiếng đến gần sáu giờ mình ra nhà hàng. Anh Robert uống không hết, đem vô phòng một chút uống tiếp, cũng cần nằm nghỉ, ngủ một chút lấy sức.

Caroline về phòng trước, thay đồ vào tắm sơ sơ vào giường nằm lấy khăn đắp ngang bụng không mặc quần áo đợi Hiếu vô trả bài. Dọn sạch xong, Hiếu vào tắm nhanh cũng vận cái khăn đi lại giường, thấy Caroline đang cầm khăn chặn bầu sữa chảy ra, Hiếu vội đặt miệng vào uống hết sữa tươi làm cho ngực Caroline hết còn nặng nữa và rất cảm khoái kích thích đòi hỏi. Caroline đòi xem thằng bé coi ngủ hay thức, thấy nó đứng sững lên rồi, Caroline đè Hiếu nằm xuống, em làm tài công lái tàu ra khơi. Với điệu nghệ quen thuộc cả hai lên đỉnh cũng khá nhanh vì cả ngày lái xe từ Sóc Trăng về Cần Thơ còn ra đi tham quan nhà vườn của mình nên cũng mệt nên cả hai xuất kích cùng một lúc, thường Hiếu phải đợi Caroline xuất kích trước hai ba lần. Giải quyết xong chiến trường, Hiếu nói xin cô giáo cho trò khất nợ, tối nay mới lên trả bài nghe bà thầy! Caroline đáp liền:

- Trò quá ngoan, ôkê, cả hai lăn ra ngủ đến năm giờ rưỡi mới thức vào tắm. Ra ngoài, Hiếu nhắc Caroline, hôm nay em trang điểm và diện cho tới bến cho mọi người lát con mắt trông nhìn gái hai con sao đẹp quá trời. Hay em muốn đi mỹ viện, anh đưa em đi làm liền chừng nửa tiếng, em mang quần áo theo em thay tại tiệm, anh chạy ra đón em đưa xuống nhà hàng.

Caroline khen ý kiến chồng của em quá hay. Em lấy theo quần áo và nhớ có bông gòn ngăn sữa chảy ra nghe, Hiếu nhắc nhở vợ.

Hiếu đưa Caroline ra thẩm mỹ viện cũng gần nhà hàng xong quay về thay bộ đồ mới may rất sít rất đẹp, đánh lại giày, Robert cũng bắt chước diện đồ kẻng, xịt dầu thơm phức. Đúng nửa giờ sau, Hiếu lái xe ra đón Caroline, trông nàng như bà hoàng quá đẹp lộng lẫy. Khi Hiếu vào tiệm dìu Caroline ra xe, các cô không ngờ một người Việt da ngăm hơi xí trai một chút mà có cô vợ người nước ngoài rất quý phái thuộc tuyệt thế giai nhân, có cô gọi là hoa hậu hoàn vũ, giống như bà bán xoài Hoà Lộc ở trong chợ Bến Thành. Robert nói:

- Hai cô cậu như ngày cưới quá đẹp đôi phải chụp nhiều ảnh kỷ niệm. Hiếu nói nhà hàng nổi có nhiếp ảnh viên, chúng tôi sẽ chụp nhiều pô. Một cô buột miệng khen Caroline đẹp còn hơn hoa hậu hoàn vũ, Hiếu móc bóp tặng cho một trăm vì cô khen vợ tôi đẹp, chúng tôi cám ơn cô, vợ tôi đã sanh hai con rồi đó. Thật vậy sao, có hai con mà còn đẹp quá trời. Hiếu chuyển ngữ cho Caroline và Robert cũng đứng gần đó nghe. Ba người vỗ tay, dắt nhau ra xe. Vào phòng tiếp tân, bà chủ vồn vã chào hỏi nói vợ đâu không thấy, Hiếu nói vợ tôi đây, bà nhìn kỹ, nói hôm nay cô đẹp lộng lẫy tôi nhận không ra. Hiếu nói vợ tôi về Áo sanh hai con nay qua Việt Nam, cứ đòi đi ăn nhà hàng nổi của bà. Hôm trước hát dân ca Áo chỉ có hai cô tối nay có đến bốn cô người Áo đều là hoa khôi của trường học, tối nay tha hồ mà hát mà quậy tưng bừng hoa lá nghe bà chủ. Hiếu nói tiếp:

- Xin bà cho thiết đặt âm thanh gần chỗ chúng tôi ngồi, vì có cả ông bà Bí Thư, ông bà Chủ Tịch tỉnh và có đầy đủ giáo sư trường Y... Tôi cũng xin mời các ca sĩ tối nay lại ngồi ăn chung với chúng tôi và bàn luận cùng bốn cô gái Áo có thể khi hát dân ca tất cả cùng lên hát hoặc vỗ tay cho thật tưng bừng cho thêm vui, chuẩn bị phó nhòm chụp hình cho nhiều. Tôi cho địa chỉ và cho tôi ba bộ ảnh, tôi sẽ có tiền biếu hậu hỉ. Hiếu đưa cạt bà chủ cho vào học tủ.

Đang nói chuyện với bà chủ, gia đình Trai đã đến, anh chị tư có dẫn mẹ, chị hai, chị Ngọc Mai cùng đi tham dự, đông vui, ai cũng chưa nhận ra Caroline vì Caroline trang điểm quá đẹp. Ba bạn của Caroline còn nhận chưa ra khi Caroline ngồi im như người khách xa lạ. Josephine buột miệng hỏi Hiếu, anh Hiếu dấu Caroline đâu mất tiêu. Caroline tức cười quá, tao đây nè. Josephine và hai bạn chạy tới, xin chào bà hoàng, nói lớn, bà hoàng Caroline của Thủ Đô Vienne ở đây mà chúng tôi nhận không ra. Caroline chạy ra chào mẹ, chị hai, chị Ngọc Mai, anh chị tư đều trố mắt, Caroline hôm nay lột xác thành bà tiên rồi, mẹ nói vậy.

- Caroline ôm mẹ, con cám ơn mẹ khen, chị tư, chị hai, chị Ngọc Mai đều trầm trồ khen Caroline, gái hai con trông rớt con mắt không có mòn con mắt gì hết.

Mọi người rất vui nhất là Caroline là người vui sướng nhứt. Caroline nói:

- Chồng em bảo em diện tới bến cho anh ngắm, em chỉ làm theo lệnh chồng. Chồng đặt mình đâu mình ngồi đó, mẹ cười ngất, con dâu của mẹ quá ngoan. Caroline giới thiệu hai cô bạn của Caroline với mẹ, chị hai, chị Ngọc Mai thêm một lần nữa và nói chắc hai bạn sẽ còn nhiều dịp qua Việt Nam về Sóc Trăng thăm anh chị Josephine. Gia đình chú thím Tín, gia đình Trung cũng đến, thấy phía sau Giáo sư Khoa Trưởng và bốn vị giáo sư trưởng khoa cùng phu nhân. Hiếu cúi đầu chào và mời vô bàn ngồi, Hiếu dẫn bạn chí cốt Robert đến giới thiệu với quý thầy cô và nói không có giáo sư Robert tay trong làm sao chúng tôi được cả hai trường danh tiếng Harvard và Yale mời cộng tác. Anh Robert có hai bằng tiến sĩ đang dạy hai trường đó hai môn học khác nhau mà trước đây quý thầy có gặp một lần tại văn phòng thầy Khoa Trưởng. Ông Khoa Trưởng nói:

- Vì vậy thầy thấy quen quen. Hiếu mời Robert ngồi nói chuyện với thầy cho vui, Robert là người Mỹ nói giỏi tiếng Pháp và vài thứ tiếng khác, chỉ chưa biết tiếng Việt Nam, đang coi mắt cưới vợ Sóc Trăng sẽ nói tiếng Việt trong tương lai.

Khi anh Robert tổ chức lễ cưới con mời quý thầy và quý cô tham dự. Hiếu chuyển ngữ cho Robert biết mình vừa nói gì và Robert có thể nói tiếng Pháp, thầy Khoa Trường tốt nghiệp Y Khoa bác sĩ ở Pháp nữa. Robert bật sang nói tiếng Pháp và nói theo Hiếu về Sóc Trăng coi mắt vợ sẽ cưới... Robert cho biết bây giờ Hiếu nổi tiếng khắp thế giới và Hiếu có nói với tôi:

- Hiếu sẽ hết lòng giúp trường Y Cần Thơ sẽ đứng tốp đại học ở Việt Nam. Vợ chồng Hiếu vừa mua một cái nhà to rộng có bảy phòng ngủ gần trường Harvard cho gần chỗ làm việc, Hiếu nói sẽ mời quý thầy sang Mỹ chơi, Hiếu bao hết các cái kể cả vé máy bay. Vợ chồng Hiếu cũng vừa mua hai xe mới một lớn một nhỏ để đón rước các bác sĩ từ Việt Nam và năm nước khác đến trường Harvard nhận công tác tại Phi Châu và Nam Mỹ trong hai năm và một năm tại Á Châu trong đó có Việt Nam. Và Hiếu dự trù xin thầy Khoa Trưởng cho đặt văn phòng chánh tại trường Y để cho hai trường Harvard và Yale lưu ý. Hiếu nói với tôi:

- Rất mang ơn trường Y Cần Thơ chấp cánh cho Hiếu mới có địa vị danh vọng như ngày hôm nay. Quý thầy có biết không, Hiếu còn có tham vọng lấy hai bằng tiến sĩ tại Harvard và một bằng tiến sĩ tại Yale trong vòng sáu năm tới khi Hiếu còn cộng tác với hai trường này.

Thầy Khoa Trưởng cám ơn giáo sư Robert đã tiết lộ những công việc của em Hiếu đang thực hiện và trong tương lai. Chúng tôi, toàn thể giáo sư của trường Y Cần Thơ xem em Hiếu là viên ngọc quý của trường và của đất nước Việt Nam. Robert còn nói:

- Hiếu quá thông minh quá thực tiễn còn xin cho vợ cùng theo sát chàng với tư cách là đại diện Harvard trong công tác ngoại giao liên lạc với các nước mà Đoàn nghiên cứu đến làm việc. Lương của vợ Hiếu mỗi tháng một trăm ngàn đô la ngang với các bác sĩ chuyên viên nghiên cứu, còn Hiếu được tài trợ gấp đôi. Năm thầy đều ồ lên khen đúng là Hiếu sanh trong bọc điều như mẹ em thường nói với Hiếu. Năm giáo sư rất vui được làm quen với Robert có vị nói tiếng Anh, có vị nói tiếng Pháp, Robert đều thông thạo. Ai cũng hỏi vợ của Robert là ai, ra sao thế nào. Robert nói, tôi giúp Hiếu, Hiếu giúp tôi cưới vợ Sóc Trăng bạn học ở trung học với Hiếu, cô ta cũng khá xinh đẹp và nói tiếng Anh giỏi nữa nên chúng tôi giao tiếp không trở ngại gì hết.

Khi tôi tổ chức đám cưới tôi mời quý vị cùng bên đàng trai với tôi từ Cần Thơ mình xuống Sóc Trăng rước dâu ra đãi ở nhà hàng, xong quý vị ở lại Sóc Trăng một đêm, sáng chúng tôi đưa quý vị về lại Cần Thơ. Ông Khoa Trưởng hứa, chúng tôi sẵn sàng ủng hộ bên đàng trai.

Đang nói chuyện vui vẻ, ông bà Bí Thư, ông bà Chủ Tịch đến một lượt, ba của Trung giới thiệu giáo sư Robert từ Mỹ theo vợ chồng Hiếu về Việt Nam đi coi vợ và dự trù tháng sáu có đám cưới tại Sóc Trăng. Bên nhà trai ở Cần Thơ có ông Khoa Trưởng đại diện như chủ hôn xuống Sóc Trăng rước dâu ra nhà hàng dự tiệc và hôm sau phe nhà trai mới trở về Cần Thơ như vậy sẽ quá vui.

Khi có ông bà Bí Thư và ông bà Chủ Tịch đến đông đủ, nhà hàng rời bến. Vợ chồng Caroline làm MC. Hiếu giới thiệu quan khách tham dự, Caroline giới thiệu bằng tiếng Anh và đặc biệc giới thiệu ba người khách quý: Giáo sư tiến sĩ Robert là người Mỹ hai cô công chúa dân gian của Thủ Đô Vienne từ Áo sang Mỹ và sang Việt Nam thăm bà chị Josephine và anh rể là bác sĩ Trai. Mọi người vỗ tay chào mừng và Hiếu giới thiệu bác sĩ Trung và bác sĩ Minh Tâm đứng ra tổ chức buổi tiệc tối nay, xin mời anh chị Trung và Minh Tâm, Caroline giới thiệu lại bằng tiếng Anh.

Minh Tâm nói lý do trước là tiệc ăn mừng được đại học Harvard chấp nhận chúng tôi có mặt trong đoàn nghiên cứu quốc tế về bịnh sốt rét hai năm ở Phi Châu và Nam Mỹ, một năm ở Á Châu trong đó có Việt Nam. Và Trưởng Đoàn là bác sĩ Trần Trọng Hiếu, một chốc Trưởng Đoàn của chúng tôi trình bày thêm chi tiết. Bây giờ, xin mời anh Trung tóm lược sơ qua bằng tiếng Anh và giới thiệu bác sĩ Hiếu lên trình bày tiếp.

Hiếu mời Caroline lên cùng đứng chung, giới thiệu Caroline được Viện đại học Harvard mời giữ chức như là cố vấn cho đoàn trong công tác giao tế liên lạc với các nước vì cô ta biết nhiều ngoại ngữ cũng như là phụ trách hành chánh tài chánh, thống kê, báo cáo thường xuyên. Chức vụ của cô còn là giám soát mọi công tác của Đoàn, cô là gạch nối giữa trường Harvard và Đoàn... Tôi nói tiếng Việt cô không hiểu vì tôi chưa dạy cô nói tiếng Việt, tương lai cô sẽ nói được tiếng Việt. Tôi xin tóm gọn bằng tiếng Anh, Hiếu mời Caroline về chỗ ngồi. Kế tiếp, Hiếu trình bày, lần đầu tiên người Việt chúng ta đem chuông đi khua vang xứ người mà là nước Mỹ tại viện đại học Harvard nổi tiếng trên thế giới. Trong mười chuyên viên quốc tế kể cả tôi Trưởng Đoàn, có đến năm bác sĩ đều thọ giáo cũa đại học Y Cần Thơ, xin quý vị cho một tràng pháo tay hoan nghênh trường Y dưới sự dẫn dắt của Thầy Khoa Trưởng.

Vì vậy, tôi xin phép thầy Khoa Trưởng làm thủ tục cho phép Đại học Harvard đặt văn phòng nhỏ làm việc trong một năm nghiên cứu ở Á Châu. Chúng tôi xuất thân từ trường Y Cần Thơ, chúng tôi có điều kiện là chúng tôi sẽ trợ giúp trường Y Cần Thơ hết lòng. Nếu $50,000 tôi biếu cho trường Y Cần Thơ trước đây chưa sử dụng, tôi biếu với tư cách cá nhân thêm $50,000 nữa, chẳn $100,000, có số tiền lớn, Trường Y Cần Thơ sẽ xây dựng phòng ốc cho đẹp có tính quốc tế. Tôi xin phép hai năm nữa sẽ đặt văn phòng làm việc tại đây với danh nghĩa là viện đại học Harvard, nhằm nghiên cứu bịnh sốt rét trên mười lăm quốc gia ở Á Châu trong đó có Việt Nam. Chúng tôi hy vọng đại học Harvard thấy trường Y chúng ta có nghĩa cử cao đẹp tặng nơi làm việc cho đoàn trong một công ốc mới xây và đẹp. Viện đại học Harvard qua tài cố vấn Caroline báo cáo về Viện, có thể trường Y chúng ta sẽ có trợ giúp của Harvard dưới hình thức này hay hình thức khác.

Trong tuần này, vợ tôi trước khi về đây, đã vô phong bì gởi về bốn bác sĩ trong đoàn mẫu bản hợp đồng và vé máy bay đến Mỹ. Chúng tôi còn vận động cho tất cả thành viên của đoàn, chưa ký hợp đồng làm việc, mỗi quý vị ký hợp đồng xong, chưa làm việc, sẽ lãnh một tấm séc $25,000 mà tôi gọi là tiền dằn túi để quý vị có tiền tiêu xài trước khi nhận tấm sét $100,000 mỗi tháng chưa trừ thuế, sẽ mất mấy chục ngàn phải đóng thuế lợi tức rất cao.

Tóm lại, đoàn chúng tôi đầu tiên ký hợp đồng với trường Harvard - Massachusetts làm việc ba năm và ba năm kế tiếp sẽ ký hợp đồng mới với đại học Yale ở tiểu bang khác, Connecticut. Ba năm sau chuyên nghiên cứu về xương mà chúng tôi sẽ chú trọng đề nghị Yale giúp cho Việt Nam có phương tiện hiện đại định và trị chứng bịnh về xương, nhứt là gãy xương tay chân vì đi xe gắn máy, xe hai bánh quá nhiều dễ gây tai nạn.

Tôi đã trình bày cũng gần đầy đủ tôi xin tóm dịch lại tiếng Anh. Bây giờ, chúng tôi kính mời quý vị trưởng thượng chung vui cùng năm anh em chúng tôi là học trò của Thầy Khoa Trưởng và quý thầy khả kính của trường Y Cần Thơ.

Kế tiếp quý vị trưởng thượng có lời chi chỉ giáo năm anh em chúng tôi xin đón nhận. Trong khi ăn uống có văn nghệ giúp vui, đặc biệt chúng tôi hôm nay có đến bốn cô gái Áo sẽ hát nhiều bài dân ca Áo giúp vui cùng với các ca sĩ của nhà hàng cũng sẽ cống hiến một chương trình văn nghệ tạm gọi là quốc tế thêm hào hứng.

Trước hết chúng tôi, xin mời ông Bí Thư. Ông Bí Thư đứng lên nói:

- Tôi nhiệt liệt khen ngợi trường đại học Y Khoa Cần Thơ đã cung ứng có đến năm bác sĩ trong Đoàn nghiên cứu quốc tế mười chuyên gia của đại học Harvard và tỉnh Cần Thơ có ba bác sĩ và tỉnh Sóc Trăng cũng có hai bác sĩ trong Đoàn. Đây là vinh dự chung của người Việt chúng ta. Chúng tôi Ban Bí Thư Tỉnh Uỷ xin chúc mừng các bạn làm vẻ vang cho người Việt chúng ta. Chúng tôi xin cầu chúc trong công tác nghiên cứu quý bạn sẽ thành công, đại thành công và cầu chúc các bạn thượng lộ bình an. Lần lượt ông Chủ Tịch Uỷ Ban Nhân Dân Tỉnh, Giáo sư Khoa Trưởng trường Y, ông Giám Đốc Sở Y Tế, bác sĩ Giám Đốc bệnh viện đa khoa Cần Thơ... lên trình bày ý kiến đều nói rất vui mừng có năm bác sĩ của trường Y Cần Thơ làm vẻ vang cho trường, cho tỉnh Cần Thơ và cả nước nữa.

Ban Tổ Chức xin mời quý vị nâng ly và tiệc chung vui bắt đầu.

Caroline lên giới thiệu một bản dân ca Áo do bốn cô gái của Thủ đô Vienne trình bày mở đầu phần văn nghệ giúp vui, tiếp theo các ca sĩ chuyên nghiệp của nhà hàng trình bày. Caroline còn nói tiếp, chúng tôi những công dân Áo cũng sẽ góp vui thêm nhiều mục dân ca khác. Cả nhà hàng vỗ tay hoan nghênh. Caroline bắt giọng bốn cô cùng hát dân ca, quý vị thực khách vỗ tay theo nhịp điệu của bản nhạc tạo bầu không khí văn nghệ vui nhộn. Thím Tín kéo tay bà chủ nhà hàng, Tuyết Trinh cùng lên hát, vỗ tay theo nhịp với các em. Vừa chấm dứt, thím bật một tràng tiếng Pháp giới thiệu bốn cô gái Áo như là bốn người mẫu quốc tế hay là hoa hậu hoàn vũ, thím mời gọi mọi người vỗ tay tán thưởng bốn cô gái Áo xinh đẹp này.

Sau hai ngày suy nghĩ kỹ, Robert nói với vợ chồng Hiếu là anh ta muốn làm lễ hứa hôn tại nhà Thu Vân cho đúng lễ tiết của hôn nhân tại Việt Nam. Robert xin bác sĩ Minh Tâm và Caroline mua giúp bông nhẫn hột xoàn tặng cho cô dâu và những lễ vật khác. Lễ đính hôn vào ngày thứ bảy vì ngày thứ hai vợ chồng Hiếu bắt buộc phải bay về Mỹ.

Bây giờ là sáng thứ năm chỉ lo trong hai ngày và nên làm tại nhà hàng, ngoại ô Sóc Trăng đượm vẽ đồng quê rô măng tíc. Có nhà hàng của em bác sĩ Trai ở Đại Ngãi sẽ hết lòng giúp đỡ, Hiếu đề nghị với Robert, anh tán thành ngay. Hiếu nói, Robert dùng điện thoại nhà tôi gọi bác ba Phi liền và xin gặp Thu Vân, nếu cả hai đồng ý thì tiến hành ngay thứ bảy vì chỉ còn bốn mươi tám giờ nữa. Không tổ chức ở nhà mà tổ chức ở nhà hàng đồng quê cũng như ở nhà vậy. Cả ba bạn ngồi quanh điện thoại, Hiếu gọi gặp Thu Vân bắt máy, Hiếu nói xin cho gặp bác ba Phi, Robert có chuyện khẩn thưa với bác. Thu Vân nói:

- Em linh cảm em sẽ là vợ của Robert phải vậy không anh yêu của em. Thu Vân sụt sùi khóc. Đây có phải là cách em trả ơn một phần cho anh Hiếu của em. Anh nói Robert đợi, bố vào liền. Bố Phi hỏi Hiếu ở đầu dây? Hiếu dạ và cho biết:

- Vợ chồng Hiếu Caroline thứ hai này về Mỹ, Robert muốn làm lễ hứa hôn với Thu Vân trưa thứ bảy này tại nhà hàng của em bác sĩ Trai gần Đại Ngãi, xe của bên nhà trai đến đón, đưa nhà gái đến nhà hàng. Bố hỏi em Thu Vân, nếu đồng ý sau khi bố dứt lời trao điện thoại cho con nói chuyện với Thu Vân thêm đôi lời. Bố Phi nói: Hiếu tạm gác điện thoại xuống vài phút sau bố gọi lại có mẹ Thu Vân và Thu Vân. Bố cho Thu Vân biết là Robert muốn làm lễ đính hôn với con vào trưa thưa thứ bảy này tại một nhà hàng đồng quê thuộc gia đình bác sĩ Trai ở gần Đại Ngãi. Hiếu sẽ cho địa chỉ nhà hàng... Mẹ nói với Thu Vân:

- Dịp may ngàn vàng cho con rể hụt, giải quyết chuyện tình ái của con với nó, hai con của con và Hiếu, vợ chồng nó lo nuôi dưỡng. Hiếu cũng cho mẹ biết anh chàng này giúp Hiếu được viện đại học Harvard nhận hợp tác nghiên cứu về bịnh sốt rét. Robert có hai bằng tiến sĩ, là giáo sư của hai trường danh giá của Mỹ và thế giới. Con đồng ý lấy Robert là con trả ơn cho Hiếu giải quyết chuyện tình trên con đường quanh co khúc khuỷu, giúp Hiếu tránh mang tiếng phản bội, ngoại tình sẽ làm danh dự và địa vị của Hiếu bị chôn vùi dưới đống bùn nhơ. Con cũng có danh dự có chồng cưới đàng hoàng. Hai con của con có ba ruột chúng nuôi...

- Hiếu tiếp lời mẹ, ly dị xong, Robert còn vài triệu tiền mặt trong ngân hàng và có ngôi nhà to lớn rất đẹp nữa cũng gần nhà Hiếu mới mua, Thu Vân sẽ có cuộc sống thoải mái và có thể tiếp tục đi học lại. Vợ chồng Hiếu làm việc xa ở Phi Châu, Nam Mỹ, Thu Vân có thể chạy đến thăm con lúc nào cũng tiện, dễ. Bố cũng tiếp thuyết phục con gái cưng:

- Con ưng Robert làm chồng là con trả ơn một phần nào cho Hiếu bớt gánh nặng mang tai tiếng ngoại tình của một nhân tài. Ba biết Hiếu vẫn còn yêu thương con tha thiết mà vì hoàn cảnh trái ngang, đang đi trên con đường tình khúc khuỷu quanh co nên Hiếu phải hy sinh và con cũng phải hy sinh nữa...Bố tiếp:

- Hiếu phải tìm chỗ xứng đáng cho con nương tựa mà Robert rất dễ thương mới gặp con lần đầu là tiếng sét ái tình giáng vào nó rồi. Bố mẹ trao điện thoại cho con nói chuyện trực tiếp với Robert. Thu Vân khóc ngất, mẹ đưa giấy lau nước mắt. Thu Vân bặm môi lại và nói con vâng lời bố mẹ.

Bác ba Phi gọi lại Robert nói hai bác thì tán thành còn con muốn làm lễ đính hôn xong, nếu còn ở Việt Nam, Robert đến nhà hai bác ở tự do, bác vừa tân trang phòng của Thu Vân rất rộng và đẹp nữa. Bố đưa điện thoại, Thu Vân nói chuyện trực tiếp với Robert. Thu Vân vừa khóc vừa nói và gật đầu.

- Thu Vân lên tiếng, Robert chào và nói đã thưa mọi chuyện với bố mẹ rồi, anh xin làm lễ đính hôn quá gấp vì vợ chồng Hiếu phải về Mỹ lo công chuyện đi công tác ba năm trên khoảng mười lăm nước. Nếu em đồng ý làm lễ đính hôn ngày thứ bảy này, anh sẽ dời lại ngày về Mỹ để còn giúp em như mua xe mới, tập lái xe. Anh có nhờ Caroline và bác sĩ Minh Tâm mua nữ trang một đôi bông hột xoàn, một chiếc nhẫn hột xoàn, em muốn mua gì thêm anh sẽ mua tặng em. Anh đề nghị bên nhà gái mời chừng mười bàn hay hơn, bên anh vợ chồng Hiếu mời tối đa thêm năm bàn.

Thu Vân nói em nghe Bố nói anh yêu thương em mà không phải thương hại, em rất mừng vì em biết em không xứng đáng làm vợ anh. Sự trinh tiết của đời con gái em đã làm hỏng. Nay anh vẫn còn yêu em, anh là ân nhân của em, em phải sống cho phải đạo làm vợ anh, em phải ngoan hiền gìn giữ sức khoẻ giúp chúng ta sanh nhiều con mà chúng ta mong muốn. Em vâng lời anh sẽ làm lễ đính hôn trưa thứ bảy này. Em cám ơn anh Robert, chúc anh tối nay ngủ có mộng đẹp. Robert nói, anh cám ơn em, bai bai.

Robert tươi cười nói với vợ chồng Hiếu, bố Phi và Thu Vân đồng ý làm lễ đính hôn trưa thứ bảy tại nhà của em bác sĩ Trai, bên nhà gái mười bàn, bên mình năm bàn, tôi dự trù như vậy. Nhờ Hiếu gọi ngay cho nhà hàng chuẩn bị cho mình mười lăm bàn, các món ăn do vợ chồng Hiếu đặt, nhờ Caroline giúp gọi chị Minh Tâm cùng với anh Trung sáng mai năm anh em mình đi chợ mua nữ trang và lễ vật làm lễ đính hôn. Hiếu gọi điện thoại về Sóc Trăng mời vợ chồng bác sĩ Trai, bác sĩ Bernard giúp anh em mình trong bữa tiệc, nhờ chị Minh Tâm và Josephine làm MC.

Hiếu mời giúp các bạn học cùng Hiếu và Thu Vân tham dự tiệc lễ đính hôn. Hiếu cho địa chỉ nhà hàng cho bố Phi. Nhờ chủ nhà hàng mua một bó hoa lớn cho cô dâu và hai chục bó hoa nhỏ để có ai tặng cho nhau... Ngay bây giờ mình đến mời ông bà Khoa Trưởng đại diện cho nhà trai, mời hai bác ba má của bác sĩ Tâm, ông bà Tín. Robert nói kể từ hôm nay hai bạn để tôi lo tất cả mọi chi phí về ăn uống.

Bây giờ chúng ta nghỉ chừng hơn một tiếng, nhờ bạn Hiếu gọi cho ông Khoa Trưởng chúng ta gặp ông, chú thím Tín, ba má bác sĩ Tâm. Tôi xin phép dành năm bàn do Hiếu và anh Trung chị Tâm mời, còn mười bàn bên nhà gái tôi gọi Thu Vân mời hết bạn bè của Thu Vân và bà con may ra mới có đủ người tham đủ vì mình mời quá gấp rút quá cận.

Ba người vào phòng nghỉ, Caroline nói bây giờ anh Hiếu mới quăng gánh lo âu đè nặng trong anh về tội ngoại tình. Em thông cảm với anh, Robert là ân nhân của anh, cứu anh không bị mang tai tiếng xấu xa vì tội ngoại tình. Hiếu nói còn anh lại càng cám ơn em, vì vậy biết bao lần anh nói anh muốn em Caroline phải luôn cận kề anh để anh không còn chuyện hy sinh kỳ quặc đó nữa. Caroline nói:

- Em hiểu anh và em yêu anh mãi mãi, bây giờ chúng mình tắm sơ, em thưởng anh quá xuất sắc một năm sanh đến bốn đứa con trai giống anh như đúc tượng.

Chúng con kính mời thầy và bà Khoa Trưởng và kính nhờ thầy mời thêm bốn thầy đầu ngành trường Y cùng quý cô, con mời ba má Minh Tâm và chú thím Tín. Hiếu nói Robert đã đặt đến mười lăm bàn nhiều quá con sợ không đủ người tham dự, gia đình chú thím Tín dành một bàn chúng cháu hoan nghênh. Hiếu nói chị Minh Tâm và anh Trung mời bạn bè cho đủ một bàn, anh Bernard và chị Tuyết Trinh xin giúp mời hai ba bàn càng tốt. Bàn anh Trai có bốn người nhờ mời thêm bạn cho đủ một bàn, em mời mẹ, chị hai, Ý sáu, ba mẹ con chị Mai, vợ chồng em cũng chưa đủ bàn. Nếu có đông người tham dự lễ đính hôn lại càng long trọng.

Nhà hàng nói với Hiếu, dọn đúng mười lăm bàn, mỗi bàn có một bình hoa, Hiếu nói chị cho chừng tám chín món ăn ngon mà nhà hàng dễ làm vì quá gấp. Chị sẽ gọi cho em biết các món ăn.

Chi giúp nhờ vài công an xã giữ an ninh, nhứt là chỗ đậu xe, em sẽ chi cho công an vài trăm. Chị mua cho mười lăm két bia Sài Gòn, uống không hết chị đưa cho anh Trai để dành đãi khách, năm két nước ngọt Coca hoặc Pepsi Cola và vài két nước lọc. Món ăn nào cũng được miễn ngon là được. Cô em của bác sĩ Trai rối rít cám ơn vợ chồng Hiếu giúp chị có một bữa tiệc lớn cho nhà hàng.

Với mười lăm bàn tiệc, riêng bạn học cùng lớp từ lớp mười đến lớp mười hai của Thu Vân đã biết chuyện Thu Vân bị hãm hại, làm nô lệ tình dục cho một tên vô loại khốn kiếp. Nay lại có chồng là một giáo sư đại học với hai bằng tiến sĩ danh giá. Các bạn Thu Vân gọi nhau, giúp phương tiện cho nhau đến chung vui cũng là niềm an ủi lớn lao cho Thu Vân. Có bốn mươi người bạn đang có gia đình ở Sóc Trăng, Cần Thơ, Bạc Liêu cùng với một số thầy cô nay đã về hưu biết tin cũng đến chung vui.

Bố mẹ Thu Vân quá vui, gọi về dòng họ nội ở Bạc Liêu mời bà con lên dự lễ hỏi và bà con bên ngoại ở Sóc Trăng mời hết tổng cộng mới có chín bàn và còn có nhiều người biết tin muộn cũng có thể đến dự nữa. Thu Vân cho Robert biết số người tham dự đông mà em không thể ngờ còn nhiều bạn học quý mến em.

Em rất cám ơn anh Robert đã làm cho gia tộc em nở mày nở mặt. Lễ đính hôn rồi, anh về nhà mình ở với em, cũng may, bố đã tân trang lại phòng ngủ của em thêm rộng thêm tiện nghi, em mời anh đến ở với em, khi nào anh trở về Mỹ, gia đình sẽ đưa anh lên Sài Gòn.

Đến đám cưới Caroline Hiếu ở Áo bố mẹ và em sẽ qua tham dự, anh từ Mỹ cũng bay tham dự Caroline nói như vậy, anh lo thủ tục cho bố mẹ và em theo anh về Mỹ chơi chừng hai tuần và bàn bạc chừng nào làm lễ cưới ở Sóc Trăng. Từ đây đến lễ cưới của Caroline Hiếu cũng chỉ còn chưa đầy hai tháng và em hy vọng lúc đó anh đã có đủ thủ tục pháp lý ly dị, anh không vướng vào tội song hôn.

- Robert nói, anh hiểu vậy, anh quá yêu em nên anh muốn chúng mình sống gần bên nhau trước khi làm lễ cưới chánh thức. Robert nhờ người yêu trao điện thoại lại bố, Robert nói bạn Hiếu giúp con mời ông bà Khoa Trưởng trường Y Cần Thơ đại diện nhà trai, làm chủ hôn trong lễ cưới, lễ đính hôn này có cả bốn giáo sư và phu nhân đầu ngành trường Y, ông bà Phó Bí Thư Tỉnh Uỷ Cần Thơ... cũng về Sóc Trăng dự lễ đính hôn. Con vừa mua một đôi bông hột xoàn cùng một chiếc nhẫn hột xoàn khá đẹp và mua thêm bốn mâm lễ vật, vụ mua sắm này, con không biết gì hết, vợ chồng Hiếu lo cho con. Con mời bố mẹ và Thu Vân sau lễ cưới của Caroline Hiếu ở Vienne, bố mẹ và vợ con cùng con về Mỹ ở chơi chừng hai tuần, con sẽ đưa bố mẹ và vợ con về lại Sóc Trăng lo sắp xếp lễ cưới của chúng con. Bố nói con tính như vậy quá tốt đẹp, gia đình bố cám ơn con rể Robert, bai bai!

Ở Sóc Trăng, từ trước tới giờ chưa có một lễ đính hôn nào hoành tráng đông người tham dự như thế. Buổi lễ tiệc đính hôn có đến mười chín bàn, diễn ra vô cùng ngoạn mục và thành công rực rỡ. Vợ chồng Josephine và Trai mời hết phái đoàn bên nhà Trai từ Cần Thơ và bà con ruột thịt của bác ba Phi cùng con của bác đến nhà vườn Trai Josephine tham quan. Đến nhà có người chặt dừa mời uống giải khát và đi ra xem nhà vườn của Trai có ba ao nuôi cá và có một vườn hoa nho nhỏ xinh xinh do Josephine chăm sóc.

Mọi người tấm tắt khen khu nhà vườn của Trai Josephine quá đẹp đã thu hút ông bà Tổng Lãnh Sự Áo thân phụ mẫu của Josephine thường dùng ngày nghỉ về đây vui với con và có dịp thư giản câu cá giải trí. Mọi người ở chơi và uống cho hết trái dừa lửa thật ngọt của nhà vườn, gần năm giờ mọi người cám ơn và từ giả ra về.

Kể từ hôm nay, Robert về nhà bố vợ ở và Robert cũng đã đổi vé ở lại Việt Nam thêm hai tuần. Vợ chồng Hiếu xin phép về Cần Thơ ngay để còn lo việc nhà vườn, mãi hai năm sau mới trở lại.

Gia đình Trung-Minh Tâm có cả ba mẹ và cháu Thu Mai, Bernard-Tuyết Trinh cùng với mẹ, chị hai, chị Ngọc Mai và Ý Sáu về nhà nói chuyện chơi. Ai cũng khen cái gì Hiếu cũng giỏi xuất sắc kể cả vụ sanh con, một năm sanh một con cũng đã quá khó. Đàng này em mình sanh một năm đến bốn cậu con trai kháu khỉnh giống hệt bố. Hai người yêu cậu lại là người đẹp tuyệt thế giai nhân mà cậu khù khờ về tình ái mới là thật lạ.

Hơn nữa em mình thuyết phục cách nào mà vợ tha thứ hết tội ngoại tình và vợ Hiếu còn vui vẻ nhận hai con rơi của Hiếu làm con nuôi, anh chị phải phục Hiếu quá tài giỏi đủ mọi việc. Chưa hết làm cho người bạn giáo sư là ân nhân giúp Hiếu và anh chị em mình vào được một Đoàn nghiên cứu quốc tế, chưa làm việc gì hết, mỗi người sẽ được lãnh $25,000 gọi là tiền dằn túi thật đáng khen Hiếu. Thôi chúng ta về, Bernard đưa giúp Ý Sáu về nhà, xe Trung Minh Tâm đưa ba mẹ về Cần Thơ.

Về đến Mỹ cũng xế trưa, vợ chồng Hiếu chạy vào nhà thưa trình ba má và bồng hai con lên hôn, Caroline, vạch áo lấy giấy ướt lau hai núm vú cho con bú liền vì thấy miệng chúng chóp chép và hai bầu sữa cũng căng cứng. Hiếu bồng một đứa cho đầu con ngoẻo trên vai đi tới đi lui, Caroline cho một đứa bú xong cho vào nôi nó tiếp tục ngủ ngon. Hiếu đưa đứa con thứ hai Caroline cho bú, vội vã vào phòng coi lại giường nệm, lấy khăn lớn nhỏ vào phòng tắm và lấy hai bộ đồ ngủ của vợ chồng đem ra ngoài. Hiếu còn chạy lại tủ lạnh coi còn thức ăn gì không? Hiếu qua phòng ba má, vợ con cho hai con bú xong, chúng con đi tắm và ngủ chừng hai tiếng, thức dậy đưa ba má đi ăn. Ba má ôkê.

Trải qua một chặn đường bay dài rất mệt, hai vợ chồng đặt lưng xuống giường ôm nhau ngủ liền, thức giấc là lúc gần sáu giờ chiều, kể như Hiếu lấy sức, rón rén bước xuống giường hít đất hai chục cái, đi tới đi lui cho dãn gân cốt, Caroline cũng đã thức nằm yên coi chồng làm gì, thấy chồng tập thể dục bằng cách hít đất cho nên hai tay chàng rất khoẻ.

Caroline rất vui thích, lên tiếng, tối nay em cho anh ôm em hít bụng không phải hít đất, Hiếu nói lớn anh hoan nghênh em có ý kiến hay, tối nay mình hít bụng đúp nữa nghe. Em bái phục chồng em, cái gì cũng giỏi hết, em đi vệ sinh lo trang điểm và diện bộ đồ mới cho anh lé mắt chơi.

Hiếu ra ngoài đi xem xung quanh, thấy có nhiều lá rụng, lấy máy thổi đi thoăn thoắt thổi lá ào ào, bố mẹ trông thấy con rể vừa về đến nhà là bắt tay làm việc ngay, ông bà khen con rể cái gì cũng giỏi hết. Hiếu xúc hết lá, rác cho vào thùng. Vào nhà lấy máy lau nhà, cũng đi thoăn thoắt vài vòng sàn nhà sáng bóng lên, ba má lại khen con rể giỏi quá, gọi Caroline lại coi chồng con làm việc ba má quá thương, vì vậy con phải thương yêu chồng con nhiều. Caroline dạ vâng.

Hiếu vào rửa tay, mặt mũi, chải lại tóc, cởi ra thay bộ quần áo khác. Hiếu nói để chị vú ở nhà trông hai bê bi, một chút mang thức ăn về cho chị. Chị vú cười tươi và nói cám ơn cô cậu. Lên xe, chạy hơi xa một chút mới có nhà hàng Tàu, Hiếu muốn ba má có bữa ăn lạ miệng vì cả tuần nay ăn theo kiểu ăn tây phương mà lại ăn đơn giản nữa. Hiếu nói ba má hôm nay ăn thật ngon thật nhiều, hai con kính mời ba má. Bà nói, bà hiểu ý con rể nói ba má ở nhà ăn đơn giản nay đãi ăn sang kiểu Tàu?

- Hiếu thưa má đi guốc trong bụng con rồi. Cả bốn người cùng cười vui. Hiếu gọi những món ăn ngon mà thật ra vợ chồng Hiếu cũng ít ăn và chưa ăn nữa. Món đầu tiên món súp măng cua. Các món ngon nào là có nấm đông cô, bào ngư, tôm thịt kể cả hai con tôm hùm làm theo kiểu xào với nhiều nấm đông cô và gia vị ăn rất ngon mà Caroline chưa từng ăn. Phải nói một bữa ăn quá ngon đậm đà hương vị Á Châu. Hiếu gọi nhà hàng cho thêm ba phần tôm hùm xào với nấm đông cô, nửa con vịt quay để ngày mai ăn sáng. Tối nay chị vú có phần ăn tôm hùm xào nấm đông cô và một tô súp măng cua nữa.

Về nhà Hiếu cất thức ăn sáng mai vào tủ lạnh, lấy hai phần dành cho chị vú để sẵn trên bàn ăn, và nói chị vú nên hâm nóng lại một chút sẽ ăn rất ngon, chị có thể ăn thêm một chút bánh mì hay cơm cho thêm no. Chị vú cám ơn cậu và làm theo lời chỉ dẫn của cậu chủ. Ba má nói:

- Hiếu bữa nay chọn mấy món ăn cũng khá đơn giản mà sao lạ quá, ba má thấy quá ngon có lẽ mang cả tình thương kính trọng ba má vào các món ăn nên má ba ăn ngon quá. Sáng mai, con cho ba má ăn gì. Hiếu nói con mua nửa con vịt quay, sáng mai chỉ năm mười phút con sẽ đãi ba má và vợ con món ăn mì vịt quay cũng rất đặc biệt không tiệm nào có món ăn này chỉ có nhà hàng Caroline mới có mà thôi. Hai ông bà khen con rể nói chuyện quá có duyên, chắc tối nay vợ con sẽ thưởng con nhiều nữa, có phải vậy không Caroline. Dạ thưa má đúng 100%.

Hiếu Caroline về phòng, thay quần áo xong, qua phòng chị vú, Caroline cho một đứa con bú, đứa thứ hai Hiếu bồng qua phòng ông bà ngoại đi tới đi lui cho ông bà ngoại ngắm. Khi Caroline cho một đứa bú xong đặt vào nôi, đi qua phòng ba má thấy Hiếu bồng con, Caroline, ngồi xuống ghế bảo chồng đưa con cho bú, hai vợ chồng kể chuyện cho ba má nghe vụ làm lễ đính hôn của anh Robert thật vui và anh Robert còn ở lại Việt Nam hai tuần vì bây giờ có nhà ở rồi, không phải ở khách sạn nữa. Hiếu cho ba má biết, vợ chồng con còn ở Mỹ tối đa hai tuần nữa là phải đi công tác ở Phi Châu và Nam Mỹ, tới hai năm ít về Mỹ. Sau đó về công tác ở Á Châu một năm và gia đình mình dời về Cần Thơ ở vì con đặt văn phòng làm việc cho Đoàn tại Trường Y Cần Thơ. Chừng đó, ông bà ngoại tha hồ dẫn hai cháu ngoại đi câu cá, mẹ chúng nó vừa thả cá xuống hồ nuôi rồi. Hai năm sau cá sẽ có nhiều lắm và trái cây ngon cũng có nhiều thứ lắm, kể cả loại trái cây quý hiếm cũng có đủ. Ba má nói vui quá, có dịp trở về Cần Thơ và về Sóc Trăng thăm chị sui và cô hai mà ba má rất quý trọng.

Hai vợ chồng Hiếu xin phép bồng con về phòng của các con và vợ con hứa thưởng con tối nay tới bến biết đâu chín tháng mười ngày sau có bê bi sanh ở Mỹ. Mẹ nói con của hai con đang nằm chờ hai con đó. Hiếu chúc ba má ngủ ngon, vội bồng con về phòng.

Sáng hôm sau, Hiếu nhắc Caroline nấu nước pha cà phê để sẵn trên bàn ăn, mời ba má uống cà phê trước chừng mười phút có mì vịt quay bưng ra liền. Hiếu làm đủ năm tô, bảo chị vú lấy một tô ăn trước, em sợ con thức dậy đòi bú mà chị chưa ăn. Chị cám ơn cậu chủ, vội bưng vô phòng mình ăn. Hiếu để bốn tô trên mâm cùng với một chai maggie, ớt tiêu và hai cái dĩa nhỏ, một cái dĩa lớn đựng xương có đủ đũa muỗng. Ba má ăn mì vịt quay khen quá ngon và Hiếu nói phải ăn khô vì thiếu nước súp. Ba má ăn như vầy cũng quá ngon rồi. Ăn xong, vợ chồng Hiếu lo cho con bú, chị vú lo rửa chén dĩa. Caroline vạch vú cho con bú thật no, đặt hai con vào nôi xong, đi thay quần áo và trang điểm cũng khá kỹ, hai vợ chồng chạy vào văn phòng, coi công việc có bị trục trặc không? Bà Elizabeth vội chạy lại ôm Caroline nói cô đi có một tuần mà tôi tưởng cả tháng lận, trông gặp lại cô. Bà cho biết ngay, công việc tiến triển bình thường. Caroline, xin phép tôi kiểm soát lại mọi chuyện, trưa nay mời bà và tất cả nhân viên cùng vợ chồng tôi ăn lunch. Chồng tôi đến đặt bàn tại chỗ ăn trước cũng đặt những món quen thuộc, đúng mười hai giờ mười chúng ta bắt đầu ăn, ai đến muộn ăn sau. Bà Elizabeth thông báo cho nhân viên, vợ chồng Caroline mời ăn trưa. Caroline gọi điện thoại về cho má biết còn hai phần ăn tôm hùm trong tủ lạnh, trưa nay má hâm lại cho nóng ăn với bánh mì cũng có trong tủ lạnh. Chiều về, chồng con mua thức ăn về lo bữa ăn chiều. Má biết hai con ăn ở chỗ làm trưa nay thì ba má không đợi.

Hiếu vào gặp ông Dean, nói cho ông biết qua Robert về Việt Nam với vợ chồng Hiếu bỏ quên lại con tim nên còn ở lại Việt Nam hai tuần. Robert cho biết đến tháng năm này, ly dị vợ xong, tháng sáu anh ta về Việt Nam cưới vợ, cô này là bạn học hồi trung học với tôi, cô ta đẹp lắm, Robert mê mệt rồi. Ông Dean cười nói cũng tội nghiệp cho Robert ly thân với vợ trên dưới ba năm rồi, anh có vợ bù đắp cho anh ta những lúc quạnh hiu. Hiếu nói:

- Tôi suy nghĩ, Caroline nên giúp thực hiện cho các nhà nghiên cứu có riêng mỗi người một bộ hồ sơ vừa để lưu trữ công tác và những gì làm được và chưa được để báo về văn phòng Phân Khoa. Thay vì mỗi toán năm người làm tại một nước đến hai năm cũng lâu quá, dễ chán nản.

Tôi căn cứ vào báo cáo công việc để thay đổi không khí môi trường làm việc mới, hai toán Brazil và Nigeria thay đổi qua lại. Toán mới xem lại công tác của toán cũ và tiếp hoàn thiện. Có nhiều thì giờ tôi chỉ định thêm các công tác cho hai toán tại nước sở tại và nhiều nước lân cận cũng có nhu cầu chúng ta phải đến nghiên cứu và giúp họ, công việc liên lạc trước.

Ngay bây giờ Caroline phải liên lạc ngay vì có tin các nước nhỏ lân cận rất mong muốn chúng ta đến nghiên cứu và chỉ rõ họ cần làm gì để ngăn ngừa và điều trị binh sốt rét tại quê hương họ. Như vậy Đoàn của chúng tôi sẽ đi đến khoảng trên dưới hai mươi quốc gia nghiên cứu sâu rộng mọi vấn đề về bịnh sốt rét mà ngân sách của Phân Khoa sẵn có của cuộc nghiên cứu này chỉ tốn thêm vé máy bay cho mười nhà nghiên cứu thay đổi chỗ công tác. Ông Dean, ngẫm nghĩ:

- Ý kiến của Andre rất tuyệt vời, ngân sách chỉ tốn thêm trên dưới mười ngàn mà có nhiều thứ lắm, các nhà nghiên không ở quá lâu một chỗ sẽ giảm năng xuất. Mình có cơ hội đến nhiều nước nghiên cứu những mới lạ của bịnh sốt rét của từng nước, từng địa phương. Caroline cố gắng đúc kết tập trung thành một báo cáo đầy đủ cô động nhứt để trình Hội đồng giáo sư của Harvard và cả WHO nữa.

Chúng ta sẽ tạo được tiếng vang trong giới y học thế giới về nghiên cứu sâu sát một bệnh lý chắc chắn sẽ có cách điều trị hiệu quả. Ông Dean nói tiếp:

- Tôi khen Andre, tuổi còn trẻ mà quá thông minh, nhạy bén luôn có tâm nguyện muốn công việc mình phải thành công. Tôi sẽ báo cáo lên văn phòng Viện Trưởng ghi nhận sáng kiến độc đáo của Andre. Ông Dean nói, hai ông bà mới từ Việt Nam trở qua, đã lo làm lễ đính hôn cho bạn tôi, Robert, chắc còn mệt, buổi làm việc chiều nay hai ông bà cứ nghỉ ở nhà.

Ngày mai làm việc và trong hợp đồng mình thêm phần cuối kế hoạch chuyển đổi công tác giữa hai toán. Andre từ giả ông Dean qua văn phòng bà Elizabeth, bà nói liền, chiều nay hai ông bà Andre Caroline còn mệt để hai ông bà về nghỉ, mai có công tác mới.

Sau ăn trưa xong bà Elizabeth và nhân viên trở lại văn phòng làm việc còn vợ chồng Hiếu về nhà nghỉ, ngày mai mới đi làm. Hiếu bàn với Caroline, chúng mình gần gũi với ba má và hai con chỉ có trên dưới hai tuần nữa thôi, mình nên thường ở nhà ăn uống với ba má và chăm sóc vui chơi với con.

Bây giờ vợ chồng mình đi mua nhiều đồ ăn khô, đồ hộp và rau dưa dự trữ trong các tủ lạnh, cấm cung ở nhà và trả bài nhiều cho em có bầu sanh con ở Mỹ ba năm phải sanh hai đứa, chỉ tiêu anh đặt ra và Việt Nam khi có công tác ở Á Châu, một năm cũng có thêm một con. Ba năm tiếp theo khi được Yale mời ký hợp đồng anh chỉ mong em đoạt chỉ tiêu thêm một con mình còn dành thì gờ làm luận án tiến sĩ về bang giao quốc tế. Nếu Josephine chịu ở lại Mỹ học lấy Ph D. về ngoại giao như chúng mình thì Josephine còn giúp mình lấy bài mua sách gởi cho vợ chồng mình học, chắc chắn ba chúng ta sẽ đậu dễ dàng. Caroline nói:

- Em giảng giải thật tình cái lợi là Josephine ở lại học tiến sĩ, có nhà có xe của mình tự do sử dụng, có ba má mình và chị vú giúp Josephine trong ăn uống nữa và cũng đỡ buồn vì suốt ngày tha hồ mà nói tiếng mẹ đẻ nữa. Em cố thuyết phục Josephine đưa chồng đi nhận công tác và Josephine ở lại Mỹ ghi danh đi học, nhớ chồng bay sang Phi Châu hoặc Brazil thăm rồi trở về học.

Hiếu khen em quả thật thông minh, Josephine chịu ở lại học kể như chúng mình cầm chắc bằng tiến sĩ ngoại giao, trong hai năm có thể, anh trình luận án, có tài liệu có sách Josephine gởi cho chúng mình đầy đủ thường xuyên, mình siêng năng còn học gạo nữa.

Hiếu mua nhiều thức ăn khô ở chợ tàu và chợ Mỹ gần nhà cùng một mớ rau dưa, tất cả cho vào hai tủ lạnh lớn ở tầng hầm dự trữ, muốn ăn gì cứ lấy mang lên nhà trên.

Về nhà, thay quần áo xong, Caroline cho hai con bú no đặt vào nôi về phòng nghe chồng ngáy pho pho, nàng lại quá thương yêu chồng làm việc tất bật nhiệt tình và quá cực mà lúc nào cũng vui, yêu kính ba má và dịu ngọt với vợ kể cả chị vú. Caroline vào phòng vệ sinh xong qua phòng tắm sơ sơ, nhứt là kỳ rữa hạ bộ và lau ngực thật kỹ.

Trở lại phòng, không dám gây tiếng động để cho chồng ngủ thêm ngon giấc, rón rén lại sô pha ngồi ngủ hồi nào cũng không hay biết, mãi hơn bốn giờ nghe có tiếng động giựt mình thức giấc, thấy chồng đứng sừng sững nhìn ngắm mình ngủ.

Caroline đưa hai tay cho chồng kéo đứng lên, ôm hôn chồng và nói, thấy anh ngủ ngon quá để yên cho anh ngủ, em định ngồi chơi đợi anh, không biết em ngủ hồi nào mà cũng ngủ ngon quá chừng. Để em đi rữa mặt và lấy khăn ướt mang lại giường, chúng mình cùng nhau vào động hoa vàng.

Hiếu cho biết thức dậy thấy em ngủ ngon, anh đi ngang phòng nghe con khóc vào cho con bú sữa bình vì chị vú đang đi tắm. Chúng bú no tiếp tục ngủ, anh trở về đây ngắm nhìn công chúa ngủ mà nút áo ngực sút ra, anh đứng ngắm quá đã, anh chảy nước miếng thèm sữa quá và cũng thèm để cho em lái tàu, em đi rữa mặt nhanh, khăn ướt, anh đã chuẩn bị xong.

Trận mây mưa về tình yêu vợ, trong lúc chồng vừa ngủ một giấc ngon và vợ cũng vậy, cả hai quá khoẻ nên kéo dài hơn thường lệ và có những động tác cực kỳ vũ bão mang đến cho cả hai rạt rào khoái cảm, cả hai xuất kích cùng lúc thật hạnh phúc tuyệt vời. Caroline nằm xuống cạnh chồng, em có cảm nghĩ cuộc ân ái nầy quá tuyệt vời, em sung sướng cực điểm chắc em sẽ có mang nghe anh. Hiếu nói:

- Trận chiến anh cũng quá sung mãn và kích thích, cũng có ý nghĩ như em là chúng ta sẽ có con ở Mỹ. Em ghi vào sổ ngày giờ này coi xem trong vòng một tháng khi chúng mình đang ở Brazil mà em thèm ăn chua kể như là em đã cấn thai và chúng ta càng giữ gìn giảm giao hợp và cố gắng học gạo lấy cho bằng được tiến sĩ kính dâng ba má làm cho hai ông bà càng vui mà mãi mãi sống với vợ chồng mình và các cháu ngoại.

Hiếu thấy ba má mở cửa phòng, Caroline bồng một đứa, chồng bồng một đứa đi lại phòng ông bà ngoại cùng vui chơi. Đặt hai thằng bé nằm xuống giường ông bà ngoại, cả hai chòi đạp càng dữ nữa, miệng nhoẽn cười, Caroline nói hai cháu ngoại thích nằm giường ông bà đang cười với ông bà đó. Tay Caroline ngoắt ngoắt hai con lại cười mở to miệng ra làm cho hai ông bà quá vui, quá hạnh phúc gần hai cháu ngoại mạnh khoẻ rất dễ yêu.

Chồng đi xuống bếp, Caroline thưa với ba má con gần chồng con trưa nay, tự nhiên con có cảm nhận là con có bầu vì con quá phấn khích. Con nói với anh Hiếu như thế, anh nói chúng mình sống ở Brazil khi em có mang, chúng mình giảm sự gần nhau xác thịt, anh tập trung học lấy bằng tiến sĩ ngoại giao trong hai năm, con phải để năm sau vì có bầu và sanh con. Anh nói anh dùng bằng tiến sí kính dâng ba má vì ba má đã quá thương yêu hai con và hai cháu ngoại. Anh còn nói:

- Anh dâng bằng tiến sĩ này sở dĩ anh có được là nhờ công đức của ba má hy sinh, chịu cực khổ chăm sóc cháu ngoại. Má nghe con gái tỏ bày lời chồng, bà quá cảm động, bà nói chồng con sao dễ thương quá, ba má giúp tiền cho hai con lúc này cũng bằng thừa vì hai con đang sống trên núi tiền. Khi có vợ chồng Josephine qua ở nhà mình cả tuần trước khi chồng cùng đi công tác với hai con, nó ở lại đây chơi với ba má.

Má sẽ nói với Josephine nên ở lại đây ghi danh học tiến sĩ ngoại giao như vợ chồng con. Má nói bao cho nó ăn ở không phải đóng góp gì hết để dành tiền mua vé máy bay đi thăm chồng hàng tháng cũng được, có hai xe của vợ chồng con để lại tha hồ mà sử dụng đi học.

Còn hai con tích cực lo học như là phương tiện giải trí và với sự thông minh hiếu học của hai con, trong hai năm Hiếu sẽ đậu và con phải ba năm vì mất một năm đẻ chữa sanh con còn nuôi dưỡng nữa. Caroline nói, anh Hiếu cũng nghĩ giống hệt má nghĩ, hai má con có hai tâm hồn lớn gặp nhau.

Chiều nay, trong lúc ăn má nói với chồng con như vậy, chắc chồng con vui lắm. Hiếu làm món súp như người Việt nấu canh bí đao ăn cơm với sườn heo ram mặn và món xào cải cô li cùng với lạp xưởng Quảng Trân của quê nhà Sóc Trăng. Cơm chiều cũng với bốn món mà Hiếu làm trong hơn nửa tiếng, chị vú chỉ bắt lên nồi cơm, Hiếu còn nhắc nhở chị vú nấu cơm cho nhiều để sáng mai Hiếu dùng cơm nguội làm món cơm chiên ăn sáng.

Má thấy trong tủ còn chai cô nhác Martell, bà lấy ra rót bốn ly, ly của bà và Caroline chỉ chút xíu, còn ly bố cũng nhiều mà ít hơn ly của Hiếu. Trước khi ăn má mời bốn người cùng nâng ly chúc mừng vợ chồng Caroline từ Việt Nam trở qua bằng an, cả gia đình nội đều bình an hạnh phúc, ba má rất vui mừng.

Chúng ta cùng dô dô một chút cho nóng máy ăn cơm rất ngon, hai thằng bé nằm trong nôi để cạnh chị vú và bà ngoại, cả hai đang chòi đạp, quơ tay chân và cười toe toét như là ủng hộ lời nói của bà ngoại. Bà quay sang cháu nói với hai con:

- Hai cháu ngọai luôn tươi cười khi ông bà gọi chúng. Hôm nay, má muốn nói cho Hiếu biết có chiêu rủ Josephine ở lại nhà mình cố gắng đi học lấy bằng tiến sĩ như vợ chồng con. Ba má bao hết nhằm cho Josephine để dành tiền mua vé má bay thăm chồng nó hàng tháng và nó cố học lấy cho được bằng tiến sĩ ngoại giao như hai con mong muốn.

Josephine đi học ghi chép bài giảng của giáo sư, tìm tài liệu và mua sách trong các đề tài theo học gởi cho hai con ở ngoại quốc cùng học như là cách giải trí rất trí thức. Mẹ nghĩ nói như vậy, Josephine sẽ ở lại đi học cho dễ gần gũi chồng và đi học lại càng thuận tiện. Hiếu vỗ tay hoan nghênh lời má nói, con cũng có nói gần giống như vậy với vợ con.

Quả thật tâm hồn lớn của má chạy qua gặp tâm hồn nhỏ của con. Hiếu nói Caroline thấy chưa, chắc má cũng biết là Caroline, vợ con trưa nay thủ thỉ bên tai con, nói là Caroline có linh cảm sẽ mang thai từ trưa hôm nay vì Caroline quá phấn khích. Con có nhắc vợ con ghi sổ ngày giờ hôm nay, nếu một tháng sau mà Caroline thèm ăn chua thì con gọi về báo cáo cho Ba má biết chúng con sắp sanh thêm con và ông bà thêm cực, ba má tha thứ cho chúng con. Ông nói liền:

- Ba má lại càng vui, lần này Caroline đẻ con Mỹ, trước đây đẻ con Áo và ba năm tới chắc đẻ luôn hai con ở Việt Nam đủ thành lập một đội banh rồi nếu thiếu cầu thủ thì có con của Trung của Bernard tăng cường nhân số cho đội banh. Cả bàn cùng cười, má nói ba con vốn ít nói mà chiều nay ông nói quá hay. Xin mời cả nhà nâng ly chúc mừng ông ngoại sắp làm trọng tài quốc tế rồi. Má nói:

- Caroline thấy chồng con, cái vụ làm bếp trước khi lấy con có biết gì đâu, nay Hiếu tự chế biến thức ăn dù đơn giản, nhanh, gọn mà món nào cũng ngon mẹ mới phục tài con rể của của ba má. Caroline hưởng ứng má nói quá đúng con tôn chồng con làm sư phụ trong khoa làm bếp, chị vú cũng vốn ít nói, lại phát biểu, cháu cũng xin tôn cậu làm sư phụ dạy con nấu ăn. Ba má nói, đồng ý với con Caroline và chị vú. Bữa ăn quá vui quá ngon còn ngon hơn ăn ở nhà hàng.

Các anh chị ở Việt Nam nhận được giấy mời là xin đi chuyến bay sớm vì có nhà em mình ở cho quen với phong tục tập quán của nước Mỹ. Tuyết Trinh còn nghỉ hè cùng theo chồng và có mẹ và chị hai cùng theo nữa, dự trù ở Mỹ chơi một tháng, có thể bay qua thăm chồng một tuần ở Brazil hay Nigeria, trở về lại Mỹ mới trở về Việt Nam. Khi Tuyết Trinh trở về Việt Nam sẽ đưa mẹ và chị hai cùng về theo thật thuận tiện còn anh ba của Hiếu đi cùng hai vợ chồng nên không có gì lo hết. Còn bác sĩ Trai có mang vợ theo cũng dự trù, vợ ở lại Mỹ.

Khi đến ở nhà vợ chồng Caroline, thấy nhà mới rất ngăn nắp, ba má Caroline nói với hai vợ chồng Trai, nếu Josephine muốn lấy bằng tiến sĩ ngoại giao là phải ở Mỹ, hai ông bà bao ăn ở và có xe của Caroline sử dụng thoải mái đi học. Bà còn nói, bà muốn Josephine không tốn kém gì hết về ăn ở để dành tiền hàng tháng bay qua thăm chồng rồi về đi học suốt hai năm.

Khi sanh con ở Mỹ có hai bác lo và chị vú sẽ giúp cho Josephine vì lúc đó con của Caroline cũng đến hai ba tuổi. Chị vú bớt nhiều công việc chăm sóc hai con Caroline, có thì giờ chăm sóc con của Josephine. Má Josephine có thể bay qua chơi thăm con và cháu ngoại thì nhà này là nhà của người Áo tha hồ mà nói tiếng Áo. Khi chị vú chăm sóc con của Josephine đang vào trường, hai bác cho thêm tiền chị vú mà Josephine đừng có bận tâm.

Hai bác muốn Josephine để dành tiền mua vé máy bay đi thăm chồng. Một điều hai bác nói thật lòng có Josephine học lấy bài vỡ cho con và con mua giúp tài liệu sách vỡ gởi cho hai vợ chồng Caroline học mà chúng nó như giải trí không đi chơi chỉ lo học.

Chồng Caroline còn hứa với hai bác nếu có sách và tài liệu của Josephine gởi, Hiếu sẽ học tới bến, khoảng hai năm nó sẽ thi lấy bằng tiến sĩ còn Caroline chắc phải ba năm vì nó có thể đã cấn thai còn lo sanh đẻ và nuôi con mất ít nhứt một năm. Vợ chồng Trai gục gặt đầu và thưa với hai bác:

- Lời chỉ dạy của hai bác rất chí lý để vợ chồng con suy nghĩ lại và báo cáo cho ba má con biết là Josephine chịu ở lại Mỹ đi học thì con lại càng vui. Josephine muốn thăm con ngày cuối tuần chỉ nghỉ thêm thứ sáu hoặc thứ hai thì có ba bốn ngày cuối tuần chúng con vô cùng hạnh phúc.

Ở chỗ làm có phòng riêng, chúng con ở chung lại quá vui. Bà nói cháu Trai có ý nghĩ đó quá tốt đẹp, nếu Josephine có bằng tiến sĩ ngoại giao, bố Josephine xin cho con làm ở Toà Tổng Lãnh Sự Áo hay đề nghị mở thêm một văn phòng Lãnh Sự Áo ở Cần Thơ do Josephine đảm trách nữa thì quá tuyệt vời. Bà còn nói tiếp nhà của Caroline Hiều:

- Ba phòng của tầng hầm để cho ba gia đình tạm trú có đủ thức ăn khô trong tủ lạnh tha hồ muốn nấu ăn thêm thoải mái.

Ba gia đình mới qua cứ ở chơi, có bằng lái xe quốc tế Hiếu để cho các anh chiếc xe Van, còn chiếc xe nhỏ hai vợ chồng lái đi làm hàng ngày. Hiếu đưa cho Bernard một xấp bản bồ của thành phố tha hồ mà lái xe đi tham quan cả ngày và tập ăn thức ăn Mỹ buổi trưa cho mẹ và chị hai cùng đi chơi cho biết, chiều về ăn cơm gia đình do sếp cút Caroline và Hiếu lo. Chị hai thất nghiệp, chủ yếu chị đi du ngoạn còn nấu ăn có sếp cút Caaroline và Hiếu hoặc nhà hàng lo.

Hiếu nói đến chúa nhựt này, năm chuyên viên khác sẽ đến đông đủ Hiếu thuê giúp khách sạn gần trường, có thể đi bộ được hoặc trường cho xe đưa đón. Chiều chúa nhựt với tư cách Trưởng Đoàn em dự định tổ chức một dạ tiệc chào mừng tất cả thành viên của Đoàn đến đông đủ, em mời ông Dean Trưởng Phân Khoa điều hành nghiên cứu và tất cả văn phòng của Phân Khoa chừng hai mươi người cùng với một số giáo sư và số giáo sư thân hữu của Robert và có thể hai bác Phi và con gái bác cũng có qua Mỹ đến tham dự. Tối đa chừng tám mươi thực khách.

Em xin thỉnh ý chị hai mình tổ chức phải đơn giản chủ yếu là vui thân thiện, tối đa bốn năm món mà em chấm nhứt là món thịt kho trứng nước dừa độc quyền của chị hai là bón lạ đối với dân Mỹ, dùng để chấm bánh mì ăn cho no. Còn món ăn chơi mà no thiệt có tôm hùm nướng thêm đùi bò nướng dễ thực hiện mà lại ngon, chỉ còn thiếu món salad và món súp vì người Mỹ trong các dạ tiệc thường có hai món này. Nhờ chị hai tính dùm em, có chị Minh Tâm, chị Tuyết Trinh, chị Josephine và Caroline làm phụ bếp cho chị.

Với món thịt kho trứng càng nhiều càng tốt vì các anh chị còn ở lại đây mình làm món ăn sáng cũng rất tiện. Em nghĩ, món salad thì quá dễ có thể mua ở siêu thị Mỹ họ có làm sẵn để trong hộp mình chỉ mua về là xong. Em xin gợi ý, món xúp có thể mình nấu cháo loảng bằng gạo rang với đuôi bò, thịt bò tái trong cháo... mua siêu thị đuôi bò nếu không có mình làm súp bò tái với gạo rang nấu loảng cho tiêu hành nhiều chắc ăn cũng bắt.

Em sẽ gọi mướn vài người Mễ đến giúp dựng lều mướn bàn ghế và mình mua thêm chén dĩa, chị hai cần bao nhiêu ghi vào giấy Caroline chở mấy chị đi chợ mua từ ngày mai. Hiếu trình bày xong, mời mấy anh chị góp ý. Anh chị nói cậu út, chú út đề nghị các món ăn đó tương đối dễ làm ít cực. Hôm nay mới thứ hai còn đến năm sáu ngày nữa, chị hai nói thực hiện theo gợi ý cậu út rất dễ. Caroline thấy nói toàn tiếng Việt xin phép dẫn Josephine lên nói chuyện với ba má, chồng em sai em làm gì em cũng thi hành chỉ trừ bảo em chạy vô đường rầy xe lửa thì em chào thua. Mọi người cười vui hai cô người Áo nắm tay nhau lên nhà trên.

- Chị hai nói vui với các em và mẹ thấy không cậu út cái gì cũng giỏi hết cả sanh con một năm sanh luôn bốn bé trai, có vợ và phòng nhì đều là hoa khôi của trường. Cái hay của cậu không biết thuyết phục năn nỉ thế nào mà Caroline bỏ qua hết tội ngoại tình mà còn hăng hái xin hai con riêng làm con chung của hai vợ chồng dù giấy tờ đối với với luật pháp là con nuôi. Mẹ tưởng có hai cháu nội nay lòi ra bà có đến bốn cháu nội mà Hiếu còn dấu mẹ phải không?. Bà nói liền:

- Vợ con nó đã tha thứ, ba mẹ vợ tha thứ thì mẹ và các anh chị của Hiếu chắc chắn phải buông xả tội ngoại tình của Hiếu đối với gia đình mình. Cả nhà vỗ tay tán thành ý kiến của mẹ. Bà còn nói với Hiếu:

- Tự hậu về sau con không đươc hy sinh giúp bạn có con như chị hai con nói cho mẹ biết. Vợ con và gia đình bên vợ con quá tốt với con, con phải tôn thờ nguyên tắc đạo đức một vợ một chồng. Các anh chị đều vỗ tay hoan nghênh mẹ có lời giáo huấn với Hiếu, em phải tạc dạ ghi nhớ. Hiếu nhỏ nhẹ nói phải, con biết tội lỗi của con xin mẹ và anh chị tha thứ cho.

Mọi người vỗ tay tán đồng, buông xả hết mọi lỗi lầm sai trái của Hiếu. Chiều nay quá vui, mình có hai xe cũng có thể đi hơi chật một chút đến một nhà hàng Mỹ cách đây không xa, mình ăn để em xin tạ tội với mẹ và các anh chị. Minh Tâm nói chị hoan hỉ nhận ăn tiệc xá tội chú út.

Hiếu nói mẹ và chị hai còn cần thay quần áo khác theo con lên phòng riêng. Anh chị thay đồ mới. Em nói Josephine xuống thay đồ và anh Trai cho chị Jophephine trang điểm tới bến, em cũng nói Caroline trang điểm cho tới bến luôn. Còn chị ba chị tư cũng trang điểm làm hai anh cũng thêm ngất ngây tối đêm nay. Ngày mai đại gia đình đi chơi vui vẻ, vợ chồng em phải vào văn phòng làm việc. Hiếu nắm tay mẹ và chị dẫn đi cầu thang lên nhà trên.

Hiếu nói chị Josephine về phòng thay quần áo và trang điểm tới bến cho anh Trai lác mắt. Xin ba má thay quần áo, chị vú cũng thay đồ kẻng và lo thay quần áo cho hai thằng bé mình ra ngoài ăn. Hiếu nắm tay vợ dẫn về phòng thấy hai bầu sữa quá căng và đang rịn chảy ra, Hiếu vội cúi xuống bú cả hai bên cho hết chảy, lấy khăn lau ngực cho vợ, nhắc vợ trang điểm cho bắt mắt tối nay anh thưởng đúp. Hiếu vào nhà tắm xả nước tắm nhanh ra thay quần áo, chảy lại đầu còn xịt dầu thơm cũng khá hấp dẫn, ngồi xem tivi đợi vợ trang điểm cho xong.

Hiếu thấy có thì giờ nói chị vú đẩy hai xe chở bé ra cửa, Hiếu lấy xe đến đón và đã thấy phòng đã mở cửa và mẹ chị hai đã thay quần áo xong. Hiếu mời mẹ, chị cùng đi ra nhà hàng trước có chị vú và hai cháu cùng đi trước vì chở một lần không đủ chỗ, mẹ rất thích đi với cháu nội mặc sức mà nhìn ngắm cháu nội cho đã. Hiếu đã đặt chỗ trước, đưa mẹ, chị hai và chị vú cùng đẩy theo hai xe bê bi ngồi trước.

Hiếu gọi cho ba ly coca cho ba người. Hiếu chạy về đón vợ và anh chị, đi hai xe cho rộng, Caroline chở vợ chồng anh Trai, đi ra nhà hàng trước. Hiếu chở hết anh chị, coi xem cửa nẽo trên dưới có đóng khoá cẩn thận chưa, chạy theo kế tiếp. Hiếu đặt ăn chung vài món và tự chọn thêm món ăn nào mà mình thích, Hiếu gọi một chai rượu chát đỏ uống khai vị. Riêng mẹ, chị hai và ba má Hiếu nói con chọn món cá salmon nướng trét bơ vì ăn món này dễ tiêu. Hiếu đặt trước các món ăn cho bốn người lớn và cả chị vú nữa, còn các anh chị thích ăn món nào thì tự tiện đặt.

Món ăn chung là có ba dĩa salad ba dĩa french fries, bánh mì có sẵn trên bàn và món súp gà nấu đậu, cũng món lạ của nhà hàng này. Mỗi người còn có một món ăn riêng nữa, Hiếu nói như vậy cũng đủ no, còn rượu chát, anh chị không có lái xe uống thoải mái, ông uống mà bà khen ngon là nhứt rồi.

Hiếu chuyển ngữ cho ba má, vợ và Josephine hiểu cả nhà cùng vỗ tay vui cười. Hiếu rót rượu ra ly cho bố và các anh xong cũng gần hết một chai, Hiếu còn hỏi ai uống gì cứ gọi, riêng mẹ, chị hai, chị vú em đã gọi coca trước rồi. Hiếu nói chàng bán than năm xưa, nhờ có người yêu là công chúa của Vienne chắp cánh bay bổng lên cao nên làm rớt gánh than lại sóc sờ bai Sóc Trăng. Bây giờ trở thành công tử đáng yêu của nàng công chúa thành Vienne. Hiếu chuyển ngữ cho ba má và vợ cùng Josephine hiểu. Hiếu hỏi nàng công chúa của lòng anh nghĩ thế nào cho biết ý kiến? Caroline nói liền:

- Em là người yêu duy nhứt của chàng cựu bán than, chàng không còn hy sinh tặng con cho ai hết, luôn ghi nhớ nghe anh. Từ bây giờ và chỉ có công chúa này dù sanh con cả chục đứa, ốm tông teo qua cầu gió bay thì anh chàng cựu bán than cũng phải hết lòng đưa hai tay đón đỡ đưa nàng về dinh nghe anh Hiếu, chồng yêu quý của em.

Cả bàn vỗ tay hoan nghênh lời tỏ tình yêu vừa đậm đà vừa đanh thép không muốn chồng ngoại tình dù dưới hình thức nào, các anh chị hiểu ngầm là như vậy. Cái ghen của người thông minh có học khác xa với cái ghen bình dân đại chúng. Nếu Caroline ghen tới bến thì làm sao Hiếu và Caroline sống chung hạnh phúc và giàu sang danh vọng như ngày hôm nay. Anh chị của Hiếu hiểu rõ lòng dạ em dâu lại càng nể phục em dâu có nhiều bản lãnh, rất đáng ngưỡng mộ.

Một bữa ăn gia đình thật vui và cởi mở hết lòng của Caroline mà ba má của Caroline không biết gì hết. Bà nói chốc nữa vợ chồng Bernard lên phòng ba má có việc ba má muốn hỏi hai con.

Về nhà, vợ chồng Bernard vào phòng ngủ của ba má, đóng cửa lại, má hỏi, Tuyết Trinh kể cái accident - tai nạn mà chúng con không bao giờ nghĩ tới. Tuyết Trinh kể đầu đuôi về chuyện lăng nhăng ngoại tình của Hiếu. Má lại nói, bà rất nể con rể dám đánh đổi danh dự phẩm giá của mình, hy sinh cứu một người bạn và tìm cách cho người bạn có tấm chồng giàu sang phú quý, xây dựng lại tương lai. Còn Caroline, ba má lại nễ trọng con biết tha thứ buông xả tội ngoại tình của chồng. Và còn hy sinh tiếp chồng nuôi con riêng của chồng để người bạn thêm tự do mà người chồng mới không còn mảy may lo về con riêng của vợ, không cần cấp dưỡng tiền nuôi con, có cha ruột của nó lo hết rồi.

Ba má hiểu lòng dạ của Hiếu và Caroline. Vì vậy, hai vợ chồng chúng nó thông cảm tha thứ yêu thương nhau, ba má luôn theo sát sống chung và giúp nuôi con của chúng, về tài sản của ba má để lại chia đều cho các con. Riêng hai cái nhà, nhà của hai vợ chồng con đắt hơn nhà chúng nó gần gấp đôi. Ba má hiểu thêm vợ chồng Caroline, ba má lại càng yêu thương. Thôi hai con về phòng nghỉ đi, ba má cám ơn hai con.

Tuyết Trinh vừa đi xuống cầu thang vừa nói với chồng, em cứ tưởng ba má biết chuyện Hiếu lăng nhăng ngoại tình có con riêng, ba má sẽ đùng đùng nổi giận. Đâu ngờ ba má lại thương con rể thêm nhiều như con gái ruột mình, thật em quá khâm phục ba má.

Vợ chồng Trai và Josephnine nói trước tất cả mọi người trong gia đình rất cám ơn ba má Caroline có nhã ý cho Josephine sống cùng ông bà tại ngôi nhà này để quyết tâm đi học và tiện việc đi thăm nuôi chồng mà không cần đóng góp gì hết chỉ với một điều kiện là đi học lấy tiến sĩ về ngoại giao mà vợ chồng Caroline cũng đã ghi danh theo học mà lại ở xa trường. Josephine ở lại Mỹ, có những tài liệu sách vỡ gì liên quan tới học sao gởi cho Caroline để hai vợ chồng nó cũng gạo học nhiệt tình như là môn giải trí, Hiếu hứa hai năm là nộp luận án tiến sĩ về ngoại giao, còn Caroline phải ba năm vì nó cũng sắp có thêm con. Josephine tiếp:

- Chồng tán thành cho con ở lại nhà này tiếp tục học lấy bằng tiến sĩ ngoại giao và con cũng có gọi thỉnh ý bố mẹ con cũng đồng ý và còn nói đến ngày sanh, con sanh ở Mỹ có hai bác và mẹ con sẽ qua tiếp nuôi con. Hơn nữa, ở nhà của Caroline có xe đi học rất thoải mái nữa, hai bác và chị vú tha hồ nói tiếng Áo với con và dạy con của con biết nói tiếng Áo trước tiên. Vợ chồng suy nghĩ kỹ đi đến quyết định, vợ con ở lại Mỹ đi học. Trai nói tiếp:

- Hai con cám ơn hai bác, xin phép hai bác cho con gởi vợ con lại đây, hai bác coi vợ con như Caroline vậy. Hai bác và mọi người vỗ tay hoan nghênh.

Đến ngày lên đường đi công tác, Hiếu và Caroline đều bịn rịn không muốn xa con, ba má thấy tình cảnh hai con như vậy cũng rất xót xa. Hiếu nói con có cách:

- Khi bầu của vợ con chưa lớn, vợ con có thể bay về thăm con vài ngày nhiều lần trong tháng. Khi vợ con sanh tại Mỹ được nghỉ hộ sản một tháng con cũng bay về thăm vài ngày được, công việc vợ con làm, con xin Phân Khoa làm thế đến khi nào Caroline thật cứng cáp sẽ bay qua chỗ làm việc.

Con tính trước như vậy, xin ba má thương chúng con ráng chịu cực khi Caroline sanh con. Ba má nói, luôn ở cạnh hai con, các cháu ngoại, còn cháu nội, bà nội ở xa quá phải chờ các con về công tác ở Á Châu. Hiếu bộc bạch tiếp:

- Anh chị tư thử bàn tính coi xem, chị tư nghỉ giả hạn không lương, sang ở đây đi học lấy cao học về ngôn ngữ học hay ngành học nào cũng được, em nghĩ hai năm, chị tư có đủ khả năng lấy được bằng Cao học về Việt Nam xin dạy đại học dễ dàng, nhứt là đại học ở Cần Thơ. Chị sang đây ở học và còn dễ dàng thăm chồng vài ngày như Josephine, chị có một chiếc xe của em để tự lái đi học, ba má em cũng sẽ bao ăn ở miễn phí còn tình nguyện chăm sóc cháu nội. Hiếu hỏi xin ba má cho biết ý kiến, bà nói rất vui mừng thấy con dâu qua đây sống chung với ba má ít nhứt cũng hai năm, ba má gần gũi và chăm sóc luôn cháu nội.

Nhà này trở thành trung tâm day care trẻ con cho ba gia đình. Tuyết Trinh nói:

- Chúng con nghe ba má nói, chúng con quá mừng và chúng con còn vận động mẹ con và chị hai ở Việt Nam cũng thiếu vắng các con và em cũng buồn, qua đây ở luôn hai năm làm phụ tá ba má con chăm nom nhà trẻ ít nhứt cũng năm trẻ nhỏ có đủ cháu nội cháu ngoại. Minh Tâm nói:

- Cô tư có ý kiến coi bộ hay, nếu chị ba sanh con cũng xin gởi vào nhà trẻ này nữa có bà nội và cô hai chăm sóc nuôi dạy thật hết sẩy, cả nhà vỗ tay hoan nghênh.

Cả nhà cũng ra sân bay đưa tiễn các thành viên của Đoàn đi công tác ở Brazil và Nigeria.

Về nhà, ba má nói hôm nay thấy nhà mình trống vắng quá, Tuyết Trinh và Josephine dọn đồ đạc lên ở nhà trên, Josephine vào ở phòng của mẹ và chị hai đang ở sẽ ở lâu dài phòng này. Chị sui, cô hai và Tuyết Trinh ở phòng của vợ chồng Hiếu rất rộng, Hiếu có đặt thêm hai giường cho chị hai chị tư còn mẹ ngủ giường của vợ chồng Hiếu. Hiếu đã sắp xếp trước. Bà nói, bà rất nể phục:

- Sự sắp xếp chu đáo của Hiếu mọi việc. Josephine có bằng lái quốc tế thỉnh thoảng lái xe đi du ngoạn đây đó, bây giờ lo tìm cách ghi tên theo học lấy tiến sĩ ngoại giao nhờ giáo sư Robert giúp. Hiếu đã liên lạc và sắp xếp trước mọi chuyện, Hiếu nói Josephine nếu không vận động có học bổng toàn phần hay bán phần hay một phần nào đó thì học phí học tiến sĩ rất cao có thể suýt soát gần cả trăm ngàn một năm. Nhờ có tay trong vận động học phí của Josephine một năm đóng khoảng $25,000, nhờ có chồng là thành viên của Đoàn nghiên cứu của đại học Harvard.

Caroline bay theo toán đến Brazil, còn Hiếu phải theo toán bay qua Nigeria. Caroline đã liên lạc trước với chánh phủ và Bộ Y Tế sở tại đã có hợp đồng hợp tác trong hai năm nên khi đi đến phi trường là có một phái đoàn của Bộ Y Tế và xe của Bộ ra tiếp đón rất trọng thể đưa về chỗ ở cũng cạnh văn phòng làm việc. Chỗ ở có người phục dịch và văn phòng làm việc có đến năm bác sĩ của Bộ Y Tế cắt cử làm phụ tá cho mỗi bác sĩ của Đoàn và năm nhân viên dưới quyền. Như vậy mỗi thành viên của Đoàn có đến năm người phụ giúp có xe riêng cho mỗi thành viên của Đoàn. Sau một ngày nghỉ cho khoẻ vì đường bay quá xa.

Hôm sau, cả toán năm thành viên cùng đại diện Trưởng Đoàn đến thăm xã giao ông Bộ Trưởng Bộ Y Tế và đại diện văn phòng chánh phủ cũng có tham dự. Đại diện Đoàn nghiên cứu bịnh sốt rét của Viện đại học Harvard đọc lại bản hợp đồng và nhấn mạnh công tác theo nhu cầu của viện đại học Harvard và cơ quan Y Tế Liên Hiệp Quốc WHO nhằm thu thập kinh nghiệm đúc kết thành một nghiên cứu chuyên sâu chứng bịnh sốt rét. Đồng thời Đoàn còn có nhiệm vụ giúp chữa trị các bịnh nhân sốt rét với các loại thuốc mới. Đoàn còn có đề nghị với trường Harvard xin WHO tài trợ về phương tiện tài chánh và thuốc trị sốt rét cho các nước mà Đoàn có đến hợp tác làm việc. Ông Bộ Trưởng Y Tế nói:

- Ông rất vui mừng và hãnh diện được Viện đại học Harvard chọn đặt văn phòng nghiên cứu. Xin Đoàn chuyển giúp lời cám ơn chân thành của Bộ Y Tế đến Viện đại học Harvard. Bộ Y Tế sẽ hết lòng cộng tác và hỗ trợ mọi phương tiện cần thiết khi Đoàn nghiên cứu cần, bên cạnh Đoàn luôn có đại diện của Bộ Y Tế sát cánh hợp tác và giúp đỡ. Đại diện Đoàn còn cho biết Đoàn chia ra hai toán làm việc ở Nigeria và Brazil là nơi đặt văn phòng chính. Nếu các lân bang có nhu cầu cần thì Đoàn cũng cử chuyên viên bay qua giúp. Đoàn chia ra làm hai toán, mỗi toán năm chuyên viên công tác trong một năm, luân phiên đổi địa bàn nghiên cứu, hoàn thành nhiệm vụ trong hai năm. Ông Bộ Trưởng nói:

- Ông xin đại diện đất nước chúng tôi vô cùng hoan hỉ đón tiếp đoàn nghiên cứu của viện đại học Harvard đến nghiên cứu sâu sát chứng bịnh nguy hiểm sốt rét đã dai dẳng hàng bao thế kỷ rồi. Nhân dịp này chúng tôi xin mời quý vị trong Đoàn nghiên cứu và Bộ Y Tế chúng tôi và đại diện văn phòng Thủ Tướng chánh phủ dùng lunch tại phòng tiếp tân của Bộ. Xin mời quý vị cùng đi theo chúng tôi dự lunch trưa nay trước khi quý vị trở về văn phòng làm việc. Cả hai toán đều được tiếp đón như vậy. Báo cáo của Caroline gởi về Phân Khoa, ông Dean có lời khen ngợi Đoàn được hai Bộ Y Tế nhiệt tình hợp tác và trợ giúp.

Hiếu rất tinh tế xếp cho bác sĩ Trai và bác sĩ Bernard cùng toán, bác sĩ Minh Tâm cùng chồng và Hiếu cùng toán, năm đầu Hiếu làm việc ở Nigeria, Caroline ở Brazil. Trưởng Toán ở Brazil là một chuyên gia gốc Anh và

Trưởng Toán ở Nigeria gốc Mỹ. Còn Hiếu ngoài làm việc trong toán còn là con thoi qua lại giữa hai toán đôn đốc kiểm soát. Bác sĩ Bernard và bác sĩ Trai cùng chung toán và năm đầu làm việc ở Brazil lại có Caroline bên cạnh nên Josephine và Tuyết Trinh có thể mua vé máy bay qua Brazil ở chơi với chồng cả tháng rồi trở về Mỹ.

Tuyết Trinh đưa mẹ và chị hai trở lại Việt Nam, còn Josephine tiếp tục ở lại đi học. Bernard và Trai biết thâm ý của Hiếu nên rất cám ơn Hiếu. Ở Brazil ba chị em Tuyết Trinh, Josephine và Caroline tha hồ mà nói chuyện hay đi du ngoạn, sốp binh khi chồng đi làm việc chiều mới về cùng ăn cơm chung nữa quá vui quá hạnh phúc. Tuyết Trinh và Josephine đều có mang qua tháng thứ hai, còn Caroline cũng mới có triệu chứng cấn thai. Ba bà bầu ở chung một chỗ sát vách nhau tha hồ mà ăn chua, ăn vặt.

Một tháng qua nhanh, Josephine và Tuyết Trinh bay trở về Mỹ. Josephine ở lại Mỹ đi học và Tuyết Trinh cùng mẹ và chị hai bay về Việt Nam.

Bác sĩ Minh Tâm sắp sanh sẽ xin phép bay về Mỹ sanh và Josephine cũng sắp sanh thông báo cho cha mẹ biết để thân phụ mẫu của cả hai bà bầu mua vé máy qua thăm con thăm cháu. Hai gia đình từ Việt Nam sang Mỹ cũng chuyến bay, Minh Tâm sanh trước Josephine một tuần về nhà ở phòng của vợ chồng Hiếu, còn ông bà bố mẹ Josephine ở phòng của chị vú, chị vú xuống ngủ tạm ở tầng hầm cùng với hai cháu, khi bố Josephine về trước, còn lại mẹ thì ở chung phòng với con gái và cháu ngoại và chị vú trở về phòng cũ như trước. Ba má của Caroline sắp xếp như thế. Khi Trung và Trai bay về thăm vợ con vài ngày thì ở tầng hầm.

Cả hai Josephine và Minh Tâm sanh con bình an khoẻ mạnh mà lại có cha mẹ từ Việt Nam và cuối tuần đó có chồng về thăm vợ con và chào đón ba mẹ nữa thật vô cùng hạnh phúc.

Ông Tổng Lãnh Sự Áo chỉ được phép nghỉ có mười ngày vội quay về nhiệm sở, còn bà ở với con gái và cháu ngoại đúng một tháng và có thể xin ở thêm. Ba má Minh Tâm, ông vừa về hưu ở lại chăm sóc cháu ngoại thêm một tháng nữa cho đủ hai tháng cũng được. Trước khi sanh vài tuần, ba má Caroline nhờ Josephine chở đi chợ Tàu và siêu thị Mỹ bà mua lủ khủ đồ hộp, thực phẩm khô của Tàu nhứt là có mua đến năm thùng mì gói tha hồ mà ăn, hàng chục vỉ trứng, một bao gạo 25 lbs.

Thức ăn chất đầy bàn ở tầng hầm giống như một quán chạp phô. Thỉnh thoảng bà gọi điện thoại nhờ Robert mua giúp rau, đậu, dưa leo, cà chua và trái cây vì ở nhà không có người biết lái xe, phải đợi Josephine cứng cáp mới lái xe đi chợ được mà nhà lại đông khách.

Robert thông cảm, cứ cách ngày chạy đến hỏi thăm muốn mua gì cho biết cũng như Robert đến mời ông bà Tổng Lãnh Sự và thân phụ Mẫu Minh Tâm đi ăn tiệm Tàu và nhà hàng Mỹ cũng làm cho qúy vị lớn tuổi cũng vui. Ngày thứ bảy chúa nhựt Robert còn đến chở quý vị cao niên đi du ngoạn nhiều thành phố du lịch gần viện đại học Harvard.

Hiếu biết Robert hết lòng giúp đở gia đình nên thường xuyên gọi điện thoại cám ơn và hỏi chừng nào về Việt Nam giúp Hiếu gởi cho bố mẹ Thu Vân $20,000 để giúp nuôi dưỡng cháu ngoại trong hai năm nữa. Khi Hiếu về công tác Á Châu sẽ đón hai con về nhà ở Cần Thơ nuôi dưỡng với con chung với Caroline. Hiếu hỏi số trương mục của Robert chuyển liền cho Robert chừng nào về Việt Nam mang về.

Hiếu nói còn hai tháng nữa tới đám cưới của Hiếu tại Vienne. Hiếu xin Robert hỏi giúp bạn nào muốn đi tham dự đám cưới tại Vienne, Robert bút giùm vé máy bay Hiếu sẽ hoàn lại sau, xin mời giúp ông bà Dean, bà Elizabeth và các bạn của Robert, ông Dean bà Liz, Hiếu sẽ gởi email, thiệp mời và qua điện thoại nữa. Khi ai nhận lời, Robert giúp cho Hiếu biết để dự trù chỗ ở chung một chỗ cho vui, ông bà Dean, bà Liz thì ở cùng nhà với bố mẹ tôi... Hiếu nói rõ:

- Còn ở Việt Nam chị tư tôi lo mua vé cho gia đình Thu Vân ba người cũng như nhiều gia đình khác chị tư tôi lo. Thiệp đám cưới đã gởi đi hết rồi. Anh Robert giúp tôi mua vé máy bay cho ba má hai con tôi và chị vú về Áo trước lễ cưới một tháng để cho ba má tôi tiếp đón quý vị tham dự. Anh giúp ứng tiền trước trả tiền vé máy bay khứ hồi sau đám cưới bốn ngày, vợ chồng tôi sẽ đưa gia đình trở lại Mỹ. Ngày mai anh chịu khó chạy đến nhà lấy passport của năm người đi mua vé máy bay. Nói chuyện với Robert xong.

Hiếu gọi về nhà thưa với má là chuyện tổ chức đám cưới của vợ chồng con và vợ chồng Bernard còn chưa tới hai tháng, con có nhờ anh Robert mua vé máy bay cho ba má, chị vú và hai con về Áo trước một tháng để ba má lo việc lễ cưới và chỗ ở của quan khách mình mời từ Việt Nam và từ Mỹ, con sẽ gởi chi tiết về sau. Bây giờ có ba má chị Tâm má Josephine, ba má gởi nhà đi tuần tới cũng được, trước lễ cưới hơn một tháng rưỡi để ba má còn có thì giờ thu xếp mọi chuyện.

Vợ chồng con từ Brazil bay thẳng về Áo trước lễ cưới chừng bốn ngày sau đó bốn ngày con đưa gia đình về Mỹ. Vợ chồng con chỉ ở Mỹ có hai ngày là phải đến chỗ làm. Còn nhà cửa khi ba má chị Tâm và anh chị Tâm cũng gia đình Josephine bay qua Áo dự lễ cưới thì con nhờ anh Robert đến khoá cửa lại hoặc mướn người đến giữ nhà...Ngày mai anh Robert đến ba má lấy năm passport đưa đi mua vé tuỳ ba má muốn đi ngày nào cho Robert biết để anh còn đưa ra phi trường. Má nói con lo quá chu toàn ba má cám ơn con. Trong bữa ăn trưa nay có gia đình Minh Tâm và Josephine, ba má Caroline cho biết:

- Ông bà và cháu ngoại phải bay về Áo sớm lo công việc lễ cưới của Caroline và Bernard, còn chưa tới hai tháng nữa. Ông bà phải về trước thu xếp mọi việc và được biết đám cưới có trên một ngàn người tham dự vì ba đám cưới của Hiếu, Bernard và Trai cùng một lúc và đãi ăn cùng một chỗ. Má Josephine nói, chúng tôi, Josephine và con nó cũng bay về Áo ít nhứt cũng hai ba tuần, hay chúng tôi cùng về với ba má Caroline để có thì giờ thăm gia đình luôn. Anh chị về trước lễ cưới chừng một tháng chúng tôi cùng về một lúc thì sẽ vui hơn. Ba Má Caroline nói như vậy cũng được, ngày mai có cháu Robert đến lấy năm passport của chúng tôi lấy luôn passport của chị luôn. Hai bà gật đầu. Như vậy ngôi nhà rộng thênh thang chỉ còn lại gia đình Minh Tâm bốn người, cuối tuần này Trung cũng bay về thăm gia đình và Trai cũng bay về nữa.

Đến ngày về Áo, Robert nhờ thêm người bạn mang xe đến đưa gia đình Josephine ra phi trường. Hai xe trở về nhà còn mời hai bác và mẹ con bác sĩ Tâm đi ăn trưa. Bác trai nói cám ơn hai cháu đã hết lòng giúp đỡ chúng tôi. Bác trai còn nói, chừng một tuần trước lễ cưới hay cùng đi một lúc với cháu Robert sang Áo tham dự một lúc ba đám cưới. Bác cũng biết bố mẹ vợ và vợ cháu Robert từ Việt Nam cũng bay sang Áo tham dự lễ cưới và ở lại Áo chơi mấy ngày. Chừng nào Robert cùng với gia đình trở về Mỹ cho gia đình bác xin đi theo. Robert nói chuyện đó quá dễ, cháu sẽ làm đúng như vậy. Còn anh Trung, Bernard, Trai sẽ bay về chỗ làm việc không về Mỹ. Vợ chồng Caroline và gia đình cùng gia đình Josephine cũng về Mỹ có thể cùng chuyến bay với cháu. Nếu đúng như vậy lại quá vui, gần hai chục người cùng về Mỹ một lúc tha hồ mà vui mà cười và nghe tiếng khóc của bốn bê bi. Robert nói:

- Chuyện trở về Mỹ cháu và Andre sẽ bàn thảo sau. Cháu có hai xe đưa ra phi trường vì để một cái nôi con thơ chiếm đến hai chỗ ngồi. Khi gia đình bác sĩ Minh Tâm đi Áo có bốn người dự lễ cưới trong vòng một tuần có thể đi cùng chuyến bay với Robert. Xa nhà một tuần, Robert nói, không cần mướn người trông nom, hai xe trong gara tôi tăng cường thêm khoá rất an toàn.

Cha Chánh Xứ nói, từ ngày xây cất nhà thờ chánh toà của Thủ đô Vienne tới nay hơn một trăm năm chục năm, chưa có khi nào tổ chức ba lễ Hôn Phối cùng một buổi sáng chúa nhựt tại Nhà Thờ Chánh Toà và đại tiệc sau ba thánh lễ hôn phối có khoảng trên hai ngàn khách mời tham dự. Đa số là con chiên trong họ đạo. Đặc biệt có mấy chục thân nhân, quan khách từ Việt Nam sang. Trong số đó có ông bà Bí thư Sóc Trăng và nhiều viên chức cao cấp của tỉnh Sóc Trăng, ông cựu Bí Thư Tỉnh Ủy Phú Yên và gia đình, ông bà Phó Bí Thư Thành Uỷ Cần Thơ và gia đình, Giáo sư Khoa Trưởng Trường Đại Học Y Khoa Cần Thơ cùng phu nhân và quý ông bà Giáo sư Trưởng khoa của trường Y cũng đến tham dự. Nhiều quan khách từ Mỹ đặc biệt có Giáo Sư Khoa Trưởng Phân Khoa Nghiên Cứu Y Học về các bệnh lý nguy hiểm của Viện đại học danh tiếng Harvard và phu nhân cùng nhiều giáo sư vài nước khác cũng đến tham dự Thánh Lễ.

Ngoài ra bác sĩ Bộ Trưởng Y Tế Brazil và Nigeria cùng phu nhân cũng đến Vienne tham dự Thánh Lễ Hôn Phối và dự tiệc cưới vì trong Đoàn nghiên cứu quốc tế có đến bốn thành viên của Đoàn là chú rể hay cô dâu trong lễ cưới này. Bác sĩ Bộ Trưởng Y Tế Nigeria là bạn đồng môn tại đại học Y Khoa Paris với Giáo sư Khoa Trương Y Khoa Cần Thơ. Bác sĩ Bộ Trưởng Y Tế Nigeria khẩn khoản mời bạn đồng môn và phu nhân đến ở gần nhau vài ngày, ông lấy thêm một phòng tại khách sạn năm sao ở trung tâm Thủ Đô Vienne. Bác sĩ Bộ Trưởng Y Khoa Nigeria còn khẩn khoản mời bác sĩ Khoa Trưởng Đại học Y Khoa Cần Thơ và phu nhân cùng đi với vợ chồng ông đến Thủ đô Nigeria ở gần nhau cùng tâm sự cho thoả lòng, mọi chi phí Bộ Y Tế Nigeria đài thọ ở chơi chừng bốn ngày hoặc một tuần rồi trở về Vienne cùng về với phái đoàn Việt Nam.

Còn ông bà Bộ Trưởng Y Tế Brazil sau dự lễ Hôn Phối và tiệc cưới, hai ông bà trở về Brazil sáng hôm sau do bác sĩ Andre đưa ra phi trường. Tiệc cưới tại khuôn viên cạnh Nhà Thờ do một nhà hàng sang trọng và lớn nhứt nhì của Thủ đô Vienne trách nhiệm về ẩm thực. Ông bà Dean rất ngưỡng mộ tài ngoại giao của Andre và Caroline, mời cả hai vợ chồng ông bà Bộ Trưởng Y Tế Brazil và Nigeria đến dự Thánh Lễ Hôn Phối và tiệc cưới quá đông đúc quan khách tham dự.

Cha Xứ và Họ Đạo Nhà Thờ Chánh Toà Vienne giúp dựng lều bạt và sắp xếp bàn ghế cũng như trang hoàng đèn hoa rực rỡ cả khuôn viên Nhà Thờ. Tham dự còn có ông bà Bộ Trưởng Ngoại Giao Áo và hàng chục viên chức cao cấp thuộc Bộ Ngoại Giao Áo vì ông Tổng Lãnh Sự Áo ở Sài gòn có con gái là một trong ba lễ hôn phối này nên có thêm hàng chục khách mời của Toà Đại Sứ Việt Nam ở Vienne cũng đến tham dự. Cha Xứ còn mời đại diện Toà Khâm Sứ Toà Thánh Vatican tại Thủ đô Vienne. Hàng trăm ký giả, giới truyền thông báo chí quốc tế, quốc nội, địa phương cũng hoan hỉ tham dự

Trong ba lễ cưới này có đến bốn vị là thành viên của Đoàn nghiên cứu quốc tế trong mười một chuyên viên Harvard tuyển chọn.

Đây, một sự kiện lịch sử có đến ba lễ Hôn Phối liên tục tại nhà Thờ Chánh Toà Vienne, cũng có thể nói là lễ cưới có tính quốc tế mà nhà thờ chánh toà của Thủ Đô Vienne - Áo Quốc, từ ngày xây dựng, một thế kỷ rưỡi, đến nay, chưa hề tổ chức. Hơn nữa, tiệc cưới tổ chức cạnh nhà thờ cùng một lúc đến ba đám cưới vô cùng hoành tráng có số quan khách tham dự cũng kỷ lục trên hai ngàn quan khách của nhiều quốc gia: Áo, Việt Nam, Mỹ, Pháp, Canada, Anh, Úc, Nigeria, Brazil...

Sau lễ cưới, những người còn ở lại Áo tiếp tục đi du ngoạn, còn những người bận bịu công việc phải trở về nơi làm việc.

Vợ chồng Hiếu đưa mẹ, chị hai, hai con và chị vú trở lại Mỹ, ba má phải ở lại lo tiếp khách và sẽ qua Mỹ sau. Cả gia đình chị Minh Tâm, Josephine cũng trở lại Mỹ cùng với vợ chồng Caroline. Gia đình của bố Phi sẽ qua Mỹ cùng với con rể Robert và cũng ở chơi cả tháng mới trở về Việt Nam cùng với vợ chồng Robert.

Vợ chồng Hiếu ở lại với con và ba má được ba ngày, Hiếu bay qua Nigeria và Caroline bay qua Brazil. Caroline bắt đầu đi đứng có phần nặng nề hơn trước và thao tác làm việc cũng chậm lại vì thai nhi trong bụng đã qua tháng thứ năm. Hiếu thấy việc làm của vợ cũng khá nặng nhọc nên đến Nigeria, Hiếu tích cực làm công việc cho nhanh, việc chữa bịnh sốt rét tại Bịnh viện để theo dõi cách trị liệu và cách sử dụng thuốc mới theo dõi kết quả hàng ngày.

Hiếu nhờ bác sĩ phụ tá trông coi giúp mười ngày để Hiếu bay về Brazil lo giúp vợ hoàn tất hồ sơ tổng quát giúp vợ soạn thảo báo cáo của hai năm nghiên cứu tại Brazil và Nigeria và vài nước lân cận của hai nước lớn. Bốn bác sĩ tiến hành công tác nghiên cứu khá tốt đẹp, báo cáo thường xuyên văn phòng trưởng toán.

Hiếu lấy vé máy bay đi Brazil có vợ lái xe ra đón. Hai vợ chồng về văn phòng làm việc cho đến hết giờ. Hai vợ chồng đi ra ăn cơm ngoài tiệm, về nhà Hiếu xem lại công việc của vợ thấy còn bề bộn, Hiếu nói:

- Anh thông cảm, từ đây cho đến ngày em sanh con khá mệt mõi không còn làm việc nhanh lẹ như xưa, anh sẽ thường về giúp em. Bây giờ có anh, các công việc em làm tới đâu rồi cho anh biết, anh sẽ thay em làm suốt trong tuần này. Caroline chạy lại ôm chồng nói, cám ơn anh rất nhiều, em xin thưởng anh ngay bây giờ:

- Em biết anh cũng vắng không gần em cũng lâu trên tuần rồi. Caroline nắm tay Hiếu lại toi lết lo vệ sinh xong, cả hai lên giường Hiếu trả bài làm cho cô giáo Caroline rất hài lòng và khen anh Hiếu của em lúc nào cũng phong độ. Hiếu nói, em cứ nằm yên nghỉ, ngủ một giấc, anh lại bàn làm tiếp công việc của em đã làm.

Hiếu lướt đọc qua những báo cáo cũ và báo cáo tổng kết công tác của hai nước lớn Brazil và Nigeria cùng ba nước lân cận của hai nước. Báo cáo tổng kết, Caroline đã viết xong hơn năm trang, phần mở đầu rất súc tích đầy đủ công tác do Phân Khoa Nghiên Cứu của Harvard yêu cầu Đoàn Nghiên Cứu phải thực hiện.

Phần II là phần chánh ghi lại những công tác nghiên và đã thực hiện với những kết quả cụ thể và những kết quả đang và sẽ có kết quả, hai Bộ Y Tế Brazil và Nigeria sẽ gởi sau về Phân Khoa Nghiên Cứu vào cuối năm nay.

Hiếu có sáng kiến vẽ nhiều biểu đồ công tác của hai toán đã thực hiện những công tác cụ thể gì, kết quả ra sao? Một biểu đồ về công tác đang thực hiện cuối năm mới có kết quả cụ thể. Một biểu đồ những công tác tiếp theo do nước sở tại trách nhiệm và Phân Khoa Nghiên Cứu (Đoàn Nghiên Cứu) chỉ tư vấn. Hiếu nghiên cứu và vẽ biểu đồ dẫn giải rõ công tác của Đoàn mà không phải viết hàng mấy chục trang hay cả trăm trang mới giải thích đầy đủ. Còn dùng biểu đồ ít viết dài dòng chỉ ghi chú vắn tắt, mọi người nhìn vào biểu đồ là hiểu ngay.

Sau gần hai tiếng ngủ say, Caroline thức giấc, rón rén đến sau lưng chồng coi xem chồng đang làm gì, thấy chồng, vừa suy nghĩ vừa vẽ rồi xoá rồi vẽ lại. Có vẽ hài lòng đắc ý, Hiếu vỗ tay tự tán thưởng mình và đứng vụt dậy đụng vào hai tay vợ đang định ôm chàng.

Hiếu quay lại ôm hôn vợ và nói anh dùng biểu đồ để mình báo cáo công tác vừa dễ hiểu vừa đỡ tốn công viết dài dòng. Bây giờ khi có số liệu báo cáo của nhóm của cá nhân em chỉ ghi con số vào cũng giải thích rõ cho người xem. Hiếu kéo Caroline ngồi vào ghế, chàng đứng lật từng biểu đồ giải thích, Caroline xem qua nhanh cũng thấy cái tài siêu việt của chồng mình, lãnh vực nào cũng hay cũng giỏi. Caroline nói em phục anh, xứng đáng là sư phụ của em.

Từ đây em có nhiều thì giờ giúp anh về việc tổ chức buổi lễ anh nhận văn bằng tiến sĩ về bang giao quốc tế giữa Việt Nam với hai nước cựu thù Mỹ Pháp và sự giao hảo với nước Áo. Hiếu cho vợ biết:

- Theo lẽ luận án tiến sĩ của Hiếu chỉ có đề cập đến nước Việt Nam với hai cựu thù Mỹ và Pháp là đủ trọng lượng rồi, anh lại thêm mối giao hảo thâm tình giữa Việt Nam và nước Áo quê vợ của mình. Anh móc nghéo thêm nước Áo là anh có mục đích gián tiếp luận án tiến sĩ của em năm tới sau khi sanh con cứng cáp cũng là lúc chúng ta chấm dứt hợp đồng với Đại học Harvard. Lúc bấy giờ, anh có nhiều thì giờ anh sưu tầm thêm nhiều tài liệu về văn hoá như các lễ cưới, giỗ chạp ông bà cha mẹ, lễ Tết truyền thống, nghệ thuật văn học và đặc biệt dân ca quan hát quan họ, ca trù, hát nói của miền Bắc, đến Miền Trung có hát hò Huế và đến Miền Nam nghệ thuật hát bộ lại phát triển thêm. Với cuộc Nam tiến, vào miền Nam phát sinh ra bộ môn nghệ thuật cải lương độc đáo qua thời kỳ sơ khai là đờn ca tài tử Nam Bộ. Anh tiếp em sưu tầm giúp em đỡ mất thì giờ vì phải nuôi dưỡng con thơ. Em lọc bỏ những gì em thấy không cần thiết, em viết lại theo ý em, anh chỉ giúp tìm thêm tài liệu cho em mà thôi.

Em sưu tầm cho kỹ dân ca của nước Áo cũng là một trong cái nôi dân ca thế giới, em dẫn chứng cụ thể là luận án của em về sự bang giao giữa hai nước Việt Nam và Áo sẽ có giá trị. Cả hai chánh phủ có thể sử dụng luận án của em để đẩy mạnh thêm công tác ngoại giao của hai dân tộc. Caroline nói, lãnh vực nào anh cũng là sư phụ của em, anh quá thông minh, anh còn rào đón với em một cách nào đó anh giúp em mà anh nói không giúp gì hết, thật quá tuyệt vời. Em phải thưởng anh ngay bây giờ, chúng mình lại giường nghe anh:

- Hiếu líu ríu đi theo, vội đi đến tủ lạnh lấy một lon bia ra uống và mớm cho vợ một ngụm. Caroline giúp chồng máng áo quần lên móc và vào nhà tắm lấy hộp khăn ướt ra để bên đầu giường lo chuyện vệ sinh.

Sáng sớm thức dậy, ăn sáng xong, Hiếu bàn tính với vợ và nói:

- Ông Dean và các giáo sư đã đọc qua luận án của anh gởi nộp cách đây hai tuần, ai cũng nức nở khen và hỏi anh chừng nào có thể trình luận án trước Hội Đồng Giáo Sư và trình bày trước đại chúng trong đại giảng đường của Harvard. Hiếu nói tiếp:

- Anh thấy thuận tiện nhứt là chúng ta có buổi tổng kết thành quả sau hai năm nghiên cứu ở Brazil và Nigeria tại Phân Khoa. Sau đó anh trình luận án trước Hội Đồng Giáo Sư và xin thêm một buổi trình bày tiếp theo trước đại chúng nhứt là giới giáo sư và sinh viên của Harvard và khách mời từ xa do vợ chồng mình mời trước ngay từ bây giờ.

Lúc anh trình bày luận án, em đã sanh xong sau một tháng, em giúp anh rất nhiều. Anh ở bên em cho hết tuần này, mỗi ngày mình dành một buổi đi ngoại giao với Bộ Ngoại Giao, Bộ Y Tế của Brazil, Toà Đại Sứ Pháp, Toà Đại Sứ Mỹ, và Áo mời họ tham dự buổi trình bày luận án trước đại chúng vào cuối tháng năm đầu tháng sáu. Lúc đó, trước khi Harvard nghỉ hè cũng là lúc cả Đoàn chúng ta phải về Mỹ báo cáo công tác.

Chúng ta sẽ được nghỉ hai tuần để chuyển vùng hoạt động nghiên cứu tại mười lăm nước Á Châu trong một năm, mỗi toán chỉ còn hai chuyên viên công tác tại mỗi nước chỉ có bốn tháng. Chúng ta đã thực hiện nghiên cứu chuyên sâu về chứng bịnh sốt rét cũng như cách đề phòng, trị liệu rất chi tiết tỉ mỉ rồi. Khi về Á Châu công tác chỉ là thực nghiệm các công tác ở Nigeria và Brazil và tìm tòi thêm những gì khác biệt về sự phát triển bịnh sốt rét với các vùng có khí hậu thời tiết khá khác biệt nhau.

Hiếu nói anh gọi điện thoại cho ông Dean, anh đề xuất chương trình làm việc như vậy có hợp lý không?

- Ông Dean trả lời ngay, hai mươi lăm tháng năm, nhằm thứ sáu cho phép cả Đoàn về Mỹ báo cáo công tác và đến hai giờ trưa thứ hai tuần sau, Hội Đồng Giáo Sư nghe Andre trình bày luận án và thứ sáu dành trọn ngày để Andre trình bày trước đại chúng.

Thông thường, một luận án tiến sĩ chỉ có trình bày một lần trước Hội Đồng Giáo Sư và có khoảng từ một trăm đến hai trăm cử toạ, đa số là sinh viên đến tham dự. Lần này, theo đánh giá của Hội Đồng Giáo Sư vì có tính cách khá nhạy cảm trong quan hệ ngoại giao giữa các nước cựu thù.

Nhà trường muốn tổ chức sâu rộng mời nhiều nhà ngoại giao các nước liên hệ có trong luận án. Đặc biệt nhà trường giao trách nhiệm tổ chức cho Phân Khoa Nghiên Cứu là cơ quan trách nhiệm đối với cộng tác viên của mình. Ngoài ra, còn có cả một Đoàn Nghiên Cứu dưới quyền bổ sung vô Ban Tổ Chức của Phân Khoa.

Một may mắn lớn đối Andre là Trường Harvard còn cấp kinh phi tổ chức một trăm ngàn để thuê các phương tiện và lo ăn trưa cho tất cả mọi người tham dự từ hai ngàn đến bốn ngàn người. Văn phòng Viện Trưởng còn cho biết số tiền ứng trước, Phân Khoa sử dụng trong ngày tổ chức, còn dư thừa lại, biếu tặng hết cho Andre. Ông Dean nhận được lệnh từ văn phòng Viện Trưởng cho biết như vậy, vội gởi công điện mời Andre về họp gấp. Hiếu nói với vợ:

- Chiều tối mai anh bay về Mỹ chừng bốn ngày để cùng ông Dean soạn thảo chương trình, nếu in xong anh đem qua đây chúng mình đi ngoại giao và mời luôn các nhà ngoại giao ở Brazil và Bộ Y Tế. Xong ở đây, anh bay sang nhiệm sở anh, Nigeria và cũng đi mời tương tự như vậy. Caroline khen, anh quá thông minh, em phục tài tổ chức siêu đẳng của anh. Trọn đêm nay và ngày mai, em thưởng anh liên tục. Anh về đây mấy tiếng, anh lại giúp em hơn nửa công việc mà em phải làm cả tuần mới xong.

Hiếu gọi điện thoại cho Robert nhờ giúp ra phi trường Massachusetts đón về nhà. Robert giữ bí mật mời bố mẹ và Thu Vân ra phi trường đón một tiến sĩ bang giao quốc tế từ Brazil bay sang. Hiếu ra cổng phi trường gặp bố mẹ và Thu Vân đến đón, Hiếu quá ngạc nhiên, mới biết gia đình Thu Vân mới qua Mỹ được một tuần. Robert nói, tôi muốn bạn ngạc nhiên và tôi mời cả nhà ăn trưa, tôi đưa bạn về nhà trước để cho gia đình Thu Vân biết luôn nhà bạn. Hiếu nói:

- Tôi vô cùng cám ơn anh bạn thân quý nhứt của tôi tại xứ Mỹ này. Hiếu xoay qua chào bố mẹ và Thu Vân và hỏi hai con của Hiếu lúc này thế nào.

- Mẹ vọt miệng nói, chúng khoẻ như bố nó, bố mẹ có nhận của Robert $20,000 nói là tiền con gởi bố mẹ nuôi cháu ngoại. Bố mẹ cám ơn con. Ngồi trên xe, Hiếu đang ngồi cùng băng với bố mẹ, nói với Robert, anh đã giúp đưa cho bố mẹ tiền để nuôi cháu ngoại, rất cám ơn anh. Tôi ký check trả lại anh ngay sợ để lâu tôi trả tiền lời không nổi và luôn nói với Robert, tôi xin đóng góp kính biếu bố mẹ $20,000 có tiền tiêu xài mua quà cáp mang về quê, vé máy bay và ăn ở anh đã lo đầy đủ hết rồi, hai mươi ngàn cũng có thể tạm đủ. Bố mẹ nói giúp con với ba em, anh rể hụt tặng mỗi em hai ngàn. Robert vọt miệng:

- Anh Hiếu lại quên em gái của anh rồi, không tặng gì hết. Hiếu nhanh nhẩu đáp:

- Tôi không dám qua mặt ông anh quý Robert, người đẹp vui tươi hạnh phúc có chồng lo hết rồi, tôi cám ơn anh Robert nhắc. Hiếu hỏi Thu Vân, quá khứ, em đã dẹp qua một bên, bây giờ Thu Vân đang hưởng hạnh phúc với người yêu Robert và đang ốm nghén phải không?

- Thu Vân gật đầu và nói bằng tiếng Anh để cho chồng biết luôn:

- Bây giờ em chỉ yêu một mình anh Robert, người chồng cao cả của đời em và anh Robert sắp có con đầu lòng với em. Anh Robert rất mừng và em còn nói:

- Em và Robert sống hạnh phúc, em sẽ còn sanh cho anh Robert thêm vài đứa con nữa cho anh Robert nuôi mệt nghỉ. Robert từng nói với em rất dễ thương:

- Em đừng có lo, anh dư sức qua cầu nuôi con ba bốn đứa nữa cũng không sao.

- Thu Vân nói thế là rất tốt, em cứ sanh càng nhiều có anh Robert bao hết vụ nuôi dưỡng, có phải vậy không? Robert với bắt tay Thu Vân gặt gặt thêm mấy cái, xe cũng vào parking của một restaurant sang trọng bên ngoài phi trường.

Ngồi ăn, Hiếu thuật lại hết chương trình hai buổi tường trình luận án tiến sĩ tại đại học Harvard mời bố mẹ và vợ chồng Robert tham dự. Hiếu nhờ anh Robert mời bạn bè giáo sư nhứt là ở đại học Yale về tham dự vì đây là lần đầu tiên Viện đại học Harvard giúp cho một sinh viên tiến sĩ trình luận án mà còn cung cấp kinh phí tiêu xài nữa.

Bố mẹ, Thu Vân và Robert đồng loạt khen Hiếu quá thông minh. Robert nói:

- Một luận án tiến sĩ về ngoại giao rất phức tạp, nhiều khi phải mất cả chục năm mới hoàn tất, đàng này chưa tới hai năm mà Hiếu hoàn thành một công trình vĩ đại, Robert khen tiếp:

- Tôi giở nón chào, quá tuyệt vời bạn Hiếu ơi! Tôi biết đề tài này sưu tập tài liệu vô cùng khó khăn vì vấn đề các nước cựu thù giao tiếp rất nhạy cảm, tế nhị dễ bị xuyên tạc hiểu lầm. Hiếu trình bày thêm cho thêm rõ:

- Tôi biết là đề tài khó, tôi phải chuẩn bị kỹ và không nề hà tốn công của để sưu tập tài liệu đầy đủ và còn phải đọc cô động, đúc kết thành tài liệu sưu khảo của mình. Bốn Toà Đại Sứ Mỹ, Pháp, Việt Nam và Áo ở hai nước Brazil và Nigeria, kể cả tại Thủ Đô Hoa Thạnh Đốn.

Tôi viết thơ gởi xin tài liệu làm luận án tiến sĩ, tôi phải vận dụng hết trí thông minh viết cho các Tòa Đại Sứ và Bộ Ngoại Giao đọc bùi tai nữa. Bộ Ngoại Giao Việt Nam, Mỹ, Pháp và Áo đều có văn thư trả lời. Brazil và Nigeria là hai nơi tôi có hai năm nghiên cứu về bịnh sốt rét, tôi làm quen thành thân tình nên các toà đại sứ này hết lòng tìm tài liệu kể cả các mật ước của các nhà thương thuyết của Việt Nam và Pháp trước và trong hội nghị Genève 1954 và Việt Nam với Mỹ trước năm 1973-75... tôi đều có đầy đủ.

Hơn nữa tôi là một nhà khoa học không có tham vọng làm chánh trị nên các cơ quan ngoại giao không sợ tôi tranh quyền tranh chức ngoại giao với bất cứ ai.

- Tôi dám nói thật nói thẳng chỉ cái sai trái của bên này bên kia một cách vô tư và kết luận phải có tình có lý. Các nước cựu thù phải dẹp bỏ hết quá khứ, nay nên có sự bang giao minh bạch, phải biết tương nhượng hai bên đều có lợi. Hiếu tâm tình tiếp với Robert:

- Anh biết, tôi chỉ có viết thơ, dùng lời lẽ rất khéo mới chinh phục lòng tốt của họ giúp mình. Thật may mắn, tôi hoàn toàn thành công, tôi còn xin Pháp cố gắng gởi cho tôi xin những tài viết bằng chữ Anh, tôi giải thích vì tôi kính yêu dân tộc Pháp và văn hoá Pháp, tôi cố gắng học mà chưa thể dịch đúng ý nguyên bản, nên tôi xin Bộ Ngoại Giao Pháp cho văn bản viết bằng chữ Anh.

Phòng ở của vợ chồng tôi ở Brazil tài liệu chiếm hơn một phần ba tại phòng ngủ. Khi tôi làm việc ở Brazil thì đọc tài liệu và ghi chép. Sang văn phòng Nigeria, ngoài công việc nghiên cứu, tối tôi phải thức viết. Vì vậy, luận án khá dầy, gần hai trăm trang và kèm theo hơn một trăm bản sao các tài liệu tham khảo, đính kèm. Nghĩa là tôi viết luận án, phải có đầy đủ chứng cứ tài liệu, người ta mới tin.

Tôi có một chiêu mới, Hiếu tâm tình với Robert, thử xem coi có thành công không? Tôi sẽ viết thư nháp trình cho ông Dean đọc, sửa theo ý ông và ký với tư cách là Trưởng Ban Tổ Chức gởi đến các đại công ty như cà phê Starbuck, café du monde, các công ty thực phẩm ăn liền như Hamburger King, Mc Donald, Jack in the Box... và các đại công ty nước giải khát như Cola Coca, Pepsi Cola... Ban tổ chức còn hứa dành hai chỗ cho các đại công ty ủng hộ đại hội như là một hình thức quảng cáo, tiếp thị với đại chúng từ chín giờ sáng đến bốn giờ chiều.

Về điện nước hệ thống chứa rác, nhà vệ sinh do Ban Tổ Chức phụ trách cung cấp, có hai nhà bạt rộng lớn đặt gần khán đài và gần phía sau đại giảng đường có bàn ghế cho đại chúng ngồi ăn. Tại hai lều bạt của công ty có những quảng cáo tự do và hợp với luật pháp. Trong đại giảng đường mỗi công ty có thể giăng một băng quảng cáo chiều dài tối đa 30 feet, rộng tối đa 8 feet... Hai xe chuyên chở thực phẩm hay nước uống phải đến địa điểm trước 9 giờ sáng, chiều rời sân trường trễ nhứt là lúc 6 pm.

Nếu các đại công ty này thấy có lợi vừa giúp một ngày trình luận án tiến sĩ có thể nói là vô tiền khoán hậu ở Viện đại học Harvard có hàng trăm các nhà ngoại giao các nước Mỹ, Việt Nam, Pháp, Áo kể Nigeria, Brazil... từ chính quốc sang tham dự và các toà đại sứ có trụ sở tại Hoa Thạnh Đốn của Mỹ. Và có hàng ngàn giáo sư, thức giả, hàng trăm ký giả truyền thông báo chí quốc tế và quốc nội tham dự. Robert nhận xét:

- Cái tuyệt chiêu của Andre vừa mời vừa dụ các đại công ty thực phẩm ăn nhanh và nước giải khát, nếu họ đồng ý tham gia thì Ban Tổ Chức đỡ phải vất vả vừa tốn tiền vừa phải lo nhiều thứ trong khâu ẩm thực. Hiếu gục gặt đầu và nói tiếp:

- Ngày mai tôi phải đưa mẫu thư mời gởi các đại công ty, mình mời chừng một chục công ty của thức ăn liền và chừng mười công ty nước giải khát và cà phê. Xin họ trả lời trong vòng hai tuần, coi xem có bao nhiêu công ty ủng hộ. Ban Tổ Chức mới biết lo toan vụ ẩm thực.

Anh Robert cố gắng giúp ông Dean trong khâu hoạch định cách tổ chức làm sao cho tốt đẹp, chi phí Ban Tổ Chức khỏi lo, nhà trường như bao sân. Bố mẹ, và vợ chồng Robert cùng có ý kiến:

- Đây là một tổ chức quy mô quá lớn vừa về nghe thuyết giảng một đề tài ngoại giao hấp dẫn vừa ăn uống miễn phí, theo dự kiến có trên bốn ngàn người tham dự, có thể nói là một sự kiện lịch sử của Viện đại học Harvard.

Ăn xong, Robert đưa Hiếu về nhà trước khi về nhà mình.

Vào nhà chào ba má xong, Hiếu vào phòng chị vú bồng lên một đứa con và một tay kéo xe đẩy lại phòng ba má. Hai đứa bé như có linh cảm được cha về thăm, chúng cười toe toét, múa tay múa chân, một đứa đứng được vì có cha nó giúp. Một đứa, chị vú giúp cho đứng nắm tay vào thành giường ông bà ngoại lại thấy cháu vui cười thành tiếng, ông bà rất vui, chơi với cháu gần cả tiếng tại phòng ngủ ông bà ngoại.

Thấy các con đói, Hiếu nói chị vú bồng một bé và Hiếu bồng một bé cho về nôi bú sữa bình. Hiếu xin phép ba má đi tắm ngủ một giấc đến chiều, cả gia đình đi ăn nhà hàng. Hiếu nói ba má mời luôn chị Josephine cùng con và chị vú đi ăn nhà hàng, chị lái xe đang đi học, còn Hiếu lái xe van chở hết gia đình đi ăn và mua thêm đồ ăn tươi cho ba ngày tới.

Hôm sau, ăn sáng xong, Hiếu mang theo mẫu Thiệp Mời, và thư gởi các công ty, trình ông Dean xem và ông Dean cho biết trưa nay có gia đình Robert mời ăn trưa và có mời cả bà chánh phòng vì Robert có đưa người yêu từ Việt Nam cùng với bố mẹ của người yêu đi ăn để chào mừng Andre mới về Mỹ. Ông Dean cho biết từ đây đến đó chỉ còn hơn sáu tuần mà Andre phải hoàn thành công tác và báo cáo tổng kết đầy đủ rất mất thì giờ.

Hiếu cho biết báo cáo tổng kết sẽ viết xong trong vòng ba tuần nữa và xin phép ông Dean cho Đoàn về Mỹ sớm báo cáo trước Hội Đồng Giáo Sư. Nhân dịp này, ông cắt cử tất cả thành viên trong Đoàn giúp chúng ta tổ chức ngày trình luận án trước đại chúng vì các thành viên còn phải làm việc trong Đoàn, thay vì lo việc nghiên cứu, nay đã hoàn thành. Kêu gọi họ tự nguyện xung phong làm việc trong Ban Tổ Chức ngày trình luận án hai tuần và hai tuần còn lại họ được phép nghỉ và chuyển vùng công tác sang Á Châu.

Hai người một toán, công tác trong sáu tháng tại một nước và có một tuần vừa nghỉ vừa chuyển qua một nước khác công tác tiếp. Hiếu nói:

- Công việc làm ở Á Châu khác công tác nghiên cứu sâu rộng bịnh sốt rét ở Nam Mỹ và Phi Châu, tôi sẽ viết thành một cẩm nang trình duyệt ông Dean. Chúng ta cũng có vài giờ nói cho các thành viên trong đoàn nhận công tác căn cứ vào cẩm nang của Phân Khoa và Phân Khoa sẽ có tổ chức lễ Tổng kết thành quả ba năm nghiên cứu về chứng bịnh sốt rét về các nguyên do sanh bịnh, định bịnh và trị bịnh theo phương pháp Y học mới do WHO phổ biến mà Đoàn có nhiệm vụ thử nghiệm.

Báo cáo tổng kết tôi đề xuất diễn ra tại văn phòng chính Đoàn đặt trong khuôn viên Trường Đại Học Y Khoa Cần Thơ dưới quyền chủ toạ của ông Dean và ông Tổng Gíam Đốc Y Tế Thế Giới của Liên Hiệp Quốc - WHO.

Sở dĩ tôi chọn tổ chức Lễ Tổng Kết Thành Quả của Harvard tại trường đại học Y Cần Thơ với nhiều ưu điểm, hai năm trước tôi có tặng cho trường này $100,000 xây dựng một trung tâm nghiên cứu Y Học thế giới có đầy đủ hệ thống thông phiên dịch quốc tế và phổ biến tin tức dành cho giới truyền thông báo chí quốc tế.

Tôi còn đặt văn phòng Đoàn ở Á Châu tại đây, tôi theo dõi công tác xây dựng hoàn toàn mới hiện đại và nếu tài chánh xây cất còn thiếu tôi sẽ trợ giúp thêm. Nếu ông Dean thấy hợp lý, ông thật sự giúp tôi có cơ hội đền ơn đáp nghĩa trường cũ đã đào tạo ra tôi. Hơn nữa tôi có thể xin ông Khoa Trưởng

Trường Y giúp tôi hết lòng tránh nhiều tốn kém cho trường đại học Harvard. Ông Dean nói:

- Tôi đã đọc thơ của Andre rồi, càng khâm phục sự thông minh chu đáo của Andre.

- Hiếu nói, tôi sẽ viết bản thảo mời tất cả các nước mà Đoàn Nghiên Cứu của Trường Harvard đã và sẽ có công tác nghiên cứu, khoảng mười tám quốc gia, ông Dean duyệt xét và trình lên văn phòng Viện Trưởng ký gởi cho WHO và mời các chánh phủ cử đại diện có thẩm quyền đến tham dự hai ngày thứ năm và thứ sáu của đầu tháng sáu năm tới tại thành phố Cần Thơ, Việt Nam. Ông Dean nói:

- Tôi biết vợ anh sắp sanh, vợ anh nghỉ hộ sản một tháng, anh phải cáng đáng công việc của chị Caroline. Nay nghe anh nói chị sạnh trước ngày anh trình luận án tiến sĩ khoảng một tháng mấy ngày. Rất may cho anh, vợ anh quá năng nổ rất giỏi, đã đi làm việc lại, anh có người giúp sức tận tuy lo cho ngày quan trọng trình luận án tiến sĩ của anh, quá lý tưởng. Hiếu nói chân thành cám ơn ông Dean đã hết lòng giúp đỡ vợ chồng Andre trong công tác và việc chuẩn bị chu đáo cho ngày trình luận án tiến sĩ. Ông hứa xem lại mẫu thư mời, ngày mai cho Andre biết, chúng ta còn thảo luận tiếp...

Trong buổi ăn trưa, Robert giới thiệu bố mẹ vợ và vợ sắp cưới của Robert và chính Andre làm mai mối cho tôi cưới vợ. Ông Dean nói, bạn Robert và Andre quả là hai người bạn đối xử với nhau quá tốt đẹp. Robert giới thiệu bố vợ là một kỹ sư nông nghiệp của chế độ Sài Gòn cũ, đã về hưu trước năm 1975, ông nói tiếng Pháp giỏi xin bạn Dean làm quen với ông cho vui.

Ông Dean bật nói tiếng Tây chính hiệu gốc Paris vì ông Dean cha mẹ là người Pháp di dân sang Mỹ lập nghiệp và sanh ông ở Mỹ. Ông Dean vẫn được cha mẹ cho theo học cả Pháp văn có bằng cử nhân văn chương Pháp. Hai ông Tây bật nói tiếng Tây nghe dòn tan làm cho Robert rất vui thích. Còn Andre, mẹ và Thu Vân chỉ nghe được mà không hiểu nhiều tiếng Pháp cũng vui lây. Bố mời ông Dean khi nào rảnh đến nhà Robert nhậu rượu tây, ăn đồ tây cho nhớ nước Pháp, ông Dean hứa sẽ có ngày ông đưa vợ ông đến thăm ông bà nhạc của Robert và chúng ta nhậu rượu tây cho sướng cái miệng. Bố gật đầu tán thành.

Trước khi Hiếu về Brazil vào buổi tối, mười giớ sáng, ông Dean gọi mời Hiếu vào văn phòng gặp bà Elizabeth lấy năm trăm Thiệp Mời chính ông Viện Trưởng ký lại tăng thêm giá trị, để cho Hiếu mời các Bộ Ngoại Giao và các toà Đại Sứ ở xa trước. Còn Bộ Ngoại Giao Mỹ và Toà Đại Sứ Pháp, Việt Nam, Áo tại Washintong DC. do văn phòng ông Dean gởi Thiệp Mời. Và ông Dean còn cho Hiếu những bản sao thư mời các đại công ty cung cấp thức ăn nhanh và các đại công ty nước giải khát và café nổi tiếng thế giới để theo dõi.

Vào văn phòng Bà Elizabeth, Hiếu nhận thiệp mời, Hiếu mời bà và tất cả nhân viên ăn trưa như mấy lần trước. Cả văn phòng Phân Khoa của bà Elizabeth gần hai mươi nhân viên đều có thiện cảm và quý mến vợ chồng Andre Caroline.

Hiếu về đến Brazil có vợ và anh chị Trung và Trai ra đón. Ngồi trên xe Hiếu thuật lại bốn ngày về Mỹ đã thu xếp xong mọi việc và mang thiệp mời ngày trình luận án trước đại chúng, dự kiến có trên bốn ngàn người tham dự. Em đưa anh chị mỗi người bốn thiệp mời, nếu các bác sĩ phụ tá nào muốn đi dự, em mua vé máy bay và thuê khách sạn biếu, còn ăn uống và du ngoạn xa khách sạn thì tự túc. Ai cũng phải có passeport còn hiệu lực và tự xin Visa, gởi cho em mua vé máy bay.

Tham dự có năm ngày, một ngày đi, một ngày về và có ba ngày tự do. Nếu các đại công ty thức ăn nhanh và nước giải khát ủng hộ thì em có dư khoảng phân nữa kinh phí do Viện Đại học cấp, thừa sức trả hết tiền thuê bao khách sạn và vé máy bay trong năm ngày ở Mỹ.

Ở Việt Nam sang cũng vậy, em gởi cho anh ba, anh Trai gởi giúp về Việt Nam kể cả mời gia đình anh Đức ở Phú Yên, hai bác, chú thím Tín và mười vé mời bốn giáo sư và phu nhân đầu ngành và ông bà Khoa Trưởng trường Y. Trong hai mươi bốn vé hai anh muốn mời thêm ai cũng được vì có thiệp mời mới xin Visa được. Nếu cần thêm thiệp, em sẽ đưa thêm. Anh chị cũng biết, em dự trù chi phí khoảng hai trăm ngàn mà Viện đại học Harvard đã gánh giúp $100,000. Em còn tin còn có những cơ quan, cá nhân tài trợ cho em nữa. Việc mời bà con quan khách tham dự mình bao vé may bay và chỗ ở khách sạn, em không ngại tốn kém miễn có nhiều người tham dự càng đông là chúng ta đại thành công. MC, có anh Trai hôm nay, xin anh mời giúp chị Josephine cùng làm MC với Caroline, chị chuyển ngữ tiếng Áo, Caroline tiếng Pháp, em vừa tiếng Anh và tiếng Việt, em chăm vô tiếng Việt rất ngắn gọn. Bây giờ năm anh chị em mình đi ăn restaurant, vợ em đãi nghe cưng. Dạ, em đồng ý.

Vào ngồi ăn, Hiếu đưa mẫu Thiệp Mời và bản sao thư gởi các đại công ty thức ăn nhanh và nước giải khát. Cả Trung, Tâm, Trai và Caroline đều khen Hiếu quả danh bất hư truyền quá thông minh trên mọi lãnh vực. Hiếu còn nói:

- Em mua vé cho các Bộ Ngoại Giao và Sứ Quán cả bút phòng ngủ giúp hết rồi, em tin là em có lợi quả, nếu họ đồng ý tham dự. Trai nói ý kiến này của em lại là tuyệt chiêu anh chị phải bái phục em vì Bộ Ngoại Giao, Sứ Quán họ có công quỹ đi công tác họ xuất tiền bồi hoàn, còn có thể biếu thêm cho em không có khó khăn gì hết. Caroline nói:

- Sáng mai hai vợ chồng em bắt đầu lần lượt đến các Bộ Ngoại Giao, Y Tế, các Toà Đại Sứ xã giao và gởi Thiệp Mời. Xong ở Brazil, anh Hiếu bay về nhiệm sở của anh ở Nigeria cũng đi mời solo như vậy. Hiếu cho biết:

- Robert vừa đi Việt Nam về có mời bố mẹ và vợ sang Mỹ ở chơi cả tháng, em cũng có mời hai bác tham dự còn Robert trong Ban Tổ Chức giúp ông Dean và em. Caroline vọt miệng:

- Anh có gởi bố mẹ tiền nuôi hai đứa con của chúng ta. Khi về công tác ở Việt Nam, em đề nghị mang chúng về nuôi dưỡng chung với các con của chúng mình. Hiếu nói:

- Anh có biếu chung gia đình $20,000. Caroline nói ít quá, khi em gặp hai bác em gởi biếu thêm $20,000 nữa, Hiếu nói anh rất cám ơn em. Cả bàn vỗ tay, tán thưởng Caroline.

Sau ba ngày đi mời Bộ Ngoại Giao, Bộ Y Tế và các Toà Đại Sứ Việt Nam, Pháp, Áo mọi nơi đều hoan hỉ chúc mừng và hứa sẽ tham dự. Vợ Hiếu đưa chồng ra sân bay đi Nigeria. Về văn phòng, Hiếu giải quyết xong các công việc tồn đọng và đi kiểm soát các nơi có chuyên viên đến làm việc.

Hiếu cũng đến các Toà Đại Sứ gởi Thiệp Mời trước, kế tiếp đến Bộ Ngoại Giao và Bộ Y Tế Nigeria mời và Hiếu còn mời ông Bộ Trượng Y Tế và vài nhân viên của Bộ đi ăn trưa. Hiếu tiết lộ cho biết vì Hiếu là một bác sĩ, về khoa học mà dám viết một luận án tiến sĩ về bang giao quốc tế giữa các nước cựu thù với Việt Nam. Hiếu dám phơi bày cái sai của phía Việt Nam mà Hiếu không sợ trả thù vì còn có nước Mỹ ủng hộ. Vợ chồng Hiếu có mua nhà gần trường đại học Harvard và xin dạy tại trường Harvard làm kế sinh nhai cũng không khó.

Ông Bộ Trưởng Y Tế còn biết Hiếu đã mời ông bà Khoa Trưởng trường Y Cần Thơ tham dự, vốn bạn đồng môn ở Paris năm xưa mà Hiếu đã giới thiệu tại lễ cưới của Hiếu ở Vienne, nay lại gặp thêm vui nữa. Ông hứa tham dự và cho ông luôn mười Thiệp Mời để ông mời các bạn ông và nhân viên của Bộ tham dự.

Ông Bộ Trưởng Y Tế nói:

- Phần mua vé máy bay và thuê khách sạn ông tự lo, Andre chỉ cho biết khách sạn nào mà Andre cho các phái đoàn ở chung cho vui và ông sẽ xuất quỹ của Bộ biếu Andre $20,000 trong chi phí cho một ngày trọng đại của Andre. Hiếu xúc động:

- Chân thành cám ơn ông Bộ Trưởng và nhân viên của Bộ. Về phòng, Hiếu gọi cho vợ biết tin vui và Hiếu cũng gọi về Mỹ báo cáo cho ông Dean và Robert tin vui, Bộ Y Tế Nigeria chịu chơi ủng hộ Andre hết lòng. Ông Dean khen Andre quá xuất sắc về tài ngoại giao, ông tin Bộ Ngoại Giao Nigeria và Bộ Ngoại Giao Brazil cũng sẽ có đóng góp giúp Hiếu trả lại tiền mua vé máy bay và thuê phòng.

Hiếu tổng kết lại thành quả sau hai năm công tác nghiên cứu sâu rộng bịnh sốt rét tại Nigeria và ba nước nhỏ cùng biên giới với Nigeria và đưa ra những tồn tại chưa giải quyết xong và yêu cầu Bộ Y Tế các nước sở tại tiếp tục giải quyết dứt điểm. Hiếu rất tế nhị, theo lẽ bản báo cáo thuộc loại văn thư kín, không phổ biến rộng rãi mà Hiếu đích thân trao riêng bản báo cáo này để ông Bộ Trưởng Y Tế Nigeria nắm bắt vấn đề dai dẳng phức tạp này và Hiếu còn hứa là sẽ vận động ngành Y Harvard và WHO sẽ viện trợ thêm thuốc diệt trừ muỗi và thuốc phòng ngừa cũng như chữa trị bịnh sốt rét. Sau khi ông Bộ Trưởng đọc báo cáo của Trưởng Đoàn Nghiên Cứu Harvard ông gọi điện thoại cám ơn Hiếu trình bày hết sự thật để ông trình lên Hội Đồng chính phủ rót thêm ngân sách cho Bộ Y Tế.

Thời gian thấm thoát gần kề ngày rời Nigeria và Brazil, Hiếu mang hết tài liệu của Nigeria về phối hợp với tài liệu, thống kê của Brazil. Hiếu bảo vợ giao lại cho Hiếu tổng hợp, đúc kết thành một bản báo cáo thành quả và những tồn đọng rất súc tích mà ngắn gọn rõ ràng lại có nhiều biểu đồ diễn giải nữa. Vợ ngồi cạnh chồng, thấy Hiếu thoăn thoắt làm việc miệt mài chỉ còn làm trong hơn ba ngày là có đủ vừa cho từng nhà nghiên cứu giúp họ có tài liệu soạn luận án tiến sĩ Y Khoa vừa có bảng tổng kết thành quả của mỗi nước và bảng tổng kết sau hai năm nghiên cứu chung của cả công trình dự án chỉ còn thiếu các nước Á Châu. Caroline ngồi cạnh chồng suốt ba ngày, chồng hỏi, cần gì Caroline cung cấp, đúng câu người ta thường nói: đồng vợ đồng chồng tát biển đông cũng cạn. Hiếu vui mừng nói:

- Chúng mình làm ba bảng tổng kết thành quả, chung cho cả chương trình kế hoạch hai nước lớn và các nước xung quanh kế cận, và từng nước, chắc chắn chúng ta sẽ được ngợi khen. Em ở lại đây cùng anh vui vẻ ngày đêm suốt bốn ngày, anh sẽ xin ông Dean mượn lý do cho em về Mỹ mang ba bảng báo cáo về nộp và sau đó xin làm việc tại văn phòng bà Elizabeth cho tới ngày nghỉ hộ sản một tháng. Vừa nghỉ phép xong là tới ngày anh trình luận án tiến sĩ. Em và Josephine là hai MC xinh đẹp, em chuyển ngữ tiếng Pháp, Josephine chuyển ngữ tiếng Áo còn tiếng Việt và Anh do anh lo. Anh cũng xin phép cho Đoàn Nghiên Cứu về Mỹ trước một tuần cùng trình diện ông Dean và nhận công tác trong ban tổ chức lo cho ngày trọng đại của anh.

Trưa nay vợ chồng mình đi ăn trưa và mua thức ăn về dự trữ ăn suốt tuần mà anh cấm cung chỉ còn lo phục vụ em, khi em về Mỹ, anh sử dụng điện thoại gọi trực tiếp từng Bộ Ngoại Giao, Toà Đại Sứ nhắc nhở cũng như gọi về Việt Nam.

Bây giờ, anh đố em tại sao anh chọn em và chị Josephine làm MC mà anh không chọn người khác. Caroline nói, anh hỏi hơi cắc cớ, khó trả lời ngay, sau khi đi chơi và ăn trưa, mua thức ăn xong, em sẽ trả lời.

Nếu em bí, chịu thua, em nằm dưới, còn anh thua thì em làm tài công đè cho anh nghẹt thở luôn. Hiếu nói tiếp:

- Bây giờ em thưởng anh liền trước khi mình đi ra khỏi nhà vì còn sớm mới có mười một giờ. Caroline nói anh rất thông minh, theo em vào tắm cho khoẻ, em tưởng thưởng liền cho anh yêu quý của em. Sau vụ tưởng thưởng lên giường buổi trưa xong, Caroline lo trang điểm, diện thật đẹp đi bát phố với chồng và ăn trưa.

Tình cờ gặp phu nhân Bộ Trưởng Y Tế Brazil cùng cô con gái đi shopping. Caroline mời hai mẹ con cùng vợ chồng Caroline ăn trưa nói chuyện cho vui và Caroline còn mời hết gia đình của ông bà Bộ Trưởng đi sang Mỹ chơi và Caroline còn mời ông bà đến nhà mình chơi để ngắm ba con của vợ chồng Caroline và có ba má của Caroline nữa. Phu nhân Bộ Trưởng khen:

- Caroline quá nhiệt tình, bà nói tôi có ba con, một trai hai gái và con lớn đã lập gia đình, cháu cở tuổi bác sĩ Andre. Caroline nói vậy, gia đình ông bà có bốn con để tránh tiếng dị nghị, chúng tôi mua vé cho anh chị đến Mỹ trước hai ngày ở chơi với gia đình chúng tôi. Bà vợ của ông Bộ Trưởng gục gặt đầu có vẽ đồng ý với cách giải quyết cho cả gia đình sang Mỹ mà các con của ông bà là bạn là khách riêng của Andre.

Trên đường về lại phòng trọ, Hiếu hỏi em tìm được câu trả lời chưa hay chịu thua thì bắt buộc anh làm sếp, anh muốn làm gì cũng được. Caroline lại suy nghĩ, em chịu thua. Hiếu giải thích ngày trình luận án tiến sĩ của anh có quá đông thức giả nhứt là Viện Đại học Harvard có trên năm trăm giáo sư thông báo trước là sẽ tham dự, có thể tăng lên gần cả ngàn giáo sư của trường là một dịp may. Anh giới thiệu vợ đẹp của mình và bạn vợ cũng đẹp nữa làm MC như là cách gián tiếp trước ngày đăng quang trình luận án tiến sĩ của em của Josephine sau khi chúng mình hoàn tất thêm một năm tại Á Châu.

Anh có thì giờ anh sưu tầm tiếp giúp em về mọi thứ của Việt Nam còn em chỉ lo sưu tầm các lãnh vực văn hoá nghệ thuật, văn học cũng như chú trọng về dân ca của Áo. Em đối chiếu với phong tục tập quán của hai nước để cả hai cùng hoà hợp một nhịp thở vươn lên thành cường quốc ở Âu Châu và Á Châu.

Kết luận vì em tiên kiến như vậy nên em mới lấy chồng người Việt, anh ruột em cũng lấy vợ người Việt, mẹ và chị chồng còn độc thân vui tính mà gia đình em cũng mai mối lấy chồng người Áo, em viết thêm đoạn này sẽ làm cho Ban Giám Khảo đọc họ thêm vui và khen luận án của em quá bợt phéc.

Caroline lại ngạc nhiên, sao anh muốn mẹ và chị hai tái giá. Hiếu nói, anh quá kính yêu mẹ và chị, thấy Mẹ hơn ba mươi năm không có gần người khác phái, chị hai cả tuổi xuân của chị cho tới gần bốn mươi tuổi cũng đâu biết con đường ái ân nó tốt đẹp thế nào. Vợ chồng mình đánh xáp là cả ngày lẫn đêm mà nhiều khi thấy còn thiếu. Caroline ngẫm nghĩ, anh có hiếu với mẹ với chị, nay anh tìm cách trả hiếu cụ thể, anh xứng đáng là người hùng đa tài.

Em về Mỹ nói cho ba má biết, ý anh muốn trả hiếu cho mẹ và chị mà anh coi như là má nữa. Hiếu nói luôn:

- Có hai ông người Áo cũng là hai giáo sư cũng có bằng tiến sĩ dạy đại học Vienne, bác lớn tuổi quá sáu mươi lăm đã về hưu có hai con gái cùng cở tuổi em đã có gia đình rồi, ở riêng. Anh muốn gia đình mình, em và ba má làm mai mối ông bác đó cưới mẹ chúng mình cũng tại nhà thờ chánh toà như chúng minh. Còn anh giáo sư, năm nay khoảng bốn mươi lăm, vợ mới mất vài năm, hai con nhỏ ông bà ngoại mang về nuôi, cũng là điều may, anh này rất trân trọng quý mến anh. Anh sẽ điện thoại trực tiếp nói là anh muốn làm mai cho chị ruột của anh để anh em mình gần nhau cả cuộc đời còn lại. Chúng mình giúp cho anh gởi thêm tiền cho ông bà ngoại nuôi hai cháu gọi là tiền của bố dành dùm nay gởi hết cho ngoại lo nuôi cháu nên người. Caroline chắp tay xá, bái sư phụ:

- Chuyện gì anh tính cũng vuông tròn tốt đẹp hết. Caroline nói rất dễ thương anh có lỗi lớn đã phụ bạc em, em yêu anh, em buông xả và anh không bao giờ tái lại chuyện ngoại tình nữa nghe anh!. Hiếu rất cảm động và nói:

- Anh luôn trung thành một vợ một chồng với em từ đây cho hết cuộc đời này, em cũng vậy Caroline? Dạ, em nhận rõ lời chân tình của anh.

Xe về tới parking nơi làm việc, hai vợ chồng mang đồ ăn lủ khủ lên phòng gặp anh chị Trung và anh Trai cũng đi làm vừa về tới, Caroline nói em vừa tuyển một sếp cút dễ thương từ bên Nigeria về lo nấu ăn chiều nay đãi anh chị. Em sẽ tiết lộ một chuyện vui mà anh chị không bao giờ dám nghĩ tới chỉ có chồng em, mít tơ Hiếu dám nghĩ dám làm.

Anh Trai nói chiều anh mang một chai martell đến ba anh em uống cho vui. Chiều Hiếu làm bốn món có món gõi quen thuộc cùng món chiên, canh chua, cá kho...

Năm anh chị em quây quần ăn rất vui đầm ấm tình anh em. Caroline nói:

- Anh Hiếu cho em biết, thấy mẹ và chị hai lúc này hay buồn và nhiều khi còn quạu quọ, anh Hiếu nói với em, mẹ và chị bị sự dồn nén về tâm sinh lý, mẹ hơn ba mươi năm không gần đàn ông và chị hai còn đáng nói hơn cả thời con gái không có người yêu vì nghèo không dám yêu, lấy chồng rồi ai nuôi các em. Sau gặp anh Hai có chồng cũng như không. Nay chị chưa tới bốn mươi và sống trong gia đình mình sung túc ăn uống phủ phê đầy đủ nên tâm sinh lý cũng thay đổi, xác thịt cũng đòi hỏi.

Chị không dám nói ra và mẹ cũng vậy vừa qua tuổi sáu mươi. Sự dồn nén tâm sinh lý, nay cũng thấy cần phải có ân ái mới giải toả sự dồn ép đó. Anh Hiếu về Áo có làm quen với hai ông giáo sư đều goá vợ, ông trẻ mới khoảng bốn mươi lăm, vợ chết, ba má vợ mang hai cháu ngoại về nuôi. Chúng còn đang học tiểu học và trung học đệ nhứt cấp, giáo sư này hiện còn đang dạy tại đại học Vienne, rất quý mến anh Hiếu.

Anh Hiếu sẽ đề nghị anh này cưới chị hai. Còn ông bác quá tuổi sáu mươi lăm đã về hưu, cũng dạy đại học Vienne mà em và Josephine biết bác. Vợ mất hơn ba năm, hai con gái cở tuổi em và Josephine cũng có gia đình đều ở riêng. Ông bác này cũng quý mến anh Hiếu khi thấy anh Hiếu vô đạo Chúa và có vợ người Áo. Anh nhờ ba má em và em vận động mua vé máy bay cho ông qua Mỹ vui chơi với gia đình mình. Nếu ông bác và anh giáo sư đồng ý bước thêm bước nữa thì vợ chồng em lo hết các cái.

- Anh chị nghĩ coi chồng em cái gì cũng tính được hết. Em vô cùng bái phục, anh dám thách đố hy sinh cả tương lai sự nghiệp chỉ để cứu giúp một người bạn gái đã bị kẻ xấu bắt làm nô lệ tình dục. Cô ta tự tử không chết nay có cái phao muốn anh Hiếu giúp đỡ cho cô ta có con, nếu anh Hiếu từ chối cô ta nói thẳng với anh Hiếu và bố mẹ, cô ta sẽ tự tử nữa. Các anh chị thấy anh Hiếu như mẹ nói:

- Anh đẻ trong bọc điều. Anh lên xuống Sóc Trăng Cần Thơ, tặng cho nàng cái bầu sanh đôi mà nay vợ chồng em nhận làm con nuôi mà là con ruột của anh Hiếu, anh chị đã biết. Em phải bái phục, anh tâm tình cách nào, giáo sư Robert chưa ra toà chánh thức ly vợ đã yêu mê mệt cô bạn gái của anh Hiếu. Ly dị vợ xong, đã làm đám cưới, nay cô ấy cũng có bầu mà Robert rất quý trọng vì anh muốn có con mà vợ trước ăn ở hơn mười năm không con, cô ta cũng thấy chán muốn thay đổi nên hai người ly dị dễ dàng. Giáo sư Robert vì mến tài anh Hiếu lại coi anh Hiếu như người ơn can đảm "hy sinh" người tình xinh đẹp, anh ta cưới làm vợ.

Trước đó, tại Cần Thơ anh Robert, chồng Thu Vân, có dự buổi trình bày các đề tài về bịnh tại Đai học Y Cần Thơ, anh ta đã quý anh Hiếu có thực tài nên hết lòng giúp đỡ cho anh Hiếu và tất cả anh em chúng ta bây giờ thành triệu phú USD cũng nhờ ơn anh Robert. Bây giờ anh Hiếu như có cử chỉ "nhường" người yêu trả ơn anh Robert mà anh Robert chỉ gặp lần đầu đã mê mệt Thu Vân rồi.

Như vậy, theo lời anh Hiếu, vì quá yêu Caroline mà anh lở gúp bạn có bầu là tội lớn ngoại tình đối với em, anh lại nổi tiếng nên anh nói cách nào đó, anh Robert lại muốn cưới gấp Thu Vân. Anh Hiếu được em tha thứ tội ngoại tình, nhận nuôi con riêng của ảnh. Cả ba người Robert, Thu Vân và anh Hiếu đều vui vẻ hy sinh trợ giúp nhau mà em là vai chánh. Nếu em ghen quậy thì danh dự của anh Hiếu bị hoen ố...làm sao chúng em có sự nghiệp như bây giờ. Anh chị ba của vợ chồng Hiếu cùng nói:

- Em là vị cứu tinh của em Hiếu, từ ngày em Hiếu mới biết yêu và cho đến tận bây giờ. Hai em đã có sự nghiệp to lớn cũng chính là nhờ có em Caroline thương yêu, trợ giúp chồng. Anh chị vô cùng cảm phục em dâu yêu quý của anh chị.

Caroline tâm tình tiếp:

- Ba năm tới sẽ có công tác nghiên cứu mới cũng do anh Robert vận động với đại học Yale vì anh có hai bằng tiến sĩ, anh dạy học hai ngành khác nhau tại hai trường Harvard và Yale. Nay cô bạn học cùng lớp của anh Hiếu sống trên nhung lụa giàu sang phú quý cũng nhờ ơn anh Hiếu. Hôm nay vui miệng nói hết về anh Hiếu và mối tình của chúng em.

Em có nhận xét trung thực, Thu Vân, bạn gái của anh Hiếu, sau khi anh Hiếu can đảm "hy sinh" cô ta trở lại đẹp lộng lẫy hơn em nhiều, nước da còn trắng hơn em và Josephine mà anh Hiếu không phụ em. Theo anh Hiếu nói sự hy sinh đó của anh rất sai trái làm cho em buồn khổ mà em đã tha thứ hết. Em cũng rất phục anh Hiếu, cô ta đẹp hơn em nhiều lại cùng quê, cùng học chung nữa mà anh dứt khoát chỉ chọn em làm vợ.

- Em cám ơn chồng em, tất cả anh chị vỗ tay hoan nghênh. Chị Ba nói, chị quá cảm phục em Caroline, gặp chị chắc phá tung hết thì làm sao chúng ta có may mắn hạnh phúc như này hôm nay. Anh chị cám ơn Caroline vô cùng thông minh nên em có chồng thông minh như em Hiếu mới xứng hợp, có phải vậy không hai anh? Mọi người vỗ tay tán thành.

Tối vào phòng, Caroline gọi cho ba má nói hết những gì chồng nói, ba má Hiếu nói quả thật con rể của ba má đúng là một thiên tài và có nhân ái đối với tha nhân. Ba má thấy anh bạn giáo sư về hưu vô cùng đạo đức nếu tái giá gặp một phụ nữ dù không đẹp mà về đạo đức tiết hạnh vô cùng cao quý. Và chị hai của Hiếu lại là phụ nữ quá đảm đang đạo hạnh lại có tiền riêng cả triệu đô la mà lấy được chồng tiến sĩ giáo sư thì cô ta cũng có diễm phúc.

Tối hôm đó nhằm ban ngày của của nước Áo, ba má Caroline lần lượt gọi lại hai giáo sư mà ông bà cũng rất thân quen trong họ đạo. Nói thật lòng dạ của Hiếu cho hai ông nghe muốn mẹ và chị mình bước thêm bước nữa có bạn đời vui hưởng cảnh già. Hai ông nói thật, tôi rất quý trọng một chàng rể nhân tài của nước Áo. Nay lại làm mai cho mẹ và chị có bạn đời hủ hỉ cho tuổi già và cải đạo được cho hai phụ nữ theo đạo Chúa có làm lễ rửa tội và làm lễ cưới theo đạo, càng tốt. Còn sắc đẹp chúng tôi đã trải qua rồi, nay chú trọng về đạo đức, tâm linh.

Em Hiếu có gọi nói chuyện với tôi, em muốn tôi phải có cử chỉ cho bên nhà vợ tôi kính nể nên Hiếu nói khi tôi sang Mỹ, Hiếu biếu tặng tôi $20,000 để gọi là tiền của tôi dành dụm gởi biếu ông bà nuôi hai cháu ngoại. Khi hai cháu vào đại học, tôi sẽ lo chu cấp thêm. Tôi nghĩ có ông em quá đạo đức quá tốt như vậy, thì rất quý hoá. Má Caroline còn nói:

- Chú mà cưới được cô hai, chú có một sếp cút nấu ăn ngon nổi tiếng ở Việt Nam và cô ta có của thừa kế cả triệu tiền franc Pháp và Hiếu coi chị mình như là mẹ nên sẽ hỗ trợ anh chị tối đa. Nếu chú thấy có lý, cần có người phụ nữ giúp mình về nội trợ thì chú mua vé máy bay sang Mỹ chơi với vợ chồng tôi, Caroline và Josephine cùng ở chung và chú cũng giúp mua vé cho ông anh lớn tuổi cũng tìm bạn già hủ hỉ với nhau.

Hai ông qua Mỹ chuyến bay ngày giờ nào cho biết, chúng tôi ra phi trường đón. Mẹ và chị của Hiếu cũng trên đường sang Mỹ lo giúp chăm sóc cháu nội. Tôi và Caroline giúp dạy tiếng Áo cho mẹ và chị của Hiếu, một số tiếng Áo giao tiếp thông thường. Lâu ngày tiếng Áo tiếng Việt cả hai hoà nhập hai bên sẽ hiểu nhau nhanh hơn. Khi gia đình chúng tôi dọn về Việt Nam thì chú và ông anh cũng nên đi qua Việt Nam chơi, Caroline sẽ lo hết vé máy bay cho hai người.

Caroline về tới Mỹ ba ngày, có tin ông bác và anh giáo sư qua Mỹ làm quen với gia đình và với hai phụ nữ từ Việt Nam cũng mới bay sang chuẩn bị chăm sóc cháu nội. Hiếu và Trung hay tin hai ông độc thân có thể cùng gá nghĩa với mẹ và chị hai đều hớn hở vui mừng. Tối Minh Tâm về nói mọi chuyện cho chị hai và mẹ hiểu, Hiếu làm mai mối hai ông giáo sư tiến sĩ đã bay qua Mỹ đợi đón mẹ và chị hai làm quen trước và đồng ý bước thêm bước nữa thì chú út lo hết.

Mẹ và chị hai cười ngất, vợ chồng nó hạnh phúc chị hai cũng có ao ước ham muốn. Nay quả thật có duyên thì mẹ và chị bước thêm bước nữa mà ở tại Áo thì đâu có sợ tiếng thị phi. Một thời gian mẹ và chị hai đưa chồng về Việt Nam thì chuyện già rồi mà lấy chồng cũng đỡ đàm tiếu nặng nề. Minh Tâm vỗ tay hoan nghênh, mẹ, chị có tinh thần cầu tiến, con rất kính phục.

Minh Tâm cũng gọi cho ba má biết hết công việc làm sắp tới và chừng một tháng nữa, vợ chồng sẽ về Việt Nam và làm việc ở Á Châu đúng một năm.

Hiếu gọi điện thoại cho chị tư xin phép nghỉ một tháng mua vé máy bay cho chị, mẹ và chi hai sang Mỹ, vợ em sắp sanh, em sẽ trình luận án tiến sĩ có trên bốn ngàn thức giả tham dự. Hơn nữa em còn làm mai cho mẹ và chị có bạn trai cho vui tuổi già. Bác giáo sư tiến sĩ về hưu cưới mẹ và ông anh kết nghĩa với em cũng có bằng tiến sĩ đang dạy đại học Vienne, goá vợ, sẽ cưới chị hai sẽ đưa nàng về dinh. Tuyết Trinh hỏi:

- Đúng như vậy phải không em, hay em cho chị tư đi tàu bay giấy. Nếu đúng như vậy quả trời xanh có mắt giúp mẹ và chị hai hưởng được hạnh phúc về già bù lại cho sự hy sinh vô bờ bến của mẹ và chị.

Chị hoan nghênh em, chị tư sẽ tặng cho vợ chồng em huy chương ngôi sao Bắc Đẩu vì chưa có phụ nữ can đảm đến độ không ghen chồng ngoại tình mà còn xin con rơi của chồng về nuôi như con ruột của mình. Em Caroline chị mến phục em dâu của chị, em chuyển lời chị cho vợ em.

Hiếu gọi về Mỹ cho Caroline hiểu hết và nói chị gắn cho em và anh huy chương Ngôi Sao Bắc Đẩu vì em ghen rất thông minh chị tôn em làm sư phụ. Ba má nghe hai vợ chồng Caroline nói chuyện với nhau sao mà lúc nào cũng vui. Ba má rất yêu quý hai con, Hiếu nói:

- Con kính trọng ba má, xin ba má mời hai chàng rể Áo sang Mỹ, chị tư con sẽ hộ tống hai bà già giết giặc sang Mỹ đá lông nheo với hai ông già gân coi ai thắng ai. Ba má vui cười, Josephine cũng vào phòng nghe, cũng cười bò lăn bò càn.

Kể từ ngày hôm sau, giờ nào rảnh, Tuyết Trinh cũng lái xe đón mẹ và chị đi thẩm mỹ viện, sửa sang nhan sắc, tóc uốn vén khéo, móng tay móng chân chỉnh trang làm mới hết. Mỗi tối còn xoa kem dưỡng da mặt da tay. Chỉ qua một tuần rờ tút lại, hai bà goá phụ trông bề ngoài không còn u tối như xưa. Tuyết Trinh mua lụa mềm đẹp có màu sắc sáng may cho mẹ và chị mỗi người cả chục bộ kể cả đồ ngủ, đồ lót đều dùng đồ mới hàng hiệu, tất cả đồ cũ mẹ Tuyết Trinh biếu cho Ý Sáu, còn đồ đạc của chị hai cho hết cô Ngọc Mai. Hai bà luôn diện kẻng đi đâu cũng có bóp xách tay. Thế mới biết có tiền mua tiên cũng được, chân dính phèn đất, nay làm mỏng lại, móng chân cũng sơn láng với màu hồng nhạt xem cũng bắt mắt, có tiệm thẩm mỹ chuyên chăm sóc da mặt, da bàn tay, móng tay cũng cắt gọn cũng đánh bóng, sơn màu hồng nhạt như móng chân. Nay sắc diện hai bà nhà quê hoàn toàn đổi khác.

Các thứ son phấn, sơn móng tay móng chân, Tuyết Trinh đều có mang cho chị và mẹ vì ở Mỹ muốn đi vào tiệm thẩm mỹ vừa đắt vừa khó khăn về ngôn ngữ, lại không biết lái xe. Tuyết Trinh mới mời mẹ và chị sang ở với Tuyết Trinh để Tuyết Trinh chăm sóc sắc đẹp cho mẹ và chị sắp bước lên xe hoa. Tuyết Trinh đợi có phép từ Bộ Giáo Dục chấp thuận cho nghỉ không lương, Tuyết Trinh sẽ mua vé máy bay.

Hơn mười ngày mới có giấy phép nghỉ giả hạn không lương đúng một tháng, mua vé máy bay liền thông báo cho chồng biết. Lúc đó Bernard đã về Mỹ rồi, lái xe ra đón vợ con, mẹ và chị. Cả nhà bu quanh chào đón, để mẹ và chị hai ở một phòng cạnh phòng vợ chồng Bernard và ông bạn giáo sư từ Áo sang Mỹ coi mắt vợ.

Bốn phòng nhà trên vợ chồng Hiếu và con mới sanh, phòng ba má có thêm hai cháu ngoại đã biết đi rồi, một phòng dành cho vợ chồng Trai và con nhỏ và một phòng dành cho vợ chồng Trung và con nhỏ. Chị vú trở xuống phòng ngủ của đầu bếp.

Mọi người trong Đoàn đều về Mỹ, Hiếu có thuê năm cái nhà kéo để phía sau, có hai nhà cầu dã chiến và hai phòng tắm dã chiến cũng có đủ nước nóng lạnh. Khi bên Việt Nam qua đông, Hiếu sẽ thuê nhà kéo và phòng tắm, nhà vệ sinh thêm, có công ty bao thầu hết. Năm chuyên viên nước ngoài cũng về ở tại nhà kéo và Hiếu có thuê cho năm người một chiếc xe van làm phương tiện đi lại. Sau ngày trình luận án tiến sĩ của Hiếu, các chuyên viên có hai tuần nghỉ phép và trực tiếp đến nhiệm sở làm việc.

Đại gia đình Đức từ Phú Yên có đến mười người, Đức nói với Hiếu là gia đình tự mua vé, chỉ cần Hiếu giúp đưa về chỗ các nhà kéo mới thuê thêm. Đức nói có liên lạc được với ba má sau khi dự buổi trình luận án xong có thể gia đình sẽ bay theo ba má về nơi ông bà đang sinh sống và từ đó trở về Việt Nam.

Ba má Minh Tâm cũng nói sẽ đi tham dự cùng với phái đoàn giáo sư Y khoa, ở bên nhà của Robert.

Khi các thành viên của Đoàn về đông đủ, ông Dean và Hội Đồng Giáo sư của Harvard có tổ chức một buổi tường trình mọi công tác của từng cá nhân tại mỗi quốc gia và những khó khăn trở ngại để rút ưu khuyết điểm. Hiếu đại diện cho Đoàn báo cáo tỉ mỉ những công tác đã thực hiện và những công tác còn đang diễn tiến mà các Bộ Y Tế sở tại sẽ báo cáo sau.

Kết luận chung, Đoàn thực hiện nghiêm chỉnh kế hoạch của Phân Khoa và thành công mỹ mãn. Ông Dean đại diện cho Viện Đại Học Harvard nhận xét chung, Đoàn dưới danh nghĩa của Viện Đại Học Harvared bảo trợ đã hoàn thành công tác trước hạn kỳ hơn hai tuần. Ông chân thành cám ơn sự cộng tác tích cực của Đoàn qua sự điều hành khéo léo và uyển chuyển của Bác sĩ Trưởng Đoàn đoạt được thành quả tốt đẹp mà Phân Khoa chúng tôi có gởi báo cáo lên văn phòng Viện Trưởng và cơ quan WHO của Liên Hiệp.

Ông Dean trao bằng khen do ông Viện Trưởng Harvard ký cho từng cá nhân và riêng Trưởng Đoàn, ông Dean có lời khen ngợi đặc biệt đối với bác sĩ Trưởng Đoàn Andre Hieu đã hoàn thành công tác xuất sắc. Ông Dean có một món quà lưu niệm dành riêng cho bác sĩ Trưởng Đoàn. Ông nói cho các bạn nghỉ xả hơi ba ngày và trở lại văn phòng Phân Khoa do bà Liz điều hành nhận công tác mới. Riêng bác sĩ Trưởng Đoàn phải làm việc với tôi hay bà Liz mỗi ngày phải có mặt tại văn phòng bà Liz.

Hiếu có thuê ba xe van, Bernard, Trai và Trung mỗi người một chiếc lo tiếp đón các phái đoàn từ xa đến, đưa về hotel đã bút trước. Hiếu cũng thuê thêm hai xe cho Robert sử dụng có cả tài xế vì nhà Robert có năm gia đình trường Y Cần Thơ, hai ông bà bố vợ anh Trung. và thuê cho Robert thêm ba nhà kéo hai nhà tắm và hai cầu tiêu. Năm thành viên còn lại trong Đoàn do bà Liz điều hành, mỗi người, Hiếu xin biếu tiền túi hai ngàn lo cho ăn uống đổ xăng và các chi phí lặt vặt. Còn ba anh Trai, Trung, Bernard, Hiếu cũng gởi tiền đổ xăng và chi phí linh tinh.

Mẹ và chị hai goá chồng ở gần hai ông goá vợ và ông bà nhạc của Trai và gia đình Bernard cũng được Hiếu tân trang thêm phòng ở tạm tầng hầm cũng rất vui. Các ông bà người Áo tha hồ mà nói tiếng Áo, còn mẹ con của Tuyết Trinh tha hồ nói tiếng Việt, hai bà goá gặp hai ông goá dù ngôn ngữ bất đồng cũng có thông dịch và qua ngày thứ hai lại quen thân thêm, cứ thế mà tiến tới cho đến ngày tham dự ngày trình luận án tiến sĩ bang giao quốc tế của Hiếu.

Ban Tổ Chức dự trù có bốn ngàn thức giả tham dự, nay lên con số trên gấp đôi suýt soát mười ngàn người. Thật may mắn có đến sáu đại công ty thức ăn nhanh và nước giải khát kể cả café có đến tám công ty tham gia giúp ăn uống miễn phí suốt từ chín giờ sáng đến bốn giờ chiều mà thức ăn uống phục vụ cho mười ngàn thức giả vẫn còn dư thừa. Ai có đi tham dự cũng rất hài lòng vì Ban Tổ Chức quá giỏi, điều hành công việc rất khoa học.

Còn luận án tiến sĩ của Andre Hieu vô cùng sâu sắc đi vào lòng người. Hai nữ MC thật duyên dáng xinh đẹp như là hoa hậu hoàn vũ nói tiếng Pháp, tiếng Áo thao thao bất tận. Còn diễn giả trình luận án tiến sĩ với tài hùng biện thiên phú, không sợ bị trả thù. Ông là một nhà khoa học không có dính dáng gì đến ngoại giao, chánh trị nên thấy sao nói vậy dù có đau lòng xót xa cho bên này hay bên kia giới tuyến cũng đều là lời nói thật dù có mất lòng để rút kinh nghiệm.

Diễn giả nói hết cái xảo trá gian ác của bên thắng cuộc, ông viện dẫn, các gia đình HO được Mỹ cho phép sang tỵ nạn chánh trị tại Mỹ. Các con dưới 21 tuổi độc thân mới được theo cha mẹ sang Mỹ. Con có gia đình hay trên 21 tuổi không được đi theo phải ở lại. Dù nhà mình đang ở có đủ giấy tờ hợp pháp, con có tên trong hộ khẩu mà kẻ thua cuộc phải làm đơn dâng hiến cho nhà nước kèm theo cái đơn thứ hai xin cho con lưu cư ở nhà mình phải đóng tiền hàng tháng cho nhà nước như nhà thuê, thật vô lý. Chưa hết, người đi diện HO dù đi đầu năm, hiến nhà cũng phải đóng thuế thổ trạch, mà thuế thổ trạch ở

Việt Nam khi xưa, đóng cuối năm cũng được, cán bộ mới chịu cấp giấy xác nhận không còn tài sản cùng với giấy chứng nhận không thiếu thuế của chánh phủ cũ mới được lên máy may sang Mỹ theo diện HO. Trường hợp khác, con cái gọi là nguỵ quân nguỵ quyền dù học giỏi cở nào, thi vào đại học có điểm cao hơn điểm trúng tuyển mà có lý lịch cha mẹ đã phục vụ chế độ cũ thì cũng bị loại, đưa các con gọi lại các gia đình có công với cách mạng thay vào, dù dưới điểm tuyển sinh viên năm ba điểm không nhằm nhò gì hết. Cách chọn người phục vụ đất, nhà cầm quyền đặt ra khuôn mẫu "hồng hơn chuyên" là một sai lầm lớn làm cho đất nước khó vươn lên. Những ai thuộc giới nhà giàu đều mang tội ác ôn bốc lột nhân dân bị tịch thu hết tài sản còn bị đuổi đi vùng kinh tế mới... Còn phía Mỹ cũng ác ôn không kém cũng diệt những người yêu nước như Tổng Thống Ngô Đình Diệm của Sài Gòn vì không muốn Mỹ đưa quân vào Việt Nam tham chiến chỉ muốn Mỹ đứng ngoài ủng hộ viện trợ vũ khí tối tân, giúp huấn luyện tân binh và có thể giúp thêm về tài chánh kinh tế đang bị chiến tranh tàn phá. Tại hội nghị Ba Lê, Mỹ đã đi đêm với Trung Cộng thúc ép Việt Nam Cộng Hoà phải ký hoà ước với cộng sản Bắc Việt, một hình thức giúp cộng sản Bắc Việt xâm chiếm miền Nam dễ dàng. Nghĩa là Mỹ muốn đồng minh của mình thua nhường hết lãnh thổ cho cộng sản. Thật tình, nếu Mỹ tiếp tục viện trợ vũ khí dồi dào thì làm sao Công sản Bắc Việt chiếm được miền nam. Và phải thi hành đúng đắn bản Hiệp Ước Paris năm 1973 giống như bản Hiệp ước hoà bình giữa Pháp và Việt Minh năm 1954 tại Genève. Hai bên hai phía ở yên như Nam Bắc Hàn hay Đông Đức Tây Đức.

Thực dân Pháp cũng ác ôn cai trị các nước thuộc địa như Việt Nam diệt trừ những người Việt Nam yêu nước bằng hình thức giam cầm tù chánh trị, khổ sai biệt xứ lưu đày cho đến chết. Quân Pháp muốn rút quân về nước, tự ý thoả thuận với Việt Minh cộng sản chia đôi đất nước Việt Nam ra làm hai qua Hiệp Định Genève năm 1954 dù chánh phủ Việt Nam dân chủ quốc gia chống đối không ký kết hiệp định. Vì vậy, có gần cả triệu người Việt quốc gia yêu nước ở miền Bắc, không yêu thích chế độ cộng sản độc tài phải lìa bỏ quê cha đất Tổ di cư vào Nam tránh xa chế độ cộng sản...

Trong luận án còn trình bày thêm nhiều cái vô lý dã man tàn nhẫn của bên này bên kia, tác giả dẫn chứng cụ thể từ thời nước Việt Nam bị thực dân Pháp đô hộ, bóc lột tàn nhẫn vô nhân đạo đến thời Mỹ tham chiến tại Việt Nam. Mỹ cũng không hết lòng viện trợ súng đạn, tàu bay tàu bò tàu chiến mới mà toàn là viện trợ những thứ cũ mèm phế thải tân trang lại, sản xuất từ thế chiến thứ hai. Trong lúc cộng sản Bắc Việt được Nga Tàu viện trợ những thứ vũ khí sát thủ tối tân.

Tác giả không lên án bên này hay bên kia mà chỉ gióng lên hồi chuông cảnh tỉnh để cho hai phía thù nghịch rút tỉa bài học kinh nghiệm đắng cay giả nhơn giả nghĩa của hai phía và còn có hàng trăm hàng ngàn sự tàn bào trả thù dã man của chế độ mới đối kẻ thua cuộc. Nếu Cộng sản Bắc Việt có tinh thần cởi mở nhân đạo biết tha thứ thu phục lòng người như người Mỹ trong cuộc nội chiến Nam Bắc. Miền Bắc cũng thắng Miền Nam, kẻ thắng cuộc cung cấp phương tiện cho người thua cuộc đưa hết tàn binh về quê lại còn cung cấp lương thực tiền bạc phương tiện di chuyển. Nghĩa là không mảy may trả thù hèn hạ, bắt giam cầm đày đoạ cho chết rục trong tù, gần cả triệu người thua cuộc bị giam cầm, nên xã hội sau năm "giải phóng 75" liên tiếp mấy năm liền người dân thường cũng chịu cảnh khốn cùng nghèo khổ thiếu đủ mọi thứ.

Với tính tự kiêu tự đại của giới lãnh đạo coi dân như không có, sống chết mặc bây nên có cả triệu người vượt biên trốn thoát thiên đường mù cộng sản và có biết bao người làm mồi cho biển cả, hải tặc Thái Lan.

Mãi mất nhiều năm nước Việt trong bần cùng nghèo khổ mới có cải cách dù quá muộn còn hơn không, gọi là đổi mới. Người dân dễ thở, cởi mở hơn, chuyện trả thù chế độ cũ cũng nguôi ngoai cũng giảm nhưng vẫn còn kỳ thị cho đến bây giờ. Nhờ có đổi mới, một hình thức sửa sai, xã hội Việt Nam có cơ may vươn lên cho mãi đến sau này. Nhưng, vẫn còn thua những con rồng Á Châu mà chế độ Sài Gòn thời Tổng Thống Diệm có nền kinh tế phồn vinh cường thịnh ngang bằng hay cao hơn các con rồng kinh tế Á Châu, Tân Gia Ba, Đại Hàn, Đài Loan... Lúc bấy giờ, Thủ đô Sài Gòn được báo chí thế giới và nhiều chánh khách phong tặng là Hòn Ngọc Viễn Đông.

Trong luận án tiến sĩ, tác giả có dẫn chứng chế độ Sài chỉ cần có viện trợ của Mỹ trong tháng hai tháng ba, ba trăm triệu đô, có tiền mua thêm đạn dược xăng dầu chống trả lại quân xâm chiếm, ít nhứt cũng tồn tại thêm nhiều tháng nữa. Nhưng, Mỹ muốn chánh thể Sài Gòn phải thua ngay lập tức không kéo dài thêm nữa vì Mỹ đã mật ước với Trung cộng muốn biếu tặng miền Nam Việt Nam cho chế độ cộng sản làm quà nên không thương tiếc cắt hết mọi viện trợ một cái rụp, miền Nam phải đầu hàng miền Bắc ngày 30.4.1975 lịch sử.

Với sự đổi mới theo kinh tế thị trường, một cách sửa sai của chế độ rất đáng trân trọng hoan nghênh, bỏ hẳn giáo điều khó thực hiện thành công. Nhưng, vẫn còn sức cản của giới bảo thủ chi có tin tưởng một chiều, còn quá mạnh nên Việt Nam cộng sản chưa thật sự cởi trói và nạn tham nhũng tràn lan từ hạ tầng cơ sở đến thượng tầng kiến trúc dù đảng có đốt lò diệt tham nhũng chẳng bao giờ hết, con ma tham nhũng nó có đến ba đầu sáu tay. Diệt cắt một cái đầu hay chặt hai tay, con ma tham nhũng sẽ còn tồn tại, không những một đầu lại có ba đầu và sáu tay tiếp quậy nát chế độ và hại dân hại nước. Giống hệt lời nói đi vào lịch sử của cụ cố TT Trần Văn Hương nói trước Quốc Hội miền Nam: nếu diệt hết tham dụng còn ai làm việc cho đất nước. Tương tự như vậy, nếu Việt Nam ngày nay diệt hết tham nhũng thì đâu còn đảng viên bảo vệ chủ nghĩa Mac Lênin, tư tưởng Hồ Chí Mính của đảng cộng sản Việt Nam.

Buổi trình bày luận án tiến sĩ về bang quốc tế giữa Việt Nam và hai nước cựu thù Mỹ và Pháp còn nhiều gút mắc, tối mù, cần phải giải quyết, tương nhượng trong sáng và hai bên đều có lợi.

Với nước Áo lúc bấy giờ như là Việt Nam đang cua cô gái còn trinh mà một số công dân Áo đã lấy vợ lấy chồng người Việt Nam để tạo gạch nối sự tương quan giao tế về mọi lãnh vực văn hoá, nghệ thuật, phong tục tập quán, đặc biệt là nền dân ca của hai nước vô cùng phong phú cần tạo nhiều điều kiện hai bên đều có lợi phát triển vươn lên.

Đối với ngành bang giao quốc tế đặc biệt với hai nước cựu thù Mỹ Pháp, chánh phủ Việt Nam phải thẳng thắn minh bạch đối xử, hai bên đều có lợi. Việt Nam phải dẹp bỏ cái tánh bắt chước rập khuôn theo đàn anh Trung cộng, luôn khoác lác khoe khoang tự cao tự đại, coi đất nước Tàu là cái rốn của vũ trụ, là cái hoa tươi đẹp bao quanh những cái hoa tàn hoa dại nên Tàu tự xưng là nước Trung Hoa. Nghĩa là cái hoa đẹp ở giữa là nước Tàu vĩ đại còn các quốc gia nhược tiểu thấp kém trên thế giới quanh nước Tàu. Còn Việt Nam khoe khoang đã đánh thắng ba đế quốc sừng sõ, Pháp, Nhựt, Mỹ, ngủ quên trên chiến thắng. Chiến tranh Việt Nam có quân Mỹ tham chiến từ 1965 về sau. Đó chỉ là cơ may lịch sử do các siêu cường muốn sắp xếp tương nhượng, mua bán đổi chác, các siêu cường hưởng lợi, các nước đàn em sống chết mặc bây, như đã thấy Mỹ nhẫn tâm bỏ rơi Việt Nam Cộng Hoà, ba nước Đông Dương năm 1975. Vì vậy, Mỹ không lường cái giá quá đắt bắt tay với Trung cộng phải trả hoài trả mãi đến nửa thế kỷ sau, đến tận bây giờ, chỉ vì muốn chấm dứt chiến tranh Việt Nam tức khắc. Mỹ đánh thức con cọp Trung cộng đang ngủ mê man vì trải qua cuộc cách mạng văn hoá dã man tàn bạo nhất trong lịch sử Tàu với đám hồng vệ binh của "Mao xếnh xáng" đã giết biết bao dân thường, các giới tinh hoa trẻ, làm băng hoại xã hội Tàu trầm trọng...

Cái tánh tự cao đại của người thắng cuộc năm 1975, không sử dụng những ngừơi thua cuộc coi đảng và dân theo đảng là tinh hoa, đỉnh cao trí tuệ của đất nước. Tuyển nhân tài bằng cách sử dụng lý lịch hồng hơn chuyên nên đã đưa Việt Nam vào cảnh sống cùng cực đói nghèo suốt nhiều năm. Nếu bỏ tánh kiêu ngạo, phách lối gọi Trời là thằng trời thì Việt Nam sau giải phóng đâu có tàn tệ như chúng ta biết. Nay đổi mới rất nhiều mà vẫn chưa đủ, còn nhiều rào cản, chưa công bố chánh thức huỷ bỏ chế độ kỳ thị giá trị con người của chế độ cũ mới phải ngang bằng nhau, huỷ bỏ cái chánh sách làm cho dân nghèo nước mạt là hồng hơn chuyên.

Ngoài ra, trong luận án, nhiều chi tiết tàn bạo dã man đối với những người thua cuộc, tác giả dẫn chứng qua nhiều bài báo quốc tế không phải ký giả Mỹ viết. Những mật ước giữa Mỹ và Trung cộng, giữa Mỹ và Hà Nội, một hình thức bán đứng Miền Nam, đầu hàng cộng sản quốc tế, tác giả luận án có trích dẫn từ các nguồn tài liệu khả tín khác trên thế giới...

Những tài liệu hăm doạ đòi thủ tiêu, ám sát nếu Tổng Thống Thiệu từ chối ký Hiệp định Paris cũng như những lời cam kết cuội của Tổng Thống Mỹ với Tổng Thống Việt Nam Cộng... đều có trên giấy trắng mực đen mà tác giả sưu tầm, đính kèm trong luận án.

Trọn ngày, diễn giả trình luận án tiến sĩ ngoại giao có MC Caroline tóm lược chuyển ngữ sang tiếng Pháp và MC Josephine chuyển ngữ ngắn gọn sang tiếng Áo và diễn giả cũng có nói lại bằng tiếng mẹ đẻ cũng rất ngắn vì là buổi trình bày bằng tiếng Anh và những thức giả có những câu hỏi, diễn giả cũng phải trả lời bằng tiếng Anh.

Về phía Bộ Ngoại Giao và các Toà Đại Sứ Việt Nam không có đặt câu hỏi, chỉ các nhân viên thuộc Bộ ngoại giao Pháp, Mỹ, Áo và nhiều cơ quan truyền thông báo chí quốc tế có nêu ra các câu hỏi muốn diễn giả giải thích thêm cho rõ ràng. Đây là một luận án tiến sĩ về ngoại giao rất nhạy cảm nên các nhà ngoại giao rất dè dặt.

Đúng bốn giờ chiều chấm dứt, hai MC đại diện cho Ban Tổ Chức cám ơn các nhà ngoại giao, các thức giả, giáo sư, sinh viên tham dự. Ban Tổ Chức cũng cám ơn các công ty kinh doanh thức ăn nhanh và nước giải khát cũng như công ty bán cà phê đã hợp tác với Ban Tổ Chức. Và cung ứng đầy đủ thức ăn ngon và nước giải khát quá dồi dào cho tất cả mọi người từ chín giờ sáng đến bốn giờ chiều. Hai MC vận dụng ngoài tiếng Anh, còn nói tiếng Pháp, tiếng Áo và vài câu tiếng Việt nữa...Một ngày vui lớn của Viện Đại Học Harvard đã thành công, đại thành công.

Ban Tổ Chức lo thu dọn mọi thứ mãi đến bảy giờ mới hoàn tất ra về. Tiến sĩ Andre nhờ ông Dean mời tất cả mọi nhân viên trong Ban Tổ Chức dự bữa ăn chiều mai tại nhà hàng sang trọng trong khuôn viên Viện Đại Học Harvard, dự trù có khoảng một trăm thực khách tham dự.

Ông Dean, bà Liz, vợ chồng Robert đều nhiệt tình khen Andre dám nói sự thật mà nhứt là bên chánh quyền Việt Nam bưng bít hoặc không dám nói. Nay có người Việt can đảm nói thật nói hết để nhà nước phải có sửa sai cho phù hợp với bang giao quốc tế cũng như đối với người trong nước và đặc biệt đối với phe thua cuộc đã tị nạn khắp nơi trên thế giới, thu phục họ trở về phục vụ hay sinh sống tại quê hương...

Về nhà, gia đình Hiếu nghỉ xả hơi vài ngày, tìm sinh viên bậc Cao học hay tiến sĩ cho họ thuê với giá hữu nghị và thuê tối đa ba năm trở lại và tầng trên hai phòng hoàn toàn đóng cửa không cho thuê, chỉ cho thuê năm phòng.

Vé máy bay đã bút hết cho đại gia đình về Việt Nam và Hiếu còn mời hai giáo sư đang tìm hiểu mẹ và chị hai, có thể tiến tới hôn nhân, cả hai đồng ý cùng với gia đình Hiếu về Việt Nam. Robert và nhờ một người bạn có xe van đưa gia đình Hiếu mười hai người ra phi trường bay về Việt Nam.

Đón tại sân bay Tân Sơn Nhứt có vợ chồng Trung, vợ chồng Bernard và Trung có mượn một xe van của Tỉnh Uỷ đưa về nhà Hiếu. Nhà Hiếu hiện nay có đến chín phòng ngủ, bốn phòng ngủ xây cất mới ở phía sau nhà cùng với một phòng lớn để giải trí và tập thể dục và một phòng làm nhà kho. Trong nhà chính trước đây chỉ có bốn phòng, Hiếu tân trang lại làm năm phòng và đặc biệt phòng chính của vợ chồng Hiếu đã được nới rộng và thay đổi hoàn toàn mới hệ thống nhà tắm, nhà vệ sinh... Các phòng khác cũng thay các tiện nghi mới hợp thời trang hiện tại. Mọi người vào nhà của vợ chồng Hiếu đều tắm tắt khen cách tân trang đẹp mắt và rất tiện nghi. Năm phòng ngủ nhà chính, vợ chồng Hiếu, ba má vợ, mẹ chị hai, hai người bạn già Áo và phòng chị vú cùng với hai con trai lớn, còn bê bi sanh ở Mỹ thì ở với bố mẹ. Còn bốn phòng mới xây, vợ chồng Bernard ở một phòng.

Trước khi đi đón gia dình từ Mỹ về, Tuyết Trinh có mua thịt nạt, hành tiêu, tỏi ớt và mấy chai nước mắm ngon mang đến nhà Hiếu nhờ chị bếp nấu cho một nồi cháo to thịt bằm để chiều tối, gia đình về tới quá mệt cần nghỉ ngơi và ăn cháo cho khoẻ. Chị tư của Hiếu còn mua cà phê, sữa hộp, trà quạu, bánh pía, mè láu đãi khách quý... Tối nay, cả khu nhà Hiếu đèn bật lên sáng choang như chào mừng mọi người. Mọi người vào phòng ngơi nghỉ và lo tắm rữa cho khoẻ.

Đến tám giờ tối, Hiếu mời mọi người ra ăn cháo cho ấm bụng sẽ có giấc ngủ ngon vì di chuyển bay quá xa mất trên mười sáu tiếng nên ai cũng mệt mỏi, cần nghỉ ngơi. Bữa ăn rất nhanh và uống trà ăn bánh pía, mè láu, đặc sản của Sóc Trăng, Hiếu giới thiệu với hai khách quý. Chị bếp thu dọn xong, cả nhà ai cũng tự động vào phòng, đánh răng xong là lo ngủ lấy sức.

Sáng hôm sau, mẹ và chị hai muốn theo xe Bernard về Sóc Trăng thăm nhà vì đi xa cả tháng cũng nhớ và còn chuẩn bị thức ăn đón khách quý sẽ đến nhà chơi. Hiếu gọi đến Thầy Khoa Trưởng cho biết gia đình về Cần Thơ và sẽ bắt tay vào việc nghiên cứu vào tuần tới. Hiếu xin Thầy, nếu có thì giờ cho Hiếu cùng hai vị giáo sư Áo cùng đến thăm thầy. Giáo sư Khoa Trưởng quá mừng nói con trình luận án tiến sĩ về bang giao quốc tế cả nước Việt Nam xôn xao vì con dám nói sự thật, vì lời thật mất lòng. Thầy khen con ngon dám nói sự thật không sợ chụp mũ.

Trưa nay đúng mười hai giờ thầy có mời một số giáo sư trường mình, có nhiều giáo sư thuộc Viện Đại học và giáo sư Viện Trưởng Viện Phó đến ăn trưa tại Phong Dinh Lầu. Thầy mời ba má, vợ chồng con và hai giáo sư Áo cùng đến ăn cho vui. Thầy giới thiệu vợ chồng con làm quen giáo sư Viện Trưởng Đại Học Cần Thơ và nhiều giáo sư nổi tiếng của Viện. Hiếu thưa:

- Chúng con cám ơn thầy, con rất vui mừng gặp quý vị đó vì vợ con cũng sẽ có bằng tiến sĩ về ngoại giao, vợ của bác sĩ Trai cũng có bằng tiến sĩ ngoại giao của Harvard vài tháng tới. Con sẽ đề nghị Viện Đại Học Cần Thơ xin chánh phủ cho phép mở thêm môn học ngoại giao, tại Cần Thơ (+ Sóc Trăng) mình có đến bốn tiến sĩ Ngoại Giao của Harvard và giáo sư Robert, bạn con có vợ Sóc Trăng đang dạy ngành ngoại giao tại đại học Yale, mỗi năm anh ta ở Việt Nam khoảng sáu tháng, con mời vào thành phần giảng huấn nữa. Viện Đại học Cần Thơ sẽ không thua kém Viện đại học Hà Nội hay Sài Gòn. Thầy Khoa Trưởng nói, con có ý kiến hay, trưa con đề nghị thử xem.

Ăn trưa, thực khách ngồi đủ ba bàn. Ông Khoa Trưởng trường Y giới thiệu giáo sư Viện Trưởng Viện Phó và giáo sư các phân khoa bạn trước khi giới thiệu các giáo sư của trường Y. Chúng tôi muốn khoe có một cựu sinh của trường Y đã hiến tặng cho trường Y $100.000 để xây một phòng hội khang trang có đủ tiện nghi của một phòng hội quốc tế và tuần tới sẽ khai trương cho Trường Đại Học Harvard sử dụng đúng một năm và tại đây sẽ có đại hội về Y học thế giới cũng tổ chức tại phòng họp này.

May mắn, tôi được người học trò muốn đến thăm chúng tôi. Tôi mời gia đình em cựu sinh viên gồm có cha mẹ, vợ và hai vị giáo sư của đại học Vienne sang Việt Nam cùng với gia đình. Tôi giới thiệu cựu sinh viên trường Y là tiến sĩ về bang giao quốc tế cũng là Y Khoa Bác sĩ Trần Trọng Hiếu, Hiếu đứng lên cúi đầu chào mọi người, một tràng pháo tay vang dội. Ông Khoa Trưởng nói em tóm dịch lại bằng tiếng Anh cho gia đình em và hai vị giáo sư biết ý nghĩa buổi ăn trưa này. Hiếu nói:

- Con cám ơn thầy Khoa Trưởng, Hiếu thông dịch nhanh cho bố mẹ, vợ và giáo sư Áo biết và Hiếu xin giới thiệu: ba má vợ là một thương gia nay về hưu, hai giáo sự đại học Vienne, một vị về hưu một vị còn đang dạy và vợ tôi là Caroline đã nộp luận án tiến sĩ về bang giao quốc tại đại học Harvard chừng bốn tháng nữa sẽ trình bày luận án trước Hội đồng giáo sư và đại chúng.

Hiếu hướng về giáo sư Viện Trưởng:

- Con xin phép Giáo sư Viện Trưởng, có hai đề nghị: thứ nhứt là Viện Đại Học Cần Thơ xin phép mở thêm một phân khoa về ngoại giao, Giáo sư Viện Trưởng đã có ba giáo sư nồng cốt về ngoại giao đều tốt nghiệp tiến sĩ trường danh giá Harvard và một giáo sư ngoại giao của đại học danh tiếng Yale có vợ ở Sóc Trăng, hàng năm có thể về Việt Nam sáu tháng. Với thành phần nồng cốt ban đầu như vậy, Phân Khoa Ngoại Giao của Viện Đại Học Cần Thơ chắc chắn sẽ được chánh phủ lưu ý. Đề nghị thứ hai, con sẽ làm trung gian giới thiệu hai viện đại học Vienne và Cần Thơ kết nghĩa nhau. Thay vì viện đại học Vienne là viện đại học của Thủ Đô Áo. Nếu kết nghĩa với viện đại học Thủ Đô Hà Nội, con có cách thuyết phục. Nếu Viện đại học Cần Thơ kết nghĩa với Viện đại học Vienne mà viện đại học Cần Thơ có con gái của ông Tổng Lãnh Sự Áo ở Sài gòn chắc chắn sẽ yểm trợ. Nếu Viện đại học Cần Thơ xin phép chánh phủ mở được Phân Khoa Ngoại Giao, cá nhân con cũng xin đóng góp cho Viện $100,000 để xây một cơ ngơi có tính quốc tế. Hiếu xin phép tóm lược sang tiếng Anh, mọi người vỗ tay hoan nghênh.

Giáo Sư Viện Trưởng nói, thầy có bàn với giáo sư Khoa Trưởng trường Y, thầy muốn mời vợ chồng con có giờ dạy tại Viện Đại Học Cần Thơ, nhằm giữ chân con. Nay con đã có hai đề nghị nào cũng xác đáng hết, thầy xin cám ơn con, xin quý vị cho em Hiếu một tràng pháo tay. Giáo sư Viện Trưởng quay sang gia đình Hiếu nói bằng tiếng Anh nội dung lời nói của ông vừa rồi. Giáo sư Viện Trưởng nói, nếu có Phân Khoa Ngoại Giao, thầy mời em Hiếu làm Khoa Trưởng. Hiếu đứng dậy xin phép thầy Viện Trưởng, con không thể làm Khoa Trưởng khoa Ngoại Giao vì con phải sống chết với ngành Y, con chỉ xin phép có giờ dạy bình thường là quá đủ cho ngành Y và Ngoại Giao. Cả ba bàn tiệc tiệc đều hoan nghênh ý kiến tốt của Hiếu. Ông Khoa Trưởng trường Y mời mọi người ăn và nghe ông kể chuyện tiếp:

- Ông nói là ông có dự buổi trình bày luận án tiến sĩ bang giao quốc tế tại Viện Đại học Harvard của em Hiếu. Ông nói, Ban Tổ Chức dự trù trên bốn ngàn người tham dự. Quý vị thử tượng trên mười ngàn nhà trí thức và các ngoại giao đoàn của Mỹ, Việt Nam, Pháp, Áo còn có Nigeria và Brazil cả hai Bộ Trưởng Ngoại Giao, Y Tế của hai nước đích thân tham dự ủng hộ em Hiếu. Giáo sư Khoa Trưởng nói tiếp, cả đời ông mới thấy lần đầu tiên một người Việt Nam chưa tới hai mươi sáu tuổi trình một luận án tiến sĩ về ngoại giao có hơn mười ngàn nhà trí thức tham dự, bốn ông Bộ Trưởng ngoại giao và Y Tế của hai nước Nigeria và Brazil cùng với hàng chục các ông Đại sứ và Tổng Lãnh Sự của nhiều nước đến tham dự. Còn về truyền thông báo chí có đến gần hai trăm phóng viên tham dự. Còn hai MC là hai chuẩn tiến sĩ ngoại giao là Caroline vợ của Hiếu và Josephine là vợ của bác sĩ Trai cũng là cựu sinh viên trường Y Cần Thơ như Hiếu. Cả hai MC vừa xinh đẹp vừa duyên dáng chuyển ngữ sang tiếng Anh tiếng Pháp, tiếng Áo vô cùng linh hoạt. Chưa hết, trên dưới mười ngàn người tham dự, ăn uống hoàn toàn miễn phí từ chín giờ sáng đến bốn giờ chiều. Thức giả muốn ăn uống lúc nào tuỳ ý thích, có trên hai chục xe bán thức ăn và thức uống kể cả cà phê Starbuck va Café du monde của Pháp. Thầy phải khâm phục em Hiếu, em vận động xe bán thức ăn nhanh của các đại công ty nổi tiếng như Mc Donald, Burger King, Jack in the box... và nước giải khát của các đại công ty Coca, Pepsi...

Thầy Khoa trưởng kết luận, nếu em Hiếu hợp tác với Viện Đại học Cần Thơ thì cá nhân em đã nhiệt tình giúp đỡ Viện mà em còn có khả năng vận động các đại công ty thương nghiệp ngoại quốc sẽ có thể giúp Viện đại học chúng ta. Cả ba bàn tiệc vỗ tay hoan nghênh. Thầy Khoa Trưởng xin phép nói ngắn gọn tiếng Pháp để cho các khách qúy gốc Áo hiểu. Bữa ăn trưa chấm dứt, mọi người đến bắt tay vợ chồng Hiếu và khách quý người Áo.

Hiếu lại nói nhỏ với thầy Khoa Trưởng và móc bóp đưa thầy $10,000 nói con xin thầy đứng ra giúp tổ chức buổi ăn trưa tại văn phòng làm việc của Trưởng Đoàn Nghiên Cứu Harvard dưới danh nghĩa trường Y tổ chức chiêu đãi quan khách đến tham dự buổi khai trương văn phòng Nghiên Cứu của Viện đại học Harvard, đặt trong khuôn viên của trường Y Cần Thơ.

Con sẽ mời Tổng Lãnh Sự Mỹ, Pháp, Anh, Canada, Úc, Áo vì có chuyên viên trong Đoàn Nghiên Cứu quốc tế và mười Tổng Lãnh Sự Á Châu mà có chuyên viên Đoàn Nghiên Cứu đến phục vụ nghiên cứu về bịnh sốt rét trong sáu tháng. Con còn mời Bộ Ngoại Giao, Bộ Y Tế Việt Nam đến tham dự nữa. Con nghĩ nếu ông Tổng Lãnh Sự không đi dự cũng sẽ cử đại diện đến tham dự, một hình thức con giới thiệu trường Y mình có phòng họp quốc tế mình cho các nước thuê khi họ tổ chức họp lớn kể cả Bộ Y Tế và Ngoại Giao Việt Nam nữa.

Thầy Khoa Trưởng nói con có ý nghĩ quá cao siêu thầy khen con và cám ơn con lúc nào cũng muốn giới thiệu trường Y mình với thế giới. Hiếu còn nói tiếp, thầy cứ đãi ăn trưa ngon, thiếu tiền con sẽ bồi hoàn lại trường. Thật là con đãi nhưng con muốn trường mình đãi, con báo cáo về Harvard sẽ hay hơn. Thầy Khoa Trưởng, thầy hiểu ý con. Thầy sẽ có buổi họp ngay chiều nay lo tổ chức chu đáo buổi họp của con và tổ chức ăn uống trưa vào tuần tới.

Hiếu kiếu từ thầy Khoa Trưởng ra về. Ngồi trên xe, Hiếu nói con muốn vợ con sẽ làm Khoa Trưởng môn học Ngoại Giao đầu tiên của viện đại học

Cần Thơ. Ngay bây giờ, con tập dượt vợ con chỉ nói sỏi về giao tiếp thông thường bằng tiếng Việt vì Khoa Trưởng của trường dạy bằng tiếng Việt mà không nói được tiếng Việt thì rất kỳ cục. Phân Khoa này nếu có cũng phải một hai năm nữa mới thực hiện thì vợ con thừa sức nói tiếng Việt và cũng có thể đọc viết được chữ Việt. Má nói, má biết thâm ý của con rể muốn đưa vợ con lên nên con từ chối ngay khi ông Viện Trưởng muốn con giữ chức Khoa Trưởng. Má khen con quá thông minh, Caroline tôn con là sư phụ là phải. Caroline vội tiếp lời má:

- Chồng con giỏi lắm Má ơi! con còn nhỏ mới bốn năm tháng tuổi, nay con cảm nhận có bầu nữa rồi, chồng con đến đúng hai mươi sáu tuổi cũng có đến sáu con, lập kỷ lục đông con ở nước Áo rồi. Cả xe vỗ tay vui cười.

Về đến nhà, Hiếu nói anh phải viết ngay thư mời các Toà Tổng Lãnh Sự tham dự và cả Bộ Y Tế và Ngoại Giao Việt Nam nữa. Anh viết thư mời xong cho vào phong bì và anh chạy ra bưu điện gởi ngay, chỉ còn tám ngày là khai trương văn phòng làm việc.

Mọi việc xong, Hiếu vào phòng, đi tắm, vào nằm gần vợ nghe nàng ngáy ngon lành và Hiếu cũng mệt quá ngủ cho đến bốn giờ sáng mới thức, thấy vợ đang loay hoay nấu nước pha cà phê. Hiếu nói có cà phê chưa cho anh uống và cho em làm tài công lái tàu ngay bây giờ. Caroline nói ngay, chuyện đó quá dễ, em đánh răng rồi. Anh uống cà phê cho khoẻ, đi đánh răng rồi lại giường em tiếp đón đưa anh về dinh.

Đến ngày khai trương văn phòng làm việc, có đông đủ thành viên của Đoàn Nghiên cứu thay vì từ nhà đang nghỉ phép đi thẳng đến nhiệm sở. Hiếu có công điện khẩn bảo tất cả thành viên trong Đoàn về tập trung tại Cần Thơ dự lễ khai trương văn phòng của Đoàn cũng là lễ khởi công tiến hành công việc có hàng trăm quan khách tham dự, đa số là giới khoa bảng, các giáo sư đại học có ba bốn chục đại diện các toà Tổng Lãnh Sự có văn phòng ở Sài Gòn. Các ông Tổng Lãnh Sự Áo, Pháp, Úc, Canada, Anh, Mỹ đều hiện diện có ông Thứ Trưởng Bộ Ngoại Giao, Thứ Trưởng Bộ Y Tế Việt Nam và nhiều nhân viên cao cấp của Bộ đang làm việc tại văn phòng đặt tai Thành Phố Hồ Chí Minh. Có ông bà Viện Trưởng và hàng chục giáo sư của Viện Đại học Cần Thơ...

Mở đầu chương trình, ông Khoa Trưởng Trường Y với tư cách là Trưởng Ban Tổ Chức tiếp đón Đoàn Nghiên cứu của Viện Đại học Harvard khai trương văn phòng làm việc tại mười nước Á Châu trong khuôn viên Trường đại học Y Khoa Cần Thơ. Ông Khoa Trưởng nói vì ông là một bác sĩ nên ông rất trân trọng công việc nghiên cứu sâu sát của Viện Đại Học danh tiếng thế giới Harvard về bịnh sốt rét. Ông nói tiếp:

- Trưởng Đoàn Nghiên cứu quốc tế là Tiến sĩ về ngành ngoại giao và là bác sĩ y khoa tốt nghiệp tại trường Y Cần Thơ - André Trần Trọng Hiếu - nên trường Y chúng tôi vô cùng hãnh diện giúp cựu sinh viên Y Khoa của trường mình phục vụ trong nghiên cứu bịnh sốt rét. Vì chỗ chúng tôi quý trọng ngành Y và kính trọng các nhà ngoại giao của các nước cũng như các vị Thứ Trưởng

Bộ Ngoại Giao và Bộ Y Tế của Việt Nam cũng từ Thủ Đô Hà Nội bay về Cần Thơ tham dự.

Sau khi cử hành lễ khởi công làm việc xong, Ban Tổ Chức chúng tôi kính mời quý vị dự bữa ăn trưa và thưởng thức rượu vang ngon của Toà Tổng Lãnh Sự Pháp ở Sài Gòn tặng cho Ban Tổ Chức một trăm chai rượu vang Bordeaux của Pháp. Tất cả mọi người vỗ tay hoan nghênh.

Ông Khoa Trưởng nói tiếp tôi xin phép nói bằng tiếng Pháp và bác sĩ Bernard chuyển ngữ qua tiếng Anh. Ông Khoa Trưởng cũng xin phép vì hôm nay là ngày vui của nhiều nước có tính quốc tế nên chúng tôi mạn phép xử dụng tiếng Pháp và tiếng Anh và tiếng Việt chúng tôi sử dụng rất ít.

Ông Khoa Trưởng tóm lược đại ý ông vừa trình bày và bác sĩ Bernard chuyển ngữ sang tiếng Anh rất gãy gọn. Ông giới thiệu bằng tiếng Pháp một nhà nghiên cứu Y Khoa trẻ tốt nghiệp bác sĩ Y Khoa đặc cách lúc mới hai mươi hai tuổi và đến hai mươi lăm tuổi trình luận án tiến sĩ về bang giao quốc tế trước hơn mười ngàn thức giả, giáo sư và mấy trăm nhà báo, giới truyền thông báo chí quốc tế và có đến trên dưới ba mươi quan khách ngoại giao đoàn của hàng chục quốc gia và có hai ông Ngoại Trưởng và hai ông Bộ Trưởng Y Tế của hai nước Nigeria và Brazil cũng là hai nước tại hai châu mà Đoàn Nghiên Cứu có đặt văn phòng làm việc suốt hai năm vì cảm mến bác sĩ Andre nên đến tham dự. Bây giờ tôi xin phép giới thiệu tiến sĩ và là bác sĩ Trưởng Đoàn Nghiên Cứu bệnh sốt rét tại Á Châu André Trần Trọng Hiếu.

Hiếu đứng lên nắm hai tay đưa lên cao, xoay qua hai bên tiến bước lên bục thuyết trình, bước ra khỏi bục thuyết trình đứng thẳng, tay đặt vào ngực cúi đầu chào quan khách, mọi người vỗ tay chào lại. Tiến sĩ André giới thiệu hai nữ chuẩn tiến sĩ về ngành ngoại giao của Viện Đại Học Harvard giúp tiến sĩ André trong phần trình bày này. Hai cô Caroline và Josephine đứng vào vị trí cúi đầu chào quan khách cả hội trường như có khí thế bừng bừng lên vì hai cô người Áo diện rất đúng mốt thời trang và vô cùng xinh đẹp, mọi người vỗ tay chào hai cô.

Tiến sĩ André đứng vào bục thuyết trình nói, chúng tôi xin phép nói hai ngôn ngữ chính trong bài thuyết trình này bằng tiếng Anh và tiếng Pháp và mở đầu tôi xin nói tiếng Việt rất ngắn gọn vì đây là buổi họp mặt quốc tế.

Tiến sĩ Andre trình bày ngắn gọn bằng tiếng Anh về mục đích cuộc nghiên cứu quy mô sâu sát về cách phòng chống bịnh sốt rét tại ba châu: Phi Châu, Nam Mỹ thuộc châu Mỹ và Châu Á, tính chung có gần hai mươi quốc gia Đoàn Nghiên Cứu quốc tế củaViện đại học Harvard đến làm việc. Theo lời thuyết trình, Josephine dùng cây que giở lên những tấm biểu đồ tóm tắt ý nghĩa từng công tác và Caroline chuyển ngữ sang tiếng Pháp ngay nội dung bài thuyết trình này. Ba nhân vật làm việc phối hợp ăn ý nhịp nhàng với chất giọng của diễn giả rất truyền cảm và sắc bén.

Những thành quả công tác qua hai năm nghiên cứu thật tỉ mỉ mà Viện đại học Harvard và cơ quan y tế thế giới WHO của Liên Hiệp Quốc đặt trọng tâm nghiên cứu và trao trọng trách cho Đoàn chúng tôi thực hiện. Đoàn chúng tôi đã có bản báo cáo thành quả cho trường Harvard sau hai năm nghiên cứu.

Tới đây chúng tôi xin phép trình diện mười thành viên của Đoàn Nghiên Cứu Quốc Tế của Viện Đại Học Harvard và vị đại diện cho Phân Khoa Nghiên Cứu Y Học của Viện đại học Harvard. Đoàn chúng tôi chia thành năm toán hoạt động cùng lúc tại năm quốc gia trong vòng sáu tháng. Sáu tháng kế tiếp chúng tôi sẽ đến tiếp tục công tác năm nước khác. Hết mười hai tháng công tác tại Á Châu, Đoàn sẽ mượn cơ ngơi này tổ chức một ngày tổng kết trong ba năm nghiên cứu sâu rộng về chứng bịnh dai dẳng của thế giới là bệnh sốt rét, đa số các nước còn nghèo thiếu nền y học căn bản vững chắc đối phó với căn bệnh này. Đoàn Nghiên Cứu Quốc Tế và vị đại diện của Phân Khoa Nghiên cứu Y Học của Viện Đại Học Harvard, cô Caroline, xin mời bạn chào kính quan khách.

Như vậy, hiện diện đứng trước quý vị có mười nhà chuyên môn nghiên cứu quốc tế và một đại diện cho Viện đại học Harvard tiếp giúp Đoàn về liên lạc ngoại giao, báo cáo công tác và phụ trách hành chánh tài chánh. Xin mời các bạn trong Đoàn về chỗ ngồi.

Quý vị có điều gì cần muốn biết thêm chúng tôi xin hầu chuyện tiếp và chỉ liên quan đến sự nghiên cứu về bịnh sốt rét. Ngoài tiếng Anh, tiếng Pháp, quý vị có thể hỏi bằng tiếng Việt, tiếng Áo và chúng tôi xin phép chỉ trả lời bằng tiếng Anh cho mọi thức giả cùng am tường.

Với tài hùng biện bẩm sinh, Andre đã chinh phục các thức giả chăm chú theo dõi một cách nhiệt tình. Những câu hỏi liên quan đến bịnh sốt rét hỏi tại sao các nước Phi Châu và Nam Mỹ Đoàn Nghiên cứu quốc tế mất hai năm và các nước Á Châu chỉ có một năm và mỗi nước chỉ có sáu tháng nghiên cứu.

Bác sĩ Trưởng Đoàn giải thích có thể nói Nigeria là nước lớn nhứt nhì Phi Châu, bịnh sốt rét tràn lan và nước Brazil cũng quá rộng lớn ở Nam Mỹ lại chưa có thiết lập một nền mống vững chắc chống căn bịnh nguy hiểm sốt rét.

Còn các nước Á Châu, ngay cả Việt Nam, Thái Lan, Cam Bốt đã có một hệ thống phòng chống sốt rét rất tốt, nhưng chưa đủ, còn thiếu phương tiện, thuốc đặc trị mới sản xuất. Các nước Á Châu có đoàn chúng tôi đến làm việc là một cơ may, chúng tôi xin WHO tiếp trợ, cần sự giúp đỡ của cơ quan y tế Liên Hiệp Quốc WHO và các nước giàu có khác nữa.

Một câu hỏi khác, như vậy các nước nghèo ở Á Châu cũng đều có hạ tầng cơ sở phòng chống bệnh sốt rét. Bác sĩ Andre giải thích ngay, các nước nghèo hoặc chưa giàu dù có tổ chức phòng chống bịnh sốt rét, nói là có tổ chức rất đúng, nhưng lại thiếu phương tiện, thiếu chuyên môn và thiếu tổ chức sâu rộng và vững chắc, kể cả thuốc mới phát minh rất hiệu quả.

Đa số các nước Á Châu, ngoại trừ Nhựt Bản và Đại Hàn, cũng rất cần Đoàn Nghiên cứu chúng tôi đến nghiên cứu, phổ biến sâu rộng cách phòng chống sốt rét mới mẻ rất khoa học, thực tế giúp thêm phương tiện, cung cấp thêm thuốc đặc trị mới phát minh sản xuất trị sốt rét vô cùng hiệu quả.

Tóm lại các nước Phi Châu và Nam Mỹ chưa có hệ thống căn bản phòng chống bịnh sốt rét nên đoàn chúng tôi phải đến tận nơi giải thích chỉ dẫn, huấn luyện thêm chuyên viên phòng chống sốt rét và các bác sĩ trong Đoàn còn đến tận các bịnh viện tìm các bịnh nhân sốt rét nằm điều trị lẫn lộn với các bịnh nhân khác để điều trị cho hết bịnh mới rút được kinh nghiệm hiệu quả thực tiễn. Thí dụ, chúng tôi đề nghị cho những bịnh nhân sốt rét phải cách ly với bệnh nhân khác, chúng tôi chỉ cách phòng ngừa, định bịnh và chữa bịnh cũng như có nhiều trường hợp chúng tôi đóng vai trò bác sĩ của địa phương trị cho các bịnh nhân và có lịch làm việc theo dõi bệnh nhân nữa.

Đúng ra Đoàn chúng tôi không làm những điều đó vì thuộc thẩm quyền của địa phương vì chúng tôi quan niệm lương y như từ mẫu. Chúng tôi đứng ngoài quan sát nghiên cứu học hỏi mà không dấn thân cứu giúp bịnh nhân thì không xứng đáng danh hiệu lương y như từ mẫu. Vì có những công tác ngoài chương trình chửa bịnh trực tiếp theo phương cách mới khoa học hơn, xin thuốc mới từ Harvard gởi biếu cho địa phương, Đoàn chúng tôi tạo được sự thiện cảm với các nước.

Điển hình, như ngày tôi trình luận án tiến sĩ về bang giao quốc tế tại đại học Harvard, tôi chỉ mời ngoại giao hai ông Bộ Trưởng Ngoại Giao và Y Tế của hai nước Brazil và Nigeria, bốn ông Bộ Trưởng rất vui vẻ, từ xa xôi cũng bay đến trường Harvard tham dự như khích lệ giúp tôi lên tinh thần. Thầy Khoa Trưởng Đại học Y Cần Thơ cùng phu nhân cũng bay đến Harvard tham dự cũng như ông Tổng Lãnh Sự Áo ở Sài Gòn và phu nhân cũng bay đến ủng hộ gà nhà cho tôi thêm phấn khởi. Nhiều quý vị đáng kính đó hiện có ở đây hôm nay. Cả hội trường vỗ tay tán thưởng.

Vì vậy, Đoàn chúng tôi đến các nước vừa học hỏi vừa quan sát cách phòng chống chửa trị của mỗi nước, đúc kết thành báo cáo trung thực để trình về trường và giúp WHO có kế sách phòng chống bịnh sốt rét cho toàn thế giới. Đoàn chúng tôi làm việc nghiên cứu tại các nước, còn giúp đạo đạt nguyện vọng trợ giúp của các nước để WHO và các nước tiên tiến giàu có viện trợ giúp đỡ. Với thuốc đặc trị sốt rét vô cùng cần thiết hay giúp cấp cho các nước có thêm học bổng tu nghiệp Y khoa, để các nước còn thiếu phương tiện có nhiều kinh nghiệm hiểu biết có phương pháp chửa trị khoa học và hiệu quả trong tương lai.

Như vậy, quý vị ở các nước có Đoàn chúng tôi đến làm việc, quý vị hãy nhiệt tình hợp tác, giúp chúng tôi có phương tiện đi càng nhiều vào vùng sâu vùng xa vùng nghèo khổ chúng tôi mới thấy tận mắt những gì còn thiếu sót cần phải giúp. Chúng tôi có trách nhiệm đề nghị về trường Harvard, gián tiếp về các cơ quan y tế thế giới gởi thuốc về giúp từng quốc gia cụ thể.

Điều này chúng tôi có kinh nghiệm rồi nay giúp lại các nước khác. Vì vậy, chỉ sáu tháng làm việc nghiên cứu, giá trị cũng tương đương chúng tôi phải mất hai năm tại hai vùng lớn ở Phi Châu và Nam Mỹ, vì chúng tôi mất nhiều thì giờ chửa bịnh giúp cho địa phương giúp họ có kinh nghiệm. Còn các nước Á Châu chúng tôi không cần làm những điều đó nên rút ngắn nhiều thời gian quý báu và giảm chi phí cho trường Harvard phải bỏ ra. Cả hội trường vỗ tay hoan nghênh lời trình bày chí lý của ông Trưởng Đoàn.

Hết có thức giả hỏi, ông Trưởng Ban Tổ Chức tuyên bố bế mạc và mời tất cả quý vị tham dự bước sang phòng tiếp tân kế bên dự bữa ăn trưa thân mật cùng với Trường Đại Học Y Khoa Cần Thơ.

Ông Tổng Lãnh Sự Áo đến chào vợ chồng Hiếu và ông nói, con gái ông nhiệt tình khen Hiếu quá giỏi đã đốn tim mọi người và còn đưa hai công chúa xinh đẹp làm cho mọi người lé mắt hết. Bà Tổng Lãnh Sự đến ôm Caroline và Josephine hai con diện sao đẹp quá, còn đẹp hơn Hoa Hậu hoàn vũ nữa. Cả năm người cùng cười, Hiếu dẫn đến giới thiệu hai tiến sĩ Áo dạy đại học Vienne đến Việt Nam coi mắt cưới vợ, hai ông bà trố mắt, vậy hả. Hiếu thưa, chị Josephine sẽ kể cho hai bác nghe cũng rô măng tíc vui lắm mà vợ chồng con cũng làm mai đó. Ông Tổng Lãnh Sự đến bắt tay, té ra ông Tổng Lãnh Sự đều biết hai giáo sư tiến sĩ của đại học Vienne. Ông Tổng Lãnh Sự nắm tay hai tiến sĩ đến bắt tay ba má Caroline, tha hồ cho mấy người Áo nói tiếng Áo. Ông Tổng Lãnh Sự nói chiều thứ sáu tuần này, hai ông bà có đi Sóc Trăng chơi, sáng thứ hai về sớm, rủ bốn người đồng hương cùng về nhà vợ chồng Josephine ở chơi và câu cá giải trí. Ông bà sẽ đến đón tại nhà Caroline, chiều thứ sáu lúc sáu bảy giờ vì từ Sài Gòn đi xuống. Bốn người đồng ý.

Hiếu rủ anh chị Ba đi về Sóc Trăng chơi chở mẹ và chị hai về, còn vợ chồng Hiếu sẽ đón hai đứa con ngoại hôn của Hiếu về Cần Thơ. Trung, Minh Tâm đồng ý sáng thứ bảy mình đi sớm tới Ngã Bảy Phụng Hiệp ăn điểm tâm.

Hiếu gọi điện thoại cho bố mẹ xin phép cho Hiếu đón hai con về ở chung tại Cần Thơ. Nếu bố mẹ e sợ hai cháu ngoại buồn khóc, vợ chồng con mời bố mẹ lên Cần Thơ ở chơi vài ngày vì thứ hai tuần tới vợ con phải bay qua Quảng Tây trước và bay tiếp qua Ấn Độ và Pakistan. Sau vài ngày con bay qua Miến Điện và Bangladesh lo liên lạc với chánh phủ trong công tác nghiên cứu sáu tháng. Bố mẹ nói, nhân con về mang con ruột mình đi bố mẹ không dám cản, bố mẹ phải đưa hai cháu lên Cần Thơ vài ngày cho hai cháu quen sống chung chơi chung với hai anh nó. Trưa chúa nhựt bố mẹ mời hết gia đình con, bố dự trù gia đình con gần hai bàn và gia đình bác hơn một bàn, đủ ba bàn, bác đặt thức ăn nhà hàng mang tới và ở nhà bác sẽ có đuông chà là cho con chiên bơ đãi mọi người. Hiếu nói bố sắp xếp như vậy quá tốt, mình ăn mấy đứa nhỏ chơi chung với nhau cho quen, có người cho các cháu ăn uống nữa. Gia đình con ở chơi chừng bốn giờ về Cần Thơ.

Khi vào ăn bánh canh giò heo ở Phụng Hiệp, Hiếu mượn điện thoại gọi cho Josephine nói sáng chúa nhựt chừng mười giờ nhờ Josephine xin phép ba mẹ, tôi đến đón ba má và hai người bạn của ba má tôi đến nhà bác Phi vợ chồng tôi mang hai cháu con riêng của tôi về Cần Thơ và bác ba Phi có đãi ăn trưa. Chừng ba bốn giờ trưa chúa nhựt tôi đưa ba má tôi và hai người bạn tiếp tục ở chơi đến sáng thứ hai cùng về với hai bác sáng thứ hai. Nếu ba má tôi và hai người bạn muốn về với tôi thì hai xe của tôi và anh Trung chở không hết vì có thêm hai đứa bé và ông bà ngoại quá thương cháu cũng theo lên Cần Thơ ở vài ngày.

Khi hai xe ngừng trước nhà, bố mẹ nuôi từ trong nhà chạy ra đón có hai con của Hiếu cũng chạy theo ông bà ngoại. Cả nhà Hiếu vừa bước xuống xe hai thằng bé chạy lại ôm chân bố và mẹ Caroline, mọi người vô cùng ngạc nhiên, hai thằng bé như có thần giao cách cảm biết là bố mẹ nó sẽ nuôi dạy nó nên người. Hiếu và Caroline bồng hai thằng bé và ba thằng bé cũng mới vừa xuống xe, chúng lại ôm nhau cũng rất lạ lùng.

Chúng chưa gặp hai anh của chúng mà nó lại biết trong thân tộc ôm nhau rất thân thiện. Cả năm thằng con trai đi vào cổng mọi người trong nhà đổ xô ra xem hiện tượng có một không hai, chúng lạ quắc lạ quơ mà nay ôm nhau, nói chuyện líu lo. Còn thằng con bé tí nhứt mới biết đi chập chửng nên có chị vú đi theo sợ cháu té. Ông bà ngoại có dọn một cái bàn con cho năm đứa bé ngồi ăn chung có cậu út và chị vú chăm lo. Cậu Ba đem máy chụp hình ra chụp cho năm đứa hàng chục kiểu. Cậu còn làm đạo diễn bảo hai thằng em ôm chân bố mẹ như lúc mới gặp, cậu chụp thêm nhiều pô hình nữa. Lần đầu tiên mẹ và chị hai đến nhà bố mẹ nuôi và lại biết rõ thêm kết quả con trai ngoại hôn với Thu Vân cũng sanh hai con trai như Caroline. Caroline tha thứ hết tội lỗi chồng và nhận hai con riêng của chồng làm con nuôi như con ruột của mình. Hai giáo sư tiến sĩ vô cùng kinh ngạc và đến bắt tay Caroline khen Caroline có bản lãnh, đạo đức, lòng nhân ái bao la.

Đến bốn giờ cả nhà đứng dậy từ giả, bác Phi và mẹ, chị hai, anh chị ba một xe, Hiếu chở gia đình Hiếu và chị vú một xe chạy về Cần Thơ còn xe của Bernard chở ba má và hai người bạn đưa lại nhà của anh Trai vui chơi cho hết ngày chúa nhựt sáng mai về cùng xe với bố mẹ Josephine đến nhà Hiếu ở Cần Thơ.

Năm thằng cu tí có dịp ngồi chung xe, líu lo vui chơi trông rất dễ thương, xe về đến Cần Thơ chưa tới sáu giờ rưỡi. Mọi người vào nhà rửa mặt uống nước dừa chị bếp đã chuẩn bị sẵn. Bác ba Phi nói với Caroline, bác và anh quản gia đi mua dừa lửa may quá mua được dừa nước còn ngon ngọt hơn dừa giống của bác. Caroline nói cám ơn bác ba lo giúp vườn nhà chúng con được tươm tất như ngày hôm nay. Chúng con sẽ đi công tác cả năm ở Á Châu, may cũng gần nhà nên chúng con để các con cùng ở nhà với ông bà ngoại, bà nội và cô hai cùng chị vú lo cho các cháu.

Hai bác và ba cậu của cháu có nhớ cháu cứ lên nhà chúng con thăm hai cháu. Bác ba nói:

- Cám ơn cháu. Bây giờ Thu Vân như ván đã đóng thuyền rồi, chồng nó Robert rất yêu quý cưng chìu, giúp nó tiếp tục học lại. Robert nói với bác, thay vì học bốn năm lấy cử nhân - BA, Thu Vân học chừng hai năm rưỡi hay ba năm mà Thu Vân thích học về ngành xã hội.

Thu Vân còn nói với chồng, dự trù lấy xong Thạc sĩ - Cao Học (MA hay MS), lúc đó nó có hai ba con thì nó sẽ xin đi làm cho chánh phủ cho thêm vui. Vừa đi làm vừa lo tiếp với chồng nuôi con vừa học lai rai quyết chí lấy cho được bằng tiến sĩ xin chuyển qua ngành giáo dục xin dạy ở College hay đại học, university.

Lúc chồng nó về hưu nó nhờ chồng tiếp lo cho con để nó có thêm thì giờ lo giúp ích cho xã hội hơn là cứ du dú ở nhà. Thu Vân sanh con gái cách đây vài tháng hai bác có sang Mỹ chăm sóc con cả tháng mới trở về lại Việt Nam. Chồng nó quá mừng vì nó muốn có con và nó cũng qua tuổi bốn mươi rồi, cần có con hủ hỉ.

Hiếu nói con cám ơn bác cho biết một góc cuộc sống của em con, bác nói con cám ơn Thu Vân sanh cho con hai đứa con trai kháu khỉnh và trông gương mặt đoán chắc chúng sẽ thông minh và không nhát gái như bố nó đã gây bao tang tóc cho người khác. Hiếu nói, chiều nay không ăn cơm vì ăn ở nhà bố trể và quá no, tối ăn cháo đậu xanh và cá kho tiêu chị con nấu, thêm ấm bụng. Bác ba nói:

= Hai bác cháu mình đi vòng quanh coi xem cây mọc ra sao, chỗ nào cây chết bác cho cây khác trồng thay thế, dù cháu không có ở nhà. Hai bác sẽ thường xuyên đến đây thăm hai cháu ngoại, ở chơi từ sáng tới chiều về lại Sóc Trăng.

Khi nào có vợ chồng cháu ở nhà, bác sẽ ở lại qua đêm hay ở chơi vài ngày, vợ chồng cháu sắp đi xa, trưa mai, ăn cơm trưa xong, cháu giúp đưa bác ra bến xe, bác về Sóc Trăng. Cháu lại muốn đưa bác về tới nhà, không nên, vợ và ba má vợ cháu có thể thêm nghi ngờ chuyện xưa không tốt cho cháu.

Bác tin Thu Vân ván đã đóng thuyền, có con lại được chồng yêu thương nó sống trên nhung lụa thì chuyện Thu Vân quên con cũng không khó và thời gian sẽ giúp nó quẵng gánh nhớ chuyện xưa, Hiếu cảm động rưng rưng nước mắt.

Trở vô nhà vào phòng ngơi nghỉ, kể lại hết cho vợ nghe những gì hai bố con nói, vợ cũng rưng rưng nước mắt, cùng cảm thông với chồng, hai ông bà rất yêu mến Hiếu dù chỉ là một chàng rể hụt mà thôi.

Sáng sớm hôm sau, ông Tổng Lãnh Sự Áo đưa bốn người đồng hương về Cần Thơ trước rồi hai ông bà Tổng Lãnh Sự về Sài Gòn làm việc. Cả nhà ăn cơm trưa rất thịnh soạn, canh chua cá kho tộ, cá chiên gõi gà rau càng cua... Ăn xong nghỉ chừng một tiếng, hai bác Phi nhờ Hiếu đưa ra bến xe về Sóc Trăng, Caroline muốn hai vợ chồng lái xe đưa hai bác về. Hai bác từ chối và còn nói, để hai cháu còn lo nhiều việc khác và thêm hai con nhỏ nữa. Sự từ chối của hai bác Phi làm cho Caroline thêm suy nghĩ và cảm động.

Chiều ăn cơm xong, ngồi uống nước trà. Còn đông đủ, Hiếu hỏi thật bác lớn tuổi, mấy ngày qua từ Mỹ về đến Việt Nam bác đã tìm hiểu mẹ cháu, nếu bác thích muốn có bạn già hủ hỉ nhau cho đỡ cô quạnh và nếu mẹ cháu cũng đồng ý như vậy, chúng cháu sẽ giúp bác và mẹ cháu chánh thức đôi bạn già sống chết có nhau từ nay đến cuối đời. Chị hai của em cũng đang cô đơn mà chị mới có ba mươi bốn tuổi còn có khả năng có con dù con muộn. Chị của em rất tháo vát và có tài nấu ăn nếu anh cũng đã để ý theo dõi, nếu anh muốn bước thêm bước nữa và chị em đồng ý thì vợ chồng em sẽ lo hết mọi thứ cho hai đám cưới cho mẹ và cho chị ngay ngày chúa nhựt này, trước khi vợ em đi công tác xa. Em sẽ mời ba gia đình anh chị ba của em, gia đình anh chị tư và chị Ngọc Mai từ Sóc Trăng lên, gia đình anh Trai, gia đình chú thím Tín, gia đình thầy Khoa Trưởng như ông cha đỡ đầu.

Con xin phép, nói tiếng Anh và tiếng Việt luôn, xin hỏi ông bác trước, nếu bác đồng ý chỉ gật đầu thôi mẹ con cũng vậy và cả hai anh chị cũng vậy. Chúng ta phải đốt giai đoạn vì đã lớn tuổi thì không còn nhiều đam mê sắc dục mà chỉ còn quý trọng về sự chăm sóc đùm bọc an ủi nhau trong lúc tuổi già vì con cháu đâu có chịu ngủ chung với mình, chúng có gia đình, cuộc sống riêng không giúp gì nhiều cho cha mẹ già neo đơn. Con nói thế, bác thấy con nói đúng, bác muốn kết thân thành vợ chồng với mẹ cháu, xin bác chỉ gật đầu và mẹ con cũng vậy. Cả hai đều gật đầu cùng lúc. Và em xin hỏi anh chị có đồng ý lời em nói cũng xin gật đầu, cả hai đều gật đầu.

Như vậy là ván đã đóng thuyền, Caroline giúp anh mời các gia đình ở Sóc Trăng, còn anh chạy đi mời các gia đình ở Cần Thơ. Còn hai đôi bông, nhẫn cưới, vợ chồng con xin phép kính biếu. Vụ làm bếp xin phép chị hai để vợ chồng em lo, vợ em làm sếp cút em làm phụ tá chắc như bắp sẽ có bữa tiệc vui.

Còn mẹ và chị, hai vợ chồng con đưa ra thẩm mỹ viện làm đẹp một chút, con ra đón sau. Thay vì mình tổ chức tiệc cưới ở nhà hàng người ngoài còn đàm tiếu. Vì vậy, mình chỉ tổ chức trong gia đình thân tộc cho phải lễ vậy thôi mà lại thật vui. Khi bố dẫn mẹ cháu về Áo cũng như anh hai dẫn chị hai về Áo xin làm phép rửa tội vào đạo Chúa tại Vienne, làm lễ thành hôn tại nhà thờ chánh toà, chuyện đó tính sau.

Bây giờ, có hai má, con hỏi vợ con có cho con làm phụ tá sếp cút không, nếu đồng ý chỉ gật đầu hay chạy lại ôm hôn con rồi cả hai lo đi chợ ngay hôm nay. Con cũng dự trù làm thức ăn chừng năm bàn. Caroline vội chạy lại ôm hôn chồng. Chứng tỏ Caroline tuyển chồng làm phụ tá tha hồ sai bảo, má Caroline nói.

Caroline đưa mẹ và chị hai vào tiệm kim hoàn mua hai đôi bông hột xoàn tuyệt đẹp và hai đôi nhẫn cưới cho bốn người cũng xấp xỉ gần $10,000. Ba ông đàn ông tìm một tiệm cà phê sang ngồi đợi ba bà đi mua quần áo và đồ dùng mới cho phụ nữ. Mất gần hai tiếng.

Hiếu đề nghị chạy lại mua bánh hỏi, thịt quay rau dưa về ăn trưa và mua chừng năm mươi trứng vịt và chừng mười ký lo thịt heo nạc dăm và thịt ba rọi về kho một nồi to, thịt kho trứng nước dừa, để dành ăn sáng. Hiếu còn mua cả chục ổ bánh mì dự trữ cho mấy cậu con trai ăn, mua cả chục hộp phó mát Pháp "con bò cười - la vache qui rit" giúp mấy ông đàn ông có mồi nhậu lai rai. Hiếu nhờ chị tư mua giúp chừng năm ký lạp xưởng Quảng Trân, năm ký tôm khô và mỗi thứ một chục hộp bánh pía, mè láu...

Trưa về, cả nhà rất vui, năm cháu không biết chuyện gì thấy người lớn vui cười chúng cũng vui chơi hò hét thoải mái. Bữa ăn trưa duy nhứt chỉ có thịt quay với bánh hỏi, nhậu bia các ông cũng nhậu tới bến luôn.

Hiếu có mời anh chị ba đưa cháu đến nhà chơi và ăn cơm chiều.

Chiều chị hai đứng nấu bếp cũng làm đến năm món, ai ăn cũng khen quá ngon, tuyệt vời. Buổi trưa chị hai có nhờ chị bếp và chị vú tiếp xắt thịt kho theo mẫu chị xắt trước. Luộc năm mươi trứng vịt và lột vỏ giúp chị để tối chị kho liu riu cho tới sáng. Chị nói với Hiếu nói anh quản gia chặt cho hai quày dừa thường để kho thịt không cần dừa lửa chỉ dùng để uống nước cho thơm ngon.

Sáng hôm sau, ăn sáng với bánh mì Hiếu nướng lại, thịt kho trứng mềm rệu rất ngon, chị hai cắt một cái trứng vịt ra làm đôi và mỗi phần của cháu bé có thêm một cục thịt mỡ nhỏ và một ít nước thịt kho, năm người lớn lo cho năm con nhỏ ăn trước và uống sữa xong tha hồ cho chúng chơi giởn.

Người lớn quây quần ngồi lại từng cặp lo chăm chút thức ăn cho nhau, ai cũng cảm thấy bữa ăn sáng nay sao thật ngon vì nồi thịt kho cả đêm thịt thật mềm, quá ngon và ai cũng có đôi có bạn rất hạnh phúc. Chỉ có chị vú không có một người để chăm sóc mà chị có đến năm đứa bé ngoan cần chăm sóc, chúng lại quậy cũng tới bến càng vui càng phải theo dõi coi chừng chúng, tránh gây tai nạn đáng tiếc.

Hai ngày sau tiệc hứa hôn của mẹ và chị hai, Caroline bay đến tỉnh Quảng Tây của Trung Quốc đến văn phòng làm việc đã có tờ hợp đồng và có đầy đủ các bác sĩ phụ tá và nhân viên giúp việc tại văn phòng và nhân viên theo sát hai nhà nghiên cứu trong mọi công tác. Caroline mời vị đại diện của Bộ Y Tế Quảng Tây trao đổi công tác, việc làm của hai chuyên viên của Đoàn đến. Caroline nói, tôi phải bay qua Ấn Độ và Pakistan gấp cũng lo sắp xếp công việc cho suôn sẻ, tôi sẽ trở lại đây liền. Hiếu, sắp xếp công việc gia đình mẹ và chị hai, nay ở chung phòng với chồng và ban ngày giúp chị vú trông nom năm đứa trẻ.

Hiếu có thì giờ chăm sóc lại vườn cây, mua thêm cá đen thả xuống hai hồ và mướn người dùng lưới kéo bắt cá đen thả qua hai hồ cá đen, cá đen còn sót không đáng kể, đặt hệ thống bơm nước luân lưu dể nuôi cá da trơn như cá vồ, cá tra cá ba sa... Hiếu có dùng lưới bao hai vùng trong hai góc để nuôi cá he và cái tai tượng trong hồ này. Còn hai hồ cá đen cũng bao lưới hai góc chuyên nuôi cá lăn cá kết cá trèn.

Như vậy, ba hồ nuôi cá của vườn Caroline-Hiếu Family có gần đủ hết cá ngon sống vùng nước ngọt của miền đồng bằng sông Cửu Long. Trong gần ba ngày Hiếu làm xong mọi việc, Hiếu nói với mẹ và chị hai, nếu muốn về Sóc Trăng chơi, có thể ngày thứ bảy hay chúa nhựt nhờ con bác Phi cho xe xuống đón. Về Sóc Trăng còn xe cũ, anh dạy chị hai lái xe thực hành cho nhuần nhuyển còn chuyện thi lấy bằng lý thuyết trước thì quá dễ.

Caroline phải có ở nhà hoặc con thì má và chị hai muốn về Sóc Trăng hay rủ bố hay anh hai đi chơi đâu cũng được khi chị hai có bằng lái xe. Đi xa, có anh hai lái tiếp. Hiện chúng con có đến năm con nhỏ, một mình chị vú và mẹ vợ con không quán xuyến hết mọi việc nên phải nhờ thêm bà nội, còn chị hai cũng rất bận lo chuyện bếp núc. Hiếu nói rõ hết cho mẹ, chị hai, ba má cùng bố dượng và anh rể hiểu. Một năm công tác ở Á Châu, hai con lợi dụng có mở văn phòng làm việc đặt tại trường Y Cần Thơ thì chúng con sẽ luân phiên thường xuyên có mặt tại Cần Thơ, vợ con sẽ có cơ hội về nhà nghỉ hộ sản và gánh vác thêm việc gia đình. Hiếu nhờ mẹ và chị hai giúp:

- Về Sóc Trăng tìm một cháu gái con nhà nghèo hay bà con của mình, từ hai mươi tuổi trở lên sẽ làm vú em cho một đứa bé gái, Caroline sẽ sanh trong bốn tháng nữa. Thành ra chúng con có đến sáu con nhỏ, hai chị vú mỗi chị trông ba đứa và chúng ở chung với chị vú một phòng riêng. Má vợ của Hiếu nói:

- Ba má rất phục con, cái gì con cũng tính trước hết nên mọi chuyện đều diễn tiến tốt đẹp hết, kể cả con giải quyết vụ có con rơi má lại càng phục con. Không biết con nói với Robert cái gì mà nó rất vui vẻ còn hãnh diện cưới người vợ ngoại hôn của con, giúp con tránh nhiều tai tiếng dị nghị không tốt cho con. Và kể cả người yêu Thu Vân của con cũng bấm bụng hy sinh cứu con thoát được tai tiếng một nhân tài xuất chúng lại vấp ngã vào một mối tình vụng trộm lem nhem. Người thứ ba là Caroline cũng quá cao thượng tuyệt vời, nếu nó ghen quậy tung thì Hiếu chỉ có nước độn thổ làm sao thành triệu phú chỉ trong vòng chưa tới ba năm và còn lấy thêm bằng tiến sĩ tại Viện đại học Harvard danh giá nữa.

Cả nhà vỗ tay hoan nghênh ý kiến của má vợ Hiếu. Bà còn nói tiếp:

- Bà chưa hề thấy một người con nào có hiếu như Hiếu, thấy mẹ hy sinh gần ba mươi năm nuôi con từ bần hàn cùng cực, nay sống trên nhung lụa cùng với con. Hiếu thấy mẹ bị chứng tâm sinh lý dồn ép, nên Hiếu tìm chồng cho mẹ giải quyết một chuyện vô cùng tế nhị mà cũng rất thực tế nữa. Cũng như Hiếu thấy chị cả mười mấy năm hy sinh cả thời con gái xuân sắc nay gần bốn mươi, Hiếu cũng hết lòng tìm cho chị có một tấm chồng xứng đáng rất hạnh phúc lứa đôi và chị của Hiếu còn khả năng có con lại càng thêm hạnh phúc. Như vậy, em cũng có một phần nào trả ơn chị. Mọi người vỗ tay tán thưởng nhận định xuất sắc và đúng của má vợ Hiếu. Chị hai của Hiếu nói, trong gia đình có bốn chị em:

- Hiếu là người chịu nhiều thiệt thòi khổ đau nhứt, từ hai ba tuổi cho đến khi em vào học đại học và cũng chính em Hiếu là người làm vẻ vang cho gia đình nhứt. Nhân có đủ người lớn, có hai bác thân phụ mẫu của em dâu Caroline, bố dượng, chồng con và em Hiếu. Con có lời khen tặng em Hiếu là một đứa con ngoan hiền đối với mẹ ruột, cha mẹ vợ và tất cả mọi người trưởng thượng.

Đặc biệt là em Hiếu luôn luôn yêu mến quý trọng Caroline là một người vợ tuyệt vời mà trên đời này sẽ không có người phụ nữ thứ hai như Caroline. Vì yêu chồng không muốn tài danh chồng bị sụp đổ, can đảm nuốt sự buồn đau vào lòng mà hy sinh vì danh thơm của chồng và còn can đảm chấp nhận nuôi con ngoại hôn của chồng như con ruột của mình, chị hai bái phục lòng nhân ái cao thượng của em Caroline. Chị cả nuốt nước bọt, nói tiếp:

- Nhìn thẳng ba má vợ Hiếu, con xin chúc mừng hai bác có con gái Caroline tuyệt vời trên cả tuyệt vời kể cả sắc đẹp ngoại hình mà Caroline còn vô cùng đẹp đẽ trong tâm hồn cao thượng về tình thương người, thương chồng mà mọi người phải nể trọng. Riêng con, luôn tôn trọng ngưỡng phục em Caroline là thần tượng của con cho đến ngày con nhắm mắt.

Hiếu chuyển ngữ và có mở điện thoại cho Caroline cùng nghe. Từ Quảng Tây, Caroline nói lớn, em vô cùng cám ơn chị hai có lời khen em và giáo huấn:

- Em xin hứa sẽ mãi mãi là người em dâu dễ thương của chị và là người vợ chung thuỷ ngoan hiền của anh Hiếu. Em chúc chị sớm có con cho vui cửa vui nhà, có con bên cạnh hủ hỉ vào lúc tuổi già xế bóng. Mọi người vỗ tay hoan nghênh, chồng Mai Hạnh đứng lên lại bắt tay và hôn vợ, cả nhà có dịp vỗ tay vui cười.

Mai Hạnh nói lớn, xin phép hai bác, bố dượng và mẹ:

- Chiều nay con sẽ nấu nhiều món ăn ngon lạ miệng khác để giúp chồng con có sức khoẻ giúp con mau có bầu, cả nhà vỗ tay. Như vậy hay quá, hai bác sẽ ăn theo mà có bầu thì bác chịu thua. Cả nhà lại cười vang. Chị hai mời mẹ, bố và chồng:

- Theo xe Hiếu chở chị ra chợ mua thêm thực phẩm, chiều con làm món ăn khác đãi cả nhà. Thế là, năm người đi chợ mua cho đủ đồ phụ tùng, rau dưa, nhứt là tần ô, bông điên điển, cải bẹ xanh non... cùng hai ký thịt bò nuột lưng, tôm tươi, mực tươi, hai con cá lóc lớn và mua thêm nhiều món phụ tùng linh tinh khác. Mai Hạnh nói là nhiều món ăn ngon lạ miệng, thật chỉ gọi chung chỉ có một món, thịt bò nhúng dấm hay là nhúng nước dừa tươi.

Đây là một món ăn tổng hợp gồm có nhiều thứ rau, thịt bò, tôm, mực tươi, cá. Chỉ ăn một món cũng quá đủ. Sẵn xe chạy gần nhà ông bà nhạc của Trung, Hiếu ghé mời hai bác và cháu Thu Mai, chiều sáu giờ đến nhà Hiếu ăn chiều với gia đình. Anh chị Trung Tâm đã bay tới nhiệm sở rồi nên ông bà ở nhà cũng buồn kể cả cháu ngoại và chị vú cũng mời theo luôn. Vì chỗ làm ở các nước Á Châu gần Việt Nam nên vợ chồng anh chị Trung thay phiên bay về Việt Nam tối thứ sáu và tối chúa nhựt bay về chỗ làm. Vì vậy, không mang con nhỏ theo để lại nhà cho ông bà ngoại trông nom giúp. Gia đình Trai và Bernard cũng có kế hoạch y chang như vậy giống như vợ chồng Hiếu, vợ chồng Trung. Nhóm năm chuyên gia gốc Việt có một năm kể như có dịp luôn về Việt Nam nghỉ cuối tuần với gia đình.

Hiếu đi nhanh đến bảy quốc gia mà Caroline chưa đến nhận hợp đồng phục vụ sáu tháng tại mỗi nước. Hiếu lấy đủ mười hợp đồng ký kết phục vụ tại mỗi nước sáu tháng, sao đưa Caroline vô phong bì gởi về Phân Khoa. Ở Quảng Tây chơi một ngày, hai vợ chồng bay qua Miến Điện là chỗ làm việc của Hiếu với một chuyên viên người Anh. Hiếu đưa vợ tới làm quen với ông Bộ Trưởng Y Tế Miến Điện.

Cả hai về Việt Nam đến làm việc tại văn phòng chánh đặt tại trường đại học Y Khoa Cần Thơ, có tuyển thêm nhân viên phụ trách văn phòng tiếp nhận những báo cáo nhu cầu của từng toán nhỏ hàng tuần. Caroline tập trung báo cáo thành một bản duy nhứt gởi về Phân Khoa Nghiên cứu của Harvard. Lúc này, tương đối thời gian khá thoải mái nên thường chạy lui tới về nhà có dịp dưỡng thai vì sắp đến ngày sanh.

Caroline cũng dành thì giờ chạy đến bảy văn phòng còn lại chưa đến làm việc và có thì giờ bay về Miến Điện ở chung với chồng.

Khi đến tháng thứ tám bầu lớn, Caroline về ở hẳn Cần Thơ, làm việc tại đây. Hiếu dành thì giờ bay đến Quảng Tây (Tàu), Tân Đề Li (Ấn Độ), Thủ đô Pakistan, Thủ đô Bangladesh kiểm tra công việc và liên lạc giao tế với Bộ Y Tế của các nước. Công việc nghiên cứu đang tiến hành đến tháng thứ tư cũng đến ngày Caroline sanh con gái tại bệnh viện Sản Khoa Cần Thơ.

Caroline được nghỉ phép hộ sản một tháng, Trưởng Đoàn phải bao sân lo báo cáo hàng tuần hàng tháng nên cũng rất bận. Mượn lý do phải về văn phòng chánh thường xuyên làm việc cũng gần cả tháng lo chăm sóc vợ mới sanh. Khi vợ hết phép, Andre bay sang năm nước có chuyên viên của Đoàn đang công tác coi xem cái gì chưa giải quyết giúp giải quyết cho xong với Bộ Y Tế sở tại. Công việc diễn tiến rất tốt đẹp, đa số các nước chưa có loại thuốc đặc trị mới phát minh sản xuất chuyên trị sốt rét, Hiếu xin cho mỗi nước một số lượng lớn để điều trị thử nghiệm.

Các Bộ Y Tế của năm nước đều viết thơ gởi về Đoàn khen loại thuốc trị sốt rét mới rất tốt, xin cung cấp thêm. Đoàn trả lời muốn xin cung cấp thêm thuốc phải liên lạc xin với cơ quan Y Tế thế giới hay liên lạc mua trực tiếp với nhà sản xuất. Lúc này tương đối công việc rỗi rảnh, hàng tuần từ Miến Điện Andre bay về Cần Thơ vào cuối tuần, từ chiều thứ sáu và chiều thứ hai mới trở lại Thủ đô Miến Điện, Hiếu có thêm thì giờ chăm sóc con và vườn cây, ao nuôi cá.

Chị vú mới có bà con với Ý Sáu ở xã Bố Thảo cũng vào hàng cháu ở gần nhà Ý Sáu và chị tỏ ra siêng năng, kỹ lưỡng chăm sóc cháu gái mới sanh và trông nom lo ăn uống, tắm rửa cho hai đứa bé trai sanh ở Sóc Trăng. Caroline khen chị vú này làm việc cẩn thận và sạch sẽ. Còn chị vú người Áo cũng chỉ còn chăm sóc ba đứa con trai, có hai đứa lớn gần bốn tuổi nên cũng đỡ cực. Hiếu về nhà thăm vợ con thấy mọi việc đều êm đẹp rất mừng.

Nhân lúc vợ còn nghỉ phép, Hiếu thưa với bố dượng và anh rể nếu muốn đưa vợ về Áo chơi chừng một tháng rồi bay trở qua Cần Thơ, xin đợi Hiếu xong công tác.

Cả nhà sẽ bay về Mỹ tham dự buổi trình bày tiến sĩ về bang giao quốc tế của Caroline và của Josephine. Ở Mỹ, có thì giờ còn nghỉ, Hiếu mướn chiếc xe buýt lớn chở đại gia đình đi du ngoạn chừng mười ngày đến các tiểu bang gần Massachusetts theo lộ trình đi từ Massachusetts đến Thủ Đô Hoa Thịnh Đốn, thành phố New York và Viện đại học Yale, tiểu bang Conecticut và trở về khu đại học Harvard nghỉ vài ngày.

Nếu Yale chưa gọi đến thảo luận về nghiên cứu như dự kiến trước đây. Hiếu sẽ mua vé máy bay đưa đại gia đình đi du ngoạn tiểu bang vàng có nhiều người Việt ở là California. Dự trù điểm dừng chân đầu tiên là thành phố San Francisco có cầu Golden Gate lịch sử. Ở chơi chừng hai ngày, mướn xe chở đi xuống Miền Nam California, ngủ lại một đêm tại San Jose gọi là thung lũng hoa hoa vàng có số lượng di dân Việt Nam cư ngụ đông thứ hai sau vùng Litte Saigon của quận Cam gần Los Angeles. Chương trình ở miền Nam Cali đến bốn ngày viếng khu Little Sài Gòn, chợ chánh của người Việt Phước Lộc Thọ, tham quan Hollywood, Disneyland và đi tua một ngày đến phố biển du lịch cuối cùng của California là San Diego, trở về khu Little Saigon và bay về Massachusetts từ phi trường Los Angeles.

Khi gia đình về nhà ở gần Harvard, chừng một tuần ngơi nghỉ mà Viện Đại học Yale chưa mời đến ký hợp đồng thì hai vợ chồng Hiếu sẽ lái xe đến trường hỏi xem tin tức về vụ nghiên cứu chứng bịnh xương. Hai vợ chồng dự kiến nếu Yale không thuê Đoàn với hợp đồng ba năm mà còn hai năm cũng tốt với thành phần mười một chuyên viên sẵn có kinh nghiệm đã phục vụ cho Viện Đại học Harvard. Hai vợ chồng Hiếu dự tính như vậy đang trông chờ Yale gọi.

Bổng nhận được email mời Hiếu đến Yale thảo luận về nghiên cứu chứng bệnh xương. Tiến sĩ Andre hẹn ngày giờ đến trường Yale xin cho xe đón hai người đại diện cho Đoàn Nghiên Cứu Quốc Tế của Harvard đến và mướn giúp một phòng ngủ. Văn phòng đại diện Viện đại học Yale đồng ý lời yêu cầu của tiến sĩ Andre.

Caroline vội vã gởi email đến chín cựu thành viên của Đoàn Nghiên Cứu Harvard cho biết là Viện đại học Yale ở Connecticut đã mời tiến sĩ Andre cựu Trưởng Đoàn đến thảo luận. Cuối tuần này sẽ có email cho biết cụ thể, khoan tìm việc làm khác và có thì giờ nên tìm sách giáo khoa về các chứng bịnh về xương hay gãy xương nghiên cứu tìm hiểu trước.

Tối hôm đó, Caroline gọi cho Josephine biết, theo nội dung của email. Hiếu và Caroline cố xin cho Josephine cùng đi công tác cùng việc làm với Caroline mà lần này đi công tác đến mười lăm nước đều ở Á Châu nên đề nghị thuê thêm một tiến sĩ về ngoại giao để cả hai cùng cả hai phụ nữ cùng đi thêm an toàn, liên lạc trực tiếp tới mười lăm nước. Caroline còn nói nếu họ kỳ kèo tôi đề nghị bớt tiền trợ cấp cho tôi và xin đóng góp cho việc mướn thêm người. Tôi hy vọng chúng mình đi đâu cũng có đôi hết, chắc anh Trai bằng lòng. Bạn thông báo cho bố mẹ biết tin vui Yale đã mời anh Hiếu đến thảo luận. Hai ngày nữa chúng tôi đến Yale, cuối tuần cho bạn biết tin chánh thức. Chúc bạn và anh Trai luôn hạnh phúc, nhờ bạn chuyển lời vợ chồng tôi kính hỏi thăm sức khoẻ hai bác và thưa với hai bác, Caroline xa bạn Josephine lâu ngày sẽ buồn lắm. Trong tương lai tôi với bạn Josephine "mần sui" nghe, để chúng ta luôn gần nhau, bai bai.

Hiếu viết dự thảo xong đưa cho vợ đọc và góp ý, khi Hiếu trình bày với ông Viện Trưởng hay ai đó của Yale, Caroline bổ túc thêm.

Đến Viện đại học Yale nghỉ qua đêm, sáng hôm sau có xe của Yale đến đón đưa thẳng đến văn phòng Viện Trưởng có bà chánh văn phòng ra hướng dẫn vào gặp Giáo sư Viện Trưởng và có ba vị Khoa trưởng cùng tham dự. Tiến sĩ Andre và tiến sĩ Caroline diện đẹp chào hỏi thân mật với bốn vị có mặt trong buổi tiếp xúc đầu tiên tại Viện đại hoc Yale. Ông Khoa Trưởng giới thiệu từng vị, Caroline nhớ mặt vị giáo sư Khoa Trưởng phụ trách điều hành toán công tác nghiên cứu về bịnh xương có tham dự buổi trình luận án tiến sĩ của Hiếu có lẽ anh Robert mời tham dự. Caroline cảm thấy sẽ thuận tiện cho anh Hiếu trình bày kế hoạch chương trình nghiên cứu mười lăm nước ở Á Châu có nhiều thương tật xương, ngoài tai nạn xe gắn máy, còn thương tật xương tại ba nước Đông Dương vì chiến tranh kéo dài cũng như tại chiến trường Afghanstan và cuộc nội chiến Miến Điện...

Hai đại diện của Đoàn Nghiên Cứu Harvard trình diện giáo sư Viện Trưởng, ông cho biết, ông đã đọc kỹ hợp đồng của Đoàn với Harvard như vậy là tốt. Giáo sư Viện Trưởng hỏi tiến sĩ Andre thấy có gì phải làm cho tốt hơn. Andre trình bày với kinh nghiệm trong ba năm nghiên cứu, hai toán của Đoàn mười chuyên gia ở quá xa nhau từ Brazil tới Nigeria đã mất hai năm nghiên cứu căn bản chỉ có hai nước lớn này ở hai châu lục. Nay tôi thấy, các chứng bịnh về xương xảy ra nhiều nhứt trên thế giới là ở các nước Á Châu mà lại nghèo, đa số dân chúng thiếu phương tiện giao thông công cộng nên dân chúng sử dụng xe gắn máy quá nhiều. Mặt khác hai nước sản xuất xe gắn máy phân khối nhỏ nhiều nhứt trên thế giới là Nhật Bản và Trung Hoa với giá bán rẻ nên các nước Á Châu vì ít sử dụng xe ô tô nên dân chúng chọn phương tiện di chuyển nhanh là dùng xe gắn máy rất tiện lợi mà giá lại rẻ so với các nước khác ngoài Á Châu. Nhưng, rất tai hại chính phương tiện xe gắn máy càng nhiều, dân chúng thích lái xe gắn máy, chạy nhanh, chạy ẩu, không cần bằng lái xe gắn máy dưới 50 phân khối, là mầm mống nguyên nhân chánh xảy ra tai nạn giao thông chết người hoặc gãy tay gãy chân và các thương tích khác. Vì vậy, tôi có kiến nghị, nghiên cứu chứng bịnh về xương:

1 - Đoàn chia năm toán, thay vì trước đây hai toán

2 - Mỗi toán phục vụ cho ba nước - năm toán phục vụ cho mười lăm quốc gia

3 - Thời gian công tác cũng ba năm hay rút ngắn lại tuỳ nơi Yale quyết định

4 - Nhân viên trong Đoàn vẫn mười chuyên viên và một chuyên viên đặc biệt vừa là đại diện cho Yale vưà cho Đoàn trong công tác liên lạc ngoại giao với mười lăm nước, thúc đẩy ký kết hợp động tốt giúp cho Đoàn có thêm phương tiện và sự hợp tác nhiệt tình của các nước. Chuyên viên đặc biệt không những liên lạc ngoại giao mà còn lo viết báo cáo hàng tuần, tháng hoặc ba hay sáu tháng rất trung thực do Trưởng Đoàn chuyển đến hay cả hai phối hợp viết do chuyên viên đặc biệt gởi về nơi phụ trách chỉ đạo công tác cho Đoàn. Những công việc hành chánh tài chánh, thống kê cũng do chuyên viên đặc biệt trách nhiệm.

5 - Trưởng Đoàn ngoài công tác nghiên cứu phục vụ như là một chuyên viên trong các toán còn là người kiểm soát thanh tra và đánh giá các công tác tại nơi làm việc của các toán trong mười lăm quốc gia cũng phối hợp thúc đẩy sự hợp tác hiệu quả của các bác sĩ phụ tá và nhân viên của nước sở tại cung cấp cho các toán. Với tư cách Trưởng Đoàn tôi phải ngoại giao xin nước sở tại giúp phương tiện đi lại, có thông dịch viên tiếng bản xứ, có văn phòng và nhân viên phụ trách, có chỗ ở nữa... Tôi đã có kinh nghiệm xin các địa phương giúp đỡ.

Sau sáu tháng nghiên cứu phục vụ, Trưởng Đoàn phải về báo cáo trực tiếp với cơ quan quản trị công tác của Đoàn và nhận chỉ thị mới của cơ quan chủ quản.

6 - Sau một năm phục vụ cơ quan chủ quản cho Đoàn nghỉ bồi dưỡng hai tuần chi phí vé máy bay do cá nhân thụ hưởng tự lo lấy.

7 - Với tư cách Trưởng Đoàn của Yale, tôi xin phép nộp tất cả các hợp đồng của của các nước mà Đoàn đã đến phục vụ để cơ quan chủ quản công tác soạn bản hợp đồng mới giữa hai đối tác Trường Yale và Đoàn Nghiên cứu, còn các bản hợp đồng giữa giữa Đoàn và và nước sở tại do chuyên viên đặc biệt soạn và ký với nước sở tại.

8 - Trước khi ký hợp đồng với từng chuyên viên trong Đoàn, cơ quan chủ quản và Trưởng Đoàn phối hợp mở một cuộc họp để Yale chỉ thị dặn dò những gì cần phải làm giúp cho các nước và Đoàn đòi hỏi nước sở tại phải phối hợp chặt chẽ và giúp Đoàn hoàn thành trách nhiệm chung giúp dân chúng - Trưởng Đoàn sẽ viết nháp một bản điều hành căn bản gọi là SOP mà Đoàn phải thi hành, trình lên cơ quan chủ quản thay đổi, bổ túc... thật hoàn chỉnh, ký ban hành Đoàn phải thi hành. Từ ngày đó, các chuyên viên bắt đầu công tác, tính tiền trợ cấp từ đó.

9 - Đoàn có đề nghị thêm, Viện Đại học Yale nếu có những hảng xưởng làm tay chân giả hay ký các hợp đồng với các hảng xưởng đó lấy hoa hồng cho Yale, các chuyên viên nghiên cứu có nhiệm vụ quảng bá chương trình thay chay chân giả, giúp đào tạo chuyên viên cho mười lăm nước Đoàn đang làm việc. Đây là một chương trình đầu tư lâu dài có lợi cho ngân sách của Yale.

10 - Đề nghị cuối cùng, Đoàn trước đây hoạt động hai năm tại Brazil và Nigeria có hai nước chính và cũng chỉ có hai toán. Đoàn rút kinh nghiệm, Yale ra quân làm việc với năm đoàn cho mười lăm quốc gia, có thống kê gây tai nạn về xương nhiều, nhứt là gãy tay gãy chân. Mỗi toán phục vụ cho ba nước trong năm, chuyên viên có cơ hội đi nghiên cứu khắp nơi của ba nước giúp nhà nước có chính sách giáo dục tốt cho người dân tránh thương tật xương.

Vì tầm quan trọng của sự nghiên cứu đến mười lăm quốc gia, Đoàn xin thêm một tiến sĩ về bang giao quốc tế biết nhiều ngôn ngữ cùng với chuyên viên đặc biệt cũ cũng là một tiến sĩ bang giao quốc tế, hai phụ nữ cùng đi liên lạc ngoại giao với các nước sẽ an toàn hơn và cũng nên đi kiểm soát giúp các toán coi công việc của địa phương làm có đúng với thoả thuận không?

Tóm lại về nhân sự, ba năm nghiên cứu của Harvard có mười chuyên viên kể luôn Trưởng Đoàn, một chuyên viên đặc biệt thành ra mười một chuyên viên của Đoàn. Nay xin bổ sung thêm một chuyên viên đặc biệt thành mười hai chuyên viên tính chung cho Đoàn. Đoàn cũng xin tài trợ như Harvard, Trưởng Đoàn $200.000/ tháng và chuyên viên hay chuyên viên đặc biệt $100,000/tháng. Văn phòng chánh của Đoàn đặt tại trường đại học Y khoa Cần Thơ...

Ông Viện Trưởng đã nghe và hiểu rõ sự quan trọng nghiên cứu về xương đối với các nước đang phát triển. Ông ôn tồn nói:

- Tôi rất hãnh diện tiếp một nhân tài còn rất trẻ như tiến sĩ Andre, ngoài nghề nghiệp chính là bác sĩ Y khoa đỗ đạt lúc tuổi còn quá trẻ, ông rất ngưỡng mộ và cách đây không lâu, mới có hai mươi bốn tuổi ông đã trình bày một luận án tiến sĩ về bang giao quốc tế rất tế nhị nhạy cảm và tiến sĩ Andre đã làm cho mọi người tham dự vô cùng thích thú ngạc nhiên. Có đến cả chục ngàn người tham dự và tài ngoại giao, tiến sĩ còn giúp cho các cử toạ ăn uống thoải mái hoàn toàn miễn phí từ chín giờ sáng tới bốn giờ chiều. Chúng tôi biết tin này vô cùng ngưỡng phục Andre và tôi tin sau ba năm nghiên cứu công tác thành công, tiến sĩ Andre hãy giúp Yale tổ chức một buổi lễ tại Á Châu về thành quả của Yale và tổ chức tại Viện ở Connecticut. Ông Viện Trưởng còn nói:

- Chúng tôi rất cám ơn tiến sĩ Andre đã hướng dẫn Đoàn làm việc tốt, chính tôi đọc qua các bản hợp đồng giữa Đoàn và Harvard, giữa Đoàn và các nước liên hệ. Andre chứng tỏ thông minh và bản lãnh tạo được thiện cảm với mọi người cho nên các nước liên hệ hết lòng trợ giúp Đoàn. Chỉ xã giao mà Andre mời được cả hai ông Bộ Trưởng Ngoại Giao, Y Tế và cả bốn phu nhân của hai nước Nigeria và Brazil cũng đến Harvard tham dự buổi trình luận án tiến sĩ.

Từ xưa, tới nay, tôi chưa hề thấy có buổi trình luận án tiến sĩ nào có cả chục ngàn thức giả tham dự và nhiều Bộ Trưởng ở quá xa cũng về tham dự kể ông bà Tổng Lãnh Sự Áo ở Sài Gòn và hàng chục giáo sư và bác sĩ Khoa Trưởng trường đại học Y Khoa Cần Thơ của Việt Nam cũng về tham dự ủng hộ.

Đến đây, tôi nhường lời lại cho tiến sĩ Andre và tiến sĩ Caroline muốn trình bày gì thêm cứ tự nhiên trình bày. Andre lấy từ trong cặp ra bản nháp Andre sẽ trình bày trình ông Viện Trường và bốn vị Khoa Trưởng. Quý vị sẽ không thấy có gì mới lạ nhiều so với hợp đồng giữa Đoàn và Harvard. Nay tôi thêm hai mục 9 và 10. Mục 9 tôi có đề nghị cho phép Đoàn nghiên cứu thử nghiệm thêm về lắp ráp chân tay giả và có đề nghị với Yale có thể thiết lập một hay nhiều nhà máy làm chân tay giả cho đại chúng chắc chắn sẽ thu nhiều lợi nhuận cho Yale hoặc Yale ký hợp đồng với các công ty ở Mỹ chuyên làm tay chân giả mà Yale phải có hưởng tiền hoa hồng. Chúng tôi có quan niệm Yale bỏ ra một số tiền lớn tài trợ cho chúng tôi, chúng tôi có bổn phận đền ơn đáp nghĩa lại Yale và tôi sẽ làm luận án tiến sĩ về bịnh xương tại Yale sau ba năm nghiên cứu tỉ mỉ, sẽ đóng góp cho khoa giảng dạy bịnh lý về xương của trường Yale chúng ta. Ông Viện Trưởng vỗ tay hoan nghênh, chúng tôi sẵn sàng hỗ trợ Andre. Andre nói tiếp:

- Một nữ tiến sĩ về bang giao quốc tế Harvard, quốc tịch Áo, tôi đề nghị với ông Viện Trưởng mời cô ta vào cộng tác với Đoàn mười một người của chúng tôi, cùng với tiến sĩ Caroline hiện diện nơi đây sẽ đi liên lạc ngoại giao trước với các nước ngay sau khi có hợp đồng làm việc vì phụ nữ liên lạc ngoại giao dễ thành công hơn nam giới mà chỉ đi một người không an toàn cần có có hai người dễ thành công hơn. Đoàn còn có thêm người sẽ đến kiểm soát thực địa trung thực hơn là nhận báo cáo của các toán gởi về và chúng ta tiến hành cùng lúc mười lăm quốc gia rất bận rộn. Và tôi cũng phải quán xuyến theo dõi cùng một lúc năm toán và mười lăm quốc gia vì phải đi từ nước này sang nước nọ thường xuyên.

Ông Viện Trưởng hỏi bốn vị Khoa Trưởng có điều gì cần trao đổi thảo luận với hai tiến sĩ Andre và Caroline. Tôi xin nói rõ:

- Nếu Phân Khoa chịu trách nhiệm điều hành công tác nghiên cứu này đồng ý, ba vị tiến sĩ phải thu xếp đến văn phòng Phân Khoa làm việc trước khi chín vị chuyên gia sẽ đến làm việc sau khoảng một tuần hay hai tuần vì các chuyên gia ở rải rác nhiều nước quá xa như Việt Nam, Úc, Anh, Pháp... Công việc tiếp đón các chuyên gia và lo chỗ ăn ở do ba vị đứng đầu Đoàn cán đáng giúp Phân Khoa. Tới đây cũng khá trưa, ông Khoa Trưởng và anh em của Yale mời hai tiến sĩ mới gia nhập vào Yale đi ăn trưa. Ông Khoa Trưởng ghi sổ với nhà hàng, văn phòng Viện sẽ trả cho nhà hàng trong khuôn viên của Viện. Ông Viện Trưởng nói vui, ông Khoa Trưởng mời hai bạn mới của Yale ăn trưa thả cửa nghe!

Ông Viện Trưởng đứng lên từ giả hai người bạn mới và nói ông Khoa Trưởng vừa ăn trưa vừa bàn bạc sắp xếp coi chừng nào bắt tay vào việc.

Ông Khoa Trưởng mời hai tiến sĩ theo xe tôi đến nhà hàng gần đây, nói tên nhà hàng, tài xế biết và Andre mời tài xế vào nhà hàng cùng ăn trưa.

Công việc kể như xong, Hiếu gọi Robert cho biết và nhờ bạn mướn giúp phòng trọ cho hai vợ chồng ở gần Yale. Robert nói quá dễ, hai ông bà ở phòng tôi đang bỏ trống, không cần mướn phòng nào hết, nếu có thêm người, bạn có thể mướn tại building đó còn nhiều phòng bỏ trống. Hiếu thở khì nhẹ nhỏm.

Về Phân Khoa Nghiên Cứu Y Khoa, ông Khoa trưởng giới thiệu với bà chánh văn phòng, chỉ thị bà đặt thêm ba bàn làm việc gần bà. Ông Khoa Trưởng nói:

- Các bạn cần gì như mua vé máy hay mua sắm cái gì cần thiết thì nói bà chánh phòng giúp. Ông Khoa trưởng nhờ bà bút vé cho ba người từ Harvard về đây khi tiến sĩ Andre cho biết tên và ngày giờ. Bà xin Viện cấp cho một xe chở ba người từ phi trường về chỗ ở trọ và đi làm việc hàng ngày trong vòng hai tuần.

Ông Khoa Trưởng kiếu từ lên văn phòng làm việc. Vừa gặp mặt Andre và Caroline, bà chánh văn phòng có ngay cảm tình. Tôi quý mến hai tiến sĩ, tôi sẽ hết sức cố gắng giúp Đoàn của quý vị sẽ thành công. Andre và Caroline rất cám ơn bà chánh văn phòng, trao cho bà số điện thoại, email của hai người. Hiếu nhờ bà cho nhân viên bút giùm hai vé cho tôi và Caroline về lại Harvard ngay từ đây đến chiều. Hiếu đưa hai passport của hai người nhờ bút vé và cả credit card. Ngồi đợi, Hiếu lân la làm quen hỏi bà có mấy con, bà nói bà cũng mới ly dị chồng hơn một năm hiện nuôi hai con nhỏ dưới mười tuổi, nhà cũng gần đây. Bà nói chút nữa tôi đưa hai ông bà ra phi trường và chạy qua nhà tôi chơi một chút để chúng ta làm quen, Caroline nghe vậy chạy lại ôm hôn bà. Cô nhân viên cho biết ba tiếng nữa có chuyến về Massachusetts, Hiếu nhờ bút liền. Cả hai xin phép đi toilet rửa mặt và xin đi đến nhà bà chánh văn phòng chơi trước khi ra phi trường.

Bà chánh văn phòng thu xếp công việc và nói bà đưa hai vị khách này ra phi trường về Massachusetts và sẽ trở lại làm việc. Bút vé xong, Hiếu và Caroline cám ơn cô nhân viên và theo bà chánh văn phòng ra xe đi về nhà,

Bà về đến nhà chị vú và hai con chạy ra mừng mẹ, bà ôm hôn con, Caroline bồng một đứa và Hiếu bồng đứa lớn lên hôn. Vào nhà, chị vú đem nước chai lọc ra mời, mỗi người nhận một chai. Caroline móc bóp biếu chị vú hai trăm và xin bà chánh văn phòng đưa ra phi trường sớm cho chắc ăn còn gọi về nhà có xe ra đón. Bà chánh văn phòng ôm hai con hôn và lên xe lái ra phi trường khoảng hai mươi phút. Xuống xe, Caroline móc bóp trao bao thơ nói chúng em xin biếu bà chị mua thêm sữa cho con. Cả hai vội vã vào check in, xong lên phòng đợi chờ lên máy bay, Hiếu vội gọi về nhà nhờ anh chị hai lái xe ra phi trường đón.

Hiếu gọi Robert cho biết công việc diễn tiến quá tốt đẹp. Nhờ Robert gọi về Sóc Trăng báo nói Bernard thông báo cho hai anh Trai, Trung và chị Tâm sẵn sàng chuẩn bị bay sang Mỹ gấp tập trung tại nhà Andre để cùng nhau sang đại học Yale. Nếu đi trễ bay thẳng đến Yale, Hiếu đã thuê phòng trước. Và cho anh Trai biết Josephine cũng được nhận làm việc cùng với Caroline, nhớ mang theo bằng tiến sĩ để nộp cho Yale.

Robert hỏi anh hai của Hiếu nếu không lái ra phi trường được, Robert giúp đón , Hiếu nói tôi sắp lên máy bay.

Về đến phi trường có xe của Robert ra đón, lại có cả anh chị hai và Thu Vân nữa.

Robert mời vợ chồng Hiếu và anh chị hai đến nhà chơi thăm cháu bé gái rất kháu khỉnh và nói đùa với Caroline, nó lớn tôi mớm ý nó về làm dâu nhà bạn coi có được không? Caroline cười ngất vào xem, thấy con bé dễ thương làm sao, mũi cao giống bố mà da trắng và nét đẹp giống hệt mẹ. Caroline vội chạy ôm Thu Vân và nói, con gái của anh chị Robert tuyệt đẹp, vừa giống mẹ quá mà cũng giống cha về mũi mắt. Anh chị hai cũng khen Thu Vân có con gái đầu lòng xinh đẹp thế này, chắc ông bà ngoại yêu cháu sẽ bay qua nay mai. Thu Vân nói:

- Bố mẹ em nói một tuần nữa sẽ qua tới ở chơi một tháng, nhà cửa giao hết cho ba thằng con trai. Hiếu chuyển ngữ cho Caroline biết, hối Caroline từ giả về nghỉ.

Caroline nói với anh Robert, từ đây lái về nhà, anh hai lái về được, chúng tôi xin kiếu, cám ơn anh chị Robert. Trước đây, Robert đã hứa với Hiếu, nếu con Robert là gái một hay là hai cũng sẽ làm sui với Andre cho hai gia đình thêm gần gũi.

Ba má và mẹ, bố dượng nghe tin hai con có hợp đồng làm việc ba năm mà tại mười lăm nước Á Châu thì vợ chồng Caroline tha hồ mà về nhà chăm sóc gia đình và nuôi cá. Caroline gọi về Việt Nam gặp Josephine kể hết công việc và nói: - Josephine cùng anh Trai qua đây trước, cháu ngoại đưa về Sài Gòn gởi ông bà ngoại, ba ngày nữa ba người chúng mình làm việc trước tại Yale, còn chín chuyên viên còn lại tôi sẽ triệu tập mua vé máy bay đến thẳng tới Yale, tôi cho địa chỉ nhà, đến sân bay tôi ra đón. Cố gắng đến sớm trong vòng một tuần hay mười ngày, mình đi công tác mười lăm nước Á Châu, mình bay về thăm nhà thăm con mỗi cuối tuần cũng khá dễ dàng. Tôi bay về Việt Nam tôi lôi Josephine cùng đi, hai đứa mình ở chung phòng vì anh Hiếu cũng e ngại phụ nữ ở riêng hoặc đi đơn độc tại các nước thiếu văn minh dễ bị làm hổn nên anh xin bạn cùng làm việc chung với tôi, nhớ mang bản sao bằng tiến sĩ bang giao quốc tế do Harvard cấp. Nhờ bạn nói, anh Trai phải hộ tống sang nhà tôi trước và ở lại luôn nhận việc, con gởi cho ông bà ngoại, hai vợ chồng "dù" về thăm con ở Sài Gòn thì quá dễ, giống như vợ chồng tôi. Tôi gởi lời thăm anh Trai và Hai Bác, chúng mình có dịp gần gũi thêm ba năm thi đua coi đứa nào sanh thêm con nhanh nhiều nghe Josephine. Trai nghe vọt miệng cám ơn bà mai, kỳ này chúng tôi tưởng thưởng bà mai thêm một con heo quay nữa ăn cho no để sớm có bầu. Caroline nói hẹn gặp anh chị tại nhà em ngày mai ngày mốt, càng thật sớm càng tốt, mình đi làm sớm có tiền tài trợ sớm, trễ thì cũng uổng. Nói thế anh chị hiểu, bai bai.

Hai ngày sau, vợ chồng Trai đã đến Massachusetts, hai vợ chồng Caroline ra phi trường đón và Hiếu cũng đã bút vé trưa mai bay đến Connecticut.

Caroline kể lại buổi tiếp xúc với ông Viện Trưởng và bốn ông Khoa Trưởng, ai cũng khen anh Hiếu làm việc ngon lành và đặc biệt ông Khoa Trưởng có tham dự buổi trình luận án tiến sĩ của anh Hiếu, ông Khoa Trưởng đó là sếp của Đoàn mình tham dự có thể thuật hết cho ông Viện Trưởng biết nên ông Viện Trưởng chấp nhận hết mọi ý kiến của anh Hiếu đưa ra. Trong đó có mục tuyển thêm một chuyên viên đặc biệt có bằng tiến sĩ cùng với Caroline đi đâu cũng có đôi vì sợ phụ nữ đi lẻ loi dễ bị làm hại, anh Hiếu nói điều dó, ông Viện Trưởng ôkê liền, tuyển thêm Josephine. Mấy bà con nghe được tiếng Áo vỗ tay rào rào, Caroline tóm tắt lại tiếng Anh, Hiếu chuyển ngữ qua tiếng Việt cho mẹ và chị hai biết.

Kể từ ngày mai, ba chúng mình đi trình diện kể từ đó là có tiền tài trợ. Còn anh Trai chỉ làm tuỳ viên cho vợ, chừng có đủ chín người ký hợp đồng và lãnh vé máy bay đi nhận công tác mới được tính tiền tài trợ. Anh em mình đi sang trình diện Yale, anh Trai có nhiều thì giờ vào thư viện tìm sách đọc về chứng bệnh xương cũng như cách ghép tay chân giả và anh cố gắng ghi chép để còn làm luận án tiến sĩ về xương tại Yale. Nhà hàng ăn gần thư viện, chừng nào ba chúng tôi hết giờ làm việc đến ăn ở đó cùng với anh Trai. Ở đây, nghỉ đi ăn trưa đúng mười hai giờ, chúng tôi chạy lại đó chừng năm phút. Anh Trai đến trước dành chỗ cho ba chúng tôi đến sau. Nếu anh Trai muốn về phòng nghỉ, anh tìm mượn sách mang về đọc, nếu có gì trục trặc tôi nhờ bà chánh văn phòng mượn giùm.

Bữa ăn trưa đầu tiên, Hiếu mời bà chánh văn phòng cùng các nhân viên chừng mười lăm người đến ăn chung cho vui. Hiếu nói với bà chánh văn phòng ai muốn ăn món ăn và uống gì ghi vào giấy, tôi có người đợi ở nhà hàng đặt trước, các bạn đến là thức ăn có liền. Bà chánh văn phòng khen Andre có sáng kiến hay, mọi người ít mất thì giờ chờ đợi vì giờ lunch rất đông khách, nhà hàng làm không kịp. Hiếu nhờ anh Trai đến nhà sớm mười lăm phút, ọt đơ xong, ngồi uống cà phê đọc báo chờ đợi, mọi người đến đúng mười hai giờ năm. Hiếu còn mua cho mỗi người một cái bánh ngọt tráng miệng. Sau bữa ăn trưa mọi người trong văn phòng lại càng tỏ vẽ có nhiều cảm tình với ba người bạn mới.

Hiếu rất bận rộn, soạn chương trình làm việc, SOP cho cả năm toán. Caroline và Josephine được bà Chánh Văn Phòng dẫn vào văn phòng ông Khoa trưởng giới thiệu. Ông Khoa Trưởng khen hai cô đẹp mà học giỏi rất xứng đáng trong công việc ngoại giao, hai cô phải đi trước Đoàn chừng hơn một tuần, đến đâu ký hợp đồng xong phải báo cáo về văn phòng của bà chánh văn phòng. Tiền vé máy bay nước này sang nước khác, chỗ ở, tiền ăn, mọi thứ hai cô lấy receipt tập hợp lại gởi về bà chánh văn phòng làm thủ tục bồi hoàn tiền lại cho hai cô. Còn các chuyên viên đến trình diện, Trưởng Đoàn chỉ chuyên viên đi nước nào hay bốc thăm cũng hay, ông Trưởng Đoàn sẽ phối hợp với bà chánh văn phòng bút vé máy bay cho từng người. Hai cô đi liên lạc trước về chỗ ăn chỗ ở, phương tiện đi làm chỗ ngủ nghỉ nếu nước sở tại không giúp chỗ nghỉ ngủ thì hai cô làm thủ tục thuê mướn có bà chánh văn phòng chỉ dẫn.

Tôi tin hai cô đi liên lạc trước chắc chắn các nước sở tại sẽ giúp hết như trường hợp ba năm công tác cho Harvard. Caroline nói, có thể các nước, nhứt là Bộ Y Tế có thể vui vẻ giúp chúng ta làm việc giúp cho nước họ. Chúng tôi còn nghĩ phải tìm cách giảm bớt chi phí cho Yale, chúng tôi sẽ cố gắng tối đa. Ông Khoa Trưởng nói, tôi xin đại diện cho Yale xin cám ơn cô luôn có ý nghĩ luôn tiết kiệm chi phí cho Yale là điều rất tốt.

Hai cô chào ông Khoa Trưởng trở lại văn phòng, thảo văn thư triệu tập khẩn cấp chín chuyên viên về trình diện trong vòng mười ngày, từ ngày nào đến ngày nào tại Phân Khoa Nghiên Cứu Y Học của Viện đại học Yale... Caroline chuyển cho bà chánh văn phòng ký và gởi loại khẩn ngay chiều nay. Ngoài ra Caroline còn soạn email đưa bà chánh văn phòng duyệt và gởi chánh thức cho chín nhà nghiên cứu. Hai công tác khẩn đã giải quyết xong. Một công điện khác, nếu nhận được văn thư hồi âm ngay bằng email, còn vé máy bay đi đến Yale, các nhà nghiên cứu ứng tiền mua và đem receipt trình cho văn phòng Phân Khoa sẽ được bồi hoàn lại ngay. Còn vé từ Yale đi các nước, chúng tôi mua đưa trước tại Yale. Ngay bây giờ các chuyên gia có thì giờ nên đọc lại các sách giáo khoa về bịnh xương cũng như gãy xương chân tay và làm chân tay giả cũng nên tìm tòi nghiên cứu trước.

Mọi việc xong hết, Caroline và Josephine kéo ghế lại gần bà Chánh Văn Phòng Martine nói chuyện tâm tình phụ nữ với nhau và siết chặt tình chị em. Josephine nói với Martine, tôi xin phép gọi chị cho thêm thân mật. Nếu chị thấy chúng tôi làm gì sai hay viết văn thư không đúng khuôn mẫu xin bà chị sửa sai, chỉ dẫn chúng tôi làm lại. Thú thật với chị Martine, khi học thi lấy bằng tiến sĩ, chúng tôi không có được dạy cách viết văn thư nên chúng tôi phải tìm hiểu học hỏi thêm, bà là sư mẫu của hai chúng tôi. Bà chánh văn phòng nói, đó là chuyện nhỏ:

- Hai cô búng một cái là làm mọi chuyện sẽ suôn sẻ tốt đẹp ngay. Cả ba cùng cười. Bây giờ tôi đưa ba tờ hợp đồng làm việc với Viện đại học Yale cho ba vị ký tên ngày hôm nay thì chúng tôi sẽ làm tiền lương hay gọi là tiền tài trợ hai cô mỗi người $100,00/tháng và tiến sĩ Andre $200/000/tháng. Khi ba vị ký hợp đồng xong có thể về sớm trước để lo sắp xếp chỗ ở. Hai cô vội đứng lên cám ơn bà chị và đi bắt tay hết từng người.

Hai cô đi một vòng, gặp các cô nhân viên vui tính đều khen hai cô xinh đẹp như hoa hậu. Caroline vọt miệng nói, hai chúng tôi đều có con hết rồi nên dáng đi không gọn như thời còn con gái, bô đi cũng hơi bề xề rồi đó. Một cô nhân viên khác nói tiếp, dáng đi của hai cô còn ngon lành, vẽ quý phái kiêu sa của phụ nữ trí thức vẫn còn dù hai cô có lên tuổi năm mươi vẫn còn đẹp ngon lành như gái hai mươi.

Bà chánh văn phòng thấy không khí nói chuyện vui vẻ quá cũng đi đến. Josephine nói, các cô ở đây khen hai chúng tôi đẹp, chiều nay chúng tôi không ăn cơm cũng no. Bây giờ xin phép bà chị, chiều mai tan sở, hai chúng tôi xin mời hết mọi người ở văn phòng chúng ta ăn chiều tại một nhà hàng nào đó xin bà chị chọn giúp. Chúng tôi xin tháp tùng theo bà chị, cho tài xế về nghỉ sớm không cần đưa chúng tôi về phòng trọ, chúng tôi xin quá giang xe bà chị. Bà chánh văn phòng nói, tôi rất vui được đi chung với hai hoa hậu. Caroline nói tiếp, tôi phải phạt bà ăn gấp ba, bà giúp mang về hai phần ăn cho hai cháu. Caroline nói, cô nào có cháu cho tôi biết sẽ đặt nhà hàng thức ăn mang về vì mẹ đi ăn ngon mà không cho con ăn thì rất tội nghiệp.

Chúng tôi làm việc ở đây rất ngắn phải đi mười lăm nước trong vài ngày tới, nay đãi các bạn ăn trước gọi là kết tình anh chị em. Tôi đề nghị hai ba bốn năm người đi chung một xe, ai lái xe không được uống rượu, còn không lái xe tha hồ uống rượu cho say một bữa sẽ nhớ hai chị em chúng tôi nhiều hơn, cả phòng làm việc vỗ tay hoan nghênh. Caroline và Josephine đến ôm bà chị chánh văn phòng xin phép ra về. Caroline đến gọi Hiếu ra về sớm. Chú tài xế cũng vui lái xe về sớm, nghỉ ngơi, Josephine móc bóp tặng bác tài một trăm đô mua quà về cho vợ con. Cả ba vui vẻ lên phòng.

Hiếu về phòng hỏi bà quản lý cho Hiếu mướn thêm bốn phòng, reserved cho tuần tới, ai đến trước sẽ lấy phòng ngày nào tính tiền ngày đó vì tám bác sĩ đến Yale nhận công tác, ai đến trước ở trước ai đến sau ở sau. Bà quản lý nói, tôi sẽ dành cho ông bốn phòng gần hai phòng ông đang ở. Andre vội cám ơn. Thế là yên tâm cho mọi chuyện kể như xong, Hiếu âu yếm nói với vợ, hôm nay anh thấy em đẹp chim sa cá lặn, anh thấy muốn chạy lại cắn một miếng cho đã thèm. Anh yên chí:

- Đêm nay, em sẽ tưởng thưởng anh gấp đôi, mình đến nhà hàng ăn steak miếng to mười hai ounces mới đã, còn uống rượu thoải mái vì mình đi bộ đâu có sợ cảnh sát phạt. Về đến phòng, chúng ta thay đồ vào tắm, em gọi Josephine, tắm xong cả bốn anh em mình thả bộ lại nhà hàng ăn chiều.

Cặp Caroline Hiếu tắm xong trước mở cửa đợi bạn. Hai cặp nắm tay nhau dung dăng dung dẻ đi bộ lại nhà hàng vào tìm bàn xem được tivi để theo dõi các trận bóng rổ đang đánh các trận trong vòng playoffs. Hiếu nói tôi đi chợ, vợ chồng tôi chọn steak loại mười hai ounces lớn nhứt, Caroline nói, tôi ăn không hết có anh bán than ăn tiếp, mỗi người một chai bia, Caroline uống không hết, anh bán than phải hy sinh thân mình uống tiếp để tối còn quậy tới bến, Hiếu tiếp lời vợ:

- Caroline nói, chưa biết tối nay ai thắng ai nghe. Josephine và Trai cười vui vẻ, hai bạn chọn như thế tôi cũng bắt chước chọn theo, mình chọn thêm một dĩa salad và một dĩa French fries. Như vậy là quá đủ cho bốn người, Hiếu ọt đơ. Josephine thuật lại chuyện Caroline và Josephine gặp ông Khoa Trưởng ông chỉ cho công việc hai chúng tôi phải làm và vài ngày nữa hai chúng tôi phải đi trước sang các nước như là tiền đạo.

Ký hợp đồng xong, các toán bắt đầu đến làm việc. Hai chúng tôi có thì giờ sẽ bay đến thăm chồng ở chơi vài ngày và bay về Việt Nam vì văn phòng chánh của Đoàn đặt tại trường Y Cần Thơ. Josephine nói, tôi về ở Sài Gòn thăm bố mẹ và con vài ngày mới xuống Cần Thơ.

Khi các toán làm việc chừng vài tuần chúng tôi sắp xếp công việc đi một vòng các nước sẽ bay qua thăm chồng trước làm việc sau, anh Trai có chịu không? -

- Anh nhứt trí với em, và Hiếu thì sao? Tôi cũng nhứt trí như anh chị vậy. Buổi ăn tối rất ngon vì đã ký xong hợp đồng với thời hạn ba năm mà công tác tại Á Châu rất thuận tiện bay về Việt Nam nghỉ cuối tuần, gia đình con cái để lại Việt Nam. Hiếu nói tối nay, Hiếu sẽ nhờ anh hai đưa gia đình mình về Cần Thơ, để mẹ và ông bố dượng về thăm nhà ở Áo, chừng mẹ và bố dượng trở qua Việt Nam thì chị hai và anh hai bay về Áo, hai anh chị thăm gia đình. Lúc bấy giờ chúng mình sẽ có mặt thường xuyên ở Việt Nam thì mẹ và bố dượng cũng có thể trở lại Áo ở chơi thêm. Hiếu nói cho vợ nghe như thế.

Hai vợ chồng Hiếu và vợ chồng Trai có một đêm đầu ở gần đại học Yale rất thú vị. Sáng sớm Hiếu gọi cho anh Hai là muốn anh hai đưa đại gia đình trở về Việt Nam trong cuối tuần tới, mẹ và bố dượng có thể về Áo thăm lại gia đình.

Khi có Caroline về ở Cần Thơ làm việc thì anh chị hai bay về Áo thăm gia đình ở chơi bao lâu cũng được. Vé may bay em nhờ anh Robert mua, anh tập trung các passport đưa cho Robert đi mua vé, anh chị cũng đi theo chơi để sau này mình tự đi mua lấy. Anh hai nói cậu út nói chí phải, còn tiền bạc, em nói má em lo.

- Anh hai trình bày với hai bác trong buổi ăn sáng, bà má nói, Hiếu có gọi điện thoại cho tôi biết rồi, trưa nay, Robert đến lấy passport đi mua vé về Việt Nam vào cuối tuần tới khi chúng nó đã bay về Á Châu làm việc. Còn bố và mẹ Hiếu đi Áo, anh chị hai của Hiếu có thể lái xe ra phi trường đưa bố mẹ, Hiếu nhắc anh hai nên đi sớm nhỡ lạc đường còn có thì giờ đến phi trường kịp chuyến bay. Anh hai có hứa với em Hiếu chuyện đưa bố mẹ ra phi trường anh chị lo được. Còn chuyện đưa đại gia đình ra phi trường về Việt Nam thì phải nhờ Robert.

- Hiếu nói, em đã nhờ rồi. Chị hai còn nấu ăn mời vợ chồng Robert đến ăn và có thể ba má vợ của Robert bay qua thăm cháu ngoại, chị nấu một bữa ăn nữa đãi gia đình ơn nghĩa này. Có vợ em ở nhà, em không thể mời gia đình có vợ Robert đến nhà mình ăn cơm, em tránh bị Caroline nghi ngờ em còn nhớ thương vợ Robert. Anh chị hai hiểu cho em, Robert quá tốt đối với vợ chồng em. Trong tương lai, mình mời vợ chồng Robert ăn cơm tại nhà thường xuyên, có dịp vợ hắn thăm lại con ruột của mình, chuyện này rất tế nhị. Tình mẫu rất thiêng liêng mình phải tôn trọng.

Caroline gọi điện thoại về cho ba má cho biết là hai ngày nữa, Caroline và Josephine bay sang Á Châu đi một vòng mười bốn nước và trở về Việt Nam là nước thứ mười lăm, con sẽ làm việc ở văn phòng chính đặt tại trường Y Cần Thơ. Chừng đó anh chị hai bay về Áo thăm gia đình và làm lễ rữa tội cho chị hai vào đạo Chúa, tới dịp Noel năm nay, còn mấy tháng nữa, anh chị hai có thể làm lễ cưới tại Vienne. Vợ chồng con mời bà con bạn bè bay qua Áo dự đám cưới, má khuyến khích bố dượng con cũng nên làm lễ cưới trong dịp này thì hay biết mấy. Vợ chồng con phụ giúp mỗi gia đình $20,000 lo cho đám cưới. Má giúp con, nói cho anh chị Hai biết ý của con và nhờ chị hai cho mẹ con biết cũng như má nói cho bố dượng biết luôn để không lo tốn kém. Hiếu nói tiếp:

- Nếu $20,000 chưa đủ chúng con sẽ đóng góp thêm, con cũng muốn mẹ con vào đạo Chúa như con và chị hai. Má Hiếu nói, má hiểu lòng con, má sẽ hối thúc làm đám cưới nhân dịp Noel hay Tết Dương lịch tới đây, các con mới tham dự được.

Anh chị hai đưa bố mẹ ra phi trường bay về Vienne, còn đúng một tuần nữa cả đại gia đình mình đóng khoá cửa nhà, nhờ Robert xem lại cẩn thận và anh nhờ Robert lái hai xe của hai em về nhà Robert, chạy giúp cho bình xe luôn sạt tốt vì chúng em sẽ đi lâu cả năm mới về Mỹ vài ngày.

Khi đi học, nếu Thu Vân cần có xe cứ lấy xe của em mà lái đi học. Hai em, đi công tác kỳ này rất lâu mới trở về Mỹ vì em tiện đường về Việt Nam chăm sóc gia đình con cái và vườn cây ao nuôi cá hơn là bay sang Mỹ. Có thể cả nửa năm em có về trường Yale báo cáo công tác xong là em về lại Á Châu hay về Việt Nam. Chị hai vội nói, anh chị hiểu ý em rồi, yên chí lo đi làm kiếm tiền nuôi con. Hiếu nói cám ơn chị.

Mọi diễn tiến suôn sẻ, đại gia đình về lại Cần Thơ, có chị hai lo bếp núc thì chị bếp sẽ phụ với chồng lo chăm sóc vườn cây, bông hoa và ao nuôi cá. Má vợ Hiếu về đến Cần Thơ ngoài trả tiền lương cho hai vợ chồng, bà còn cho hai vợ chồng thêm một ngàn gần cả năm tiền lương, hai vợ chồng chắp tay xá cám ơn bà.

Anh quản gia leo lên mấy cây dừa lửa chặt xuống ba quày, năm đứa nhỏ chạy lại dành ôm dừa vào nhà. Thấy vậy, anh quản gia, chặt ra từng trái hết một quày để cho năm thằng bé tha hồ mà vui chơi vừa mang dừa vào nhà vừa làm banh đẩy banh lăn đi lung tung tha hồ mà hò hét tở mở rất vui. Ông bà ra trông hoạt cảnh các cháu ngoại hăn hái mang dừa vào nhà mà hai ông bà cười vui. Đứa nào mang dừa vào nhà trước, cô hai lau bụi xung quanh trái dừa cho sạch, chặt từng trái dừa cho ống hút, để lên bàn riêng của đám trẻ, hai chị vú coi chừng chúng uống, nước dừa chúng uống không hết chị hai bảo đổ vào một chậu con, chị sẽ dùng nước dừa đó nấu ăn, chớ không đổ bỏ rất phí phạm.

Hai chị vú khen cô hai các cháu quá chu đáo và nấu ăn thì không chê vào đâu được. Buổi ăn trưa xong, hai chị vú lo cho năm cháu trai, chỉ có đứa con gái nhỏ nhứt còn bú sữa bình nên các chị vú cũng đỡ cực. Thường ông bà ngoại bảo chị vú đem nôi cháu gái để trong phòng ông bà trông nom, ông bà sợ năm thằng con trai chơi dữ làm em gái sợ.

Ông bà ngoại nhìn cháu ngoại gái và nói với mọi người, nó giống hệt mẹ nó hồi nhỏ. Nay ông bà cưng cháu gái còn hơn cưng mẹ nó hồi nhỏ vì lúc đó đang buôn bán làm ăn đâu có thì giờ nhàn rỗi nhiều như hiện giờ. Bà gọi điện thoại cho Caroline báo cho con biết, hoạt cảnh năm thằng con trai có cách chơi mới lăn dừa lửa vì nó nhỏ trái nên dễ lăn như lăn banh.

Cô hai chặt cho chúng mỗi đứa nguyên trái làm sao uống hết, cô lấy nước dừa lửa còn dư đổ vô chậu con dùng kho cá nấu canh bớt dùng đường hay bột ngọt, lại có mùi thơm đặc biệt của dừa lửa, món ăn thêm ngon. Caroline nghe nói khoái quá khoe cho Josephine cái thú chơi mới của con trẻ dùng dừa làm banh lừa lăn vô nhà cho cô hai chặt lấy nước uống. Cả hai cảm thấy vui, nao nức đi lấy đủ mười bốn hợp đồng gởi về Mỹ, cả hai sẽ bay về Việt Nam thăm con. Còn cái hợp đồng cuối cùng mười lăm của Việt Nam thì hai cô sẽ lấy sau. Cả hai ở lại Việt Nam làm việc cả tháng mới đi sang các nước kiểm soát công tác và viết báo cáo hàng tháng gởi về Phân Khoa.

Bây giờ là lúc tương đối nhàn hạ, có thì giờ gần gũi gia đình. Caroline gọi điện thoại hỏi chị vú muốn về Áo chơi và thăm gia đình, Caroline cho chị thêm hai ngàn đô cũng như mua vé cho chị về với anh hai chị hai và trở qua Việt Nam với bố mẹ Caroline. Chị vú, có thể ở chơi ở Áo chừng một hai tuần.

Chị vú về Áo mới hơn một tuần là muốn trở lại Việt trông nom các cháu vì nhớ chúng quá, thương năm cháu trai sao quá ngoan, không bao giờ dành đồ chơi đánh lộn như các trẻ của các gia đình khác. Tôi yêu thương các cháu như con ruột của mình, chị bộc bạch với Caroline và chị còn nói tôi cám ơn cô thầy rất nhiều luôn yêu quý giúp đỡ tôi.

Má Caroline gọi chị bếp nói:

- Chị để chồng chị lo việc ngoài vườn, chị vào giúp với chị vú chăm sóc năm cháu trai cho ăn uống, tắm rửa thay quần áo, tối chị về nhà ngủ với chồng. Chị giúp nấu thức ăn, tôi nhờ chồng chị mua giúp thức ăn từ ngoài chợ mang về, chị kho giúp cho một nồi thịt kho trứng như cô mấy cháu làm để cho các cháu ăn sáng với bánh mì. Mẹ chúng nay mai về tới, chị sẽ giảm bớt công việc, chị bếp nói con lo giúp được, ông bà yên chí. Chừng hai tuần chị vú từ bên Áo trở về đây cùng với bố mẹ Caroline thì chị có thể ra vườn phụ với chồng khi nào rảnh vào giúp bớt công việc bếp núc.

Chị vú về Áo đúng mười ngày trở về Việt Nam với ông bố mẹ Andre cùng chuyến.

Khi bố mẹ và chị vú về tới Cần Thơ rồi thì Caroline thấy nhẹ nhỏm, giải quyết công việc chỉ còn hai nước nữa là xong nhiệm vụ tại mười bốn nước. Các toán đã đến các nước nhận việc, toán của Hiếu có chuyên viên gốc Anh, cũng đã đến văn phòng chánh làm việc và tạm ngụ nhà Hiếu, lấy xe Hiếu sử dụng chạy tới lui. Hiếu dành cho người bạn Anh trong toán của Hiếu một phòng ở riêng tại nhà Hiếu và tự túc ăn uống, đi làm lấy chiếc xe nhỏ của Hiếu để Caroline về sẽ xin với Bộ Y tế cấp cho một chiếc xe để đi công tác, xin cho một phòng ở tự do hơn nhà Hiếu quá đông người.

Caroline về tới Sài Gòn cùng với Josephine vào tối thứ sáu, ở tạm nhà Josephine một đêm. Sáng bác trai cho xe đưa Caroline về Cần Thơ, Caroline lì xì cho bác tài một tháng lương.

Năm chú nhóc thấy mẹ về chạy a vào ôm chân mẹ tíu tít nói làm cho Caroline rất cảm động, con nay đã lớn thêm nhiều dù xa con mới hơn một tháng. Má nghe tiếng mẹ con vui cười rôm rả vội bồng con gái ra chào mẹ. Nó vừa thấy mẹ, đưa hai tay đòi mẹ bồng trông quá dễ thương, đâu có ai dạy, con gái sanh được bảy tám tháng mà nay đã có sự linh cảm tình mẹ con làm cả ông bà ngoại đều khen con cháu gái này, tương lai chắc làm hoàng hậu không phải là công chúa như mẹ nó, cả nhà cười vui.

Tới giờ ăn, năm người khách tí hon vào bàn ngồi ăn như người lớn, hai chị vú lo chăm chút thức ăn. Caroline vào phòng tắm thay quần áo ra bồng con gái nựng nịu cho đã, mẹ kéo ghế ngồi gần năm cháu quan sát chúng ăn rất ngoan, ít đổ thức ăn ra ngoài, mẹ vò đầu khen từng đứa, ăn xong hôm nay, mỗi đứa uống một ly nước dừa và uống thêm nước lọc cho thêm sạch miệng.

Năm đứa ăn no ra sân chạy chơi la giỡn và đá banh, dành banh mà tuyệt nhiên hoà thuận, không đánh lộn, tranh dành cũng dữ dội rồi anh em cũng nhường nhịn nhau rất đáng khen. Caroline đặt con gái vào nôi để gần bàn ăn, mọi người quây quần ăn uống rất vui, Caroline hỏi chị vú muốn về thăm gia đình ở Sóc Trăng, ngày mai Caroline đưa ra bến xe về Sóc Trăng, ở chơi chừng một tuần rồi trở lại đây, bây giờ cho chị vú một ngàn và gởi một ngàn cho Ý Sáu nói Caroline biếu.

Chị vú người Áo nói Caroline thấy cô hai nướng thịt bò trên tấm ngói ăn ngon quá mà lại dễ làm, chị nói, chiều mai tôi làm thử để đãi cô và gia đình. Sáng, cô Caroline giúp mua thịt bò và vài lạng mỡ heo cũng như bún, rau dưa mang về, chị vú tự xắt và ướp gia vị để gần chiều mới nướng. Ở nhà còn củi than và ngói, gạch có đủ, chị vú thấy cô Caroline chăm chú theo dõi cách nướng của chị vú. Chị vú còn nói cô Caroline đứng coi tôi làm thử coi ăn có ngon không, mẹ và bố dượng nói chúng tôi phụ nấu cơm kho cá và nấu thêm một nồi canh rau. Thế là hứa hẹn có bữa ăn cơm chiều ngon toàn đầu bếp mới ra lò.

Năm chú nhóc luôn được ăn trước, hôm nay được mẹ, bà ngoại lo cho ăn, ăn xong chúng chạy chơi la ỏm tỏi. Mấy người lớn quây quần vào bàn ăn thịt bò nướng ngói rất thơm ngon vì thịt ướp để lâu nên gia vị thấm nhiều vào thịt, ăn rất bắt. Hai ông cụ cũng lấy rượu ra nhăm nhi tha hồ mà nói tiếng Áo cho sướng cái miệng chỉ có mẹ đang học tiếng Áo cũng nghe biết lỏm bỏm.

Caroline nói hai ba ngày nữa, em sẽ bắt chước chị vú em làm món bò nướng ngói em cũng ướp thịt trước từ sau bữa ăn trưa cho đến chiều mới nướng ngói. Lần nầy chỉ ăn bún rau dưa với thịt bò nướng ngói, dù có dở cũng trở thành ngon vì đâu có món nào thay thế.

Tôi mua hai ký lô thịt bò về tôi tập xắt mỏng và tự tôi ướp thử coi có ngon theo kịp chị hai và chị vú không? Tôi mà bóp còi qua mặt chị vú, chắc ba má khen tôi dữ lắm. Bà nói, tao gọi cho chồng mày biết:

- Nó nghe con làm sếp cút chắc Hiếu mua vé máy bay về gấp để tưởng thưởng vợ. Caroline cười và nói chồng con thưởng chắc con có bầu sớm, lúc này có bầu năm tới sanh thì con cũng cách nhau được gần hai tuổi. Má nói cách xa như vậy rất tốt mình có thời giờ nuôi con.

Hai ký lô thịt bò xắt lát mỏng gặp Hiếu xắt chừng mười lăm phút trở lại, nay gặp sếp cút Caroline xắt gần hai tiếng đổ mồ hôi mồ kê ra ướt cả áo mới được hơn một nửa miếng thịt bò mà lại làm cho lát thịt sần sùi. Chị vú lại xem, thấy Caroline cố gắng hết sức mà chỉ làm có thế. Chị vú nói cô Caroline đi tắm và ngủ một giấc cho khoẻ, chiều lo nướng thịt. Tôi tiếp xắt hết thịt và ướp gia vị giúp cô. Caroline đi tắm thay quần áo, nằm ngủ một giấc quá ngon vì vật lộn với việc xắt thịt suốt gần hai tiếng ngồi đơ xương sống, mãi bốn giờ rưỡi mới thức dậy mà còn thấy uể oải. Caroline chuẩn bị ra sau nhà định lo đặt bếp nhóm lửa, chị vú nói:

- Tôi giúp nhóm lửa cho cháy nóng ngói, cô chỉ thoa mỡ và nướng cũng đủ mệt rồi. Chị vú nói cái khâu nhóm lửa bằng củi hay bằng than có thể nói là cực nhứt trong việc nấu bếp vì khói của củi, than làm mình chảy nước mắt rất mệt khó chịu. Caroline đi lại gần lò nướng đã thấy chị vú có để một ly nước dừa, cạnh bên có ống hút, một hủ muối và cái muỗng, chị vú lại nói:

- Cô uống nước dừa cho khoẻ rồi làm từ từ cô nướng trước cho nhiều dù nguội một chút mình để lại trên ngói đang nóng vài giây gắp ra ăn cũng bắt như thường. Cô nướng xong chừng một dĩa, tôi kéo bàn của trẻ lại gần cô coi các cháu ăn rất dễ thương và chúng thưởng thức cách ngồi nướng thịt bò trên ngói của mẹ cũng gieo vào đầu óc của trẻ một hình ảnh đẹp của mẹ nướng thịt cho con ăn.

Caroline gục gặc đầu. Từ từ nướng gần được một dĩa, năm con rất khoái nhìn mẹ nướng thịt, bu quanh lại xem, tự động kéo ghế ngồi gần mẹ. Ông bà ngoại, bố dượng cũng đến xem Caroline nướng thịt có năm con trai bu quanh mẹ, chỉ chỏ líu lo cười vui làm cho ông bà cũng thêm vui.

Khi các con ngồi yên, Caroline, lấy các miếng thịt nướng trước cũng nguội cho lên ngói nướng nhanh gắp xuống hai chị vú chia cho các bé ăn một cách thích thú cười nói tíu tít làm cho Caroline quá vui quên mệt mà mồ hôi chảy ra dầm dề, dùng khăn lau mặt gương mặt lại đỏ bừng trông quá tội nghiệp. Năm con ăn xong hết thịt nướng, Caroline nói chị vú nướng tiếp, em mệt quá làm hết nổi.

Ba má thấy con gái cố gắng bắt chước làm mà mệt nhọc như thế, thật quá thương, mặt đỏ, mồ hôi ra như tắm, thấy tội nghiệp. Má bảo con ra ngoài nghỉ để chị bếp vào nướng tiếp cho người lớn ăn. Caroline đứng lên lảo đảo muốn té, chị bếp dìu đỡ ra khỏi bếp và đưa ly nước dừa cho Caroline uống giải nhiệt cho khoẻ.

Carolne tự nhũ cả tuần mỗi đêm học năm sáu giờ mà đâu có mệt quá sức như làm bếp chưa quá nửa giờ, Caroline lại có ý nghĩ thương chị hai nhiều và các bà nội trợ quá cực với cái bếp mà các ông chồng cứ vô tư nhẩn nhơ nhậu chết bỏ.

Caroline thấy bò nướng ngói chiều nay là món ngon nhứt trong đời vì mệt và đổ nhiều mồ hôi, các con cũng vô tư tha hồ ăn món bò nướng ngói của mẹ nướng ngon, chắc ít có dịp mẹ nướng như vậy cho các con ăn lần thứ hai.

Tối Caroline gọi điện thoại khoe với chồng lần đầu tiên biết đứng bếp làm món bò nướng ngói chỉ đủ cho năm con ăn, còn nướng cho người lớn thì em làm hết nổi, mồ hôi mẹ mồi hôi con ra đầm đìa ướt áo, mặt nóng rát đỏ tưng lên, em đứng lên muốn xỉu chị bếp vội đỡ nếu không có chị có thể em té rồi. Em ngồi nướng thịt chỉ khoảng nửa tiếng mà đã như thế rồi. Hiếu an ủi và tâng bốc vợ như vậy em đã làm cuộc cách mạng vĩ đại qua mặt chị Josephine, anh chấm điểm cho em 9.99, chỉ còn thiếu 0.01 nữa là em đạt điểm mười rồi đó. Tuần tới anh về sẽ tưởng thưởng em tới bến cho em làm tài công lái tàu ngày đêm kiếm thêm một baby gái nữa cho đủ cặp có chị có em. Anh hôn em nhiều, anh kính thăm ba má, bố mẹ, anh có việc phải làm gấp, hôn em và các con - bai bai.

Công việc tại các nước rất suôn sẻ vì cách nghiên cứu và tiến hành công tác của Đoàn chuyên viên của Yale rất có bài bản kế hoạch.

Nghiên cứu lần này, Hiếu có kinh nghiệm và nhứt là các chuyên viên không phải đi xa mà chỉ đến các bệnh viện, các khu chuyên chữa trị về các bịnh về xương, nhứt là gặp tai nạn, gãy tay gãy chân... Hiếu có viết một chỉ dẫn mật cho các chuyên viên phải chịu khó vừa lo nghiên cứu trị giúp các bịnh nhân, mình phải học thêm. Nên đọc nhiều tài liệu, sách y khoa, học cách băng bột, băng sơ cứu các chứng gãy xương. Khi bịnh nhân nằm bịnh viện, nhân viên y tế phải làm sao cho thật hiệu quả cứu giúp họ sớm lành bịnh.

Hiếu nói sẽ có một chương trình đi đến hàng chục bịnh viện có nhiều bịnh nhân về xương, có những buổi trình bày giải thích giúp các y bác sĩ y tế địa phương quan tâm thêm cách chữa trị và phòng ngừa chứng gãy xương. Đồng thời, Đoàn cũng xin Phân Khoa giúp gởi cho các toán những loại nước rữa vết thương, các loại băng cho tay chân, đầu... và các thứ thuốc mới phát minh về xương, gởi cho những mẫu tay chân giả giúp bịnh nhân.

Hiếu sẽ lần lượt đi hết mười lăm nước biểu diễn cách phục vụ bệnh nhân về xương cần phải có các mẫu phương tiện, vật liệu cần thiết. Hiếu nói đang tra cứu hàng đêm các tài liệu cách chữa trị mới về xương.

Khi về văn phòng toán, Hiếu sẽ đến các bịnh viện có nhiều bịnh nhân về xương trị bịnh trực tiếp và xin Bộ Y Tế các nước giúp tổ chức những buổi hội thảo chuyên khoa về xương. Xin Bộ Y Tế mời ngành truyền thông báo chí tham dự các buổi hội thảo giúp phổ biến sâu rộng trong mọi tầng lớp dân chúng cách phòng ngừa chứng bịnh gãy xương. Đặc biệt, chuyên viên Yale chỉ dẫn cách sơ cứu khi gãy xương không phải là giới chuyên môn y khoa cũng làm được, giúp bịnh nhân tránh bị cắt bỏ chân tay nếu có cách sơ cứu tốt tránh được tình trạng đau buồn đó.

Bản hướng dẫn các toán, Hiếu có gởi về cho ông Khoa Trưởng theo dõi cách làm việc của Đoàn. Ông Khoa Trưởng viết công điện khen Trưởng Đoàn có sáng kiến độc đáo rất tốt. Nếu Đoàn cần Phân Khoa giúp gì cứ gởi xin, Phân Khoa sẵn sàng hỗ trợ. Hiếu thông báo cho các toán biết nội dung công điện của Phân Khoa. Các chuyên viên có nhu cầu gì cứ cho Đoàn Trưởng biết để xin ở Phân Khoa.

Mỗi toán nghiên cứu và chữa trị trực tiếp tại các bịnh viện và từ nước này sang nước khác trong ba nước chịu trách nhiệm, trở đi trở lại kiểm soát và coi xem các bịnh viện địa phương có làm đúng chỉ dẫn của chuyên viên Yale hay không, gởi báo cáo về Đoàn và chính Đoàn Trưởng sẽ gặp trực tiếp ông hay bà Bộ Trưởng Y Tế nước sở tại có biện pháp giúp hữu hiệu cách trị bịnh.

Trưởng Đoàn viết báo cáo gởi về Phân Khoa cho biết tất cả chuyên viên trong Đoàn đều vui thích phấn khơi tiến hành công tác nghiên cứu điều trị các chứng bịnh về xương rất hiệu quả, có quá nhiều bịnh nhân, đủ thứ chứng đau xương, gãy xương. Hiếu nhắc nhở các nước rất cần có hảng xưởng làm tay chân giả dưới danh nghĩa viện đại học Yale bảo trợ hay trực tiếp điều hành với giá thành thấp, công việc của ngành làm chân tay giả sẽ có khách hàng đông vô số kể, Hiếu gọi điện thoại nói riêng với ông Khoa Trưởng.

Ông Khoa Trưởng cho biết, các chuyên viên của Đoàn cố gắng học hỏi cách lắp ráp chân tay giả và huấn luyện cho địa phương, là một việc làm thêm, nếu có công ty làm chân tay giả, cá nhân tôi sẽ liên lạc với công ty có biếu tặng thêm thù lao cho công tác đặc biệt này. Cả Đoàn biết tin này lại thêm vui. Trước đây, Robert có nói riêng với Hiếu, ông Khoa Trưởng cũng có phần hùn trong đại công ty làm tay chân giả ở Mỹ rất khấm khá.

Robert có khuyến khích Hiếu nên hoàn thiện cách làm chân tay giả tại các nước, thế nào đại công ty làm chân tay giả ở Mỹ cũng sẽ mời Hiếu vào thành phần lãnh đạo của các chi nhánh làm chân tay giả ở Á Châu, lương to bạc triệu/tháng. Hiếu còn được mua cổ phần với giá thấp, tôi cũng sẽ mua cổ phần, mình chắc chắn sẽ có lợi nhuận tốt. Hiếu cám ơn Robert mách cho việc làm tốt trong tương lai. Việc làm chân tay giả không phải chỉ có nhứt thời mà nó sẽ sống mãi. Nếu có chiến tranh thì các công ty làm tay chân giả hay các bộ phận khác trong cơ thể, chắc chắn sẽ đóng góp nhiều cho xã hội, sẽ phát tài.

Công việc tiến hành nhịp nhàng, Hiếu bay về Việt Nam lo công tác với chuyên viên người Anh. Hiếu về xin cho anh chuyên viên một chiếc xe, có một thông dịch viên và chỗ ở cũng gần văn phòng, cùng đặt văn phòng chung một chỗ với văn phòng chính thường có Caroline và Josephine, đi công tác các nước xong, Hiếu cũng bay về Cần Thơ có dịp gần gũi gia đình.

Caroline thu xếp cho Josephine đem con và chị vú xuống ở nhà Caroline chung một phòng. Đi làm hai bạn đi chung xe. Nhưng, Hiếu cũng xin Bộ Y Tế cấp cho Josephine một chiếc xe để đi làm hàng ngày. Còn Hiếu và Caroline có xe nhà. Bộ Y Tế cắc cử cho toán của Hiếu hai bác sĩ phụ tá, hai nhân viên theo làm việc với bác sĩ chánh và bác sĩ phụ tá. Hai nhân viên trực và làm việc tại hai văn phòng của Đoàn, một thông dịch viên làm việc với chuyên viên người Anh.

Bác sĩ Trai cũng bay về Cần Thơ ở chơi cả tuần với vợ con, cuối tuần có ba má vợ cũng xuống Cần Thơ chơi với ba má Caroline và hai người bạn của Viện đại học Vienne. Lúc đó ngôn ngữ Áo lấn áp ngôn ngữ Việt chỉ có ba mẹ con Hiếu. Còn phe nói tiếng Áo đến tám người chưa kể chị vú gốc Áo nữa.

Caroline khoe với hai bác, mới học được món bò nướng ngói của người dân quê, rủ Josephine cùng đun bếp thực hiện món ăn ngon này cho chồng Josephine lé mắt chơi. Thế là chiều chúa nhựt có đông đủ, Hiếu mua đến năm ký lô thịt bò, cho thêm tiền nhờ chỗ bán xắt lát mỏng, nướng ăn không hết, sáng sẽ có món bún thịt bò nướng điểm tâm cho cả nhà mười mấy người. Cái khâu xắt thịt bò rất mệt, Caroline xắt một ký lô thịt mất gần hai giờ mồ hôi đổ ra như tắm. Nếu xắt năm ký lô chắc phải xắt suốt hai ngày, Hiếu chọc quê Caroline. Caroline tâng bốc:

- Trước mặt anh Trai và Josephine vì có anh Hiếu nên em chấp mọi người vì chồng em tài giỏi lắm có cách làm bếp nhanh lẹ thần sầu quỷ khốc, có phải vậy không anh Hiếu? Hiếu nói anh chị Trai thấy vợ em cho Hiếu đi tàu giấy quá mát cũng tốt thôi. Bây giờ tôi với anh Trai đứng quan sát coi hai nữ hoàng bò nướng ngói ướp hết thịt để cho thấm chiều nướng sẽ đậm đà ngon hơn mọi người?. Hiếu nhắc hai nữ hoàng mang bao tay vô rồi pha chế các phụ liệu, gia vị xong mới múc từng muỗng đổ từ từ vào thịt trộn cho đều, nên chia trước làm hai thau, hai nữ hoàng làm cùng lúc cho thêm nhanh. Caroline đã có thấy chị hai chị bếp làm rồi và Caroline cũng làm rồi. Bây giờ pha chế gia vị và phụ liệu cách nào giúp cho chị Josephine trông thấy rút kinh nghiệm làm lần khác vì là lần đầu, chị Josephine chưa quen. Hai nữ hoàng rù rì bằng tiếng Áo hai ông chồng bị điếc con ráy. Thế rồi cũng có một tô hỗn hợp sả, hành, ngũ vị hương, bột ngọt, đường, tiêu, nước mắm ngon, mè rang. Các cái trộn đều, Hiếu nhắc muốn cho miếng thịt có đượm một chút màu vàng nên cho thêm một muỗng canh bột nghệ. Sáu vị cao niên thấy bốn cô cậu đang bàn tán về vụ làm bếp chiều nay coi bộ vui nên tất cả ra xem hai công chuá đang ướp thịt. Hiếu gọi anh quản gia chạy vào giúp mang bàn ghế cho các vị lớn tuổi ngồi chơi và mang lại hai quày dừa lửa, muỗng ống hút muối và một con dao cũng như có hai khăn lau để Hiếu lau bụi từng trái dừa.

Hiếu chặt bụp bụp hai hay ba nhát là mở được miệng một trái dừa, Trai mang lại cho mọi người mỗi người một trái có cả ống hút, uống liền rất ngon. Chị bếp mang lên ly và muỗng, trái dừa nào uống xong, Hiếu chặt ra làm đôi, nạo cái cho vào ly và dùng muỗng ăn cái dừa rất ngon. Còn trái nào chưa uống hết nước, Hiếu đổ hết ra ly rồi cũng nạo cái dừa cho vào ly vừa uống nước vừa ăn cái luôn.

Tám người đang ăn uống nước dừa, hai chị vú cũng thả năm cu tý ra chơi, chúng chạy tới ôm chân mẹ có đứa chạy qua ôm chân ba, tuyệt nhiên không ôm chân người khác kể ông bà ngoại, ông bà nội. Hiếu bảo chị vú mang bàn ăn của trẻ con cho chúng ngồi gần với ông bà, lấy ly của chúng ra cho chúng uống nước dừa cho thêm vui. Năm đứa ngồi vào bàn như người lớn, dùng ống hút uống nước dừa rất điệu nghệ vì chúng quá quen thuộc rồi.

Ông bà Tổng Lãnh Sự vô cùng ngạc nhiên thấy năm đứa trẻ khuôn mặt y chang bố nó, mặc đồng phục trông rất đẹp mắt, ông bà Tổng Lãnh Sự xoa đầu khen từng đứa trẻ. Chúng uống nước dừa xong, chạy ra sân lăn đẩy, lừa mấy trái dừa còn nguyên như lừa đá banh tha hồ mà hò hét rất vui. Còn trong nôi hai cô bé hai chị vú cũng đẩy ra hết cho ông bà ngoại và ông bà Tổng Lãnh Sự nâng niu, bồng lên hôn cháu mình. Hai nữ hoàng món bò nướng ngói ướp thịt xong, coi bộ rịn mồ hôi, chồng lấy khăn ướt cho vợ lau mặt lau tay và ngồi nghỉ mệt.

Hiếu chặt hai trái dừa đưa cho hai vợ chồng Josephine uống trước. Hiếu chặt tiếp hai trái cho hai vợ chồng uống và trông nhìn con đang nô đùa, Hiếu làm bộ chạy ra tranh dành banh với con, chúng la ỏm tỏi chạy theo bố dành lại banh. Có đứa khôn lanh quá, chạy lại chân bố ôm trái dừa chạy chỗ khác, bốn đứa kia chạy theo như hoan nghênh thắng bố. Cả nhà thấy hoạt cảnh thật sống động thật vui, mới có ba giờ, dự trù đến bốn giờ rưỡi hoặc năm giờ mới bắt đầu ăn chiều chỉ ăn một món bò nướng ngói cũng đủ no.

Ba má Caroline mời mọi người đi vòng quanh khu vườn, bà nội các cháu nói để cho mấy ông đi bách bộ tha hồ mà nói tiếng Áo, bà ở lại phụ với ba chị vú trông các cháu. Bà nội còn nhắc con dâu Caroline và cháu Josephine đi tắm cho khoẻ để chốc nữa nướng thịt cũng khá mệt. Hiếu chuyển ngữ lại cho Josephine và Caroline biết, Caroline, chạy lại ôm mẹ nói cám ơn cùng với Josephine đi về phòng tắm. Hiếu lấy ra hai chai bia và hai con khô mực nhờ chị bếp nướng giúp, dùng búa đập cho mềm đem lên đây làm mồi nhậu cho vui. Năm đứa nhỏ lẩn quẩn chơi giởn trong sân, Hiếu lấy ra một quả banh thật cho chúng tranh dành đá banh thật không còn tranh banh trái dừa nữa. Hiếu lấy thêm hai con ngựa gỗ, chúng tự leo lên phi sải ngựa được lại càng thêm vui.

Hiếu cũng có mua bốn trái xoài tượng, rửa sạch, đem dao, dĩa lại, Hiếu gọt luôn hai trái đựng hai dĩa. Lấy ra vài lát mời Trai ăn với khô mực làm mồi nhậu tạm. Caroline tắm xong ra trước nói lớn, anh Hiếu xấu quá, có mua xoài tượng mà dấu em, ăn có một mình. Hiếu mời gọi, lại đây gắp, em thèm xoài tượng phải không? Caroline nói, em đoán là em có bầu rồi, thích ăn chua cả tuần nay mà em chưa mua xoài tượng, anh mua về ăn trúng tủ rồi.

Chút nữa, em sẽ hỏi Josephine nếu cũng thèm xoài tượng như em, chắc chắn cô ta cũng có bầu rồi phải vậy không anh Trai? Đúng vậy, Josephine đã nói với anh là mấy ngày nay cứ thèm ăn chua. Hôm nay Hiếu mua đến bốn trái, anh xin mang về phòng một trái, tối nay anh đãi Josephine. Từ trong phòng ra thấy có xoài tượng, Josephine nói lớn, em chảy nước miếng thèm xoài tượng rồi ông xã ơi!. Trai nói lớn:

- Hai cô thi nhau có bầu cùng lúc lại càng vui. Trai đút cho vợ một miếng xoài tượng, trong lúc Hiếu đi vào bếp đâm ớt trộn muối có pha một chút đường cho muối ớt bớt mặn "xẳng lè". Đem muối ớt ra chấm một miếng xoài vào đút cho Caroline ăn và cô nàng khen xoài ngon quá, Hiếu mời em uống bia lại càng ngon, một chút ngồi gần lửa cho đỡ nóng vì bây giờ bia làm nóng cơ thể rồi, chốc nữa có nóng cũng chỉ quen cái nóng thôi. Caroline nói:

- Anh Trai thấy không, chồng em cái gì cũng nói suôn hết. Bốn người vừa ăn xoài tượng uống bia nói chuyện vui.

Năm vị cao niên đi vào thấy con mình đang vui và đang ăn xoài tượng. Bà má của Caroline nói liền cái vụ ăn xoài tượng này là của vợ chồng Caroline đồng tác giả phải không? Caroline nói cả Josephine cũng thích ăn xoài tượng, nếu hai bà má mà thích ăn xoài tượng nữa thì vui biết mấy phải không ba, phải không bác trai?

- Bà má nói, mồ tổ nó còn chọc tui với chị cũng thích ăn chua như hai chúng nó. Chúng nó hồi ở Áo đi học, đi chơi cũng đi chơi chung, nay có chồng cũng rủ nhau về Sóc Trăng, đi làm xa cũng đi chung có cặp. Bây giờ hai đứa có bầu cũng cùng lúc luôn. Rất vui phải không quý vị? Ba ông đàn ông cùng vỗ tay khen bà chị có nhận xét chí lý. Ông bố Caroline nói:

- Còn cái vụ có bầu, hai bà phải chào thua hai đứa nó rồi có phải vậy không? Cả nhà vỗ tay cười vui. Hiếu và Trai cũng mời mỗi người lớn ăn chơi một chút xoài tượng và nói hai con lấy thêm bia có xoài tượng và khô mực đưa cay, các bố sẽ nhậu bắt lắm. Cả ba vị cao niên đều gật đầu đồng ý, Hiếu vào bếp lấy lọ an-côn và một cái tô đá, cho an côn vào, bật lửa lên, Hiếu dùng đũa đưa từ con khô mực vào nướng rất thơm, Trai xé ra mời mỗi người một miếng ăn cho thơm miệng. Năm thằng bé đang chơi ngửi có mùi khô mực cũng chạy vào xin ăn. Hiếu nướng cho các con ăn, nướng cho thật chín nhờ hai chị vú xé thật nhỏ cho mỗi đứa ăn. Và cũng cho mỗi đứa một miếng xoài tượng xắt thật mỏng và Hiếu cũng cho hai chị vú mỗi người một miếng xoài tượng lớn cùng muối ớt và một con khô mực, bảo hai chị vừa ăn vừa trông chừng coi mấy đứa trẻ dễ bị nghẹn thức ăn. Hiếu nói với hai nữ hoàng:

- Tôi làm tà lọt cho hai nữ hoàng, rửa lại bốn tấm ngói, để cho ráo nước trong lúc tôi nhóm lửa xong, để bốn tấm ngói lên. Caroline lấy ra hai chén mỡ còn sống đã xắt từng cục rồi, lấy ra hai ba cái dĩa to. Một chị vú chạy vào bếp mang ra đầy đủ chén dĩa, muỗng nĩa, rau dưa, nước mắm, bún, ớt , đủ hết để lên bàn mấy người lớn.

Một chị vú mang ra tám cái ly lớn có đá, Hiếu lấy rượu mạnh ra rót vào ly, chặt lấy nước dừa rót vào uống rất ngon thay vì pha perrier của Pháp. Ai uống mạnh rót rượu thêm, còn ba bà chỉ có một ít rượu thôi. Ông Tổng Lãnh Sự nói, cách uống rượu này, tôi mới uống lần đầu sao nó ngon quá. Nếu tối có say, tôi sẽ ôm bà xã ngủ một giấc thật ngon tới sáng lên xe về Sài Gòn. Cả bàn vỗ tay hoan nghênh, ông bác có ý kiến quá hay, Caroline nói tiếp:

- Ba má, bố mẹ con cũng bắt chước ôm nhau ngủ tới sáng luôn. Ông bác nói:

- Caroline nói đúng quá, cả nhà lại cùng cười sảng khoái. Hai hoàng hậu nướng thịt bò cũng khá nhanh, Hiếu lo đun thêm củi, Trai bưng lên khi có thịt bò nướng xong. Thấy hai nữ hoàng coi bộ phê, mệt rồi, Hiếu nói:

- Xin hai nữ hoàng để anh chàng bán than từng gần than củi nên không sợ nóng, hai nữ hoàng ra ngoài lại bàn ăn chung với bố mẹ. Tôi với anh Trai vừa lo phục vụ vừa nhậu lai rai, tôi có để cạnh bên bếp một cái dĩa đựng thịt nướng, chúng tôi cũng ăn uống rượu lai rai.

Miệng nói, hai tay Hiếu thoăn thoắt nướng nhanh, cả bàn ăn không hết, thịt nướng nguội, Hiếu gọi chị vú bảo mang bàn ăn của trẻ kê sát bàn ông bà, đưa các con ngồi gần ông bà ăn thịt bò nướng ngói và ba chị vú cũng ăn luôn với mấy cháu.

Cả nhà cùng ăn và nói chuyện vui cười, một thằng bé lại bà nội nhỏng nhẻo bà nội xé cho một miếng nhỏ đút cho ăn có vẽ cháu quá thích thú được bà nội cưng. Đứa khác cũng chạy lại bà nội bà ngoại đòi đút ăn trông sao quá dễ thương!

Hai ông bà Tổng Lãnh Sự không ngớt khen các cháu trai mà ngoan giỏi quá, không tranh dành biết nhường nhịn nhau. Ông còn nói, lớn lên chắc chắn chúng học giỏi còn hơn bố mẹ nữa. Hiếu cũng nướng thêm một dĩa, gọi chị bếp mang về nhà ăn, một chút gia đình ăn xong còn lo tắm cho các cháu. Chúng tôi để nguyên chén dĩa đồ đạc chị lo dọn dẹp giúp:

- Chị bếp dạ vâng, em sẽ lo và quét dọn bốn lò bếp coi xem lửa có tắt hết chưa? Em sẽ rải thêm nước xung quanh và trong lò để sáng mai quét sân và lấy hết tro cho vào hố phân. Hiếu khen, chị làm như thế rất tốt, tránh than còn cháy sẽ gây hoả hoạn.

Mọi người ăn lai rai thêm tới tối, Hiếu nấu nước pha trà và ăn mè láu cùng nói chuyện gẩu cả tiếng mới về phòng lo tắm rửa nghỉ ngơi. Ông Tổng Lãnh Sự nói:

- Hôm nay chỉ ăn một món mà các con cháu làm bếp quá tuyệt, Josephine cũng như Caroline từ bé tới giờ có biết làm bếp nấu nướng gì đâu. Nay ra quân có chồng làm tà lọt nên rất thành công, ăn quá ngon và rượu pha chế với nước dừa lửa cũng uống quá ngon, quá đã. Hai bác cám ơn các con cháu cho một bữa ăn ngon nhớ đời. Hiếu và Trai cúi đầu cám ơn.

Sáng thứ hai, ông bà Tổng Lãnh Sự thức sớm, chuẩn bị đúng năm giờ, tài xế đến đón về Sài Gòn, ăn sáng tại nhà và thay đồ đi làm việc lúc chín giờ sáng.

Ở Cần Thơ, sáng sớm, Hiếu xắt lại miếng thịt cho nhỏ hơn, chia bún rau dưa đúng mười một tô cho mười một người lớn ăn, Hiếu gọi chị bếp lên bưng các tô bún lên bàn ăn và cho chị hai tô mang xuống nhà hai vợ chồng ăn, chừng một tiếng sau lên dọn dẹp. Còn năm cháu nhỏ, Hiếu cũng xào hết thịt bò để cho hai chị vú phân phối cho năm đứa ăn. Còn bún, Hiếu nấu nước sôi trụng lại cho thật nóng tránh trẻ con ăn khó tiêu và chúng ăn rất ít bún.

Trai nói với Hiếu cho anh mượn xe về Sóc Trăng vài ngày coi nhà vườn ra sao và cho Josephine theo anh mang con và chị vú. Hiếu nói:

- Anh chị cứ ở chơi đến chiều thứ bảy lên Cần Thơ, có vợ chồng anh Trung mời anh em mình đi ăn nhà hàng. Còn công việc tại văn phòng, Caroline và em lo được. Khi anh lên mang theo chừng vài chục bó chà là, chúa nhựt mình ăn để sang thứ hai vợ chồng anh Trung và anh bay về chỗ làm. Anh Bernard sẽ bay về thăm vợ con hai tuần như anh. Trai nói, Hiếu còn mua thêm gì, anh mua thêm lạp xưởng Quảng Trân, mè láu, bánh pía...như thế là đủ rồi.

Thời gian qua nhanh, chị hai đã sanh một cháu trai giống hệt bố làm cho anh hai quá vui vì hai con trước đều là gái. Anh chị hai và bố mẹ chuẩn bị bay về Áo lo đám cưới tại nhà thờ chánh toà ở Áo sau lễ Noel trước Tết dương lịch vài ngày, cũng là lúc ba bà bầu trong Đoàn hẹn cùng lúc lâm bồn, cách nhau vài tuần. Hiếu viết công điện xin phép cho Đoàn nghỉ thêm vài ngày khoảng giữa Noel và Tết Dương lịch để bay về Áo dự lễ cưới mẹ và chị ruột của Andre.

Ông Khoa Trưởng đọc công điện cũng vừa tức cười và cũng vừa thắc mắc sao có chuyện đám cưới lạ lùng như thế. Ông có công điện cho phép Đoàn nghỉ thêm vài ngày như đã xin. Tối hôm đó, ông Khoa trưởng vội điện thoại hỏi Hiếu chuyện làm đám cưới rất đặc biệt, Hiếu kể lại mẹ mình chưa ba mươi tuổi chồng đã tử trận hơn ba mươi năm Hiếu tìm người giúp mẹ tái giá. Cũng như hoàn cảnh của chị ruột mình xảy ra lúc chị mười tám tuổi cho đến ba mươi bốn tuổi mới có chồng chánh thức và vừa có con cũng do Hiếu làm mai. Ông Khoa Trưởng nói:

- Tôi quá bất ngờ, Andre cho vợ chồng tôi tham dự lễ cưới tại nhà thờ chánh toà và cho tôi gởi biếu trước phụ với giúp lễ cưới $20,000 cho hai đám cưới. Tôi sẽ rủ vợ chồng Robert và vài người bạn bay qua Áo tham dự hai đám cưới đặc biệt có thể nói là có một không hai, con tìm chồng cho mẹ và em tìm chồng cho chị. Vợ chồng tôi vô cùng ngưỡng mộ công việc làm của bạn. Tôi rủ vài người bạn viết văn viết báo nếu có thì giờ qua Áo tham dự để có cảm hứng sáng tác thành truyện tình hy hữu hay viết một phóng sự về hai đám cưới đặc biệt này.

Hiếu cám ơn ông Khoa Trưởng có lòng chiếu cố, Hiếu nói tiếp bố dượng tôi cũng goá vợ, con lớn có gia đình ở riêng, ông rất cô đơn đang nghỉ hưu sau hơn ba mươi năm dạy đại học Vienne và ông anh cũng là tiến sĩ về nhân chủng học cũng goá vợ có hai con gái nhỏ cha mẹ vợ xin nuôi thay cha. Anh chỉ đóng góp tiền cho bố mẹ vợ nuôi hai cháu ngoại. Anh đi dạy học cả ngày thiếu bạn trăm năm gần gũi, chăm sóc các bữa ăn.

Hai ông này lại quý mến vợ chồng tôi, nên tôi làm mai để cho mẹ, chị tôi và hai ông cũng đều có bạn đời trong cảnh về chiều cũng đỡ cô đơn. May chị tôi mới ba mươi bốn, tương đối còn trẻ, còn sanh con, chị vừa tặng cho chồng một cháu bé trai kháu khỉnh càng thắt chặt thêm tình nghĩa vợ chồng. Ông Khoa Trưởng vỗ tay khen thấy hai mối tình đẹp quá. Nhờ Andre chuyển lời vợ chồng tôi chúc hai đôi uyên ương luôn hạnh phúc chim liền cánh cây liền cành hủ hỉ bên nhau.

Hiếu liền thông báo cho vợ, ba má vợ, bố mẹ, anh chị hay tin là có vợ chồng ông Khoa Trưởng sẽ mời thêm bạn bè bay qua Áo tham dự lễ cưới và ông gởi biếu trước mỗi lễ cưới $10,000.

Ba má nói với Hiếu, là ba má muốn các vị bên Mỹ qua Áo cùng ở chung với gia đình mình thêm vài ngày tối vui chơi trong tình thân. Ba sẽ thuê thêm trailer house loại de luxe, cứ hai người một phòng, mình biết số lượng sẽ thuê bao. Hiếu còn mời bà con ở Cần Thơ Sóc Trăng qua dự nữa. Ba mẹ sẽ cùng về Áo với bố mẹ và anh chị của hai con lo sắp xếp trước.

Hiếu nói con gởi biếu Cha Chánh Xứ $5,000, cúng nhà thờ $5,000 và gởi thêm cho Cha $20,000 tổ chức tiệc cưới tại khuôn viên nhà thờ như lễ cưới của chúng con trước đây, mời giáo dân sau Thánh Lễ ra dự tiệc cưới. Má nói, con tính như vậy quá hay. Để ba má và hai đôi uyên ương này về Áo gặp Cha rồi tính làm lễ cưới ngày giờ nào tiện việc cho Cha. Mẹ cho con biết để con làm Thiệp Cưới gởi mời quan khách xa. Từ đây đến đó chỉ còn một tháng nữa thôi và cũng là mùa đại lễ Noel ai cũng bận rộn hết. Con bút vé cho sáu người về Áo ngay nay mai:

- Hiếu dạ vâng, con sẽ bút vé tối nay. Cả nhà tíu tít chuyện trò rôm rả vui vẻ. Ban đầu, tính làm đám cưới đơn giản, nay lại làm lớn, chắc chắn sẽ có hàng trăm ký giả truyền thông báo chí tham dự, hai mẹ con có lễ cưới cùng ngày khá đặc biệt làm cho mọi giáo dân lưu ý. Cũng gia đình này, trước đây hai anh em ruột cưới hai chị em ruột nay hai mẹ con cùng làm lễ cưới chung một ngày đãi tiệc chung một tiệc có hàng chục gíao sư tiến sĩ từ Mỹ bay sang kể cả có hai vợ chồng ông Khoa Trưởng Phân Khoa Nghiên Cứu Y Học của Yale.

Hiếu nghe tin ông Bí Thư tỉnh Sóc Trăng đến tuổi hưu, ông sẽ nghỉ hưu đầu năm tới, Hiếu gọi điện thoại vấn an và ngõ ý mời hai ông bà sang Áo dự đám cưới mẹ và chị ruột của Hiếu. Hiếu còn hỏi hai ông bà muốn cho con cháu đi theo cho vui, Hiếu bút vé luôn và nói vợ chồng con xin bao hết cho gia đình ông bà, sang Áo có vợ chồng anh Bernard cùng đi theo giúp gia đình. Nếu gia đình ông Chủ Tịch tỉnh đi được con cũng xin mời luôn, còn chi phí vợ chồng con lo hết. Sang Áo may gặp ít tuyết mình sẽ đi du lịch thêm vài nước nữa trước khi bay về Việt Nam.

Ông Bí Thư rất vui chúc mừng cháu Hiếu có thêm dốp ba năm của đại học Yale, chừng nào cháu làm lễ tổng kết ở Mỹ hay cháu trình luận án tiến sĩ về Xương tại Yale, hai bác sẽ bay qua tham dự ủng hộ gà nhà và ở chơi lâu được vì bác đã về hưu rồi. Hiếu nói con sẵn sàng chào đón hai bác sẽ về nhà con ở gần trường Harvard có gia đình bác Phi có vườn cây ăn trái gần phi trường Sóc Trăng cũng có chàng rễ, nhà ở gần con, tha hồ mà hai ông cụ nói tiếng Tây trên đất Mỹ cho đã miệng.

Hai bác muốn ở Mỹ chơi bao lâu con sẽ bao hết. Hai ông bà Bí Thư quá vui, bác nghe Bernard nói chỉ ba năm trước hai vợ chồng cháu kiếm sơ sơ gần $10 triệu, Bernard chỉ theo con có một phần ba thôi. Bác khá khen cháu quá giỏi nay thoát cảnh nghèo còn nằm trên đóng đô la vô tận. Cháu và vợ lấy hai bằng tiến sĩ ở Harvard vô cùng danh giá, nay sẽ lấy thêm bằng tiến sĩ ở Yale nữa. Cháu làm vẻ vang cho Sóc sờ bai Sóc Trăng của chúng ta và người Việt nói chung.

Hiếu nhờ anh chị tư lo mua vé cho gia đình ông Bí Thư qua dự lễ cưới của mẹ và chị, còn tiền dằn túi cho ông Bí Thư hay các chi phí khác tới Áo em lo hết. Phân công như vậy, chị tư nói, chị khen em có ý kiến rất hay, hợp lý để anh chị trả ơn ông Bí Thư giúp cho anh chị có nhà ở một cách tế nhị, âm thầm không lộ liễu.

Noel đến, các gia đình có đạo Chúa đều rất bận rộn dự lễ ở nhà thờ và tổ chức tiệc tùng tại nhà. Gia đình Hiếu đều bay về Áo dự lễ cưới của mẹ và chị trước Tết Dương Lịch hai ngày có đầy đủ gia đình của Đức ở Phú Yên, gia đình chú thím Tín, gia đình chị Minh Tâm, gia đình ông Khoa Trưởng trường Y Cần Thơ. Gia đình ông Bí Thư, ông bà chủ tịch tỉnh và ông bà Giám Đốc Sở Nhà Đất của tỉnh Sóc Trăng cũng bay sang Áo tham dự lễ cưới của hai công dân tỉnh Sóc Trăng. Ngoài ông bà Khoa Trưởng của đại học Yale ở Mỹ và cả chục bạn của ông cũng đến tham dự và cả gia đình Robert có ba má vợ từ Massachusetts cùng bay qua tham dự. Vợ chồng Robert chỉ tham dự trong ba ngày phải quay về Mỹ vì con còn nhỏ. Ông bà Ba Phi ở lại chơi thêm hai tuần sẽ bay về Việt Nam cùng với phái đoàn của ông Bí Thư, còn ông bà Chủ Tịch Tỉnh Sóc Trăng, ông bà Giám Đốc Sở nhà đất chỉ ở chơi cho hết Tết Dương Lịch là phải bay về làm việc.

Gặp lại anh Đức, Hiếu nói nhỏ cho Đức biết:

- Hiếu đang vận động xây xưởng sản xuất tay chân giả ở Việt Nam, có thể ở Nha Trang, Cần Thơ, Sài Gòn và Hà Nội mời anh Đức làm Giám Đốc một phân xưởng, lương cả trăm ngàn USD một tháng. Hiếu nói tiếp, gia đình em, anh Trung, anh Trai và anh Bernard nay thành triệu phú đô la Mỹ, còn anh chị Đức thì chưa, em sẽ cố vận động cho anh chị đi theo con đường vợ chồng em. Em giúp anh tài liệu về xương, anh viết thành luận án tiến sĩ Y Học trình tại Việt Nam lấy bằng tiến sĩ y khoa về xương của viện đại học Sài Gòn hay Cần Thơ để mình tranh việc làm với các bác sĩ các nước khác những chức vụ béo bở của đại công ty làm tay chân giả của Mỹ tại Việt Nam. Anh hơn họ là anh là người Việt Nam, công ty khỏi phải thuê thông dịch viên.

Em sẽ là tay trong vận động cho anh, anh đã còn là bác sĩ Y Khoa như là bằng tiến sĩ rồi nay lại có thêm bằng tiến sĩ về xương thì em lại càng dễ vận động. Ở Việt Nam có thể mở ba bốn hay năm xưởng sản xuất tay chân giả từ bắc chí nam, khi tuyển chức giám đốc anh có hai bằng tiến sĩ thì chắc chắn nắm ít nhứt một chức Giám đốc và có thể em nhân cơ hội đề nghị anh làm Tổng Giám Đốc vì anh có hai bằng tiến sĩ mà lại chuyên môn nghiên cứu về xương, nói được ba ngôn ngữ như là tiếng mẹ đẻ. Đức nói, anh hiểu ý:

- Em muốn giúp anh, anh và vợ anh sẽ tập trung thì giờ học thêm về xương, anh chị sẽ trình luận án tiến sĩ về xương tại hai đại học Y Sài Gòn và Cần Thơ, chuẩn bị sẵn sàng nếu có cơ may sẽ theo con đường của em và các bạn anh đã đi qua. Hai người đang thảo luận có Thu Trang Thu Hằng đến chào Hiếu. Đức nói tóm tắt cho hai chị em biết là Hiếu muốn vợ chồng mình phải là triệu phú đô la Mỹ như các bạn anh và Hiếu hiện nay. Thu Trang nói:

- Chúng tôi xin cám ơn anh Hiếu trước. Cả bốn người cười vui vẻ, cùng đi vào trong nhà chuyện trò với mọi người thoải mái.

Ông Khoa Trưởng Y Khoa Cần Thơ nói trước mọi người, em Hiếu là học trò chúng tôi trước đây, bây giờ em Hiếu là thầy của cá nhân tôi, chỉ nội cái tài em cưới chồng cho mẹ, cho chị, tôi phải tôn em là đại sư phụ, cả nhà cười to vui vẻ. Còn mấy ông bà người Áo đâu biết mấy ông bà người Việt cười vui chuyện gì. Ông Khoa trưởng lanh trí, đánh trống lảng nói bằng tiếng Pháp, chúng tôi nói hai đôi uyên ương có tuổi nay bước lên hoa cũng thật đặc biệt nên mọi người cùng vui cười.

Qua hai ngày đầu năm, vợ chồng Caroline, vợ chồng Josephine, Trung, Bernard bay về Việt Nam lo đi làm. Ở Cần Thơ thêm một ngày, Trung, Tâm, Trai, Bernard bay đến văn phòng chính của mình, tiếp tục công việc. Hiếu, Caroline, và Josephne còn ở lại Cần Thơ. Hiếu nhờ ngươi bạn trong toán với Hiếu bay ra Hà Nội mà Hiếu đã xin Bộ Y Tế cho xe, người thông dịch và hướng dẫn đến các tỉnh biên giới Trung Hoa và các tỉnh vùng núi. Các tỉnh này Hiếu có đến làm việc, nay thanh tra coi xem ra sao và ghi chép cẩn thận nhu cầu các tỉnh cần để trình về Phân Khoa xin thêm phương tiện giúp đỡ.

Còn Hiếu với lộ trình đi từ Cần Thơ qua Sóc Trăng, Cà Mau, băng qua Rạch Giá, về An Giang và có ghé viếng thăm phủ thờ của gia đình anh rể ở Núi Sam Châu Đốc - An Giang. Hiếu chuyển lời đến gia tộc anh Cường, xin mời dòng họ bà con của anh ba Cường tập trung về đây sáng chúa nhựt Hiếu có quà tặng cho mọi người. Hiếu hỏi có chừng bao nhiêu bà con, gần trăm người không? Gia đình cho biết chừng bảy tám chục người, Hiếu ra ngân hàng Châu đốc rút ra $200,000 cho vào 200 phong bì làm quà biếu cho gia đình bà con của anh ba Cường, Hiếu có mời vợ chồng bác sĩ Lệ Thuỷ vào Núi Sam chơi giúp tặng quà cho gia đình anh ba Cường sáng chúa nhựt. Bác sĩ Lệ Thủy có chồng là Giám Đốc bệnh viện đa khoa Châu Đốc theo chồng từ Sóc Trăng về Châu Đốc và nay cũng đã có con đầu lòng.

Hai vợ chồng bác sĩ Thuỷ gặp lại Hiếu rất vui, mừng rỡ và cũng biết Hiếu đã có thêm bằng tiến sĩ ngoại giao của viện đại học nổi tiếng thế giới Harvard và làm giám đốc hai chương trình nghiên cứu y học dài hạn ba năm cho hai trường Harvard và Yale. Nay còn hai năm nữa là sẽ hoàn tất chương trình Yale và còn nghe tin Hiếu chuẩn bị nộp luận án tiến sĩ về xương tại đại học Yale.

Vợ chồng bác sĩ Lệ Thuỷ nói, sáng chúa nhựt, chúng tôi huy động hết anh em y bác sĩ nghỉ cuối tuần, sẽ vào Núi Sam giúp bạn Hiếu tiến hành một buổi khám bịnh phát thuốc như trước đây mà hiện tại chúng tôi có một số thuốc thông dụng các la bô gởi tặng cũng là hình thức chào hàng. Còn tặng quà thì do bạn Hiếu lo. Hiếu nói lớn, em rất cám ơn anh chị, chúng ta làm việc từ chín giờ đến một giờ thì ngưng và chúng ta trở qua gần Miếu Bà ăn trưa. Ngày mai, em phải về Long Xuyên, qua Sa Đéc, Vĩnh Long, Trà Vinh và về Cần Thơ ngơi nghỉ chừng một tuần.

Khi nào anh chị có đi về Cần Thơ, em mời anh chị đến nhà em chơi, em có văn phòng nghiên cứu mười lăm nước Á Châu đặt trong khuôn viên trường Y Cần Thơ. Vợ chồng em, Josephine, vợ anh Trai thường có mặt làm việc tại văn phòng.

Em xin thưa trước với anh chị, toán phục vụ ngày chúa nhựt bao nhiêu người em chưa biết rõ. Em nhờ chị Lệ Thuỷ mời hết chiều chúa nhựt và chị đi chợ giùm em nhà hàng nào cũng được, anh chị mời thêm vài chục nhân viên ngành Y của mình. Chị nói có đồng hương Sóc Trăng quý mến chị vừa đi xa mới về thăm anh chị và đãi ăn một bữa, chỉ có vậy thôi. Chị chọn món ăn ngon giúp em và ăn phải thật no nghe chị Thuỷ.

Vợ em gặp lại chị sẽ vui lắm, chị và anh đừng có ngại, nếu may mắn, em có chân trong Ban giám đốc các nhà máy sản xuất tay chân giả của Mỹ sẽ xây cất ở Việt Nam, em sẽ giới thiệu anh hoặc chị vào làm việc sẽ có lương cao gấp trăm lần của nước mình, để mình có thêm phương tiện tài chánh lo tương lai cho con.

Em xin gởi chị Thuỷ $5,000 USD giúp mua sữa và tã cho cháu. Anh chị đừng ngại gì hết, hể có đi Cần Thơ về ở nhà em vì nhà em có đến chín mười phòng ngủ, lớn thuyền lớn sóng, em phải chuẩn bị trước. Vợ chồng em vô cùng quý mến chị Lệ Thuỷ, chị coi chúng em là em của chị. Chúng em có địa vị là với công việc, còn tình nghĩa chị em không hề thay đổi mà mình cùng quê hương Sóc Sờ Bai Sóc Trăng nữa, chúng em luôn quý trọng anh chị. Lệ Thủy vội lại bắt tay Hiếu, chị rất cám ơn em. Hiếu nói tiếp:

- Khi anh em mình ngưng không khám bịnh nữa kéo về nhà hàng khách sạn, gần lăng Ngài Thoại Ngọc Hầu, em bút trước hai bàn chúng ta ăn trưa. Chỗ này nấu ăn cũng khá ngon, gia đình em có ở đây cả tuần và tối nay em cũng ở đây. Còn ăn chiều chúa nhựt chừng sáu giờ tại thành phố Châu Đốc, anh chị mời mấy bàn cũng được, càng đông càng vui, anh mời bên chánh quyền cùng đến ăn cho vui vì họ sẽ giúp ngành Y mình thêm dễ dàng trong công tác. Anh cũng đừng ngại, nói có người cùng quê với vợ về chơi mời đi ăn, như vậy là đủ.

Sáng chúa nhựt, tại phủ thờ, Hiếu nhờ quý vị biết mặt ai bà con mời vào nhà, Hiếu biếu mỗi người một ngàn tiền Việt Nam nói là tiền của vợ anh ba Cường gởi biếu bà con bên chồng. Xong ra ngoài, có đoàn y tế thành phố Châu Đốc vào khám bịnh phát thuốc đến một giờ trưa chấm dứt. Phát quà rất nhanh có khoảng sáu mươi người vừa xong, có đoàn xe y tế đến khám bịnh phát thuốc, với mười bác sĩ y sĩ và mười phụ tá chuyên lo phát thuốc, có đặt mười bàn khám bịnh cùng một lúc. Lần này, không dám thông báo trước sẽ có hàng ngàn người đến khám như năm trước. Khám đến 12 giờ thì hết bịnh nhân đến khám xin thuốc hoặc xin toa mua thêm thuốc. Hiếu cám ơn gia chủ và xin gởi lại phủ thờ mười ngàn lo đám giỗ anh ba Cường năm tới, gia đình bên vợ anh Cường sẽ về đông đủ. Mọi liên lạc xin bà con liên lạc với gia đình chị Ngọc Mai sẽ cho chúng tôi biết rõ.

Cả đoàn y tế về nhà hàng khách sạn cũng gần Miếu Bà. Hiếu có đặt tôm càng nướng đầu tiên, món gõi sầu đâu, canh chua bông điên điển bông súng với cá rô mề, cá bông lau kho tộ, cá he chiên tươi. Khi đặt bàn có hai mươi người nay là hai mươi bốn người chỉ cần nướng thêm bốn con tôm càng, cho một chai martell. Hiếu hỏi ai uống gì cứ gọi từ nước thốt nốt, nước dừa hay coca, pepsi, ở đây có cả bia ngoại, bia Saigon, qúy vị uống gì cứ gọi tự nhiên. Thay vì ăn trưa đơn giản mà lại ăn nhiều món và chiều còn ăn thêm một lần nữa.

Hiếu xin mời quý vị chiều đi ăn tiếp do bác sĩ Lệ Thuỷ đồng hương Sóc Sờ Bai Sóc Trăng của tôi đi chợ. Còn trưa nay, tôi thích ăn mấy món này cứ gọi đại. Còn chiều nay quý vị chọn giúp món ăn tránh mấy món này lặp lại và món ăn phải nhiều hơn. Quý vị có phối ngẫu hay người yêu cũng mời đi ăn cho có đôi lại ăn ngon hơn. Quý vị biết hai vợ chồng chị Lệ Thuỷ, tôi là đàn em của hai anh chị, đừng ngại gì hết. Buổi ăn trưa kết thúc cũng qua hai giờ. Hiếu tiễn phái đoàn ra về. Đi ăn thêm buổi chiều, Hiếu trở lại đây ngủ qua đêm cùng với chú tài xế.

Trước khi đi ngủ, Hiếu gọi cho vợ biết, sáng nay anh chị bác sĩ Lệ Thuỷ cắt cử mười y bác sĩ giúp anh khám bịnh phát thuốc tại phủ thờ của gia đình anh hai ở Núi Sam và anh có biếu mỗi bà con trong gia đình một ngàn tiền Việt Nam. Chiều, vợ chồng chị Lệ Thuỷ giúp anh tổ chức một bữa ăn đãi nhân viên y tế của bịnh viện Châu Đốc. Bác sĩ Lệ Thủy từ Sóc Trăng đổi về bệnh viện Châu Đốc theo chồng, chị có con đầu lòng cách đây năm tháng, chị có gởi lời chúc sức khoẻ em.

Ngày mai anh đi Long Xuyên sẽ qua Sa Đéc ngủ đêm, sáng sớm đi Vĩnh Long, tối về ngủ ở Trà Vinh, làm việc xong, anh quay về Cần Thơ. Hiếu hỏi các con có nhớ anh không? Caroline nói, chúng đâu có nhớ bố chỉ có mẹ chúng nhớ cái anh mắc dịch sao mà dễ thương lạ. Caroline hỏi lại anh có nhớ em không, Hiếu nói:

- Nhớ quá trời rồi ngủ ngon thì hết nhớ. Cái anh này coi bộ muốn trêu chọc em. Anh về em phạt anh trả bài không được cà lăm, em đè anh cho ngạt thở, anh đừng hòng kêu vợ cứu nghe. Cả hai cùng cười, chỉ còn vài ngày nữa gặp lại tha hồ mà quậy tới bến luôn. Chúc em ngủ ngon.

Về đến Cần Thơ Hiếu duyệt kế hoạch, công tác đã hơn nửa năm. Toán của Hiếu chịu trách nhiệm ba nước Đông Dương. Sáu tháng qua mới khảo sát một số tỉnh miền Bắc và các tỉnh cuối miền Nam Việt Nam. Còn các tỉnh ở giữa Việt Nam và Cao nguyên phải dành sáu tháng đầu năm tới. Sáu tháng cuối năm nay một người đi công tác ở Lào và một người ở Cao Miên.

Hiếu coi lại vùng trách nhiệm của năm toán:

* Toán I phụ trách ba nước: India - Sri Lanka - Bangldesh do chuyên viên Mỹ và Úc.

* Toán II: Afghanistan - Pakistan - Nepal do chuyên viên Pháp và Canada

* Toán III: China - Myanmar - Thailand do chuyên viên Bernard và Trai

* Toán IV: Laos - VietNam - Cambodia do chuyên viên Anh và Andre

* Toán V: Malaysia - Indonesia - Philippines do chuyên viên Trung và Minh Tâm

Sau một năm các toán sẽ đổi vùng hoạt động. Riêng Toán IV có Trưởng Đoàn nên làm việc chỉ một vùng, không đổi vì có trách nhiệm lo tổ chức tổng kết thành quả ba năm công tác của Đoàn tại Cần Thơ-Việt Nam. Buổi tổng kết, có mời ông Khoa Trưởng đặc trách công tác của Đoàn và mời mười lăm Bộ Trưởng Y Tế và Ngoại Giao cùng đại diện chánh phủ của mười lăm quốc gia mà Đoàn đã có đến nghiên cứu suốt ba năm. Có mời ông Tổng Giám Đốc WHO và nhiều cơ quan y tế thế giới, truyền thông báo chí quốc tế tham dự.

Sáu tháng qua nhanh, đã đến tháng thứ năm năm sau. Caroline sanh con gái vào tháng ba, tháng tư Josephine sanh con trai, Minh Tâm sanh con trai vào giữa tháng tư, Tuyết Trinh sanh thêm con gái sau Minh Tâm một tuần. Cả bốn bà bầu đều sanh con tại Việt Nam. Ở bên Mỹ, Thu Vân cũng sanh thêm cô con gái làm cho Robert rất vui, bố mẹ Thu Vân từ Việt Nam sang nuôi con ở luôn ba tháng khi Thu Vân lấy được bằng BA - cử nhân Xã hội học và cũng ghi danh học tiếp lấy Thạc sĩ - Master, ông bà ngoại mới về Việt Nam. Ông bà ngoại nói với con rể:

- Ông về Việt Nam sẽ thu gọn lại vườn ươn cây, không làm tiếp, chỉ có bán những cây đã ươn và sắp xếp lại vườn đến mười mẫu. Cây ăn trái nào già cỗi, bứng bỏ trồng cây khác và trồng dày thêm cho thêm đủ thứ trái cây, chỉ bán trái cây thôi cũng đủ sống với tuổi già.

Đứa con lớn, kế Thu Vân đã học xong bốn năm đại học về computer, có việc làm cho một công ty ngoại quốc và đang học thêm lấy bằng thạc sĩ. Đứa em trai kế còn hai năm cũng ra trường với bằng Kỹ sư Computer và thằng út thi đậu vào trường Y Cần Thơ, hạng cũng khá cao, nó rất mừng. Ông nói, bây giờ chỉ còn lo cho thằng út học sáu năm nữa mới ra trường. Còn thằng con giữa vừa đi học về computer, có xin làm ngoài giờ cho một công ty nước ngoài, có đủ tiền đi học tiếp, không cần bố mẹ giúp như em út. Nó còn có dự định mua xe hơi mới nữa. Ba đứa con trai kể như tương lai chúng sáng sủa và vợ của Robert coi bộ học tiến triển tốt, ham học và cũng có ý định vừa nuôi con vừa học tiếp Cao học và có thể lấy được bằng tiến sĩ sẽ xin đi dạy đại học phụ chồng nuôi con.

Bố mẹ nghe con gái có kế hoạch như vậy, bố mẹ rất mừng. Thu Vân còn nói với mẹ đã sanh hai con gái, nay nó mong ước sanh thêm hai đứa con trai nữa cho chồng thêm vui. Bố mẹ Thu Vân nói với con rể Robert:

- Thấy rất ngộ, Thu Vân sau khi sanh con, sắc diện lại đẹp thêm, không bề xề như nhiều phụ nữ khác khi đã sanh hai ba con. Robert nói, con cũng thấy như vậy, con lại càng yêu Thu Vân và chuyện vợ con sanh thêm con trong tầm tay vì con còn khoẻ mạnh và vợ con cũng khoẻ mạnh. Tiền lương dạy học của con, thừa sức nuôi cả chục con. Mỗi tháng con cho em Út $1,000 USD, bố mẹ bảo em cứ lo học cho giỏi, Hiếu bây giờ uy tín lắm cả hai trường Yale và Harvard, vận động cho em Út một học bổng không khó. Nếu được Harvard nhận thì ở nhà con, cho cậu cháu tha hồ mà vui cười suốt ngày. Đi học hai cháu gái có cậu út bảo vệ lại càng thêm an toàn. Tiền bạc ăn học của cậu Út vợ chồng con lo quá dễ dàng. Hè này, con gởi tiền cho em mua vé qua Mỹ chơi với các cháu. Nếu hai em lớn không bận việc làm, con mua luôn vé cho hai em cũng qua Mỹ chơi chừng một tháng, còn cậu út chưa đi học ở chơi luôn ba tháng mới về là vào trường học.

- Hiếu đã từng nói, nếu em út muốn có nhà đàng hoàng ở Cần Thơ thì Hiếu cho em phòng lớn của vợ chồng Hiếu. Hai phòng còn lại, cậu út cho thuê lấy tiền thuê gởi cho vợ Hiếu cho vui cửa vui nhà. Hiếu nói, đã có tân trang, phòng nào cũng nới rộng ra thêm, có toi lết riêng, ở hai người một phòng rất thoải mái. Và còn dư một toi lết để cho khách vãng lai. Cái phòng khách rộng quá, có thể cho những em ở trọ có cha mẹ bà con đến thăm có chỗ ngủ tạm. Con có nói chuyện với Hiếu về em út đậu vào trường Y, Hiếu nói trong ba đứa em của Thu Vân, cậu út quý mến Hiếu nhứt. Còn chuyện học y khoa Cần Thơ, Hiếu lo cho em được, nói bố mẹ đừng có lo, Hiếu tìm việc cho em út làm, mỗi tháng cũng trả tiền nhà như các sinh viên khác để gia đình Hiếu không chú ý, rất tế nhị.

Hiếu còn nói với con, bảo vợ chồng con và bố mẹ khỏi lo cho cậu út, Hiếu lo hết, lo cho em có chỗ làm thêm có tiền tiêu xài, không ỷ lại người khác. Hiếu cho em tiền mua xe mới, khi nào Robert về Việt Nam cho Hiếu biết, Hiếu ký check cho con và nói là tiền anh rể Robert cho em út mua xe đi học, đừng nói Hiếu cho. Hiếu nói, em út thi đậu vào đươc trường Y kể như bố mẹ trúng số rồi, có Hiếu bao hết và chuyện xin học bổng trường Yale hay Harvard không khó miễn em siêng học và cố trau dồi thêm tiếng Anh.

Bố mẹ, nghe chàng rể nói về Hiếu vừa vui vừa ngậm ngùi tiếc nuối. Bố nói, con đem rượu ra cho bố nhậu một tý vì nghe tin vui cho cậu út, bố mẹ đỡ phải lo tiền bạc cho con học sáu năm trường Y Cần Thơ. Hai bố con cụng ly với vài miếng phó mát con bò cười cũng có chất đưa cay thêm ấm lòng.

Mọi việc diễn tiến suôn sẻ, đúng nửa năm các toán thương lượng đổi cho nhau. Toán Hiếu không đổi. Năm toán có hai tuần nghỉ chuyển vùng hoạt động. Caroline lo viết báo cáo tổng kết sau một năm công tác, Josephine chịu trách nhiệm làm thống kê các công tác, đã làm xong, đang làm và sẽ làm của mỗi nước. Josephine in ra gởi cho các toán cùng theo dõi công tác chung của Đoàn.

Chị hai nói với các em là chị muốn tổ chức một buổi khám bịnh phát thuốc và tặng quà cho các bịnh nhân nhờ cậu út lo giúp cho anh chị cũng tại phủ thờ của gia đình anh Cường tại Núi Sam. Chị cũng biết, gần đây em Hiếu có về Núi Sam một mình và có mời vợ chồng bác sĩ Lệ Thuỷ giúp khám bịnh phát thuốc có tính cách là dành đặc biệt cho gia đình anh Cường và những người dân lân cận nên khám bịnh chỉ có ba giờ là hết việc.

Nay, chị nhờ cô Ngọc Mai về Núi Sam thông báo trước nhờ chánh quyền địa phương lo về trật tự an ninh. Em Hiếu cũng xin bác sĩ Lệ Thủy lo giúp mười toán như mới đây, các em có thêm năm toán, mình khám bịnh phát thuốc từ chín giờ đến bốn giờ. Năm giờ mình ăn cơm tại phủ thờ với thịt bò xào lá dang, cá nướng như kỳ trước và thêm một món gõi sầu đâu và uống bia, nước ngọt. Chị hai đưa tiền cho cô Ngọc Mai về nhờ gia đình anh Cường lo vụ ăn chừng sáu bảy mươi người chiều chúa nhựt, mình cũng có mời thêm chức sắc địa phương. Cô Ngọc Mai có nói với chị, mình có tiền muốn tổ chức gì cũng được, cô hứa, hai mẹ con sẽ về Núi Sam trước sắp xếp công việc. Chị thấy thay vì ăn nhà hàng thì đỡ cực mà không bằng ở phủ thờ như là chị muốn cho bên chồng chị biết là chị lúc nào cũng nhớ và mang ơn chồng chị nên đứng ra tổ chức cúng anh trước. Sau mình đãi mọi người có công giúp gia đình mình, mời chánh quyền, bà con bên anh Cường và nhứt là đãi các y bác sĩ của bịnh viện, chị dự trù bỏ phong bì tặng kín đáo mỗi người của bịnh viện giúp mình một ngàn. Còn phong bị tặng cho bịnh nhân mỗi người hai trăm.

Tiền mua thuốc, em nhờ bác sĩ Lệ Thủy mua giúp trước, chị gởi trước hai triệu.

Hiếu nói cái vụ gởi tiền mua thuốc trước, để vợ chồng em lo và chúng em nhờ chị Lệ Thuỷ quen biết nhiều các nhà thuốc mình mua, họ còn tặng thêm và mượn xe của các la bô mang thuốc đến phát tại chỗ, chúng em tiếp gánh vác với chị, dù trên hai ba triệu không sao miễn mình có đầy đủ thuốc. Còn chuyện lo ăn uống và quà hai trăm cho mỗi bịnh nhân là phần chị.

Phái đoàn mình từ Cần Thơ Sóc Trăng rất đông, em thuê bao thêm hai xe đi cho đủ, loại mười bốn chỗ ngồi, ngoài xe anh Trung, anh Bernard, anh Trai chỉ chở vợ con các anh và gia đình thì đã đầy rồi. Em dự trù cho hết các con em đi theo, còn mời thêm chú thím Tín, nếu con chú thím muốn đi, em cũng cho đi luôn. Tất cả mọi chi phí ăn uống ở khách sạn, vợ chồng em lo hết cho chị. Như vậy, chị chỉ lo khâu đãi phái đoàn của chị Thuỷ, phe mình và gia đình anh Cường cũng như quà tiền vô phong bì tặng cho mỗi bịnh nhân khi mình phát thuốc.

Anh chị, bố mẹ, ba mẹ vợ em, cầm phong bì trao từng bịnh nhân, nếu có hai bác bố mẹ chị Tâm, chú thím Tín, em mời vào phần vụ cầm phong bì có tiền trao cho bịnh nhân, chị dự trù gần hai ngàn phong bì cho dư dã. Hai chị em thảo luận xong, trong giờ ăn cơm chiều.

Hiếu thông báo là chị hai muốn về quê anh Cường tổ chức một buổi phát thuốc còn quy mô hơn lần trước, có đến mười lăm mười sáu bàn có y bác sĩ khám bịnh cấp toa phát thuốc, thuốc do bịnh viện Châu Đốc giúp và có hai mươi bác sĩ, y sĩ chuyên viên theo giúp phát thuốc.

Chị Thuỷ nói chị sẽ mua hai triệu tiền thuốc, và ba la bô có biếu một số lượng thuốc mẫu chào hàng cũng gần tương đương với số lượng mình mua nên sẽ có đủ thuốc cấp cho bà con. Thuốc còn dư có thể để dành cho các năm tới hay bịnh viện cứ lấy xài sợ quá đát, bịnh viện sẽ bồi hoàn lại sau này. Chị Lệ Thuỷ còn nói, ngoài ra chị hai còn biếu bà con đi khám bịnh mỗi người hai trăm, họ có thừa tiền mua thêm thuốc vì phái đoàn y tế có cấp toa.

Chị hai lo đãi ăn sau giờ khám bịnh tại phủ thờ như chị giới thiệu chồng và con trai của anh chị với gia đình anh Cường. Hiếu nói, em lo cho đủ xe chở hết đại gia đình mình và bút trước hai ngày tại khách sạn mình ở lần trước. Nơi đó có mười phòng VIP em bút hết, mình có một nhà ăn riêng nữa tha hồ vui chơi, mình dành một ngày đi du ngoạn Rừng Tràm Trà Sư và ăn trưa tại đó, nghe nói có nhiều món ngon miệt vườn rất độc đáo. Đi kỳ này em mang hết con cùng đi theo cho chúng biết rừng tràm, biết cảnh nhà quê biết núi Sam. Xe mình chạy lên nhà anh chị hai ở năm xưa ở, cho anh hai biết vợ mình từng sống cô đơn ở đó cạnh một một người bịnh chờ chết, anh hai càng yêu chị mình thêm. Người trẻ đi bộ tắt xuống phủ thờ, còn xe chở người lớn và trẻ nhỏ cũng chạy đến phủ thờ. Hiếu thưa trình với bố mẹ và ba má:

- Con dự dịnh thứ sáu tới là tiến hành việc du ngoạn giải trí, cũng từ ngày đó chúng con có hai tuần nghỉ phép sẽ đưa đại gia đình mình đến đến tận mũi Cà Mau ngủ tại đó một đêm, sáng đi du ngoạn ngược về Bạc Liêu cũng ngủ một đêm, về Sóc Trăng, phe mình ở Cần Thơ cũng ngủ Sóc Trăng một đêm.

Cả nhà đều nói, Hiếu tính thì mọi người đều tin tưởng vừa an toàn vừa vui. Má vợ nói con tổ chức đi chuyến này thì bố con và anh hai con chắc hết muốn về Áo. Nhưng kẹt, anh con chưa về hưu, khi nào rảnh thì đưa vợ con về quê vợ tha hồ mà ăn ngon, đi du ngoạn thả dàn. Lần tới, nếu dượng hai có về quê vợ cho hai con gái theo qua Việt Nam du lịch, chúng tôi lo cho các cháu. Anh hai gật đầu và nói cám ơn bác gái gợi ý quá hay. Hiếu nói tiếp:

- Ba má, kể cả vợ con, bố, anh hai đều chưa biết chợ nổi Ngã Năm của Sóc Trăng cũng khá độc đáo, chỉ còn thiếu nhiều vùng sinh thái như chợ nổi Cần Thơ. Trên đường về lại Cần Thơ mình tạt quá đó đi tham quan chợ nổi Ngã Năm và ăn trưa ở đó.

Hình: Chợ Nổi Ngã Năm - Sóc Trăng

Cuối tuần tới, từ sáng thứ sáu mình đi Núi Sam Châu Đốc khám bịnh phát thuốc, phát quà cho bà con khám bịnh dù tiền ít mà nghĩa thì cao ngất. Sáng thứ hai, vợ chồng Hiếu sẽ đưa bố me, ba má, bố mẹ chị Tâm, chú thím Tín và anh chị hai đi viếng vùng sinh thái rừng tràm Trà Sư cực kỳ độc đáo có một không hai ở Việt Nam, mình ăn trưa ở khu sinh thái Trà Sư, có nhiều món ăn đặc sản rất ngon.

Bận về đi một vòng quanh qua núi Dài, núi Cấm của vùng Thất Sơn huyền bí. Có thể, đại gia đình mình nên ở thêm một đêm tại khách sạn Núi Sam. Sáng thứ ba ra thành phố Châu Đốc ăn sáng mua nhiều mắm sống, mắm thái và nhiều loại khô cá lóc, cá lăn phồng, cá sặc bổi to và mua vài chục bánh bò đường thốt nốt mang về Cần Thơ. Chị hai còn bàn luận với Hiếu cùng mẹ và các em, chị em mình cố gắng hàng năm thu xếp về dự giỗ anh hai tại ngôi phủ thờ có bà con dòng họ của anh Cường tham dự. Gia đình mình là một gia đình lễ giáo biết ơn anh Cường khi anh còn sống đã hết lòng giúp đỡ gia đình mình từ nghèo khổ xác xơ, nay các em đều có bằng cấp cao danh giá trong xã hội lại còn giàu sang phú quý.

Chị hai biết các em quý mến thương yêu chị sẽ giúp đỡ chị trong các chi phí về mua thuốc, tặng tiền cho bà con thuộc gia tộc xa gần của anh Cường như em Hiếu đã giúp chị trả nghĩa cho chồng chị đã nhiều lần rồi. Nay tổ chức nữa vì chị quá vui mừng có con, có chồng cùng đến tạ ơn anh vì anh thường nói, anh mất, em có chồng có con hủ hỉ khi về già. Nay chị làm theo ý muốn của anh, chị về phủ thờ như báo cáo với anh Cường, chị vâng lời anh.

Chị hai nói, số tiền gởi cho ngân hàng Pháp ở Sài Gòn, chị tưởng có năm trăm ngàn quan, nay là tám trăm ngàn có lẻ mấy chục.

Theo chị hiểu vì mua thuốc đặc trị gởi về Việt Nam ba bốn lần, anh chị đều không nhận được nên ông chú của anh Cường ở Pháp không mua thuốc gởi nữa, tiền còn lại chú gởi hết vào trương mục ngân hàng cho anh Cường. Với số tiền lớn đó gởi trương mục tiết kiệm, tiền lời hàng năm chị thừa sức chi trong đám giỗ của anh Cường tại Núi Sam.

Chồng chị có quen biết nhiều luật sư ở Pháp, chị biết, bố mẹ của anh Cường có vài bất động và nhà cao cửa rộng, không biết ai thừa kế như thế nào? Chị có nhờ cô Ngọc Mai hỏi gia đình có biết gì tài sản của bố mẹ anh Cường để lại ở Pháp, mà tất cả các con của ông bà đều ở Việt Nam. Ở Áo gần Pháp và chồng chị lại tháo vát, anh chị sẽ sang Pháp tìm hiểu, nếu có tài sản để lại thì anh chị mướn luật sư xin thụ hưởng và anh chị mang về Việt Nam chia đều cho từng người con. Chuyện này chưa biết ra sao, tính sau.

Hàng năm, chị mời hết đại gia đình mình đến Núi Sam dự giỗ và có dịp mình đi du lịch luôn vì ở Châu Đốc, mình đi du lịch một năm chỉ có vài ngày, đi liên tiếp cả chục năm chưa tham quan hết các danh lam, thắng cảnh, di tích lịch sử. Giỗ anh Cường năm tới, chúng ta có chương trình đi cáp treo lên đỉnh Núi Cấm, cũng là thắng cảnh và có nhiều di tích lịch sử rất kỳ bí.

Tuần tới Hiếu đã lo cho đại gia đình đi du ngoạn khu sinh thái Rừng Tràm Trà Sư mà du khách ngoại quốc mê chỗ này. Trong tương lai, từ chân Núi Sam cũng có cáp treo lên gần ngôi biệt thự của gia đình anh Cường, chúng ta còn có dịp đi cho biết.

Ngày, đại gia đình của Mai Hạnh về phủ thờ tại Núi Sam có người chồng quá cố Ba Cường con bác sĩ và bà Trần Văn Nu, Mai Hạnh như muốn trình báo với chồng - Ba Cường, tuân theo lời chồng trối trăng, khi chồng mất, Mai Hạnh nên tái giá lập lại cuộc đời sống mới. Nay, Mai Hạnh đã tái giá, có chồng có con đầu lòng cùng các em đã thọ ơn anh Hai về phủ thờ cúng bái anh hai và giới thiệu chồng con của Mai Hạnh.

Mai Hạnh đứng trước bàn thờ có di ảnh của anh Ba Cường, Mai Hạnh đốt nhang đứng van vái:

Xin anh Cường sống khôn thác thiêng về phù hộ cho gia đình anh chị em Mai Hạnh luôn tấn tài tấn lộc tấn bình an. Cũng theo ý nguyện của anh Ba Cường, nhân buổi về quê thăm anh, chúng em có tổ chức khám bịnh phát thuốc và lì xì cho mỗi bịnh nhân cũng là tiền của anh để lại cho em.

Em cũng xin hứa, mỗi đám giỗ của anh, nếu không có gì trở ngại, em và các em vợ của anh và bạn bè sẽ về Núi Sam cùng hiệp lực với bà con tổ chức lễ giỗ anh thật long trọng và còn khám bịnh phát thuốc cho mọi bệnh nhân và tặng quà như những gì anh Ba Cường ao ước khi anh còn sanh tiền. Nay em có chồng, em sanh con trai đầu lòng, em đặt tên Cương, gần với tên anh để khi em gọi con là nhớ đến anh Cường của em.

Cầu nguyện xong, Mai Hạnh đốt thêm nhang, nhờ Hiếu cắm lên tất cả lư hương và Mai Hạnh đến xá các bàn thờ trong phủ thờ. Trong lúc đó, ngoài sân cũng đã bắt đầu khám bịnh phát thuốc. Ngày hôm nay ước tính có trên hai ngàn năm trăm người đến xin được khám bịnh, đông nghẹt trước nhà. Có đến hơn mười chú có đeo băng trật tự giúp giữ an ninh trật tự và Ban Tổ Chức cho biết là sẽ khám hết số bà con có mặt nơi đây và hẹn đúng ngày giỗ anh Ba Cường năm tới cũng sẽ có buổi khám bịnh phát thuốc như ngày hôm nay. @.

Hết Tập II

Tập III: TÌNH YÊU MUÔN THUỞ

Vượt qua được con Đường Tình Khúc Khuỷu của người chị cả Mai Hạnh với anh ba Cường và chuyện tình không những khúc khuỷu mà còn rối rắm quanh co của người em út Tiến sĩ Trần Trọng Hiếu đã được một tâm hồn cao thượng của người vợ hiền, biết tha thứ, buông xả mọi lỗi lầm trên con đường tình khúc khuỷu của chồng, tránh trượt ngã xuống vực thẳm và đi nốt vượt qua chông gai, bão tố đưa đến một kết thúc tốt đẹp trọn tình trọn nghĩa.

Với tập III ***Tình Yêu Muôn Thuở*** *nối tiếp thế hệ tiên phong Mai Hạnh đã hết lòng hy sinh đời chị cứu giúp ba em đều thành nhơn chi mỹ với tương lai tươi sáng rực rỡ. Các em mang hết tình thương của Ba Cường đối với tha nhân mãi mãi là Tình Yêu Muôn Thuở, bất diệt mà cội nguồn do từ anh Ba Cường và chị Mai Hạnh mà tạo thành.*

Thế hệ kế thừa luôn biết tôn kính phẩm giá đạo đức của con người, của cha ông đi trước, dù bố mẹ đã vấp vào con đường tình khúc khuỷu chông gai rối rắm mà cũng vẫn vượt qua được với lòng nhân ái, vị tha, tha thứ lỗi lầm cho nhau. Và với ước muốn hướng thiện làm vẻ vang cho bản thân, dòng họ và cho cả xã hội và không bao giờ quên nguồn cội và những người gia ơn cho mình khi nguy nan nghèo khổ. - XIN MỜI ĐỌC TIẾP TẬP III - **TÌNH YÊU MUÔN THUỞ,** kết thúc tập truyện dài trọn bộ ba tập CHUYỆN TÌNH TRÊN ĐỈNH NÚI.

ANH PHƯƠNG TRẦN VĂN NGÀ - 10.1.2024

VÀI DÒNG VỀ TÁC GIẢ

Anh Phương Trần Văn Ngà sanh năm 1935 tại ấp Bà Bài - Vĩnh Nguơn, Châu Phú - Châu Đốc

Bút hiệu thường sử dụng tại Việt Nam & Hoa Kỳ:

Trần Văn - Năm Voi - Bảo Bình - Thiên Lôi - Anh Phương

Nhà giáo thi hành lệnh tổng động viên nhập ngũ

Khoá 13 Ấp Chiến Lược - Liên Trường Võ Khoa Thủ Đức 1962

Phục vụ ngành Chiến Tranh Chánh Trị - Thông Tin Báo Chí:

Trung Đoàn 33 - Sư Đoàn 21 Bộ Binh

Bộ Tư Lệnh Quân Đoàn IV & Vùng IV Chiến Thuật

Tổng Cục Chiến Tranh Chánh Trị - Khối Thông Tin & Giao Tế Dân Sự - Trưởng Phòng Tâm Lý Chiến-Biệt Khu Thủ Đô

Cộng tác với nhiều nhựt báo Việt Ngữ & nhựt báo Nhật Bản

Tù cộng sản từ năm 1975 đến 1985 từ Nam ra Bắc trở về Nam

Định cư tại Hoa Kỳ diện HO từ năm 1993

TÁC PHẨM XUẤT BẢN TẠI HOA KỲ:

* Chuyện Đồng Quê I - 1999 * Chuyện Đồng Quê II - 2014

* Theo Chân Binh Đoàn 692 - 2011* Theo chân Binh Đoàn 2021

* Trung Tướng Đặng Văn Quang Vinh Quang & Đau Khổ - 2012 * Trung Tướng Đặng Văn Quang Vinh Quang & Đau Khổ 2013 * Thế Giới Quanh Ta - 2019 * Thế Giới Quanh Ta - 2021

* Hồi Ký - Công Tử Nhà Quê Bà Bài - 2020

Chuyện Tình Trên Đỉnh Núi trọn bộ ba tập

* Tập I: Tiếng Gọi Tình Yêu - 2022

* Tập II: Đường Tình Khúc Khuỷu - 2022

* Tập III: Tình Yêu Muôn Thuở - 2023

Chủ nhiệm Chủ Bút tạp chí Tiếng Vang USA tại Sacramento (2000 -2007)

Chủ trương nhà xuất bản Tiếng Vang USA (1999 - 2023)

Tái bản tác phẩm bất hủ Chú Tư Cầu của Lê Xuyên (2005)